इंदिरा गोस्वामी राष्ट्रीय साहित्य पुरस्कार २०१९

संगमनेर इतिहास संशोधन मंडळातर्फे
'कवी अनंत फंदी साहित्य पुरस्कार २०१९'

कोल्हापूरचा 'शंकर पाटील सृजन साहित्य पुरस्कार २०१९'

नागकेशर

विश्वास पाटील यांचे साहित्य

गाभुळलेल्या चंद्रबनात

नागकेशर

संभाजी

क्रांतिसूर्य

बंदा रुपाया!

नॉट गॉन विथ द विंड

पानिपत

पांगिरा

झाडाझडती

पानिपतचे रणांगण (नाटक)

चंद्रमुखी

लस्ट फॉर लालबाग

महानायक

Sambhaji **(इंग्रजी)**

Mahanayak **(इंग्रजी)**

Panipat **(इंग्रजी)**

आंबी

दुडिया

महासम्राट खंड पहिला **झंझावात**

महासम्राट खंड दुसरा **रणखैंदळ**

अण्णाभाऊंची दर्दभरी दास्तान

Anna Bhau **(इंग्रजी)**

(The upholder of Dalit and Womens Literature)

नागकेशर

विश्वास पाटील

मेहता पब्लिशिंग हाऊस

NAGKESHAR by VISHWAS PATIL
नागकेशर / कादंबरी

७०१, बीच अपार्टमेंट,
पटेलवाडी, हॉटेल नोवाटेलजवळ,
जुहू, विलेपार्ले (प.) मुंबई - ४०० ०४९.
authorvishwaspatil@gmail.com
संस्थापक : सुनील अनिल मेहता
प्रकाशक : मेहता पब्लिशिंग हाऊस प्रा. लि.,
१९४१, सदाशिव पेठ, माडीवाले कॉलनी, पुणे – ४११०३०
मुद्रक : श्री मुद्रा
मुखपृष्ठ : बुवा शेटे
प्रकाशनकाल : जानेवारी, २०१९ / मार्च, २०२० / पुनर्मुद्रण : मार्च, २०२५
किंमत : ₹ ५८०
P Book ISBN : 9789353172244
E Book ISBN : 9789353172251
E Books Available | amazonkindle | Get it on Apple Books | Google Play Books

Please contact us at 411030 **Mehta Publishing House Pvt. Ltd.,** Pune .
✆ +91 020-24476924 / 24460313
Email : production@mehtapublishinghouse.com
author@mehtapublishinghouse.com
Website : www.mehtapublishinghouse.com

ज्येष्ठ भारतीय *संगीतकार इलाइ राजा* यांना...

आपल्या सहवासातील मंतरलेल्या दिवसांना

अभिप्राय

अस्वस्थ करणारे वास्तव...

साप्ताहिक सकाळ १३-४-२०१९

संवादातून, राजकीय घटनांतून, व्यक्तिस्वभावातून, वास्तव चित्रदर्शनातून मग हे कथानक रंजक पद्धतीने पुढे पुढे जात राहते. वास्तव चित्रप्रदर्शन आणि प्रभावी भाषा ही या कादंबरीची ताकदच आहे.

ललित, जून २०१९

श्री. विश्वास पाटील यांना अत्यंत प्रतिष्ठेच्या समजल्या जाणाऱ्या इंदिरा गोस्वामी राष्ट्रीय साहित्य पुरस्काराने नुकतेच सन्मानित करण्यात आले आहे. त्यासाठी त्यांचे साहित्यिक योगदान, विशेषत: 'झाडाझडती' आणि अलीकडच्या 'नागकेशर' या कादंबरीचा प्रामुख्याने विचार करण्यात आला आहे.

नोव्हेंबर २०१९मध्ये पासीघाट (अरुणाचल प्रदेश) येथे झालेल्या तेवीस भारतीय भाषांच्या बहुभाषिक संमेलनाचे अध्यक्षपद त्यांनी भूषविले आहे.

त्यांच्या कादंबऱ्यांची अनेक भारतीय भाषांमध्ये भाषांतरे होऊन त्या जनप्रिय ठरल्या आहेत. त्यांच्या 'पानिपत' आणि 'महानायक' या कादंबऱ्या इंग्रजीमध्ये वेस्टलँड ॲमेझॉन कंपनीने तर 'झाडाझडती' (A Dirge for the Dammed) ही कादंबरी हॅचेट या कंपनीने प्रकाशित केली आहे.

त्यांना या आधी केंद्रीय साहित्य अकादमी पुरस्कार, प्रियदर्शनी नॅशनल ॲवॉर्ड, गोव्याचा नाथमाधव पुरस्कार, कोलकात्याचा भारतीय भाषा परिषदेचा साहित्य पुरस्कार असे साठहून अधिक साहित्य पुरस्कार गेल्या बत्तीस वर्षांत प्राप्त झाले आहेत. संगमनेर इतिहास संशोधन मंडळातर्फे 'कवी अनंत फंदी साहित्य पुरस्कार २०१९' आणि कोल्हापूरचा 'शंकर पाटील सृजन साहित्य पुरस्कार २०१९' या पुरस्कारांची त्यात भर पडली आहे.

पाटील यांच्या साहित्यगुणांचा गौरव श्री. सुनील गंगोपाध्याय, श्री. अमिताव घोष, इंदिरा गोस्वामी, अशा राष्ट्रीय व आंतरराष्ट्रीय कीर्तीच्या साहित्यिकांनी जाहीरपणे केला आहे.

राज्य शासनाच्या सेवेत असताना आय.ए.एस. अधिकारी या नात्याने त्यांनी शिर्डी येथील आंतरराष्ट्रीय विमानतळाचे अनेक वर्ष रखडलेले बांधकाम चौदा महिन्यांच्या अवधीत अग्रक्रमाने पार पाडले. तसेच आपल्या कार्यकाळात पुणे येथील नव्या आंतरराष्ट्रीय विमानतळासाठी पुरंदर येथील जागेची निश्चिती केली.

मराठी व इंग्रजी भाषेतील एक उत्तम वक्ते म्हणून श्री. पाटील यांनी लौकिक मिळविला आहे. शिवाय दिल्ली, लखनऊ, कोलकाता, भुवनेश्वर आदी शहरांतील लिटररी फेस्टिवल व इतर साहित्यविषयक समारंभांमध्ये आपल्या साहित्याचे व भाषेचे दर्शन घडविले आहे.

‘असत्यमेव हिंसा जयते!’ महाराष्ट्राच्या जिल्ह्याजिल्ह्याच्या हाडामांसात घुसलेला ‘नागकेशरी’ बीड पॅटर्न!

महाराष्ट्राच्या तालुका व जिल्हा पातळीवरच्या राजकारणाच्या दबंगशाहीचे भयावह चित्र रेखाटणारी माझी ‘नागकेशर’ ही कादंबरी अलीकडच्या काही वर्षांत प्रकाशित झाली; मात्र राजकारणातल्या व्यक्ती इतक्या उलट्या काळजाच्या असतात का आणि त्या क्षेत्रातील कटकारस्थाने इतक्या विघातक टोकाची कुठे असतात? पाटलांची ‘नागकेशर’ कादंबरी म्हणजे एखाद्या दाक्षिणात्य चित्रपटासारखा न पटणारा अवास्तव प्रकार आहे, अशी टीका काही तथाकथित मध्यमवर्गीय वाचकांनी अनेकदा सोशल मीडियावर केली होती.

मात्र, अलीकडेच बीड आणि इतर जिल्ह्यांतील भयानक राजकीय ऱ्हासाचे, सामूहिक शोषण व भ्रष्टाचाराचे व गल्लोगल्लीत सांडणाऱ्या दारूचे आणि बेकायदेशीर पिस्तुलातून उडणाऱ्या काडतुसांच्या फैरीतून मस्तवाल गुंडशाहीचे जे भयानक वास्तव पुढे येऊ लागले, त्याने तर समाजमनाच्या बुडावरचीच चमडी सोलायला सुरुवात केली आहे.

तुमच्या ‘नागकेशर’पेक्षा राजकारणातले नाग किती जहरी आहेत. सत्तेच्या पिंडीवर त्यांच्या पिढ्याच्या पिढ्या कशा विळखा घालून बसल्या आहेत, अशा आशयाची पत्रे मला अलीकडे प्राप्त होऊ लागली आहेत.

मुळात ‘नागकेशर’ ही एक वेल असते. ती एकदा शेतात वाढली की उसाचा अख्खा फडसुद्धा खाऊन उद्ध्वस्त करते. साखरसम्राट बापूराव देशमुख यांच्या निमित्ताने मी ‘नागकेशर’मध्ये एका शुगर किंगच्या दोन सुना आणि त्यांचा गल्लीपासून दिल्लीपर्यंत रंगलेला अटीतटीचा सत्तासंघर्ष मांडला आहे.

गेली चार दशके महाराष्ट्रातील शिखरावरच्या राजकारण्यांपासून गाव पातळीवरच्या अनेक सामान्य कार्यकर्त्यांपर्यंत मी वावरलो आहे. ‘नागकेशर’मधली सर्व पात्रे मला कुठे ना कुठे भेटली आहेत आणि प्रसंग कुठे ना कुठे महाराष्ट्रात घडलेले आहेत. ‘मुर्गी नको, मला आता या क्षणी ताज्या बोकडाचेच मटण हवे,’ अशी दमबाजी करत रात्री सरकारी रेस्टहाउसवर बोकड शिजेपर्यंत सर्वांना सक्तीने तीन तास थांबवणाऱ्या मंत्रीण बाई, त्या प्रसंगी एक अधिकारी म्हणून मी उपस्थित होतो. चंदू मारवाड्याच्या शरीराचे तुकडे-तुकडे

करून जेव्हा बबननाना साखर कारखान्याच्या बॉयलरमध्ये टाकतात, हा प्रसंग तर अनेक वाचकांना कपोलकल्पित वाटला; पण आता एखाद्या सरपंचाचे डोळे जाळून, त्याला तीन-तीन तास पशूसारखी मारहाण करून, त्याने पाणी मागितले असताना त्याच्या मुखात मूत्र देणाऱ्या अवलादी या शाहू, फुले व आंबेडकरांच्या पुरोगामी महाराष्ट्रातच निपजल्या आहेत नव्हे? विहिरीतला पाषाणाचा स्तर सुरुंगाच्या वातीने फोडण्यासाठी आणलेली स्फोटके 'नागकेशर' मधील बाजीराव स्वतःच्या अंगाला बांधतो. आत्महत्या करतो. हाही प्रसंग दोन-तीन ठिकाणी घडल्याचे मला माहीत आहे.

कादंबरीत मी लिहिलेल्या प्रिन्स, शलाका आणि नेत्रा या मला कुठे ना कुठे वास्तवात भेटलेल्या व्यक्तिरेखा आहेत. पहिला नवरा जिवंत असताना शलाका आणि प्रिन्सचा विवाह हजारोंच्या उपस्थितीत होतो. त्याला अनेक राष्ट्रीय नेत्यांसह मी हजर होतो. दुसरा विवाह करताना पहिलीशी घटस्फोट घेण्यासारख्या उपचारात सामान्य मध्यमवर्गीयांनी वेळ घालवावा. ती कायदेशीर तरतूद फाट्यावर मारून महाराष्ट्रात अनेक बड्या घराण्यांमध्ये शाही विवाह पार पडले आहेत. त्याबाबत कोणी तक्रार केली तरी दुर्लक्ष करावे. उगाच नको तिथे लक्ष न घालण्याचा 'खाकीधारी शहाणपणा' अनेक पोलीस अधिकारी प्रामाणिकपणे दाखवत असतात.

थोडक्यात, सामान्य मध्यमवर्गीयांचे जीवन म्हणजे 'सकाळी वरणाबरोबर भात आणि रात्री बदल म्हणून भाताबरोबर वरण' अशाच दुष्टचक्रात फिरते आहे. तिकडे मात्र नागरिकांच्या नजरेच्या टप्प्याच्या दहा हजार मैल पलीकडे महाराष्ट्राचे राजकारण गेले आहे. सत्तेच्या वारूच्या संवर्धनासाठी अमाप भानगडी, भयभीत करणारी कारस्थाने रचून पचवलीही जातात. सार्वजनिक मालमत्तांवरील सामूहिक बलात्काराचे व लुटीचे प्रकार नित्य घडतात.

हातामध्ये बूमची दांडी घेऊन 'ब्रेकिंग न्यूज', 'ब्रेकिंग न्यूज' असे ओरडत मीडियातल्या तरुण पोरापोरींनी कितीही दंगा केला तरी उपयोग नाही. सत्तेच्या माजोरड्या रेड्यावर चोची मारत, अखेर सामान्यांचेच रक्तमांस कुरतडत बसलेली मुर्दाड गिधाडे आपल्या चांबट नख्यांखालील जागा अजिबात सोडणार नाहीत; कारण बाजूच्या न्यायदेवतेच्या मंदिरातील जागृत मूर्तींनी आपल्या डोळ्यांवरच्या पट्ट्या फेकून दिल्या असल्या तरी, अनेकदा व्यवहारी मूकबधिरांचा धर्म पाळायचे ठरविले आहे.

आम्ही लिहायला सांगू तसाच आणि तोच एफ. आय. आर. हे सूत्र पकडून, साधू-संतांच्या पवित्र महाराष्ट्राने बिहार आणि झारखंडला केव्हाच मागे टाकले आहे.

‘नागकेशरा’चा हा विषारी वेल इतक्या मोठ्या स्तरावर फैलावला आहे की, शेत उद्ध्वस्त व्हायचे नव्हे, तर त्याची कायमची बुडी व्हायची वेळ जवळ आली आहे. आचारविचार, निवडणुकांसह सर्व व्यवस्थांना अंगठा दाखवणाऱ्या या काळाचे काटेरी पंख कुठवर घेऊन जाणार आहेत, तेच फक्त पाहत राहायचे.

–विश्वास पाटील

गजरा सहकारी साखर कारखान्याचे तरणेबांड चेअरमन श्री. प्रिन्स बापुराव डोंगरे -देशमुख. उमर चोवीसीची, उत्साह मात्र सोळा-सतरा वर्षांच्या फाकड्या पोराचा. आता रात्रीचे साडेआठ झाले होते. निदान आज तरी त्यांनी कार्यालयात इतका वेळ बसून रहायची गरज नव्हती. कारण नव्हते. तसे ते उचितही नव्हते. कारण परवाच्या दिवशी त्यांच्या शाही मंगल सोहळ्याचे आयोजन केले गेले होते. त्यासाठी गेले आठ दिवस शेकडो कारागीर आणि कार्यकर्ते पलीकडे मेडिकल कॉलेजच्या ग्राउंडवर राबत होते. प्रिन्स साहेबांनी कर्मचाऱ्यांचे लंबे, ताणलेले चेहरे पाहिले. आपला पेन कोटाच्या खिश्यात ठेवून दिला. ते जेव्हा आपल्या केबिनमधून बाहेर पडू लागले, तेव्हाच खाली पोर्चमध्ये बाबू ड्रायव्हरने मर्सिडीज सुरू केल्याच्या हालचाली जाणवल्या.

त्या भव्य प्रशासकीय इमारतीतून प्रिन्स बाहेर पडले. त्यांनी बाबूकडे सहज नजर टाकली, तेव्हा साहेबांचा आज सेल्फ ड्रायव्हिंगचा मूड असल्याचे हुशार बाबूच्या लक्षात आले. प्रिन्स स्टिअरिंग व्हीलवर बसले, तसा बाबू पटकन पाठीमागच्या सीटवर जाऊन बसला. लखलखीत प्रकाशझोत टाकत चकचकीत मर्सिडीज निघाली. त्यांच्या पाठोपाठ आठ-दहा तगड्या बाउन्सर्सनी भरलेल्या दोन उघड्या जीप्स चालल्या. जसे प्रिन्स साहेबांचे लग्न तोंडावर आले होते, तसे त्यांचे पिताश्री सहकारमहर्षी बापूराव डोंगरे-देशमुख यांची चिंता वाढली होती.

एक तर प्रिन्स साहेबांचे ग्रहमान चांगले नव्हते. बापूरावांचे पंडितमित्र काशीचे राघवशास्त्री लग्नसोहळ्याच्या निमित्ताने आपल्या मोठ्या परिवारासह लखनौ फ्लाइटने आले होते. गेल्या दहा दिवसांपासून त्यांचा मुक्काम बापूराव राहत असलेल्या 'रानवारा' या राजप्रासादी बंगल्यात होता. त्यांनी आल्याआल्याच प्रिन्स साहेबांच्या ग्रहमानाबद्दल चिंता व्यक्त केली होती. शिवाय मत्सरी हितशत्रूंकडून अचानक

एखाद्या धोक्याचीही शक्यता वर्तवली होती.

प्रिन्स साहेबांची मोटार मेडिकल कॉलेजच्या पटांगणाजवळून पुढे चालली होती. तिथे या आधीच आठ-दहा एकरांमध्ये भव्य मंडप उभारला गेला होता. विवाहासाठी कमीतकमी दोन लाख लोक जमतील, याची खात्री सर्वांनाच होती. तशी जोरकस आमंत्रणेही गेली होती. तालुक्यातील कार्यकर्त्यांची तरुण पोरे तर हुरळल्या मेंढीसारखी इकडेच पडून होती. दोन-अडीच हजार यंगस्टर्स गेले पंधरा दिवस आपल्या घरी जेवलेच नव्हते. या परिसरातच जागोजाग अहोरात्र भटारखाने सुरू होते. पुण्याहून 'बालाजी इव्हेंट्स' नावाच्या बड्या मॅनेजमेंटच्या शेकडो तरुण आणि तरुणी अहोरात्र राबत होत्या. प्रत्येक तासागणिक शेकडो कार्यकर्त्यांची धावपळ आणि अक्षरशः लाखो रुपयांचा चुराडा सुरू होता.

व्हीआयपींची यादी तर खूप मोठी होती. महाराष्ट्राचे मुख्यमंत्री आणि राज्यपाल दोघेही स्पेशल हेलिकॉप्टर्स घेऊन समारंभास येऊन सोहळ्याची शान वाढवणार होते. राज्याच्या मंत्रिमंडळातील एखाददुसरा कुचकट व आपणावर जळणारा मंत्री सोडला, तर बाकी सारे मंत्रिमंडळ लग्नात दाखल होणार, याची बापूरावांना खात्री होतीच. याशिवाय इतर साखर कारखान्यांचे चेअरमन, अनेक खासदार, आमदार असे असंख्य पाहुणे जमणार होते. या अशा बड्या पाहुण्यांची कुठे व्यवस्था करायची, हा प्रश्न होताच. त्याच दृष्टीने बापूनगरमधले मेडिकल कॉलेज आणि इतर नियमित महाविद्यालये व शाळांना चार दिवसांची अघोषित सुट्टी जाहीर झाली होती. मेडिकल व इंजिनिअरिंगवाल्या युपी-बिहारच्या विद्यार्थ्यांसह इतर सर्वच विद्यार्थ्यांनी हॉस्टेलच्या आपल्या खोल्या खुशीने रिकाम्या केल्या होत्या. तूर्त ते सर्वजण बाहेरगावी किंवा मित्रांकडे राहायला गेले होते. एकूणच सहकारमहर्षी बापूराव डोंगरे-देशमुखांचा महाराष्ट्राच्या राजकारणातील दबदबा बडा होता. ते एक 'हेवी वेट' याने की 'बडं धेंड' म्हणून प्रसिद्ध होते. महाराष्ट्राचा मुख्यमंत्री ठरविण्यासाठी दिल्लीवरून जेव्हा श्रेष्ठी येत, तेव्हा राज्याच्या बोहल्यावर कोणाला चढवायचे, यासाठी बापूरावांच्या शिफारशीची दखल मोठ्या गांभीर्याने घेतली जायची.

अनेकदा आश्चर्य वाटायचं, ते प्रिन्स साहेबांचं. बापूरावांचे ते एकमात्र हयात वारसदार. वय अवघे चोवीस. सात-आठ महिन्यांमागे या प्रिन्सना कोणीही जमेत वा खर्चातही पकडत नव्हते. ते राजकारणात येणार नाहीतच, हा रानावनांत लँडक्रूझर घेऊन भटकणारा तरुण. त्याला फक्त गिटार वाजवायचा शौक, नाहीतर बड्या-बड्या पुस्तकांच्या पानांत गढलेला तो एक रेशमी किडा. बापूरावांचे ज्येष्ठ बंधू बबननाना यांचे पुत्र बाजीराव. तेच एक दिवस कारखान्याचे चेअरमन होणार, असा सर्वांचा अंदाज होता. बापूरावही त्या गोष्टीला हसून मूकसंमती द्यायचे. परंतु सहा महिन्यांमागेच बापूरावांना हार्टअटॅक येऊन गेला अन् पुढे साराच नजारा बदलून

गेला. या साऱ्या करोडोंच्या दौलतीचा वारसदार कोण होणार, या प्रश्नावरच अचानक गजरा नदीचे पाणी पेटल्यासारखे झाले.

मध्येच आलेल्या हार्टअटॅकने बापूरावांची झोप खऱ्या अर्थी उडविली होती. बापूराव दवाखान्यात विश्रांती घेत असतानाच त्यांचे जीवाभावाचे कार्यकर्ते त्यांच्या कानांमध्ये गोमिसारखे घुसून वळवळ करू लागले, "अहो साहेब, असं कुठं झालंय का? स्वतःच्या पोटाला लेकरू असताना त्याला सत्तेच्या घोड्यावर नाही बसवायचं तर काय करायचं?"

"अरे, पण तो कलावंत मनाचा मुलगा..."

"साहेब, कुठल्या स्वप्नात ऱ्हाता तुम्ही? थोडा अल्याडपल्याडचा इतिहास-भूगोल बघा. मला राजकारण नको म्हणून सुरुवातीला तरणी पोरं रानामाळातनं चित्रं काढत आणि फोटो काढत हिंडत्यात; पण एकदा सत्तेची वाघीण टप्प्यात आली की, सारेजण पटकन मांड ठोकायला तयार! पुढ्यात देवानं आणि दैवानंच मांडून ठेवलेल्या हिऱ्या-मोत्याच्या ताटाला कोण नाही म्हणणार?"

"अरे पण...?"

"बास साहेब, आम्ही नाय ऐकणार. अहो, आपल्या वंशाच्या भल्यासाठीच तर रामायण-महाभारतापासून युद्धं झाली. खून पडले. अन् स्वतःच्या पोटी नावानं आणि देखुणपणानं प्रिन्स नावाचं लेकरू असताना पुतण्याला आपल्या बुडाखालची गादी कशासाठी द्यायची?"

शेवटी कार्यकर्त्यांचा प्रचंड मेळावा झाला. म्हणजेच घडवून आणण्यात आला. अन् तिथे उघड्या मैदानावरच प्रिन्स साहेबांना कारखान्याचे चेअरमन आणि गजरा खोऱ्याच्या कृषिक्रांतीचे वारसदार ठरविण्याचा निर्णयही जमलेल्या एक लाख लोकांनी घेऊन टाकला. त्या वेळी प्रिन्सचे चुलत बंधू बाजीराव निश्चितच नाराज दिसत होते; परंतु त्यांच्यापेक्षाही त्यांच्या पत्नी नेत्रादेवी या दुःखाने अक्षरशः घायाळ बनल्या होत्या. पसरट काचेच्या मेहंग्या रेबॉनच्या गॉगलच्या आड त्यांनी आपले डोळे लपविले होते; परंतु त्यांचा उर्वरित चेहरा नव्हे, तर सारा देहच कासावीस दिसत होता. त्या आतून अक्षरशः जळत, घुसमटत होत्या. फक्त दोन वर्षांपूर्वी लग्न होऊन त्या बापूनगरमध्ये दाखल झाल्या होत्या. तेव्हा सासरची आणि माहेरची मंडळी उघडपणे बोलली होती, "बापूरावानंतर त्यांचे थोरले पुतणे बाजीरावच कारखान्याचे चेअरमन होणार." नेत्रादेवी धाडसी होत्या. बैठकीचे आमंत्रण असो-नसो, आपल्या नवऱ्यासोबत त्या संचालक मंडळाच्या, पर्चेस कमिटीच्या बैठकींना जाऊन बसत. साखर विक्रीच्या टेंडरमध्ये स्वतः रस घेत अन् दुसरीकडे सातत्याने गिटार आणि पुस्तकांत गढलेले एकलकोंड्या वृत्तीचे प्रिन्स साहेब जे दहावीच्या परीक्षेत मेरीटमध्ये येणार अशी सर्वांना खात्री असताना– ऐनवेळी परीक्षेलाच न

बसणारे– बिनभरवशाचे प्रिन्स कधीच राजकारणात येणार नाहीत; आले तरी बिलकूल टिकणार नाहीत, असे जिथे अनेक महिने उघड बोलले गेले होते; तिथेच अघटित घडले होते. गजरा खोऱ्याच्या सत्तेच्या सिंहासनावर प्रिन्स ठामपणे बसले होते. अन् आपल्या नवऱ्याला राजमुकुट आणि सिंहासन मिळाले नाहीच, उलट त्याला पाणक्याची अवकळा आल्याचे पाहून नेत्राला आतून भडभडून आले होते.

त्याच राज्यरोहणाच्या समारंभात बापूराव मात्र कमालीचे खूश होते. हा दिवस आपल्या आयुष्यात उजाडेल, असा भरवसा त्यांना कधीही वाटला नव्हता. अनेकदा दहावीच्या परीक्षेच्या आदल्या दिवशी गोंधळून गेलेल्या दुःखी प्रिन्सचा चेहरा त्यांच्या मनचश्चक्षूंसमोर उभा राहायचा. प्रिन्सला कुठला आजार नव्हता. प्रकृती ठणठणीत; पण तो आतून कुठेतरी प्रचंड तणावाच्या ओझ्याखाली दबून गेला होता. कदाचित त्याला एखादा मानसिक धक्का किंवा प्रेमभंगाची खोल, टोकदार जखम असे काहीही असू शकत होते. पोराचे करिअर आणि राजकीय भवितव्याची चिंता या चक्रात बापूराव मोडून गेले होते. चिरंजीवांना वाढवावयाच्या इराद्याने त्यांनी दुसरा विवाहही केला नव्हता. भिंतीवरची पत्नी सुजातादेवी आणि लाडकी लेक संध्याताई यांची तैलचित्रे व डोळ्यांसमोर वाढणारा प्रिन्स हेच त्यांचे खरे भावविश्व बनले होते.

मुलाला वाचवण्याच्या दृष्टिकोनातून बापूरावांनी मुंबईला जाऊन अनेक बड्या डॉक्टरांचा व मानसोपचारतज्ज्ञांचा सल्ला घेतला, तेव्हा डॉक्टरांनीच त्यांना समजावून सांगितले होते, ''अशा मानसिक धक्क्यातून, उलाढालीतून तुमचे चिरंजीव वाचलेच कसे? तुमच्या घरापर्यंत येऊन पोहोचलेच कसे? त्यांचं आजचं जगणं, हा तुमच्या वाडवडिलांच्या पुण्याईचा भाग समजा. त्यांचं मेरिट, पुढचं करिअर, शिक्षण या साऱ्या गोष्टी बकवास ठरतात. त्यांना त्यांच्या हिशेबानं आणि कलानं वाढू द्या.''

जेव्हा प्रिन्स चेअरमन झाले, तेव्हा त्यांचे वय चोवीस होते. गेल्या दीड वर्षातला त्यांचा कारभार अतिशय उत्तम, शिस्तबद्ध आणि नेटका होता. त्यांच्या वयाच्या मानाने व्याप मोठा होता. फक्त शुगर फॅक्टरीच नव्हे, तर गजरा एज्युकेशन ट्रस्टचा बडा कारभार, त्याच्या अंतर्गत असलेला मेडिकल कॉलेज, इंजिनिअरिंग कॉलेजचा व्याप. कारखान्याच्या परिसरातले डिस्टिलरीचे मोठे उत्पादन. देशी दारूमध्ये भूतान-बंगालपासून काश्मीर ते खाली रामेश्वरपर्यंत विकला जाणारा 'चिकणी फुकणी' हा ब्रँड, अशा रोजच्या कामाचा व्याप खूप मोठा होता; परंतु पोरवयापासून ते सारे विषय त्यांच्या कानांवर पडले होते. त्या साऱ्यांमध्ये राबता असणारे व्यापारी, एजंट, सीए यांच्याशी तोंडओळख होती. अर्थात प्रिन्सने तेवढ्यावरच न थांबता सर्व विषयांत खोलवर घुसून आपल्या कामाची चमक दाखवली होती.

मात्र, 'मला लग्न करायचं नाही आणि मी मंडपात कधीही उभा राहणार नाही,' हा त्यांचा हेका कायम होता. राज्यातील अनेक घराण्यांतून लग्नाचे प्रस्ताव आले.

वाट पाहून निघून गेले. पुढे बबननानांच्या बाजीरावाशी विवाहबद्ध झालेल्या नेत्रादेवी. त्या तर उघडपणे 'मी लग्न करेन तर प्रिन्सशीच' असा स्त्रीहट्ट धरून चार वर्षं थांबल्या होत्या. बाजीरावशी लग्न करण्याआधी प्रिन्ससाठी झुरत होत्या, मरत होत्या.

बापूराव अनेकदा रात्री-बेरात्री आपल्या चिरंजीवांच्या अभ्यासिकेत घुसायचे. जसे ते आपल्या तारुण्यात तहसील ऑफिससमोर उन्हामध्ये उपोषणाला बसायचे. एखाद्या समस्येचा धडाडीने पाठपुरावा करायचे. घायकुतीला येऊन विचारायचे, "का करत नाही तुम्ही लग्न? मी मेल्यावर दौलतीचं काय? तुमचंही पुढे बरंवाईट झालं, तर रक्ताचं पाणी करून सहकाराची गंगा आम्ही या आडवळणी खेड्यात आणली कोणासाठी? कशासाठी? आम्ही जन्मभर राबून मरायचं अन् आमच्यानंतर ही मेजवान्यांची ताटं काय गल्लीतल्या कुत्र्यांच्या पुढ्यात टाकून द्यायची? तुम्हाला निर्णय घ्यावाच लागेल. मनात असो वा नसो, लग्नाला उभं राहावंच लागेल."

आपल्या पिताजींच्या पाठपुराव्यापुढे शेवटी प्रिन्स नमले. मात्र, त्याच वेळी, "मी कुठलीही मुलगी बघायला जाणार नाही. निर्णय तुम्ही घ्या. लग्नासाठी मी मंडपात येईन," अशा काहीशा कोरड्या सुरात प्रिन्सने लग्नाला होकार दिला होता. बापूरावांसाठी तो पुरेसा होता. त्यातच कारखान्याचे कर्तबगार एम.डी. घोरपडे साहेब त्यांच्या मदतीला धावून आले. त्यांची बहीण बडोद्यामध्ये दिलेली होती. त्यांचीच कन्या आणि तिथल्या राजपरिवाराशी संबंधित अशा गिरिजादेवीशी विवाहाचे नियोजन पक्के झाले होते.

बडोद्याहून निघालेले वऱ्हाड आज पुण्यात मुक्कामी पोहोचले होते. तिथल्या अनेक पंचतारांकित हॉटेलांतून पाहुण्यांच्या निवासाची बडदास्त ठेवण्यात आली होती. पुरेशी विश्रांती घेऊन उद्या दुपारनंतर पुण्यातून वऱ्हाडी बाहेर पडणार. सोबत बत्तीस लक्झरी बसेस आणि अनेक महागड्या मोटारींचा तांडा होता. तीन तासांच्या प्रवासानंतर लग्न सोहळ्यासाठी निघालेली जणू बडोद्याची राजकुमारीच बापूनगरच्या वेशीत प्रवेश करणार होती. प्रिन्सच्या मोबाइलवर, व्हॉट्सअ‍ॅपवर संदेश येत होते. प्रिन्स त्या साऱ्या गोष्टींकडे फारसे लक्ष देत नव्हते. कारण हा सोहळा पार पाडण्यासाठी स्वतः बापूराव, एम.डी. साहेब, कारखान्याचे सारे संचालक, परिसरातले सारे सरपंच, अनेक छोटे-मोठे सरकारी अधिकारी राबत होते. मुख्यमंत्री येणार, हे कारण दाखवून तालुक्याचे तहसीलदार व पोलीस अधिकारी इमानी चाकरासारखे पुढे-पुढे धावत होते.

आज दुपारी मुंबईहून प्रिन्सच्या कपड्यांचा गठ्ठा घेऊन दोन मोठे टेलर आणि त्यांचा स्टाफ हजर झाला होता. तिकडे प्रिन्सपेक्षा बाजीरावच कपड्यांवर जास्त लक्ष देत होते. त्यांनी नवऱ्या मुलाच्या बिलातूनच नवरदेवापेक्षा जास्त कपडे स्वतःसाठी

घेतले होते. त्या कपड्यांचे फिटिंग, थोडेसे आल्ट्रेशन आणि शेवटचे काही स्टिचेस या साऱ्या प्रकारात प्रिन्सला दोन तास गमवावे लागले. अन्यथा राबणारे राबत होते. कुबेराच्या वाड्याला सोहळ्याचे कौतुक ते कसले?

प्रिन्सने बापूनगरमधून सफाईने मर्सिडीज बाहेर काढली. पुढे वाटेत दुतर्फा उसाचे मळे लागले. अचानक एखादी व्हायोलिनची तार तुटावी, तसे त्यांचे मन कातर झाले. पोटात भीतीचा आणि बैचेनीचा गोळा अचानक उभा राहिला. तो आतूनच एकसारखा गरगर फिरत राहिला. मेंदूच्या मखरावर एखादी पाल बसावी, तसाच तो अविचार. तनामनाला पूर्णतः हादरवून टाकणारा. आपण हे लग्न टाळले तर? मुळात या लग्नाची आवश्यकताच काय होती? कशासाठी केली आपण ही घिसाडघाई? डॅडींचे प्रेशर खूप होते. त्यांनी एमडींची भाची पसंत केली. तसबिरी आणि मोबाइलवरच्या चित्रफितीवरून गिरिजा अतिसुंदर नसली, तरी निश्चितच रूपवान आणि नाजूक वगैरे होती. खूप शिकलीय म्हणतात. तिने लंडनला जाऊन दीड वर्षाची बिझनेस मॅनेजमेंटची मास्टर्स डिग्री मिळवली आहे. एवढ्या उच्चशिक्षित मुलीचे कुटुंबीय प्रिन्स म्हणजे डोंगरे-देशमुखांच्या घराण्याशी पदर जुळवायला किती उत्सुक आहेत. त्यांच्या त्या उत्साहात आणि महत्त्वाकांक्षेच्या नशेमध्ये नवरदेव मात्र दहावीत ड्रॉपआउट असल्याचा मुद्दा त्यांच्या दृष्टीने नगण्यच ठरला असावा.

प्रिन्सचे डोके काहीसे जड झालेले. त्यांना बाकीच्या साऱ्या गोष्टी मान्य होत्या; परंतु पोळ्याच्या सणासाठी शृंगारलेली एखादी गाय बघावी, तशीच आपण मुलगी पाहिली. तिला पसंतही केली. सारे काही यांत्रिकपणे. या नित्यप्रकारात काही थ्रिल नव्हते. मजा नव्हती. अंगावर अक्षता पडणार. ती आपला उंबरठा ओलांडून नाजूक पावलांनी घरी येणार. पुन्हा पोटी पोरे निपजणार. त्यांचे इंटरनॅशनल स्कूलमधले ॲडमिशन या साऱ्याच गोष्टी कशा भकास आणि एक रुटीन चक्र. अचानक प्रिन्सच्या डोळ्यांसमोर त्यांच्या दिवंगत आईचा– सुजातादेवींचा चेहरा तरळून गेला, तसे मनाच्या गाभाऱ्यातून मंदिरातल्यासारखे घंटानादाचे निनाद ऐकू येऊ लागले. मन सुगंधित झाले; पण पुन्हा एकदा गाडीचे चाक चिखलात फसावे, तसा तोच वाईट विचार वाकुल्या दाखवू लागला. कशासाठी करावे मी हे लग्न? बापाच्या मर्जीसाठी आणि केवळ त्यांच्याच सक्तीसाठी? अन् कशाला हवा साला प्रत्येक घराण्याला वारसदार आणि तो वंशाचा भुक्कड वेल? कुलदीपक वगैरे तद्दन मध्ययुगीन, लोचट, राजेशाही कल्पनांच्या घाणीमध्ये जाऊन कशाला पाय रुतवायला हवा?

मर्सिडीज ड्राइव्ह करता करता प्रिन्सच्या मनश्चक्षूंपुढे अचानक एक तरुण स्त्री उभी राहिली. असेल फार तर पंचविशी-सत्ताविशीची. ती कोण, हे प्रिन्सला पटकन आठवले. सौंदर्य आणि रूपाची फारशी मोठी झालर तिच्या अंगावर नव्हती; पण

तिच्या व्यक्तिमत्त्वामध्ये एक वेगळी चमक, ठसन, मुलखावेगळी नजाकत व सुरसुरी ओसंडून वाहायची. ती आजवर प्रिन्सला फारतर तीन ते चार वेळा भेटली असावी. तडक चालीने ती धावत यायची, तीच मुळी वावटळीसारखी! तिची बिचारीची ऊठसूट एकच तक्रार. तिचा नवरा तिला खूप ठोकून काढतो. झोडझोड झोडतो. कमाल म्हणजे तो काही व्यसनी किंवा दारुड्याबिरुड्या नव्हता. तरीही तिला तो ठोकून काढायचा ते एखाद्या मारकुट्या गाईला मारावे तसे. या प्रकरणी प्रिन्सने त्याच्या घरी दोन वेळा पोलीसही पाठविले होते.

जर प्रिन्स मीटिंग हॉलमध्ये गडबडीत असेल, तर ही बया बाहेर पीएजवळ येऊन दोन-तीन तास प्रतीक्षा करायची. तिला हवे ते चहा-बिस्किट, कॉफी अगर शहाळे द्यावे, अशा प्रिन्स साहेबांच्या सूचना होत्या. एका तरुण आणि आकर्षक स्त्रीला प्रिन्स साहेब एवढे कशाला महत्त्व देतात, याचे कोडे अनेकांना पडायचे; परंतु त्यांच्या जवळच्या स्टाफला पूर्ण कल्पना होती. प्रिन्सची आत्तेबहीण इंदोरच्या देवीराजे यांची शलाका दिवसे या नावाची ती जवळची मैत्रीण होती; त्यामुळेच तिची नीट विचारपूस करायच्या वरून सक्त सूचना होत्या.

गेल्याच महिन्यातला तो प्रसंग असावा. प्रिन्स नेहमीसारखे तिन्हीसांजेचे उशिरापर्यंत आपल्या कामकाजात व्यग्र होते. तितक्यात बाहेरून एक फोन येण्याचे निमित्त झाले आणि हातांमधील कागदपत्रे बाजूला फेकून ते वेड्यासारखे आपल्या केबिनमधून बाहेर पळतच सुटले. धाडधाड पायऱ्या उतरून ते आपल्या मोटारीकडे धावले, तेव्हा त्यांचा प्यून त्यांच्या पाठोपाठ 'साहेब, साहेबऽऽ' अशा आरोळ्या ठोकत पळत निघाले. कारण त्याचे साहेब खुर्चीजवळचे आपले बूटही विसरून तसेच बाहेर पळत सुटले होते. प्रिन्सने कसेबसे बूट घातले. बाजूला जेवढे कर्मचारी किंवा व्हिजिटर्स होते, त्यांना आपल्या मोटारीत घेतले. उरलेल्यांसाठी जलदीने आणखी तीन गाड्या प्राप्त केल्या. तोवर बातमी फुटली होती. पलीकडच्या जंगलात गजरा एज्युकेशन ट्रस्टच्या एका स्कूलबसला भीषण अपघात झाला होता. त्या दिशेने मोटारी धावू लागल्या.

कारखान्यावरच्या इंटरनॅशनल स्कूलच्या चौथीच्या विद्यार्थ्यांची ती सहल होती. 'नेचर लव्हर्स' असा दर्शनी बोर्ड लावून जंगलातला तो फेरफटका सुरू होता. तेव्हा ड्रायव्हरचे स्टिअरिंगवरचे नियंत्रण अचानक सुटले आणि बस सरळ पुढे जाऊन झाडाला धडकली. आत बावीस छोटी छोटी मुले अडकली होती. काही केले, तरी लॉक झालेला दरवाजा तुटत नव्हता. हटतही नव्हता. ती बातमी कारखान्याच्या परिसरात पोहोचली आणि तिकडे पालकांनी मोठा गोंधळ घातला. त्या निकराच्या क्षणी दरवाजा तोडण्यासाठी पुढे घाव घालणाऱ्यांमध्ये स्वतः चेअरमन प्रिन्स साहेब आघाडीवर होते. त्यांच्या पाठोपाठ मदतीसाठी ज्या मोटारी धावल्या होत्या, त्यामध्ये

स्वयंप्रेरणेने संकटाला धावून जाणाऱ्या मोजक्या लोकांमध्ये शलाका एक होती. त्या अंधारात कंदिल आणि मोबाइल बॅटरीच्या उजेडात प्रिन्स प्रयत्नांची पराकाष्ठा करत होते. अखेर दरवाजा तोडून काढला गेला अन् आत अडकलेल्या चिमुकल्या, जखमी, घायाळ मुलांना तत्काळ दवाखान्यात दाखल केले गेले. अनेक जखमी मुलांचे प्राण वाचले. एकही पोर दगावले नाही. मात्र, तिघांना दुर्दैवाने आपले पाय गमवावे लागले.

त्या भीषण अपघाताच्या वेळी झाडांच्या फांद्यांआड रानात-अंधारात पडलेल्या तळमळत्या पोरांना उचलणे, पोटाशी पकडणे, पहिला त्यांना मानसिक आधार देणे ही खूप जबाबदारीची कामे होती. ज्यामध्ये शलाका एखाद्या वाघिणीसारखी धावली होती. नंतरही प्रिन्स साहेबांच्या कानांपर्यंत अनेक गोष्टी आल्या. ऐनवेळी दवाखान्यात पुरेसा नर्सिंग स्टाफ नव्हता म्हणे; तेव्हा ही बाई रात्रभर आपल्या रक्त डागांनी बरबटलेल्या साडीनिशी हॉस्पिटलमध्ये उभी होती. जखमी पोरांच्या मदतीसाठी अखंड राबत होती.

अपघाताच्या वेळचे ते चित्र प्रिन्सच्या डोळ्यांसमोरून हलत नव्हते. पुन्हा एकदा अशीच काही दिवसांपूर्वी सायंकाळी शलाका प्रिन्सकडे धावत आली. परवानगीची वाट न पाहता सरळ त्याच्या केबिनमध्ये घुसली, तेव्हाचा तिचा तो विसकटून गेलेला संभ्रमित चेहरा. वेदनेच्या पाकातून उठलेल्या कपाळावरच्या आठ्या अन् डोळ्यांत साचलेले अश्रूंचे द्रोण, तेव्हाही ती नवऱ्याबाबत तक्रार घेऊन मोठ्या घाईने धावत आलेली. ती एकसारखी आपल्या साडीचा पदर पुढे उरोजाकडे ओढत होती. तिच्या पाठीवर काहीतरी जखमा, ओरखडे किंवा चामडी पट्ट्यांचे वळ उठलेले असावेत. तिच्या त्या लसलसत्या वेदना तिच्या डोळ्यांत उमटलेल्या दिसत होत्या. त्या कळा सोसायचा ती आटोकाट प्रयत्न करत होती. कशाने तरी तिची पाठ सोलून काढली असावी हे निश्चित. अन्यथा ती उभ्या उभ्या अशी घुसमटून, हलून गेली नसती.

एकूण रागरंग ओळखून प्रिन्सने पटकन विचारले, "पाठवू का आता लगेचच पोलीस तुमच्या घरी? सांगतो त्या इन्स्पेक्टरला असं काहीतरी जालीम कलम काढायला, ज्याने तुमचा मूर्ख नवरा किमान सात-आठ महिन्यांसाठी तरी आत कोठडीत जाऊन पडेल– लुतभऱ्या उंदरांच्या आणि डासांच्या सोबतीला."

"नको बाई नको, तसं नको," आपले हुंदके आवरत शलाका बोलली, "कशासाठी आणखी सांडपाणी ओतायचं आणि आधीच दूषित झालेली नदी आणखी बिघडवायची? प्लीज, असा काहीतरी मार्ग शोधा हो सर, ज्यानं नदीचं पात्र कावळ्याच्या डोळ्यांसारखं स्वच्छ सुंदर होईल. माझ्या कोंडलेल्या श्वासाला वाट मिळेल."

"कशासाठी त्या मारकुट्या नवऱ्यावर पुनःपुन्हा जीव टाकता हो तुम्ही?" प्रिन्स.

"नाही, माझा जीव माझ्या कुंकवाच्या करंड्यात बिलकूल अडकलेला नाही; पण माझा तो गोड, गोबरा तीन वर्षांचा सानुला– त्याच्या तोंडावरच्या निरागस हास्यासाठीच तर मी एखाद्या घोडीसारखा पट्ट्याचा मार सोसते हो."

अशी ती वावटळीसारखी शलाका. काहीतरी आगळेवेगळे पाणी आहे हिच्या रक्तात. ती उतरते मनाच्या कोपऱ्यात सहज, लता किंवा आशाबाईंच्या एखाद्या जुन्या दर्दभऱ्या गाण्यासारखी. वेदनेच्या निखाऱ्यावर हुरहुरीचं लोणी ओतणारी ती!

क्षणभर प्रिन्सच्या डोक्यात असाही विचार आला. कशासाठी म्हणून आपण कोणातरी एका अज्ञात मुलीशी लग्न करण्यासाठी उद्या बोहल्यावर उभे राहायचे? तिच्या हाती बळीच्या बकऱ्यासारखी आपली मुंडी द्यायची? अन् कशासाठी कोणा गिरिजाने आपल्या आई-वडिलांच्या, हिऱ्यापाचूंच्या दागिन्यांच्या आणि घराण्याच्या रूढी वगैरेंच्या ओझ्याखाली दबून जायचे? अन् कशासाठी माझ्यासारख्या अपरिचित अशा तरुणाच्या गळ्यात तिने डोळे झाकून माळ घालायची?

साला हा सारा घाट, हा प्रकार आणि हा प्रवास तद्दन बकवास आहे. त्याऐवजी शलाकासारखी सामान्य तरीही मुलखावेगळी स्त्री पत्नी म्हणून माझ्या पदरात पडली तर? अरे बापरे! ही कल्पनाच किती भन्नाट आहे!

एकदा आपल्या कार्यालयातून बाहेर पडले की, प्रिन्सना घरी पोहोचायला पाच-सात मिनिटे लागायची. ते आपल्या 'रिव्हर फ्रंट' नावाच्या वडिलोपार्जित बंगल्यात राहत. बापूनगर म्हणजे पूर्वीचे सोंगाचे पारगाव. गाव ओलांडले की, शिवाराच्या पलीकडे लांबून गजरा नदी एक छानसा अर्धवर्तुळाकार वळसा घेते. तिथेच नदीच्या पल्याड एक छोटीशी टेकडी. तिच्याच पायथ्याशी नदीच्या पात्रात पाय सोडून बसलेल्या साधूसारखा तो राजेशाही बंगला. बंगल्याच्या डाव्या अंगावर अर्ध्या एकरामध्ये एक प्रचंड वटवृक्ष पसरलेला. खूप जुनापुराणा. मुळ्यांत मुळ्या आणि पारंब्यांना मांडवासारख्याच फुटत गेलेल्या पारंब्या. त्या तर झिम्म्याच्या खेळासाठी हातांत हात गुंफून उभ्या राहिलेल्या मुलींसारख्या दिसायच्या. वडाच्या त्या प्रचंड पसाऱ्यामध्ये दोन मोठे वाढलेले पिंपळवृक्षसुद्धा होते.

एकदा 'रिव्हर फ्रंट'मध्ये प्रिन्स साहेब पोहोचले की, सारे काही निवान्त असायचे. कारण तिथे बापूराव डोंगरे-देशमुख कधीच मुक्कामी राहत नसत. मात्र, या वास्तुबद्दल त्यांच्या मनामध्ये कमालीची आत्मीयता आणि आकर्षण होते. त्यांच्या पत्नी 'बड्या मां' तथा सुजातादेवींनी तिथल्या प्रत्येक पाषाणाकडे आणि विटेच्या तुकड्याकडेही लक्ष देऊन स्वतःच्या देखरेखीखाली तो बंगला बांधून पूर्ण केला होता. याच बंगल्यात राहायला आल्यावर बापूरावांच्या प्रगतीचे अश्व चारही दिशांनी उधळले. पत्नी सुजाता आणि लाडकी लेक संध्या यांच्या सहवासात जीवनातले अत्यंत सौख्याचे दिवस त्यांनी इथेच पाहिले होते. अजून या वास्तूवर 'बड्या मां'ची गडद छाया आहे, असे पारगावचे लोक बोलत. मात्र, त्यांच्यानंतर रात्री इकडे फिरकण्याचे बापूरावांनी कटाक्षाने टाळले होते. अनेकदा ते सकाळी गडबडीने इथेच नाश्त्यासाठी पोहोचत. नेहमीसारखा त्यांच्यासोबत वीस-पंचवीस लोकांचा थवा असे. अनेक लोक भेटीगाठीसाठी आणि चिठ्ठीचपाटीसाठी त्यांना येऊन भेटत.

ते जेव्हा इकडे निघत, त्यांच्या आधीच कारखान्याच्या व्हीआयपी गेस्ट हाउसवरच्या साऱ्या बावर्चींना ती बातमी कळलेली असे; त्यामुळेच 'रिव्हर फ्रंट'मधील नाश्त्याला कुठल्याच गोष्टीची ददात राहत नसे.

रात्रीच्या वेळी मात्र तो बंगला गूढ पुराणपुरुषासारखा खूपच गंभीर दिसायचा. तिथे वास्तव्यास असणारे प्रिन्स, त्यांची गिटार, तो गूढ बंगला आणि दारात कधी खळखळ तर कधी संथ वाहणारे गजरामाईचे पात्र या चारच गोष्टी एकमेकींची काळजी वाहायच्या.

मर्सिडीजच्या हेडलाइटचा झोत आजूबाजूच्या हिरव्या पिकांवर पडत होता. त्या प्रखर दुधारी प्रकाशात उसाची ओली पाने चमकून उठायची. गजरेकाठची गाळ माती खूप उपजाऊ; त्यामुळेच की काय उसाचे पीक तरारून उठायचे आणि अगदी कानाच्या पाळीपर्यंत उंच वाढायचे. आता ऊसमळ्यातील पाने रातवाऱ्याने हेलकावत होती. हिरव्या पानांच्या डोक्यावरचे पांढरे तुरे जागीच नाचत होते. हलका वारा. त्यात काळोख मिट्ट होता. तांबूस ऱ्याड मातीने भरलेली एक पाणंद डाव्या बाजूने सरकून मागे गेली. रस्त्याच्या शेजारी उभ्या असलेल्या कोणा गूढ व्यक्तीचा प्रिन्स साहेबांना भास झाला. तसा त्यांनी अर्जंट ब्रेक लावून मर्सिडीज मध्येच रोखली. हळूहळू ती रिव्हर्सने पाठीमागे येऊ लागली, तेव्हा त्या अंधाराच्या कोपऱ्यावर थंडीत कुडकुडत उभी असणारी एक व्यक्ती त्यांना दिसली. ती कोणी शेलाट्या बांध्याची तरुण स्त्री होती.

जीपांमध्ये बसलेल्या मंडळींनी धडाधड खाली उड्या ठोकल्या. प्रिन्स साहेबांची नेमकी अडचण काय, हे त्यांना कळेना. एकतर त्यांनी लग्न होईपर्यंत घर सोडू नये, कार्यालयातही जाऊ नये; असे बापूरावांनी बजावून सांगितले होते. कामातून सुट्टी घ्या, असे राघव शास्त्रींनीसुद्धा बजावून सांगितले होते. त्यातच त्यांचे हे असे आडवळणी रस्त्यात अचानक थांबणे. काय घडले म्हणून बाउन्सर मंडळींनी सभोवती गराडा घातला होता.

प्रिन्सने अंधारात मोबाइलचा टॉर्च मारला. तो जागीच हादरला. ती शलाकाच होती. तिच्या अंगावरची साडी कमालीची चुरगळलेली. वाऱ्याने केस विस्कटलेले. अंधारातल्या एखाद्या वडपिंपळाच्या झाडावर अचानक हडळ प्रकट व्हावी, तसे तिचे रूप. तिच्याशेजारी तिची बंद पडलेली स्कूटर. ती स्कूटरही जागोजागी अशी चेपून गेली होती की, तिच्यावर एखाद्या मोठ्या रानजनावराने हल्ला चढवावा.

"ओह! शलाका? अरे, अशा बुडूक अंधारात चाललात कुठे? काय प्रकार काय?"

"साहेब, असे मध्येच नका थांबू. अलीकडे उसात रानडुकरांचा एक कळप घुसलाय. परवा तर एका गाडीच्या चाकातच–"

प्रिन्सने चुरचुऱ्या जिभेच्या बाबू ड्रायव्हरकडे एक जळजळीत कटाक्ष टाकला. "धिस इज नन् ऑफ युअर बिझनेस." अशा धारदार नजरेने त्याच्याकडे बघितले. पुन्हा शलाकाला विचारले, "अरे, इकडे काय करता आहात तुम्ही?"

तिच्या ओठातून एक नाही की दोन नाही. चेहरा तणावाच्या तडाख्याने जणू चेपून गेलेला. शेजारी पडलेल्या स्कूटरसारखा. काही वेळापूर्वी ती खूप रडली असावी. मी आता तरी काय बोलू, असा भाव तिच्या चेहऱ्यावर होता. आपली सिक्युरिटीची फौज, पीए, ड्रायव्हर यांच्यासमोर विषय अधिक छेडण्यात अर्थ नव्हता. प्रिन्स बोलले, "कम. डोन्ट वेस्ट टाइम. या, आत या. बाबू, मॅडमना घे बरं आत."

आज्ञाधारक बाबू पटकन खाली उतरला. त्याने झटकन पुढचे दार उघडले. शलाकाला प्रिन्सबाबूंच्या शेजारी फ्रंटसीटवरच बसायचा इशारा केला. प्रिन्सने करारी सुरामध्ये बाउन्सर्सना सुनावले, "यूवऽऽ जस्ट फॉलो मी."

दोन्ही जीपमधली मंडळी आणि विशेषतः बाउन्सर्स बेचैन झालेले. त्यांची अंगे घामेजली. लग्नाच्या तोंडावर प्रिन्सना सांभाळायच्या बापूरावांच्या सक्त सूचना त्यांना आठवल्या. लग्नाच्या मागचे-पुढचे दिवस खूपच नाजूक आणि बाधिकारी असतात, याची त्यांना भीती होती.

त्या छोटेखानी पुलावरून मर्सिडीज पुढे चाललेली. खालून काळ्याशार पाण्याला संथ हेलकावे देत गजरामाई वाहत होती. मध्येच मासे डोके वर काढत जलपृष्ठावर येत होते. पुन्हा झटकन डुबकी घेत, बुडबुडे निर्माण करत होते. नदीतटाच्या दोन्ही बाजूंची ती किंजळ, उंबर वृक्षांची दाट झाडी अंगावर काळी पांघरुणे घेऊन मारहाणीसाठी दबा धरून बसलेल्या मारेकऱ्यांसारखी दिसत होती. पल्याडचा नदी तीरावरचा 'रिव्हर फ्रंट' बंगला रोषणाईने इतका चमकत होता की, त्याची उजळून गेलेली प्रतिमा समोरच्या नदीपात्रात लख्ख उठून दिसत होती. आपल्या भल्यामोठ्या पोर्चमध्ये प्रिन्सने मोटार थांबवली. तसे बंगल्यावरचे सिक्युरिटी गार्ड्स आणि आतल्या नोकरांचा थवा झटकन बाहेर आला. त्यात लग्नकार्यासाठी राबणारे कार्यकर्तेही होते.

प्रिन्सने शलाकाला खाली उतरायचा इशारा केला; परंतु समोरची ती भव्य आणि अंगावर येणारी वास्तू, ते अवाढव्य पोर्च आणि हत्तीच्या पायासारखे खांब. तो सत्तेचा आणि रुबाबाचा नजारा पाहताना शलाकाच्या दोन्ही पायांतून भीतीचे गोळे उमटून गेले. समोरच्या गर्दीत पीए परीटचा चेहरा तिच्या ओळखीचा होता. बाकी सारे गोंधळून तिच्या तोंडाकडे टकमक बघत होते. तिच्या अंगावरची चुरगळलेली साडी आणि तिचा तो कमालीचा संभ्रमित चेहरा. तिच्यासोबत धावणारे हरणीसारखे तिचे ते चपळ, रसरसते तारुण्य मात्र लपत नव्हते. तिच्या आकर्षक कमनीय

बांध्याने तिच्या अंगावरच्या वस्त्रांचे ते चुरगळलेपण केव्हाच बाजूला फेकून दिले होते. प्रिन्सने "चला, आता निघा सारे. खूप वेळ झालाय. उद्या सकाळी भेटूच." असे म्हणत सर्वांना कटवले. पीएकडे रोखून पाहत सूचना केली, "मी बोलावल्याशिवाय माझ्या हॉलकडे कोणालाही पाठवायचे नाही."

प्रिन्सची अभ्यासिका कम खोलीसुद्धा बरीच ऐसपैस होती. मध्ये रुंद शिसवी टेबल. समोरच्या खुर्चीवर जास्तीतजास्त अंग आकसून बसायचा प्रयत्न करणारी शलाका. आतापर्यंत आवतीभोवती ड्रायव्हर आणि बाउन्सर मंडळींचा मेळा होता; त्यामुळेच प्रिन्सचा आवाज दबलेला. मात्र, आता मोकळीक मिळताच तो खोल काळजीभऱ्या आवाजात बोलला, "इफ यू डोंट माइंड– जरा इकडे या कशा. थोडा खांद्यावरचा पदर करता बाजूला?"

हा एवढा मोठा बंगला, ही अशी अवेळ आणि तिथे एवढ्या मोठ्या कर्तृत्ववान तरुण पुरुषासमोर एकट्याने बसणे. त्या साऱ्या दबावाने शलाका पहिलीच आतून थरथरत होती. तिने अधिक विचार न करता आपल्या खांद्यावरचा पदर बाजूला टाकला. तिच्या अंगात स्लीवलेस झंपर होते; त्यामुळेच काही वेळापूर्वी तिच्या गोऱ्या खांद्यावरून मागच्या पाठीवर नागिणीसारखा उतरलेला तो काळानिळा वळ त्याला स्पष्ट दिसला. कसल्याशा प्रहाराने झणाणून उठलेली ती सुजलेली रेष तशी ताजीतवानीच होती.

"अच्छा! म्हणजे पुन्हा मारझोड? कोण नवरा आहे की राक्षस?" प्रिन्स वैतागला. त्याने आपल्या खुर्चीच्या गबदुल्या हातोप्यावरची अटॅच केलेली बेल दाबली. पटकन नोकराला बोलावून घेतले. मलम मागवले. त्याने ते स्वतःच तिच्या दंडाला लावण्याचा प्रयत्न केला. अगदी निर्व्याजपणे; पण ती संकोचली. थोडीशी फटकून बाजूला उभे राहत स्वतः मलम लावू लागली.

"कशानं मारलं हो त्यानं?"

"हंटरनं."

"हंटरऽ," प्रिन्स हसत विचारू लागला, "काय तुमच्या घरी घोड्यांचा तबेलाबिबेला आहे काय?"

"घोडी नाहीत; पण मी आहे की, रोज उपलब्ध– जनावराचा मार खायला. बदडून निघायला."

क्षणभर आपले डोळे मिटत आणि खोल श्वास घेत समाधानी सुरात प्रिन्स बोलला, "थँक गॉड, डोक्यात अन्य कोणता विचार येऊ न देता तुम्ही तडक माझ्याकडे यायलाच निघालात ते. नाहीतर अशा वेळी मनुष्याच्या मनामध्ये कसले कसले विचार येतात."

"सॉरी, डोकं बधिर झालंय. नेमकं आठवत नाही," शलाका.

“कशाबद्दल?”

“मी नेमकी चालली होती कुठे? तुमची मदत मागायला की बाजूच्या नदीत जीव द्यायला?”

तिच्या त्या कारुण्याने भरलेल्या स्वराने प्रिन्सच्या काळजात कालवाकालव झाली, “अशी जीव देण्याची भाषा काय करता? तुम्ही तर जीवाला जीव देणारे लोक?”

“समजले नाही?” शलाका.

“कसं कोण विसरणार तो पंधरा दिवसांपूर्वीचा स्कूलच्या ट्रिपला झालेला अपघात? त्या चिल्या-पिल्यांच्या बचावासाठी तुम्ही सरकारी दवाखान्यात जाळलेली ती अखंड रात्र! आय ॲम प्राउड ऑफ यू शलाका.”

भिजल्या पाणजांभळीच्या झाडाखाली उभी असल्यासारखी शलाका एकीकडे गारठून गेली होता अन् डोळ्यांतून झिरपणारे पाणी रूमालाच्या टोकाने टिपतही होती. ती रडवेल्या, घोगऱ्या आवाजात बोलली, “खरंच, काळीज फाटून गेलंय हो माझं– माझ्या तीन वर्षांच्या गोळ्यासाठी. कसा असेल तो?”

“का बरं?”

“आज तर त्यानं त्या चिमुकल्याला रागानं वर उचलून खाली आपटलं. तिथे तांदळाचं पोतं पडलं होतं, म्हणून तो वाचला. नाहीतर उघड्या फरशीवर कपाळमोक्षच झाला असता हो माझ्या चिमुकल्याचा.”

“कोणी जवळ नसतं का त्याच्या?”

“आहेत शेजारच्या बनसोडे काकू. त्याच अलीकडे माझ्यापेक्षा त्याची काळजी अधिक घेतात.”

“तुम्हाला जायचं आहे का माघारी घरी? करू तशी व्यवस्था? पाठवू गाडी?”

“जाईन हो मी; पण...?” ती अडखळली. “मला बघून पुन्हा तो सैतान रमेश माझ्या अभिषेकचा राग राग करेल. फटके मारून जीव घेईल त्याचा.”

आता खरा मुद्दा प्रिन्सच्या ध्यानात आला. त्याने तत्काळ आपल्या पीएला– परीटला बोलावले. त्याची ओळख करून देत तो शलाकाला बोलला,

“हा माझा इथला सर्वांत कॉन्फिडेन्शिअल माणूस. आत्ताच जाईल तो तुमच्या मुलाकडे. भेटेल तुमच्या शेजारच्या काकूंना. दवाखाना, मध्येच कडमडला तर तुमचा नवरा– साऱ्या गोष्टींची हा काळजी घेईल.” शलाकाने परीटला बाजूला घेतले. जागरूकपणे त्याला सर्व सूचना दिल्या. एक जीप घेऊन परीट लागलीच कामगिरीवर निघून गेला.

“किती वाजले हो?” शलाका.

“रात्रीचे साडेदहा-अकरा झाले असतील.”

"तुमची कामं खोळंबली असतील हो– बसते पलीकडे. नाहीतर मी असं करते इथून निघतेच– जाऊ द्या मला."

"कुठे जाणार तुम्ही अशा अपरात्री?"

"पाहीन, बसेन कुठंतरी. वाटेत गावचं एसटी स्टँड आहे ना! तिथं या वेळीही खोळंबलेल्या प्रवाशांची गर्दी असते. काढीन रात्र तिथे उजाडेपर्यंत."

"वा! असं कुठं झालंय? यू आर डिअरेस्ट फ्रेंड ऑफ माय कझीन देवी. ती काय म्हणेल?" प्रिन्सला एकदम बोलता बोलता आठवण झाली. तो हरखून किंचाळला, "अरे हो, आपण देवीशी बोलू या का?"

प्रिन्सने लगेचच देवीला फोनवर घेतले, "डिअर, झोपलीस की काय तू? पुण्यापर्यंत पोहोचली आहेस ना? बरं, इथं तुझी जीवश्च कंठश्च मैत्रीण आलीय. बोलणार तिच्याशी?"

"या वेळी? कोण रे?"

"शलाका... द ग्रेट!"

"ती काय करतेय मेली तिथं?"

"ती माझी गेस्ट आहे– व्हीआयपी गेस्ट. लग्नासाठी आलीय इथं. इथंच राहणार आहे ती."

"बेवकूफ आहेस काय? अशा जवान, उफाड्याच्या स्त्रीला राहायची सक्ती करतोस? यू नॉटी."

पलीकडून देवी खिल्ली उडवू लागली.

"मी काय करणार गं तुझ्या मैत्रिणीला," शलाकाकडे नटखट नजर फेकत प्रिन्स देवीला म्हणाला, "पण ए, देवी. एक गंमत ऐक ना, खरं तर मला वाटतं, तुझ्या या मैत्रिणीशीच लग्न करावं आणि सुखी व्हावं."

"थुत् जा जा. एखादी जीप पाठव तिला सोडायला. मलाही झोप आलीय. तुझ्या लग्नासाठी उद्या यायचं आहे ना राबायला? चलऽ बाय!"

प्रिन्सने हसत हसत फोन बाजूला ठेवला; तर समोर अपराधी आणि घाबरेघुबरे तोंड करून हात जोडत शलाका उभी होती. ती मोठ्याने बोलली, "सॉरी सर, मी अगदी मॅड आहे. केव्हापासून मी माझ्या फाटक्या जिंदगीचं गाठोडं खोलून तुमच्या पुढे बसली आहे आणि इकडे माझ्यासारख्या मूर्ख स्त्रीला किमान जाणीव नसावी की, तुम्ही लग्नाच्या गडबडीत आहात. परवाच आहे ना लग्न? सॉरी, मी निघतेच आता."

खोलीतून बाहेर निघत असलेल्या शलाकाला रोखत प्रिन्स बोलला, "फोनवर ऐकलंत ना तुम्ही? यू आर रिअली माय डिअरेस्ट गेस्ट. मी तुम्हाला जाऊ देणार नाही."

"कशी थांबू मी लग्नघरात? आधी कळवायचं होतंत; एखादी बरी साडी तरी आणली असती बरोबर."

प्रिन्स छानसा हसला. त्याने लंबी बेल वाजवली. तसा सावंत पीए धावत पुढे आला. झुकून उभा राहिला. प्रिन्सने विचारले, "काय रे सावतंऽ? आपल्या बापूनगरच्या मार्केटमधलं ते साड्यांचं सर्वांत मोठं स्टोअर कोणाच्या मालकीचं?"

"चंदू मारवाड्याचं."

"लागलीच फोन करा. नो रिप्लाय आला, तर माणसं पाठवा त्याच्या घरी. एका तासाच्या आत त्याला माझ्यासमोर हजर करा. या मॅडमसाठी लग्नाच्या अव्हेलेबल असतील त्या उत्तमातल्या उत्तम साड्या– त्या चाहतील तेवढ्या लगेच, खरेदी करायचा बंदोबस्त करा. बी क्वीक, फास्ट, टाइम इज रनिंग आउट."

प्रिन्सला भूक लागली होती. शलाकाचे तर जेवणावरचे मनच उडालेले. ती नको नको म्हणत असताना त्याने तिला डायनिंग टेबलकडे नेले. दोघांनीही हलके जेवण घेतले. तोवर 'राजवाड्यावरचा बुलावा' म्हणून चंदू मारवाडी अर्धवट झोपेतून उठून तसाच तेथे निघून आला. त्याच्यासोबत त्याच्या स्टाफचे काही लोक आणि उंची साड्यांचे पोर्टफोलिओ होते. त्या चंदेरी साड्या, रेशमी पैठणी, ती वस्त्रे पाहताना शलाकाची घाबरगुंडी उडाली होती. तिने, 'हिचा दर काय, तिचा दर किती?' अशी विचारणा सुरू केली, तेव्हा प्रिन्स आणि चंदूनेही तिला झापले, "तुम्ही रेटची चौकशी करू नका; फक्त साड्या पसंत करा." रग्गड खरेदी झाली. फॉल लावूनही साड्या सकाळी दहा वाजेपर्यंत पोहोचतील, असा भरवसा देऊन आपला लेहंगा लबकछबक करून वाजवत गरगरीत देहाचा चंदू मारवाडी निघून गेला.

घड्याळाचा काटा रात्रीच्या बाराकडे सरकत होता. शेजारी आत्तेबहीण देवी हिच्यासाठीच राखून ठेवलेली खोली होती. तिच्यामध्ये विश्रांती घ्यावी, असे प्रिन्सने शलाकाला सुचविले, तेव्हा शलाका बोलली, "प्रिन्स, खूप केलंत हो तुम्ही माझ्यासाठी. आता सोडा मला, जाऊ द्या."

"अहो पण–?"

"नको. लेट मी गो."

"हे पाहा, तुम्हाला इथं राहावंच लागेल. माझ्या स्टेट गेस्ट म्हणून!" प्रिन्सचा आवाज वाढला.

"कसं शक्य आहे ते? एकतर एवढ्या मोठ्या बंगल्यामध्ये कोणीही बाई माणूस राहताना दिसत नाही. शिवाय तुमचं परवा लग्न आहे. काय म्हणेल ती तुमची होणारी बायको?"

प्रिन्स आपला हट्ट सोडायला तयार नव्हता; तर त्याच्यासारख्या सज्जन,

परोपकारी तरुणाला उगाच अडचणीत आणणे शलाकाच्या मनाला पटत नव्हते. मात्र, जसजशी रात्र वाढत होती, तसतशी शलाका बेचैन बनत होती. तिला ती मघाची घाईची खरेदी. त्या खरेदीचा दीड लाखांचा भरगच्च आकडा आठवला. अन् तिच्या काळजात धस्स झाले. का आणि कशासाठी कोणी एखाद्यावर करावा इतका खर्च? अलीकडे तिने अनुभवलेले नवऱ्याचे ते अविश्वसनीय, बेंगरूळ रूप. प्रिन्स म्हणजे त्याची थोडीशी वेगळी प्रतिकृती तर नसावी? या टोचणाऱ्या शंकेने ती अधिकच गुदमरून गेली. एकूण प्रकरण भलतीकडेच झुकत असल्याचा करपट वास तिच्या नाकाला लागला.

शलाकाने आपली पर्स पटकन पोटाशी पकडली अन् ती लागलीच बाहेर जायला निघाली. पुन्हा तिची वाट अडवत प्रिन्स अजीजीने बोलला, "प्लीज वेट, शलाका. थांबलात तर खूप बरं वाटेल मला. मला– मला काहीतरी वेगळं बोलायचं होतं," तो बोलता बोलता थबकला. वरमला. शरमला. मनामध्ये गोड गोंधळ उडाल्याने त्याला काय बोलायचे नेमके सुचेना.

त्याच्या लाजलेल्या चेहऱ्यातसुद्धा एक मिठास भाव होता. प्रिन्सचा आवाज घोगरा बनला. जन्मभर तहानलेल्या मनुष्याने एखाद्या पाण्याच्या भरल्या रांजणाकडे मोठ्या आशेने बघावे, तसे आपले डोळे शलाकाच्या चेहऱ्याकडे लावत तो बोलला, "मला मनापासून अगदी माझ्या हृदयापासून वाटतं की, माझं लग्न झालं तर ते फक्त तुमच्याशीच व्हावं."

शलाका अचानक तुटलेल्या स्प्रिंगसारखी मोठ्याने हसू लागली. तिचे ते नाठाळ हास्य लवकर थांबेना. ती आपले हसू कसेबसे दाबत बोलली, "प्रिन्स! एवढी जहरी टिंगल उडवायला या गरिबाशिवाय दुसरं कोणी भेटलंच नाही का तुम्हाला?"

प्रिन्स वाट सोडत नाही. बाहेर जाऊ देत नाही, हे शलाकाच्या लक्षात आले. मांजर जसे उंदरांना खेळवते, तशी गरिबांची गंमत उडवायचा श्रीमंतांना छंदच असतो म्हणायचा. ती पुरती भानावर आली. आता अगदी स्पष्ट, बेधडक आणि थोडे कडक बोलणे आवश्यक आहे. नाहीतर न परवडणारा हा गुंता असाच वाढत जायचा. आता तिचा सूर उजाड, अगदी रखरखीत झाला, "हे पाहा, मी अगदी डे वनपासून चांगली मायन्यूटली पाहते तुमच्याकडं. का कोणास ठाऊक, माझ्याबद्दल तुम्हाला एक स्ट्राँग ऑबसेशन– एक अनामिक, जबरदस्त ओढ आहे. तसं असूही शकतं– मी दिसायला वाईट नाही; एखाद्या पुरुषानं सहज नादी लागावं, इतका चार्म मात्र जरूर आहे माझ्याजवळ– हे सारं कळतं हो मला; पण शेवटी काय तुमच्या पुरुषी भावनेचा– सर्वांचा शेवट एकूण एकच असतो."

"काय एकच असतो?"

“प्रिन्स काय, देवदूत काय किंवा एखादा राक्षस काय. शेवटी सारे पुरुष मेले एकाच बिंदूकडे सरकतात. सॉरी फॉर माय हार्श वर्ड्स. बट रोज नव्या नव्या बायांचा भोग हाच तुम्हा सर्वांचा आवडता रोग बनून जातो.”

“इनफ, प्लीज इनफ! खूपच वाईट बोलताहात तुम्ही शलाका मॅडम,” प्रिन्सला आपल्या दुःखी शब्दांना आवर घालणे कठीण झाले.

“सर, मला बापडीला इतकंच वाटतं. उद्या भलतेसलते गुंते वाढवून माझा जीव जाण्यापूर्वी आत्ताच एखाद्यावर जीव न लावलेलं बरं!”

अशा कठोर शब्दांची प्रिन्सला शलाकाकडून अपेक्षा नसावी. तो कमालीचा दुखावला. हिरमुसला होऊन बाजूच्या कोचावर बसला. आता शलाकासाठी बाहेर पडण्याचा रस्ता मोकळा होता; परंतु आता तिच्याच जडावल्या पायांनी तिला तिथेच रोखून धरले. उगाच आपणाकडून मर्यादाभंग झाल्याची तिला जाणीव झाली; पण जीवनातील आजवरच्या अनुभवांवरून पुरुषजातीबद्दलची तिची अनुमाने मात्र ठाम होती. ती प्रिन्सला बोलली, “सर, वाईट शब्दांबद्दल मला माफ करा. खूप चांगले आहात हो तुम्ही. यू आर सिम्पली ग्रेट! पण मी काय करू? शेवटी तुम्हीही एक पुरुषच! चलाऽ मी तयार आहे.”

प्रिन्सने घरट्यातल्या पाखराने बाहेर नजर टाकावी, तसे शलाकाकडे पाहिले. तशी ती दिलखुलास हसत बोलली, “येस, आय ॲम रेडी! तुम्हाला माझ्याकडून जे हवं असेल, ते उरकून घ्या! पण लग्नाबिग्नाची खोटी भाषा बोलून प्लीज पुन्हा माझी गंमत उडवू नका.”

प्रिन्स हळुवारपणे उठला. थंडीवाऱ्यात सापडलेल्या एखाद्या अजान मृगासारखा शलाकाकडे सरकला. तिच्या हातांची लांबसडक बोटे पकडत बोलला, “तुमचे माझ्याबद्दलचे निष्कर्ष शंभर टक्के चुकीचे आहेत. मी तुमच्या या मुग्ध व्यक्तिमत्त्वामध्ये फक्त कोणा एका बाईला बघत नाही. मी तुमच्यात माझ्या हरवलेल्या आईला शोधतो आहे!”

दिवसभराच्या धावपळीने आणि मोठ्या लगीनघाईने सहकारमहर्षी बापूराव डोंगरे-देशमुखांचा देह अक्षरशः आंबून गेला होता. रात्री अकराच्या दरम्यान ते बिछान्यावर लवंडले. अन् त्यांच्या अंगावर दुलई पांघरवणाऱ्या रंगाला जाणवले की, आपल्या साहेबाला एखाद्या भुताने झपाटावे तसे झोपेने गाठले आहे. रात्री केव्हातरी अचानक बापूरावांना जाग आली. नव्हे, त्यांचे डोळे खाडकन उघडले. सर्वार्थी प्रिन्स साहेबांचे लग्न म्हणजे त्यांच्या जीवनातील मोठी लढाईच होती. एक महानिवडणूकच!

त्या शाही सोहळ्यासाठी मुख्यमंत्र्यांपासून ते दिल्लीच्या राष्ट्रीय पक्षाच्या उपाध्यक्षांपर्यंत बडे बडे पाहुणे उद्या बापूनगरात दाखल होणार होते. व्हीआयपींच्या बंदोबस्ताच्या नावे कलेक्टर आणि डिएसपी तर एखाद्या घरगड्यासारखे धावपळ करत होते. खर्चाची चिंता नव्हती. सरकारी यंत्रणा कामाला लागलेली; पण बापूरावांना काळजी होती, ती पक्षातील अंतर्गत हेव्यादाव्यांची. सख्याला स्वतः जाऊन पत्रिका पोहोचवली का? मग तुक्याला का आमंत्रण दिले नाही? पक्षातील अंतर्गत सुंदोपसुंदी आणि तू-तू-मैं-मैं हाच खरा लफडा होता. त्यांनी परत एकदा डोळे मिटले. उद्या रात्रीचे जागरण मोठे आहे. त्यासाठीच त्यांनी कूस बदलली. तेवढ्यात दरवाज्यावर जोराची टिकटिक सुरू झाली.

बापूरावांनी आपल्या उशाजवळच्या गजराच्या घडाळ्यात बघितले. बाप रे, पहाटेचे साडेतीन! कुठे काही अपघात किंवा घातपात तर झाला नसावा? त्यांनी बिछान्यातूनच हाक दिली. ''कोण रे, कोण तो?''

''बापूजी, मी रंगा.''

''काय रे, काय मॅटर आहे?''

''एमडी साहेबांचा अर्जंट कॉल आहे– कवाधरनं. तुमचा फोनच लागत नाही– काय तरी लय अर्जंट हाय.''

आपला जाडजूड देह सावरत बापूराव उठले. त्यांच्या वाढत्या पोटावर तरंगणाऱ्या बंडीवरून त्यांनी हात फिरवला. अर्धवट पेंगुळल्या स्थितीतच दार उघडलं. फोन हाती घेतला, "बोला एमडी साहेब, एवढी कसली अर्जन्सी, राव? फॅक्टरीचा बॉयलरबियलर फुटला की काय?"

"तशा अपघातापेक्षाही मोठी भयंकर घटना साहेब," पलीकडून एमडींच्या घाबरल्या स्वराची थरथर जाणवत होती.

"काय वो ते?" बापूरावांचा श्वास घुसमटला.

"प्रिन्स साहेबांचं लग्न..."

"थांबा, थांबाऽ पुढचं काही बोलूच नका. एवढं सारं झाल्यावर आता कसलं विघ्न आणायला निघालेत ते...? अहो, गप का? बोला की."

"विघ्न आम्ही नव्हे त्यांनी... प्रिन्स साहेबांनीच उभं केलंय."

"कसलं हो?"

"त्यांना माझ्या भाचीशी लग्न करायचं नाही. त्यांनी लग्नासाठी निघालेलं वऱ्हाड वाटेतच रोखा आणि मधूनच माघारी पाठवा, असा हुकूमही देऊन टाकला आहे."

बापूरावांच्या पायांखालची जमीन हादरली. ते स्वतःशी पुटपुटले, "वाटलंच होतं. चिरंजीव ऐन मोक्याच्या वेळी झक् मारणार. सर्वदेखत ऐन मंडपात आमची बिनपाण्यानं हजामत करणार. त्यांची पत्रिकाच मुळी बोंबलभिक्या वृत्तीची!" फोन तसाच हाती धरून बापूरावांनी रंगाला बंगल्याच्या दुसऱ्या बेडरूममध्ये झोपलेल्या काशीकर राघव शास्त्रींना ताबडतोब उठवायच्या सूचना दिल्या.

ते फोनवर वैतागून बोलले, "भोंगाळ्यासारखा उभा जन्म एकट्यानंच काढायचं त्यांच्या नशिबात दिसतं."

"एकटे कशाला राहतील? ते शलाका नावाच्या एका मुलीशी याच मंडपात लग्न करायला उठले आहेत. तसा त्यांचा निर्धार आहे."

"बरं बघू बघू..." बापूरावांनी फोन ठेवून दिला.

तो तडाखा सोसण्यासाठी बापूराव बाजूच्या कोचावर बसले. थोडेसे त्यांना बरेही वाटले. त्या चक्रीवादळात आधाराला एक बोट मिळाली होती. थोडे हायसे वाटले होते. तरुण रक्त. गुंतले असेल एखाद्या गोऱ्यागोमट्या फटाकड्या पोरीमध्ये. कसे का असेना, त्यांच्या पोटी जे लेकरू जन्माला येईल, ते माझ्या घराण्याचे डायरेक्ट वारस ठरणारच की!

भाऊबंदांचा आधार मागायची जरूर नाही आणि दत्तकाच्या कुबडीची गरज नाही. तेवढ्यात आपल्या निमुळत्या दाढीवरून हात फिरवत राघव शास्त्री जवळ आले. त्यांनी आपल्या हाताचा मोठा पंजा बापूरावांच्या डोक्यावर ठेवला. मंत्र

पुटपुटून आशीर्वाद दिला. बापूरावांनी त्यांच्यापुढे लोटांगण घातले. चिरंजीवांचे ग्रह अनिष्ट असल्याचे शास्त्रीबुवांचे भाकीत तंतोतंत खरे निघाले होते. शास्त्रीबुवा ग्रहांना बळकट करण्यासाठी लागलीच कामाला लागले.

सहकारमहर्षी बापूराव टेन्शनखाली आले की, ते बाजूच्या रुंद कोचावर सरळ आडवे व्हायचे. पुढची सारी जबाबदारी सालोसाल सेवा करणाऱ्या हाडकुळ्या रंगाचीच असायची. ते दिल्लीत असोत वा गल्लीत. त्यांच्या अंगाला रंगाच्याच मालिशचा उतारा चालायचा. आत्ताही रंगाने तेल लावण्याआधी त्यांची हाडे चांगली दाबून काढली. त्यांचे शरीर त्या रगडबाजीने चांगले हलके झाले.

बंगल्याबाहेरच्या झाडांवर वटवाघुळांचा आणि पाखरांचा चिवचिवाट सुरू झाला. इथे कोणतीही भानगडबाज आणि वाईट बातमी ऊसमळ्यात घुसलेल्या रानडुकरासारखी मुसंडी मारतच वेगाने पुढे जाते. कोणाला सांगू नका, असे एक दुसऱ्याच्या कानामध्ये सांगता सांगता फटाका बाहेर फुटलाच. प्रिन्स साहेबांच्या लग्नामध्ये नवी भानगड उद्भवली आहे. नवरीच बदलली जाणार आहे, ही खबर पहाटेचीच बापूराव गटाच्या वेचक कार्यकर्त्यांपर्यंत पोहोचली. त्यांच्याच काही जीवाभावाच्या कार्यकर्त्यांनी विरोधातल्या शेलक्या नगांना पहाटेचेच उठवले. अन् फोनवरून तिकडेही ही खबर पोहोचवली. त्या लुच्च्या मित्रांनी हळूच इकडच्या जीवाभावाच्या वीरांना सांगितले, "सहकारमहर्षींची अजून कशी कशी वाट लागते, ती वेळोवेळी कळवा बरं."

एखाद्याच्या मृत्यूची खबर कळताच सर्वांनी त्याच्या घराकडे धाव घ्यावी, तशाच वेगाने सकाळी पाचलाच तालुक्यातील बापूराव गटाचे बडे कार्यकर्ते, कारखान्याचे संचालक अशांनी बाहेरच्या हॉलमध्ये गर्दी केली. सारेजण बिनाअंघोळीचे, पारोशाने तिथे धावतपळत आलेले. त्या समरप्रसंगाने बापूरावांचे डोके गच्च झालेले. बोलती बंद पडलेली. एक अनुभवी संचालक सावंत- तात्या घोरपडेला बोलले, "त्याचं असं आहे तात्या, तसं काळजीचं नो टेन्शन. अहो, आपल्या रानात पाण्याचा पाट कितीबी वाहू दे– सरपेट घाला– फवारणी करा– पण च्यायला खोडवाच दुसऱ्याचा असला, तर गोडवा कसा वाटावा म्हणतो मी!"

"अहो, स्पष्ट बोला ना. ही काय हुमान घालायची वेळ आहे?"

"अहो, प्रिन्स साहेब जिच्याशी लग्न करायला उठलेत– ती बाईल ऑलरेडी दुसऱ्याची आहे. चहा कोरा असता, तर दूध घालून कसाबी गोड बनवला असता; पण दुसऱ्यानं घसटलेली वस्तू आपली कशी वाटणार हो?"

बापूरावांना धाप लागली होती. प्रसंग अतिशय बाका आणि वाईट होता. नाही तर आपल्याच तोंडावर असे भलतेसलते बोलायची हिंमत आपल्या भुक्कड कार्यकर्त्यांना कशाला झाली असती? आजवर आपण तालुक्यावर गेली तीस-पस्तीस वर्षे

निर्विवाद राज्य केले. लोकशाहीला हवी तशी कोल्हाटणीसारखी नाचवली. आपल्याला हवे त्याच दिशेने सहकाराला चालायला लावले. आपणावर जळणाऱ्या आणि पदोपदी नडणाऱ्या कम्युनिस्ट आणि शेतकरी कामकरी पक्षाच्या झुंजार कार्यकर्त्यांना आपण अनेकदा धोबीपछाड लावली. त्या कॉम्रेड मंडळींची तांबडी तोंडे पांढरी करून सोडली. गजरा खोऱ्याचे भाग्यविधाते, सहकारसम्राट अशा बिरुदावल्या आपल्या नावाशी चिकटल्या. महाराष्ट्राच्या मुख्यमंत्र्यांची निवड करताना दोन वेळा दिल्लीकर श्रेष्ठींना आपल्या पसंतीच्या नेत्यावर शिक्कामोर्तब करायला भाग पाडले. अन् आपल्यावर आपल्या एकमात्र बुद्धिमान पण नटखट दिवट्या चिरंजीवाने ही कोण आफत आणावी?

बापूरावांच्या नजरेसमोर त्यांच्या जवळच्या आप्तांचे आणि नातेवाइकांचे चेहरे तरळून गेले. कितीही खाऊपिऊ घातले तरी उपाशी तोंडाने वावरणारे, रोज कटकटी आणि उणीदुणी काढणारे ते महाभाग. बैलगाडीखाली चालणाऱ्या कुत्र्याचा गाडी आपल्यामुळेच चालते, असा भ्रम असतो. त्याच वृत्तीचे हे कुरापतखोर, वैऱ्याला धार्जिणे असणारे नातेवाईक. प्रिन्सच्या लग्नाचा घोटाळा कळताच बाहेर किती बवाळ करतील?

लग्न सोहळा उद्या दुपारवरच म्हणजे उणापुरा दीड दिवसावर आलेला; त्यामुळे या प्रकरणाचा तत्काळ सोक्षमोक्ष लावणे गरजेचे होते. चिरंजीवांना काय ते एकदाच 'फायनल' विचारून पुढचा निर्णय घेणे आवश्यक होते. ते तसेच तत्काळ 'रिव्हर फ्रंट'कडे निघाले. प्रातःकाळच्या अंधारातून ॲम्बॅसडर आणि पाठीमागे तीन जीपा धावत होत्या. चिरंजीवांची समजूत काढणे, ही साधी गोष्ट नव्हती. एकतर महत्त्वाची जटील समस्या म्हणजे त्यांना जवळचे कोणी खास मानावेत असे मित्र नव्हते. ना खाण्या-पिण्याचा शौक ना पोरीबाळींचा पिच्छा करायची वृत्ती, नव्हते दारूचे व्यसन. हातामधली ती गिटार आणि ती पुस्तकांनी खचाखच भरलेली कपाटे. एवढे ते कामानिमित्ताने पुण्या-मुंबईकडे वाऱ्या करतात, युरोपातही दौरे घडले. मात्र, पोरीबाळींमध्ये ते कुठे गुंतल्याचे कानावरही आलेले नाही. बड्या राणे वकिलांची स्वरूपसुंदर मुलगी नेत्रादेवी सलग चार वर्षे झुरली, चडफडली यांच्यासाठी; पण ते काही तिच्यापुढे वितळले नाहीत.

एकदाची पोर्चमध्ये ॲम्बॅसडर थांबली. बापूराव धाप लागल्यासारखे खाली उतरले. दिवाणखान्यात समजले, चिरंजीव वरच्या खोलीत आहेत. रात्रभर जागेच आहेत. तीर्थरूप खाली पोहोचल्याची त्यांना चाहूल लागली, तसे प्रिन्स गाउनवरच खाली आले. बापूरावांनी डोळे मिचकावत कार्यकर्त्यांकडे पाहिले. सर्वांना इशारा समजला. पिता-पुत्रांना चर्चेसाठी एकान्त मिळावा म्हणून ते सारेजण उठले. बाहेर बंगल्याच्या गार्डनमध्ये पान-तंबाखू खात उभे राहिले.

हातातोंडाशी आलेल्या आपल्या गादीच्या वारसाला बापूरावांनी डोळे भरून पाहून घेतले. त्यांना आतून गुदमरून आले. देवा मल्हारीपुढे कौल मागावा, तसे ते खाली झुकले. आपल्या पुत्रापुढे दोन्ही हातांचा दंडवत घालताना त्यांना भडभडून आले. नरडीत बेडका अडकल्यासारखे झाले. तरीही ते मोठ्या अजिजीने कळवळून बोलले, "मी बाप असलो म्हणून काय झालं? कळत नकळत आमच्याकडून काही चुकलं असेल, तर त्याबद्दल तुम्ही सरळ हातामध्ये बूट घ्या..."

"हे काय डॅडी?"

"खुशाल डोक्यात तडाखे मारा; पण या उतारवयात इतकी भयंकर शिक्षा आम्हाला नका देऊ चिरंजीव."

बापूरावांना अचानक हुंदका फुटला. प्रिन्स मात्र तसाच ढिम्म, समोरच्या कोचावर बसून होता. राजकारण्याने खरे तर कधीही रडायचे नसते. कारण त्यांच्या अश्रूंवर कोणी विश्वास ठेवत नाहीत. ते अश्रू मगरीचेच असतात, अशी जनसामान्यांची ठाम समजूत असते; पण आता बापूरावांपुढे उद्‌भवलेली समस्याच अशी अक्राळविक्राळ होती. प्रश्न त्यांच्या कुलदीपकाचा आणि एकूणच त्यांच्या पुढील वंशवेलीच्या भवितव्याचा होता. या मूळ मुद्द्यावर रामायण आणि महाभारतसुद्धा घडले होते. वंशाचा वेल नीटपणे काळाच्या मांडवावर चढला नाही. काही मूर्खपणाच्या निर्णयामुळे तो मध्येच अडकला, तर कोणाकडे बघायचे आणि कोणासाठी जगायचे?

पुन्हा आपल्या पोरापुढे हात जोडत बापूराव शांतपणे बोलले, "असू देत... लोकांना बाहेर काहीही वाईट बोलू देत; पण हे खरं आहे का, की तुम्ही तुमचं इकडे यायला निघालेलं वऱ्हाड पुण्याजवळ रोखायचा हुकूम सोडला आहे ते?"

"हो. खरंच आहे ते."

बापूराव गडबडले. त्यांचे डोके सुन्न झाले. जर्मनच्या भांड्यासारखे तापले. ते तप्त सुरात बोलले, "हे बघा, कोण, कुठली बाई आहे ती? सांगा तरी आम्हाला. ती तुम्हाला का आवडली, हे मी विचारत बसणार नाही. काही झालं, तरी तरुण रक्त आहे. त्यात खानदानी– आपल्यासारख्यांनी आवडलेल्या घोडीच्या आणि बाईच्या किमतीकडे वा खर्चाकडे बघायचं नसतं. अरे, आणा, तिलाही खुशाल आणा. एखाद्या मोठ्या बंगल्यात हिऱ्या-सोन्याच्या मखरात चांगली ठाणबंद करा तिला– मी खुल्ली मंजुरी देतोय– पण हे काय? आपल्या नेमाधर्मानं, देवाबामणांच्या वाटेनं चाललेल्या लग्नात खोडा कसला घालायला निघालात?"

आपल्या अनुभवी राजकारणी पिताश्रींचे शब्द प्रिन्सच्या मनाला चांगले झोंबले. आपल्या जन्मदात्याला सरळ अंगावर घेत ते बोलले, "डॅडी, तुमची ही भाषा, सत्तेचा हा माजुरडा अहंकार मला बिलकूल मान्य नाही."

"का हो, काय चुकलं आमचं?"

"उद्या घराच्या उंबरठ्यावरचं माप ओलांडून येणाऱ्या लक्ष्मीबद्दल कसं बोलायचं, तिला किमान आदर कसा दाखवायचा, हे पहिलं शिकून घ्या."

बापूराव चक्रावले. रसाच्या उकळल्या काहिलीवरचे झाकण बाजूला केल्यावर जशी धग बाहेर पडते, तसे त्यांचे मस्तक भिरभिरले. एकूण हा सारा मामला किती 'डीप'मध्ये घुसलाय, याचा बापूरावांना अंदाज आला. त्यांनी स्वतःला मोठ्या मुश्किलीने आवरले. उद्याचा लग्न सोहळा महत्त्वाचा होताच; पण त्याहून चिरंजीवांचे भवितव्य खूप महत्त्वाचे होते. त्याच्या अंगातले रक्त खूप जिद्दी होते. प्रिन्सने दहावीतून शाळा सोडल्यावर बापूरावही महाजिद्दीने पेटले होते. त्यांनी चिरंजीवांपुढे आपले खंडित शिक्षण चालू ठेवण्यासाठी सोन्यासारखे पर्याय दिले होते. न्यू यॉर्क, लंडन, पॅरिस किंवा जगातल्या कुठल्याही महत्त्वाच्या शहरात जाऊन त्यांनी आपले शिक्षण पार पाडायचे. त्यासाठी त्यांच्याच नव्हे; परंतु त्यांच्या आवडीच्या आणखी दोन मित्रांचा संपूर्ण शिक्षणाचा खर्च उचलायला बापूराव तयार होते; परंतु त्या सोन्यासारख्या पर्यायांकडे कोवळ्या वयातील प्रिन्सने ढुंकूनही पाहिले नाही.

थोडीशी नरमाई आणि आवाजाची खालची पट्टी पकडून हात जोडत बापूराव बोलले, "प्लीज, चिरंजीव, विचार करा. आज तुमच्या 'आईसाहेब' जिवंत असत्या तर? तर त्यांनी 'ही अशी' आणि 'ही असली' सून स्वीकारली असती का?"

"कशासाठी उकरून काढता आमच्या 'मां'च्या आठवणी? तुम्हाला काय अधिकार?" प्रिन्सला अचानक गदगदून आले. तो भावविवश होत बोलला, "माझ्या 'मां'चं काळीज होतं एखाद्या महाकाय नदीसारखं! तो रंग, ते तरंग– जाऊ दे डॅडी, लीव्ह इट."

"अरे, पण बाळा, थोडा विचार कर दिल्ली आणि मुंबई चालविणारे राजकारण्यांचे महागुरू– ती बडी बडी धेंडं, त्या नाठाळ गुरुकिल्ल्या, अशी ती व्हीआयपींची भुतावळ आज आपल्या इथे पाहुणे म्हणून गोळा होणार आहे, त्यांच्या आगमनासाठी आणखी दोन हेलिपॅड बांधायचं काम तिकडं सुरू झालंय, अशा वेळी तुम्हाला माझी बेअब्रू करायची नशा का यावी? पुन्हा हात जोडतो, थोडं भानावर या."

"डॅडी! लग्नाच्या मंडपात उभं राहायला मी कुठं नकार दिला?"

"वाऽ पोरा!"

"लग्न तर होणारच. ठरल्या वेळी आणि ठरल्याप्रमाणे."

"वा झकास! धन्यवाद पोरा. बरं, उठू का आता? लागू तिकडं कामाला. चलाऽ ठरल्याप्रमाणं निघा, असा पाहुण्यांना निरोप द्यायला हवा."

"माझं लग्न होईलच! पण मला हव्या त्या स्त्रीशी म्हणजे शलाका दिवसे नावाच्या तरुणीशी."

बापूरावांनी पुन्हा एकदा आपल्या चिरंजीवांकडे आपादमस्तक नजर टाकली. ते

कसनुसे हसत बोलले, "बेटा! तू काय या पिकल्या केसांची मजाक उडवायचं ठरवलं आहेस काय? एक साधा विचार करून बघ बरं– तू कधी सेकंड क्लास मर्सिडीज वापरली आहेस का? तुला तर जेव्हा तेव्हा शोरूमची कोरी करकरीत मोटार लागते! मग कशासाठी दुसऱ्याच्या बायकोकडे पाहत लाळ गाळायला निघाला आहेस?"

"बस डॅड. मी पूर्ण विचारांती शलाकाला जन्माची जोडीदारीण बनवण्याचा निर्णय घेऊन टाकला आहे. तिचा सून म्हणून स्वीकार करायचा किंवा नाही, हे तुमचं तुम्हीच ठरवा."

"कसं, कसं शक्य आहे हे? कोणाला मान्य होईल ही गोष्ट? माझे नातेवाईक, कार्यकर्ते, सहकारी कोणी उभं राहील का तिथं मंडपात?"

"मला मांही सांगायच्या अन् तुम्हीही. तुम्हाला आठवतं, तुमचं ते 'गांधी लग्न'?"

"त्याचं इथं काय?"

"तसंच करेन मी माझं लग्न. अगदी साधं. नदीकाठच्या एखाद्या मंदिरात."

मनाच्या तळात खोल कुठेतरी दडलेली एक जुनी आठवण. बोलता बोलता प्रिन्सने ती ढवळून बाहेर काढली. तेव्हा बापूरावांचे सच्चे मन कालवून गेले; पण त्या भावनेला खिंडार पडू न देता त्या साऱ्या गोष्टी त्यांनी कठोरपणे लिंपून टाकल्या. आता उद्भवलेला हा युद्धप्रसंग निभावून नेणे गरजेचे होते. युवराजांच्या आचरट स्वप्नांना सुरुंग लावणे आवश्यक होते; त्यामुळे कधी ओरडत, कधी धमकावत तर कधी प्रेमाने गोंजारत असे कसलेल्या नटाच्या शब्दफेकीसारखे बापूराव आपल्या पुत्राला फैलावर घेत होते, "चिरंजीव, आपल्या एका निर्णयाची लांबी, रुंदी, उंची आणि खोली किती आहे, हे कळतं का तुम्हाला? जर आपण हा आपला आचरट स्त्रीहट्ट सोडणार नसाल, तर मी येथे निर्माण केलेल्या साम्राज्यातलं तुम्हाला काहीही मिळणार नाही– एक साधा सुतळीचा तोडासुद्धा!"

"काही नाही म्हणजे काय?"

"या सात हजार टनी साखर कारखान्याचं नेतृत्व, आम्ही दारात बांधून ठेवलेली आमची टांकसाळवजा कामधेनू म्हणजे डिस्टिलरी प्लँट आणि ते भव्य मेडिकल कॉलेज– थोडं डोकं ठिकाणावर आणून विचार करा– मेडिकलच्या एकेका सीटमागे सत्तर सत्तर लाख मिळतात आम्हाला– अरे, स्वर्गातला कुबेर आमच्या दारापुढे आला, तर त्याचं थोबाड भिकाऱ्यासारखं दयनीय दिसेल असं हे आमचं वैभव!"

"मला नको आहे तुमचं वैभव."

"मूर्ख आहात तुम्ही. ही एक एक गोष्ट हासील करताना या देहाला किती यातना झाल्या असतील, याची कल्पना आहे तुम्हाला? आता हे मेडिकल कॉलेजच

घ्या. गरीब कामगारांच्या पगारातून आणि ऊस घालणाऱ्या शेतकऱ्यांकडून आलेल्या प्रत्येक टनामागे पाच रुपये निधी कापून घेऊन शून्यातून ही संस्था उभारली आम्ही. आपल्या घराण्याचा, तुमच्या भविष्याचा बारीक विचार केला. पट्टीचे वकील आणि सीए मंडळी बसवून या मेडिकल कॉलेजला कारखान्याच्या मालकीतून आपल्या कुटुंबाच्या खासगी ट्रस्टमध्ये ओढून घेतलं. त्याबद्दल विरोधकांनी सुप्रीम कोर्टापर्यंत बोंबट्या मारल्या; पण हा वाहता खजिना आपल्या कुटुंबाकडे वळविण्यात आम्ही यशस्वी झालो. लोकांच्या शिव्या-शापांचा आणि नस्त्या पापांचा धनी मी एकटा कशासाठी झालो हो?''

''हे पाहा डॅडी, माफ करा; पण तुमच्या या वैभवातील एक वीटही मला नको.''

''का?''

''मला माझ्या मतानं आणि माझ्या गतीनं आयुष्य काढायचंय, जगायचंय. तुम्हाला माझं मत पटणार नसेल, तर मलाही तुमच्या या कोंडवाड्यात थांबण्याची अजिबात इच्छा नाही. मीही जाईन निघून असाच कुठेतरी– कफल्लक– अगदी त्या ध्रुव बाळासारखा!''

बापूराव मुलाच्या जिद्दीपुढे हतबल बनले होते. त्यांना आता खरी त्याच्या थंड अलिप्तपणाची काटेरी जाणीव झाली होती. दहावीची परीक्षा सोडून तो जो परत आला, तो एकटाच 'रिव्हर फ्रंट' बंगल्यामध्ये राहू लागला. त्याआधी सुजातादेवींच्या निधनानंतर मध्ये काही वर्षे ती भव्य वास्तू तशीच एकट्याने दिवस काढत होती. पाचगणीहून परतल्यानंतर गेल्या नऊ-दहा वर्षांत प्रिन्सला एकदाही असे वाटले नव्हते की, एखाद्या दिवशी 'रानवारा'मध्ये आपल्या पित्याच्या सावलीत जावे. त्यांच्या सहवासामध्ये एखादी रात्र कंठावी. एकूणच दोघांतला हा थंड दुरावा अनाकलनीय होता.

कधीही आपल्या डोळ्यांत अश्रू येऊ न देणारे बापूराव. आज मात्र आपल्या पोरापुढे एखाद्या पोरासारखेच रडले. त्या अश्रूपतनाचा प्रिन्सवर काहीही परिणाम झाला नाही. तसा तो होणारही नाही, याची सहकारमहर्षींना आतून जाणीव होती. मात्र, प्रिन्सने ऐन विवाहाच्या तोंडावर लावलेला सापळा बापूरावांना खूप क्लेशकारक वाटून गेला. प्रिन्सच्या आधीचा सुहास वारला. त्यानंतर अनेक वर्षं पोटी पुत्र नव्हता, तेव्हा सुजातादेवींनी रामेश्वरपासून ते जम्मूतील वैष्णव देवीपर्यंत अनेक देव देव केले, उपासतापास झाले. गंडेदोरे आणि गुरू लोकांचे आशीर्वाद हे सारे प्रकार झाले. अशा कडक व्रतवैकल्यांतून पोटी लाभलेले संतान म्हणजे प्रिन्स. खूप उशिरा लाभलेले शेंडेफळ. आता बापूराव पासष्टीचे तर प्रिन्स चोविशीचा. नातवाच्या वयाचा. त्याला ना आईची छाया, ना बहिणीचे प्रेम. एकलकोंडा तरुण जीव.

प्रिन्स निर्व्यसनी आणि सालस आहे खरा; पण आजचे त्याचे ते तोंडास तोंड देणे, एखाद्या शत्रूसारखे आपल्या अंगावर गुरकावून येणे बापूरावांना पटत नव्हते. शेवटचे त्यांचे ते डोक्यात लाकडाचे पाचर ठोकल्यासारखे जळजळीत वाक्य, "माझे आणि शलाकाचे लग्न होणारच! तुमच्यासमोर किंवा तुमच्याशिवाय."

मस्तकात घुसलेले ते पाचर आणि ती रक्तबंबाळ जखम घेऊनच हताश झालेले बापूराव 'रानवारा'वर पोहोचले.

बापूराव तेथे पोहोचायच्या आधीच त्यांचे थोरले बंधू बबननाना धावत आले होते. फक्त कारखान्याचा परिसर नव्हे, गजरा नदीच्या साऱ्या खोऱ्यामध्ये बबननानांचा स्वतःचा एक दबदबा होता. एकेकाळी कोल्हापूरच्या काळा इमाम तालमीतले पहिलवान आणि बापूरावांच्या पाठीवरचा एक संरक्षक पोलादी हात अशी त्यांची ख्याती होती. न जुळणारे लग्न आणि न घडून येणारे काम शेवटी नानांच्याच अंगणात जायचे. विधानसभा आणि लोकसभेच्या निवडणुका, गुप्त डावपेच आणि उघड मारामाऱ्यांमध्ये नानांचा दरारा मोठा होता. त्यांचे नाव ऐकले, तरी मोठमोठे गावगुंड चळाचळा कापायचे. बापूनगर पोलीस स्टेशनचा इन्स्पेक्टर जेव्हा आपली अधिकार सूत्रे सोडायचा, तेव्हा तो नव्याने दाखल होणाऱ्या अधिकाऱ्यास प्रथम डोंगरावरच्या देवीस आणि नंतर बबननानांच्या अंगणात जाऊन हजेरी लावा आणि मगच चार्ज घ्या, असा पोक्त सल्ला द्यायचा. नानांच्या उपस्थितीमुळे बाकीच्यांच्या मनाला नवी उभारी आली.

बैठकीत तंबाखूची चिमूट दाढेत धरत नानांनी बापूरावांच्या साक्षीनेच विचारले, "काय हो घोरपडे, जरा आम्हालाबी कळू द्या की राव. प्रिन्स साहेबांच्या अंथरुणात घुसणारी ही आवा आहे तरी कोण?"

"त्या रमेश दिवसेची चिकनाट अस्तुरी. जिल्हाभर वाळूची कंत्राटं घेत फिरणारं ते चिल्लर वो."

"अराराऽ माझ्या बघण्यातलीच आहे ही जोडी."

"शिवाय नाना, ती एकटीदुकटी नाय बरं. तीन वर्षांचं लेकरू आहे तिला."

"अरे वा, वा! मग तर झकासच की. प्रिन्स साहेबांच्या टेबलावर पुरी रेडिमेड थालीच घावली म्हणायची." असं म्हणता म्हणता नाना मोठ्याने खी खी करून हसायच्या तयारीत होते. तेवढ्यात त्यांचं लक्ष बापूरावांच्या पडलेल्या चेहऱ्याकडे गेले. ते आतून तुटून गेले होते. आपल्या धाकट्या बंधूंचा असा उतरलेला चेहरा बबननानांनी कधीच बघितला नव्हता.

मंडळी बराच वेळ तसेच गच्च डोके धरून बसली. मुहूर्त जवळ येत चालला होता. पुढच्या रणनीतीच्या रेषा अंधूक, अस्पष्ट होत्या. न राहून घोरपडे काका बोलले, "मला वाटतं, आपण मुळावरच घाव घालू. प्रिन्स साहेबांवर जादूमंतर करणारी ही टवळी शोधून काढू. सालीला या नदीकाठालाच जिती गाडून टाकू."

"करेक्ट! असंच काहीतरी ऑपरेशन पार पाडावं लागेल," बबननाना बोलले, "अरे, आपण कसल्या कसल्या डिफिकल्टीच्या दिवसांत कामं केलीत. त्या काळात मतपेट्या घेऊन येणाऱ्या व्हॅनच्या मागं-पुढं खड्या पोलीस बंदोबस्ताच्या

गाड्या असायच्या. तरीबी व्हॅनवर नेमका अटॅक करून करून उसाच्या मळ्यात मतपेट्या पळविणारे एकेकाळचे आपण बहाद्दर वीर! अन् कोण ही साली व्हयमाली शलाका? कशी पोहोचते मांडवापर्यंत ते बघूनच घेऊ.''

बबननानांच्या शब्दांनी सर्वांनाच धीर चढला. बापूरावांनाही थोडे हलके वाटले. या क्षणी अशा दादागिरीची आणि अरेरावीची गरज आहेच, त्याशिवाय हा प्रश्न निकालात निघणार नाही, असे त्यांनाही वाटले. पुढच्या तयारीसाठी सर्वजण उठू लागले. तेवढ्यात दुसरे चलाख संचालक बैजू सोनार बोलले, ''तुम्ही सारे एवढे कच्चे समजता की काय प्रिन्स साहेबाला? आपलं चॅलेंज हाय. मंडपात जाण्यापासून त्या बाईला रोखून दाखवाच तुम्ही.''

''ए बैज्याऽऽ साला, आमच्या उष्ट्या पत्रावळीवर मजा मारणारा तू आम्हाला चॅलेंज करतोस? अरे, तिची गाडी रोखूच नव्हे, तर बॉम्ब टाकू तिच्या मोटारीवर.'' नाना गरजले.

''नाना, बाई मंडपात घुसण्याआधीच तुमच्या लेकराच्या काळजाच्या पाकळीत अवखळ भुंग्यावाणी घुसली असेल, तर तुम्ही काय करणार हो?''

''स्पष्ट काय ते सांग रे.''

''आता 'रिव्हर फ्रंट'वर फोन करून, करा की बारीक चौकशी. गेल्या दोन दिवसांपासून तिथंच मुक्काम ठोकून कोण बसून आहे?''

''कुठं?''

''त्या बंगल्यातच, पहिल्या मजल्यावर प्रिन्स साहेबांच्या सोबतच. आता सांगा हो नाना, कोणावर बॉम्ब फेकणार? पोरावर, बंगल्यावर का आपल्या तकदीरावर?'' चिरंजीवांनी चावरीखोडा घालून गाठ घट्ट बांधून टाकली होती, जिने सर्वांचाच श्वास कोंडला होता. तिथे बैठकीत खूपच वादळ माजले. उलटसुलट चर्चा घडली. पुन्हा सर्व मंडळींनी बापूरावांकडे नजर लावली. त्यांचा अंतिम आदेश बाकी होता. एरंडेल पिल्यासारखा वाईट चेहरा करत बापूराव बोलले, ''या अभिमन्यूनं कृष्ण आणि अर्जुनालाच चक्रव्यूहात कोंडल्यासारखं केलंय. उद्या मुख्यमंत्री, राज्यपाल, अपोझिशनवाले आणि आमचे सारे नालायक नातेवाईक लग्न सोहळ्यासाठी गोळा होणार. त्यांच्यापुढे फुकटची शोभा नको. चिरंजीवांना हवी आहे ना शलाका? कर म्हणावं तिच्याशीच लग्न. आपला कार्टाच मुळात आपल्या मुठीत नाही, तेव्हा घेऊ स्ट्रॅटेजी म्हणून दोन पावलांची माघार–''

''वा! वा सहकारमहर्षी! ही आयडिया चांगली काढलीत,'' बबननाना एकदम खूश होऊन बोलले, ''फक्त उद्याचा दिवस कसातरी कुथतमुतत काढू आणि आपला बॅड टाइम एकदा थोडा पुढं सरकू दे. मग बघू की आपूणबी– अरे, केलेलं लग्न टिकवायलाच पाहिजेल अन् पदरात घातलेली पोरगी नांदवायलाच पाहिजे,

असा कुठं नियम आहे का? साला उरकू दे एकदाची ती उद्याची वेळ. मग आमच्या लेकराच्या पायाला विळखा घालून बसलेल्या त्या नागिणीचे विषारी दात कोयत्यानं कसे तोडायचे, ते बघू की आपण.''

''हे पाहा नाना, जे काही करायचं असंल, ते पुढं मुकाट्यानं करा. त्याची वाच्यता नको. माझ्यापुढे खरा प्रश्न आणि चिंता हीच आहे की, माझ्या पोरानं आपल्या जीवाचं काही बरंवाईट करून घ्यायला नको. देवाकडे माझी एकच प्रार्थना– राजा, इतकं रग्गड वैभव दाखवलंस; पण शेवटी माझे डोळे मिटण्याआधी मला माझ्या पोराचं मढं बघायची बिलकूल इच्छा नाही. तेवढी एक गोष्ट सांभाळून घ्या, अशी माझी तुम्हाला आणि त्या देवालाही रिक्वेस्ट आहे. बाकीच्या गोष्टी पुन्हा बघू.''

एखाद्याचे खूप मोठे कल्याण झाले, तो मालामाल बनला, याबद्दल त्या मनुष्याला एक वेळ कैवल्याचा आनंद मिळेलच असे नाही. मात्र, दुसऱ्याचे वाटोळे झाल्याचे बघून त्याला आनंदाचे नुसते भरते येते.

गजरेकाठच्या बापूनगर नामे सहकाराने समृद्ध झालेल्या कुबेरनगरीच्या राजकुमाराचा वाङ्‌निश्चय नक्की झाल्याची खबर पोहोचली. अखेर एकदाचे गंगेत घोडे न्हाले. म्हणून सहकारमहर्षी बापूरावांच्या आनंदाला पारावार उरला नाही. मात्र, त्याच वेळी तडफडत्या दुःखाच्या खाईत लोटली गेली होती ती नेत्रादेवी.

काही महिन्यांमागे आपण स्वतः किंवा आपले यजमान बाजीराव गजरा सहकारी साखर कारखान्याच्या चेअरमनपदी आरूढ होणार, अशी तिला बालंबाल खात्री होती. वस्तुस्थितीही तशीच होती. प्रिन्स हे बापूरावांचे एकमात्र वारसदार. जर त्यांनाच इथल्या सहकारणात आणि राजकारणात इंटरेस्ट नसेल, तर या साऱ्या वैभवाचा वारसा आपोआप बबननानांच्या बाजीरावाकडेच जाणार होता. एकतर एरवी 'प्रिन्स' हा शब्द कानांवर पडला, तरी तापल्या तव्यावरच्या उडत्या लाहीसारखी नेत्रा गरम व्हायची. आपल्या आयुष्याची एक-दोन दिवस नव्हे, तर अखंड चार वर्षे तिने प्रिन्सच्या प्रतीक्षेत बरबाद केली होती. आपले सौंदर्य, मोहकता, तारुण्याची सळसळ अशा अठरा मार्गांनी तिने प्रिन्सला भुरळ घालण्याचा प्रयत्न केला होता; पण अखेर तो नर्मदेतला गोटा निघाला.

शेवटी दैवाचे धागे असे विचित्र की, नेत्रादेवीला प्रिन्सचे चुलतबंधू बाजीरावांच्या प्रस्तावाला मान्यता द्यावी लागली. प्रिन्स नावाच्या वेड्याला ना सत्तेत रस होता, ना संपत्तीमध्ये रुची होती. शेवटी फायद्याचा सारा ओघ बाजीरावांकडेच वळणार होता. नेत्रादेवींचे वडील ॲड. जालिंदर राणे म्हणजे मुंबई हायकोर्टातले एक अग्रगण्य कायदेपंडित. सहकाराचा कायदा आणि साखर कारखाने यांबाबतचे खटले चालवताना

त्यांनी खोऱ्याने पैसा कमावला होता. राण्यांचे घराणे महाडजवळचे. आपल्या खापर पणजोबांचे वडील छत्रपती शिवरायांच्या प्रमुख सरदारांपैकी एक होते, असे राणे वकील अनेकदा बोलून दाखवायचे. एकूणच छोट्या नेत्राने आपल्या बालपणापासून साखर उद्योग, राज्याचे राजकारण, मराठा नेत्यांचा दिमाख, अहंकार आणि सत्तेसोबतचे सौंदर्य जवळून पाहिले होते; त्यामुळेच पुण्या-मुंबईतल्या एखाद्या सुमार स्थळामध्ये न अडकता आपण एखाद्या समृद्ध, राजकीय वारसा असलेल्या मराठा घराण्यातील तरणाबांड पोर गाठावा, त्याच्याशी आणि सत्तेशी संसार करावा, अशी तिची स्वप्ने होती अन् तेव्हा महाराष्ट्राच्या राजकारणातील 'हेवी वेट' शुगरकिंग बापूराव आणि 'प्रिन्स' या शब्दांप्रमाणेच फाकडा देखणा दिसणारा त्यांचा तो तरुण पुत्र या सुवर्णयोगाला अन्य पर्याय नव्हता.

पुढे प्रिन्ससाठी नेत्राने चार वर्षांचा प्रतीक्षेचा कारावास भोगला. तिने जंग जंग पछाडले; पण बसलेला हत्ती उठायलाच तयार नव्हता अन् नेत्राच्या प्रखर महत्त्वाकांक्षा तर मुसंड्या मारण्यासाठी उतावीळ बनलेल्या. तेव्हा बापूरावांसह सर्वांकडून असा समझोत्याचा प्रस्ताव पुढे आला की, "प्रिन्स काय आणि त्याचा सख्खा चुलतभाऊ बाजीराव काय... ताटात काय आणि वाटीत काय, भोजनाशी संबंध! बाजीराव आणि नेत्राचं लग्न होऊन जाऊ दे." तरीही हुशार जालिंदर राणेंना एक बारीक शंका होतीच, म्हणून त्यांनी बापूरावांना अगदी स्पष्टच विचारले, "तुमच्या पश्चात खरा हेअरअपेरंट कोण? म्हणजेच तुमचा हा कारखाना, ही डिस्टिलरी, तो ट्रस्ट हे सारं कोणाच्या हाती जाणार?"

"हे पाहा वकीलसाहेब, मी माझ्या पोरामध्ये आणि पुतण्यामध्ये फरक करत नाही. साऱ्या गोष्टी स्पष्ट आहेत. जे चिरंजीवांना मिळणार होतं, ते सारं आपोआप पुतण्याच्याच वाट्याला जाणार ना? दुसरं कोणाला देऊ?"

तरीही नेत्रा थांबली होती. तिने बाजीरावासाठी सरळ होकार दिला नव्हता. एकतर त्याचा पहेलवानी गुडघ्यातला मेंदू. तो ग्रॅज्युएट असला, तरी त्याने स्वतःचे पेपर स्वतः लिहिलेले नाहीत, अशी सर्वत्र कुजबुज होती. मात्र, बापूरावांची हजारो कोटींची माया आणि आणखी दहा-पंधरा वर्षे अख्खा तालुका मुठीत राहावा, अशी त्यांनी हुशारीनं केलेली बांधणी या गोष्टी महत्त्वाच्या होत्या; त्यामुळेच पुढे तशीच वेळ आली तर आपण आपल्या नवऱ्याला बाजूला सारू आणि सत्तेच्या वारूवर सहज मांड ठोकू, असे विचार तिच्या डोक्यात यायचे. तिच्या मनाची कळी खुलायची आणि ती भिंतीवरच्या इंदिरा गांधींच्या करारी तसबिरीकडे पाहत राहायची.

आपण बाजीरावच्या प्रस्तावाला वेळेत मान्यता दिली नाही अन् या आयत्या सुवर्ण सिंहासनावर दुसऱ्या कोणाची तरुण पोर पटकन जाऊन बसली, तर घोटाळा व्हायचा, अशी भीती निर्माण झाली अन् नेत्राने त्या पैलवानी प्रस्तावाला मान्यता

देऊन टाकली.

दुपारी नेत्रा आपल्या बेडरूममध्ये विश्रांती घेत पडली होती. तेवढ्यात तिच्या मोबाइलची मंजूळ रिंग वाजली. तिची वर्गमैत्रीण प्राजक्ता कारखानीस हिचा तो फोन होता. तिने एका नॅशनल बँकेच्या ब्रँच मॅनेजरशीच लग्न केले होते अन् अलीकडेच काही महिन्यांपूर्वी त्यांची बदली बापूनगरला झाली होती. नेत्रादेवीने असा फोन उचलला आणि पलीकडून विस्मयकारक शब्दांची फैर कानावर पडली, "अगं नेत्रा, ऐकलंस का? तुमच्या त्या प्रिन्सचं आणि एमडींच्या भाचीचं उद्या होणारं लग्न मोडलं म्हणताहेत गं सारे!"

"अगं, काय बोलतेस काय तू?"

"अगं, फोनवरनं बोलणं रिस्की आहे–"

"मग तू कुठे थांबली आहेस कशाला? प्लीज, ये गं ये, तुझ्या तोंडचं पुढचं ऐकायला माझा जीव कासावीस बनला आहे बघ."

त्या बातमीने नेत्राचे होश उडाल्यासारखे झाले. ती स्वतःशी पुटपुटली, 'आजकाल मेलं अशा चांगल्या बातम्या ऐकायला तरी कुठं मिळतात?' ती तशीच भरभर गच्चीवर आली. तिने आपल्या ओंजळीत स्वतःचा चेहरा घट्ट धरला. अचानक ओलसर झालेले डोळे पुसले अन् ती समोरच्या ऊसमळ्यांच्या पट्ट्याच्या पलीकडे पसरलेल्या साखर कारखान्याच्या इमारतीकडे पाहू लागली. तो उंच बॉयलर, ती मोठाली अवाढव्य यंत्रे, तो भव्य केन पट्टा, कारखान्याच्या समोर उसाने भरलेले शेकडो ट्रक आणि ट्रॅक्टर व बैलगाड्यांच्या लांबच लांब रांगा. तेथे चाललेली शेकडो लोकांची लगबग. तिने मळीमिश्रित हवेचा श्वास आत ओढला. खूप दिवसांनी खूप बरे वाटले तिला. तिने तिथूनच आई तुळजाभवानीला नमस्कार केला, "आई, तू अजून मनावर घेशील तर आणि आम्हाला आशीर्वाद देशील, तर काहीही घडू शकतं. माझ्या चुरडलेल्या स्वप्नांच्या मुळ्यांना नव्या टंच पालवीचा फुटवा येऊ शकतो."

पण काय असेल ते असो, ती जाम खूश होती. त्यांच्या पलीकडच्या बेडरूममधून मेडिकल कॉलेजचा परिसर दिसत होता. तिथे अनेक एकरांमध्ये पसरलेला तो भव्य लग्नमंडप. आज तिला कोरडा आणि हिरमुसल्यासारखा दिसत होता.

लग्न होऊन बापूनगरला आल्याचे, ते आरंभीचे दिवस नेत्राला आठवले; तेव्हा कारखान्यातील सारे कर्मचारी, ऊस पिकवणारे शेतकरी, देशमुखांची भावकीच नव्हे, तर शुगर फॅक्टरीतील ज्येष्ठ अधिकारीसुद्धा तिच्याकडे 'भावी मालकीण' या नजरेने आदराने पाहत राहायचे; पण पुढे अचानक तिच्या ग्रहमानानेच दगाफटका केला. चेअरमन बापूरावांना हृदयविकाराचा तीव्र झटका यायचे निमित्त झाले. तसे बापूरावांचे लाळघोटे, माजुरडे, निष्ठावंत कार्यकर्ते उठून बसले. इथल्या सत्तेसाठी

घरचा हक्काचाच वारसदार म्हणजेच बापूरावांचे डायरेक्ट रक्त हवे होते. तिथे चुलतबिलत किंवा दत्तकफित्तक असे कोणी अजिबात चालणार नाहीत अन् ऐनवेळी खुद्द बापूरावांनीही कोलांटी उडी मारली. तो रात्री-बेरात्री नदीच्या काठाने भटकणारा, 'गिटाऱ्या' प्रिन्स चेअरमनच्या गादीवर आयता येऊन बसला.

नेत्रादेवीला हवेतल्या बदलाची पूर्ण जाणीव झाली होती; परंतु तिच्या मतानुसार तिचा मूर्ख नवरा अजून झोपेतून उठला नव्हता. लोकांना प्रिन्स साहेबांच्या कामाचा तडाखा आवडत होता. बापूरावांपेक्षा ते वक्तशीर आणि कर्तव्यदक्ष असल्याचे लोक आताच बोलू लागले होते. त्यातच दिवस आणखी फिरले. बापूरावांना हृदयविकाराच्या आणखी एका सौम्य झटक्याने गाठले अन् स्वतः बापूराव व त्यांचे कार्यकर्ते प्रिन्सने लग्न करायलाच हवे म्हणून त्याच्या पाठीशी लागले. आधी लग्न नको नको म्हणत नाकाने कांदा सोलणारा प्रिन्स चक्क बोहल्यावर चढायला तयारही झाला. नेत्राच्या मते बापूरावांची उपरती हा त्यांच्या मोठ्या कारस्थानाचा भाग होता. काय वाटेल ते झाले तरी तिला आणि बाजीरावाला सत्ता मिळूच द्यायची नाही, या दृष्टीने सारे डावपेच शिजत होते. या साऱ्या कटकारस्थानात कारखान्याचे एमडी घोरपडे साहेब अत्यंत स्वार्थी आणि महत्त्वाची भूमिका बजावत होते. इथली अगणित संपत्ती पाहून त्यांची बुद्धी चळली होती. त्यांनी हळूच मोका साधून बापूरावांची सून म्हणून आपल्या बडोद्याच्या भाचीला गिरिजाला घुसवायचा डाव साधला होता.

रानात चिंचेच्या बनामध्ये बबननानांचा बंगला होता. परिसरात 'चिंचेखालचा बंगला' म्हणून विख्यात असलेले ते घर म्हणजे बापूरावांच्या 'रानवारा'पाठोपाठ इथले सत्तेचे महत्त्वाचे केंद्र होते. प्रिन्स साहेबांचा वाङ्निश्चय होऊन दोन महिने लोटले होते. तेव्हापासून आपल्या चेहऱ्यावर विवाह सोहळ्याचा वरकरणी आनंद दाखवत ते घर आतून मात्र संतापाने धगधगत होते. बापूरावांनी गोड बोलून शेवटी टांग दिली, अशीच त्यांची घोर फसवणूक झाल्याची भावना होती. इथल्या सत्तेचा वारसा म्हणजेच तोंडाशी आलेला घास, आधी वचन देऊनही ऐनवेळी बापूरावांनी पळविल्याचे सर्वांना अपार दुःख होते. मात्र, त्यांच्याशी उघड वैर परवडणारे नव्हते. उलट तूर्त डिस्टिलरी असो, मेडिकल कॉलेजातील अल्पसा वाटा असो, जे मिळत होते; ते नाकारण्याचा मूर्खपणा परवडणारा नव्हता.

नेत्रादेवी तर आपल्या घोर प्रतारणेच्या प्रचितीने अंतर्बाह्य नुसती चरफडत होती. रात्री-बेरात्री नवऱ्याच्या कानाशी लागत होती, "हा थेरडा जोवर जिवंत आहे, तोवर आम्हाला बंडाची भाषाही उच्चारता येणार नाही." एकूणच आपल्या तोंडावर खोटे खोटे हास्य पांघरून लग्नकार्यात मिरवण्याचा देखावा ती उभा करत होती. तोंड दाबून बुक्क्यांचा मार सोसत होती.

आपल्या आजाराचे निमित्त पुढे करून चंचलानानीने 'रानवाऱ्या'कडे फिरकायचेच

टाळले होते. बाजीरावचे सारे मित्र आणि नातेवाईक अत्यंत नाराज होते. नेत्रादेवी तर पाचटाच्या गंजीचा भडका उडण्यापूर्वी आग आतल्या आत जशी जळत, धुमसत राहते, तशीच जगत होती. आपल्या स्वप्नांचा बिलोरी आरसा प्रिन्सने आणि त्याच्या बापाने कुदळी मारून, तोडून छिन्नविच्छिन्न करून टाकल्याची तिची भावना होती. प्रिन्सने इतकी वर्षे मी लग्न करणारच नाही अशी अहंकारी भाषा करून किती नाकाचा शेंडा उडवला असेल, त्या प्रतिज्ञेचा आत्ताच त्याला विसर कसा पडला? मी काय कमी रूपवान होते? मग आज हा कोणती नवी घोरपड गळ्यात बांधायला चालला आहे? मी सिडनेहॅमसारख्या प्रसिद्ध महाविद्यालयात मॅनेजमेंटची मास्टर्स डिग्री मिळवली. मेल्याने मला नाकारून त्याच्याच पहिलवान भावाच्या गळ्यात लोढण्यासारखे बांधून दिले. माझे जीवन बरबाद केले.

चिंचेखालच्या बंगल्यासमोर प्राजक्ताच्या स्कूटरचा हॉर्न वाजला, तशी नेत्रा तिच्या स्वागतासाठी खाली धावत गेली, तेव्हा समोरच्याच झोपाळ्यावर तिची सासू चंचला झुलत होती. तिने सासूच्या अचानक बदलून गेलेल्या चेहऱ्याकडे पाहिले. एखादे तांब्याचे भांडे घासून, धुवून चकचकीत केले की, त्याचा रंग उजळ आणि नितळ दिसतो, तशीच खुशी चंचलानानींच्या चर्येवर विलसत होती. त्यांनीच प्रश्न केला, "काय सूनबाई, आज भलत्याच खूश दिसता?"

"सासूबाई, ज्या कारणासाठी तुम्ही हसता आहात, त्याच कारणासाठी मलाही गुदगुल्या फुटताहेत."

"झालं ना? त्या बापूरावांच्या मस्तवाल घराची कशी दशा झाली? मेल्यांचे हे दिवस बघायला ती महापतिव्रता, त्या प्रिन्सची आई सुजाता आज जित्ती असायला हवी होती. उघडपणे मी पेढे वाटले असते गं. त्या कुटुंबानं खूप खूप छळलं आम्हाला. जन्मभर तुझ्या भोळ्यासांब सासऱ्याचा– नानांचा फक्त वापर करून घेतला."

"खरं ना?"

"तर गं. जे काही झालं, ते आमच्यामुळे. जिथे यांच्यावर संकट येतं, तिथे नाना– जोखीम जबाबदारीला नाना– त्यांच्या शिरपेचासाठी चाकू-सुऱ्यांचे घाव सोसले– रक्त सांडलं ते नानांनीच. हिम्मतबाज गुंडापुंडांना पुरून उरणारा नानांसारखा भाऊ पाठीशी नसता तर? तर कधीकाळी शाळेच्या फळ्यावर खडू गिरवणारा हा सामान्य मास्तुरडा आजचा सहकारमहर्षी बनला तरी असता का?"

आपल्या सासूचे टोमणे ऐकून नेत्रा सुखावली; परंतु तिला प्राजक्ताकडून पुढील गोष्टी जाणून घेण्यात खूप रस होता. एखाद्या बागडत्या शाळकरी पोरीच्या उत्साहानेच तिने प्राजक्ताला आपल्या बंगल्याच्या वरच्या खोलीमध्ये जवळपास खेचूनच आणले. दोघी आत आल्या. नेत्राने दरवाजाचा बोल्ट आतून बंद केला. अतीव आनंदाच्या भरात तिने प्राजक्ताला घट्ट मिठी मारली. डोळ्यांतले आनंदाश्रू पुसत ती बोलली,

"बघितलंस बाई, देव आहे ना अजून देवळात! त्याला कळतं बरं सारं. किती यांची नाटकं. म्हणे प्रिन्स कलावंत मनाचे, तो लग्नालाच उभा राहणार नाही आणि आता दोन लाख लोकांच्या उपस्थितीसाठी किती मोठा मंडप घातलाय. खूप फसवणूक केलीय त्या फॅमिलीनं आमची."

"अगं, तिकडे लग्नघरी पुरा खेळखंडोबा चालला आहे म्हणे! त्या धक्क्यानं बापूराव आजारी पडलेत. मघाशीच त्यांना मेडिकल कॉलेजच्या हॉस्पिटलात दाखल केलं गेलंय. त्यांचा बी.पी. कमालीचा शूटअप झाला आहे म्हणे."

"अय्या! तिकडे धमालच उडालीय म्हणायची."

"प्रिन्सचं आणि त्या एमडीच्या भाचीचं लग्न मोडल्यात जमा आहे. वऱ्हाड पुण्यात थांबवलं आहे. सारा बह्याबोळ उडालाय."

"उगाच फाफटपसारा नको. मुद्द्याचं बोल गं."

"आता प्रिन्स जिच्याशी लग्न करायला निघाले आहेत, ती कोणाची कोण आहे, माहीत आहे का तुला?"

अचानक गतघटनांचा पट नेत्रादेवींच्या डोळ्यांसमोर उजळून गेला. प्रिन्सने आणि त्याच्या बापाने कसे आपणास बेवकूफ बनवले, याची तिला पुन्हा जाणीव झाली; त्यामुळे डिवचलेल्या नागिणीसारखी फुत्कारत ती बोलली, "चल सांग, माझ्यासारख्या लाखातल्या एक तरुणीला सोडून अखेर तो उर्मटराव आता कोणाशी बाशिंग बांधणार आहे? त्याला भुरळ पाडणारी पंचरंगी टांगेची ती 'मोनालिसा' कोण आहे, तेच मला जाणून घ्यायचं आहे."

नेत्राची धमाल उत्सुकता ऐकून प्राजक्ता खूप मोठ्याने खळखळून हसू लागली; तेव्हा चिडून नेत्राने पुन्हा विचारले, "अगं, सांग ना... कोणाची ती मुलगी?"

"अगं, मुलगीबिलगी नव्हे गं. ती एका दुसऱ्या पुरुषाची बायको आहे. चार वर्षं संसार केलाय तिनं."

"अरे बाप रे," आणखी एक नवा गोड धक्का सहन करत नेत्राने विचारले, "का गं– नवराबिवरा मेलाय की काय तिचा?"

"जिवंत आहे. चांगला धट्टाकट्टा."

"चला, सारा म्युझिकल आणि कॉमिकल शोच दिसतोय म्हणायचा! पण व्हेरी गुड! या गर्विष्ठ सहकारसम्राटाच्या अहंकारी पोरट्यानं त्यांच्या अब्रूच्या चिंध्या चांगल्याच सोडल्या वाऱ्यावर– बरं बरं, प्राजक्ते सांग गं, प्रिन्सच्या होणाऱ्या बायकोचा नवरा करतो काय तो?"

"एक ऑर्डिनरी सँड कॉन्ट्रॅक्टर आहे. वाळू काढतो आणि वाळू विकतो. शिवाय त्या होणाऱ्या तिलोत्तमेला त्या पहिल्या नवऱ्यापासून झालेलं एक पोर आहे बरं– तीन वर्षांचं."

“वाऽ वा, क्या बात है!” खुशीने एके जागीच गिरकी घेत ती तोंड वेडावत उपहासाने बोलली, “जा रे जाऽ सांगा त्या ग्रेट सहकारमहर्षी बापुजींना, म्हणावं, उभी करा गुढ्या-तोरणं! करा आपल्या सुनेच्या स्वागताची तयारी. ती तुमच्या खानदानी घराण्याचा आणखी उंच झेंडा फडकावण्यासाठी येत आहे. सोबत रेडिमेड वारस घेऊन येत आहे. म्हणावं, मेल्यांनो त्यालाच बसवा आता तुमच्या थोर घराण्याच्या राजगादीवर!”

मोठमोठ्याने हसता हसता अचानक नेत्राला मध्येच रडू फुटले. तिने संतापाने दातांवर दात आपटत बाजूच्या भिंतीवर हात आपटले. ती मोठ्याने किंचाळली, “हे बघ प्राजूऽ त्या भवानीमातेची शपथ घेऊन सांगते– यापुढे या बापूराव डोंगरे-देशमुखांचं हे असंच वाटोळं होत राहणार. अगं, तू बघत राहा. उद्याला जो शाही लग्न समारंभ आखला आहे ना, तो नीट पार पडतो का ते. ऐनवेळी त्या मंडपाला आग लागेल. त्यात बापूरावांच्या इभ्रतीचा आणि जमलेल्या पाहुण्यांचा जळून कोळसा होईल. लक्षात ठेव प्राजक्ता, त्या थेरड्याचं आणि त्याच्या प्रिन्सचं नामोनिशाण राहणार नाही जागेवर. हरामखोरांनोऽ जिथे तिथे आमचं नाक कापता? आम्हाला फसवता?”

कमिशनर बापटसाहेब खूपच कडक शिस्तीचे. त्यांच्या दालनात त्या दिवशी सरकार पक्ष आणि सँड ओनर्स असोसिएशन अशा दोन्ही बाजूंच्या वकिलांनी दमदार आर्ग्युमेंट केले. केस सलग तीन तास चालली होती. बापट साहेबांच्या चेहऱ्यावरची रेषा हलत नव्हती. ते कोणाही हितसंबंधींना आपल्या आजूबाजूस फिरकूही देत नाहीत, असा त्यांचा प्रचंड दरारा होता. केस आवरती घेता घेता शेवटच्या दहा मिनिटांत त्यांचे लक्ष समोर चौथ्या ओळीच्या कोपऱ्यात बसलेल्या एका व्यक्तीकडे गेले अन् त्यांची नजर त्याच दिशेने वळू लागली. बडे साहेब आपल्याकडेच सातत्याने रोखून पाहताहेत; हे जेव्हा शलाकाच्या लक्षात आले, तेव्हा ती थोडी घाबरलीच.

केस संपली. पीए कागदपत्रांची आवराआवर करू लागला, तेवढ्यात शलाकाकडे रोखून पाहत साहेबांनी थेट विचारले, ''यू... यू... मिस–''

''मिस नव्हे सर, मी मिसेस शलाका दिवसे.''

''मला वाटतं, आपण भेटलोय केव्हातरी,'' सरांच्या चेहऱ्यावरचे हास्य चांगलेच रुंदावले होते.

''मी, मी काही दिवसांमागे शुगर फॅक्टरीचे चेअरमन प्रिन्स साहेबांची एक चिठ्ठी घेऊन तुमच्याकडे–''

''हो– हो. आत्ता आठवलं. मला वाटतं, तुम्ही तेव्हा गडबडीनं आलात आणि गेलातसुद्धा! तुमचं कार्ड दिलं नाहीत,'' असे म्हणतच बाजूला उपस्थित वकिलांची आणि पक्षकारांची पर्वा न करता साहेब पुन्हा एकदा छानसे हसले. आपल्या कोटाच्या खिशातले कार्ड शलाकाकडे सरकवत बोलले, ''अगेन यू कॅन मीट मी. काही अडचण असल्यास जरूर सांगत चला.''

त्या दिवशीच्या सुनावणीवेळी शलाकाकडे पाहताना कडक साहेबांचा तो

पाघळलेला चेहरा कोणाच्याही नजरेतून सुटला नव्हता.

त्या सुनावणीचा निकाल काही लवकर लागला नाही, तेव्हा कंटाळलेल्या दोन बड्या व्यापाऱ्यांनी कमिशनरच्या पीएलाच बाहेर काढले. एका गर्दीच्या आडवळणी हॉटेलात रात्रीचे साग्रसंगीत जेवण ठेवले होते. पोटात जळजळीत दारू आणि पाठोपाठ चखण्याने भरलेले तोबरे– पार्टी रंगात आलेली. साहेबांच्या हातापाया पडा; पण निकाल लवकर लावा, अशा कळकळीच्या विनवण्या कंत्राटदारांनी पीएला केल्या, तेव्हा त्याने बोलता बोलता आठवण केली, ''साहेबांच्या त्या दिवशीच्या हिअरिंगमध्ये त्या गोऱ्यागोमट्या कोण बाई हजर होत्या?''

''आमच्यापैकीच त्या रमेश दिवसेची बायको.''

''का हो, काय झालं?'' दुसऱ्याने विचारले.

''साहेबांनीच त्या बाईंची चांगली दोन वेळा आठवण काढली होती,'' खवचटपणे हसत पीए बोलला, ''मला वाटतं, त्यांच्यामुळेच जजमेंट लांबलं आहे की काय? कारण इतरवेळी हिअरिंग झालं की, लगेच दोन दिवसांत निकाल देण्याची साहेबांची पद्धत आहे; पण साला हा निकाल खूपच लांबला.''

''मग काय करावं?''

''तुमच्या त्या बाईनं आमच्या साहेबांना एकदा सहज भेटायला काय हरकत आहे?''

दिवस वाढू लागले. निकाल लागेना; त्यामुळे लिलाव बंद. पर्यायाने धंदा बंद. इतर कंत्राटदार बांधवांनीही ''पाठवा ना रे भाभींना एकदा तिकडे.'' अशा हलक्या सुरातल्या सूचना रमेशला केल्या.

अन् त्यानंतर रमेश दिवसेच्या जीवनामध्ये एक अत्यंत बेकार आणि वैताग आणणारा दिवस उगवला. बँकेचे हप्ते थकले होते; त्यामुळे आदल्या दिवशी त्याची मारुती व्हॅन बँकेने अटॅच करून नेलेली. आता त्याला आपल्या जुन्या, मोडक्या स्कूटरवरून फिरावे लागत होते. ते बँकेचे हप्ते, ते राक्षसी चक्रव्याढ व्याजाचे प्रेशर, धंदा बंद असल्याने बसून असणारे मजूर – साऱ्या आर्थिक नाड्याच गोठून गेलेल्या. त्यातच आदल्या रात्री सँड ओनर्स असोसिएशनचे अधिकारी मुद्दाम रमेशच्या भेटीला आलेले. रात्री पिता पिता त्याच्या गळी पडलेले. शलाकाने कमिशनर साहेबांना भेटून घेण्याची कळकळीची विनंती त्यांनी पुन्हा एकदा केलेली.

त्या सकाळी रमेश आपल्या भाड्याच्या घरात उशिराच उठलेला. रात्रीच्या जागरणाने त्याच्या चेहऱ्याचे भजे केलेले. उठल्यावर तोंडाचा दारूचा वास गेला नव्हता. त्याने दात घासले आणि चेहऱ्यावर पाण्याचे सपकारे मारले. मध्येच दोन-तीन फोन झाले. अचानक एक इसम त्याचा पत्ता शोधत आला. काही महिन्यांमागे रमेशने त्याच्याकडून चार दिवसांच्या बोलीने हातउसनी रक्कम घेतलेली. तिचा

परतावा झाला नव्हता; त्यामुळे तो खूप उलटसुलट बोलला. थोडी गरमागरमी झाली. त्या गृहस्थाने आईमाईवरून एक शिवी हासडल्याने रमेशचे डोके खूप तापले होते.

भिंतीवरच्या देवाच्या फोटोला हार चढवून शलाका बाहेरच्या खोलीत आली. तिच्याकडे रोखून पाहत रमेश बोलला, "शलेऽऽ अगं जा ना, भेट एकदा त्या कमिशनरला– फक्त एकदाच आणि एकटीच."

त्याच्या डोळ्याला डोळा देत शलाका बोलली, "हे बघ रमेश, त्या मेल्याचं एकूण चलिंदर पाहता मला या गोष्टी काही ठीक वाटत नाहीत."

"अरे, राहू दे ना. तुला नसंल भेटायचं ऑफिसात, नको भेटूस; पण माझी त्यांच्याशी सरळ बोलणी झाली आहेत. तो म्हणाला, मॅडम मला घरीही भेटू शकतात. फॅमिली मुंबईला असते. तसा मी बंगल्यावर एकटाच असतो. त्या घरीच येतील, तर केस नीटपणे समजून घेता येईल."

शलाका अवाक झाली होती. रमेशकडून अशा बोटचेपेगिरीची तिला अपेक्षाच नव्हती. त्याचा सल्ला ऐकताना तिला आतून खूप त्रास होत गेला. तिने त्याला ठणकावून सांगितले, "रमेश, अरे हे सारं कसं आणि कोणत्या टोनमध्ये समजावून सांगतो आहेस मला? हे प्रकरण भलत्या थराला पोहोचू शकतं. डोंट फर्गेट– मी तुझी बायको आहे लग्नाची."

"अरे, पण एकदा जाण्यानं काय होणार आहे?" रमेशचा आवाज भलताच चढला.

"काय होणार नाही? त्याची नजर अजिबात चांगली नाही."

"अरे, पण शेवटी तो हरामखोर तुझं काय करून करणार आहे गं," अतिशय चिडलेला रमेश दातओठ खात फटकन बोलला, "ज्या फुलासाठी तो हलकट वेडा झाला आहे, ते कमरेखालचं फूल काय तो कायमचं खुडून घेऊन जाणार आहे?"

आपल्या नवऱ्याची ती भाषा ऐकून शलाकाच्या चेहऱ्यावरच्या शिरा तटातट फुगल्या. तरीही मनावर काबू ठेवण्याचा प्रयत्न करत ती बोलली, "अच्छा! आज हे काम, उद्या दुसऱ्याकडे दुसरं काम निघेल. मग प्रत्येक वखवखलेल्या पिंडीवर मी काय रोज फुलंच वाहत सुटायचं का? मी तुला स्पष्टच विचारते, मी काय कोणी रंडी आहे का?"

"मग तू काय मला तुझा भडवा समजतेस का?" रमेश संतापाने गरजला.

रमेशकडे अतिशय तिरस्काराने पाहत शलाका बोलली, "असं घाणेरडं प्रपोजल घेऊन येणाऱ्या मनुष्यासाठी भ-ड-वा या शब्दाशिवाय दुसरा कोणता चांगला शब्द वापरला जाऊ शकतो?"

बापूनगर एसटी स्टँडच्या पाठीमागच्या बाजूची पत्र्याची शेडवजा असलेली ती दोन मोठ्या खोल्यांची वास्तू. आत छताला टांगलेले आणि वायरला बांधलेले दोन मोठे बल्ब. रखरखीत प्रकाश आणि तिथे उडालेली तोबा गर्दी. बाहेरच्या पत्री भिंतीवर लटकणारा लाकडाच्या फळकुटावरचा बोर्ड 'बापूनगर श्रमिक पत्रकार संघ.' खरे तर पत्रकार संघाची इमारत स्वतः पुढाकार घेऊन बांधून देण्याचे सहकारसम्राट बापूराव डोंगरे-देशमुखांनी जाहीर वचन दिले होते; पण पत्रकार संघामध्येच दोन गट पडले आणि गटबाजीमध्ये गेली अनेक वर्षे ती पत्री इमारत तशीच गंजत राहिली.

ते काही असो, आजची बातमी मोठी स्फोटक होती. ती पहिल्या पानावर लागताच राज्याच्या राजकीय क्षेत्रात धरणीकंपासारखा धक्का देण्याइतकी ती निश्चितच प्रबळ होती. 'डोंगरे-देशमुखांची नियोजित वधू ऐनवेळी बदलली जाणार आहे आणि सहकारातील या थोर घराण्याचा मुख्य वारसदार दुसऱ्याच कोणाच्या पत्नीशी जाहीर विवाह करणार आहे,' बातमीतला हा तडका मसाला अनेकांना ठसका देणारा होता. हादरवणारा होता.

अलीकडे विशेषतः तरुण पत्रकार पोरांमध्ये डोंगरे-देशमुख घराण्याबद्दल एक कमालीची चीड पैदा होऊ लागली होती. या घराण्याने सहकार आणि समाजसेवेच्या नावाखाली खूप धनसंचय केला. गोडाउन्स भरली; परंतु ही मंडळी आजकाल खूप माजल्यासारखी करतात. आपल्या वृत्तपत्राच्या एखाद्या खास पुरवणीसाठी छोटीशी जाहिरात मागायला कोणी यांच्याकडे जायला मागत नाही. साखर कारखान्याचा पीआरओ तर लेकाचा कुत्र्यासारखा वसकन अंगावर येतो. खूप गुरगुर करतो. सत्ता-संपत्तीने बेताल बनविलेल्या या घराण्याला ठोकायची ही नामी संधी आली आहे. तिथले तरुण तुर्क तर एकमेकांकडे 'आता यांची सालटीच सोलू' अशा विजयीमुद्रेने बोलत होते.

राज्यपातळीवरचे आणि जिल्हास्तरावरचे सर्व प्रतिनिधी, तसेच चित्र वाहिन्यांचे सर्व रिपोर्टर्स अगदी झाडून हजर होते. एवढेच नव्हे, तर स्थानिक पातळीवर छोटी छोटी लंगोटी पत्रे काढणारे जिद्दी आणि एकांडे शिलेदारही तिथे हजर होते. संध्याकाळची वेळ संपत चालली होती. टाइम लाइनचे टेन्शन होते. तो स्वर्गीय लग्न सोहळा उद्याच पार पडणार होता; त्यामुळे बातमी आत्ताच जाणे आवश्यक होते. इतर वेळी अशी खळबळजनक बातमी आपल्या मुख्यालयाकडे पाठविण्यासाठी कोणी कोणाला विचारत बसले नसते; पण या बातमीचे स्वरूपच नाजूक होते. बातमी अंगावर आली, तर तिचा प्रतिकार करण्यासाठी एकोप्याची गरज होती; त्यामुळेच पत्रकार संघाच्या त्या जुनाट पत्री इमारतीला आज वेगळेच महत्त्व प्राप्त झाले होते.

मंडळींनी आरंभी बारीक विचार केला अन् सर्वांना आपले ज्येष्ठ पत्रकार भाऊ सोनावणेंची आठवण झाली. भाऊंनी अध्यक्ष या नात्याने तालुका पत्रकार संघाचे सलग बावीस वर्षे नेतृत्व केले होते. ते सर्वांत ज्येष्ठ आणि अनुभवी होतेच. शिवाय ते बापूराव डोंगरे-देशमुखांचे वर्गमित्रही होते. त्यांना पाचारण करण्यासाठी एक मोटारसायकल त्यांच्या घराकडे गेली. तोवर भाऊंचे संध्याकाळचे भोजनही आटोपलेले. ते आपल्या नातीकडून पायांच्या तळव्यांना कैलास जीवनचा लेप लावून घेत होते. तोवर दारात उभी राहिलेली फटफटी आणि समजलेल्या बातमीचे स्वरूप कळताच ते तत्काळ तयार झाले. फटफटीवरून घाईने पत्रकार संघाच्या कार्यालयात येऊन दाखल झाले.

भाऊ पोहोचेपर्यंत दुसऱ्या कामगिरीवर आणखी एक फटफटी रवाना झाली होती. त्या दुसऱ्या फटफटीवरून कम्युनिस्ट पक्षाचे बुजुर्ग कॉम्रेड राम गांगुर्डेही तेथे दाखल झाले. रामभाऊंनी सहकारसम्राट बापूरावांच्या धावत्या घोड्याला अनेकदा अटकाव आणला होता. थोडेफार जखमीही केले होते. त्यांचा पोक्त सल्ला उपयोगी पडणार होता. दोघे महारथी समोर बसले. तशा संघाच्या हॉलमध्ये साऱ्या पत्र्याच्या खुर्च्या अर्धवर्तुळात एकत्र येऊन एकमेकीला चिकटल्या. पहिली गोष्ट सर्वांनीच मान्य केली की, बातमी मोठी सनसनाटी आहे. फटाका फुटला, तर उभा महाराष्ट्र खालीवर करण्याचा धमाका आहे तिच्या पोटात; पण वात कशी पेटवायची?

समवयस्क कॉम्रेड मदतीला आल्याने भाऊ सोनावणे खुलले. ते बोलले, ‘‘चांगला, ॲटम बॉम्ब चांगला आहे. बेसिकली कोणी छोटामोठा नट असो, लेखक, कवी, पॉलिटिशन किंवा ब्युरोक्रॅट असो– एवढंच कशाला आपल्यातला एखादा साउथ किंवा नॉर्थमधला फेमस पत्रकार असो– बातमीमध्ये बाईच्या लफड्याचा तडका असला की मोठी गंमत येते. पब्लिकचा इंटरेस्ट जागा होतो. अहो, आजच

काय पण पुराणातसुद्धा अगदी देवादिकांच्या डोक्यावर बसून सुंदर बायांनी तेव्हाही गोंधळ घातला होता. आता कॉम्प्युटर आले. पेन गेले. शाई संपली; पण बाई मात्र पुरून उरली आहे!'' भाऊंच्या आचरट विनोदावर सर्वजण खुलले.

त्या विनोदी वातावरणाच्या पोटात तीक्ष्ण तीर मारत एक बेधडक तरुण उठून उभा राहिला. तो तावातावाने गरजला, ''मिस्टर सोनावणे, एका शुगरकिंगचा, चेअरमनच्या खुर्चीवर बसलेला कोरा करकरीत मुलगा, दुसऱ्या एका सँड कंत्राटदाराच्या बायकोशी जाहीर लग्न करतो– जे लग्न राज्याचे सीएम आणि राज्यपालांसह शंभरभर व्हीआयपी अटेंड करणार आहेत. ही कायद्याची पायमल्ली नाही? गुंडगिरीचं निर्लज्ज प्रदर्शन नव्हे हे? आय से, अशा वेळी तुम्हाला विनोद सुचतोच कसा?''

त्या बेधडक तरुणाकडे बघत भाऊंनी बाजूच्या ज्येष्ठांना विचारले, ''काय रे पोरांनो, हा नवा ॲटम कोण?''

''शेखर बारशिंगे– नव्यानंच कार्ड मिळालंय त्याला.''

''काय रे शेखर बाळा?'' त्या तरुणाकडे मोहरा वळवत भाऊ बोलले, ''तुझा शब्दन् शब्द खरा असेलही! पण त्याला एव्हिडन्स काय? जिचं लग्न मोडलं असं तुम्ही सांगता, त्या मुलीची किंवा तिच्या बापाची तक्रार आहे का? कोणा राजकीय पक्षाच्या नेत्याची तरी काही कम्प्लेंट किंवा कॉम्पेंट आहे का? शेवटी कळीचा मुद्दा म्हणजे– उद्या ऐन लग्नाच्या वेळी घडू नये ते घडलं– अन् ज्या पहिल्या मुलीशी प्रिन्स साहेबांचं लग्न ठरलं होतं, तीच जर ठरल्याप्रमाणे बोहल्यावर आली, तर तुझ्यासारख्या क्रांतिकारकाला कोणत्या स्मशानात पाठवायचा रे टिंगारण्या?''

''सॉरी भाऊ, सॉरी.''

''चल, मागं सरकून बस,'' भाऊ शेखरवर चांगलेच गरम झाले, ''तर पोरांनो, मला काय वाटतं, आपण थोडं सबुरीनं घेऊ या. काय कॉम्रेडसाहेब, तुमचा काय विचार?''

''आम्ही डोंगरे-देशमुख घराण्याचे डे वनपासून कट्टर विरोधक आहोत. जेव्हा संधी सापडेल, तेव्हा मी बापूरावांचं धोतर ओढायला मागेपुढे पाहिलेलं नाही. भले आम्ही गरिबीत दिवस काढले; पण या सहकारातील अनिष्ट प्रवृत्तीला नेहमीच धडा शिकवला,'' एक मोठा पॉझ घेत कॉम्रेड गांगुर्डे बोलले, ''पण मित्रहो, हा बाईचा किंवा लग्नाचा सारा मामलाच नाजूक आहे. पोरांनो, मी तुम्हाला खासगीत सांगतो, तुम्ही हा मुद्दा कितीही ताणून धरला, तरी त्याचा शेवट काय होणार? बाईबाजीमध्ये कोणताही राजकीय पक्ष किंवा संघटना शेवटपर्यंत तुमच्या पाठीशी राहणार नाही. अरे लफडं कोणाचं नसतं आणि लफडेबाज नसतो कोण? बाई हा एकच मुद्दा असा

आहे की, जिथे सर्व राजकारणी, धर्मकारणी, मोठमोठे विद्वान या मुद्द्यावर अंग टाकतात. तू माझ्या लुंगीकडे बघू नकोस आणि मी तुझ्या धोतराकडे लक्ष देत नाही, असं या मुद्द्यावर दिल्लीपासून पार गल्लीपर्यंत सुंदर अंडरस्टँडिंग असतं; त्यामुळे बातमी गरम असली, तरी हात पोळणार नाहीत याची काळजी घ्या.''

चर्चेने खूप वेगळे वळण घेतल्याने तरुणांच्या बंडाचे पाणी थोडे थंड पडले. मंडळी आणखी बारकाईने या विषयावर चर्चा करू लागली. त्याच वेळी कॉम्रेड गांगुर्ड्यांना आणखी एका गोष्टीची आठवण झाली, ''एक महत्त्वाची गोष्ट विसरू नका रे बाबांनो, त्या बापूरावांना एकवेळ पुण्यवान समजा किंवा पापी समजा, तो वादाचा मुद्दा ठरू शकतो; परंतु त्याच्या त्या पोराबद्दल– प्रिन्सविषयी समाजातल्या सर्वांनाच खूप सहानुभूती वाटते बरं!''

''करेक्ट! अगदी करेक्ट. हा मुद्दा कोणालाच डोळ्यांआड करता येणार नाही,'' भाऊ बोलले, ''त्यात आज आमच्या काळापेक्षाही पत्रकारिता खूप कठीण बनली आहे. आम्ही तेव्हा मोठी बातमी मिळवली की, मोठा सन्मान व्हायचा. आज तुमच्या पिढीला बातमीपेक्षा मोठी जाहिरात मिळवणंही महत्त्वाचं ठरतं. फ्रंट सीटवर आजकाल मॅनेजमेंट बसते अन् आपल्यासारख्या ध्येयवादी पत्रकार बंधूंना बसमध्ये बसायला सीटही मिळत नाही. खोळंबून मधल्या दांडीला धरून उभ्या असलेल्या प्रवाशांसारखी आम्हा पत्रकारांची अवस्था झाली आहे– इट्स ओके; पण या प्रकरणात हा जो प्रिन्स आहे– तो म्हणजे डोंगरे-देशमुखांच्या कोळशातला हिरा आणि भांगेतली तुळस वाटते सर्वांना! गजरा खोऱ्यातल्या छोट्यातल्या छोट्या मनुष्याला अगदी खेडवळ बाया-बापड्यांनासुद्धा त्याचं खूप कौतुक वाटतं.''

''खरंय, कृपा त्या माउलीची,'' मोठ्या पावित्र्याने डोळे मिटत कॉम्रेड गांगुर्डे बोलले, ''त्याची आई सुजातादेवी म्हणजेच सर्वांना पुण्यवंत माउली वाटायची– तिच्या मागे वाढलेलं बिनाआईचं हे लेकरू, लोकांची त्याच्यावर खूपच माया आहे हे खरं.''

बराच वेळ साधकबाधक चर्चा झाली. लगेच बातमी टाकण्यासाठी एखादा ठोस लेखी पुरावा किंवा 'तत्काळ कारण' हाताशी नव्हते; त्यामुळे थांबायचे आणि वाट पाहायचे ठरले.

गेला बाजार निदान त्या कारखान्याच्या पीआरओला तरी चापामध्ये घ्या, असा आग्रह तरुण पत्रकारांनी धरला, तेव्हा भाऊंनी फोनवरूनच पीआरओ चोरघेला सोलायला सुरुवात केली, ''का हो चोरघे? अरे वा! ओळखलात आवाज? भाऊच बोलतोय. भ्रष्टाचाराच्या गडबडीत शिष्टाचाराला पूर्णविराम नका देऊ– कुठं आहेत बापूराव– अच्छा हॉस्पिटल? येतील म्हणता ना, मग ठीक– हे बघा, उद्या त्या लग्न सोहळ्यात लाखो लोक जमणार. आमच्या श्रमिक पत्रकार संघाच्या पोरांची हेळसांड

होता कामा नये काय? हां ठीकठीक– तसंच करा– स्पेशल मिनीबसच जाऊ दे थेट मंडपापर्यंत– विसरू नको बरं का रे चोरघे. तुम्ही राजकारणी असला, तरी आमचा पीळ पत्रकारांचा आहे. कोणीही पुराव्यानिशी सापडला, तर आम्ही सोडत नाही बरं का. तुम्ही श्रेष्ठ राजकारणी बाबा– काही करू शकता– ऐन लग्नामध्ये 'बोहल्यावरची मुलगी'ही बदलू शकता! कळलं ना? अरे, नको नको, फोनवरून कसले पाय धरतोस माझे? उद्या आमच्या पत्रकारांची हेळसांड नाय व्हायला पायजेल– तेवढं बघ. ओके ओके!''

शलाका उठली. जड पायांनी. प्रिन्सच्या रूमचे दार तिने हळूच उघडले. तो आरामखुर्चीवर रेलून सिगारेट ओढत बसला होता. समोर शलाकाला पाहताच त्याने सिगारेट विझवली. थोटुक पटकन बाजूला फेकून दिले.

"याऽऽ बसा."

ती दोन्ही हात जोडून त्याची विनवणी करत बोलली, "सर प्लीज, प्लीज नका घाई करू."

"घाई?"

"म्हणजे या लग्नाची घाई हो. किती रिस्की आहे हा सारा मामला. तुम्ही किती बडे पर्वतासारखे! तुमचे केवढे मोठे उद्योग– शुगर फॅक्टरी– कार्यकर्ते आणि कारभार! पीएम आणि सीएमशी डायरेक्ट संबंध. तेच माझं बिचारीचं एवढंसं जग– कशी टिकायची मी तुमच्यासमोर? भिजल्या कागदासारखे कपटे पडतील हो माझे."

प्रिन्स हसला. भावभऱ्या डोळ्यांनी शलाकाकडे पाहत राहिला. त्याला त्या दिवशीचा जंगलातला स्कूल बसचा तो अपघात आठवला. तिथे अडचणीशी झुंज देणारी, शाळकरी मुलांच्या बचावासाठी, शुश्रूसेसाठी जीवाचा आटापिटा करणारी ती धाडसी शलाका त्याच्या डोळ्यांसमोरून हलत नव्हती. आपल्यासारख्या अंगावर भळभळत्या जखमा घेऊन वावरणाऱ्या तरुणाच्या सोबत अशीच घरची हक्काची परिचारिका हवी.

शलाकाने पुन्हा हात जोडले, तेव्हा प्रिन्स बोलला, "शलाका, हे लक्षात असू द्या– अलीकडे मी एक महत्त्वाचा निर्णय घेतला आहे– आता मी फक्त माझ्यासाठी माझ्या स्वयंप्रेरणेनं जगायचं ठरवलं आहे. सोम्याला काय वाटेल आणि गोम्याला काय वाटेल, नातेवाईक काय म्हणतील, याच्याशी मला देणंघेणं नाही."

"अहो, पण मला काय सोनं लागलंय? नवऱ्याकडून रोज बेदम मार खाणारी एक सामान्य बाई. कशासाठी लागता माझ्या नादी?"

"नाद नव्हे, प्रेम बोला."

"त्यात मघाशी येथेच बंगल्यात खाली कोणीतरी बोलत होतं. तुमच्या डॅडींना हॉस्पिटलमध्ये नेलंय. माझ्यामुळे तुमचं घर आणि नाती तुटायला नकोत. तुम्ही पहिली तुमच्या डॅडींची काळजी घ्या."

प्रिन्सने शलाकाकडे रोखून बघितले. तो मनापासून हसला, "डॅडींच्या तब्येतीचं तुम्ही टेन्शन नका घेऊ. पाहा, वेदना किंवा संवेदना हे तुम्हा-आम्हा सामान्य माणसांचे रोग असतात! असे रोग पॉलिटिशन्स कधीच स्वतःच्या अंगाला लावून घेत नाहीत! त्यामुळेच त्यांच्या त्या निर्ढावलेपणालाही एक बिलंदर नजाकत असते."

शलाका अधिकच गोंधळली. तिला काय बोलावे, हेच सुचेना. तसा प्रिन्स हसला. हसता हसता थोडा व्याकुळल्या सुरात बोलला, "मी स्पष्ट बोलतो– आय मे बी मॅड– पण तुम्ही भेटल्यापासून काय सांगू, मला हे जीवन जगण्यामध्ये खूप मौज वाटू लागलीय."

"माफ करा प्रिन्स साहेब; पण मला हे... हे सारं खरं वाटत नाही. मनाला पटत नाही."

"का दूर लोटता तुम्ही मला शलाका? हे पाहा, मी एका पॉवरफुल शुगरकिंगचा मुलगा असलो, तरी तसा सभ्य आहे. मी गुन्हेगार वृत्तीचा तरुण नव्हे. माझ्या थोर आईचे मोठे संस्कार आहेत माझ्यावर."

"मी कुठं नाही म्हणते– पण मला वाटतं, तुम्ही उद्याच्या सोन्यासारख्या सोहळ्यावर विरजण नका टाकू. ठरलेलं लग्न नका मोडू."

प्रिन्स तिडबिडल्यासारखा उठला. कट्यारीचा घाव न पडताही तो मात्र जखमी झाला होता. तो तसाच चालत पुढे गेला. त्याने शलाकाला आवेगानं घट्ट मिठी मारली. त्या धक्क्याने ती बावरली; पण तिला तत्काळ जाणवले, ही मिठी कोणा उतावीळ प्रियकराची किंवा कामधारी पुरुषाचीही नव्हती. प्रिन्सचे गरम श्वास, त्याचे ते धपापते हृदय, तो आवेग सारेच काही और होते. बाळाने आईला मिठी मारावी, तसा तो तिला चिकटला होता. मायेसाठी हपापला होता. निखाऱ्यावर पडलेले पाण्याचे थेंब जसे चरचरतात, तसेच त्याचे अश्रू चरचरले. तो वेडापिसा होत बोलला, "एक वेळ मी स्वतःचा सर्वनाश करून घेईन; पण तुम्हाला दूर लोटणार नाही. आता मी तर अशा विचित्र अवस्थेला येऊन पोहोचलो आहे की, मी तुमच्याशिवाय जगूच शकत नाही."

बापूनगर पोलीस स्टेशनमधील ती अनोखी रात्र. तिथला मंद आणि अंधुकसा प्रकाश. दिव्याच्या पाठीमागचा चीर पडलेला होल्डर. खिडकीतून झोंबता वारा आत यायचा आणि वायरला टांगलेल्या बल्बना हलकासा झोका द्यायचा. तिथल्या जुन्यापुराण्या लाकडी खुर्च्या, टेबल; सोबतीला एक सब इन्स्पेक्टर आणि एकच हवालदार. बाकी सारा स्टाफ तिकडे व्हीआयपी लग्नाच्या बंदोबस्ताच्या तयारीला धावून गेलेला. आज येथे डी.एस.पी., पोलीस उपसंचालक, महासंचालक डेरेदाखल झाले होतेच; परंतु उद्या राज्याचे गृहमंत्री आणि मुख्यमंत्री या नगरीमध्ये अवतरणार होते; त्यामुळे सर्वांनाच व्हीआयपी बंदोबस्ताचे टेन्शन होते.

सारे वरिष्ठ तिकडेच अडकणार, याची महाजन हवालदाराला खात्री होती; त्यामुळे नेहमीसारखी जास्त नसली तरी थोडीशी दारू घोटून तो आला होता. तोंडाचा वास सुटू नये म्हणून त्याने पान-तंबाखूने आपला तोबरा भरला होता. त्याच्या समोरच टेबलाच्या पलीकडे एका स्टुलावर इनशर्ट केलेला, किडकिड्या अंगाचा आणि गच्च दाट केसांचा रमेश दिवसे बसला होता. त्याची तक्रार ऐकल्यावर महाजन हसला. आभाळात उगवलेल्या चंद्राकडे पाहत एखादे भटके कुत्रे उगाच हसावे तसा. कदाचित तक्रारदार दिवसेलाच आपल्यापेक्षा जास्त चढली असावी, असे त्याला वाटले; पण तसा काही प्रकार नव्हता. रमेश पिला नव्हता; पण त्याच्यासारख्या तिशीतल्या एका उमद्या ग्रॅज्युएट तरुणाने अशी भलतीसलती, बेताल बडबड करावीच का असा खरा प्रश्न होता.

महाजन हवालदार डोळे मिचकावत रमेशकडे पाहत बोलला, ''काय रे मित्रा? पुन्हा सांग– तुझी काय कम्प्लेंट हैय?''

''माझी बायको पळवलीय.''

''कोणी?''

"प्रिन्स! गजरा साखर कारखान्याचे तरुण चेअरमन प्रिन्स बापूराव डोंगरे-देशमुखांनी."

"येडाबिडा आहेस काय रे तू? लेका, उद्याच प्रिन्स साहेबांचं मॅरेज आहे– ते कशाला पळवतील तुझी बायको?"

"अहो साहेब, तेच तर सांगतोय. तुम्ही ऐकून कुठे घेताय? उद्या प्रिन्स साहेब जिच्याशी लग्न करणार आहेत, ती कानुनन माझीच बायको आहे! मी कदाचित तुम्हाला मूर्ख, वेडा किंवा पिलेला वाटत असेल, तर चला उठा– धाड घाला त्या प्रिन्सच्या बंगल्यावर. अहो, तुम्हालाही आढळेल की, माझ्या बायकोला, बिचाऱ्या शलाकाला त्या शुगरकिंगच्या पोरानं जुलमानं कोंडून ठेवली आहे हो."

आता तर महाजन कमालीचा गोंधळून गेला. त्याला आपल्या मेंदूच्या सर्किटचा फ्यूज उडाल्यासारखे वाटले. तो कपाळावरच्या आठ्या घेऊन आतल्या केबिनमध्ये गेला. तेथे सब इन्स्पेक्टर अवताडे बसलेले. त्याने त्याला ती विचित्र तक्रार ऐकवली. अवताडे लगेच बाहेर आले. त्याने रमेशला निरखले. माणूस तर ठाकठीक आणि सुशिक्षित वगैरे दिसत होता. पुन्हा तेच प्रश्न आणि फिरून तेच उत्तर आले.

अवताडेंनी उभ्या उभ्या आपल्या मेंदूतच त्यांना उद्भवलेल्या शंकांची टोटल मारली. कुछ लफडा है, असे अनुमान काढले. त्याला ही मॅटर आपुन आपल्या सिनिअरच्या कानांवर घालायलाच हवी, असे वाटले. त्यांनी इन्स्पेक्टर गंगावणेंना फोन केला. ते तसे नव्याने बदलून आलेले असले, तरी हुशार आणि चलाख होते. ते अवताडेंना बोलले, "इकडेही लोक थोडे उलटेसुलटे बोलताहेत; पण मॅटर 'वरच्याच लेवलचं' आहे; त्यामुळे त्यात आपण कशाला नाक खुपसून हात भाजून घ्यायचे? आतापर्यंत एकाही व्हीआयपीचा दौरा रद्द झालेला नाही– याचा अर्थ मॅरेज ठरल्याप्रमाणे होणार आहे– चला ओके."

अवताडे पुन्हा विचारचक्रात अडकले. त्यांनी बाहेर बसलेल्या रमेशला आपल्या केबिनमध्ये बोलावून घेतले अन् सरळ त्याच्यावरच प्रश्नांचा मारा सुरू केला. "हे बघ दिवसे, आम्हाला तुझी कम्प्लेंट एंटरटेन करता येणार नाही."

"का? बायको माझी गरिबाची आहे म्हणून?"

"तसं नाही रे. या प्रकरणी तू येण्याआधी दुसरा एक लोच्या झाला आहे. आज सायंकाळी त्या बबननानांची काही माणसं येऊन गेली. त्यांची लेखी तक्रार तुझ्याही आधीची आहे. मग नेमाधर्मानं तिची आधी चौकशी नको का व्हायला?"

"त्यांची काय कम्प्लेंट आहे हो?" दिवसे चक्रावला.

"त्या लोकांचं म्हणणं असं की, काही मंडळी प्रिन्स साहेबांच्या होणाऱ्या पत्नीचं चारित्र्यहनन करण्याच्या मागे लागले आहेत. त्यांनी एका फोटोशॉपमध्ये

जाऊन वहिनीसाहेबांचे फोटो मोल्ड करून, रंगवून त्यांची बदनामी करायचं कारस्थान रचलं आहे.''

रमेश दिवसे तिथे बराच वेळ थांबला. कोणी दाद घेईना म्हणून गयावया करू लागला, तेव्हा अवताडे साहेबांनी महाजनला खुणावले, 'ही पिडा घेऊन बाहेर जा.' महाजन रमेशचा हात धरून त्याला जवळपास खेचतच पोलीस स्टेशनच्या बाहेर आला. ते दोघे तिथे अंधारात उभे होते, तेव्हा रमेशला अचानक उमाळा दाटून आला. तो रडवेला होऊन कळवळू लागला, ''खरी चूक माझीच हो– ती तर माझी गृहलक्ष्मीच! पण मीच नीट वागवलं नाही तिला.'' महाजनने त्याची कशीबशी समजूत काढायचा प्रयत्न चालवला. दिवसेच्या हुंदक्यांचा बहर थोडा ओसरला. तसे महाजन साहेबांनी त्याला हळूच विचारले, ''काय रे, खरंच का रे ती तुझी बायको?''

''साईबाबांची शपथ हो.''

''अरे, तसे असेल गधड्या, तर रडतोस कशाला? उलट तू खूश होऊन पेढे वाटत सुटायला पाहिजेस.''

''कशासाठी? माझी बायको पळवली म्हणून? काय बोलताय राव?''

''अरे येड्या, तुला तुझ्या सद्‌भाग्याची कल्पनाच कशी येत नाही. उद्यापासून तुझा वशिला डायरेक्ट कुठपर्यंत पोहोचणार, याची किमान अक्कल पाझरतेय की नाही तुझ्या खोपडीत? अरे, केवढ्या मोठ्या किंगची बायको बनणार तुझी बायको! मूर्खा, तिनं तुझी थोडी जरी ओळख ठेवली, थोडीशी मेहरबानी दाखवली तरी कुठल्या कुठे निघून जाशील तू– आहे तुला कल्पना?''

पुण्यातही प्रिन्स साहेबांच्या लग्नाच्या तयारीची मोठी घाई उडाली होती. तिथे एका पंचतारांकित हॉटेलातल्या बारा बड्या खोल्या दहा दिवसांसाठी बुक करण्यात आल्या होत्या. तिथेच त्या शाही सोहळ्यानिमित्त एक तात्पुरते कार्यालय उघडले गेले होते. जेथून लग्नासाठी लागणाऱ्या अनेक वस्तूंची ने-आण, पाहुण्यांची पाठवण, फुलांच्या करंड्या, दागिन्यांची खरेदी, वस्त्रांची खरेदी, मोटारींचा पुरवठा आणि दळणवळणाच्या इतर सोयी-सुविधा या साऱ्यांवर देखरेख ठेवली जात होती. त्यासाठी मेडिकल व इंजिनिअरिंग कॉलेजांतील अव्वल कर्मचारी व हुशार प्राध्यापक यांची खास नियुक्ती करण्यात आली होती. तेथेच भल्या सकाळी देवी जाऊन पोहोचली; तेव्हा तिथे हिरमुसल्या तोंडांनी वावरणारी काही बडोदेकर पाहुणे मंडळी दिसली, तेव्हाच लग्नकार्यात काहीतरी बडे विघ्न आल्याचा अंदाज तिला आला.

पुण्याहून देवी तातडीने धावतपळत बापूनगरमध्ये पोहोचली. रिव्हर फ्रंटमध्ये आल्या आल्या ती प्रिन्सच्या खोलीत डोकावली. तिने आपल्या दोन बॅगा तशाच खोलीच्या दाराशी ठेवल्या होत्या. दरवाजा आत लोटून तिने प्रिन्सकडे पाहिले, तेव्हा प्रिन्सने तिला स्पष्ट सांगून टाकले, ''सॉरी देवी, मी डॅडींनी पसंत केलेल्या मुलीशी उद्या लग्नाला उभा राहणार नाही. माझा निर्णय फायनल आहे.'' प्रिन्सचा तो स्पष्ट निर्णय ऐकताच देवी अवाक झाली. तिथेच त्याच्या बाजूला ती झटकन बसली. आपल्या मेंदूच्या घड्याळाचे काटे क्षणभर बंद पडल्यासारखे तिला वाटले.

प्रवासात बडोद्याचे वऱ्हाड मध्येच रोखले गेल्याचे तिच्या कानांवर आले होते. जेव्हा ती या बंगल्याच्या पोर्चमध्ये उतरली, तेव्हाच तिला बापूरावांना हॉस्पिटलमध्ये दाखल केल्याचेही समजले. ते तिकडे अस्वस्थ असल्याचे आणि त्यांचा रक्तदाब खूप वाढल्याचेही कानांवर आले होते. मात्र, प्रिन्स आपल्या निर्धाराच्या धुंदीमध्ये

वावरत असल्याचे दिसत होते. त्याच्याकडे पाहत देवी पुटपुटली, "यू आर मॅड– सिम्पली मॅड."

थोडा वेळ असाच गेला. मग जास्तीतजास्त थंड सुरात देवीने विचारले, "काय रे, कधी घेतलास हा निर्णय?"

"काल रात्रीच," तो देवीचा हात हाती पकडून तिला निग्रहपूर्वक सांगू लागला, "हे बघ देवी, तू पुढचं काही विचारण्यापूर्वीच मला एक महत्त्वाचं सांगायचंय– मला माझं जीवन माझ्या पद्धतीनं जगायचं आहे. अन् तसा तो माझा अधिकारही आहे. कोणा राजकारण्याच्या किंवा साखरसम्राटाच्या दबावाखाली नाही जगायचं मला."

"काय रे प्रिन्स? लाइफ म्हणजे तुला भातुकलीचा खेळ वाटला का? त्यातल्या रबराच्या बाहुल्या सहज तोडाव्यात, तशाच स्टाइलनं तू निर्णय घ्यायला निघालास काय?"

"देवी, माय डिसिजन इझ् बीट सीरिअस. आली वाऱ्याची झुळूक आणि फिरविली पाठ असा हा वरवरचा उथळपणा नव्हे–"

"ठीक आहे– पण म्हणून तू तुझ्या डॅडींना कोपऱ्यावरचे कोणी ऐरेगैरे समजतोस की काय? त्यांच्या मताला काही किंमत आहे की नाही?"

"ते तरी मला काय प्लॅस्टिकचा पुतळा समजतात? असतील ते मोठे शुगरकिंग किंवा लिकर बॅरन! पण मला लग्नमंडपात बांधून घालून माझ्यावर ते एखाद्या मुलीशी लग्न कर असा दबाव कसा आणू शकतात?"

"छट्! काय सांगतोस तू? या लग्नाला दोन महिन्यांमागे तूच होकार दिला होतास ना?"

"अरे, पण ज्या पद्धतीनं तुम्ही साऱ्यांनी माझ्यावर दबाव आणलात, तो मला कधीच मान्य नव्हता. ग्रामपंचायतीच्या वॉर्डामध्ये एखाद्या उमेदवाराच्या बखोटीला धरून त्याला निवडणुकीला उभा करतात, तसे तुम्ही कुठे मला बोहल्यावर चढवायला चाललात?"

"अरे पण–?"

"अगं, पण जिच्याशी मला माझं उभं आयुष्य काढायचंय, तिच्याशी किमान काही ट्युनिंग जुळायला नको? माझ्या मनाविरुद्ध डॅडी माझ्या आयुष्याशी असे खेळू तरी कसे शकतात?"

"अरे, पण माझे मामा बापूराव आणि तू... तुमच्या दोघांमधल्या नात्याबाबत मी नेहमीच कमालीची कन्फ्युज्ड असते– किती पराकोटीचा थंडपणा आहे तुमच्या दोघांमध्ये? एक दुसऱ्याशी फटकून वागायची तुमची ही रीत, जिचा मला कधीच उलगडा झाला नाही रे."

"हे बघ, तुम्ही सारे रोज ऊठसूट बोलत राहता ना, लग्न हा उपचार नसून

संस्कार आहे वगैरे. माझ्या मते ते फक्त स्त्री किंवा पुरुषांमधलं मीलन नव्हे. त्यांच्या रक्तमीलनातून पुढच्या पिढ्या जन्मतात. संस्कारित होतात.''

''ठीक आहे, ठीक आहे. लीव्ह इट ऑल दॅट,'' दुसऱ्या महत्त्वाच्या विषयाकडे सरकत देवी बोलली, ''मला निदान एका प्रश्नाचं तरी खरंखुरं उत्तर देशील? त्या शलाकावर एवढं अचानक पागल होण्यासारखं असं काय तू पाहिलंस माझ्या त्या मैत्रिणीमध्ये? अशी अचानक कशी ती भरली किंवा शिरली तुझ्या मनात?''

''पाठीचा कणा असलेली ती एक कर्तृत्ववान तरुणी वाटली मला. तिच्यामध्ये निश्चितच असा काहीतरी स्टफ आहे– रातराणीजवळून जाताना जसा सहज सुगंध जाणवतो– तसं दुसऱ्याला सहज प्रभावित करावी, ऐसी कुछ अलग खास बात है उसके पास.''

''असं का?''

''देख ना यार– आपल्या बकवास नवऱ्याला ती ज्या पद्धतीनं झेलते– त्याच्याशी झुंजते, ते पाहताना मी अक्षरशः उडालो आहे–''

''अरे! थँक्स! बरी आठवण करून दिलीस– तिला एक नवराही आहे– तोही चांगला जिवंत आणि धडधाकट. काय करशील त्याचं?''

''साला, कसला आलाय तो नवरा? त्या भल्या तरुणीच्या पायांभोवती विळखा घालून बसलेला पट्ट्यापट्ट्यांचा जहरीला मण्यार जातीचा साप तो!''

''अरे पण, त्याला दूर कसा हटवणार तू?''

''कशाला लढवतेस त्या सैतानाची केस?'' प्रिन्स वैतागून बोलला, ''त्या माथेफिरूनं काय केलं आहे माहीत? धुणं धुवायच्या चोपणीनं जखमी केलं शलाकाच्या तीन वर्षांच्या बालकाला– खोक पडली आहे त्याच्या डोक्यात– खरंच, गॉन केस आहे तो तिचा नवरा.''

''बसं. शलाकाबाबत इतकंच?''

''एवढंच नाही गं– काय सांगू तुला देवी– या आधी ती मला कुठेतरी एकदाच नव्हे, तर सहस्र वेळा भेटल्याचा भास होतो– आमचं हे पुनर्मीलन–''

''यू फूल! तुमची ही पुनर्मीलनाची आणि पुनर्भेटीची भाषा– हे सारे डायलॉग खूप आउटडेटेड– अगदीच जुनाट आणि गुळगुळीत बनले आहेत. अनेकांनी वापरून वापरून त्यातली मजाही घालवली आहे.''

बोलता बोलता प्रिन्स खूप भावनाप्रधान बनला. पावसाळी ढगांच्या छटा आणि गहिऱ्या रंगाचे तरंग त्याच्या चेहऱ्यावरून निघून गेले. तो कातर सुरात बोलला, ''यू डोन्ट नो देवी– या शलाकानं माझ्या मनाचा पापुद्रा असा सोलून काढला आहे म्हणून सांगू– नाही गं जगू शकत मी तिच्याशिवाय. तिच्याकडे असा काही स्राव आहे की तिनं तो माझ्या हाडांमध्ये भरून मला जगायची नवी उमेद दिली.''

देवी तिथेच बाजूला बसून राहिली. प्रिन्सकडे एकटक पाहत तिने हलक्या आवाजात त्याला विचारले, "बरं, शलाकाला तरी विचारलं आहेस का तुझ्या लग्नाबद्दल?"

"हो–"

"येस म्हणाली?"

"नो, 'नो' तरी कुठे बोलली आहे ती? तिचा नवरा लेकाचा असा मारकुटा, त्यात घरात अन्नपाण्याची बोंब असेल. अशा वेळी बाईमाणूस तरी काय करणार गं? खरं सांगू तुला देवी, तुझ्या त्या मैत्रिणीच्या टपोऱ्या डोळ्यांमध्ये मला माझा भविष्यकाळ दिसला."

"अनभिज्ञ आहे मी तुम्हा दोघांबाबत!"

"देवीऽऽ जेव्हा माझ्या बड्या मांच्या आठवणी निघतात, तेव्हा जसा मोगऱ्याचा सुगंध दरवळतो ना– तसंच मला काल रात्रीपासून होऊ लागलंय काहीतरी. शलाकाच्या इथल्या वास्तव्यानं इथल्या भिंती, खिडक्या, दारं, दालनं... सारा रिव्हर फ्रंट बंगलाच कसा चैतन्यानं भरून गेल्यासारखा वाटतो."

देवीने खिडकीतून बाहेर पाहिले. गजरा नदीचे पात्र संथ वाहत होते. प्रिन्सची ती कोवळी मनोअवस्था पाहून देवी अबोल बनली होती. तिला प्रिन्सच काय; पण त्याचे हे सारे प्रकरणच हाताबाहेर गेल्यासारखे वाटत होते. तिला तिच्या मामानी, सहकारमहर्षी बापूरावांनी याआधी अनेकदा आग्रहपूर्वक बजावले होते, "देवी, काहीतरी कर; पण या माझ्या वेड्या, एकलकोंड्या आणि आईच्या मायेची मुळं तुटलेल्या पोराला माणसांत आण. इतर चारचौघांसारखं त्याला आनंदी आणि सुखी राहायला शिकव."

देवीला प्रिन्सच्या अतिरेकी आणि भावनाप्रधान स्वभावाबद्दल पूर्ण कल्पना होती. एकतर आपली आतेबहीण देवीशिवाय तो स्वतःचे मन कोणाकडे मोकळे करायचा नाही. जर आपण त्याला रोखलं; तर तो हा बंगला, हा परिसर, हे वैभव सोडून अचानक कुठे परागंदा व्हायला मागेपुढे पाहायचा नाही; त्यामुळेच बापूरावांना पटो ना पटो प्रिन्सचे भवितव्य लक्षात घेता या नाजूक घडीला त्याच्याच पाठीशी उभे राहणे गरजेचे होते. ती जेव्हा पलीकडच्या रूममध्ये जाऊन शलाकाला भेटली, तशी ती आणखी काळजीत पडली. शलाका तिच्या गळ्यात पडून तिला सांगत होती, "तुझ्या मामेभावाचा हा लग्नाचा प्रस्ताव हे मला केवळ सुंदर स्वप्न वाटतं, जे कधीच सत्यात येणार नाही!" शलाकाचा उडालेला गोंधळ आणि तिची ती त्रेधातिरपीट पाहून देवी अधिकच गोंधळून गेली.

देवी 'रिव्हर फ्रंट'मध्ये पोहोचल्याचा सुगावा बापूरावांना लगेच लागला. त्यांनी तत्काळ गाडी पाठवली आणि देवीला हॉस्पिटलमध्ये बोलावून घेतले. कॉटवर

पडलेल्या बापूरावांची ती भयंकर अवस्था पाहून देवीलाही गलबलून आले. डोळ्यांतून टपटप अश्रू गाळत ते बोलले, "पोरी, माझ्या साऱ्या अब्रूचं खोबरं होईल. तू का समजावून सांगत नाहीस त्या मूर्ख, वेड्या पोराला."

"मामा, मी त्याच्या खनपटीला बसले. मी सांगतेच आहे; पण तीसुद्धा समजावते आहे– अशी रिस्क घेऊ नकोस म्हणून."

"कोण ती?"

"शलाका! जिच्याशी हा लग्न करायला उतावीळ झाला आहे."

"अगं, समजाव त्याला. त्याच्या भल्यासाठी चार थोबाडात मार त्याच्या. ही वेळ निघून गेली, तर काय उरेल आपल्या हातात?"

"होय मामासाहेब, तेच मी सांगायला आलीय तुम्हाला. वेळ हातची गेली, तर काहीही उरणार नाही," ती गोष्ट बोलताना देवीला गदगदून आले. डोळ्यांत अश्रू साचले. ती बोलली, "हा प्रश्न इतका नाजूक बनला आहे की, प्रिन्सला रोखणं म्हणजेच त्याला कायमचं मुकणं ठरेल!"

"अगं, काय सांगतेस पोरी?" बापूराव करुण सुरात किंचाळले.

"तेच सांगतेय मामा. मी जेव्हा त्याच्या खूपच मागे लागले, त्याच्यावर दबाव– प्रेशर आणलं, तेव्हा तो मला अगदी शांत सुरात काय बोलला आहे माहीत? – माझ्या मनाविरुद्ध तुम्ही सारे काही घडवू पाहाल तर– तर मी स्वतःला गोळी घालून घेईन. नाहीतरी गेल्या काही वर्षांत 'रिव्हर फ्रंट' बंगल्यानं कोणाचा मृत्यू आणि ताजा मुडदा पाहिलेला नाही!"

लग्नाचा मुहूर्त अवघ्या वीस तासांवर येऊन पोहोचला होता. शलाकाच्या मनावरचे दडपण सहस्रपटीने वाढत होते. काल रात्रीपासून कसले विलक्षण आणि धक्कादायक वळण घेत आहे आपले आयुष्य! जीवन म्हणजे एखाद्या रहस्यमय कादंबरीचा भाग बनले आहे. मात्र, देवीसारखी तिची मैत्रीण आज सकाळी तिच्या मदतीला धावून आली. नाहीतर कदाचित आपणाला वेडच लागले असते, अशी तिची खात्री होती. उद्या खरेच इथे काय घडणार आहे, याची खात्री नव्हती. मनातून प्रचंड भीती होती. या बड्या मंडळींच्या लठ्ठालठ्ठीमध्ये आपला जीव कस्पटासारखा जळून जायचा. मात्र, पुण्याहून धावतच सकाळी देवी आली. सुरुवातीला तिलाही प्रिन्सचा सारा प्रकार म्हणजे क्रूर चेष्टेचा भाग वाटला. मात्र, त्यानंतर त्या बहीण-भावंडांत दुसऱ्या खोलीत चर्चा झाली अन् देवीही कामाला लागली.

रात्री चंदू मारवाड्याचा स्टाफ कामाला लागला होता. सकाळी चंदेरी शालू, अनेक पैठण्या; सारी वस्त्रे आणि प्रावरणे आली. खऱ्या अर्थी लगीनघाई उडाली होती. देवीने शलाकाला न विचारता बापूनगरातल्या दोन बड्या सराफांना बंगल्यात बोलावून घेतले. जसे दागदागिन्यांचे काम मार्गी लागले, तसा शलाकाला आतून धीर आला. खरेच उद्या कदाचित येथे आपले प्रिन्स साहेबांशी लग्न होऊ शकते.

काल रात्रभर शलाकाने प्रिन्सची एकसारखी केलेली आर्जवे आणि विनंत्या "मला तुमच्याशी लग्न करायचं आहे," अक्षरशः अनेकदा ऐकल्या होत्या; पण ती गोष्ट पटणारी नव्हती; पचणारीही नव्हती. त्या विनवण्या एका श्रीमंत, तरुण; परंतु अपरिपक्व आणि वेडसर जीवाच्या हाकाट्याच वाटल्या होत्या. मी उद्या कुठे उंच उडी घेणार आहे, त्यापेक्षा मी सध्या कुठे उभी आहे, असा वास्तव विचार करण्याकडेच तिचा कल होता; त्यामुळे प्रिन्सच्या भावनेने ओथंबलेल्या प्रस्तावाकडे गांभीर्याने पाहण्याची तिला गरजच वाटली नव्हती. आपण बऱ्यापैकी रूपवान

असलो, तरी एक गृहिणी आहोत. पोटी एक मूल आहे. गळ्यात मंगळसूत्र नसेल, तर आपले लग्न झाल्याचे कोणाला पटणारही नाही; असे आपले उत्तम, उजळ आणि हवेहवेसे वाटणारे रूप व आकर्षक बांधा आहे; पण पोटच्या तीन वर्षांच्या मुलाला कुठे झाकून ठेवायचे? त्यात न पिताही ऊठसूट ठोकून काढणारा व गांजेकस मारकुटा नवरा; त्याला तरी कुठे लपवायचे? तोही एवढा कडमड्या आणि बदमाश की, पाताळात फेकला तरी तासाभरात पुन्हा हसत हसत डोळ्यांपुढे येणारा. ही सारी तिची पार्श्वभूमी प्रिन्सच्या प्रस्तावाला छेद देणारी होती.

शलाकाने कालच्या रात्रीचा तो प्रिन्सचा आग्रह आणि ती आर्जवे यांतले फारसे काही मनावर घेतले नव्हते. मात्र, आजची सरून गेलेली पहाट संत्रस्त गुलाबी शिडकावा मारून गेली होती. पहाटेचा तो मदमस्त, हलका, थोडासा झोंबरा वारा. बाजूच्या वडपारंब्यांवरच्या वटवाघळांचे ते चीत्कार. पूर्व दिशेचे आभाळाच्या कडेवरचे ते तांबडे गजरा नदीच्या पात्रात उतरलेले अन् अचानक जवळपास कुठेतरी ऊस मळ्यात मोरांच्या केका सुरू होत्या; तेव्हा तिला बंगल्याच्या खालच्या दालनातून मोठमोठ्या शब्दांचे बोल ऐकू आले. नुकताच प्रिन्स जिना उतरून खाली गेलेला.

शलाकाच्या पोटामध्ये भीतीचा गोळा उठलेला. प्रिन्सच्या डोक्यातील ते लग्नाबाबतचे भयंकर विचार बाहेर फुटले नसावेत? त्याचा सुगावा लागून या शुगरकिंगच्या पोराचे साथीदार, भाईबंध, पाहुणे खाली लाठ्याकाठ्या घेऊन आपला मुडदा पाडण्याच्या इराद्याने सारे एकत्र गोळा तर झाले नसावेत? शलाका हळूहळू जिना उतरू लागली. निम्म्यावर येताच तिला खालच्या हॉलमधला लख्ख प्रकाश दिसला. वर्तमानपत्रांमध्ये व टीव्हीवर अनेकदा दिसलेले सहकारमहर्षी बापूराव तिथे उभे असल्याचे तिने पाहिले. समोर प्रिन्स स्वतः उभा ठाकलेला. बापूरावांचे रडवेल्या शब्दांतले ते गाऱ्हाणे, आपले चिरंजीव आपले म्हणणे ऐकत नाहीत, असे दिसताच कठोर झालेला तो सूर. सर्वांत शेवटी डिस्टिलरी, मेडिकल कॉलेज, कारखाना नव्हे, तर त्याला सुतळीचा तोडाही न देण्याची ती कठोर, कोरडी भाषा अन् एखाद्या नाटकातल्या किंवा सिनेमातल्या हीरोसारखी प्रिन्सच्या तोंडची ती बंडाची भाषा. "मला तुमचं काही नको– अंगावरच्या वस्त्रानिशी निघून जाईन– कफल्लक ध्रुव बाळासारखा."

प्रिन्सचे ते प्रतिपादन ऐकून शलाका जागेवरच शहारली होती. तशीच धावत वर निघून आली होती. तिच्या रक्तामध्ये गुदगुल्यांच्या गाठी फुटत होत्या. तिचे अंतर्मनच तिला आता समजावू लागले होते, "अगं शलेऽऽ हा जसा बोलला, तसाच करायला निघालाय! मेली जळेना का ती प्रॉपर्टी; पण याचा हात पकडून याच्यासोबत पळून जाण्यामध्येसुद्धा मौज आहे. चल शलेऽऽ एक ट्राय मारू."

परीटने दिली कामगिरी दुपारीच फत्ते केली होती. आपल्या एका जवळच्या नातलगाकडे शलाकाच्या छोट्या अभिषेकाला नेऊन ठेवले होते. त्याच्याकडून तो

सारा वृत्तान्त ऐकताना शलाकाने त्याला हळूच विचारले, "तो कुठे आहे?" तेव्हा परीटने रमेश दिवसेला पोलीस स्टेशनकडे जाताना पाहिल्याचे सांगितले. अन् दुपारपासून शलाकाच्या मस्तकात एकच भोवरा फिरत होता. मी आले कुठून आणि मी जाणार कुठे? होते काय आणि घडते काय? एक खरे की, रमेश तिला एखाद्या जनावरासारखा बदडून काढायचा. कधी काठीने तर कधी हंटरने. काल तर त्याने संतापाच्या भरात क्रौर्याची कमाल केली होती. छोट्या अभिषेकच्या डोक्यात धुणे चोपणीचा रपाटा ठेवून दिला होता. त्याच्या डोक्याला खोक पडली होती.

झुंजूमुंजूची वेळ. बंगल्याबाहेरच्या झाडीतला अंधार अजून आटला नव्हता. वरच्या खिडकीतून गजरामाईचे काळेशार पाणी वाहताना दिसत होते. पलीकडे ऊसमळे, दुसऱ्या बाजूला शेतात अर्ध्या-पाऊण एकरात पसरलेला तो वटवृक्ष– त्याच्या फांद्यांशी झोके घेणाऱ्या पारंब्या. उसाच्या लांबट हिरव्या पानांवर, पांढऱ्या तुऱ्यांशी सहज खेळत पडलेला हलका वारा. नदीतल्या पाण्यावर काही जागी पसरलेला धुक्याचा पांढुरका अभ्रा. शेता-बांधातून मध्येच उठणाऱ्या मोराच्या केका.

रिव्हर फ्रंटच्या दुसऱ्या मजल्यावरील कॉरिडॉरमध्ये शलाका सहज बाहेर आली. तिच्या भिजल्या देहाकडे पाहत प्रिन्सने विचारले, "एवढ्या का गारठल्यासारख्या दिसता?"

"भीती वाटते हो–!"

"कसली?"

"गोंधळून गेली आहे मी. हे स्वप्न म्हणायचं की सत्याची उघडी जखम! काय होईल माझं आज? बोहल्यावर उभं राहायचं म्हटलं, तरी संध्याकाळपर्यंत त्राण उरेल का माझ्या पायांत? कदाचित अतीव आनंदाच्या लाटांनी मी जागीच कोलमडून पडायची!"

प्रिन्स पुढे झाला. चुंबकासारखी दोन्ही शरीरे एकमेकांजवळ गेली. ती त्याच्या मिठीत सामावली. तिच्या पाठीच्या उभ्या, नाजूक पन्हाळीवरून प्रिन्स हात फिरवू लागला. ती थोडा वेळ तशीच त्याच्या मिठीत विसावली अन् लगेच विलग होत दोन पावले मागे सरली, "एक मागू? पुढं नाहीना 'ना' म्हणणार?"

"अरे, काय बोलता? देवाची, धर्माची आप्तपरिवाराची कोणाचीही पर्वा न करता मी कुठलाही काट्याकुट्यांचा रस्ता तुमच्यासोबत चालायला तयार झालो आहे. अजून काय हवं तुला? हे जे अवतीभवती आहे ना ते सारं तुझंच आहे, शलाका."

“तर द्या एक वचन.”

“कमालच आहे! अजून वचनाचा उपचार कशाला?”

प्रिन्स मनातून गोंधळला. अजून काय हवे हिला? काहीशा शंकेने तो तिच्याकडे फक्त बघत राहिला, तेव्हा ती शांतपणे बोलली, “मला बाकी तुमच्याकडून काही नको. हवा फक्त एक भरवसा.”

“बोला. कसला?”

“फक्त एकच वचन– हा जो रमेश दिवसे नावाचा मनुष्य आहे– म्हणजे कालपर्यंतचा माझा नवरा– तो यापुढेही जिवंत राहायला पाहिजे.”

“काहीच समजलं नाही मला.” प्रिन्स अवाक् होऊन तिच्याकडे गोंधळल्या नजरेने पाहत बोलला, “आता त्या रमेश दिवसेची चिंता मध्येच तुम्ही का करता?”

“तशी कारणं कोणतीही उद्‌भवोत– जसं की त्याला एखादा अपघात होणं, चुकून गोळी लागणं, एखाद्या अज्ञात व्यक्तीनं भोसकणं याच्यातलं त्याच्या बाबतीत काहीही घडायला नको.”

“शलाका, वाटतो मी तुम्हाला असा दुष्ट, कपटी वृत्तीचा राक्षस? अशी भलतीच शंका तुमच्या डोक्यात डोकावते कशी?”

ती अत्यंत शांत आणि प्रसन्न चित्ताने बोलली, “तुमच्या निर्व्याज प्रेमाबद्दल देवही शंका घेणार नाही. स्फटिकासारखं मन तुमचं. माझ्यासारख्या एका नगण्य तरुणीसाठी पर्वतासारख्या पित्याला तुम्ही अंगावर घेतलंत, ते पाहिलं नाही का मी? पण भीती वाटते ती तुमच्याभोवतीच्या प्रचंड, अवाढव्य सत्तेची आणि ताकदीची– मसल पॉवरची. आपल्या दोघांच्या वैवाहिक जीवनामध्ये कोणाचा अडथळा नको या भावनेनं तुमचा एखादा भक्त काहीही करायला तयार होईल हो. उगाच आपल्या या टोलेजंग रगाड्यामध्ये तो मुंगीसारखा जीव– रमेश दिवसे मिटून जायला नको.”

आता प्रिन्स बावरला, थबकला; काहीसा हबकलाही. तो गोंधळून शलाकाला विचारू लागला, “मला एक समजत नाही– तुम्हाला अजून त्या रमेशसारख्या यत्किंचित मनुष्याची आठवण येतेच कशी?”

“एकतर तो माझ्या लाडक्या मुलाचा– अभिषेकचा जन्मदाता बाप आहे. कदाचित अलीकडच्या आर्थिक कारणांनी आणि मानसिक दडपणांनी त्याची बुद्धी फिरलीही असेल; म्हणूनच स्वतःला वाचविण्यासाठी थोरामोठ्यांपुढे मला नाचवायचा– त्यांच्या बिछान्यावर मला झोपवायचाही घाणेरडा विचार त्याच्या डोक्यात आला असेल; परंतु प्रिन्स, जेव्हा अनेक कावळे मला टोचायचा प्रयत्न करत होते, तेव्हा याच माणसानं मला वाचवलं होतं, ते मी कशी विसरू?”

प्रिन्स काही बोलला नाही. तसाच मुक्याने शांतपणे उभा राहिला; तेव्हा त्याच्या खांद्यावर विश्वासाने हात ठेवत शलाका बोलली, "आय कॅन अंडरस्टँड. त्याचं गाऱ्हाणं गायची ही वेळ नव्हे. मान्य आहे मला– शिवाय तुम्हीही पुरुष आहात. तुमच्याशी लग्न करताना अन्य पुरुषाची तारीफ करणं हा किती मोठा गुन्हा आहे, याचीही मला कल्पना आहे. बट आय स्वेअर– आपलं आणि त्याचं जग वेगळंच राहील. जरी कधी मला त्याच्यासाठी दयेचा पाझर फुटला, तरी तुमच्या पूर्व मंजुरीशिवाय माझं एकही पाऊल पुढं पडणार नाही, याची खात्री बाळगा, प्लीज!"

तसं बापूरावांना आता बरं वाटू लागलं होतं. त्यांचा बीपीही बऱ्यापैकी नॉर्मल झाला होता; परंतु त्यांनी इस्पितळात तसेच पडून राहावे, असा त्यांच्या कार्यकर्त्यांनी सल्ला दिला होता. हॉस्पिटलच्या बाहेर दोन-तीनशे कार्यकर्त्यांची गर्दी उभी होती. आत विश्रांती घेणाऱ्या बापूरावांनी आपल्या मोठ्या भावाला– एकट्या बबननानांना जवळ बोलावलं होतं.

रक्तदाब कमी झाला, तरी बापूरावांच्या मनावरचा तणाव मावळला नव्हता. त्यांनी उशीजवळ येऊन बसलेल्या बबननानांना घोगऱ्या शब्दांत विचारलं, "नानाऽ काय रे, काय करायचं?"

"सांगितलं नव्हं? एकदा हा लग्न सोहळा उरकू दे. आपली वाईट वेळ पुढं सरकू दे. मग इथली शेंडी आणि दांडी सारं काही आपल्याच मुठीत राहणार आहे– सावकाशीनं बघू, काय करायचं ते."

"पण उगाच काही घोळ तर व्हायचा नाही?"

"कसला आलाय घोळ?"

"अहो, आमचे चिरंजीव, जिच्याशी लग्न करायला चाललेत, तिच्या 'लीगल नवऱ्याला' त्या रमेश दिवसेलाच कोणी गुरू भेटला आणि मध्येच कोणी कायदेशीर मार्गाचा खोडा घालून आपले पाय बांधून फजिती करून टाकली तर?"

"छे! छे! मला तसं बिलकूल नाय वाटत. एकतर बाईबाजी, लफडी, कुलंगडी अशा नाजूक विषयांबाबत आजकाल सर्वच राजकीय पक्ष आणि कार्यकर्ते कमालीचे प्रोग्रेसिव्ह झालेत. शक्यतो कोणी कोणाच्या कमरेखाली वार करायला जायचं नाही– हे अंडरस्टँडिंग पहिल्यापेक्षा आजकाल चांगलं घट्ट रुजलंय."

"ते कसं?"

"अरे, हमाममध्ये सगळेच नागडे असत्यात बापू! इश्कबाजीच्या रंगात देवसुद्धा

वाचले नाहीत, तिथं आजकालच्या पुरुषांचं काय हो?''

''अरे पण, याची गॅरंटी काय?''

''मी अंदाज घेतलाय ना, गेली पस्तीस-चाळीस वर्षं आपल्या डोंगरे-देशमुख घराण्याचे कट्टर वैरी कोण? कॉम्रेड बजाप्पा गांगुर्डे, त्यांचे चिरंजीव आत्ताचे कॉम्रेड राम गांगुर्डे आणि इतर तालुक्यांतील पॉलिटिकल लोकांशी माझी बात झाली ना. त्यांनी मला शब्द दिलाय. नथिंग टू वरी! आम्ही या भानगडीत पडणार नाही. उलट आजकाल कर्तृत्ववान पुरुषाला आपलं कर्तृत्व गाजवायला एका वेळेस जशा अनेक संस्था लागतात, तशी मैत्रिणींचीबी गरज भासते, अशी माझी टिंगलटवाळीही करीत होते ते.''

नानांच्या भरवशाने बापूराव थोडेसे सुखावले; परंतु तरीही एक भीतीचा लगदा त्यांच्या मनाचा तळ सोडायला तयार नव्हता. ते बोलले, ''आपल्या अपोझिशनवाल्या लोकांशी तुम्ही चर्चा केलीत. छान झालं! परंतु घोडा लाथ मारायचा आपला गुण कधीच विसरत नाही– त्याला कितीही ट्रेनिंग द्या. तसेच हे अपोझिशनवाले– हे लोक म्हणजे झाडाला उलटं टांगून वडाच्या फांदीवर रात्र लटकत काढणारी वटवाघळं. त्यांनी नेहमी महत्त्वाकांक्षेच्या फांदीला स्वतःला उलटं टांगून घेतलेलं असतं. आज कदाचित गप्प बसतीलही; परंतु उद्या एकदा सुईएवढा पुरावा हाताला लागला, तर तो फुगवून ते हत्तीएवढा करू शकतात. आपल्याला नडू शकतात. रडवूही शकतात. रिस्क घेण्यात काहीच अर्थ नाही नाना.''

''म्हणजे काय करायचं?''

''पुरावा पाहिजे. कागदोपत्री भक्कम पुरावा पाहिजे.''

बापूरावांकडे पाहत नाना गुलजार हसले. ते बोलले, ''अहो सहकारमहर्षी! काळजी कशाला करता? तोबी बंदोबस्त करून ठेवला आहे. माझे डोळे तुम्हाला लालेलाल दिसत नाहीत का? पाच मिनटंबी झोपलेलो नाही मी.''

''म्हणजे? काय केलंत काय?''

''काल सायंकाळपासनं आपल्या शिवेवरच्या लांबच्या त्या शंकराच्या मंदिरात रात्रभर बसून होतो. आजूबाजूच्या बारा-पंधरा गावांतल्या ग्रामसेवकांना बोलावून घेतलं होतं. ते सारे गोळा झालेले– आपल्यासोबत जन्म-मृत्यूची ओरिजनल रजिस्टरं घेऊन.''

''बाबा माझ्या! अहो, ते कशासाठी?''

''पुराव्याची पाहणी, छाननी! साधारण बावीस वर्षांपूर्वी एखाद्या गावात शलाका नावाची पोर जन्माला आली आहे का, याचाच शोध सुरू होता. तशी एक नोंद बाजारगावात घावली ना! अन् आपलं नशीब थोर म्हणजे तिच्या आई-बापाचा आत्तापत्ता नाही; पण शलाका जिवंत आहे–''

"कुठं आहे?"

"जी आज प्रिन्सबरोबर लग्नाला उभी राहणार आहे! अन् आपलं लक पॉवरफुल असं की, हिचेही आई-बाप मागंच मेलेत. मी तर उलटं या साऱ्या भाडखाऊंना चॅलेंजच करेन की, या लेको याऽऽ ही आमची सूनबाई ही नवीकोरी शलाका नाही, असं सिद्ध करून दाखवा."

बापूरावांनी बबननानांकडे मोठ्या कौतुकाने आणि अभिमानाने पाहून घेतले. आपल्या घराण्याची इज्जत आणि प्रिन्सच्या बचावासाठी त्यांनी जी अपार धडपड केली, ती पाहून बापूरावांना धन्य वाटले. त्यांनी नानांना जवळ बोलावले आणि कडकडून मिठी मारली. ते सद्‌गदित होऊन बोलले, "अशा अडचणीच्या प्रसंगाला तुम्ही देवापेक्षा त्वरेनं जास्त धावता."

विवाहसोहळा दुपारी असला, तरी सकाळी दहा-अकरानंतर व्हीआयपींची गर्दी वाढणार होती. बापूरावांना तिकडे निघायची घाई होती; पण त्यांच्या शरीरातील मरगळ हटत नव्हती. थकून गेलेल्या आणि गलितगात्र दिसणाऱ्या त्यांना कळीचं शुभ्र धोतर नेसवायला त्यांच्या सेवकांनी मदत केली. बापूरावांनी कोटाचं वरचं बटण लावलं. बाहेर निघण्यापूर्वी हॉलमध्ये जायचं. तिथल्या सुजातादेवींच्या पाच फुटी तसबिरीवर ताजी फुलं वाहायची, हा त्यांचा नित्यक्रम. त्यांनी नेहमीसारखी जास्वंदीची आणि सोनचाफ्याची ओंजळभर फुले सुजातांच्या तसबिरीला वाहिली. अचानक त्यांना भरून आले. डोळ्यांतून आसवे वाहिली. आपल्या एकमात्र पुत्राच्या विवाहासाठी आपली धर्मपत्नी आणि लाडक्या कन्येसारखे आप्तजन आज उपस्थित नाहीत, याचे खूप वाईट वाटले. ते अतिदुःखामुळे तसेच कोलमडल्यासारखे बाजूच्या कोचावर पुन्हा बसले. त्यांच्यासोबत त्यांच्या जिवाभावाचे, जुनेपुराणे, कारखान्याचे संचालक रंगोबा चावरे होते. त्यांनी पटकन पुढे होऊन आपल्या रुमालाने बापूरावांचा घामेजला चेहरा पुसून काढला.

बापुजींनी सर्वांना नजरेने खुणावले. तसा बाकी सर्वांनी पटकन हॉल रिकामा केला. फक्त रंगोबाचा हात धरून बापूरावांनी त्यांना आपल्या शेजारी बसायला भाग पाडलेले. ते कळवळले, "रंगाऽऽ चिरंजीवांनी आम्हाला का दाखवले हे दिवस? त्यांना जसं हवं, तसा ते आम्हाला मुरडा घालताहेत. मागंही सरू देत नाहीत आणि पुढंही सरकू देत नाहीत– अरे, पोटचं पोर म्हणायचं की जन्मजन्मांतरीचा वैरी! असा त्यांचा राग येतो म्हणून सांगू."

"शांत व्हा बापू, शांत."

एकाएकी भयंकर चिडून बापूराव कडाडले, "ही अशी जनांत बेअब्रू करून घेण्यापेक्षा सरळ बंदुकीची गोळी घालून या कार्ट्याला करावं ठार?"

"भले बहाद्दर! तुम्ही संतापाच्या भरात असंच काहीतरी करा– आपला राग आणि भीक माग," बोलताबोलता रंगोबाच्या डोळ्यांत पाणी तरारलं. हुंदका दिल्यासारखे ते बोलले, "किती थोर विचार हो तुमचे? स्वतःच्या हातांनी आपल्या वंशाचा दिवा विझवायचा आणि त्याबद्दल बापाला फाशी! अशा मूर्खपणाच्या पावलानं तिकडं पॉलिटिकल करिअर खतम! इकडे वंश संपला म्हणजेच 'त्या लोकांच्या' छुप्या दंशाला यश येणार."

"कोण ते लोक?"

"कोणी बाहेरचं नाही. सारी घरचीच माणसं."

रंगोबाकडे आश्चर्याने पाहत बापूराव बोलले, "तुम्ही माझ्या जीवाभावाचे जुने मित्र. उगाच कशासाठी आडपडदा धरता? बोला, जे असेल ते स्पष्ट बोला."

"तुमचे ज्येष्ठ बंधू बबननाना!"

"अरे, काय बोलतोस तू, ते किती 'लॉयल'?"

"थोडासा बारीक विचार करा– तुमच्या त्या नानाला भावाशी 'लॉयल' राहण्यात जन्माचं कल्याण वाटेल की त्यांचे चिरंजीव इथल्या सत्तेच्या सिंहासनावर बसले, तर अधिक गोड वाटेल?"

थोडेसे गंभीर होत बापूराव बोलले, "नानाबद्दल या दिशेनं मी कधी विचारच केला नव्हता हो."

"कसा कराल? निष्ठेचं सोंग वठवत ते लेकाचं रात्रंदिवस तुमच्या भोवतीनंच फुगडी खेळणार; पण तो बेरकी नाना पक्का आतल्या गाठीचा. तो, त्याची फॅमिली सारे वरून काही दाखविणार नाही; पण तुमच्या हातून सत्ता काढून ती पुढच्या पिढीच्या म्हणजेच बाजीरावच्या हातांमध्ये देण्यासाठी ती फॅमिली किती उतावीळ आहे ते सारे या परिसरात कोणालाबी विचारा."

बोलताबोलता रंगोबाने डोंगरे-देशमुख घराण्याचा थोडा पाठीमागचा इतिहासही उगाळला. जेव्हा सुजातादेवी आईसाहेब जिवंत होत्या, तेव्हाचा तो कारखान्यावरचा हळदी-कुंकवाचा समारंभ. कुठल्याशा क्षुल्लक कारणावरून चंचलानानीने आईसाहेबांचा केलेला जाहीर अपमान. तेव्हाचे त्यांचे ते अश्रूंनी भरलेले डोळे. त्या साऱ्या आठवणी काढत रंगोबा बोलले, "आईसाहेब गेल्या, तेव्हा तुम्ही तसे जवानच होता. किती बड्या घरची स्थळंही सांगून आली होती तुम्हाला. मग तुम्ही का बरं कोरं राहिलात?"

"या पोरासाठी."

"राहिलात ना? मग प्रिन्स साहेब आपली होणारी वधू बदलायला निघालेत, या क्षुल्लक कारणासाठी स्वतःच्या पोरावर कफन पांघरायच्या गोष्टी कसल्या करता? ध्यानात ठेवा बापूराव, पृथ्वी सूर्याभोवती फिरते आणि आपला हा पुरोगामी महाराष्ट्र 'पोट' आणि 'पोटचं' फक्त या दोन शब्दांभोवती फिरतो! तेव्हा स्वतःच्या

मुलाला डागण्या द्यायचा विचार तुम्हाला सुचतोच कसा राव?''

"अरे, पण त्याची वर्तणूक?''

"कुठंही चुकलेलं नाही लेकरू. रानात वाघाचा बछडा आपल्या बापाला नख्यांचा पंजा मारून घायाळ करतो, रक्त काढतो; म्हणून काय वाघ त्याचा जीव घेतो की काय?''

रंगोबांनी पुढे होऊन बापूरावांचा दंड पकडला. त्यांना उठवले. ते आग्रहपूर्वक बोलले, "चला, आपल्या पुत्राच्या भविष्याचा विचार करा. मुकाट्यानं लग्नाला 'मम' म्हणा. लेकरू मांडीवर हागलं म्हणून कोणी मांडी कापून टाकतं की काय! अहो, मांडी धुण्यासाठी पाण्यानं भरलेली नदी आहेच की बाजूला. चला.''

नानांच्या फॅमिलीबाबतचा विचार ताकाच्या डेऱ्यात फिरणाऱ्या रवीसारखा बापूरावांच्या मनाची घुसळण करू लागला अन् अचानक आठवण आली त्या दिवसाची, जेव्हा गलितगात्र सुजातादेवींना अखेरची ढास लागली होती, तेव्हा त्यांनी उशाशी बसून राहिलेल्या बापूरावांना बजावून सांगितलं होतं, "मी चालले हो आता; पण काहीही झालं, तरी तुम्हाला माझा पोर मोठा होईस्तोवर जिवंत राहावं लागेल.''

"चिंता नको. आम्ही आहोत– ते नाना, त्या चंचलानानी–''

"त्या दुष्टेचं नावसुद्धा तोंडात घेऊ नका. माझ्या बाळाला त्या पुतना मावशीचा वाराही लागता कामा नये. मरणाच्या वाटेवर मी खोटं बोलायची नाही. ती खाण आणि ती माती म्हणजे माझ्या लेकरासाठी विष आहे!''

गजरा नदीच्या खोऱ्यातला तो एक अपूर्व दिवस. चैतन्याने काठोकाठ भरलेला. ज्योतिबाच्या महायात्रेसारखी प्रचंड गर्दी उडाली होती. बापूरावांच्या घरचे लग्नकार्य हे स्वतःचेच समजून तिथे हजारो लोक गोळा होऊ लागलेले.

सकाळपासूनच मेडिकल कॉलेजच्या पाठीमागे व्हीआयपींची गर्दी उडाली होती. तेथे उभारलेले अनेक मंडप. खास थाटलेली विविध, ताज्या पदार्थांची एक खूप लांब खाऊगल्ली. पलीकडच्या बाजूला काही अंतरावर तीन तात्पुरती हेलिपॅड्स बांधून काढली गेली होती. रात्रीपासूनच व्हीआयपींच्या बंदोबस्ताच्या निमित्ताने मोठा पोलीस फोर्स तैनात केला गेलेला. सरहद्दीवर लष्करी अधिकारी गोळा व्हावेत, तशी पोलीस अधिकाऱ्यांची केवढी मोठी पलटण इकडून तिकडे धावत होती. आणखी पलीकडच्या बाजूला चार मोठे वाहनतळ उभारले गेले होते. वरिष्ठ अधिकाऱ्यांची धावपळ नव्हे, तर अक्षरशः पळापळ उडालेली. ट्रॅक्टरच्या ट्रॅक्टर भरून लाडू, जिलेबी, मसालेभात आदी खाद्यपदार्थ आणले जात होते.

गेल्या दहा दिवसांत आजूबाजूच्या पाच-सहा गावांमध्ये तर चुली पेटल्या नव्हत्या. गावातले सारे लहानथोर इकडेच कारखान्यावर अहोरात्र राबत होते. खात होते. फिरत होते. उन्हे वाढतील, तशी पाहुण्यांची गर्दी अधिकच वाढली. तिथे अनेक जिल्ह्यांतील, तालुक्यांतील 'शुगरकिंग', 'लिकरकिंग', अडतेनडते दलाल, झेडपी लेवलचे पदाधिकारी, स्टेट लेवलचे वेचक कारभारी अशा अनेक स्तरांतील महत्त्वाच्या लोकांची गर्दी उसळतच चालली होती.

बापूरावांच्या कर्तृत्वाची जबरदस्त पार्श्वभूमी सर्वांनाच माहीत होती. तरीही त्यांच्या विषयीच्या मत्सराने जळणाऱ्या जळाऊ लाकडांची संख्यासुद्धा काही कमी नव्हती. गर्दीचा कान सावध होता. नियोजित वधू बदलली गेली आहे, बोहल्यावर दुसरीच कोणी उभी राहणार आहे; अशी हलक्या आवाजातील चर्चाही ऐकू येत

होती. अनेक कार्यकर्ते काळजीत होते, तर अनेकजण बेपर्वा. आपसात चर्चा सुरूच होती, "का रे भाऊ, वधू बदलायचा निर्णय कोणी घेतला? प्रिन्स साहेबांनीच ना?"

"होऽऽ."

"लग्न कोणाला करायचंय? त्यांना की आपणाला?"

"हो, त्यांनाच."

"अरे, मग त्यांना प्रॉब्लेम नसेल, तर उगाच आपण आपला मेंदू उन्हामध्ये करपवून का घ्यायचा?"

शेजारचे एक पोक्त गृहस्थ बोलले, "आपण सामान्य माणसं. आपण आपली 'लेवल' बघावी. राजवाड्याच्या खिडक्यातनं आत कशाला डोकावायचं? तिथे अनेक राण्या असतात, रखेल्या असतात! राजवाड्यांमागे खातेरा नसतो काय? मोठ्यांच्या भानगडीत आपण का तोंड फोडून घ्यायचं?"

"पुढ्यातली पंचपक्वान्नं खाऊ या. उगाच मंडपाच्या झिरमिळ्या कशाला मोजत बसायचं?"

एकापाठोपाठ एक अशी सोनेरी गरुडाच्या पंखासारखी हेलिकॉप्टर्स आभाळातून खाली उतरायची. त्याचा बडा पंखा हवेत गरगर फिरायचा. डोळ्यांत धूळ उडायची. पोरं झटकन पळत जाऊन आडोशाला दडायची. पुन्हा लेहंग्याच्या खिशातला मोबाइल काढायची. स्वतः फोटो काढायला पुढं धावायची. बच्चे कंपनी आज एवढी खूश होती की, त्यांना संभूआप्पाच्या उरसात किंवा पालीच्या खंडेरायाच्या जत्रेतसुद्धा असा आनंद अनुभवायला मिळाला नव्हता.

बापूरावांच्या यशावर आणि वैभवावर जळणारे जळोत. मात्र, सामान्य माणसाला त्यांच्याबद्दल अपार कौतुक आणि आदर होता. त्यांना त्यांचा प्रचंड अभिमान वाटायचा. नाहीतरी काय होतं या आड बाजूच्या डोंगरी विभागातील गावात? आजचं बापूनगर म्हणजे एकेकाळचं 'सोंगाचं पारगाव.' उन्हाळ्यात दुष्काळ तर कायमच यांच्या पाचवीला पुजलेला. त्या वेळचा बापू शंकर डोंगरे नावाचा एक कृश, हाडकुळा दिसणारा शिक्षक म्हणजेच आजचे सहकारमहर्षी बापूराव डोंगरे-देशमुख; परंतु थोर समाजसेवक शीलभद्र त्यागींच्या सहवासात अक्षरशः त्यांनी बापूरावांच्या जीवनात परिवर्तन घडून आणलं. आज बापूरावांचे अनुयायी आणि आंधळे भक्त त्यांचा उल्लेख अभिमानाने 'गजरा खोऱ्याचे भाग्यविधाते' असा करतात. तो सार्थही होता. म्हातारे लोक तर 'योग्य वेळी बापू आमच्या गावात जन्माला आला नसता, तर आमच्या कासेच्या लंगोट्या तशाच राहिल्या असत्या. आम्ही चिखलातून आणि रानगवताच्या कुसळातून उठलोच नसतो,' असे खुले बोलून दाखवायचे.

या परिसरातला 'पाण्याचा खेळ' मोठा अजब होता. पावसाळ्यात रानावनात धो धो पडणारे व प्रचंड वाहणारे पाणी आणि उन्हाळ्यात इतके कोरडे की, प्यायला

पाणी नाही म्हणून डोळ्यांत तरारून उभं राहणारं पाणी. पावसाळ्यात गजरेच्या पात्रांतून भरभरून जेवढं पाणी यायचं, ते समुद्राच्या दिशेनं पळून जायचं. अशा परिस्थितीत मोठ्या कष्टाने सहकाराची आणि विकासाची गंगा इथे खेचून आणली होती, ती केवळ बापूरावांनीच.

एकेकाळी पारगावात आषाढ महिन्यात 'बोवड्याची सोंगे' निघायची. दिवसभर नाचायची. देव-देवतांच्या फक्कड वेशभूषा, त्यांचे मोठाले मुकुट, पाठीवर रुळणारे केस, भीमाचे सोंग असेल तर हातातली मोठी गदा, हनुमानाच्या लंगोटीमागे वळवळणारी दोरखंडाची लांबच लांब शेपटी, राक्षसांच्या लाकडी वा पुठ्ठ्याच्या मुकुटाला डकवलेले मोठे सुळे दात आणि डोक्यावरची बैलांसारखी मोठी शिंगे, अशी बटबटीत पण तरीही मोहक वाटणारी सोंगे गावच्या गल्लीगल्लीतून दिवसभर वाजंत्री वाजवत न्यायचे. त्यापुढे माहेरवाशिणी झिम्मा-फुगड्या खेळायच्या. अशी इथली फर्मास सोंगे खूप गाजायची. म्हणून तर पारगावचे पडनाव 'सोंगाचं पारगाव' असे पडले होते.

पारगावातले छोटे-मोठे पुढारी म्हणजे सारी सोंगेच आहेत, अशी टवाळी जिल्ह्याच्या इतर भागांतील सारे पुढारी करायचे. दुसऱ्याकडून फुकटच्या दारूची अर्धी चपटी मिळाली किंवा फुकटच्या गांज्याची फक् ओढायला मिळाली की, इथले छोटे पुढारी स्वतःचासुद्धा लिलाव करतील. अशा 'बोवड्याच्या सोंगां'त बापूराव डोंगरे-देशमुखांचे सहकारातील यश मात्र निर्विवाद होते. साखरेच्या बर्फीसारखा सर्वांना हवाहवासा वाटणारा तो मोहक नेता. कामगारांना दिवाळीचा बोनस म्हणून एके वर्षी त्यांनी त्यांच्या पगाराच्या बावन्न टक्के रक्कम वाटली होती. शेतकऱ्यांनाही तसाच वाढीव दर दिला होता. पंधरा लाख पोती मावतील एवढे कारखान्याचे गोडाउन होते.

बापूरावांच्या कारखान्याची ती सव्वीस डायरेक्टर तथा संचालकांची फौज. ती मंडळी शिंगे रंगवलेल्या, झुलीच्या बैलांसारखी रुबाबात वावरत राहायची. त्यांची कारखाना साइटवरच्या गेस्ट हाउसमधली यथेच्छ भोजने, कारखान्यांच्या मोटारी घेऊन गावोगाव फिरून, मित्रांच्या सोबत जेवणाच्या पंगती असा सारा मानरुतबा ठेवला जायचा. उसाचे रोजचे साडेपाच हजार टनांचे क्रशिंग, इथेच निर्माण केली जाणारी गजरा वाइन देशाच्या उत्तरेत आणि दक्षिणेत गावोगावी लोकप्रिय असणारी दारू. थोडक्यात, बापूराव म्हणजे या भागाचे एक चालतेबोलते वैभवच होते.

याआधी इथे गवताच्या शाकारणीची, उंच आढ्यांची आणि उतरत्या पाख्यांची घरे होती, झिम्माड पाऊस झेलणारी. या डोंगरी, गरीब, मागासल्या माणसांचे नशीब खुलले. शुगर फॅक्टरीच्या निमित्ताने रानाला सोन्याचा नांगर लागला; त्यामुळेच गवती छपरांची आणि हातकौलांची घरे हळूहळू अदृश्य झाली. तिथे रंगीत माडीची

टुमदार घरे उभी राहिली. बापूंनी प्रत्येक गावात शेतकऱ्यांच्या सोसायट्या निर्माण केल्या. लिफ्ट इरिगेशनची प्रकरणे करून शेताशेतांत पाणी फिरवले. जागोजाग कोल्हापूर टाइपचे बंधारे बांधले. वाहते पाणी अडवले आणि शेतात जिरवलेसुद्धा! त्यामुळेच उसाच्या पेरापेरांत साखर भरली. कानाच्या उंचीइतका हिरवातांबूस ऊस वाढला. वैद्यकीय आणि तांत्रिक शिक्षण आले. मेडिकल कॉलेज तर खूप गाजू लागले. अशा या 'विकासपुरुषाच्या' घरचं लग्न हा प्रत्येकाला आपल्या घरचा सोहळा वाटत होता.

याआधी हवेत अफवांच्या खूपच झिरमिळ्या उडत होत्या. बापूरावांचे एकमात्र वारसदार प्रिन्ससाहेब. ते लग्नच करणार नाहीत. ब्रह्मचारी राहणार; परंतु आता या परिसराने खूप वाट पाहिल्यावर, आपल्या स्वतःच्याच बाळाचे हात पिवळे होणार ही भावना मनात ठेवून गावागावांतून हजारो खेडवळ स्त्रिया, मुले-मुली सारेजण कारखान्यावर गोळा होत होते. आपल्या घरच्याच लग्नाला आमंत्रणाची गरज काय, असे निरोप स्वतः बापूरावांनी गावोगावी पोहोचवले होत; त्यामुळेच झुंबड गर्दी उडाली होती.

या बड्या लग्नसोहळ्यात ऐनवेळी नवरीच बदललेली आहे, अशी हलक्या आवाजातील कुजबुज अनेकांनी मुद्दाम चालू ठेवली होती; परंतु सामान्यजनांच्या दृष्टीने त्याला महत्त्व नव्हते. गावोगावचे लेझमाचे ताफे, बँड बिना निमंत्रणाचे वाजतगाजत येत होते. तुतारीवाले, नंदीबैलवाले, सोंगवाले आणि पिपाणीवाले खुशीने नाचत होते. सारी मज्जाच मज्जा!

"अग्गो बाई, प्रिन्स साहेबांच्याऽऽ लग्नातऽऽ
अशी नवरी नटली
या गजरा नदीच्या काठावं
दोन ट्रक साखर वाटलीऽऽ प्याँय, प्याँय, प्याँय."

नाचाचा आणि वाद्यांचा दंगा कोंबड्यांच्या झुंजीसारखा जागोजाग सुरू होता.

अशा प्रचंड लाखांच्या गर्दीत आपणाकडे कोणाचे लक्ष जाणार, असा नेत्रादेवीचा समज होता; पण ती पडली नवरदेवाची सख्खी मोठी भावजय! त्यामुळे अंतरपाटाजवळची तिची जागा राखीवच होती. एकतर ती बिथरलेल्या मनाने बोहल्यावरच्या त्या गर्दीत उभी होती. मात्र, जेव्हा तिने रेखीव, बारीक मण्यांच्या मुंडावळ्यांमध्ये प्रिन्स साहेबांचे देखणे रूपडे बघितले, तेव्हा खऱ्या अर्थी तिच्या अंगाचे पाणी-पाणी झाले. एखाद्या बलाढ्य साम्राज्याच्या खऱ्याखुऱ्या राजकुमारापेक्षा प्रिन्स आज खूपच देखणा आणि राजबिंडा दिसत होता. मात्र, नेत्राच्या नेत्रसुखाच्या आनंदाला तत्काळ तडा गेला. ती दुःखाच्या तडाख्याने वेडीपिशी झाली. संतापाच्या निखाऱ्यावरच ती उभी होती. कोणा दुष्ट बाईने तिच्या गळ्यातला कोट्यवधी रुपयांचा तो रत्नहार पळवून नेला

आहे अन् जो प्रिन्स आपल्या तप्त बाहूंमध्ये सुखाने विरघळून जायला हवा होता, त्याला या दुसऱ्याच कोणा नालायक स्त्रीने पळवून नेले आहे. हा प्रचंड मंडप, हे वैभव, ही अक्षता आणि हा असा देखणा राजकुंवर हे सारे नियोजन देवानेच आपल्यासाठी योजून ठेवले होते; परंतु ते कोणीतरी दुर्दैवाने लुबाडले आहे. माझ्यापासून ओरबाडून, पळवून नेले आहे.

आतून पोखरून गेलेल्या आणि वाऱ्याच्या झोताने कधीही कोलमडू शकणाऱ्या झाडासारखी नेत्रादेवीची अवस्था झाली होती. तिचे लक्ष सहजपणे शलाकाच्या मुखाकडे गेले. तशी तिच्या डोळ्यांची बुबुळे गरगर फिरली. हा चेहरा तर आपल्या खूप ओळखीचा वाटतो. कुठे, कुठे पाहिली आहे मी हिला? अन् एकदम काहीतरी आठवताच तिच्या पोटात काटे रुतल्यासारखे झाले. एक विषारी बाणच जणू काही तिच्या पोटात रपकन घुसला. अन् दोन-तीन महिन्यांमागची ती अंधारी रात्र डोळ्यांसमोर उभी राहिली. दारावर अचानक पडलेल्या त्या थापा अन् तिच्या बंगल्याबाहेर मदतीसाठी याचना करत उभी राहिलेली ती तरुण स्त्री. तेव्हा बऱ्यापैकी लाचार अन् निराधार वाटलेली. नेत्राच्याच आउट हाउसमध्ये एका जुनाट चादरीवर तिने रात्र काढली होती. अन् तीच ही वाटेची भिकारीण आज या सहकारनगरीची मुख्य राजस्त्री बनणार काय? देवा, काय म्हणायचे हे नशीब? तिचे आणि माझेही! अचानक नेत्राच्या पायांतून वारा गेल्यासारखे झाले. त्या क्षणी ती पलीकडे कोसळलीच असती; परंतु अचानक चंचलानानीने तिचा दंड पकडला. तिला आधार दिला.

त्या बावीस फुटी उंच स्टेजवरून शलाकाची नजर दाही दिशांना धावली. जिकडे बघाव्या तिकडे लोकांच्या थडी, अगदी उधाणलेल्या सागरलाटांसारख्या! मनातून तिने देवाचे आभारच मानले. अजून तरी तिला भोवळ येऊन ती खाली कोसळली नव्हती. समोर देखणा, दिवाना प्रिन्स. राजस्थानी, उंची, मखमली पेहरावातला. काल रात्रीच त्याने आपल्या नाशिकच्या मित्रांना तातडीने फोन केला होता. खरेदीसाठी तेथून एक खास पथक येवल्याला रवाना झाले होते. अन् रात्रभराचा प्रवास करून तीन लाखांची नवी पैठणी मागविण्यात आली होती. देवीच्या नजरेखालीच केलेला नववधूचा सुंदरसा मेकअप आणि अंगावरच्या रेखीव, नक्षीदार पैठणीतली शलाका; एखाद्या राजकुमारीपेक्षा वरचढ अशी रूपयौवना दिसत होती.

लग्नघडी अगदी समीप आली. मुख्यमंत्री आणि राज्यपालांसारख्या व्हीव्हीआयपींना घेऊन बापूराव बोहल्यावर मोठ्या कुर्ऱ्यात उभे होते. अचानक शलाकाची नजर मुख्यमंत्र्यांच्या शेजारी उभ्या असणाऱ्या एका इसमाकडे गेली. त्याच्या हाती लाल रॅपरमधील काही फायली होत्या. एखाद्या कार्यालयाच्या बाहेर

स्टुलावर बसणाऱ्या गरीब प्युनसारखा तो इसम खांदे पाडून वरिष्ठांपुढे अखंड झुकून उभे राहायचे कसब दाखवत होता. त्याला नेमके कुठे बघितले आहे, हे शलाकाला आठवेचना अन् अचानक तिच्या मनात फटाका फुटला. ते होते डिव्हिजनल कमिशनर बापट साहेब– वाळूच्या लिलावाची केस चालवणारे. काही दिवसांमागेच शलाकाने आपल्या बंगल्यावर येऊन भेटावे म्हणून चळ भरल्यासारखा आपल्या पाठीशी लागलेला हाच तो बुड्ढा. आता शलाकाच्या मुखाकडे नजर द्यायची त्या कस्पटाची हिंमतही होत नव्हती. खरेच, जीवनचक्रासारखे विचित्र काही नाही. सत्तेसारखे सुंदरही काही नाही!

पुढचे काही क्षण अतीव आनंदाच्या आणि साफल्याच्या बधिरतेमध्ये निघून गेले. एकदाच्या अक्षता पडल्या. भुईनळे आणि फटाके फुटले. मंगलवाद्यांचे अनेक ताफे, वाजंत्री वाजू लागले. मुख्यमंत्री आणि राज्यपालांसह अनेक व्हीआयपी बापूरावांसह त्यांच्या लाडक्या प्रिन्सचे अभिनंदन करत होते. नवपरिणीत दांपत्याचा सन्मान आणि अखंड कौतुक सुरू होते. शेकडो फ्लॅश पडत होते. दूरचित्रवाहिन्यांच्या कॅमेऱ्यात ते शाही दृश्य कैद होत होते. तितक्यात कोणातरी ऑफिसरचा पाय बुटासह नेत्राच्या पायांवर पडला. तशी ती वेदनेने खूप तळमळली आणि व्हीआयपींच्या रेटारेटीतून तिथून बाजूला फेकली गेली. आता तिच्याकडे लक्ष द्यायला होता कोणाकडे वेळ?

अतिसुंदर चेहऱ्याच्या नववधूकडे पाहत राज्यपाल सुब्रह्मण्यम साहेब बोलले, “बापूराव, किती छान सून निवडलीत! हा जोडाच मला राम आणि सीतेसारखा सुंदर वाटतो.” तेवढ्यात मुख्यमंत्री दादासाहेबांनी शलाकालाच डायरेक्ट विचारले, “किती शिकली आहेस बाळ?”

“मी बीएस्सी., एलएलबी आहे.”

“वा बापूसाहेब! इतकी सुशिक्षित सून! अरे बापूराव, आम्हा मराठ्यांच्यात पोरी एवढ्या कुठे शिकतात?”

“बापूराव, आता तर तुम्हाला चिंताच नको,” राज्यपाल महोदय बोलले, “यापुढे तुम्ही तुमचा कारभार खुशाल सूनबाईंच्या हातामध्ये द्या अन् निवृत्त व्हा.”

राज्यपालांचा तो शेरा ऐकताना तिथे उभ्या असलेल्या चंचलानानी थरारल्या. काळ्याठिक्कर पडल्या. मुख्यमंत्री आणि राज्यपाल निघून गेले. समोर केंद्रीय राज्यमंत्री गजाननराव शेळके उभे होते. आपल्याच त्या राजकीय पक्षातल्या वर्षानुवर्षांच्या गुप्त विरोधकाला बापूरावांनी त्यांच्या घरी जाऊन मुद्दाम आग्रहपूर्वक निमंत्रण दिले होते. शेळके साहेबांनी नवदांपत्याचं अभिनंदन केलं. त्यांना बाजूला सोडण्यासाठी बापूराव दोन पावलं पुढे गेले, तेव्हा त्यांचा हात दाबत शेळके त्यांच्या कानात बोलले, “बापूराव, खऱ्या अर्थी तुम्ही अभिनंदनास पात्र आहात. आत्ताच मला

समजलं की, तुमच्या सूनबाई तुम्ही खूप मोठ्या कुळातून मिळविल्या आहेत! त्याच्याबद्दल स्पेशल धन्यवाद!'' जाताजाता शेळकेंनी मुद्दाम हळूच ओरखडा काढला होता. बापूरावांना त्या बोलामागची खोच समजून यायला फारसा वेळ लागला नाही.

संध्याकाळी अंधार पडतापडता 'रिव्हर फ्रंट'वर मोठी गर्दी झाली होती. कितीतरी वर्षांनी मंगलवाद्यांनी आणि झिरमिळ्या-तोरणांनी ती वास्तू प्रफुल्लित दिसत होती. एका बड्या दालनात प्रिन्स आणि शलाका काही क्षणांसाठी कोचावर बसले होते. तेव्हा तिथे देवी, तिच्या अनेक मैत्रिणी आणि नातलगांनी गराडा घातला होता. त्या सर्वांच्या चेहऱ्यावर साफल्याचे तेज चढलेले. देवीने पुन्हा एकदा आपल्या मामेभावाचे सहर्ष अभिनंदन केले. एक मोठा सुस्कारा टाकत ती बोलली, ''प्रिन्स, झाली एकदाची तुझी नैया पार. मी मात्र दिवसभर किती टेन्शनमध्ये होते म्हणून सांगू? चला, संपला एकदाचा आजचा दिवस!''

त्यावर प्रिन्स दिलखुलास हसत बोलला, ''हो, काल रात्रीपर्यंत माझ्याही मनावर खूप प्रेशर होते. मोठी चिंता होती, काय घडेल याची; परंतु खरं सांगू, आज जी पहाट माझ्या जीवनात उगवली, तिच्या पोटातून तो चमत्कार बाहेर आला, तेव्हा मी आशीर्वादाचे, अतिमांगल्याचे सूर ऐकले; तेव्हाच माझ्या मनातल्या अंधाराचे आणि भीतीचे जाळे फाटून गेले होते.''

आजच्या पहाटवाऱ्याची ती आठवण जागवता जागवता ते दृश्य प्रिन्सच्या डोळ्यांसमोर पुन्हा एकदा उभे राहिले–

पहाट सरता सरता प्रिन्सचे स्नान उरकलेले. तो स्वच्छ मनाने पितांबरासारखे मलमली कळीचे धोतर नेसून बाहेर आला. त्याच्यासाठी परशू गड्याने देवपूजेचे ताट तयार ठेवले होते. पलीकडच्या रूममध्ये देवी आणि शलाका दोघीही तयार होत होत्या. परशूने आणून दिलेली बागेतली ती जास्वंदाची, सोनचाफ्याची आणि मोगऱ्याची ताजी फुले. हातातील तबकासह प्रिन्स जिन्यावरून खाली निघाला. तळमजल्यावरील कोपऱ्यात त्यांचा बडा चंदनी देव्हारा होता. जो पूर्वी सुजातादेवींनी स्वतःच्या नजरेखाली बनवून घेतलेला. तिकडेच तबकातली फुलांची रास घेऊन प्रिन्स निघाला. तो कसाबसा दोन पायऱ्या खाली उतरला असेल, तेवढ्यात त्याची पावले अचानक थबकली. अवाक् होऊन आणि डोळे फाडून तो खालच्या हॉलकडे पाहत होता. त्याचा चेहरा अपूर्वाईने आणि आनंदाने भरून गेला होता. तो कमालीचा प्रसन्न आणि कृतकृत्य दिसत होता.

तेवढ्यात पाठीमागून कोणाचा तरी हात आला. त्याचा खांदा पकडून देवीच त्याला हलवत होती. ''प्रिन्सऽऽ, प्रिन्स, अरे का थांबला आहेस? झोपबिप लागली की काय तुला?''

तो सकाळचा प्रसंग आठवून आता देवीनेच त्याला छेडले, "अरे, सांग रे सांग, तेव्हा तू का थांबला होतास झपाटल्यासारखा?"

"खरं सांगू, तेव्हा मला माझ्या देवतांचं अपूर्व दर्शन घडलं. त्या दोघी तिथे खालच्या पायरीजवळ हसऱ्या आणि आनंदी चेहऱ्यानं उभ्या होत्या. भरजरी नवे शालू नेसलेल्या, गळा भरून पिवळ्याधमक दागिन्यांनी मढलेल्या. जशा काही त्या माझ्यासोबत लग्नमंडपाकडे यायलाच निघाल्या होत्या."

"कोण? त्या बड्या मां आणि संध्यादेवी होत्या काय?"

"होय. त्याच त्या. इतकी वर्षं या वास्तूमध्ये मी एकट्यानं राहतो आहे. इथे मला अनेकदा सोनफुलांचा गंध जाणवतो. वाळ्याचे पडदे हलताना, वाऱ्याच्या शीतल भिरभिरीमध्येसुद्धा मला त्या दोघींच्या अस्तित्वाची अनेकदा जाणीव व्हायची; पण त्यांचं ते साक्षात दर्शन मला आजच घडलं. किती खूश आणि कमालीच्या प्रसन्न दिसत होत्या त्या!"

"तुला आशीर्वाद देण्यासाठी नेमक्या आजच त्या आल्या असतील."

"होय. दुसरं तरी काय असू शकतं?"

चिंचेच्या झाडावरून, ऊसमळ्यांच्या हिरव्या पातीवरून व डोलत्या तुऱ्यावरून, तसेच अध्येमध्ये पसरलेल्या खोडव्याच्या मोकळ्या शेतावर सकाळचे कोवळे ऊन खेळत होते. आपल्या बंगल्याच्या बाहेर पसरलेल्या मोठ्या, मोकळ्या आवारात बबननाना मोठ्या लाकडी पलंगावर टेकलेले. त्यांनी आपल्या डोईची उंच कोचकुनीची गांधी टोपी बाजूला ठेवलेली. गवत कापल्यासारख्या आपल्या राठ, आखूड केसांमधून ते बोटे फिरवत होते. मध्ये लगीनघाईत दीड महिना धांदल करावी लागली. तो सोहळा उरकल्यानंतरचा आजचा तिसरा दिवस. नानांना लग्नाच्या गडबडीतून मोकळे झाल्याचे खूप समाधान वाटत होते. मोठा भाऊ म्हणून सहकारमहर्षींनी ज्या जबाबदाऱ्या टाकल्या, त्या सर्व आपण पार पाडल्याचा आनंदही त्यांना होता.

तसे नानांचे प्रिन्सवर तो एवढासा होता, तेव्हापासून खूप प्रेम होते. पहिल्यांदा कारखान्याच्या साइटवर प्रिन्सना घेऊन गेले ते नानाच. जीपमधून मोठ्या कौतुकाने त्यांनी छोट्या प्रिन्सबाबूला तो परिसर दाखवला होता; तेव्हा तीन वर्षांच्या आपल्या छकुल्याला उन्हाची बाधा नको म्हणून सुजातादेवींनी भिंगाचा मखमली घोणचा लेवूनच आपल्या मुलाला तिकडे बाहेर पाठवले होते. तेव्हाच्या त्या तीन वर्षांच्या छोकऱ्याची पावले आता खूप दमदार बनली होती. त्याच साखर कारखान्याचे चेअरमन म्हणून प्रिन्स रुबाबात इकडेतिकडे वावरत होते. सहा महिन्यांमागेच बापूरावांनी प्रिन्सला चेअरमनच्या खुर्चीत बसविले होते अन् काही दिवसांतच त्याने आपला खरा रंग दाखवायला सुरुवात केली, अशी नानांच्या फॅमिलीची तक्रार होती.

अलीकडेच बबननानांच्या बाबतीत म्हटले तर गोड, म्हटले तर आचरट अशी एक तक्रार चेअरमन प्रिन्स साहेबांकडे आली होती. बरे ती तक्रार करणारे लोक कोणी सामान्य व अनपढ नव्हते. त्या तक्रारदारांनी विषय पुढे लावून धरला नव्हता; परंतु नाना आपल्या स्वभावाला मुरड घालायला तयार नव्हते. प्रकरणाचे एकूण

गंभीर स्वरूप पाहता प्रिन्सनी पुढचे पाऊल टाकले. गजरा एज्युकेशनल चॅरिटेबल ट्रस्टमध्ये तीस-पस्तीस शाळा आणि छोटी-मोठी कॉलेजेस होती. प्रिन्स साहेबांनी त्यांच्या सर्व प्राचार्यांची आणि उपप्राचार्यांची एक बैठक घेतली. चर्चेअंती त्यांनी सर्वांना एक महत्त्वाची आणि कडक दमभरी सूचनाच देऊन टाकली, ''आपल्या संस्थेच्या कुठल्याही शाळेच्या वा कॉलेजच्या कार्यक्रमात पाहुणे म्हणून बबननानांना कोणीही बिलकूल बोलावता कामा नये.''

एके दुपारी चंचलानानींचाच प्रिन्सना सरळ फोन आला. फोनवरच त्या अंगात ताप भरल्यासारख्या फणफणल्या, ''काय हो प्रिन्स? हे तुम्हाला तरी शोभतं का? तुमचे वडील काय आणि तुमचे चुलते काय– दोघांबद्दलही तुमची भावना पवित्र असायला हवी ना?''

''होऽ आम्ही कुठं नाकारतोय.''

''हे बघा, झाल्या प्रकाराबाबत नानांनी माझ्याकडे तक्रारीचा एक शब्दसुद्धा उच्चारलेला नाही; पण जेव्हा तुमच्या या असल्या गोष्टी आम्हाला बाहेरून समजतात, तेव्हा आम्हाला आतून किती त्रास होत असेल, याची कल्पना तरी करा.''

''हे पाहा नानी, यात मनाला लावून घेण्यासारखं काही नाही.''

''नाही कसं म्हणता? स्वतःच्या चुलत्यावर एखाद्या शाळेत जायला तुम्ही बंदीहुकूम आणूच कसा शकता?''

''हे पाहा नानी. मी असं करतो. आज सायंकाळी तुमच्या घरी येऊन स्वतःच काय तो खुलासा करतो.''

''आत्ताच काय ते सांगून व्हा मोकळे. इकडं अपमानानं माझं अंग थरथर कापतंय! अहो, सांगा ना आमच्या कुंकवाचा काय गुन्हा?''

नानी पाठीमागे हटण्याच्या किंवा खुलाशाची वाट पाहायच्या मनःस्थितीतच दिसत नव्हत्या. तेव्हा प्रिन्सलाही चूप बसवेना. प्रिन्स फोनवरच शांत आवाजात; पण स्पष्टपणे सांगू लागले, ''हे पाहा, नानांनी कोणत्याही शालेय कार्यक्रमास जाण्याबद्दल माझी तक्रारच नाही; पण त्यांच्या वयाच्या आणि अनुभवाच्या मनुष्यानं थोडंतरी तारतम्य नको ठेवायला?''

''बोला, बोला थांबू नका. मलाही आत्ताच खुलासा हवा. तुम्ही नका विसरू, तुमच्या या वैभवासाठी चिंचेखालचा बंगलासुद्धा खूप राबलाय बरं.''

''हे बघा नानी, अशा कार्यक्रमात क्रीडांगणावर बारा-तेरा वर्षांच्या, उमलत्या वयातल्या मुली असतात. कार्यक्रमात स्टेजवर स्वागतगीतं गायलाही अशा पोरींचा चमू उभा राहतो, तेव्हा लोकांच्या डोळ्यांसमोर या पोरींच्या बॅकवर म्हणजेच नितंबावर नाना टिपल्या मारतात. बक्षिसं वाटताना शाबासकीच्या नावाखाली अशा कोवळ्या पोरींच्या पाठीवरून, पोलक्यावरून, दंडावरून बराच वेळ हात फिरवायचा

आंबट शौक त्यांच्या वयाला शोभतो का? त्यांचं काय इंप्रेशन पडत असेल–''

थोडा वेळ नानींचा आवाज बंद. तसाच खोल उसासा टाकत पण आता वेगळाच धारदार सूर पकडून त्या बोलल्या, ''ठीक आहे प्रिन्स. विषय कळला– आशयही समजला. आमच्या थेरड्याचा अवखळपणाही आम्ही जाणून आहोत! – म्हणजे मला तसा बारीक अंदाज होताच–''

''पण मग पुढं काय करायचं नानी?''

''काय करणार? पण यापुढे आमच्या आंबटशौकीन बुढ्याचं पाऊल चुकीचं पडलं, तर मात्र त्यांना दहा-पंधरा पोरींकडून चांगलाच चेचून, तुंबवून काढा. 'या अशा' बाबतीतला हलकटपणा सहन करणं, हा माझा स्वभाव नव्हे. मग तिथे आमचं कुंकू असो किंवा आमचा पुत्र बाजीराव.''

आज बऱ्याच दिवसांनी बंगल्याबाहेर नाना निवांत बसलेले; पण त्यांच्या डोक्यात एक बारीकशी ठणक होती. कारण जातीच्या चोराने, मग भले ते या परिसरात चोऱ्यामाऱ्या करणारे असेनात का, त्यांनी स्वतःची मर्यादा सोडायला नको होती. खुद्द नानांची वस्तू चोरीला जाते याचा अर्थ काय? त्यांच्या दाराबाहेर पडलेला 'रोट्या' म्हणजे रानातले ढेकूळ आणि माती दाबून ते सपाट करणारे, ट्रॅक्टरला बांधायचे अवजार 'रोटर' म्हणजेच रोट्या. अन् तेही नानांच्या मालकीचे! त्याची चोरी करायची हिंमत चोरांच्या अंगी येतेच कशी?

तशी तालुक्यातील प्रशासनावर नानांचीच उत्तम पकड होती. बापूनगर तहसीलमध्ये तहसीलदार आणि पोलीस इन्स्पेक्टर आपल्या सूत्राने चालणारा आणि वळणामध्ये बसणाराच हवा– हा जणू डोंगरे-देशमुख घराण्याचा जन्मसिद्ध हक्कच बनला होता. तालुक्यातील या दोन महत्त्वाच्या पदांवर, कोण असावे किंवा नसावे हे बापूरावच ठरवत; पण ते नानांच्याच सल्ल्यानुसार आणि मर्जीनुसार. स्थानिक मारामाऱ्या, सराईत गुंड आणि चोरट्या दारूची विक्री करणाऱ्या कलालावर काबू ठेवणे, बाया-बापड्यांची पळवापळवी, बलात्कार हे सारे विषय हाताळणे तेवढे सोपे नव्हते. शिवाय मध्येच येणाऱ्या स्थानिक किंवा सार्वत्रिक निवडणुकांशी वरील भानगडबाज गोष्टींचे खूप जवळिकीचे नाते असे. ते सारे लागेबांधे जुळवून आणायचे आणि स्वतःला हवा तोच उमेदवार निवडून आणायचे तंत्र यावर बबननानांची मास्टरी बनली होती.

वरील तप्त वातावरणाच्या पार्श्वभूमीवर नानांच्या भेटीला अचानक पी.आय. भिलारेने कांबळे हवालदाराला सोबत घेऊन तेथे उगवायचे काय कारण पडावे? मुळात भिलारे इन्स्पेक्टरने प्रथम नानांच्या दरबारात हजेरी न लावता पोलीस स्टेशनमध्ये दाखल व्हावे. बरे दाखल होऊनही गेल्या पंधरवड्यात नानांना मुजरा

करण्यासाठी स्वतः धावत न यावे, हा प्रकारच खूप संतापजनक होता. कांबळे त त प प करीत भिलारेंची ओळख करून देण्याचा प्रयत्न करू लागला; परंतु तिकडे साफ दुर्लक्ष करत लाकडाला रंधा मारावा, तसे इन्स्पेक्टरलाच नानांनी तासायला सुरुवात केली, "काय हो मिस्टर? कोण आणि कसले तुम्ही म्हणालात इन्स्पेक्टर? अरे, तुम्हाला माहीत नाही का? आमच्या गावात फक्त आषाढातच 'बोवड्याची सोंगे' निघतात आणि या दिवसांत भाड्याचा नाटकी युनिफॉर्म घालून तुम्ही कसे उभे राहता माझ्यासमोर?"

म्हाताऱ्या कांबळे हवालदाराने डोळे मिटत खाली वाकून नानांना दंडवत घातला. आपल्या साहेबाची कशी शंभर टक्के चूक आहे, ती मान्य करून दया याचना करावी, असे गाऱ्हाणे घालायला सुरुवात केली.

"का रे, तुमचे ते पोलीस स्टेशन आहे की भाकड जनावरांसाठी उघडलेला पांजरपोळ? 'रोट्या' चोरीला जातोच कसा? माझ्यासारख्या गरीब शेतकऱ्याचं नुकसान होतंच कसं?"

"साहेब चुकलंच सारं," कांबळे हवालदार खाली मान घालून बोलला.

"पोलीस डिपार्टमेंटनंच झक मारली. लेको, तुम्ही सक्षम असता तर चोरी झालीच नसती. मी आता तुम्हाला नव्यानं संधी देतोय– तुमची पात्रता सिद्ध करायची."

"म्हणजे?"

"तुम्ही प्रायश्चित्त घ्यायला हवं," भिलारे इन्स्पेक्टर आणि कांबळेकडे मारक्या बैलासारखे टवकारून पाहत नाना बोलले, "चोरीला गेलाला माझा 'रोटया' तुम्ही पोलिसांनी स्वतः खरेदी करून मला परत करावा."

"आणतो नाना आणतो," कांबळेने मान डोलवली.

"बेस्ट! त्यामुळे अनेक फायदे होतील. तुम्हाला जागरूक आणि सतर्क राहायची सवय लागेल. सार्वजनिक मालमत्तेच्या रक्षणाची आदत पडेल. शिवाय मनुष्यजन्म हा फक्त 'गोळा' करण्यासाठी नसून खर्चाचेही महत्त्व पटेल."

त्याच दिवशी स्थानिक पोलीस स्टेशनने वर्गणी काढून नानांसाठी नवा रोटर खरेदी केला. मात्र, इन्स्पेक्टर भिलारे वैतागून बोलले, "अरे कांबळे, आजवर इतकी पोलीस स्टेशनं बघितली; पण या नाना डोंगरेसारखा गुरू आणि या सोंगाच्या पारगावासारखं नंबरी गाव मात्र आजवर बघितलं नाही."

अलीकडे बबननानांच्या स्वयंपाकघरात धूरच खूप साचायचा. दिवसभर ठसक्यांची बाधा व्हायची. तिथे वावरणारी चंचलानानी, सून नेत्रादेवी ही माणसे नानांच्या घरची. परंतु सकाळी दिवसाचा गोंडा फुटल्यापासून त्यांची नजर थेट खिडकीबाहेर असे.

तेथून दोन कि.मी. अंतरावर माळावर उभी असलेली गजरा सहकारी साखर कारखान्याची ती टोलेजंग वास्तू. ती धूर ओकणारी बडी चिमणी. गव्हाणीच्या समोर उभे असलेले, उसाने भरलेले शेकडो ट्रक्स, ट्रॅक्टर आणि बैलगाड्या. कारखान्याचे ते वैभव पाहताना तव्यावरची फोडणी जळावी आणि ठसक्यावर ठसके लागावेत, तसे नानांचे स्वयंपाकघर मत्सरात जळत राहायचे. पल्याडच्या त्या वैभवापुढे नानांच्या कुटुंबाला आपली अवस्था झाडाखाली सांसारिक वस्तू फेकून कशाबशा जगणाऱ्या गबाळ्या, नगरी, हंगामी ऊसतोड कामगारांसारखी वाटायची.

नेत्राच्या डोळ्यांपुढे काही महिन्यांपूर्वीची ती रात्र, पोटाशी छोटे लेकरू घेऊन घाबरीघुबरी दिसणारी, नवऱ्याने ठोकून काढलेली आणि एका रात्रीच्या आश्रयाची भीक मागत दारात उभी असलेली ती अनोळखी बाई उभी राहायची. "प्रिन्स साहेबांची आतेबहीण देवीजींची मी मैत्रीण– आज प्रिन्सही बाहेरगावी गेल्याचे दिसतात. प्लीज, प्लीज घरात घ्या. एखाद्या फाटक्या चादरीवर मला रात्र काढू द्या. मी बाहेर राहीन तर माझ्या मुलाच्या जीवाचं काही खरं नाही." ते दृश्य आणि त्यानंतरचा काळ आठवला की, नेत्रादेवीच्या कपाळावरच्या आठ्या फक्त ठणकून उठायच्या. कोणाचे हे दैव आणि कोणाचे हे दुर्दैव? मळक्या चादरीवर रात्र काढणारी ती नडलेली गरजू, दो टकेकी औरत अवघ्या तीन महिन्यांत या इथल्या साम्राज्याची सम्राज्ञी बनली. माझ्या स्वप्नातला तो राजकुमार! साक्षात प्रिन्स! ठीक आहे, दुर्दैवाने माझे लग्न त्यांच्या आधी झाले; पण त्यानंतर त्याला करायचेच होते लग्न तर ते त्याने एखाद्या राजकुळातल्या सौंदर्यवतीशी तरी करावे की नाही? उलट ही वाटेची भिकारीण त्याच्या पदरात पडतेच कशी?

घडणाऱ्या गोष्टी साध्या नव्हत्या. सोप्याही नव्हत्या. ही शलाका नावाची त्या बड्या घरात घुसलेली चेटकीण– तिने सुखाने खात बंगल्यात आराम तरी करीत राहावे; परंतु लग्नानंतर आठ दिवसांच्या आत ती प्रिन्ससोबत बाहेर पडू लागली होती. त्याच्या ऑफिसात– त्याच्याच केबिनमध्ये दिवसदिवस बसून राहते म्हणे! त्याच्या कारभारात भाग घेते म्हणे!

खरपूस भाजलेले मक्याचे कणीस डुकरासारखे चघळत बाजीराव आपल्या पैलवानी कुर्ऱ्यात बायकोला म्हणाला, "नेत्रा, कशासाठी एवढी पीर पीर लावतेस गं? हवं तर स्टँपावर लिहून देऊ का? हे वरपांगी लग्न आणि संसाराचं बेंगरुळ नाटक चार महिनेसुद्धा टिकायचं नाही. तो प्रिन्स कसला अडकतोय हिच्या पदरात?"

"तुम्ही डोक्यानं मूर्ख आहात आणि तो प्रिन्स सणकी! पुरा बिनभरवशाचा माणूस. कदाचित मरेपर्यंत तो त्या सटवीला सोडणार नाही."

"फक्त चार ते पाच महिन्यांचा खेळ. तू पाहत राहा."

"कशावरून सांगता तुम्ही?"

"अरे, आपली गॅरंटी आहे. माझ्या कर्तृत्ववान बड्या अंकलचं रक्त ते. पक्कं 'रसिकप्रेमी!' मोठं चोखंदळ. फक्त अचूक ठिकाणी बाण मारणारं अन् झाडाच्या शेंड्यावरचं सर्वांत पिकलेलं मधुर फळ गट्टम करणारं."

"चला काहीतरीच!"

"अगं, एके काळी गाजलेलं 'जयश्री' प्रकरण असू दे किंवा रसिकराज अंकलसाठी ब्ल्यू डायमंड हॉटेलात चार दिवस रुतून पडलेली ती गोड, फर्मास बांध्याची त्या बड्या मंत्र्याची हजारातली देखणी अस्तुरी असू दे."

"अहो, पण त्या साऱ्याचा इथं काय संबंध?" नेत्रा वैतागली.

"अरे, तेच सांगतोय तुला. खाण तशी माती! त्यात या बाबाचं पाळण्यात ठेवलेलं नाव 'प्रिन्स.' अजून त्या शलाकाच्या बॉडीचे कट्स टकाटक आहेत. तिचं पहिलं लग्न होऊन चार वर्षं झाली, तरी ती बिनलग्नाच्या विशीतल्या फाकड्या पोरीसारखी दिसते. त्यात पर्सनॅलिटी प्रभावी आणि मोहक. आमचे बंधुराज चाखून खातील चार दिवस आणि तिला देतील फेकून उकिरड्यावर, उष्ट्या पत्रावळीसारखं."

आपल्या चिरंजीवातला आणि सुनेतला संवाद ऐकत पलीकडच्या खुर्चीवर चंचलानानी बसल्या होत्या. त्यांना तर गावच्या खंडोबाला सोडली जाणारी, गळ्यात दोरी नसलेली बकरीच आठवली. मोठ्या तिरस्काराने नाक उडवत नानी बोलल्या, "शेवटी रस्त्यावरची बाई– काल तिथं होती, आज इथं आणि परवा कुठं? कोणाला ठावं.

आला आला रुखवत, त्यात होते लसूण
अन् रामरावांची बाईल चालली शामरावांच्या
मोटारीत बसून!"

नानांच्या मुदपाकखान्यात हास्याचा स्फोट झाला. तेवढ्यात बाहेरून जीपचा आवाज आला. दुपारी घरी खमंग बिर्याणीचा बेत असल्याने नाना जेवायला बंगल्यावरच आले होते. त्यांच्याकडून वृत्तान्त समजला. दोन दिवसांमागे चेकअपसाठी दवाखान्यात गेलेले बापूराव 'रानवाऱ्यावर' परतले नव्हते. त्यांना ऑब्झर्वेशनसाठी हॉस्पिटलमध्येच ठेवण्यात आले होते. नुकत्याच उरकलेल्या बड्या विवाह सोहळ्याचा ताण होता. आधी दोन हार्ट अटॅक येऊन गेले. एक मोठा आणि एक सौम्य; पण नुकत्याच झालेल्या लग्नात दहा खंडी व्हीआयपी, दोन लाख लोकांचे जेवण, ऐनवेळी बदलली गेलेली वधू, तो ताण आणि ती प्रचंड मेहनत या साऱ्यामुळे थकवा येणे स्वाभाविक होते.

सर्वांच्या पोटात खमंग बिर्याणी जात होती; पण ओठांना वास मत्सराचा होता. मघापासून देवळात मुरळी आडवीतिडवी नाचावी, तसे नेत्रादेवीने बापूरावांच्या कुटुंबावर तोंडसुख घेतले. ती काहीशी थकल्याचे पाहून चंचलानानीने नमन सुरू

केले, "या पोराची– प्रिन्सची आईही अशीच वेडी होती. उगाच ओढवला नाही तिच्या नशिबात असा अपमृत्यू! मी तुम्हाला गॅरंटीनं सांगते, उद्या बाजारात आमच्या प्रिन्सला वरचढ असा दुसरा राजकुमार दिसला, तर ही शलाका त्याचं मनगट पकडणार. या अशा बायांना दुसरा काय नि तिसरा काय? जाऊ दे, मला कोणाबद्दल वाईट बोलायची सवय नाही."

"शूऽऽ थोडं हळू बोला. भिंतीला कान असतात अन् आपल्या बंगल्यात राबणारे सारे सेवक म्हणजे साखर कारखान्याचे पगारी कर्मचारी आहेत. उसाच्या वाड्याला मोड फुटावेत, तसे शब्द बाहेर पसरायला वेळ लागतो का?" आपल्या कुटुंबाला प्रेमाचा दम भरत नाना बोलले, "तुम्ही सारे निश्चिंत राहा. माझ्यावर विश्वास ठेवा. शेवटी गजरा खोऱ्याच्या सत्तेचं सिंहासन खंडोबारायांनी माझ्या लेकरासाठीच राखून ठेवलंय!"

नानांनी सर्वांना काही क्षण शांत केले खरे; परंतु अचानक नानींच्या रागाने उसळी घेतली. ओठांजवळचा बिर्याणीचा घास ताटात टाकत त्या संतापाने गुरगुरल्या, "सांगा ना तुमच्या बापूरावांना. स्पष्ट सांगा. मेल्यांनोऽऽ एवढी मोठी शुगर फॅक्टरी गिळता, डिस्टिलरी हडप करता. अरे, निदान मेडिकल कॉलेजचं स्टिअरिंग तरी माझ्या लेकरासाठी मोकळं ठेवा."

"कसं मिळणार ते सहजासहजी? गोष्टी एवढ्या सोप्या आहेत का? डॉक्टरकीच्या त्या एका ॲडमिशनसाठी सत्तर सत्तर लाखांची कॅपिटेशन फी घेतात, असला नोटांचा प्रिंटिंग प्रेस कोण कशाला सोडेल?" बाजीराव बोलला.

"तुम्ही गप्प बसा हो. तुम्हाला काय कळतंय? वुई वील स्ट्रगल फॉर दॅट. त्यांना ओकाऱ्या बाहेर टाकायला लावू," आपल्या नवऱ्याकडे संतापाने पाहत नेत्रा सासऱ्याकडे वळली, "पप्पा, तुम्ही तरी कसे गैरव्यवहारी हो? स्टार्टिंगलाच का दुर्लक्ष केलंत? मेडिकलवर ते चार ट्रस्टी– त्यांचे तीन आणि तुम्ही पडला एकटेच. कोणत्या भ्रमात वावरत असता तुम्ही? तुम्हाला काय वाटतं, ही मंडळी तुमच्यापुढे खरा हिशेब ठेवतात म्हणून?"

"अगं, मी म्हणते या इथं माळावर काय होतं त्या बापूरावांचं– एका फडतूस मास्तरड्याच्या नावाचं? इथं जे काही झालं आणि जे काही आलं, ते आमच्यामुळे– फक्त नानांमुळे! देवाला बोकडांचे बळी द्यायचे असू देत किंवा माणसं मारायची असू दे; जिथे खून, रक्त अशा रिस्कला नाना. गोळी खायला नाना आणि पोळी पळवायला बापूराव!"

सर्वांची नजर पुन्हा नानांकडे गेली. ते जेवताजेवता हळू आवाजात बोलले, "गोष्टी तशा खऱ्याच आहेत. गजरा मेडिकल ट्रस्ट मुळात साखर कारखान्याच्या सात हजार सभासदांच्या मालकीचा होता. वीस वर्षांमागे आम्ही एकेका टनामागे

एक-एक रुपया शैक्षणिक निधी गोळा केला. त्या काळातली मोठी रक्कम ती. त्यातूनच मेडिकल कॉलेजचा पसारा उभा राहिला.''

"पुढे तो ट्रस्ट खासगी कसा झाला?'' नेत्राने विचारले.

"विचार ना, विचार ना तुझ्या सासऱ्याला. सारी त्यांचीच चूक,'' नानांकडे खाऊ की गिळू अशा नजरेने पाहत नानी बोलल्या, "अगं, मुळातला पब्लिकचा मनी प्रायव्हेटच्या पलाणीला वळवायला ते सहकारमहर्षी बापूराव जीवाला किती घाबरत होते! मुळातलं ते शाळा मास्तराचं सशाचं काळीज किती धारिष्ट्य करणार? पण आमचे हे नाना धावले ना त्यांच्या मदतीला. आधीचे ते बाहेरचे ट्रस्टी सरळ बाहेर काढणं, जुनं ॲप्लिकेशन बदलणं, नवे शिक्के, जुनी शाई मिळवून सुस्थळी मारणं– या साऱ्या आयडियाच्या कल्पना आणि कोल्ह्यासारखं धारिष्ट्य हे सारं तुझ्या सासऱ्यांचं बरं,'' नानांकडे त्यातूनही लटक्या अभिमानाने बघत नानी बोलल्या.

अचानक नानांना जुन्या आठवणी आल्या आणि "थोत तिच्या आयला,'' असे म्हणत ते खूप मोठ्याने हसले आणि वेड्यासारखे काही मिनिटे हसतच राहिले; तेव्हा बाकीचे त्यांच्याकडे एकटक बघू लागले. भन्नाट हास्याने नानांच्या डोळ्यांत पाणी उभे राहिले. ते पुसत नाना हळुवार शब्दांत सांगू लागले, "तेव्हाचा तो रजिस्टार भारी कडक! कितीही हात ओले केले, तरी मागच्या तारखेच्या सही-शिक्क्याला तयार होत नव्हता. बाहेरून हलकीच हवा लागली– माणूस रसिक आहे म्हणून– तसाच जीपमध्ये घालून पुण्याला बुधवारात नेला. रात्रभर नाचणारी मुजरेवाली– पैशाची उधळण केली. दोन दिवसानं रात्रीचंच त्याचं ऑफिस उघडलं. रजिस्टरं बाहेर काढली. पुन्हा ऐनवेळेला सह्या करताना त्याची बोटं थरथरली, तेव्हा हळूच मुजरेवालीला गळामिठी मारल्याचे फोटू दाखवले. लय घाबरलं; पण आपलं काम झालं. मात्र, दोन दिवसांत रजा काढून त्यानं बदली करून घेतली. त्या भल्या माणसाचे उपकार विसरून चालणार नव्हते. दोन वर्षांनं बार्शीला त्याच्या पोरीचं लग्न असल्याचं समजलं. स्वतः जीप काढून मी लग्नात जाऊन पोहोचलो. हळूच त्याच्या मुठीत लाख रुपयांचं बंडल ठेवलं, तेव्हा तो देवमाणूस समाधानानं धो धो रडला.''

जसे दिवस सरत होते, तशी शलाका कारखाना परिसरात अधिकच ताकदवान बनत चालली होती. प्रिन्सची सावली एकवेळ विश्रांतीसाठी काही क्षण दूर राहील; परंतु शलाका मात्र त्याच्या श्वासासारखीच त्याच्यासोबत राहायची. त्याच्यासोबत मेडिकल ट्रस्ट, डिस्टिलरी, दूध संघ जिथे तिथे धावायची. साखर कारखान्यावरच्या प्रशासकीय कार्यालयात तर ती दिवसदिवस थांबायची. प्रिन्सच्या केबिनमध्ये त्याच्याशेजारीच तिच्यासाठी एक खुर्ची न चुकता ठेवलेली असायची. ती कमालीची

चौकस होती. पुरेशी डोळस आणि अभ्यासू होती. ज्या त्या संस्थेत मोक्याच्या ठिकाणी कार्यरत असणारा अधिकारीवर्ग, त्यांच्या कार्याचा बटवारा अशी बारीकसारीक माहिती ती गोळा करायची. त्याशिवाय नवे धडपडे आणि अभ्यासू कर्मचारीही शोधायची. अनेकांच्या अडचणीला धावून जाण्यासाठी प्रिन्सला भाग पाडणे, अशा प्रकरणात आग्रहाने एखाद्याची बाजू मांडणे आणि सर्वांशी सलोखा ठेवून वागणे, सर्वांनाच आपलेसे करत पुढे जाणे हा तिचा स्वभाव होता; त्यामुळे काही महिन्यांच्या अवधीतच कारखान्यावर 'ताईसाहेब' असा तिचा आदराने उल्लेख होऊ लागला.

शलाका स्वतःभोवती गुणी आणि कर्तबगार माणसे गोळा करत होती. नेटक्या कारभारासाठी आग्रह धरत होती. आता तर तिची लोकप्रियता खूप वाढीला लागलेली. एखाद्या गावात एखाद्या सुनियोजित कार्यक्रमाला वेळेअभावी प्रिन्सला जाणे शक्य नसेल, त्या वेळी फोनवरच गावकरी आग्रहाने सांगायचे, "तुम्हाला जमत नसेल, तर निदान ताईसाहेबांना तरी पाठवा. अवश्य पाठवा." कारखान्याच्या आणि प्रिन्सच्या वैयक्तिक जीवनामध्ये एक अनोखा सुगंध दरवळत होता. मात्र, तिकडे चिंचेखालच्या बंगल्यात तापल्या तव्यावर रोज द्वेषाचा मसाला जळत होता. तिथल्या सर्वांनाच ठसक्याची मोठी बाधा झाली होती.

कारखान्याच्या काटा गेटच्या बाहेर वाहनतळावर मोठी गर्दी उडाली होती. उसाने भरलेले सत्तर-ऐंशी ट्रक आणि तसेच साठ-सत्तर ट्रॅक्टर– त्या वाहनतळाचा शेपटा मधल्या छोट्या ओढ्याच्या पलीकडे समोरच्या टेकडीपर्यंत पसरलेला. असंख्य बैलगाड्यांची रांगच्या रांग तांबड्या मातीचा फुफाटा उडवत पुढे सरकत होती. भरगच्च म्हणजे अगदी शिगोशिग खच्चून भरलेल्या बैलगाड्या. मोळीवर मोळी शेणगोळ्यांच्या ह्युडव्यांसारख्या प्रत्येक बैलगाडीत भरलेला ढीग. त्या उंच ढिगावर सदरा कुंपणावर वाळत टाकावा, तसे खुशाल झोपी गेलेले गबाळे– म्हणजेच नगरी ऊसतोड कामगार. एक बरे होते, बैलगाड्यांना थांबा नव्हता. त्या यायच्या, तशा विनाविलंब समोरच्या काट्यावर सरकायच्या. कुथत-मुतत येणाऱ्या बैलगाड्या लवकर मोकळ्या केल्या जायच्या.

आज गळीत हंगामाचा पहिला दिवस. शुभदिन. वातावरण मोठे उत्साहाचे होते. थोड्याच वेळात गव्हाणीत समारंभपूर्वक उसाच्या मोळ्या टाकल्या जाणार होत्या. तितक्यात काटा गेटच्याच अंगाने प्रिन्स साहेबाची मोटार वेगाने आत आली. तशी तिथे गोळा झालेल्या गर्दीची नजर बावचळली. आज लग्नानंतर कारखान्यावर पहिल्यांदाच प्रिन्स साहेब शलाकाला घेऊन येत होते. साध्यासुध्या कपड्यातले प्रिन्स नुकत्याच नोकरीला लागलेल्या नवागत पांढरपेशा प्राध्यापकासारखे दिसत होते. मात्र, शलाकाच्या अंगावरची साडी उंची आणि झकपक अशी होती. गेले काही दिवस तिने नेत्रादेवींचे समारंभातले फोटो अनेकदा पाहून घेतले होते. त्यानुसार

मराठ्यांच्या खानदानी, रीतीभातीनुसार डोक्यावर पदर कसा घ्यायचा, याचा सराव करून घेतला होता.

तिथेच बाजूला एक तात्पुरता मंडप उभा केला गेला होता. त्यामध्ये ऐसपैस बसण्यासाठी मोठे कोच आणून ठेवले होते. प्रिन्सच्या शेजारीच शलाकाची बसायची व्यवस्था केली होता; पण तिथे समोर न बसता शलाका मागच्या रांगेकडे वळली. तिथे काही महिला संचालिका बसल्या होत्या, तेव्हा प्रिन्सने शलाकाला हटकले, "अहो, तिकडे कुठे? इथं आमच्याच शेजारी बसावं लागेल तुम्हाला."

तिथे बसलेल्या गर्दीचे डोळे सहकारमहर्षी बापूरावांच्या आगमनाकडे लागले होते. अलीकडे त्यांची ढासळत जाणारी, नाजूक परिस्थिती पाहता ते येतीलच याची कोणाला शाश्वती नव्हती; परंतु कार्यक्रमाच्या पत्रिकेत त्यांचे नाव ठळक अक्षरांत छापले होते. आपल्या मनगटी घड्याळाकडे पाहत प्रिन्स एमडी साहेबांना बोलले, "तशी डॅडींची शक्यता कमीच आहे; पण डॉ. जोशींनी परवानगी दिली, तर ते जरूर येतील."

तिथे जमलेल्या गर्दीचे, बहुतांशी सर्वांचेच डोळे शलाकावर स्थिरावत होते. प्रिन्स साहेबांची निवड म्हणजे वेगळे काहीतरी असणार. एव्हाना त्यांच्या खाण्या-पिण्याची आणि हटके जीवन जगण्याच्या शैलीची अनेकांना कल्पना आली होती. बोहल्यावरची नवरी ऐनवेळी बदलली गेल्याचे अनेकांना माहीत होतेच. याचा अर्थ या सुंदर दिसणाऱ्या आणि प्रसन्न चेहऱ्याच्या शलाका नावाच्या तरुणीमध्ये प्रिन्सनी नक्कीच काहीतरी वेगळे गुण पाहिले असणार; त्यामुळे अनेकांची नजर कौतुकमिश्रित होती. तर काहीजण अकारण तिच्याकडे कुत्सित नजर फेकत होते. ऐनवेळी पहिल्या मुलीला ढकलून कब्जा घेणारी भानगडबाज रूपयौवना अशाही ढंगाने बरेचजण तिच्याकडे पाहत होते. शुभ्र सदाफुलीसारखी साडी, तिला भगवी किनार आणि कमालीचे प्रसन्न व्यक्तिमत्त्व. या तरुणीचे याआधी एक लग्न झाले असावे, अशी कोणालाही शंका यायचे कारण नव्हते. उलट नुकतीच कॉलेजातून बाहेर पडून लग्नाच्या बेडीत अडकलेली ती अल्लड तरुणी भासत होती.

शेजारी सुरू झालेली सत्यनारायणाची पूजा आटोपत आली होती. उशीर झालेला. आता सहकारमहर्षींची अधिक वाट पाहायला नको, असे प्रिन्सला वाटले. त्यांनी आपल्या कार्यकर्त्यांना मोठ्याने सांगितले, "अरे बघा रे, निदान बाजीरावदादा तरी कुठवर आलेत?" तेवढ्यात मंडपाच्या बाहेर एक चकाकती बीएमडब्ल्यू धाडकन येऊन उभी राहिली. तिच्यातून बाजीरावची उंच, गव्हाळ आणि पैलवानी; गोळीबंद, झकपक सदरा-लेहंग्यातील मूर्ती खाली उतरली. दुसऱ्या बाजूने निळाशार गॉगल घातलेल्या आणि डोईवरून रुबाबदार पदर घेतलेल्या नेत्रादेवी उतरल्या. बाजीरावच्या मोटारीला लागूनच चार-पाच जीपा थांबल्या होत्या. त्यात गच्च

भरलेले त्यांचे मित्र आणि कार्यकर्ते यांची झुंड पुढे धावत आली. त्यातले अर्धे डाव्या अंगाने आणि अर्धे उजव्या अंगाने असा घोळका रुबाबात पुढे सरकला. कोणत्याही छोट्यामोठ्या कार्यक्रमात मुद्दाम उशिरा यायचे आणि 'मार्केट मारायचे' ही बाजीरावांची आवडती स्टाइल होती.

आता जमलेल्या कार्यकर्त्यांनी नेत्रादेवींकडे मुद्दाम तिरक्या नजरेने पाहिले. याआधी गेल्या तीन वर्षांतल्या कोणत्याही गळिताच्या समारंभाकडे त्या चुकूनसुद्धा फिरकल्या नव्हत्या. आज मात्र शिफॉनच्या झुळझुळीत साडीमध्ये नटून गळ्यातला स्फटिकासारखा हिऱ्यांचा शुभ्र नेकलेस मिरवत त्या नवऱ्यासोबत तिथे अवतरल्या होत्या. त्यांनी साडीवर शिंपडलेल्या सेंटचा उग्र वास अनेकांच्या नाकाला लागला, तेव्हा जाणकारांच्या मेंदूत गपकन दिवा पेटला. या वेळी नेत्रादेवी तिथे मुद्दाम प्रिन्ससोबत आलेली शलाका वावरते कशी अन् दिसते कशी, हे पाहायच्या उद्देशाने आली होती.

प्रिन्सने बाजीरावशी हस्तांदोलन केले. खानदानी रीतीने त्याच्या पायांना बोटांचा स्पर्श करून स्वागत केले. त्याच अगत्याने शलाका पुढे झाली आणि तिने मोठ्या जाऊबाई म्हणून नेत्राला चरणस्पर्श केला. नेत्रासाठी हा गोड धक्का होता. "असू दे, असू दे." असे म्हणत ती खुशीने लाजत दोन पावले मागे सरकली.

मंडपात चहापान सुरू झाले. प्रिन्स संचालक मंडळाच्या सदस्यांना जवळ बोलावून मुद्दाम शलाकाचा परिचय करून देऊ लागला, "ही आमची घरधनीण याने की सौभाग्यवती बरं का." तिथेच त्याने एम.डी., सेक्रेटरी, सिक्युरिटी इन्चार्ज तसेच मुख्य अधिकाऱ्यांची ओळख करून दिली, तेव्हा पलीकडच्या बाजूला बसलेली नेत्रा अस्वस्थ झाली. आपले नाक मुरडत नवऱ्याच्या कानाशी लागली, "हे जरा जास्तच होतंय, असं वाटत नाही का तुम्हाला?"

उशीर खूपच झाला होता. मंडळी उठली. आता गव्हाणीत उसाच्या मोळ्या समारंभपूर्वक टाकायच्या होत्या. तेवढ्यात एक पीए रानवाऱ्याकडचा निरोप सांगत धावत आला, "बापूजी इकडेच यायला निघालेत. डॉ. जोशी स्वतः बरोबर आहेत." थोड्याच वेळात बापूरावांची मोटार तिथे येऊन पोहोचलीसुद्धा. त्यांना पाहताच जुन्या कार्यकर्त्यांना भरून आले. बापूरावांचे ते दुबळे, अशक्त शरीर. पिवळसर पडलेली त्वचा, खोल गेलेले डोळे आणि आजारातून उठलेले, थकलेले शरीर. अंगावरचा नवाकोरा सदरा आणि धोतर यांमध्ये ते शेतातल्या बुजगावण्यासारखे दिसत होते.

प्रिन्सने बापूरावांचा हात धरून त्यांना गव्हाणीजवळ नेले. चार तरुण कार्यकर्ते उसाची लांबट मोळी घेऊन पुढे आले. बापूरावांनी तिला फक्त हस्तस्पर्श केला. मग इतर कार्यकर्त्यांनी 'काळभैरीच्या नावं चांग भलं', 'म्हसोबाच्या नावं चांग भलं' असं म्हणत गव्हाणीत मोळ्या टाकल्या. काही मंतरलेले नारळ आणि सुपाऱ्या आत

फेकल्या गेल्या. तिथे थरथरत्या अंगाने उभ्या असलेल्या बापूरावांनी थोड्या अंतरावरच्या नेत्राकडे नजर टाकली. चेहऱ्यावर हसू आणत त्यांनी तिला खुणेने जवळ बोलावले. तशी नेत्रा जागीच लाजेने चूर झाली. आनंदली. अगत्याने पुढे धावून बापूरावांना चरणस्पर्श करून त्यांच्या शेजारी उभी राहिली. लगेचच बापूरावांनी प्रिन्सच्या पाठीमागे उभ्या असलेल्या शलाकालाही खुणेने जवळ बोलावले.

सहकारमहर्षींच्या इच्छेनुसार नेत्रा आणि शलाका या दोन्ही जावांनी मोळीला हात लावला. त्याबरोबर बाजूला उभ्या असलेल्या उत्साही कार्यकर्त्यांनी टाळ्यांचा कडकडाट केला. सुनांची मोळी गव्हाणीत जाऊन पडली. कारखाना सुरू झाला. गुरवाने नव्या गळीत हंगामाचे शिंग वाजवले. यासिनभाईची पिपाणी आणि मेहबूब मियाँचा तड् तड् ताशा वाजू लागला. बाकरे नावाच्या बुढ्या फोटोग्राफरने नेहमीच्या उत्साहाने फोटोसेशन चालू ठेवले. प्रकृतीच्या कारणास्तव बापूरावांना तेथे फारसे थांबवले नाही. त्यांची मोटार निघून गेली.

पलीकडेच कारखान्याच्या झाडीत दडलेल्या रेस्टहाउसवर मंडळी जमली. तिथे खास निमंत्रितांसाठी चहापानाचा कार्यक्रम होता. त्याही ठिकाणी प्रिन्स आणि बाजीरावच्या भोवतीने कार्यकर्त्यांचे मोहोळ गोळा झालेले. ऊठसूट प्रत्येक कार्यक्रमाकडे डोकावायचे नाही अन् मुद्दाम अनुपस्थित राहून स्वतःचे महत्त्व वाढवायचे, ही बबननानांची जुनी स्टाइल होती; त्यामुळे ते कारखान्याकडे फिरकले नव्हते. याआधी डोंगरे-देशमुख कुटुंबात काही वर्षे जशा चर्चा घडल्या होत्या, त्याप्रमाणे प्रिन्स राजकारणात आला नसता तर चेअरमनची खुर्ची बाजीरावलाच मिळाली असती, हे सर्वश्रुत होते; परंतु 'मोकळ्या मनाच्या आणि पैलवानी बुद्धीच्या' बाजीरावने 'झाले गेले गंगेला मिळाले' अशी व्यवहारी भूमिका स्वीकारली होती. त्याबद्दल त्याला ना खंत वाटत होती ना खेद. मात्र, त्या घडल्या गोष्टीचे विस्मरण नेत्राला अजिबात झाले नव्हते. शेगडीतल्या तप्त निखाऱ्यांसारखे तिचे मन अखंड घुसघुसत होते.

आपली घोर फसवणूक झाल्याची नेत्राची भावना पुन्हा उचंबळून आली. तिने मनातूनच बापूरावांना दोन शेलक्या शिव्या हासडल्या, "खरं नाटक या धूर्त, थेरड्या कोल्ह्याचंच! आपले चिरंजीव प्रिन्सचं यांना एक दिवस लग्न करायचंच होतं तर मग बाजीराव नावाचा हा पैलवानी लोढणा माझ्या गळ्यामध्ये बांधायचं त्यांना कारणच काय होतं? प्रिन्ससाठी आणखी दोनच काय पण तीन वर्षंही मी वाट पाहिली असती."

प्रिन्स कोणाशी तरी मोठमोठ्याने बोलत असल्याचे बाजीरावला जाणवले. तशी त्याने आपल्या समोरची गर्दी हटवली, तेव्हा प्रिन्सच्या समोर आपल्या चंचलादेवी सहकारी पतसंस्थेचा मॅनेजर जोशी उभा असल्याचे त्याला दिसले. मॅनेजर जोशीला फैलावर घेत प्रिन्स बोलला, "अहो जोशीसाहेब, तुमची ती खासगी पतसंस्था आहे.

आमच्या कारखान्याचा सेक्शन नव्हे. इट्स एन्टिटि इज टोटली सेपरेट. कशासाठी धरता तुम्ही आमच्या लोकांना वेठीला?''

''तसं नव्हे प्रिन्स साहेब. एकमेकां साह्य करू, अवघे धरू सुपंथ! हे सहकाराचंच स्पिरिट आहे.''

''कशासाठी भलत्यासलत्या गोष्टी तुम्ही आमच्या गळी उतरवता? आमच्या कारखान्याच्या पगारादिवशी कॅश सेक्शनजवळ येऊन बसायचा तुम्हाला काय अधिकार? तुम्ही आमच्या कर्मचाऱ्यांचे पैसे कट करून ते लागलीच कसे हिसकावून घेऊ शकता?''

''आमच्या पतसंस्थेच्या ठेवी वाढाव्यात एवढाच उद्देश.''

''तसं असेल, तर जा ना संबंधितांच्या घरी. करा त्यांना कनव्हीन्स.''

प्रिन्सच्या त्या फटक्याने बाजीरावचा चेहरा पडला. जोशी मॅनेजर चपापले. बाजूला झाले. नेत्राचा चेहरा मात्र रागाने लालबुंद झाला. ती जागेवर उठून उभी राहिली आणि प्रिन्सकडे एक जळजळीत कटाक्ष टाकत बोलली, ''सॉरी चेअरमन साहेब, सहकाराच्या तत्त्वावर तुम्ही फक्त तुमची शुगर फॅक्टरीच चालवायची का? आमच्या एखाद्या छोट्या पतसंस्थेचं अस्तित्वच तुम्हाला डायजेस्ट होत नाही का? सॉरी, हा तुमचा ॲटिट्यूड चांगला नव्हे बॉस.''

''हो, नेत्रा बोलते ते खरंच आहे. आम्ही काही तुमच्या कर्मचाऱ्यांचे खिसे जुलमानं कापायला जात नाही.'' बाजीराव मोठ्या आवाजात बोलला. ''बडं पेमेंट मिळालं की, ही गावकरी मंडळी आपले पैसे केवळ दारू-कोंबडीत खर्चून टाकतात. त्यांना आम्ही अल्पबचतीची सवय लावतोय.''

''हे पाहा बाजीरावदादा, आमच्या कर्मचाऱ्यांकडे ठेवीसाठी जरूर विनंती करा; पण विनंती आणि दादागिरी या दोन्हीमध्ये खूप फरक आहे.''

नेत्रा पुन्हा एकदा पुढे सरसावत बोलली, ''प्रिन्सबाबू, तुम्हाला काय कमी खजिना मिळतो? ऊस न लावताही शेतकरी म्हणून तुमच्या नावावर शेकडो टनांचं पेमेंट जमा होतंच की!''

''ते कसं काय मॅडम?''

''लोक उगाच बाहेर ओरडत नाहीत की शुगर फॅक्टऱ्या 'काट्यावर मारतात'. तुम्ही जेव्हा शेतकऱ्याला एक हजार किलोचं मोजमाप दाखवता, तेव्हा प्रत्यक्षात तुम्ही त्याच्याकडून बाराशे किलो ऊस घेता. म्हणजे प्रत्येक टनामागे दोनशे किलो तुम्ही लुबाडून घेता. शेवटी अशा मार्गानं मिळणारे शेकडो टन तुमच्याच खात्यावर पडतात ना?''

नेत्राच्या प्रश्नावर प्रिन्स दिलखुलास हसला. त्याने बाजीरावकडे पाहत विचारले, ''दादा, हा प्रश्न तुमचा की मॅडमचा?''

"तिचा म्हणजे माझाही."

"हे पाहा कारखान्यात अचानक होणारं नुकसान, अकल्पित खर्च इत्यादी बाबी लक्षात घेऊन 'काट्यावर मारण्याची' पद्धत सर्रास सर्वत्र चालते. शेतकऱ्याच्या कष्टाचे दोनशे किलो लुबाडणं, हे मलाही अन्यायकारक वाटलं. कारण तो बिचारा रात्री उसाला पाणी पाजताना अनेकदा सर्पाच्या फणीवर पाय ठेवून उभा असतो. म्हणूनच मी चेअरमन झाल्यावर पहिल्या दोन महिन्यांत या प्रश्नावर डॅडींसोबत हुज्जत घातली; भांडलो. त्यांना कल्पना देऊनच मी काटा दुरुस्त करून घेतला. आता फक्त टनामागे आम्ही केवळ शंभर किलो जादा घेतो, जे आमच्या कुटुंबांपैकी कोणाच्याही नावावर जमा होत नाहीत. यू कॅन चेक इट, जस्ट नाऊ."

एकदाचे चहापान संपले. कार्यकर्त्यांच्या फटफटी धूळ उडवत बाहेर पडू लागल्या. मात्र, मोटारीत बसलेल्या नेत्रादेवीचे चित्त अजिबात जागेवर नव्हते. खरेतर आजच्या कार्यक्रमात शलाकाची गंमत उडवता आली, तिला अपमानास्पद वागवता आले तर पाहावे, याच उद्देशाने नेत्रा आली होती; पण तसे काहीच हाताला लागले नाही, म्हणून ती मनातून खट्टू झाल्याचे बाजीरावलाही जाणवले. तिचा मूड चांगला व्हावा म्हणून बाजीराव बोलला, "बघितलंस नेत्रा, सहकारमहर्षी बापूराव तुला अजिबात विसरलेले नाहीत. त्यांनी टाकली की नाही गव्हाणीत मोळी तुझ्या हस्ते."

"सोडा हो! त्या बिलंदर म्हाताऱ्याच्या चाली मला समजत नाही का? त्यांना त्यांच्या नव्या सुनेलाच पुढे पुढे नाचवायचं होतं. ते अगदीच बरं दिसणार नाही म्हणून त्यांनी तिच्या आधी मला बोलावून मान द्यायचं नाटक केलं, इतकंच!"

त्यावर बाजीराव काहीच बोलला नाही. मात्र, नेत्रा भलतीच अस्वस्थ झाली होती. ती धुसफुसत बोलली, "खरंच, त्या शलाकाला या म्हाताऱ्यानं स्वतःची खरीखुरी सून मानली की काय?"

"जाऊ दे नेत्रा. दुसऱ्याबद्दल एवढं कशाला अशुभ चिंतायचं?"

"तर तर! निघाले हे राजा हरिश्चंद्र बनायला. कारखाना त्यांच्याकडे, मेडिकल कॉलेज त्यांचं, डिस्टिलरीत दादागिरी त्यांचीच! ते फेकतील तेवढाच तुकडा आम्ही फक्त चघळत बसायचं. आमच्या पतसंस्थेसाठी कर्मचाऱ्यांकडे आम्ही अल्पस्वल्प ठेवी मागायला गेलो, तरी उठलाच मुरडा यांच्या पोटात. बाजी, हाऊ डू यू डायजेस्ट ऑल धिस रबीश? मला संताप येतो, तो तुमच्या षंढ वृत्तीचा."

मघाशी जेव्हा गळिताचा शुभारंभ करून बापूरावांची मोटार परतत होती, तेव्हा ती वाटेतच अडवून त्यांना गराडा घालण्याचा प्रयत्न साठ-सत्तर शेतकऱ्यांनी केला. परंतु एमडी साहेबांनी वेळीच हस्तक्षेप केला. स्वतः चेअरमन येऊन तुमच्या प्रश्नात लक्ष घालतील, अशी शेतकऱ्यांची समजूत काढली अन् बापूरावांना कसेबसे पुढे जाऊ दिले.

जेव्हा प्रिन्सची मोटार रस्त्यात आली, तेव्हा त्यांना त्या उग्र स्वरूप धारण केलेल्या शेतकऱ्यांशी सामना करावाच लागला. शेतकऱ्यांनी 'चला चेअरमन साहेब, जरा पाठीमागच्या रस्त्याने चला' असे म्हणत प्रिन्सला तिकडे जायला भाग पाडले. जेव्हा त्यांच्या सोबतच्या सायकली आणि मोटारसायकलींचा तांडा डिस्टिलरीच्या दिशेने निघाला, तेव्हा प्रिन्सच्या डोक्यात नेमका विषय आला. त्या दिशेला डिस्टिलरीच्या खालच्या बाजूलाच अनेक वाफे तयार केले गेले होते. त्यामध्ये मळीवर प्रक्रिया केलेले काळेशार सांडपाणी, रासायनिक द्रव्यांनी युक्त असे प्रदूषित द्रव्य साचवले जात होते. त्या दिशेचे अनेक वाफे फुटून त्यातले रासायनिक द्रव्य बाजूच्या ओढ्यामध्ये मिसळत होते. ओढ्यातले शेवाळे केव्हाच नष्ट होऊन तिथल्या दगडांनीही काळपट रंग धारण केला होता. डिस्टिलरीच्या वाफ्याशेजारी शेतकऱ्यांच्या खासगी मालकीच्या ज्या जमिनी होत्या, त्यांचा रंगही अंतर्गत पाझराने काळपट पडत चालला होता. अनेक जमिनी नापीक बनत होत्या. त्याबाबत शेतकऱ्यांच्या प्रचंड तक्रारी होत्या.

त्या शिष्टमंडळाला आपण लवकरच रसायनयुक्त पाण्यावर प्रक्रिया करण्याचा नवीन प्लॅन्ट बांधतो आहोत, असे वचन प्रिन्स देत होते. तसेच त्या प्रश्नावर लवकरच एक नवी खुलासेवार बैठक घेण्याची कबुली देत होते. तेवढ्यात पाठीमागच्या दरडीवरून 'अरे पकडा रे. धरा. गाढव बहकले.' अशा हाका ऐकू येऊ लागल्या. पाठोपाठ आडव्यातिडव्या उड्या मारत एक गाढव पिसाळल्यासारखे नाचत येताना दिसले. त्याच्या पाठीशी बेलदाराची मुले होती.

बाजूला उभ्या असलेल्या शिष्टमंडळाचे लक्ष त्या गाढवाने वेधून घेतले. पाठीमागच्या एका पोराने एक कोचकुनीचा लांबट दगड गाढवाला मारला. त्याचा टिपिरा त्या मुक्या जनावराच्या कपाळाजवळ बसला. तसे भयंकर वेदनेने ते मुके जनावर तिरमिरले. त्याने दरडीवरूनच खाली उडी मारली अन् दुर्दैवाने त्याचा देह त्या अत्यंत जालीम रासायनिक द्रव्याने भरलेल्या खोल वाफ्यामध्ये जाऊन पडला. त्याबरोबर गाढवाच्या अंगावरचे केस जागीच जळले अन् त्या खातेऱ्यातून आपले पाय बाहेर काढण्याचा प्रयत्न करणारे गाढव तिथेच अडकले. एखादा मोठा दगड पाण्यात बुडून जावा तसे ते खाली कोसळले अन् त्या रासायनिक द्रव्याने त्याची बुबुळे बाहेर पडली. ज्वालेने करपली. गाढवाने एक खूप मोठी वेदनादायक किंकाळी ठोकली खरी; पण तेवढ्यात त्याच्या नाकातोंडात त्या रासायनिक द्रव्याचा लगदा जाऊन बसला अन् गुदमरलेलं ते गाढव त्या काळ्याशार तवंगाआड काही क्षणांतच गुडूप झालं. त्या तवंगावर चार-सहा बुडबुडे उमटले असतील; पण पुन्हा कसे सारे शांत शांत झाले.

आपल्या डोळ्यांसमोर नावाने गाढव असलेल्या पण किमतीने अत्यंत महागड्या

असलेल्या जनावराचे होत्याचे नव्हते झाले, हे पाहून बेलदाराच्या दोन पोरांनी केविलवाणी बोंब ठोकली. पाठोपाठ म्हातारा बेलदार तेथे आला. त्याच्या दुःखाला तर अंत नव्हता. त्याचे जगण्याचे साधनच नाहीसे झाले. तो प्रिन्सच्या पायांवर डोके आपटू लागला. तोवर डिस्टिलरीचे एमडी आणि पलीकडून जाणारे बबननानाही तेथे येऊन पोहोचले होते. तो सारा प्रकार पाहून शलाकाही अवाक झाली होती. त्या म्हाताऱ्या बेलदाराला उठवत प्रिन्सने एमडींना सांगितले, "येत्या मीटिंगमध्ये हा विषय प्राधान्याने अजेंड्यावर घ्या. या गाढवाचे संपूर्ण नुकसान त्याच्या या गरीब मालकाला मिळायला हवे."

"अहो पण प्रिन्स, ज्याचं जनावर त्याला सांभाळता येत नसेल, त्याचं नुकसान आम्ही का भरून द्यावं?" नाना बोलले.

प्रिन्सने नानांच्या कुरकुरीकडे दुर्लक्ष केले. पुढे मोटारीत त्या गाढवाचाच विषय सुरू होता. समोर बसलेले चीफ केमिस्ट सांगत होते, "या अशा रासायनिक द्रव्यामधली दाहकता इतकी तीव्र असते की, त्या गाढवाच्या हाडांचा चुरा नव्हे, तर अवघ्या चोवीस तासांत पूर्ण पीठ होऊन जाईल. पाठीमागे काहीही उरणार नाही."

बघता बघता गजरेच्या खोऱ्यात गेल्या तीस-चाळीस वर्षांत केवढी मोठी स्थित्यंतरे झाली होती. उघड्याबोडक्या माळावर दरसाल दहा लाख पोती साखर देणारी भव्य शुगर फॅक्टरी उभी राहिली होती. जिथे मारुतीच्या देवळात कशीबशी एकमास्तरी शाळा भरायची, त्याच परिसरात आता मोठी मेडिकल आणि इंजिनिअरिंग कॉलेजे अशी एक विद्यानगरीच आकाराला आली होती. आता तिथे उच्च शिक्षणासाठी काश्मीरपासून ते गोहत्ती आणि खाली रामेश्वरापर्यंतची मुले-मुली दरसाल येत होती. जिथे एखाद्या गावात एखाद्या शाळामास्तराकडे सेकंड हँड सायकल असायची, तिथे आता गावागावांत जीप आणि ट्रॅक्टरांचा सुळसुळाट झाला होता. मध्येच मर्सिडीज आणि बीएमडब्ल्यू गाड्या सुसाट वेगाने धावू लागल्या होत्या. हा झपाट्याने बदललेला परिसर, इथले बदलते राजकारण आणि अर्थकारण या साऱ्याच गोष्टी अनेक कथा, उपकथा आणि दंतकथांचा भाग बनल्या होत्या.

बऱ्याचदा रात्री-बेरात्रीच्या गप्पांत सहकारमहर्षी बापूरावांच्या सोबत जयश्री प्रकरणाचाही उल्लेख व्हायचा; पण त्याहीपेक्षा बबननाना हे एक अत्यंत गूढ आणि अनाकलनीय प्रकरण बनले होते. वरून दिसायला स्वच्छ, पांढऱ्या वस्त्रांतला बगळा आणि कारखान्यातून नदीत फेकलेल्या काळ्या रासायनिक खातेऱ्यासारखा एक गूढ मनुष्य.

रात्री उशिरा भोजनानंतर मोठ्या हॉलमध्ये काही मंडळी बसली होती. त्यामध्ये बापूरावांचा काळ पाहिलेले घोरपडेकाका, शिरगावकर दाजी आणि रंगाआप्पांसारखे

बुजुर्ग बसलेले होते. बऱ्याच दिवसांनी प्रिन्सही त्यांच्यासोबत गप्पा-गोष्टींत चांगले रंगून गेलेले. शेवटी अनेक वाटा आणि वळणे घेत विषय सरकला तो बबननानांकडेच! बैठकीत प्रिन्सचे दोन-तीन तरुण कार्यकर्तेही हजर होते. त्यांपैकी एकजण त्या जुन्या खोडांना डिवचत बोलला, ''तुम्ही सारी जुना जमाना बघितलेली माणसं. सांगा हो जरा, ती जुनी परिमल बात्रा नावाच्या मारवाड्याची आणि नानांची भानगड? नेमकं त्या दोघांचं भांडण जुंपलं होतं कशावरून?''

त्या प्रश्नावर घोरपडेकाका मनापासून हसले आणि प्रिन्सकडे पाहत बोलले, ''प्रिन्स, त्या काळात या आपल्या भागात रस्त्यांची तशी बोंबाबोंबच होती. त्या परिमल मारवाड्याकडे चांगली उत्तम दर्जाची बारा घोडी होती. पावसाळ्यात तर आंबेपुराकडे जायला रस्ताच नसायचा. अनेक ठिकाणी गजरामाईचं पाणी आडवं यायचं. परिमल मात्र मोठा कष्टाळू आणि चिकट माणूस. तो पाठीमागचे सह्याद्रीचे कडेडोंगर उतरायचा. खालून कोकणातून पोलादपूर - महाडच्या बाजूनं बैलांच्या आणि घोड्यांच्या पाठीवरनं बाजाराच्या गोणी भरून वाणसामान आणायचा. त्याच्या पाच पोरी खाली देशाकडे बड्या बड्या गावांत नांदत होत्या. दोन तालुक्याला बाजार जायचा, तो त्याच्या हवेलीवजा दुकानातनंच. त्या काळात ती कोट्यधीश पार्टी होती बरं का?''

''पण आमच्या नानांचा त्याच्यावर एवढा राग का होता?''

''एकतर परिमल गर्भश्रीमंत होता. धंद्याच्या बाबतीत कडक. वृत्तीनं दानशूर आणि परोपकारी. त्याची बिवी कमलाबेन ती तर वृत्तीनं खूपच भाविक. दोन ब्राह्मण ठेवून रोज गावातल्या सर्व देवांची पूजा करून घ्यायची. रोज सर्व मंदिरांतून आणि बाहेर आवारातही झाडलोट ठरलेली असायची. कुणाचं लग्न असो किंवा वास्तुशांत, लोक परिमलचा घोडा पोहोचायची वाट बघायचे. तो पोहोचल्यावरच नवरा-नवरीवर अक्षता पडायच्या. या साऱ्या गोष्टी नानांच्या डोळ्याला खूप डाचायच्या. ते सारखे वैतागून कोकलायचे– साऱ्या पोरींचे हात पिवळे झाले. आता हा म्हातारडा एवढा रग्गड पैसा कमावतोय कोणासाठी?''

''बरं, त्या काळात आपल्या कारखान्याला काही मदत?''

''तर, तर– हा मारवाडी आपल्या फॅक्टरीला तर देवासारखा उपयोगी पडला. आम्हा शेतकऱ्यांची त्या काळात गवताच्या शाकारणीची आणि जुन्या हातकौलाची सारी घरं जेव्हा आम्ही शीलभद्र त्यागी यांच्यासोबत शेअर्सची रक्कम गोळा करायचो, ती ठेवायला सुरक्षेची जागा होती कुठं? आम्ही त्या मारवाड्याच्या पेढीवरच जमा करायचो. पाहिजे तेव्हा तेथून उचलायचो. ती त्याची कमलाबेन माउली– सकाळी तिच्या हातचे गरमागरम फवे खाऊनच आमचा ग्रुप कारखान्याच्या कामाला बाहेर पडायचा.''

"अहो, पण त्यांचा आणि नानांचा झगडा? खरं कारण काय?"

"तेच सांगतो ना. त्या काळात जेव्हा शाळा मास्तराचा महिन्याचा पगार सव्वाशे रुपये होता, तेव्हा जमीन खरेदी करायच्या नावावर नानांनी त्याच्याकडून तीस हजार रुपये उसने घेतले होते. ते सारे बाहेर उडवले. रकमेचा परतावा नाही. पैसे मागूनमागून परिमल मारवाडी चिडला– त्यानं रक्कम देताना कागदं बरोबर रंगवलेली. परिमलनं सरकारातून जप्ती आणली, तेव्हा कारखान्याचे फक्त दोन गळीत हंगाम झालेले. जप्तीचाही उपयोग झाला नाही– चारसो बीसची केस झाली. पोलिसांनी नानांना नेऊन आंबेपूरच्या पोलीस स्टेशनात दोन दिवस डांबलं. जाऊ द्या, आता पुढची गोष्ट कशाला सांगू?"

"सांगा, सांगा?"

"उगाच तुमच्या अंकलची बेअब्रू व्हायची?"

"मुक्तपणे बोला हो काका. बेसिक स्टोऱ्या आम्हालाही कळल्या पाहिजेत."

त्यावर रंगाआप्पा, घोरपडेकाका आणि दाजी तिघे बारीक हसत डोळ्यांच्या कोनांतून एकमेकांकडे बघू लागले. पाण्यातल्या मासोळ्यासारख्या त्यांच्या डोळ्यांतल्या बाहुल्या नाचल्या. दाजी खळखळून हसत बोलले, "आता या पुढची सारी स्टोरी रंगाआप्पा सांगतील. तेच होते त्या काळात बॉयलर सेक्शनचे अटेंडंट."

तेव्हा रंगाआप्पा जुन्या आठवणीवरचे टरफल बाजूला काढत बोलले, "एके दिवशी दुपारी नाना भेटले, बोलले, 'पोरं हो, आज दुपारचीच म्हसोबाला मी नवसाची पाच बोकडांची सांगड कापलीय. मायंदाळ मटण पडलंय बरं. तुझ्या सेक्शनच्या पोरांना सांग, कुणीबी जेवू नका. रात्री बाहेर सिक्युरिटी केबिनजवळ तुझ्या सेक्शनसाठी खास वाड्यावरनं मी बोकडाचं मटण आन बिर्याणीभात पाठवणार आहे.' रात्री बरोबर साडेनऊला सिक्युरिटी केबिनजवळ मटणाची सागुती आणि बिर्याणी घेऊन वाड्यावरची पोरं पोहोचली. मी आमच्या सेक्शनची सारी पोरं तिकडंच पंगतीला धाडली. बॉयलरजवळ आणखी एक अटेंडंट घेऊन नानांची वाट बघू लागलो. कारण मी तिथंच थांबून राहावं, असा त्यांचा स्पेसिफिकाचा निरोप होता. अशी तंबाखू मळली, तेवढ्यात बिगिद्यानं नाना पोहोचले. त्यांच्यासोबत दोन जवान पोरं होती; बाहेरचीच! त्यांना मी कधी पंचक्रोशीत बघितलं नव्हतं. त्या दोघांच्या डोक्यावर प्लॅस्टिकच्या दोन गोणी होत्या. आल्या आल्या नाना मला म्हणतात कसे– अरे रंग्या, आपल्या साखरेला चांगला उतारा पडावा म्हणून म्हसोबाच्या नावानं मी एक मोठा सेपरेट बकरा छाटलाय. त्याचं मांस आत बॉयलरात फेकलं की देव प्रसन्न झाला म्हणून समज.

"नाना म्हणजे थंड रक्ताचा, बर्फासारखा माणूस. त्यानं खाली बॉयलरच्या झडपेच्या तोंडाजवळ त्या पत्र्यालाच देवाचा भंडारा लावला. पाच नारळ फोडले.

मला बॉयलरची खालची झडप उघडायला लावली अन् गोणीतले ते मांसाचे मोठमोठे तुकडे बाहेर काढून तो सावकाश आत बॉयलरच्या भल्यादांडग्या आगीत शांतवाणी फेकायला लागला. जळत्या शेगडीत कोळशाचे तुकडे टाकावेत तसं. त्या रक्तमांसाकडे माझं बारीक लक्ष गेलं अन् झटक्यात मला पोटातनं जोराची उबळ आली. शेंडी जळाल्यासारखा मस्तकात जाळ पेटला. मला जोराची ओकारी झाली. क्षणभर वाटलं, तोंडात रक्ताचीच गुळणी येते की काय?''

''का? असं का व्हावं?'' प्रिन्स.

''अहो प्रिन्सबाबू, काय सांगू? जेव्हा माझ्या डोळ्याला एका माणसाच्या हाताची बोटं आणि तोडलेले पाय दिसले– तशी माझी तंतरलीच. कुऱ्हाडीनं तोडलेला आणि बकऱ्यासारखे वाटे घातलेला माणसाचा देह मला न ओळखू यायला काय झालं. शेवटी त्यांनी त्या ----- बॅगेतला ओल्या फणसासारखा कापे घातलेला मोठा गोळा बाहेर काढला. नाक, कान खापलून काढलेली मनुष्याची मुंडी आणि त्याची चरबीनं लोंबती गलेलठ्ठ गर्दन जेव्हा मी बघितली, तेव्हा चक्कर आल्यासारखं मला जागच्या जागी गरगरायला लागलं. माझा खोकला वाढल्याचं बघून नानांनी माझ्या पाठीत जोराची लाथ घातली. अन् मला तोंडावर खाली पाडलं. ते कडकडले– तू आता जे बघितलंस, ते इथंच विसरून जायचं. बाहेर कुठं वाच्यता होईल, तर तुझ्याबी मुंडीचा नारळ लागलीच या बॉयलरच्याच आगीत आत जाईल.''

ती कहाणी ऐकताना सर्वजण सर्द झाले होते. बर्फाच्या गोळ्यासारखे जागीच आकसून पडलेले. त्यातून कोणीतरी विचारलं, ''पुढे काय?''

''आता पुढं काय होणार? अहो, केवढ्या मोठ्या व्हेलोसिटीची आग ती? जुन्या गाठीच्या लाकडाचा बडा ओंडका आत टाकला, तरी तिथं तो कागदासारखा पेट घेतो. जळून जातो. तिथं माणसाच्या दुबळ्या शरीराचं काय वो? सारी राख!''

दबक्या आवाजातील ती चर्चा चालू असतानाच बाजूच्या कोपऱ्यातून 'वूफऽऽ आई गंऽऽ' असा घशातून चिरका आवाज काढत शलाका ओरडली. ती झटकन उठली. बाजूच्या वॉश बेसिनवर जाऊन ओणवी झाली. भडाभडा ओकली. तिच्या डोळ्यांतून आणि नाकातून पाणी बाहेर आले. प्रिन्स झटकन उठला आणि तिच्या पाठोपाठ धावला. त्याने तिचे डोके गच्च धरले. शलाकाने स्वतःला कसेबसे सावरले अन् ती पाठीमागे ठेवलेल्या खुर्चीवर मुकाट्यानं चूप बसली. तिची ती विचित्र अवस्था पाहून प्रिन्स हसत बोलला, ''घाबरू नकोस शलाका. ज्या परिसरात तुला नांदायचं आणि कामही करायचं आहे– तिथलं पाणी, माती, झाडं आणि झाडांपेक्षाही ज्यांच्या मुळ्या खूप गुंतागुंतीच्या आहेत, अशी माणसं तुला समजून घ्यायची आहेत.''

"बाई गं! हे सारं खूपच भयंकर आहे."

"पण रंगाआप्पा, जेव्हा अशा काही भयंकर घटना घडल्या, तेव्हा आमचे डॅडी कुठं होते?" प्रिन्सने विचारले.

"तेव्हा साखर संघ आणि सरकारमार्फत एक शिष्टमंडळ रशियाला गेलं होतं. बापूराव तिकडं मॉस्कोला होते."

"हां, एक बाकी खरं," मोठ्यानं हसत घोरपडेकाका बोलले, "अशा कामासाठी मुहूर्त शोधून काढण्यात आमचे नाना अव्वल बरं. देवापुढं बकरी कधी कापायची आणि माणसं कधी, कुठल्या वेळी अन् कशी छाटायची, याचं गणित ते बरोबर जुळवतात; त्यामुळे त्यांनी केलेल्या गुन्ह्याचा पुरावा माणसाच्या नव्हे, देवाच्या बापाच्या हातीही लागायचा नाही."

त्या चर्चेत पुढे परिमलच्या गोष्टी निघाल्या. तो कारखान्याच्या परिसरातून आणि बापूनगरातून एकाएकी नाहीसा झाला. कोणी उठवले, तो दूर तीर्थक्षेत्री गेला आहे. तिथे एक मंदिर बांधतो आहे. मात्र, त्या घटनेनंतर साऱ्या परिसरावर एक अनामिक भीतीचे गडद सावट पडले होते, ज्यामुळे परिमल बेपत्ता झाला तरी त्याच्या पाची मुलींपैकी कोणीही आपल्या माहेरी रडत किंवा ओरडत बापाच्या नावे हाका मारत यायचे धाडस केले नाही. मात्र, परिमल नाहीसा झाल्यावर कमलाबेन तुळशीसारखी वाळत चालली. गावातल्या मंदिरातल्या देवपूजा बंद झाल्या. देवळांच्या आवारात पुन्हा कचरा साचू लागला. एखाद्या वेड्या भिकारणीसारखी कमलाबेन अनवाणी पायांनी गावातून भटकताना दिसायची. एके रात्री धाडस करून परिमलच्या दोन लेकी आल्या. त्यांनी ती रात्र उजाडतानाच पहाटे वृद्ध कमलाबेनला आपल्या मोटारीत घातले. जेवढ्या चीजवस्तू नेता येतील, तेवढ्याच सोबत नेल्या. बाकी सारी हवेली युद्धात उद्ध्वस्त झालेल्या घरासारखी उघड्यावर पडली.

वर्षभरामध्ये परिमलची ती तीन माळ्यांची बडी हवेली थंडीत गारठली. उन्हात तडकली आणि पावसात भिजून निघाली. मोकाट उंदीर आणि घुशींनी हवेलीत उकीर आणि बिळे पाडली. मग एके दिवशी बबननानाच आपले कार्यकर्ते घेऊन दुपारचे हवेलीत आले. हवेली झाडून साफ केली. त्यांनी त्याच दिवशी आपल्या 'चंचलादेवी सहकारी पतसंस्थे'चे मुख्य कार्यालय तिथे शिफ्ट केले. त्यानंतर चार-पाच महिन्यांनी हवेलीवर पतसंस्थेच्या नावाचा रीतसर बोर्ड लागला.

दाजी शिरगावकर सांगू लागले, "अजून काही मंडळी अध्येमध्ये शपथेवर सांगतात की, त्यांना तिकडे फिरताना हवेलीजवळ परिमल मारवाड्याचं भूत भटकताना दिसतं."

"खरंय. फक्त एकाच व्यक्तीला ते कधीही न दिसल्याचं मला माहीत आहे," घोरपडेकाका.

“कोणाला हो?”

“आपल्या नानांना.”

त्यावर बैठकीत हास्याचा स्फोट झाला. “जातीच्या महाखविसापुढे ते गरीब बिचारं भूत उभं राहायचं धाडस तरी कसं करणार?” या मुद्द्यावर सर्वांचेच एकमत झाले.

रात्रभर शलाका अखंड जागी होती. तिच्या डोळ्यांच्या पापण्या मिटत नव्हत्या. डोळ्यांसमोर बॉयलरच्या पोटातली ती अजस्र आग, उभ्या जंगलरानाला पेटवल्यासारखा तो वणवा आणि त्यामध्ये शेणगोळ्यासारखे जळणारे मनुष्य देहाचे ते मांस. ते दृश्य तिच्या डोळ्यांसमोरून काही केल्या हलता हलत नव्हते. बाजूच्या ऊसमळ्यातील उभी उसाची कांडके आणि त्याच्यावर डुलणारे ते पांढरे तुरे. ती जेव्हा आपल्या खिडकीतून बाहेर डोकावत होती, तेव्हा उसाच्या तुऱ्यांना निवडुंगाच्या अणकुचीदार काट्यांसारखे काटे फुटल्याचे तिच्या डोळ्यांना स्पष्ट दिसत होते.

दिवस सरत होते. महिने भरत होते; पण काहीच घडत नव्हते. नेत्रा आणि चंचलादेवींना या वांझोट्या दिवसांचा मनस्वी राग येत होता. काहीच कसे घडत नाही. एखादी चांगली बातमी 'रिव्हर फ्रंट' बंगल्याकडून ऐकायला मिळावी म्हणून त्या दोघीही किती आतुर होत्या. प्रिन्स आणि शलाकामध्ये कडाक्याचे खूप मोठे भांडण झाले आहे, तिचा पहिला नवरा रमेश दिवसे हातामध्ये धारदार चाकू घेऊन बेधडक बंगल्यात घुसला आहे, त्याने प्रिन्सला चाकूने रक्तबंबाळ केले आहे, शलाकाला नेसत्या वस्त्रानिशी रात्री दोन वाजता प्रिन्सने घराबाहेर काढले आहे, एके रात्री प्रिन्सने 'रिव्हर फ्रंट'च्या पश्चिमेच्या खिडकीतून बायकोला वैतागून खाली उडी ठोकली आहे. त्या गूढ परिसरातून आणखी एका भयानक आत्महत्येचे चीत्कार ऐकू आले आहेत– माणसाने स्वप्ने तरी किती पाहावीत? पण तसे काहीच घडत नव्हते.

नेत्रा आणि विशेषतः चंचलानानींना एका प्रश्नाने अस्वस्थ बनविले होते. 'रिव्हर फ्रंट'च्या बाजूला वडाच्या पारंब्यावर स्वतःला उलटे टांगून घेणारा, वटवाघुळासारखा लोंबकळत, लटकत रात्र काढणारा तो भयानक समंध आजकाल आहे तरी कुठे? कसे संपलेत त्याचे ते पाशवी– खेळ, ते निर्घृण डाव? एके काळी त्या नदीच्या काठावर त्याने माजवलेली ती भीती. त्या समंधाला घाबरून त्या काळात तर म्हणे रात्रीचे बिळातून साप बाहेर पडायचे नाहीत. खेकडे आणि कासवे आपल्या फताड्या नांग्या आणि पाय पोटाशी धरून गुपचूप निपचित रात्र काढायचे. त्यातल्या त्यात एक बरी बातमी म्हणजे एकदा हॉस्पिटलमध्ये जाऊन पडलेले बापूराव पुन्हा तेथून उठले नव्हते. अध्येमध्ये ते बरे व्हायचे; पण आपल्या पंधरा फुटांच्या खोलीमध्ये तिथेच नोकराच्या मदतीने शतपावली करायचे. त्या प्रचंड सभा, तो अखंड खळखळून वाहता उत्साह, ते मोर्चे, मीटिंगच्या निमित्ताने मुंबई आणि दिल्लीकडे मोटारीतून आणि विमानातून होणारी धावाधाव. बापूरावांचे ते सार्वजनिक जीवन मात्र आता पूर्ण

थांबले होते. रानात गुरगुरणाऱ्या वाघाला गोठ्यातल्या लंगड्या गाईची अवकळा निर्माण झाली होती.

"मी आपल्या स्टाफला मुद्दाम खोदूनखोदून विचारते– त्या म्हाताऱ्याच्या सेवेला जवळ कोण असतं? साऱ्या मेल्यांचं एकच उत्तर– शलाका." नेत्रा बोलली.

"काही म्हणा, बाई मोठी सेवाभावी वृत्तीची दिसते." बाजीराव बोलला.

"कसली आलीय ती सेवा रे शतमूर्खा," चंचलानानी आपल्या पुत्रावर भडकून बोलल्या, "असं काय लागतं रे आजारी मनुष्याला? वेळच्या वेळी गोळ्या, संत्र्याच्या चार फोडी, मध्येच नारळपाणी आणि फार झालं तर दंडाला धरून बाथरूममध्ये नेऊन तेथेच फळा फळा – कसला आलाय पराक्रम आणि सेवा त्याच्यात?"

"नाहीतर काय..." नेत्रा.

"सूनबाई, तुम्हाला म्हणून मी सांगते, त्या कुलटेनं– शलाकानं बापूरावांच्या सेवेचा नुसता शो उभा केलेला असणार! एक तर ते या घोडीला जवळसुद्धा उभे करायला तयार नव्हते. अन् या कैदाशिणीचं भाग्य बघा. तो बुड्ढा आजारी पडला आणि ही आवा सेवेचं निमित्त करत घुसली तिथे चिचुंद्रीसारखी."

"अहो सासूमां, गोष्टी दवाखान्यापुरत्या मर्यादित असत्या तर मान्यही केलं असतं; पण ही बीच डोंगरे-देशमुखांच्या घरामध्ये शुगर फॅक्टरी, मेडिकल ट्रस्ट, साखरेच्या लिलावाच्या बैठका अन् साऱ्या व्यवहार आणि उपचारांमध्ये अलीकडे घुसू लागलीय म्हणे. जसं विष रक्तात घुसतं आणि शेवटी सारं अंग गिळून, जाळून टाकतं; तसाच इंगा ही भवानी जेव्हा या डोंगरे-देशमुखांना दाखवेल ना, तेव्हाच यांना अक्कल येईल."

"करा रे करा, काहीतरी करा. लवकर करा," चंचलानानी रडवेल्या सुरात बोलल्या, "या महत्त्वाकांक्षी बयेनं या परिसरात तुम्हाला जगण्या-फिरण्याचं मुश्कील करण्याआधी तिला तेवढी पळवून लावा."

सहकारमहर्षी बापूराव आजारातून पूर्णपणे ठणठणीत बरे होण्याची लक्षणे काही दिसत नव्हती. मुळात त्यांचा देह धष्टपुष्ट आणि मजबूत बांध्याचा; त्यामुळे सुरुवातीला वाढीव वजनाचा त्रास होताच. श्वसनाचा त्रास आणि वर त्या साखरसम्राटाची त्यांच्या शरीरातल्या साखरेनेही सुटका केली नव्हती. एके दिवशी त्यांनी प्रिन्सला बोलावून घेतले. ते कमालीचे प्रसन्न दिसत होते. कदाचित त्यांना आपल्या पुत्राला काही महत्त्वाच्या गोष्टी किंवा गुपिते सांगायची असावीत. तसा अंदाज आल्याने शलाका हॉस्पिटलमधील त्या खोलीच्या बाहेर जाऊन थांबली.

पिता आणि पुत्र एकमेकांसमोर बसलेले. अचानक दम्याची उबळ आली. ठसका लागला, तरी त्याही स्थितीत बापूरावांनी आपल्या सूनबाईंनाही आत बोलवा,

असे खुणावले. तशी शलाका पुन्हा खोलीत आली, तेव्हा शलाकाच्या डोक्यावर हाताचा पंजा ठेवत ते बोलले, "प्रिन्स, मला बिचाऱ्याला काय माहीत होतं तुझी शलाका हे आमच्या सुजातादेवींचं– तुझ्या आईचं दुसरं रूप आहे म्हणून! तिच्यासारखीच ही प्रेमळ, निगर्वी, सेवाभावी आणि परोपकारी."

"जाऊ द्या हो मामंजी."

"असं कसं पोरी? जाणते-अजाणतेपणी तुझ्या बाबतीत खूप वाईट वागलो मी– आय ॲम सॉरी."

प्रिन्स कमालीचा सुखावून गेला. आपली निवड आपल्या जन्मदात्याने उचलून धरावी, याचे त्याला खूप बरे वाटले. त्याने अभिमानाने शलाकाकडे बघितले. किती कमी वेळात तिने आपल्या गुणी स्वभावाने डोंगरे-देशमुखांचा देव्हारा उजळून काढला होता. सर्वांना आपलेसे केले होते. 'रिव्हर फ्रंट'मधील सामान्य नोकरचाकरसुद्धा 'बडी मां या बंगल्यात पुन्हा परतल्या आहेत' असे उघडपणे बोलू लागले आहेत.

बापूरावांनी खऱ्या अर्थी आता निवृत्ती आणि अंथरूण पकडले होते. अनेकदा थकवा यायचा. प्रकृती बिघडायची. मध्येच दोन-तीन दिवसांत ते बिछान्यात बसायचे. पाठीशी मोठी उशी ठेवून कॉटवर बसून राहायचे. सकाळ-संध्याकाळ सेवेला शलाका होतीच. मात्र, आजारी असोत किंवा चांगल्या स्थितीत, पुन्हा 'रिव्हर फ्रंट'मध्ये राहायला परतायचे त्यांनी टाळले होते. पूर्वस्मृतींचा तो जाच होताच. शिवाय मुलांचे बरे चालले आहे, तर आपल्या अस्तित्वाने त्यांच्या प्रगतीमध्ये खीळ पडू नये, अशीही त्यांची इच्छा असायची. कधी रानवाऱ्यावर सासरेबुवांची प्रकृती बिघडली तर शलाका तिकडे धावायची. प्रसंगी शेजारच्या खोलीमध्ये मुक्कामी राहायची. रात्री-बेरात्री उठून रुग्ण सासरेबुवांची काळजी घ्यायची. ती तिकडे मुक्कामी राहिल्यावर प्रिन्स साहेबांचाही सक्तीचा मुक्काम तिथे पडायचा. "तुझ्यामुळेच मी इथे येतो. अन्यथा विद्यार्थिदशेत पाचगणीवरून परतल्यावर रात्रीचा 'रानवारा' कसा दिसतो, ते मी कधी पाहिल्याचे मला आठवत नाही," अशी उघड कबुली प्रिन्स देऊन टाकायचा. बापूरावांचा बीपी घडोघडी चेक करणे, त्यांना गोळ्या देणे अन् सकाळ-संध्याकाळ स्वतःच्या हातांनी त्यांच्या हातापायांना मसाज देणे– शलाकाची ही रूपे पाहताना प्रिन्सचा चेहरा आनंदाने खुलायचा.

बापूरावांनी अंथरूण पकडून वर्ष होत आले होते. आता तर चिंचेखालचा बंगला मत्सराच्या आगीत आणि वारसाहक्काच्या प्रतीक्षेने वेडा होऊन जळून जाईल की काय अशा अवस्थेला येऊन पोहोचला होता. त्यातच शलाकाच्या सेवाभावी वृत्तीचा तर त्यांना संताप येत होता. तिच्या शुश्रूषेमुळेच म्हाताऱ्याचे वय वाढते आहे. हे बुड्ढे गृहस्थ अजून किती वर्षे, किती महिने, किती दिवस जगणार आहेत? ते जोवर हरिऽऽ हरि म्हणत नाहीत, परलोकाच्या प्रवासाला प्रस्थान ठेवत नाहीत; तोवर

इथल्या सत्ता-संपत्तीच्या वारसाहक्काचा निकाल लागणार नाही. त्यात आताच काही गडबड करावी तर त्याचीही बबननानांच्या कुटुंबाला मोठी भीती वाटत होती, कारण अजून जनतेमध्ये बापूरावांची लोकप्रियता तशीच टिकून होती.

मात्र, काहीतरी घडायला हवे होते. नेत्रादेवींना तर आतून भीती वाटत होती. या वेगाने आणि उपचाराने न घडो ते घडायचे. 'सहकारमहर्षी अजून दहा-बारा वर्षे जगायचे अन् मधल्या काळात आपल्या तारुण्याचा बहर असाच ओसरून जायचा. आपण चक्क दहा-पंधरा वर्षांनी बुड्ढ्या होणार. एकदा जवानी मावळू लागल्यावर, उतारवयामध्ये सत्ता लाभून तिचा उपयोग तरी काय? कधी घ्यायचा तिचा उपभोग आणि आनंद? कधी बसायचे सत्तेच्या पंचरंगी, स्वर्णपंखी वारुवर?'

म्हातारी मरतच नव्हती; त्यामुळे ती मेल्याचे दुःख साजरे करण्याचा प्रश्नही निर्माण होत नव्हता. काळ मात्र खूपच सोकावत चालला होता. बापूरावांच्या फक्त वाढत्या वयानेच नव्हे, तर इथे कानामागून आलेल्या आणि लोकांच्या काळजामध्ये घुसू लागलेल्या शलाका नावाच्या चिचुंद्रीने मोठाच घोळ घालून ठेवला होता.

चिंचेखालच्या बंगल्यातली भोजनापूर्वीची आणि भोजनोत्तर धुसफूस खूपच वाढीला लागली होती. शलाका बापूनगरात येऊन वर्ष उलटले. आता तर संतापाच्या आणि द्वेषाच्या रंगाने नानांच्या बंगल्याच्या भिंतीही काळवंडू लागल्या.

"काय करावं तेच समजत नाही. ही शली– या रस्त्यावरच्या बाईचं लक कसं चमकून उठतं पाहा! बघता बघता तिनं भाबड्या प्रिन्सला कच्चा गिळून टाकला हो."

नेत्रा आपल्या सासूबाईंशी बोलता बोलता नवऱ्यावरच घसरली, "आणि हे पाहा, आमचे नुसते नावाचेच बाजीराव! नुसता मेला बथ्थड पैलवानी अगदी 'माथाडी भेजा'!"

"अगं नेत्रे, मी तरी काय करू शकतो? आपल्या नशिबाचे फेरेच जर घाणेरडे असतील, तर त्याला आपण तरी काय करणार?"

"त्या सहकारमहर्षींचा एखादा घात किंवा अपघात घडून आला तर? किंवा घडवला तर?"

अचानक उच्चारले गेलेले ते वाक्य कट्यारीच्या थंड पात्यासारखे बेगुमान होते. ते चौघेही भीतिदायक नजरेने एकमेकांकडे पाहू लागले. ते वाक्य नेमके कोणाच्या ओठातले, याचे स्मरण कोणालाच होईना. मात्र, त्या वाक्याच्या पोटातला मतलब त्या प्रत्येकाच्या मेंदूतला होता.

नानी कळकळीने बोलल्या, "बघा रे पोरांनो, काहीतरी मार्ग काढा. नाहीतर एक दिवस आपला पहिला नवरा रस्त्यातच सोडून प्रिन्सची जाहीरपणे अर्धांगिनी बनण्याची हिंमत दाखविणारी ही चेटकीणच कारखान्याची आणि परिसराची मालकीण बनायची."

डोंगरे-देशमुखांच्या घरात एखादा धार्मिक सण अथवा उत्सव आला की, शलाकाच्या पोटात भीतीचा गोळा उठायचा. विशेषतः तिला भावकी, भाऊबंद आणि जवळच्या नात्यातल्या स्त्रियांच्या डोळ्यांचा खूप त्रास व्हायचा. आपण लुटारू आहोत, दुसऱ्या कोणाचा तरी हक्क लुबाडून मागच्या दाराने घरात घुसलो आहोत, याच नजरेने सर्वजण आपणाकडे पाहतात. आपणाला उपरे समजून सातत्याने आपल्याविरुद्ध काही ना काही कटकारस्थाने रचली जातात, याची शलाकाला पूर्ण जाणीव होती.

अशातच आज कारखान्याच्या नव्या प्रशासकीय इमारतीच्या पायापूजनाचा समारंभ आयोजला होता. त्यासाठी वाईहून अकरा ब्राह्मण बोलावले होते. पटांगणात तांबड्या झालरीचा मोठा मंडप घातला होता. खरेतर एखाद्या मोठ्या मंत्र्यांच्याच हस्ते भूमिपूजन उरकायचे होते. मात्र, इमारत पूर्ण झाल्यावर आणखी मोठा समारंभ घडवू. आणखी मोठे पाहुणे बोलावू, असा निर्णय प्रिन्स आणि त्याच्या सहकारी संचालकांनी घेतला होता. तूर्त प्रिन्स आणि शलाकाच्या हस्तेच पूजा पार पाडायची, असे सर्वांनी ठरवले होते, तेव्हा शलाकाने प्रिन्सला हात जोडून सांगितले, ''मला माफ करा, मला पूजेच्या फंदामध्ये नका पाडू.''

''अगं शलू, का नाही म्हणतेस? हा तर तुझा हक्क आहे.''

प्रिन्सकडून शलाकाला मिळणारी वर्तणूक ही खूपच मोकळेपणाची होती. आपण तिच्या पतीपेक्षाही तिचे जवळचे मित्र आहोत, अशाच अगत्याने प्रिन्स तिला वागवत होते. ती त्याच्या जीवनाचा आणि कारभाराचा अविभाज्य अंग बनत चालली होती; त्यामुळे तर हितशत्रूंच्या नाकाला खूप मिरच्या झोंबू लागल्या होत्या.

प्रशासकीय इमारतीसमोर मोठी गर्दी गोळा झाली होती. तेवढ्यात तेथे मर्सिडीज गाडी येऊन पोहोचली. प्यून आणि मदतनीस मंडळींची धावपळ उडाली. अतिशय

तलम, तांबूस मोरपंखी पैठणीतली शलाका आणि जोधपुरीतील प्रिन्स ही जोडी मोटारीतून खाली उतरली. तरुण कार्यकर्त्यांनी त्यांच्याभोवती गर्दी केली. आगतस्वागत झाले. तेथे पुण्याहून आलेल्या साखरेच्या काही व्यापाऱ्यांशी प्रिन्स रस्त्यातच बोलत उभे राहिले. महिला कार्यकर्त्यांचा घोळका पुढे धावला. अगत्याने नवरीला लग्नमंडपात पुढे बोलवावे, तशा प्रेमाने त्यांनी शलाकाला पुढे आणले. नेहमीच्या गडबडीने मुख्य भटजी बोलले, "चला शलाका वहिनीसाहेब. बसा बरं पाटावर. पूजेची वेळ संपत चाललीय."

"प्रिन्स येताहेत ना. थोडं थांबू."

"मीच पुढे घेऊन येतो साहेबांना," असे म्हणत भटजीबुवा तिकडे धावले.

इतक्यात बाजूला बसलेल्या हसऱ्या, छोट्या शाळकरी मुलींचा घोळका उठला. त्या शलाकाला एकसाथ गोड नमस्कार करू लागल्या. तेवढ्यात बाजूला कोणीतरी खाकरले. महागड्या शालूतील धिप्पाड अंगापिंडाची साठीतली एक स्त्री पुढे झाली. शलाकाकडे पाहून तिरस्काराने बाजूला थुंकी टाकत ती चाबकाच्या फटकाऱ्यासारखी कडाडली, "एवढा सोन्यासारखा हा धार्मिक समारंभ. तो नासवून टाकायला तू तुझं काळं तोंड घेऊन इथंही घुसलीस? काय गं एऽऽ निर्लज्ज मेलीऽऽ चल ऊठ, हो बाजूला." चंचलानानींचे ते जळजळीत शब्द म्हणजे मंडपावर फेकलेला जळता पलिताच! त्या अचानक धक्क्याने तेथे उपस्थित असणारी मंडळी चक्रावून गेलीच. मात्र, त्या हल्ल्याने शलाकाही भेदरून गेली. कशीबशी शब्दांची माळ जुळवत ती विचारू लागली, "असं भलतंच काय बोलता सासूमां?"

"सर्वांदेखत नाक वर करून मला काय उलटा प्रश्न विचारतेस गं? एका कपाळावर दोन-दोन नवऱ्यांच्या नावांचं कुंकू लावणारी तू बाजारू अवदसा! चलऽऽ ऊठ त्या पाटावरून."

"अहो, पण ते येत आहेत ना-"

नानीने झटकन पुढे होऊन तिचा नाजूक गोरा हात पकडला. तिचे मनगट घट्ट पकडून त्या मोठ्याने खेकसल्या, "हे बघ, हे वैभव केवळ तुझ्या सासऱ्याच्या बापाच्या मालकीचं नाही. आमचे नाना म्हणजे पायाचे दगड आणि अकारण तुमच्यासाठी पापाचे धनी बनलेले आहेत. तू इथे काल उगवलेली उनाड मोरनी! गप् आवाज बंद करायचा-"

"अहो पण सासूमां?"

"तुला काय गं ठावे ही फॅक्टरी घडताना- वाढवताना पडद्यामागं काय काय घडलं ते. किती राजश्री आणि जयश्री आल्या आणि भल्याभल्यांना नाचवून गेल्या. पापाच्या त्या रांगोळ्या पचवायला नाना आणि पूजेचा मान तुम्हाला काय?"

नानींनी शलाकाचा हात एवढ्या जोरात खेचला की, त्याने तिच्या दंडातून तीव्र

कळा सुटल्या. त्या आकस्मिक प्रकाराने सभोवती उभे असलेले अधिकारी, संचालक आणि कार्यकर्ते अवाक होऊन गेले होते. पलीकडे पूजेच्या जागी काहीतरी गडबड चालू आहे, असा अंदाज प्रिन्सला लांबूनच आला. तसे आपले बोलणे मध्येच तोडून प्रिन्स पटकन पुढे झाला. गडबडीने पेंडालमध्ये निघून आला. शलाकाचा रडवेला, उतरलेला चेहरा पाहून तो बावरला. बाजूला उभ्या असलेल्या नानींकडे पाहत त्याने शलाकाला विचारले,

"शलाका! तुझे डोळे ओले का दिसतात? काय प्रकार तरी काय नानी?"

"बेटा प्रिन्स, किती काळजी करशील तू?" दिलखुलास हसण्याचा बहाणा करत नानी प्रिन्सकडे सरकल्या. त्याला बोलल्या, "अरे पाहतोस ना, किती कडक ऊन पडलंय? आमच्या सूनबाईंना– तुझ्या बिचाऱ्या शलूला अशा त्रासाची कुठं सवय असायला? म्हणूनच थोडी चक्कर आली होती तिला."

"अहो पण नानी?"

"कशाला चिंता बाळगतोस बेटा? पूजेची काळजी घ्यायला आम्ही आहोत ना. जा बरं. सूनबाईंना घेऊन जा बंगल्यावर. थोडा औषधोपचार करा."

आजूबाजूला उपस्थित असलेल्या पाहुण्यांनी, मित्रांनी आणि गर्दीने जे पाहायचे, ते पाहून घेतले होते. तेथे उशिराने पोहोचलेल्या प्रिन्सच्या लक्षात नेमका प्रकार आला नाही. तो अपमान आणि जाहीर मानहानीची जखम घेऊन शलाका बाजूला झाली. आपल्या डोळ्यांतून झिरपणारा अश्रूंचा पेरा डोक्यावरच्या पदरात झाकायचा प्रयत्न तिने चालवला होता. ते दांपत्य 'रिव्हर फ्रंट'कडे निघाले. तिला बोलते करायचा प्रयत्न खूप वेळ प्रिन्सने करून पाहिला; पण तिने आपले ओठ काही उघडले नाहीत.

उद्‌भवलेला प्रसंग पाहून एम.डी. साहेबांनी बबननानांनाच पूजेला बसायचा आग्रह केला. धोरणी नानांनी आपल्या सूनेला आणि चिरंजीवांना पुढे ओढले. अखेर बाजीराव आणि नेत्रादेवीलाच पूजेचा मान मिळाला, तेव्हा त्यांच्या तोंडावरचा विजयाचा आनंद नुसता ओसंडून वाहत होता. हे भाग्याचे क्षण कधी संपायला नकोत, असे मनापासून वाटत होते. नानी खूपच खूश झालेल्या. त्यांच्या मुखावरच्या अभिमानाच्या छटा अधिक गडद बनल्या होत्या.

ती रात्र प्रिन्ससाठी मोठी खराब निघाली. त्याची तळमळ शांत होत नव्हती. झोप दूर पळून गेलेली. त्याला पक्के समजून चुकले होते की, दुपारी काहीतरी चुकीचे घडले आहे.

त्यांनी सरळ एम.डीं.ना फोन केला, "दुपारचा नेमका प्रकार होता तरी काय? शलाकादेवींना कोणी काही उणेदुणे बोलले का?"

एम.डीं.नी त्याच्या प्रश्नाचे उत्तर टाळले. उलट समजुतीच्या सुरात साहेब बोलले, "जाऊ दे ना प्रिन्स, महाराष्ट्रात काय किंवा हिंदुस्थानात काय– असं एखादं

तरी राजकीय कुटुंब दाखवून द्याल का जिथे प्रापंचिक कुरबुरी नसतात?''

प्रिन्सने एकापाठोपाठ दोन सिगारेटी ओढल्या. तो बिछान्यात तळमळत्या अंगाने पडून होता. घाबरून गोठल्यासारखी झालेली शलाका त्याच्या अंगाशी चिपकली. त्याच्या छातीवरच्या दाट केसांतून तिने बोटे फिरवली अन् अचानक तिच्या कोंडल्या मनाचा बांध फुटला, ''मला वाटतं, नको– जाऊ दे तो– माझ्या पोटात अंकुर न वाढलेलाच बरा.''

''किती अशुभ बोलतेस तू शलू? तेही कशासाठी? ती गोड बातमी ऐकल्यापासून गेले दोन दिवस मी खूप आनंदी दिसतो आहे यासाठी?''

''नाही हो, तसं बिलकूल नाही. मला तर वाटतं, तुमच्या सुखाला नेहमीच सोन्याचा वर्ख लागावा; पण इथं मला आपल्याच आप्तांची, नातलगांची जाम भीती वाटते. तो अंकुर वाढूच नये– मध्येच करपून जावा म्हणून आतापासून लोक पाण्यात देव बुडवून बसले आहेत हो.''

प्रिन्स तिच्या गोंधळल्या, घाबरल्या मनाची एकीकडे समजूत काढत होता. तितक्यात उघड्या खिडकीतून वारा आत घुसला. कारखान्याच्या उग्र मळीचा वासही नाकात शिरला. प्रिन्सने जाणले, आपण जसे समजतो किंवा चाहतो, तसे इथे काही आलबेल नाही.

सहकारमहर्षी बापूराव डोंगरे-देशमुखांचे निकटतम सहकारी, चाहते आणि प्रशंसक सारे एका मुद्द्यावर एकत्र येत. तो मुद्दा धरून हळहळतसुद्धा! 'बापूरावां'सारखा सालस, मनाचा मोकळा मनुष्य आहे त्यापेक्षा अजून जीवनामध्ये कितीतरी पावले पुढे निघून गेला असता. महाराष्ट्रासारख्या प्रगतिशील राज्याचा किमान एकदा तरी मुख्यमंत्री बनला असता; पण नकळत एका गुलाबी काट्यावर त्यांचे पाऊल पडले आणि त्यानेच त्यांचा घात केला. हलक्या आवाजातील ती कुजबुज शलाकाच्याही कानांवर अनेकदा पडली होती. तिलाही संभ्रम पडायचा की कोणत्या फांदीवरचा हा गुलाबकाटा?

अनेकांच्या नशिबी त्यांच्या पाचवीलाच दुर्दैव आणि हलाहल पुजलेले असते. फारच थोडे भाग्यवान असे असतात की, ते जन्मल्यापासून यशाच्या आणि गौरवाच्या ताटव्यातूनच दुडक्या चालीने पुढे जायचे नशीब घेऊन आलेले असतात. काहीजण तर असे पुरुषी देखणे राजबिंडे आणि फर्डे व्यक्तिमत्त्व घेऊन जन्माला येतात की, त्यांचा प्रभाव एखाद्या ताऱ्यासारखा चमकदार असतो. बापूरावही उंच, खानदानी आणि रुबाबदार व्यक्तिमत्त्वाचे. नुकत्याच फुटलेल्या आणि जोमाने वाढलेल्या सागाच्या फोकेसारखे सरळसोट. हॉलिवुडच्या सिनेमातून पूर्वी जसे पूर्ण उंचीचे, भक्कम बांध्याचे, रुंद खांद्याचे, तारुण्याने सळसळते जे रोमन योद्धे दाखवले जायचे, तसेच बापूराव राजसवाणे आणि फाकडे. फक्त त्या रोमनांच्या डोक्यावरचे शिरस्त्राण बाजूला काढावे अन् त्याच्या जागी कोचकोनुची पांढरीधोट मंचरी गांधी टोपी ठेवून दिली की, तो रोमन कसा ढंगदार दिसेल तसेच बापूराव! दुटांगी रेशमकाठी धोतर, कोट आणि गालावरचे ते गुलजार नंबरी हास्य!

बापूरावांच्या राजबिंड्या व्यक्तिमत्त्वाची समोरच्या व्यक्तीवर अशी छाप पडायची की, त्यांच्या नाकासमोर उभे राहून बोलायची कोणाची हिंमत व्हायची नाही. समोरचा

मनुष्य आपले अंग जागेवरच मुरवत, अदबीने झुकत थोडा बाजूलाच उभा राहून बोलायचा. कारखान्यातील त्यांचे जुने वरिष्ठ आणि बुजुर्ग संचालकही त्यांच्याशी बोलताना चटपटायचे. त्यांच्या प्रसन्न, देखण्या आणि पहाडी व्यक्तिमत्त्वाच्या जादूने सुंदर महिला तर अधिकच लज्जित व्हायच्या. त्या तगड्या पुरुषाच्या दर्शनाने त्यांच्या अंगाचे जणू पाणी पाणी होऊन जायचे.

बापूरावांच्या कर्तृत्वाची जलन असणाऱ्या आणि त्यांचा मत्सर करणाऱ्या लोकांत कुजबुज चालायची– उंच, खानदानी आणि शेलाट्या बांध्याच्या ललना दिसल्या की, चेअरमन साहेब तिथे रमतात; परंतु मुलखावेगळे देखणे रूप मिळूनही त्यांनी कधीच संयम सोडला नव्हता. आपल्या सत्तेचा आणि पौरुषत्वाचा कधी माज दाखवला नव्हता. उगाच इतरांसारखे 'दिसली सुंदरी की धाव सत्वरी' अशी छचोर वृत्तीही त्यांच्याकडे कोणाला पाहायला मिळाली नाही. थोडक्यात, आपल्या इज्जतीचा त्यांनी कधीही तमाशा होऊ दिला नाही.

सहकाऱ्यातल्या बुजुर्गांना पूर्वी नीरा नदीच्या काठावर फलटण– होळकडच्या एका फार्म हाउसवर रंगलेली एक जबरदस्त 'खासगी बैठक' याद आहे. त्या मैफिलीला कॅबिनेटचे मंत्रिपद भोगलेली दोन जुनी धेंडे, राष्ट्रीय पक्षाचे एक माजी गांधीवादी प्रांताधिकारी, स्टेट लेवलचे दोन मोहरे आणि झेडपी स्तरावरचा बराच चिल्लर खुर्दा उपस्थित होता. अशा बैठकांकडे बापूराव सहसा कधीच जात नसत; पण वरिष्ठांचे दबावाचे 'आवतण' त्यांना काही टाळता आले नाही. संगीतबारीच्या त्या नशिल्या कार्यक्रमासाठी खास दूर बार्शी आणि चौफुल्याकडून दोन टेंपो भरून फाकड्या तारका बोलावल्या गेल्या होत्या.

तेव्हा मोबाइल, पेनातले छुपे कॅमेरे असा दुष्ट जमाना आला नव्हता. उगाच संशयाचे वारे वाहत नव्हते. ते स्वतंत्र आणि स्वच्छंदी रसिकतेचे मोकळे दिवस होते. मैफिलीत साखरेची कोट्यवधींची टेंडरे उचलणारे व्यापारी बंधूही आवर्जून उपस्थित होते; त्यामुळे गाण्याबजावण्यावर अक्षरशः पैशांचा पाऊस सुरू होता. कोंबड्यांच्या झुंजीमध्ये त्यांना हळूच दुधातून अफू पाजून मुक्त सोडावे, तसे सारे सहकारमहर्षी फाकड्या पोरींचे पदर पकडून आडवेतिडवे नाचत होते. त्या गडबडीत त्यांना कासूच्या धोतरांचेही भान उरले नव्हते. त्यामध्ये बापूरावांना आत ओढायचा सर्वांचा जोरदार प्रयत्न सुरू होता.

काही केल्या बापूराव बधेनात, तेव्हा सर्व पोरींमध्ये खट्याळ अशा मस्तानी बार्शीकरवर ती जोखीम सोपवली गेली. आपल्या सुंदर, देखण्या मुखावर मस्तानी डोईवरचा रेशमी पदर खाली खेचायची. त्याचाच खोळगा करून ती तो पदर समोर बसलेल्या रसिकाच्या डोक्यावर टाकायची. म्हणजे रेशमी पदराच्या आडोशाला डोक्याला डोके, ओठाला ओठ आणि डोळ्याला डोळा भिडायचा. त्या डावामध्ये

मस्तानीची खासियत होती. तिने आपला तो अल्लड चाळा बापूरावांशीही चालवण्याचा प्रयत्न केला. मात्र, त्यांनी आपल्या बंडीच्या दोन्ही खिशांतील शंभर आणि हजारांच्या नोटांची बंडले बाहेर काढली. एका दमामध्ये मस्तानीच्या मस्तकावर आपटबारासारख्या त्या नोटा उधळल्या अन् मोठ्या वैतागाने त्या मैफिलीतून बापूराव लागेच बाहेर पडले.

बापूराव चांगल्या कुलशीलात जन्मले असले, तरी त्यांची आरंभीची परिस्थिती खूप बेताची आणि नाजूक होती. एका सामान्य प्राथमिक शिक्षकापासून 'शुगरकिंग'पर्यंतचा त्यांचा प्रवास कोणालाही अचंबित करणारा होता. त्यांचे ज्येष्ठ बंधू बबननाना म्हणजे 'इलेक्शनकिंग.' कधी काळी त्यांना दुसऱ्याचे दोन बैल चोरून बाजारात परस्पर विकल्याच्या गुन्ह्याखाली पोलिसांनी दोन दिवस 'आत' टाकले होते. त्याच ठिकाणी नव्याने बांधलेल्या पोलीस स्टेशनचे बबननानांनीच उद्घाटन करावे, म्हणून गेल्या वर्षी डिएसपी साहेबांना त्यांच्या बंगल्यावर पायधूळ झाडावी लागली, हा भाग वेगळा!

चाळीस-पंचेचाळीस वर्षांमागे उत्तरेतल्या बरेलीकडून समाजवादी आणि डाव्या विचारांचे मिश्रण असलेले एक त्यागी सत्पुरुष स्वामी शीलभद्र योगी पश्चिम महाराष्ट्रात आले होते. ग्रामीण विकासाचे क्रांतिकारी स्वप्न घेऊन खेड्यापाड्यांतून अखंड धावणारा तो कर्तबगार समाजपुरुष. त्यांची ऊठबस तेव्हा वैकुंठलाल मेहता आणि धनंजयराव गाडगीळ अशा स्वप्नाळू मंडळींशी असे. स्वामीजींचे गजरेच्या खोऱ्यामध्ये आगमन झाले. त्यांनी गजरा नदीचे अमृतासारखे कुडचाभर पाणी प्राशन केले आणि ते पुढे या मातीचेच शिल्पकार बनले.

तेव्हाची ती दोन्ही नदीकाठांची संपन्न गाळमाती. त्यामध्ये उसाचे उत्तम पीक यायचे. गावोगावी गुऱ्हाळघरांचे अनेक ठिय्ये होते; परंतु ऊसक्षेत्राच्या मानाने त्यांची गाळपक्षमता कमी; त्यामुळे अनेक शेतकऱ्यांचा उरलेला ऊस रानात पडून राहायचा. त्यातला अर्क संपायचा. मग डोळ्यांतले अश्रू पुसता पुसता वाळलेल्या उसाला सरळ पेटवून द्यावे लागे; त्यामुळेच ब्रह्मचारी असलेल्या, सड्याफटिंग शीलभद्र स्वामींनी शुगर फॅक्टरीचे स्वप्न पाहिले. शेतकऱ्यांनाच कारखान्याचे मालक बनवायचे. त्यासाठी गावोगाव शेअर्स गोळा करायचे. कधी बैलगाडीतून तर बहुतांशी घोड्यावरून प्रवास करायचा. खूप पायपीटही करायची. ते फुफाट्याचे रस्ते. वाटेत अनेक बाभळीची झाडे. अनेक ठिकाणी पाणथळ जागा. तेथून जाताना चिखलात पाय बरबटून जात. टाचेत बाभळीचे काटे मोडत.

रात्री भैरोबाच्या मंदिराच्या पडवीला स्वामी शीलभद्र थकून बसत. त्या वेळी चुलीवर पाणी तापवायचे. त्यांचे पाय धुवून कंदिलाच्या उजेडात सुईने काटे काढण्याचे काम दोन-तीन तरुण पोरे करत. त्या तरुणातला स्वामीजींचा एक

लाडका शिष्य म्हणजे बापूराव डोंगरे-देशमुख. धडपडत्या बापूरावमधले स्फुल्लिंग स्वामीजींनी बरोबर हेरले होते. त्याला राजकारणाची, व्यवहाराची आणि सहकाराची दुनिया दाखवायचे स्वामींनी ठरवले. त्यासाठीच ते त्याला जिल्हा प्रबंधकाचे ऑफिस, मंत्रालय आणि न्यायालयांतून घेऊन फिरत असत. तो व्याप वाढताच बापूरावांची शिक्षकाची नोकरी आपोआप सुटली. सहकारातली अखंड पायपीट आणि धावाधावही सुरू झाली.

बडोद्याचे एक खानदानी मराठा कुटुंब म्हणजे देवाजी जाधवराव यांचे घर. ते स्वामी शीलभद्रना आपल्या गुरुस्थानी मानत. त्यांच्या भेटीसाठी ते बडोद्याहून सोंगाच्या पारगावला येत. देवाजीराव एकदा आपल्या तरुण कन्यकेला– सुजाताला घेऊन स्वामींच्या दर्शनाला आले. त्यांनी आपल्या मनातला हेतू स्पष्टपणे व्यक्त केला. अनेक खानदानी आणि पैसेवाल्या कुटुंबांतील पोरे माझ्या मुलीसाठी चकरा काटताहेत स्वामीजी; परंतु मला पूर्णतः निर्व्यसनी आणि गुणी मुलगा हवा आहे.

तेव्हा छानसे हसत स्वामीजी बोलले, ''माझ्याकडे आहे एक रत्न. वरकरणी तुम्हाला तो तरुण दरिद्री वाटेल. देशमुखीच्या खुणा सांगणारा माळावरचा एक जुनाट वाडा आणि प्राथमिक शिक्षकाची नोकरी या दोन गोष्टी सोडल्या तर आज त्याच्याकडे दाखवण्यासारखं काहीच नाही; पण माझ्या शब्दांवर विश्वास ठेवा. मी खात्रीनं सांगतो, हाच तरुण उद्या एखाद्या सम्राटाच्या रुबाबात तुम्हाला वावरताना दिसेल.''

''त्याची पत्रिका पाहून भाकीत करता आहात की काय स्वामीजी?''

''पत्रिकेचं सोडा हो– पण मी त्याच्या मनगटावरच्या शिरा पाहिल्या आहेत– त्या मला खूपच सामर्थ्यवान आढळल्या.''

स्वामीजींच्या निवडीनुसारच लग्न ठरले. पंचविशीतल्या हडकुळ्या दिसणाऱ्या बापूरावांचा विवाह जमला. भैरोबाच्या मंदिराच्या आवारातच 'गांधी लग्न' पार पडले. नवरानवरीने एक दुसऱ्याच्या गळ्यात वाळलेल्या फुलांचे हार घातले. सुजातादेवी ही खऱ्या अर्थी बापूरावांची गृहलक्ष्मी आणि वैभव ठरली.

कारखान्याचा पहिला गाळप हंगाम यशस्वीरित्या पार पडला अन् काही दिवसांतच स्वामी शीलभद्रांनी या जगाचा निरोप घेतला; तेव्हा दुःखसागरात बुडालेल्या त्या प्रचंड शोकसभेत भारावलेल्या बापूरावांनी प्रतिज्ञा केली की, ''लवकरच आपण आपल्या शुगर फॅक्टरीचं नामकरण 'स्वामी शीलभद्र योगी सहकारी साखर कारखाना' असे करू या.'' मध्ये तीस-चाळीस वर्षे निघून गेली. ती प्रतिज्ञा बापूरावांच्या लक्षात राहिली नाही. जनतेच्याही स्मरणातून गेली. कारखान्याच्या बाजूला छोट्याशा बागेत स्वामीजींचा एक अर्धपुतळा आहे. पूर्वी तिथे जयंत्या–पुण्यतिथ्या नेमाने पार पडत. आता कारखान्याचा व्याप वाढला. मीटिंगा वाढल्या. सहा महिन्यांमागे कोण्या

वेड्याने स्वामीजींच्या पुतळ्याचा चष्माच तोडून टाकला आहे. तो दुरुस्तीच्या प्रतीक्षेत आहे.

बापूरावांचेच समवयस्क गजाननराव शेळके-पाटील म्हणजे राज्याच्या राजकारणातील एक हेवी वेट, अतिशय दमदार आणि कर्तृत्ववान व्यक्तिमत्त्व. उंचीने तसे ठेंगूच; पण दिल्लीपर्यंत दरारा ठेवून होते. रंगामध्ये त्यांनी खूप मार खाल्लेला. त्यांची कांती म्हणजे निबर काळ्या बाभळीच्या खोडासारखी; परंतु सत्तेच्या आणि पैशाच्या जोरावर त्यांनी पैठणकडची सुरेख आरसपानी सौंदर्याची बायको मिळवलेली. त्याच त्या चित्राताई शेळके. दिसायला विलोभनीय चित्रासारख्याच! शेळकेदादा आणि चित्राताई चालल्या की, जळणारे कार्यकर्ते 'गुलाबाच्या गळ्यात काळी गारगोटी' अशी धुसफूस करत; परंतु शेळके दांपत्याचा पीआर तथा लोकसंपर्क दिल्लीपासून गल्लीपर्यंत पसरलेला.

शेळकेदादांकडे दुसऱ्या क्रमांकाचे मंत्रिपद किंवा केंद्र सरकारातले महत्त्वाचे राज्यमंत्रिपद कायम ठरलेले असायचे. ज्येष्ठ नेते म्हणून त्यांच्या आवतीभोवती तरुण आमदार-खासदार धावाधाव करायचे. कोल्हापूरच्या कागलजवळ त्यांचा चाळीस एकरांचा मोठा शेतमळा होता. तिथल्या हुर्डा पार्ट्या नेहमी गाजायच्या. तिथल्या रानभोजनाची चव चाखण्यासाठी दिल्ली आणि कर्नाटकातील मंत्री हजेरी लावून जायचे.

बापूरावांनी स्वतःची प्रतिमा 'खाऊगुदाडे' अशी कधीच होऊ दिली नव्हती. आपल्याबरोबर इतरांचे राहणीमान उंचावणारा लोकनेता अशी त्यांची प्रतिमा होती. इतरांनाही खाऊपिऊ देणे, त्यांच्यावर उपकार करणे हा त्यांचा स्वभाव होता. आंबेपूर जिल्ह्यातील अनेक कार्यकर्त्यांशी त्यांचे जीवाभावाचे संबंध होते. त्यांनी अनेकांना अन्नास लावले. अनेक कार्यकर्त्यांना स्वतःच्या मालकीच्या ट्रका घेऊन दिल्या. त्या कर्जास शुगर फॅक्टरी जामीन राहिली. पुन्हा त्याच ट्रकांकडे ऊस वाहतुकीचे काम दिले. रुपयाचे तीन रुपये कसे करावेत, अशी बापूरावांची तळमळ असायची. नदीतून वाहणारे पाणी त्यांनी मोटार पंपासाठी कर्जे आणि पाइपलाइनसाठी कर्जपुरवठा देऊन शेताकडे वळविले. खऱ्या अर्थी पाणी अडवले आणि जिरवले. एक नवे मन्वंतर घडविले. त्या काळात आमदारांना शासनामार्फत वेगळा निधी नसायचा; त्यामुळेच कच्च्या रस्त्यांची आणि दळणवळणाची सोयसुद्धा त्यांनीच घडवून आणली. स्वतःच्या खिशातले किमान तीस ते चाळीस लाख रुपये छोट्या कार्यकर्त्यांना त्यांनी उसनेपासने दिले असतील.

एखाद्या बैठकीसाठी कारखान्यावर समोर हजार शेतकरी उपस्थित असायचे, तेव्हा त्यातील किमान सहाशेजणांना बापूराव नावाने ओळखत. त्यांचे नाव घेऊनच संबंधित कार्यकर्त्याला बैठकीत हाक मारत.

राष्ट्रीय पक्षाच्या राज्य कार्यकारिणीचे सदस्य या नात्याने गजाननदादा शेळके आणि बापूरावांमधला दोस्ताना वाढला होता. सत्तारूढ पक्षाच्या निवडणुकीसाठी भरगच्च निधी उभारायची जबाबदारी बापूरावांवरच असायची. निवडणूककाळात थैल्याच्या थैल्या रात्रीच्या व्हीआयपी पोलीस बंदोबस्तात रवाना होत असत. म्हणजेच मोटारीत व्हीआयपी आणि डिकीत थैल्या. येत्या राज्याचा नवा मुख्यमंत्री कोणाला बनवायचे, याची खासगी बैठक मुंबईच्या साखर संघामध्ये पार पडायची. त्या चार लोकांमध्ये बापूराव डोंगरे-देशमुखांच्या शब्दाला वजन असायचे. पक्षामध्ये दरारा आणि तालुक्यात अतिशय आदर असणारे लोकप्रिय नेते अशी त्यांची ख्याती होती.

तीस-पस्तीस वर्षांमागे आजच्यासारखा रस्तोरस्ती चारचाकी वाहनांचा सुळसुळाट नसायचा. संपूर्ण तालुक्यात फक्त तीन किंवा चार मोटारी असायच्या. पैकी एक तालुक्याच्या गावातील बड्या व्यापाऱ्याचे वाहन, दुसरे आमदाराचे, तिसरी ढकलस्टार्ट दर्जाची पंचायत समिती सभापतीची जीप आणि चौथी फार तर एखाद्या इनामदाराची मोटार.

एके दिवशी सहकारमहर्षी बापूराव डोंगरे-देशमुख आपल्या मोटारीने पुणेमार्गे आंबेपूरला जाणार होते. आंबेपुरातून गजाननदादा शेळकेंचे कोल्हापूर फक्त अडीच तासांच्या अंतरावर. कॅबिनेट मंत्री असलेले गजाननदादा आपल्या राष्ट्रीय पक्षाच्या कलकत्त्याच्या अधिवेशनाला चालले होते. तेव्हा सौभाग्यवती चित्राताई शेळकेकाकूंना कोल्हापूरला जायचे होते; त्यामुळे बापूरावांनी त्यांना आंबेपुरापर्यंत लिफ्ट द्यावी आणि मोटार काकूंना सोडण्यासाठी तशीच कोल्हापूरला पाठवावी, अशी विनंती शेळकेदादांनी केली; तेव्हा बापूराव बोलले, "अहो नेते, आपण फक्त हुकूम करायचा. आज रात्री उशिरापर्यंत चित्राताईंना कोल्हापूरपर्यंत पोहोचवायची जबाबदारी माझी."

मलबार हिलच्या शेळकेदादांच्या बंगल्यासमोर ॲम्बॅसडरमध्ये चित्राकाकू मागच्या सीटवर बसल्या. बापूराव मात्र अट्टाहासाने फ्रंटसीटवर ड्रायव्हरशेजारीच बसले. त्यांच्या त्या लीनतेचे शेळकेदादांना मोठे अप्रूप वाटले. वर "ज्याचा त्याचा मान ज्याला त्याला मिळायला हवा," असा बापूरावांनी डायलॉग मारला. त्यावर शेळके अधिकच खूश झाले.

मोटारीने कसाबसा चेंबूर नाक्यापर्यंत प्रवास केला असेल; परंतु बापूरावांसारखा देखणा, बोलका पुरुष पुढे बसावा या कल्पनेने चित्राताईंचे मन भरून आले. त्यातच बापूजी सारखे मागे वळून वळून बोलत होते. त्या गोष्टीचेही ताईंना मोठे वैषम्य वाटले. त्या ड्रायव्हरवर ओरडल्या, "थांबव रे गाडी– अन् बापूराव तुमची मान दुखत नाही का? असे परक्यासारखे कशाला पुढे बसता? या बरं पाठीमागे."

मोटारीने वाशी ओलांडली. वाटेत कोकण भवनाजवळचा चढ लागला, तेव्हा

सहज बोलताबोलता चित्राताईंनी आपल्या हाताचा गोरापान पंजा बापूरावांच्या हाती दिला. ती लांबडसक बोटे आणि तो हाताचा नागफणीसारखा निमुळता पंजा बापूरावांना खूपच गरम भासला. वाटेत पनवेल-खोपोलीदरम्यान तर त्या दोन्ही गोऱ्यापान हातांचे पंजे एक दुसऱ्याला लाडिक धक्के देऊ लागले. भुईमुगाच्या शेंगाच्या पोत्यात उंदराची पिल्ले मस्तीत नाचावीत, तशीच हातांची दोस्ती झाली. बॅकसीटवर वाहणाऱ्या गरम हवेचा वास पुढे बसलेल्या चौगुले ड्रायव्हरच्या नाकालाही लागला. तसा तोही आपले लबाडासारखे हास्य आतल्या आत दाबण्याचा प्रयत्न करू लागला.

कलकत्त्याचे अधिवेशन आटोपून शेळकेदादा गडबडीने मुंबईत पोहोचले. त्यांनी पोहोचल्या पोहोचल्या कोल्हापूरला आपल्या नागाळा पार्कातल्या बंगल्याकडे ट्रंककॉल लावला. गेल्या तीन दिवसांपूर्वी मुंबईहून इकडे निघालेल्या चित्राताई अजून तिथे पोहोचल्याच नाहीत, हे समजल्यावर दादांचे धाबे दणाणले. त्यांनी तत्काळ बापूनगरला फोन केला, तेव्हा तिथे बापूरावही न पोहोचल्याचे धक्कादायक वृत्त त्यांना समजले. त्यांनी पुण्यातल्या आपल्या विश्वासू कार्यकर्त्यांना कामाला लावले. सर्किट हाउस, इन्स्पेक्शन बंगला अशी बरीच शोधाशोध केली. अखेर चित्राताई 'ब्ल्यू डायमंड' नावाच्या पंचतारांकित हॉटेलात आराम करत असल्याचे आढळून आले. शेळकेंच्या सावध आणि चतुर कार्यकर्त्यांनी हॉटेलचे रजिस्टर चेक केले. अधिक चौकशी केली; परंतु तेथे रजिस्टरात बापूराव किंवा त्यांच्या शुगर फॅक्टरीच्या नावाची नोंद आढळून आली नाही.

त्या साऱ्या प्रकाराने तल्लख बुद्धीचे, मुत्सद्दी शेळकेदादा कमालीचे अस्वस्थ झाले. एकतर स्वतःच्या काळसर रंगामुळे आणि ठेंगणेपणामुळे बाकीच्या उंच आणि देखण्या पुरुषांबद्दल त्यांच्या मनात कायम असूया आणि आढी असायची. त्यातच आजूबाजूच्या देखण्या पुरुषाचा वारा लागताच चित्राताई गोऱ्यामोऱ्या होतात, ही गोष्ट धूर्त शेळकेंच्या नजरेतून सुटली नव्हती; त्यामुळेच मनाशी चरफडत ते बोलले, "माझी गोरीगोमटी नागीण हातातनं सुटली– संधी मिळताच तिने झक् मारली असणार." दरम्यान, आपल्या एका मैत्रिणीच्या मुलाचा अचानक साखरपुडा निघाला, म्हणून मध्येच मला थांबावे लागले असा हुशार आशयाचा फोनही चित्राताईंनी नवऱ्याला केला; परंतु शेळकेंच्या मनाला ती बाब पटेना. त्यांनी आपले पत्रकार मित्र वरुणराज भिडेंसह अनेकांकडे बारकाईने चौकशी केली. शेवटी भांडाफोड करून घेतलाच. शुगर फॅक्टऱ्यांना मशिनरीचा सप्लाय करणाऱ्या एका एजंटच्या नावे दुसरा एक सूट 'ब्ल्यू डायमंड'मध्येच बुक होता. तिथे रात्री अकरा वाजता बापूराव पोहोचायचे. हॉटेलात सामसूम आढळताच चित्राताईही तिकडे हळूच डोकावायच्या. मग पुढे त्या दोघांत राज्याच्या कृषी औद्योगिक प्रगतीवर चर्चा सुरू व्हायची.

दोघांतले ते गरमागरम डिस्कशन रोज पहाटे चारपर्यंत चालायचे म्हणे!

त्या घटनेनंतर मात्र शेळकेदादांच्या मेंदूमध्ये बापूरावांच्या नावाची कॅसेट उलटी अडकली. तो दगाफटका त्यांना तीव्र वेदना देऊन गेला. ''माझ्या केसराच्या मळ्यात हा कावळा लेकाचा हागून गेला! एखाद्यानं एवढी हिंमत करावी?'' त्यानंतर शेळकेदादांनी घोर प्रतिज्ञाच केली, ''या बापूला गावतळ्यातल्या बेडकासारखा इथेच अडकून पाडतो. त्याच्या जन्मात त्याला डिस्ट्रिक्ट लेवलच्या बाहेर मुंडी काढून देणार नाही.'' योगायोगाने त्याच दरम्यान दिल्लीमध्ये देशातील लोकसभा आणि विधानसभेच्या मतदारसंघाच्या पुनर्रचनेबाबतचे कमिशन बसले होते म्हणतात. त्यामध्ये बापूनगर हा मतदारसंघ दलित आणि आदिवासी बांधवांसाठी आरक्षित करून टाकण्यात आला. पुढे अनेक वर्षे तो खुला झालाच नाही अन् शेळकेदादांनी बापूरावांचा आमदार-खासदारकीकडे झेपावणारा महत्त्वाकांक्षी पतंग परस्पर कापून टाकला असे जाणकार म्हणतात.

राजकारणात एखाद्या माणसाची गुंजभर छोटी चूकसुद्धा त्याला जन्मभर महाग पडते म्हणतात. शेळकेदादांच्या पदराला बापूरावांनी हात घातला आणि स्वतःच्या पॉलिटिकल करिअरच्या चिंध्या करून घेतल्या, असे जिल्ह्यातील जाणकार आजही हळूच बोलतात. पुढे अनेक वर्षे पक्षाकडून निवडणूक निधी गोळा करण्यासाठी नेमलेल्या खजिनदारांच्या यादीत बापूरावांचे नाव पहिल्या क्रमांकावर राहिले. बाकी शेळकेंनी दिल्लीकरांचे कान कायमचे फुंकलेले. ब्रिफिंगची कॅसेट अनेकदा वाजवलेली, ''बापूराव म्हणजे इलेक्शनसाठी निधी जमा करण्यात बापमाणूस! बाकी पक्षाच्या दृष्टीनं अपरिपक्व, कुचकामी आणि जिल्हास्तरावरचा एक बडा बैल!''

बापूरावांनी तेव्हा नुकताच 'रिव्हर फ्रंट' बांधून पूर्ण केलेला. ते सुजातादेवींसह नव्याने तिथे राहायला आलेले, तेव्हा कर्णोपकर्णी बापूरावांची 'ब्ल्यू डायमंड'मधली जमाडी गंमत सुजातादेवींच्या कानांपर्यंत पोहोचलीच. एके रात्री त्यांनी आपल्या घरधन्याला चांगलेच फैलावर घेतले, ''त्या चित्राला गुदगुल्या करायची दुर्बुद्धी तुम्हाला झालीच कशी म्हणते मी? बाहेर काय नटरंग्यांचा बाजार ओस पडला होता? ते शेळकेदादा म्हणजे किती उलट्या खोपडीचे राजकारणी. ही अशी हत्तीबरोबर गिलीदंडा खेळायची चूक तुम्ही करायला नको होती.''

शलाकाला ना माहेर होते, ना आई, ना एखादी मावशी. तिची आई तिच्या लहानपणीच मृत्यू पावलेली होती.

आताशी कुठे प्रिन्सच्या सहवासात भाग्य तिच्या बाजूने हसू लागले होते. तिला दिवस गेल्याची बातमी वाऱ्यासारखी बापूनगरच्या परिसरात पसरली होती. तिच्या डोहाळजेवणाचा कार्यक्रम 'रिव्हर फ्रंट'वरच पार पडला. त्यासाठी तिच्या मैत्रिणींनी आणि प्रगत महिला मंडळाच्या सदस्यांनी पुढाकार घेतला होता; तेव्हा काही अतिउत्साही महिलांनी स्वतःच चिंचेखालचा बंगला गाठला. नेत्रादेवी आणि चंचलानानींना डोहाळजेवणाचे आमंत्रण दिले. त्या वेळी त्या दोघी सासवा-सुनांनी कुचेष्टेने खूप हसून घेतले. चंचलानानीने खवचटपणे विचारले, "दिलेत ना आमंत्रण सर्वांना? घरच्यांना आणि अगदी जवळच्यांनाही?"

"म्हणजे कोणाला?"

"बाईंच्या पहिल्या नवऱ्याला? त्या रमेश दिवसेला – अरे, त्याला तर अगत्यानं बोलवा. सांगा माझा निरोप शलाकाला. त्याशिवाय प्रिन्सच्या खानदानी बंगल्याची शोभा कशी वाढणार?"

"होऽ एकावेळी दोन्ही कुंकवांचा आशीर्वाद असला की बरं होईल ना," नेत्रा बोलली.

त्या रात्री शलाकाचे मन अजिबात स्थिर नव्हते. सारा उत्साहच आटून गेलेला. आपले ओलसर डोळे हलकेच पुसत ती प्रिन्सला बोलली, "त्या लोकांची एक एक कारस्थानं ऐकताना, अनुभवताना, त्याची धार सोसताना माझा जीव कोंडतो. उद्या हा त्रास माझ्या बाळाच्या नशिबी नको. म्हणूनच पोटी पोर न वाढलेलं बरं."

"हे बघ, असं भलतंच काय बोलतेस शलू? डॅडींना काय वाटेल? ही गोड बातमी ऐकून आजकाल ते किती खूश असतात म्हणून सांगू."

"नाही हो – खरंच मला खूप भीती वाटते. त्या निष्पाप जीवाला प्रॉपर्टीचा वारसदार, संपत्तीतला भागीदार मानून त्याचाही छळ करायला ही मंडळी मागेपुढे पाहणार नाहीत."

प्रिन्सने शलाकाला इकडच्या तिकडच्या गोष्टी सांगून, तिचे मन प्रफुल्लित करायचा प्रयत्न केला. तो बोलला, "शलू, मला नेहमी असं वाटतं, देवानंच प्रत्येक मनुष्याला 'बागवान'– माळी बनण्याची संधी दिलेली असते. आपापली रोपटी वाढवून सर्वांनी जगाच्या बगीच्यात भर घालावी, सौंदर्य वाढवावं अशी देवाची अपेक्षा असते."

तसा शलाकाचा संतानप्राप्तीबाबतचा उत्साह आटून गेला होता; पण निसर्गाने आपले काम केलेले. पहिले पुत्ररत्नच पोटी जन्मले. ती बातमी कळताच प्रिन्सबाबूने आपल्या महत्त्वाच्या बैठका आणि दौरे बाजूला ठेवून दिले. तो चार दिवस अहोरात्र दवाखान्यात शलाकाशेजारीच बसून होता. प्रिन्स साहेबांना वारसदार मिळाल्याचा खूप आनंद तालुक्यातील त्यांच्या राजकीय गटाला झाला होता. एम.डी. साहेबांनी तर अख्ख्या बापूनगरला पेढे वाटले होते.

मात्र, बापूरावांच्या मांडवावर नवा वेल चढल्याची बातमी जेव्हा चिंचेखालच्या बंगल्यात पोहोचली, तेव्हा ती अशुभ वार्ता ऐकून मंडळी खूप खट्टू झाली. त्या रात्री तेथे कोणाला जेवणही नीट गेले नाही.

प्रिन्सने बापूरावांना तर इतके आनंदी आणि असे उल्हसित झाल्याचे कधीच पाहिले नव्हते.

एकदा सहज बापूरावांच्या खोलीतच कौटुंबिक गप्पा चालल्या होत्या. पलंगावर पडलेल्या बापूरावांना मोठ्याने आणि जास्त वेळ बोलणे जमायचे नाही. ते खूप मर्यादित बोलत. हळू बोलत. त्या दिवशीच्या घरगुती गप्पांमध्ये प्रिन्स सहज बोलून गेला, "आज संध्यादीदी असत्या, तर किती वर्षांच्या झाल्या असत्या? अन् त्यांच्या पोटची मुलं?" प्रिन्सच्या मुखातले ते शब्द बापूरावांच्या कानांवर पडले अन् त्यांची चर्या तत्काळ लालेलाल दिसू लागली. एखादा कच्च्या भाजणीचा मातीचा घडा आतल्या पाण्याच्या दाबाने उमकरून जावा, त्याला उभ्या चिरा पडून तो तडकन फुटावा, दाही दिशांनी पाणी गळून जावे; तशीच अवस्था बापूरावांची झाली होती. ते एखाद्या लहान मुलासारखे स्फुंदूनस्फुंदून रडू लागले; तेव्हा आपल्या आजारी बापाची समजूत घालायचा प्रिन्सने प्रयत्न केला. मात्र, आषाढधारांच्या तडाख्यात सापडलेल्या पाणजांभळीवरून टप् टप् पाणी गळतच राहावे, तशी भिजकी अवस्था बापूरावांची झाली होती.

बघताबघता त्या बड्या घरातले पुत्ररत्न पाच महिन्यांचे झाले. आपल्या गोंडस आणि राजसवाण्या बाळाचे काय नाव ठेवावे, या विषयावर प्रिन्स आणि शलाकाची रोज चर्चा चालायची. बापूरावांनीही दोन-तीन नावे सुचविली होती. मात्र, काही झाले

तरी आपल्या मुलाच्या बारशाचा समारंभ दणक्यात घडवून आणायचा, हा प्रिन्सचा पहिल्या दिवसापासून निश्चय होता. शलाका त्याला सातत्याने अडवत होती. रोखत होती. मात्र, बाळाच्या आगमनाने वेडा झालेला प्रिन्स कोणाचे काही ऐकण्याच्या मनःस्थितीत नव्हता. आपल्या चिरंजीवाच्या मोहक हालचाली, त्याच्या मुखावरचे हसरे चांदणे बघून प्रिन्स वेडापिसा व्हायचा. आपल्या या आनंद सोहळ्यात साऱ्या बापूनगरलाच सहभागी करून घ्यायचे त्याने ठरविले होते.

चेअरमन प्रिन्स साहेबांच्या घरातील हा अत्यंत आनंददायक सुखसोहळा. त्यासाठी तालुक्यातून हजारो लोकांची गर्दी उसळणार हे तर अपेक्षितच होते. मात्र, हा समारंभ खूप शिस्तबद्ध आणि देखणा घडावा, याची प्रिन्स स्वतः काळजी घेत होते. या समारंभाचे कंत्राट पुण्याच्या मेघमल्हार नावाच्या व्यावसायिक इव्हेंट मॅनेज कंपनीकडेच सोपविले होते. किमान पंचवीस हजार लोकांची खुर्चीवर बसून जेवायची व्यवस्था करण्याचे ठरले होते.

एके दुपारी शलाकाने सरळ बापूरावांकडेच तक्रार केली, "डॅडी, साध्या बारशाच्या कार्यक्रमासाठी असा बादशाही थाट हवाच कशाला? श्रीमंतीचं एवढं प्रदर्शन नको. लोकांच्या नजरा साफ नाहीत. का समजावून सांगत नाही तुम्ही प्रिन्सना?"

बापूरावांनी हाताची बोटे वाकडी करत खुणेनेच प्रिन्सला त्याचे मत विचारले; तेव्हा तो शलाकावर उखडला, "अरे, मी म्हणतो असा किती खर्च येणार आहे? काही लाख उडतील एवढंच ना?"

तो वाद ऐकताना बापूराव मनापासून हसले. त्यांनी आपल्या पुत्राला आणि सुनेला अगदी जवळ बोलावले. पलंगावर आपल्या बाजूला खेटून बसविले. घोगऱ्या, क्षीण आवाजात ते बोलले "अरे प्रिन्स, तुमच्या या आनंदाचा काही मंडळींना जळफळाट होणारच."

"तो कसा?"

"दोन वर्षांपूर्वीपर्यंत तुम्ही बोहल्यावर उभे राहणारच नव्हतात; त्यामुळे आमची वंशवाढ होणार नाहीच, हे आपल्या सर्व आप्तांनी अगदी गृहीतच धरलं होतं. मग पुढे माझ्या गादीवर कोणाला बसवायचं, प्रॉपर्टीला दत्तक कोणी जायचं अशी आपल्या नातलगांच्या आकांक्षेला पालवी फुटली होती. मात्र, तुमचा बदललेला निश्चय आणि आमच्या घरात हललेला पाळणा या साऱ्या गोष्टी पाहून अनेक मंडळी आतून खूप दुखावली गेली आहेत, हा सूनबाईंचा होरा खराच आहे!"

"तर मग डॅडी, सांगा ना काय करायचं?" शलाकाने बापूरावांनाच विचारले.

"हे बघा सूनबाई, कितीतरी वर्षांनी माझ्या घरामध्ये सुखाचा वारा वाहतोय. त्याचाही थोडा आनंद लुटू या. सूनबाई, नका अडवू प्रिन्सना. त्यांना करायचं आहे ना बारसं मोठ्या थाटामाटात, तर होऊ दे त्यांच्या मनासारखं."

बारशाच्या सोहळ्याला फक्त दहा दिवस बाकी होते. त्याच्या तयारीसाठी दिवस दिवसभर इकडे तिकडे धावाधाव करावी लागायची. त्या धावपळीत शलाका थकायची. आताही ती गाढ झोपेच्या अधीन होती. अचानक तिची झोप चाळवली. कानामध्ये एखादी गोम घुसावी आणि त्या प्रचंड वेदनेने गाढ झोपलेली व्यक्ती बिछान्यात पटकन उठून बसावी, तशीच ती धाडकन उठली. पुरेसे डोळे उघडण्याआधीच तिला दरदरून घाम फुटला होता. किती विचित्र आणि भयंकर स्वप्न होते ते. क्षणभर वाटले की, प्रिन्सनाही उठवावे; परंतु तो अशा गाढ झोपेच्या अधीन झाला होता की, त्याला जागे करणे हा गुन्हा ठरावा. नाइलाजाने शलाका तशीच तिथे बाजूला कलंडली.

त्रासलेले शरीर काही मिनिटांच्या आत झोपेच्या गुंगीमध्ये सरकू लागले. तितक्यात कसल्याशा आवाजाने ती पुन्हा जागी झाली. आपल्या खोलीतली बेल आणि मोबाइल्सही तिने स्विच ऑफ करून ठेवले होते; परंतु दुसऱ्या मजल्यावरची बेल वाजत होती आणि बाहेरच्या त्रासामुळे शलाका आणि तिच्या पाठोपाठ प्रिन्सही जागे झाले.

अर्धवट झोपेतून उठलेल्या शलाकाने दरवाजा उघडला, ‘‘अरे भाऊ, कोण आहे बाहेर? अशा अपरात्री, अशा अवेळी कोणाला काय हवं आहे?’’

‘‘वहिनी, अर्जंट फोन आहे. आपल्या इंग्लिश स्कूलजवळच्या परब शिपायाचा.’’

‘‘पण काय हवं त्यांना?’’

‘‘तुम्हीच घ्या की जरा बोलून.’’

परब म्हणजे अनुभवी आणि भरवशाचा प्रामाणिक कर्मचारी. तसेच काही अर्जंट असल्याशिवाय तो फोन करणारच नाही, याची खात्री होती. म्हणूनच शलाकाने रिसीव्हर हाती घेतला, ‘‘बोला हो परब, काय काढलंत इतक्या उशिरा?’’

परब एकसारखा फोनवर बोलतच राहिला. शलाका थबकली होती. एकाग्र चित्ताने त्याचे बोलणे ऐकत होती – अगदी कानात प्राण एकवटल्यासारखे. तिच्या तोंडातून फक्त 'अरे असे का' आणि 'हो का' असेच तुटक शब्द बाहेर पडत होते. शेवटी तिने घोगऱ्या आवाजात विचारले, "परब, तुमची ती मान पिळून बाजूला टाकलेली त्या जागेवरची उफराट्या पंखाची ती काळी मुर्गी, लिंब, ते नारळ, ते सारं एक वेळ बाजूला राहू दे; परंतु तिथे जागेवर मुलाचा जो मखमली घोणचा पडला आहे – त्याचा रंग कोणता आहे? – तांबडा?"

"अरे माझ्या देवा – मी न सांगता तुम्हाला कसं कळलं हो वहिनी?"

शलाकाने पटकन फोन बाजूला ठेवला. अंगावरचा गाउन काढून ती साडी नेसली. प्रिन्स केव्हाचा जागा होता. त्याने फोनवरचे सारे संभाषण ऐकले होते. जशी तिने आपल्या उशीजवळची कारची चावी हाती घेतली, तसे प्रिन्सने विचारले, "शलूऽऽ कुठे चाललीस या वेळी? घड्याळ पाहिलंस का?"

"हो, दीड वाजलेत."

"कशाला जातेस तिकडे अशा अवेळी? तुला तिकडच्या एखाद्या गोष्टीची खातरजमा करायची असेल, तर फॅक्टरीच्या गेटवर फोन कर. चार सिक्युरिटी गार्ड दे पाठवून."

"सॉरी प्रिन्स. घडलेला प्रसंग खूप भीतिदायक आहे. मला स्वतःलाच तिकडं जायला हवं. गडी-माणसाचं हे काम नव्हे! खरं म्हटलं तर तुम्हीही चला. निघा माझ्यासोबत. मामला खूप गंभीर आहे."

"मीही येईन गं; पण इथं बाळासोबत कोण?"

"अरे हो – तेही खरंच."

बऱ्याच उशिराने प्रिन्सला जाग आली. त्याने मनगटी घड्याळात पाहिले. सकाळचे आठ वाजले होते. तसा तो पटकन उठला. त्याचे बाजूला लक्ष गेले. तिथे बिछान्यातच आपले पाय आखडून गुडघ्यात डोके घालून शलाका ओणवी होऊन बसली होती. रडूनरडून तिच्या चेहऱ्याचा रंग उडाल्यासारखा वाटत होता. ते विस्कटलेले केस आणि तो वाळलेल्या फुलासारखा शुष्क चेहरा पाहवत नव्हता. प्रिन्सने तिला जवळ ओढत काळजीने विचारले, "शलूऽऽ काय झालंय शलू? सांग तरी काय झालंय?"

"सॉरी! प्रिन्स, मी खूपच हर्ट झालेय. खूप भीती वाटते मला. काहीतरी अघटित घडणार आहे."

"असं काय पाहिलंस रात्री तू? त्या शाळेच्या आवारात?"

"त्या मुंड्या मुरगळून टाकलेल्या कोंबड्या – कुंकवात भिजवलेली लिंबं – तो घोणचाही तसाच तांबड्या रंगाचा."

“तसाच म्हणजे कसा?”

“परबमामांचा फोन यायच्या आधी फक्त अर्धा तास मला एक भयंकर स्वप्न पडलं होतं. अगदी जसाच्या तसा तो देखावा. शाळेचे तेच आवार. तसाच घोणचा, तशाच साऱ्या वस्तू. देअर इज समथींग फिशी. शोधा या पाठीमागचं मूळ कारण. नाहीतर असा फटका बसेल – जो जन्मभर विसरता येणार नाही.”

“शलूऽऽ मनुष्यानं अंधश्रद्धेच्या किती आहारी जायचं, या गोष्टीला काहीतरी मर्यादा हवी. आर यू मॅड? तुझ्या अंगामध्ये धगधगणारी ती विज्ञाननिष्ठा आज कुठच्या दांडीला टांगून ठेवली आहेस तू?”

“प्लीज प्रिन्स – मी पाहिलेलं स्वप्न आणि अनुभवलेलं सत्य हा केवळ योगायोग नव्हे. त्याच्या बुडाशी नक्कीच काहीतरी काळंबेरं आहे. तुम्ही झोपेच्या गुंगीत मस्त असाल; पण तुमचा शत्रू निद्रानाशाच्या रोगानं अखंड चरफडत भटकतोय, हे विसरू नका.”

तो विषय तिथेच थांबला. आणखी चार-पाच दिवस असेच निघून गेले. बारशाचा तो जय्यत सोहळा अगदी तोंडावर आला. पुण्याहून आलेली इव्हेंट मॅनेजमेंट कंपनी आणि तिचे शेकडो कर्मचारी अहोरात्र राबत होते. त्यांच्या मदतीला संचालक मंडळ, प्रिन्सचे व्यक्तिगत मित्र आणि कार्यकर्तेही अखंड धावपळ करत होते. मेडिकलच्या कॉलेज ग्राउंडवरच भव्य मंडप उभारला गेला होता. उरलेल्या सजावटीची आणि रंगरंगोटीची घाई सुरू होती.

अन् अचानक उगवलेली ती घातकी सकाळ. एकाएकी प्रिन्स आणि शलाकाच्या बाळाला एक खूप मोठी उलटी झाली. पाठोपाठ पोटातून पांढुरका द्रव बाहेर पडला. पोर अस्वस्थ होऊन जागीच तडफडू लागले. एखाद्या मुंडी पिरगळलेल्या कोंबडीसारखे. त्याचा श्वास कोंडलेला. त्या चिमण्याचे हाल पाहवत नव्हते. तिथे मोठे डॉक्टर तत्काळ धावले. हाताशी स्वतःचे मेडिकल कॉलेज, हॉस्पिटल आणि डॉक्टरांच्या फौजा मदतीला होत्या. आता बाळाचे अंग तापाने फणफणत होते. जगण्यासाठीची त्याची केविलवाणी धडपड पाहवत नव्हती. त्या भयंकर धक्क्याने प्रिन्स गडबडून गेला होता. शलाका तर अगदीच कोलमडलेली – मुळ्या तुटलेल्या एखाद्या वेलीसारखी!

बाळाच्या आजाराचे नेमके निदानच सापडत नव्हते. तापही ओसरत नव्हता. तपासण्या आणि उपचारांची शिकस्त चालली होती. दोन ते अडीच तास मंडळी अगदी गॅसवरच होती. त्यानंतर त्या चिमुकल्याला थोडेफार बरे वाटू लागले.

अर्धा तास असाच गेला. बाळ बरे होते. तोवर पीएने दवाखान्यात खाली बाळाची प्रकृती बघायला चंचलानानी आणि नेत्रादेवी आल्याचे वर येऊन सांगितले. तशी देवीच्या तसबिरीसमोर बसलेली शलाका उठली. तिने प्रिन्सला ठणकावून

सांगितले, "नोऽऽ नेव्हर. त्यांच्या दृष्टीलाही मला माझं बाळ पडू द्यायचं नाही. गोड बोलून त्या दोघींना पटवा. म्हणावं, डॉक्टरांच्या सांगण्यानुसार बाळाला कोणीही भेटू शकत नाही – संध्याकाळी पुन्हा बोलावू."

प्रिन्स खाली आला. त्याने त्या दोघींची कशीबशी गोड बोलून बोळवण केली. त्या दोघीही निघून गेल्या. मात्र, त्यानंतर बाळाचा ताप पुन्हा वेगाने वाढला. त्याची प्रकृती अधिकच ढासळू लागली. शलाका आणि प्रिन्सच्या मनाचीही तडफड तशीच सुरू राहिली. त्या आजाराचे नेमके कारण कळेना; त्यामुळे उपचार चालेनात. थोड्याच वेळात प्रिन्सच्या डोळ्यांसमोर पंचवीस-तीस डॉक्टरांच्या गराड्यातच बाळाचे प्राणपाखरू भुर्रकन उडून गेले. त्या धक्क्याने प्रिन्स जागीच एखाद्या पाषाणासारखा बधिर होऊन पडला. त्याच्या गळ्याला मिठी मारत शलाकाने हंबरडा फोडला, "त्यांनी जीवे मारून टाकले होऽऽ माझ्या बाळाला."

होत्याचे नव्हते झाल्यासारखे झाले. बारशाचा तो भव्य मंडप खाली उतरवला गेला. शलाकाने सरळ सहा दिवस अंथरूण धरले होते. बापूरावांच्या कानापर्यंत ती दुःखद वार्ता पोहोचू नये म्हणून त्यांच्या खोलीभोवती पहारा ठेवण्यात आला होता. पुत्रवियोगाच्या दुःखाने प्रिन्सही मोडून गेल्यासारखा दिसत होता. अत्यंत दुःखी आणि सुतकी छायेत शलाकाने ते सहा दिवस बिछान्यावरच काढले होते. सातव्या दिवशी पहाटे मात्र शलाका उठली. तिने स्नान करून नेहमीसारखी देवपूजा आटोपली.

ती देवघरातून बाहेर पडत होती, तेव्हा समोर उभा असलेला प्रिन्स तिच्याकडे चक्रावल्या नजरेने पाहत होता. त्याचा हात आपल्या हाती पकडत शलाका निश्चयाने बोलली, "अशा अत्यंत दुर्धर प्रसंगाला आणि कोणाच्या काळ्या जादूला मी भीक घालत नाही. आपल्या आप्तांच्या आणि इष्टमित्रांच्या प्रत्येक घावाबरोबरच मला जगायचं नवं बळ मिळतं. माझं रक्तमांस पेटून उठतं. पहिल्यापेक्षा मी अधिकच बलवान आणि कणखर बनते."

"पण शलाका, या प्रकरणी मला माफ कर –"

"समजले नाही मी."

"तू मला धोक्याचा इशारा दिला होतास. तिकडे मी दुर्लक्ष केलं – आय ॲम रिपेंटिंग – खूप पश्चात्ताप वाटतो मला; पण मला तरी काय कल्पना ते बदमाश प्रत्यक्ष हत्यारांचा वापर न करताही माझ्या सानुल्याची हत्या घडवून आणतील."

"प्रिन्सऽ"

"बोल."

"मी तुमच्या 'रिव्हर फ्रंट'मध्ये नांदायला येऊनसुद्धा तीन वर्षं संपायला आलीत."

"बरं."

"अजून मला किती दिवस आणि किती वर्षं परक्यासारखं दूर ठेवणार आहात? कधी होईन मी तुमच्या विश्वासाला पात्र?"

"वेड्यासारखं काय बोलते आहेस तू शलू? अगं, माझ्याकडे, माझ्या कार्यक्षेत्रात असं कोणतं कुलूप शिल्लक आहे, ज्याची चावी तुझ्या कमरेच्या जुडग्यामध्ये नाही?"

"बाजूला राहू देत तुमची कुलपं-चाव्या आणि ती धनदौलत. तसल्या गोष्टीत मला अजिबात इंटरेस्ट नाही. नवरा आणि बायकोला तुम्ही तर एका हृदयाच्या दोन पाकळ्या मानता! तसं असेल, तर तुम्ही तुमच्या हृदयात चोरकप्पे ठेवायची गरजच काय?"

"शलूऽऽ अशी कोणती गोष्ट आहे, जी मी तुझ्यापासून लपवून ठेवली आहे?"

"मग त्या जयश्री देशमुख कोण होत्या आणि आपल्या संध्यादीदींचं नेमकं काय झालं हो?"

समोरून अचानक सुटलेल्या त्या बाणाने प्रिन्सला तर तितरबितर करून सोडले. त्याला धाप लागली. कमालीच्या दुःखी सुरात तो बोलला, "शलाका, हा विषय तू काढलाच नसतास, तर किती बरं झालं असतं."

"का बरं?"

"काय सांगू तुला? माझी शाळा, माझं बालपण आणि माझं अवघं भावनाविश्व,

नव्हे, माझ्या शैशवातल्या सोनेरी दिवसांना सुरुंग लावणारी ही एकच एक दुर्दैवी घटना आहे. – चल, मी येथून निघतो आता.''

आता प्रिन्सला तिथे थांबवेचना. पंख पिरगळलेल्या पाखरासारखी त्याची अवस्था झालेली. बंगल्यात जीव कोंडलेला. म्हणून तो शलाकाला घेऊन बाहेर पडला. चालतच बंगल्यापाठीमागच्या बागेतून शेजारच्या स्विमिंग पुलाजवळ आला. तो जुन्या वळणाचा, पाषाणी चिऱ्यांनी बांधलेला आयताकृती पोहण्याचा टुमदार तलाव! त्याच्या काठी तिन्ही बाजूंनी बांबूची हिरवी-पिवळी दाट बेटे. शिवाय उंबर आणि जांभुळ झाडांचीसुद्धा हजेरी. त्या काळात जिल्ह्याच्या हेडक्वॉर्टरला म्हणजेच आंबेपुरात फार तर दोन किंवा तीन स्विमिंग पूल असतील -नसतील, तेव्हा आपल्या लाडक्या लेकीसाठी बापूरावांनी या आडवळणी खेड्यात स्विमिंग पूल बांधला होता.

पुण्याच्या कॉलेजात शिकणारी, पट्टीची स्विमर म्हणून प्रसिद्ध असलेली संध्यादीदी. सुट्टीमध्ये गावी आल्यावर तिला क्षणमात्र कुठल्याही गोष्टीची वानवा पडू नये, त्यासाठीच आपल्या लाडक्या लेकीच्या सोयीसाठी धावणारे बापाचे ते काळीज.

शलाकाला सोबत घेऊन प्रिन्सने त्या पुलाभोवती चार-पाच प्रदक्षिणा घातल्या. तो हळूच सांगू लागला, ''जेव्हा संध्यादीदी नागपूरहून इथं बाळंतपणासाठी आली होती, तेव्हा मी इवलासा म्हणजे अवघा चार वर्षांचा बालक होतो; तेव्हाच दीदींची मैत्रीण जयश्री तथा जयुदीदी आपल्या मैत्रिणीकडे, तिच्या बाळंतपणात सोबत व्हावी यासाठी 'रिव्हर फ्रंट'मध्ये येऊन राहिलेली. त्या दोघीही कॉलेजातल्या खूप जवळच्या, अगदी घट्ट मैत्रिणी. जयुदीदीचे वडील मध्यप्रदेशात ॲग्रिकल्चर ऑफिसर या नात्याने काम करत होते.''

बोलताबोलता ते दोघे पुन्हा बंगल्यात परतले. जिना चढत वर जाऊ लागले. मात्र, प्रिन्स मध्ये थबकला. आपले बर्फ झालेले पाय मोडल्यासारखा मध्येच तो पायरीवर बसला. अक्षरशः ओक्साबोक्सी रडू लागला. खरे तर त्याला खूप बोलायचे होते; पण जीभ चालत नव्हती. डोके बधिर झालेले, तेव्हा त्याच्या मनगटाला धरून शलाकाने उठवले. ती त्याला आत घेऊन गेली. प्रिन्स पलंगावर बसला आणि शलाकाने त्याच्यासमोर खाली मांडीवर बसणे पसंत केले. भावनेने ओथंबलेल्या त्याच्या थरथरत्या चेहऱ्याकडे पाहताना तीच मनातून घाबरली. त्याचा हात पकडून बोलली, ''लीव्ह इट प्रिन्स! एवढा त्रास होत असेल, तर नका बोलू. पाहू पुढे केव्हातरी.''

''शलाका, तो सारा एपिसोड फक्त माझ्यासाठीच नव्हे तर बडीमां, संध्यादीदी आणि शेवटी डॅडींसाठी कायमचा वेदनादायक आणि जीवघेणा ठरला. त्या प्रकरणातून मिळालेल्या शापानं आणि त्यातूनच उद्‌भवलेल्या मनस्तापानं आमचं डोंगरे-देशमुखांचं घराणं कायमचं कुरतडून टाकलं.''

"प्रिन्स?"

"एखाद्या बैठकीतच ती भयानक कहाणी संपणारी नाही. माझ्याच्यानं ती सांगूनही होणार नाही. तितकी ऊर्जा नाही माझ्या अंगात. एखाद्या मातीच्या भेंड्यांनी - विटांनी बनवलेल्या घरात महापुराचं पाणी शिरावं अन् त्या भिजलेल्या भिंतीचे लगदे एकापाठोपाठ एक कोसळावेत – त्या बिरबिरीत चिखलानं ती इमारतच जागेवर ढासळून पडावी, तशीच काहीशी पडझड सुरू झाली आहे माझ्या मनात. मात्र, तुझ्या या विषयाच्या आजच्या औत्सुक्याबरोबर मला आठवला तो दुर्दैवी दिवस–"

"कोणता?"

"दहावीच्या बोर्डाच्या परीक्षेच्या आधी फक्त तीन दिवस. – खरं तर मां आणि संध्यादीदीच्या आकस्मिक निधनानंतर मी वाढलो ते डॅडींच्या कुशीत – 'रानवारा' बंगल्यात. माझ्या रोजच्या खाण्या-पिण्याकडे, आधी खेळणी मग गणवेश, नंतर दप्तर – माझ्या दाईचं आणि आईचं दोन्ही कामं करायचे ते माझे डॅडीच! दौऱ्यावर बाहेर नसले, तर बापूनगरच्या वेशीत आत आल्यावर माझ्याकडेच धाव घ्यायचे. कधी त्यांची संचालक मंडळाची बैठक चालायची. त्यांच्या शेजारी एक उंच स्टूल ठेवलेलं असायचं. त्यावर डेअरीमिल्कचे वीतभर लांब चॉकलेट तोंडात धरून मी बसलेला असायचो. त्या काळात त्यांनी कधी मला मां आणि दीदींची फारशी आठवणही येऊ दिली नाही.

आठवीच्या वर्गापासून मी पाचगणीला गेलो. हॉस्टेलात राहू लागलो. तिथे किमान आठवड्यातून एकदातरी पुण्याकडे किंवा मुंबईकडे जाताना अगर येताना डॅडींची मर्सिडीज माझ्या हॉस्टेलकडे वाकडी वाट करून यायचीच. पालकाने असं घडीघडी विद्यार्थ्याला भेटणं नियमात बसणारं नव्हतं; परंतु डॅडींचा दरारा आणि व्यक्तिमत्त्व इतकं प्रसिद्ध, प्रसन्न आणि सर्वांनाच हवंहवंसं वाटायचं. त्यांच्या येण्यामुळे माझ्यापेक्षा आमचे रेक्टर आणि प्रिन्सिपलच अधिक खूश व्हायचे. परीक्षेला तीन दिवसांचा अवधी होता. डॅडी मला नेहमी प्रेमाचा दम भरायचे; म्हणायचे, 'प्रिन्स बच्चमजी, लक्षात ठेवा. माझ्या शुगर फॅक्टरीच्या साखरेचा उतारा आणि तिची चव अख्ख्या आशिया खंडात एक नंबरची आहे अन् त्यामुळेच माझा राजकुमार गुणवत्ता यादीत वरच्या क्रमांकात आला, तर खऱ्या अर्थी दुधात साखर नाही का पडणार!' मीही त्यांनी भरवसा ठेवावा, अशा गुणवत्तेचा विद्यार्थी होतो. त्यांच्यासाठी एक अख्खे आंतरदेशीय पत्र मी त्या दिवशी खरडले होते. समोरच्या पोस्टाच्या पेटीत टाकले होते आणि हा असा माझ्या हॉस्टेलच्या खोलीत पोहोचलो होतो. अभ्यासाला बसलो होतो. तेवढ्यात दौंडकडचा दौलत पवार नावाचा माझा एक क्लासमेट तिथे पोहोचला. थोडी मजा मारायला बाहेर चल, असे खूप विनवू

लागला. त्याचे वडीलही बारामतीकडच्या एका साखर कारखान्याचे डायरेक्टर होते. आमची खूप यारीदोस्ती होती. मात्र, मी पुस्तकात खुपसलेले नाक बाहेर काढायला तयार नव्हतो. तसा तो अचानक चिडला. माझ्यावर ओरडला, 'कशाला रे हवा तुला इतका अभ्यास? तुम्ही तर सोंगाच्या पारगावचे डोंगरे-देशमुख! एक नंबरचे हडेलहप्पी अन् उंडकसोट! तुम्हा लोकांना इतकं काही मिळतं आणि मिळत नसेल तर तुम्ही ते ओरबाडून मिळवता.'

''दौलतच्या त्या खुळेपणावर मी खूप हसलो. त्याला मुद्दाम सांगितलं, 'माझ्या घराण्याची तुला काय माहीत संस्कृती? जगातल्या कुठल्याही मंदिराच्या गाभाऱ्यात जी प्रसन्नता तुला आढळणार नाही; तशी प्रसन्नता आणि पावित्र्य माझ्या बड्यामांच्या सहवासात सर्वांनी अनुभवलं आहे.'

''आईच्या गोष्टी काय सांगतोस रे? लेका, तुझ्या आईला मारणाऱ्या तुझ्या बापाबद्दल बोल थोडं. विषारी सापापेक्षा तुझा बाप दंशकारी आहे! माझ्या काकांना तुझ्या घरातल्या साऱ्या भानगडी खडान्खडा माहीत आहेत.''

''मी चक्रावलो. एखाद्या मंदिराचा खांबच डोक्यावर पडावा तसा माझ्या कवटीचा चक्काचूर झाला. माझ्या डॅडींसारखं जगामध्ये परमपवित्र असं माझ्यासाठी दुसरं काय होतं? मी झटकन पुढे होऊन दौलतची नरडी पकडली. त्याला खोलीच्या कोपऱ्यात खेचलं. खूप बदडून काढलं. इतर विद्यार्थी मध्ये पडले, म्हणूनच तो वाचला.

''मात्र, माझं भिरभिरतं मस्तक मला चूप बसू देत नव्हतं. त्याच दिवशी दुपारी पुन्हा मी दौलतला गाठलं. त्याच्या गळ्यात पडलो. धाय मोकलून रडलो. त्याच्याकडची कहाणी ऐकल्याशिवाय मी जगूच शकणार नाही, अशी माझी अवस्था त्याच्या लक्षात आली अन् मग त्यानं ती सारी दुर्दैवी, इत्थंभूत कहाणी मला सांगितली. मी तसाच तिथल्या टेबललँड नावाच्या सपाट डोंगरावर रडतच गेलो. रात्रभर एकटा भटकलो. माझ्यासाठी जगातील फुलांचे सारे ताटवे, बगीचे जळून गेले होते. अमृताला गोमूत्रासारखा भपकारा येत होता. सत्य, शिव, सुंदर साऱ्या कल्पनांची माती झाली होती. त्याही परिस्थितीत मी त्या कहाणीच्या गाठी पुढच्या वास्तवाच्या पदराशी बांधू लागलो. तेव्हा संदर्भाचे दरवाजे खुले झाले अन् ती सारी परिस्थिती संत्रस्त हडळीसारखी माझ्या मानगुटीवर बसून माझे केस ओढत मलाच विचारू लागली. त्या साऱ्या कहाणीत खोटे काय आहे?''

''पुढे.''

''पुढे काय, माझ्या डोक्यातला सारा अभ्यास, ती पाठांतरं, ऐनवेळच्या इम्पॉर्टन्ट क्वेश्चन्सची ती यादी. माझ्या त्या शैक्षणिक विश्वालाच वणवा लागला होता. सारं काही जळून खाक झालं होतं. दुसऱ्या दिवशी पहाटे मी हॉस्टेलमधून

बाहेर पडलो. स्टॅण्डवरचे टॅक्सीवालेसुद्धा एका अमीरजाद्याचं पोर म्हणून मला ओळखत होते. माझी क्रमिक पुस्तकं, गणवेश, बूट सारं काही हॉस्टेलवरच राहिलं. तशीच टॅक्सी करून मी तडक येथे 'रिव्हर फ्रंट' बंगल्यात आलो. मी इथल्या भिंतींना मिठ्या मारल्या. इथल्या वस्तूंचे सहस्र पापे घेतले. त्यानंतर एकही दिवस मी 'रानवारा'च काय; पण अन्य कुठेही मुक्कामी राहिलो नाही. एरवी भुताटकीनं झपाटलेली वास्तू समजून ज्या 'रिव्हर फ्रंट'कडे सायंकाळनंतर रानपाखरंही फिरकायला घाबरायची, तिथे मी खुशाल एकटा झोपायचो. हळूहळू काही कर्मचारी सोबतीला आले. माझ्या जीवनातील वैराण दिवसांनंतर माझा 'रिव्हर फ्रंट' माझ्यासाठी माझ्या आईची मांडी आहे! तोच माझ्यासाठी कैवल्याची दांडी आहे!''

बापूनगरच्या बाजारातील कोपऱ्यावरचा 'जय रेणुका फोटो स्टुडिओ' काही वर्षांपूर्वी मुंबई रिटर्न तात्या बाकरेने थाटलेला. त्याचे उद्‌घाटन तेव्हा ऐन तारुण्याच्या नव्हाळीतील चेअरमन बापूरावांनी केलेले. तालुक्यातील जनता पहिली एवढी गरीब होती की, साऱ्यांचीच तोंडे फोटो काढण्यासारखी अगदी दरिद्री दिसायची. थोडक्यात, बापूरावांनी या भागात शुगर फॅक्टरी आणली. म्हणून तर बाकरेचा फोटोग्राफरचा धंदा सुरू झाला. आता आजूबाजूच्या गावांतील लग्न, मुंजी, वास्तुशांती हे सारे कार्यक्रम बाकरे फोटोग्राफरशिवाय पार पडायचे नाहीत. कारखान्यावरच्या प्रत्येक समारंभाला तर चेअरमन बापूराव आणि बाकरे फोटोग्राफर हवाच हवा. रुबाबदार बापूरावांच्या पाठीमागे उंचीने ठेंगा, पाठीला बाक आलेला पण उत्साह आणि अपूर्वाईने भरलेला गरीब चेहरा घेऊन मिरवणारा बाकरे. ही दोन्ही व्यक्तिमत्त्वे लोकांच्या मेंदूमध्ये गच्च भरली होती.

बाकरेकडे आता छोटेमोठे चार-पाच कॅमेरे आले होते. बंड्या नावाचा ज्येष्ठ सुपुत्र मदतीला आला होता. दोन दिवसांमागे आपल्या टेबलाच्या खणात बाकरेला फोटोंनी गच्च भरलेले एक जाड पाकीट आढळले. कोणाची ऑर्डर पोहोचवायची राहिली वाटते, या भीतीने त्याने तो लखोटा उघडला. आतली एकापाठोपाठ एक अशी धक्कादायक कृष्ण-धवल छायाचित्रे बघता बघता त्याला धाप लागली. तो मटकन बाजूच्या स्टुलावर बसला. अन्नदात्याच्याच त्या बड्या घरातील तरुणीची स्विमिंग सूटमधील वेगवेगळ्या अँगलची ती छायाचित्रे बघताना तो हबकूनच गेला. एकदा का हे आपले लाख मोलाचे गिऱ्हाईक गमावले गेले की, अजूनही आपला धंदा पूर्ण बसू शकतो, याची त्याला जाणीव झाली. तो थरारला. तितक्यात त्याला बाहेरून आलेल्या आपल्या चिरंजीवाचे थोबाड दिसले. तशी त्याने खाडकन बंड्याच्या कानशिलात ठेवून दिली.

बंड्या जागीच लटपटला. तात्या बाकरेनी त्याच्या पुन्हा एक मुस्कटात देऊन सांगितले, ‘‘हरामखोर, ही कोण आहे, आहे माहीत? आपल्या संध्यादीदीची जिवलग मैत्रीण जयश्रीताई. मला एक कळत नाही, त्या बंगल्याच्या पाठीमागच्या स्विमिंग पुलाजवळ तू पोहोचलासच कसा? फोटो काढलेसच कसे?’’

दुपारी त्या बाजूला नदीकाठी काही मुले पेरू चोरायला जातात, तेव्हा वरच्या फांदीवर बसलेल्या एका मुलाने दुपारी एकान्तात पोहण्याचा आनंद घेणाऱ्या जयश्रीला बघितले अन् ती बातमी बंड्यापर्यंत पोहोचली. बंड्याने त्या पोरांसाठीच चोरून फोटो काढले होते; परंतु ती ऑर्डर अजून त्यांच्या ताब्यात द्यायची होती. शिवाय निगेटिव्हस्सुद्धा सेफ होत्या, हे ऐकून तात्या बाकरेला हायसे वाटले.

खरेतर बाकरेला थेट चेअरमन बापूरावांना जाऊन भेटायचे होते. ते फोटो आणि निगेटिव्ह त्यांच्याच हाती द्यायच्या होत्या; पण त्याच्याने धाडस होईना. मामला तर नाजूक होता. उगाच गावात बभ्रा व्हायला नको. नाहीतर धंदा बंद पडायचा; त्यामुळेच चेअरमन नाहीत तर त्यांच्या आत्यंतिक जवळची आणि गोपनीय अशी व्यक्ती कोण असू शकते? त्याने कितीही डोके खाजवले, तरी त्याचे उत्तर बबननानांच्या पलीकडे जाऊ शकत नव्हते; त्यामुळेच बाकरे सायकलीवर बसला. सरळ दुपारचा चिंचेखालच्या बंगल्याजवळ जाऊन पोहोचला. त्याने नानांना बंगल्यातल्या एका बाजूच्या खोलीत नेले. घाबरतच फोटोंचा पुडका नानांच्या हवाली केला.

‘‘अरे! ही तर आमची...’’

‘‘हो, आपली पाहुणी जयश्रीताई. संध्याताईंची बेस्ट फ्रेंड. मागे डोहाळजेवणाच्या वेळेलाबी त्या आलेल्या –’’

तेवढ्यात नानांनी शुऽऽ करून बाकरेला चूप बसायची खूण केली. एकापाठोपाठ एक करून ते ती छायाचित्रे सावकाशीने पाहतच राहिले. अगदी डोळे ताणून. नकळत त्यांचा श्वास गरम झाला, हळूच बारीक हसत त्यांनी एक मिटकीही मारल्याचे बाकरेला जाणवले; पण फोटो पाहून होताच नानांनी चिडून बाकरेकडे बघितले, ‘‘काय रे बदमाशा, तुझी ही हिंमत?’’

‘‘मायबाप, माफ करा. उनाड पोरांच्या संगतीनं माझ्या कार्ट्यानं काशी केली; पण रेणुकामायची शपथ घेऊन सांगतो, ह्यातला एकबी फोटो बाहेर गेलेला नाय. साऱ्या निगेटिव्हबी याच पाकिटात आहेत.’’

‘‘जपून राहा. नाहीतर उगाच तुझाच खून पडायचा.’’ अशी पुरेशी दमबाजी नानांनी बाकरेला केली. त्याला हाकलून दिले. बाहेर बसलेल्या कार्यकर्त्यांना आपले डोके जाम दुखत असल्याचे त्यांनी सांगितले. नाना पुन्हा आपल्या खोलीत आले. दाराची कडी आतून बंद केली. एका दमात कपाटातील देशी दारूची एक अर्धी बाटली घोटली. तशीच बिना सोडा-पाण्याची, कोरडीच. अन् नाना आपल्या कॉटवर

खळीला आलेल्या जवान पोरासारखे पालथे झोपले. त्यांनी तोंडाचा आ वासत ते फोटो पुन्हा एकापाठोपाठ एक चांगले सावकाशीने, गमतीने, हसत, लोळत बघायला सुरुवात केली.

इतर वेळी बंगल्यामध्ये साध्यासुध्या, सभ्य पंजाबी पेहरावात अगर साडीत वावरणारी ही जयश्री टू पीस स्विमिंग सूटवर अशी बाजिंदी, उन्नत, आक्रमक आणि इतकी दिलखेचक दिसत असेल, याची त्यांना कल्पनाच नव्हती. हा एकूण प्रकारच जगावेगळा आणि कोणाही पुरुषाच्या बिछान्यात पेटती काडी टाकण्यासारखा होता.

दरसाल आषाढात सोंगाच्या पारगावात जेव्हा दिवसभर देव-देवतांची, राक्षसांची, हिजड्यांची आणि सोंगाड्यांचीही सोंगे नाचत, गावभर धमाल करमणूक चाले, तेव्हा एकटे बबननानाच दिवसभर एखाद्या दगडासारखे चिडीचूप बसत; परंतु जेव्हा त्याच दिवशी संध्याकाळ होऊन रात्री रॉकेलचे टेंभे आणि दिवट्या पेटत, त्यानंतर फक्त एकच सोंग निघायचे आणि भीतीने उभ्या गावची घाबरगुंडी उडायची. गावाखाली नदीकाठाला स्मशान होते. स्मशानाजवळच्या त्या झाडीतून एक उंचीपुरी, काळी आकृती पुढे सरकायची. पाठोपाठ दिवट्यांच्या प्रखर तांबूस प्रकाशात भुतांचा राजा आग्यावेताळ त्याचा भलामोठा मुकुट दिसायचा. त्याचे लांबडे अणकुचीदार, फताडे दात; पाठीवरून कमरेपर्यंत रुळणाऱ्या जाडजूड लांबसडक वेण्या, त्याच्या पायांमध्ये अनेक घुंगरांचे पट्टे, हातामध्ये चार फूट लांब एक काटेरी सोटा असायचा अन् अक्राळविक्राळ, ढगांसारखा गडगडत तो आग्यावेताळ नाचतनाचत पुढे यायचा. त्याच्या सोबतचे दिमडीवाले, झांजावाले वीस-पंचवीस साथीदार अवसेच्या रात्री स्मशानातून निघणाऱ्या भुतांच्या वरातीत नाचावे, तसेच सारे आडवेतिडवे नाचायचे. त्याचे ते रूप खूपच भीतिदायक असायचे. दारात आईला कवटाळून तिच्या पदराआडून एका डोळ्याने त्या वेताळाकडे बघणारी मुले सरळ शू करून टाकायची. दिवसभरातला सोंगाचा बाजार एका बाजूला आणि रात्रीचा हा आग्यावेताळ दुसऱ्या बाजूला. सोंगाच्या बक्षिसाची ती प्रथम क्रमांकाची ढाल तो आग्यावेताळ रंगवणाऱ्या बबननानांनी कधीच सोडली नव्हती.

नानांनी रात्रीचे जेवण आपल्या खोलीतच मागविले. मटणाच्या रश्श्यावर ताव मारला. पुन्हा आतून कडी घातली. पुन्हा डोळ्यांपुढे तेच फोटो. बापूरावांच्या संपत्तीतील किमान अर्धा वाटा हा आपलाच आहे, असे नानांना आणि त्यांच्या फॅमिलीला नेहमीच वाटायचे; परंतु आज पहिल्यांदा नानांना रुखरुख वाटली ती एकाच गोष्टीची. त्यांच्या मेंदूतून एकावेळी हजार आवाज आले, "अरे देवा, जर आज आपण चेअरमन असतो, तर ह्या जयश्रीला खुलेपणाने... अगदी बँड लावून आपली दुसरी राणी बनवली असती! आवडती!"

निवडणुकीच्या वेळी आपला उमेदवार अटीतटीच्या सामन्यात काय वाटेल ते

करून निवडून आणावा यासाठी नाना जसे डोक्याला खूप ताण देत बसायचे, तसे आताही बसले. आपले वय, आपली पात्रता, बापूरावांचे स्टँडिंग अशा खूप बाजूंनी त्यांनी विचार केला; परंतु त्यांना हवी तशी टोटल काही लागेना. हिशोब जुळेना. फटाका खूप जबरी आहे; पण आपल्या आहे त्या परिस्थितीत आपणाला तो पचणारा नाही. धाडस करायलाही हरकत नाही; पण गुडघ्यापासून पाय मोडतील, ही वस्तुस्थिती नाकारता येणार नाही.

विचारमग्न नानांच्या डोळ्यांसमोर त्यांची मोठी भावजय सुजातादेवी उभ्या राहिल्या अन् मग एका उलट्या दिशेनेच त्यांच्या मेंदूचा प्रवास सुरू झाला. अगदी परवापर्यंत आपली ही मोठी वहिनी माझ्या पत्नीचा– चंचलाचा अपमान करायची. तोपर्यंत गोष्टी ठीक होत्या; परंतु आजकाल त्या बापूरावांच्या डोळ्यांदेखतसुद्धा माझ्याबद्दल माझ्यासमोर नाराजी व्यक्त करू लागल्या आहेत. मी बापूरावांचा बुद्धिभेद करतो, फॅक्टरीचे नुकसान, माझ्या भोवतीचे वाईट वळणाचे मित्र असे चुकीचे इंधन तिच्या डोक्यात गच्च भरले होते. नानांनी दोघींच्या वयाचा हिसाब मांडला. सुजाता वहिनीसाहेब पंचेचाळिशीच्या पुढच्या आणि ही जयश्री म्हणजे विशीच्या उंबरठ्यावरची कोवळी काकडी. एकदा बापूराव तिच्याजवळ गेले की, मोहबनात अडकलेल्या हत्तीसारखे त्याच धुंदीत उलटेसुलटे होऊन जाणार.

थोडा कमी फायद्याचा असला, तरी हिसाब जुळू लागला होता. नानांचा तल्लख मेंदू झटाझट आकडेमोड करू लागला होता. प्रिन्स वयात यायला अजून सतरा-अठरा वर्षांचा अवकाश आहे. पहिले म्हणजे या जयश्री नामक गुलकंदाचा पहिला वार आपोआपच सुजातादेवींवर पडेल. त्या झटक्याने ती अतिशय स्वाभिमानी स्त्री कदाचित जिवंतही राहणार नाही. किमान सुजाताकडून होणारी माझ्या चंचलेची हेटाळणी तरी बंद होईल. एकूण गणित खूप चांगले सुटणार आहे.

व्यवहारात काळा पैसा आणि रूपसुंदर यौवन्ना यांचे नाते तसे खूपच जवळचे असते. मेडिकलच्या कॅपिटेशन फीची वसुली असो, लिकरचे दोन नंबरचे व्यवहार असोत, साखरेची टेंडर्स ते निवडणुकीचा वाढता खर्च. या सर्व व्यवहारांमध्ये नाना आणि बापूरावांमध्ये एक 'हाय लेवल'चे अंडरस्टँडिंग असते. त्यातील ऐंशी टक्के बिंगे आणि गुपिते त्या दोघांच्या बायकांनाही माहीत नसतात. हे गजरेच्या परिसरात अनेकांना ठाऊक होते; त्यामुळेच दुसऱ्या दिवशी दुपारी नाना बापूरावांच्या केबिनमध्ये घुसले. आत शिरतानाच त्यांनी शिपायाला दम भरला, "मी आत असताना कोणाच्या बापाला सोडायचं नाही." अन् आत गेल्यावर त्यांनी चेअरमनच्या समोरच आतून केबिनची कडी सरकवली. बापूराव हसले.

कदाचित दिल्लीहून एखादा महत्त्वाचा मेसेज असावा, असे त्यांना वाटले. नानांनी आपल्या बंडीच्या खिशातले जाड पाकीट बाहेर काढले आणि बापूरावांच्या

समोरच्या टेबलावर झोकात ठेवले. बापूंनी त्यातील एक एक छायाचित्र हळुवारपणे पाहायला सुरुवात केली. आरंभी त्यांनी कुठलीच प्रतिक्रिया, हुंकार, प्रतिसाद किंवा हालचाल दाखविली नाही. मात्र, हळूहळू उसाच्या मोठ्या फडात एखादा कोल्हा फसावा अन् आजूबाजूची ती फक्कड उसाची रसदार कांडी बघताना वेडा व्हावा, तशी त्यांची अवस्था झाली. काही क्षणांतच त्यांच्या आतल्या मनाने त्यांना सांगून टाकले. या छायाचित्रांतला तो कमनीय ऐवज, इतका आखीव आणि रेखीव बांधा, ती नितळ काया, हाताच्या मुठीत मावेल अशी कंबर, टंच शरीर आणि इतके अप्रतिम लावण्य असे काही तू याआधी पाहिलेलेच नाहीस.

ती छायाचित्रे थोडीशी बाजूला सरकवत बापूरावांनी नानांकडे थोडे चिडूनच पाहिले.

"अरे, हे असं आग लावणारं सौंदर्य माझ्याच काय पण कोणाच्याही बुद्धीला भ्रष्ट बनवेल. का नुकसान करतोस माझं?"

बाण अचूक लागल्याची जाण नानांना झाली. तसे त्यांनी मोकळेपणाने आणि खूप मोठ्याने हसून घेतले; ते बोलले, "बापूराव! इतर वेळी पट्टीच्या शिकाऱ्यांना चार-चार दिवस बिना अन्नपाण्याचं जंगलातून फापलावं लागतं रे, पण एखाद्याचं नशीब थोर असलं, तर अशी चुकारीची एखादी सोनेरी हिरण स्वतःहून त्याच्या परसदारात येते! हां– आता पुढची ॲक्शन पूर्णतः त्या शिकाऱ्याच्या मर्जीवर; त्याच बेट्याची चॉईस. हरणीला सरळ समोरून गोळी घालायची की थोडं कुरवाळत, अंजारत आणि गोंजारत प्रेमाच्या रेशमी धाग्यात बांधून गट्टम करायचं!"

मग बापूरावही खूश होऊन मोठमोठ्याने दिलखुलास हसत राहिले. हसताहसता मध्येच त्यांना ठसका लागला. गळ्यात बेडका अडकल्यासारखे झाले. पाण्याचा ग्लास घटाघटा पिऊन त्यांनी आपले ओलसर डोळे पुसले; परंतु तोवर त्यांचा चेहरा घामाने पुरता भिजला होता. काळजाच्या कोपऱ्यात कुठेतरी लपलेले सच्चे विचार आकांत करू लागले होते. "नाही नाही नाना. हे जमायचं कसं? मला नाही शक्य वाटत हे."

"का रे, काय झालं?"

"विसरतोस काय नाना? अरे, ही जयू माझ्या पोरीची– संध्याची खूप जवळची मैत्रीण आहे. तिची क्लासमेट आहे आणि आपली पाहुणी आहे."

"मग दे सोडून. मला वाटलंच होतं. तुझ्याच्यानं ही गोष्ट जमणार नाही – तेवढी हिंमत तुझ्यात नाही."

"अरे, असं काय बोलतोस नाना?"

"हो रे. एखाद्या मनुष्याच्या नशिबात गडगंज लक्ष्मी असली, तरी त्या बिचाऱ्याच्या तकदिरात एखादी अव्वल अप्सरा असतेच असं नाही! त्यातून ती स्वतःहून चालून

आली, तरी तिचं बोट पकडण्याचं किमान धारिष्ट्य हवं त्याच्या अंगात. पण असली चॅलेजिंग मर्दानगी प्रत्येकाला थोडीच देतो देव?''

''नाही रे बाबा. मला त्या केवळ कल्पनेनं आतून हुडहुडी भरू लागलीय. माझ्याकडून असा काही गुन्हा घडला, तर माझ्या बायकोच्या नजरेत माझ्या व्यक्तिमत्त्वाचीच किती माती होईल, याची कल्पना आहे का तुला?''

''हे बघ बापू, हा सारा लोच्या तुझ्या अतिविचारांचा आहे. अतिशहाणपणा आणि अतिविचार हेसुद्धा विषासारखे असतात रे बाबा.''

''अरे, थांब थांब. कुठे चाललास? तूच काहीतरी सांग. अशा किचकट, नाजूक विषयात मी दुसऱ्या कोणाशी बोलणार तरी कसा?''

बबननाना बाहेर निघतानिघता थांबले. त्यांच्या चेहऱ्यावर नकळत सुंदर हास्य विलसले होते. ते आपल्या धाकट्या भावाजवळ गेले. त्याचा खांदा लाडिकपणे दाबत ते बोलले, ''हे बघ बापूराव, मी तरी वेगळं काय सांगणार? ज्याला भाग्य भाग्य असं म्हणतात, ते बिचारं माणसाच्या जीवनात कोणत्याही रूपानं येऊ शकतं. मग ते धाकट्या मेहुणीच्या रूपामध्ये येऊ दे किंवा आपल्या मुलीच्या क्लासमेटच्या रूपात! मात्र, ते मधुर फळ गट्टम करायचं किंवा नाही, हे त्या शिकाऱ्यानंच ठरवावं! मात्र, तुझा मोठा भाऊ म्हणून नव्हे, तर तुझा एक जवळचा दोस्त या नात्यानं मी जरूर सांगेन. मनुष्याला जन्म एकदाच मिळतो. पुन्हाच्यानं नाही रे बाबा. त्याच हिशोबानं मनुष्याच्या जन्मात असा एखादा चान्स, अशी एखादी बहारीची बया एकदाच येते – जिच्या आठवणी मेल्यानंतरही पुढच्या सात जन्मांत गुदगुल्या करत राहाव्यात! फक्त एकदाच बरं, पुन्हा नाही!''

दोन दिवसांनंतर. वेळ रात्री उशिराची. केबिन तीच. तसेच ते दोघे भाऊ भाऊ, काहीसे विस्कटल्यासारखे एकमेकांसमोर बसून होते. खरेतर झोप लागेना म्हणून बापूरावांनीच आपली गाडी बबननानांच्या घरी धाडली होती. त्यांना अर्जंटली शुगर फॅक्टरीवर बोलावून घेतले होते. स्वतः बंगला सोडून कचेरीत आलेले. बापूरावांनी चोरून का होईना असंख्य वेळा केलेले त्या कृष्ण-धवल छायाचित्रांचे निरीक्षण. त्यातच आपल्या बंगल्यात वावरणारी ती रूपवान जयश्री. डोक्यातून जयूचे ते लाघवी हास्य, तिचे चमकदार टपोरे डोळे अन् सपाट पोटावरून साडी थोडी बाजूला सरकताच अत्यंत आकर्षक दिसणारी तिची ती खोलगट बेंबी. याआधी जळत्या सौंदर्याचा हा वाहता ओहळ आपण पाहत कसा नव्हतो, किती आंधळे होतो आपण, याची बापूरावांना शरम वाटली.

अपेक्षेप्रमाणे बापूरावांनी जयश्रीचा विषय काढला. एव्हाना ती कॅसेट बापूरावांच्या मेंदूच्या टेपरेकॉर्डरमध्ये अडकली आहे. नव्हे, जाम झालेली आहे याचा अंदाज नानांना आला होता; त्यामुळेच ते बापूरावांना बोलले, "बाकीचा सारा फापटपसारा बाजूला ठेवू. मी मुद्द्याची पहिली एक गोष्ट सांगू का? – ते फोटो बघेपर्यंत बायली मलाबी त्याच्या आतल्या रूपाच्या खजिन्याचा अंदाज नव्हता. आता दुसरी एक गोष्ट सांगू का?"

"हा सांग."

"अरे, तिच्या खऱ्या रूपाचा अंदाज केला, तर तुझी गोष्ट सोड; त्या देवाच्या मेंदूचंबी भरीत झालं पाहिजेल."

"ते [illegible]की खरंच."

"[illegible] तिसरी एक गोष्ट सांगू का?"

"काय?"

"अरे, इथं दरसाल मेडिकल आणि इंजिनिअरिंगच्या ॲडमिशनसाठी काश्मीर, यूपी, बिहार– किती मुलखातनं अशा कोवळ्या काकड्या येतात; पण च्यायला हिच्या रूपापुढं उभं राहायची एका तरी टवळीची लायकी आहे का रे?"

"हे पण शंभर टक्के खरं."

"आता अगदी शेवटची अन् फायनलची एकच गोष्ट सांगतो. अरे बापू – माझ्या राजा, अरे देवानं घडविलेली ही घडणावळ, ही चीजच अशी बेफाम जमून गेली की, तिच्यापुढं पैसा, सत्ता म्हणजे सारं चिपाड रे. म्हणूनच एक गोष्ट लक्षात ठेव, आपल्या थाळीत असा –सातारी कंदी पेढा येऊनसुद्धा तो जो कोणी बकदिशी गिळून गट्टम करणार नाही; त्याच्यासारखा येडा, दुर्भागी, बशाबैल दुसरा कोणी ठरणार नाही."

थोडा वेळ बापूराव चूप बसले; पण बेचैनी त्यांची पाठ सोडत नव्हती. त्यांनी नानांचा हात पकडून त्यांच्या अगदी तोंडाजवळ तोंड नेत विचारले, "अरे, पण स्वतःच्या मुलीच्या मैत्रिणीवर, आपल्या आश्रयाला आलेल्या पाहुणीवर मन दाखवणं, तिची चाहत बाळगणं किती चुकीचं आहे?"

"अगदी बरोबर! वाईटच ते. कोणाच्याच मनाला पटणार नाही. पापच ते!" मोठा श्वास घेत नानाच बोलले,

"पण खरं सांगायचं तर बापू, शेवटी उद्याच्याला ते पाप ठरणार की पुण्य हे सारं ती चीज तू कोणत्या पद्धतीनं खाणार, त्याच्यावर अवलंबून आहे.

"हे बघ गड्या, अगदी फोडून फोडून स्पष्ट सांगतो, ही वीतभर कंबरेची नाजूक, अल्लड गुलबकावली तुझ्या बिछान्यात देवानंच तुझी 'सेकंड लेडी' म्हणून सोडली – 'लहान कुटुंब' म्हणून! तुझ्या घरात बाकायदा आली, तर तुला काय अपचनाचा रोग होईल का रे?"

आता तर बापूरावांचा चेहरा नुकत्याच उमललेल्या ताज्या, टवटवीत फुलासारखा दिसू लागला. नानांचे मनगट पकडून बापूराव बोलले, "खरंच, तेवढा भाग्यवान वाटतो मी तुम्हाला?"

"अरे, आहे म्हणून काय विचारतोस? गेला महिनाभर भाग्यच तुझ्या बंगल्यात येऊन स्वतः मुक्कामाला राहिलंय. आता उरला प्रश्न थोड्या धाडसाचा. आपणाला कोणावर जुलूम किंवा अत्याचार नाय करायचा. उलट तू तिला तुझ्या ह्या बड्या साम्राज्याची पट्टराणी बनवणार आहेस – अशी महत्त्वाकांक्षेची हवा तिच्या कानात फुंकायची. जनरली व्यवहार असा आहे बापू– बहुतांशी सर्व सुंदर बायांना प्रॉपर्टीचे सोनेरी पंख आवडतात! एखादी सुंदर बाई चुकून एखाद्या गरीब पामराचं मनगट धरून गेलीय, असं सपनात तरी घडतं का? उलट तो खवन्या श्रीमंतगब्रु असंल, तर त्या त्याच्या रंगारूपाचा आणि वयाचाबी विचार करत नाहीत."

“अस्सं?”

“तर काय – अरे बापू, तू वयानं साठीचा असलास तरी अजून रंगरूपानं मस्त पंचेचाळिशीचाच दिसतोस!”

“काय बोलतोस माझ्या नाना?”

“आरशात कधी बघत नाहीस का मुखडा? अरे, एवढी मोठी ती मंत्री शेळकेदादांची मिसेस चित्राताई शेळके! साली इतर वेळी काय तिच्या नाकाला मिरच्या झोंबतात. काय स्वतः पुण्यवान पतिव्रतेचा आव आणते – तीच तुझ्याबरोबर मोटारीत बसली आन् चंदनाच्या खोडाला नागिणीनं विळखा घालावा, अशी चिकटली की नाय – ?”

“अरे, पण ही जयश्री तर –?”

“का, तिला डोळं नाहीत? गेल्या महिनाभरात तुझा थाट, तुझं हे राज्य सारं बघितलंच असंल की तिनं –”

“अरे पण नाना, आपल्याच पोरीच्या क्लासमेटबरोबर बोहल्यावर लग्नाला उभं राहायचं, असं आचरट स्वप्न कधी कोणी बघितलं असंल का?”

“बापू, लेका तू इथंच मार खातोस – तुला आपल्या स्टेटच्या राजकारणाच्या पदरामागचा सांस्कृतिक इतिहास माहीतच नसेल, तर तुझ्या अज्ञानावर हसावं की रडावं रे.”

“पण कुठं घडलंय असं?”

“अरे, ते मराठवाड्यातले आपले बन्याभाऊ. ते इंजिनिअरिंग कम मेडिकल कॉलेज कम स्टेट मिनिस्टर. त्यांच्या पोरीच्या लग्नाला तिची मैत्रीण आली होती – बोहल्यावर नावं घेताघेता त्या बाजिंद्या मैत्रिणीला बघून तिचा मंत्री बाप कसा चळला – अन् त्यानं तिला पटवून, गटवून अवघ्या सहा महिन्यांच्या आत आपल्या लेकीची धाकटी आई कशी बनवली. अन् दीड वर्षाच्या आत आपल्या मुलीच्या ओट्यात खेळवायला एक हक्काचं भावंडं कसं पैदा करून दिलं, याची ‘सक्सेस स्टोरी’ सर्वांनाच ठाऊक आहे!”

“मग कोणी बोंब नाही का मारली?”

“एक-दोन समाजसेवकांनी चिवचिव करायचा प्रयत्न केला; पण काही बुजुर्गांनी त्यांना समजावलं – हे असले प्रकार गोड अपघात समजून घेण्यामध्ये सर्वच राजकीय पक्ष आणि गट ‘दिलदारी’ दाखवतात! शिवाय सुकाळीच्यांनो, लाडाच्या बाईला पाडाचा आंबा आवडत असंल, तर तुमच्या बापाचं काय नुकसान होतं?”

बबननानांच्या या क्षेत्रातल्या आय-क्यूबद्दल बापूरावांनी त्यांचे कौतुक केले. त्या मध्यरात्री खूप शिकायला मिळालेल्या नानांच्या भेटीमुळे बापूरावांच्या मनावरचा बराचसा ताण हलका झाला.

संध्यादीदींचे बाळंतपण जवळ आलेले. बाळजन्मानंतर अनेक कामे मागे लागायची; त्यामुळे गरजेच्या वस्तू आधीच खरेदी करणे आवश्यक होते. बापूनगरच्या बाजारात सर्व चिजा मिळत नाहीत; त्यामुळे सत्तर कि.मी. अंतरावरच्या जिल्ह्याच्या ठिकाणी आंबेपूरला एक खेप करणे आवश्यक होते. तिकडे सुजातादेवी मोटारीने निघायच्या घाईत होत्या.

सुजाता स्वतः पाहत होत्या. जसे बाळंतपण जवळ येईल, तसे बापूराव तथा डॅडी किती बेचैन झाल्याचे दिसतात. अलीकडे ते जास्तीतजास्त वेळ बंगल्यामध्येच थांबतात. बारीकसारीक बाबींकडे त्यांचे लक्ष असते. ते संध्याची विचारपूस करतात. जयश्रीला अनेक सूचना देतात. दुपारी बाहेर एखादी महत्त्वाची बैठक लागली, तर तिकडे धावतात. ते काम आटोपताच पुन्हा 'रिव्हर फ्रंट'वर हजर होतात. आज अकरा वाजले, तरी अजून ते घरीच होते.

बाहेर तयार होऊन आलेल्या सुजातादेवींनी कॉरिडॉरमधून हाक दिली. ''अगं ये जयू– पटपट आवर ना गं पोरी. किती उशीर लावशील तयार व्हायला?''

''आलेऽऽ बडी मां आले.'' वरून प्रतिसाद मिळाला.

पाठोपाठ जिन्यावरून महागड्या, दिमाखदार साडीतील जयश्री खाली उतरली. एखाद्या झुळझुळत्या पाण्याच्या लाटेसारखी. त्या दोघींनाही लवकर निघायची घाई होती. आंबेपुरातील खरेदी आटोपून त्यांना तिन्हीसांजेलाच माघारी वळायचे होते. त्या अशा बाहेर पडणार तेवढ्यात तळमजल्यावरील बाजूच्या खोलीतून संध्याची हाक आली, ''मांऽऽ जरा थांबा. इकडे या.'' त्या दोघीही पोर्चमधून संध्याच्या खोलीत गेल्या. बिछान्यात अर्धवट उठून बसलेली संध्या बोलली, ''मां, एक रिक्वेस्ट करते गं. प्लीज, जयूला घेऊन जाऊ नकोस.''

''का गं?''

"आज मला कधी नव्हे इतकं उदास उदास वाटतंय गं. प्लीज जयू, थांब माझ्या सोबतीला."

"बरं बाई, तू म्हणशील तसं करू."

सुजातादेवींनी बंडा पवार नावाचा बंगल्यावर काम करणारा कारखान्याचा कर्मचारी सोबत घेतला. आधीच खूप उशीर झाल्याने त्या तातडीने निघाल्या. बाहेरच्या वळणावरून मोटारीने गती घेतल्याचा आवाज ऐकू आला.

लेकीच्या बाळंतपणाच्या तयारीत बापूरावांनी भाग घेतला. ते बंगल्यावरच्या कामातच दुपारी गर्क राहिले. जड पावले टाकत संध्या डायनिंग टेबलजवळ आली. दुपारी त्या तिघांनी एकत्रित जेवण घेतले. झुणका-भाकर आणि कांद्याच्या ओल्या पातीची भाजी असा झकास बेत होता. बापूरावांनी डाळ मागताच समोर बसलेली जयश्री उठली. ओणवी होऊन तिने त्यांच्या ताटात पळीभर डाळ वाढली. त्या गडबडीत तिचा हात बापूरावांच्या मनगटाला लागला. कदाचित तिने तो जाणीवपूर्वक लावला असावा, असे त्यांना जाणवले. पोर तयारीची दिसते, असे उगाचच मनाला वाटले. नकळत बबननानांच्या मधाळ शब्दांची झिंग दारूसारखी त्यांच्या रक्तात भिनलेली. टेबलावरच जयश्री काळजीने बोलली, "संध्या, मला रायपूरला परतायला हवं गं. पप्पांचे सारखे फोन येताहेत." तेव्हा संध्याचा चेहरा पडला. ती घायकुतीला येऊन बोलली, "प्लीज जयू, अगदी थोड्या दहा-पंधरा दिवसांसाठी नाही म्हणू नकोस गं. इतके दिवस राहिलीस. माझी सुटका झाली की खुशाल जा."

"अगं, पण असा हट्ट कशासाठी?"

"माझ्या होणाऱ्या बाळानं आईऐवजी प्रथम मावशीचंच तोंड बघायचा निश्चय केला असेल तर?" संध्याच्या त्या टिप्पणीवर तिघेही खळखळून हसले.

बापूरावांना कारखान्यावर संध्याकाळी चारची एक आणि नंतर सहाची एक, अशा दोन बैठका होत्या. पहिली बैठक त्यांनी तातडीने आटोपली अन् संध्या घरी एकटीच असल्याचे त्यांनी इतरांना सांगितले. दुसरी बैठक निम्म्यातच सोडून ते संध्याकाळी सातच्या आतच 'रिव्हर फ्रंट'वर परतले; तेव्हा संध्याच्या अंगात बारीक ताप असून ती झोपी गेल्याचे जयश्रीने त्यांना सांगितले.

थोड्या वेळाने जयश्री खाली दिवाणखान्यात डोकावत बापूरावांना विचारू लागली, "डॅडीऽ तुम्हाला थोडे कांदापोहे करून देऊ का?" त्यांनी फक्त मान डोलवली. जयश्री किचनमध्ये निघून गेली. अचानक बापूरावांच्या डोळ्यांसमोर नानांचा धूर्त, लबाड, हसरा चेहरा उभा राहिला. 'भाग्यच तुझ्या बंगल्यात येऊन मुक्कामाला राहिलंय! आता प्रश्न उरलाय तो थोड्याशा धाडसाचा– ही पटली, तर हिचंही नुकसान नव्हे चांदीच होईल– आपली पट्टराणी! आवडती! आता कदाचित आपल्या हल्ल्यानं थोडीफार नाराज होईल; पण उद्या हिऱ्याचे झुमके लेवून जेव्हा

रोल्स रॉईसेमधून फिरेल, तेव्हा तिला ही सारी दुनियाच रम्य वाटेल. गरज ही मनुष्याची खरी वैरीण असते अन् ती पुरवणारा शहाणा बिलंदर बादशहा ठरतो!'

दिवाणखान्यात बापूराव बराच वेळ बेचैनीत बसले होते. जयश्रीचे स्विमिंग पूलमधले फोटो पुन्हा बाहेर काढून पाहायची गरज नव्हती. ते त्यांच्या डोक्यात तांबेरलेल्या खिळ्यासारखे घट्ट बसले होते. नानांचे उबदार शब्द आठवायचे, ते गुदगुल्या करायचे. बापूरावांनी बेल दाबली. बेल वाजली, परंतु समोर कोणी येईना; तेव्हा ते स्वतःच्या मूर्खपणावर हसले. कारण काही वेळापूर्वी त्यांनी आपल्या दोन्ही स्वयंपाक्यांना नदीपल्याडच्या व्हीआयपी गेस्ट हाउसवर पाठवले होते. 'तेथेच थांबा. माझी वाट पाहा. इकडे नका येऊ. उशीर झाला, तरी मी तिकडेच येणार आहे,' असे सांगितले होते. त्यातच बंगल्यातला मुख्य सेवक बंड्या पवार सुजातादेवींसोबत आंबेपूरला गेलेला.

ते सावधपणे उठले. त्यांनी पहिल्या मजल्याकडे नजर टाकली. ते असे पाऊल पुढे टाकणार, तेवढ्यात टेलिफोन वैऱ्यासारखा खणखणला. नाइलाजाने त्यांनी तो उचलला. तर पलीकडून सुजातादेवींचा आवाज; बरे झाले, किमान तिचे लोकेशन तरी कळेल.

"अहो, ऐकलंत का-? आम्हाला परतायला कदाचित बराच उशीर होईल."

"का हो? नेमक्या कुठं पोहोचलात तुम्ही?"

"साधारण पन्नास कि.मी.वर आलो आहोत- काय करणार, एकावेळी दोन पंक्चर- एका टायरला तर अशी मोठी चीर-"

"मघाशीच फोन करायचा. इकडून दुसरी गाडी पाठवली असती ना?"

"छे! नको. त्याआधीच आम्ही पोहोचू. एकतर जवळ धाबा आहे- शिवाय हे आपले सोनगढीचे तात्याही आम्हाला रस्त्यात पाहून थांबलेत- जिथे जाऊ, तिथे तुमची माणसं असतातच की आमच्या सेवेला आणि मानरुतब्याला."

"द्या बरं तात्यांना फोन- काय रे तात्या?"

"राम राम साहेब- अहो, इथं ओढ्याच्या पलीकडंच माझा शेतमळा आहे. आपल्या घरचीच चांगली काट्याची वांगी आणि बाजरीचा बेत करतो- पुन्हा कशाला येताहेत वहिनीसाहेब गरिबाच्या घरला- तिकडं जेवण उरकेपर्यंत इकडं गॅरेजचं काम होईल- तर नेऊ का वहिनींना?"

"हां, हां. जरूर."

एकदाचा तो फोन संपला.

फक्त रिकामं डोकंच सैतानाची शाळा नसते. पलीकडे संध्या तळमजल्यावरच्या खोलीत गाढ झोपून गेलीये. तसा तो एकाकी आणि निर्जन असा रानातला बंगला. बाहेरचे सिक्युरिटी गार्ड एकदम पलीकडच्या दुसऱ्या फाटकाजवळ. नदीला लागून.

अन् वरच्या खोलीमध्ये तारुण्याने मुसमुसलेली लखलखत्या पिवळ्या कांतीची ती जयश्री. बिळाबाहेर कोवळ्या सूर्यकिरणांत पहुडलेली ती नागीणच. बापूरावांना बसल्या जागीच तिचा तो स्वच्छंदी मोकळा वावर, खळखळ मनमोकळे हसू सारे आठवत होते. गुलाबी काट्यासारखे काळजाला लसत होते. तसे एका अर्थी मध्ये उपवासच घडलेले. इथे खेड्यात लोकांच्या नजरेत चारित्र्य जपण्यासाठी किती कोंडमारा करून घ्यावा लागायचा; पण नानांनी मस्तकात फेकलेली ती जळती काडी. दुसरे कुटुंब. सेकंड लेडी! आयडिया झकास होती. चार जवळच्या कार्यकर्त्यांना हळूच कामाला लावले, तर पुढे आपल्या या गोड संबंधांना लोकमान्यतेचा सोनेरी मुलामाही चढवणे तेवढे अवघड जाणारे नव्हते.

बंगल्यातले निम्न प्रखर दिवे जणू त्यांच्याकडे नजरेच्या कोनातून चोरून बघत होते. तिकडे ती संचालक मंडळाची बैठक उशिरापर्यंत चालणार होती. पत्रिकेवर विषय अनेक होते. कोणी इकडे फिरकायची शक्यताही नव्हती. सुजाता तर रात्री एकनंतरच येऊ शकते. एखादा अतिउत्साही खेडवळ मध्येच येऊन कडमडायची शक्यता होती. म्हणूनच कारखान्यावर त्यांनी आपल्या पीएला आधीच अगदी बजावून सांगितले होते, "काहीही झालं, तरी कोणा व्हिजिटरची उगाच इकडे कटकट नको. मीच रात्री उशिरा तिकडे चक्कर टाकेन. सांगा सर्वांना. ठेवा थांबवून तिकडेच."

ते हुरहुरते मन. शेवटी सत्ताधीशाने आल्या संधीचे सोने केले नाही, तर तो कसला सत्ताधीश! शिवाय अशा फाकड्या तरुण पोरीचा सहवास मिळाला, तर कोणाला नको होईल? या अशा सिच्युएशनमध्ये मुठीत आलेल्या या छबकडीला कोण सोडेल तरी कशाला? चला, निघूच वर. फार तर होऊन काय होणार? नाना म्हणाले, तसा थोडा आरडाओरडा करेल; पण तो काही तळमजल्यावर ऐकू जायचा नाही. तिकडे संध्याच्या रूमचे दारही बंद. गेला बाजार ती खूपच प्रतिकार करू लागली, तर सोडून देऊ. चला, मोठ्या मनाने पराभव गिळून टाकू अन् विजय मिळाला तर? ते कोवळे ओठ आपल्या दाताला लागले तर– साऱ्या शरीराचे सोनेच की! चला बापूराव, खरोखरीच्या सम्राटासारखा आनंद लुटायला शिका. शिकार सोडू नका.

रातवाऱ्याच्या बाहूमध्ये लपटलेला तो रिव्हर फ्रंट. भोवतालीच्या उसाच्या फडातून आणि नदी किनाऱ्याहून एकसारखा येणारा रातकिड्यांचा आवाज. मध्येच बहकलेल्या श्वापदासारखा हुक्की घालणारा कोल्हा. नदीकाठच्या गच्च आयचानात वळवळणारी खेकडी, अंग आकसून कवचामध्ये मुंडी लपवणारी कासवे. वटवाघळांचा चीत्कार. हवेत झेप घेताच त्यांच्याच लांब पंखांचा निघणारा फाटका आवाज. त्यातच दरवाजावर अचानक टिकटिक. जयश्री गोंधळली. कोण असावे बाहेर. अशा अवेळी? कदाचित एखादा सर्व्हंट, "येस."

"जयू, दार उघड–"

"अरे कोण? डॅडी?" आतून आलेला मोकळा, हसरा आवाज.

"का हो, काय काढलंत?"

"हे बघ, एक क्लिष्ट इंग्रजी पत्र– संदर्भच कळत नाहीत. जरा त्याचा अर्थ–"

दरवाजा उघडला गेला. समोर झुळझुळत्या पांढऱ्याशुभ्र गाउनवर जयश्री उभी. तिने बापूरावांच्या हातचा तो टाइप्ड कागद घेतला. त्या तलम, पारदर्शक गाउनमध्ये अधिकच उठून दिसणारा जयश्रीचा कमनीय, तारुण्याने रसरसलेला, मादक देह. बापूरावांच्या कानांमध्ये नानांचे शब्द रुंजी घालू लागले, "पोर फाकडी आहे. तयारीची आहे." तिचे शरीरसौष्ठव म्हणजे एक आव्हानच! चला बापूराव, घ्या उडी. तोंडाजवळ दिसलेले मधाचे बडे पोळे बघून अस्वलाला कशा गुदगुल्या होतात, तसा घ्या एकदा कच्चा घास अन् मग बापूरावांच्या मेंदूवर एका रानटी श्वापदाने ताबा मिळवला. त्याने डोक्याची कवटी तोडून मेंदूतच दात घुसवावेत, तशा बापूरावांच्या अंगात राक्षसी लहरी संचारल्या.

ती अद्‌भुत वादळी काळरात्र. बापूरावांच्या जीवनाचीच त्वचा सोलून काढणारी.

‘रिव्हर फ्रंट’च्या पहिल्या मजल्याच्या बाहेरील दीड फुटी रुंद बाल्कनी. तिथूनच जयश्रीने अंधारात खाली उडी ठोकली होती; तेव्हा एखादे धान्याचे पोते धपकन खाली पडावे, तसा पलीकडून मोठा आवाज आला होता. त्या भयानक प्रकाराने बापूरावांच्या देहात रक्ताची कारंजी उडाली होती. उभ्या अंगाला भीतीने कापरे भरले होते. ते गर्रकन पाठीमागे वळले. तेवढ्यात “डॅडीऽ” अशी एक करुण किंकाळी सुरीने केक कापावा, तशी बापूरावांना रक्तबंबाळ करून गेली. समोर भीतीने गाळण उडालेला पांढराफट असा संध्याचा घामेजलेला चेहरा. नऊ महिन्यांचे लोंबते पोट घेऊन कशी ती जिना चढून वर आली असावी?

अंधारात उडी ठोकण्यापूर्वी काही सेकंद आधी जयश्री भीतीने खूप मोठ्याने ओरडली होती. थरारून गेलेल्या तिच्या अवघ्या शरीराचा अथांग काळोखाकडचा प्रवास बापूरावांच्या ध्यानी आला असावा. तिने जीवाचे बरे-वाईट करू नये, म्हणून तिला आवरण्यासाठी खरे तर बापूराव शेवटी पुढे धावले होते; परंतु त्या आधीच्या त्यांच्या अकल्पित घृणास्पद हल्ल्याने जयश्रीचा जगावरचा विश्वासच उडून गेला होता. त्याच विषयासक्त भावनेनं हा चळ भरलेला म्हातारा आपणाकडे धावतोय, असे समजून तिने पलीकडे उडी ठोकली होती.

बापूरावांचे काळीज जागेवर नव्हते. तिथून परतताना त्यांना संध्या दिसली. आपल्या एका हाताने तिने वेदनेने विव्हळ झालेले आपले पोट पकडलेले होते. मानसिक धक्क्याने जखमी झालेला आपला देह खाली कोसळू नये म्हणून भिंतीचा आधार घेत ती कशीबशी उभी होती. संध्याचा भीतिदायक चेहरा पाहवत नव्हता. जयश्रीचा जीव वाचवणे, हे खूप महत्त्वाचे होते म्हणून बापूराव तसेच खाली धावले.

तत्काळ फोनाफोनी झाली. डॉक्टर धावत आले. ॲम्ब्युलन्स आली. बापूराव खूप गडबड करत होते. किंचाळल्यासारखे ओरडत होते, “आमच्या जयूचा ॲक्सिडेंट झाला. अपघात झाला.” परंतु जागेवरचे सत्यच इतके भयानक होते की, असत्याचा मुखवटा टिकत नव्हता. तो घरंगळून पडत होता. एका भयानक दुर्दैवी कहाणीची साक्ष देत होता.

अंधारातून ॲम्ब्युलन्स निघाली. हॉस्पिटलमध्ये ती पोहोचण्यापूर्वीच नाना आपल्या साथीदारांसह तिथे धावतपळत आले होते. बापूरावांनी आपल्या मोठ्या भावाला कडकडून मिठी मारली. फक्त त्यांनाच ऐकू जाईल, अशा तळमळीने कानाजवळ तोंड नेऊन सांगितले, “घडू नये ते विपरीत घडलं रे. माझ्या भावाऽ आता तूच मला वाचवू शकतोस.” नानांनी बापूरावांना आपल्या पोटासोबत खेचून घट्ट पकडले. त्यांच्या पाठीवरून हात फिरवत, “भिऊ नकोस, मी तुझ्या पाठीशी आहे,” असा भरवसा दिला. दुसऱ्याच क्षणी त्यांना अजून पलीकडे अंधारात ओढले आणि भीतीने विचारले, “ए बापूऽ अरे, गडबडीत काय करून ठेवलंस रे हे दुश्मना–?”

"छान! म्हणजे तूही आता माझ्या मेल्या थोबाडावर जोडे मारायला उठलास काय?"

"अरे पण बाबा, काही झालं तरी ती कोवळी पोर! किती ल्हानी रे! थोडं तिच्या कलाकलानं घ्यायचंस. कशासाठी सरळ बलात्कार करायला गेलास? –आन वर ती पोर रिस्पॉन्स देईना म्हणून तिला रागानं बंगल्याच्यावरनं ढकलून दिलंस. काय रे बापूऽ?"

"किती भयानक बोलतोस रे तू नाना? मी कशाला ढकलून देईन तिला? अरे, तिनंच उडी घेऊन आत्महत्या–"

"ठीक हैय, आता ओलं काय आणि वाळलं काय– जे आपल्या नशिबात असंल, ते निस्तरू रे माझ्या भावा."

नानांचे ते मानभावी बोलणे बापूनी ऐकले, तेव्हा आपल्या पायातले पायताण स्वतःच काढून स्वतःच्याच टाळक्यात मारून घ्यावे, असेच बापूरावांना वाटले.

त्या प्रवासात तात्यासारख्या एका भोळ्या कार्यकर्त्याने सुजातादेवींसाठी ताजे जेवण बनवलेले; त्यामुळे इतका उशीर झाला की, त्यांची मोटार बापूनगरच्या वेशीजवळ पोहोचायला रात्रीचे दोन वाजले. समोरच्या तुटपुंज्या तांबूस स्ट्रीट लाइटचा प्रकाश आता अधिकच पिवळट वाटत होता. समोर पुतळ्याच्या चबुतऱ्यावर उभ्या असलेल्या गांधीजींच्या हातातली काठी उगाच थरथरल्यासारखी भासत होती. सुजाताने इकडेतिकडे नजर टाकली, तेव्हा ती चमकली. रस्त्यावर जागोजागी लोक गटाने उभे होते. एकमेकांच्या कानाजवळ तोंड नेऊन बोलत होते. काहीतरी वेगळेच घडून गेल्याची जाणीव बंड्या पवाराला झाली. तो पटकन मोटारीतून खाली उतरला. त्याने बाहेरचा थोडासा कानोसा घेऊन तो लागलीच परतला, तेव्हा भीतीने अक्षरशः फाटलेला त्याचा चेहरा पाहवत नव्हता. तो ड्रायव्हरवर ओरडला, "चल रे, घे बिगिद्यानं– पहिलं हॉस्पिटलकडे चल."

"का रे?" सुजाता.

"जयूताईंचा ॲक्सिडेंट झालाय. बंगल्यावरनं खाली पडल्यात."

"काय सांगतोस?"

"आयसाब, काही खरं नाही हो."

अंधाराच्या पोटातून मोटार पुढे सरकली. एकदाचे हॉस्पिटलसमोरचे अंधूक, दहिवराने भिजलेले दिवे दिसले. मोटार समोरच्या छोट्या गार्डनजवळ थांबली. सुजातादेवी खाली उतरू लागल्या, तेव्हा त्यांचे पाय थरथरले. कमरेतून वारे गेल्यासारखे झाले. त्यांनी आपला कोलमडता देह सावरण्याचा प्रयत्न केला. त्यांना आधार द्यायला बंडा पवार पलीकडून धावला. त्या अपघाताच्या धक्क्याने सुजातादेवी

खूपच घाबरलेल्या. त्यांचा चेहरा पिंपळाच्या पिवळट जीर्णशीर्ण पानासारखा दिसत होता. साऱ्या अंगातून भीतीच्या कळा. त्या तशा अवस्थेतच त्यांना वर हॉस्पिटलमध्ये नेण्यात आले. एका खोलीत बसवले गेले. त्यांना खूप मोठ्याने किंचाळायचे होते, "माझी जयू कुठं आहे?" पण आवाजच बाहेर येईना.

बाजूच्याच रूममध्ये जयश्रीताईंवर मोठे उपचार चालू आहेत. अंगातून खूप रक्त वाहिले आहे. नव्या रक्ताचा पुरवठा सुरू आहे. थोड्या थांबा. जाऊ थोड्या वेळाने अशी त्यांची समजूत काढली गेली. एकूणच त्या प्रसंगाचे गांभीर्य, दबाव, भीती इतकी गडद होती की, सर्वांचेच श्वास कोंडून गेलेले. बाजूच्या लाकडी खुर्चीवर अंगातला त्राण गेल्यासारखे बापूराव बसलेले. गोठल्यासारखे थंडगार. सुजातादेवी त्यांना आणि जो कोणी समोर दिसेल, त्या प्रत्येकाकडे प्रश्नांची सरबती करत होत्या. कोणाला उत्तर द्यायला वेळ नव्हता. सारीच धावपळ उडालेली. रक्ताच्या बाटल्या आणा, औषधे आणा, हे आणा आणि ते आणा.

तेवढ्यात खालून जाडजूड कोल्हापुरी पायताणाच्या तळाशी ठोकलेल्या नालेचा आवाज आला. ताडताड चालीने बबननाना जिना चढून घाईने वर आले. खोलीत गोठून बसलेल्या बापूरावांवर उखडले, "ऊठ रे बापू, अजून किती वेळ ठेवायचा मुडदा?"

"को- कोणाचा मुडदा? काय घडलं आहे काय? अहो भावोजी, मला तरी खरं सांगा ना," सुजातादेवींना रडू आवरेना.

"फाडला की हो मुडदा वहिनीसाहेब. आपण पॉलिटिक्समधली माणसं. उगाच पाठीमागनं लचांड नको- म्हणूनच लागल्या हातानं पोस्टमार्टेम करून घेतलं बघा."

"कोणाचं?"

"तुमच्या जयश्रीचंच वो."

भीतीने अर्धवट उभ्या राहिलेल्या सुजातादेवी पुन्हा खुर्चीमध्ये धाडकन कोसळल्या. त्या बापूरावांकडे तोंड करत खूप उखडल्या, "का हो, मघापासून काय सांगत होतात? – ॲक्सिडेंटची केस आहे, उपचार चालू आहेत अन् आता अचानक ही डेडबॉडी? अहो, हे सारं चाललंय तरी काय? कोणी सांगेल का हो मला?"

"हे पाहा, तुम्ही येथून उठा. बंगल्याकडे जा. मी पाठीमागून येईन तिकडे. सांगेन सारं; पण प्लीज, उठा आता," बापूराव बोलले.

थोड्या वेळाने बाहेरच्या कॉरिडॉरच्या अंधाऱ्या कोपऱ्यात ते दोघे भाऊ उभे राहिले. त्या गडबडीतही तंबाखू चोळून तिची चिमूट दाढेखाली धरत नाना बोलले, "हे बघ बापू, अरे ऐक माझं. ते क्रिमिशनचं झंजट लागलीच आटोपून घेऊ. पुन्हा डेडबॉडीला पाय फुटले तर पळता भुई थोडी होईल रे आपली."

"छे! छे! –नाना, नको उगाच घाई नको."

“का?”

“लोकांचा विनाकारण संशय वाढेल. थोडं थांबू या,” एक मोठा सुस्कारा सोडत बापूराव बोलले, “आत्ताच एमडी साहेबांचा ट्रंक कॉल झालाय– जयश्रीचे वडील रायपूरला अॅग्रिकल्चर ऑफिसर आहेत. ते सकाळच्या सहाच्या फ्लाइटनं मुंबईला येतील– तिथून इथे.”

“म्हणजे कमीतकमी दुपारचा एक होणार! अरे बापू, ऐक माझंऽ आपण असा उशीर करू, तर तुझी माझी आयमाय पब्लिक घाटावर घेऊन जाईल. ऐक.”

“नको, वाट पाहू या.”

पलीकडच्या रूममधून एकसारखा कण्हल्याचा आणि हळू रडल्याचा आवाज येत होता. सुजातादेवींचे डोके भयंकर दुखू लागलेले. त्या स्थितीत अचानक दुसरे काहीतरी आठवून त्या किंचाळल्यासारख्या ओरडल्या, “पाहा रे, तिकडे बंगल्यात आहे ना कोणी? माझी संध्या बिचारी तिथे एकटीच असेल रे.” सुजातादेवींना कोणीच प्रतिसाद देईना. काहीच बोलेना. तेवढ्यात कारखान्याच्या सेवेत नव्याने शिपाई म्हणून लागलेला जाधव पोरगा हळूच पुढे सरकला. या निमित्ताने आईसाहेबांच्या चरणी आपली सेवा रुजू व्हावी म्हणूनच तो भाबडेपणाने बोलला, “आईसाहेब, बिलकूल नका काळजी करू. त्या समोरच्या खोलीतच संध्याताईंच्या भोवतीनं चांगलं पाच-सहा डॉक्टरांचं पथकच खडं केलंय–”

“काय, माझी संध्या इथंच आहे? अन् तिला कसला झाला आजार?”

“सांगितलं नव्हं, त्यांचं कितीबी रक्त गेलं, तरी संध्यादीदींसाठी रक्ताच्या बाटल्यांनी भरलेल्या बॉक्सच्या बॉक्स आणल्यात.”

आपोआप दुसरेही रहस्य फुटले. भीतीने सारे अंग गारठले. सुजातादेवींनी दुःखाने आपल्या कपाळावरच हात मारून घेतला. त्या किंचाळल्या, “काय रे भगवंता! अजून काय लपवत आहात हो? खरं काय, काय झालंय माझ्या संध्याबाळाला– नाना, अहो सांगा ना– तुम्ही गप्प कसे?”

“अहो वहिनी, कशापायी एवढा गळा काढता? संध्याताई अजून काही मेलेल्या नाहीत– नव्या रक्ताला रिस्पॉन्स मिळतोय. नका काळजी करू.”

दुसऱ्याच क्षणी नानांनी त्या खोलीतून बाहेर पडणे पसंत केले. कॉरिडॉरमध्ये उभ्या असलेल्या दोन-तीन लेडी डॉक्टर्सना पाहून त्यांचा भेजा चांगलाच तडकला, “काय गं भुरड्यांनोऽऽ हे पांढरं कोट आणि गळ्यात रबराचा चाबूक घेऊनश्यान कुठं हिंडताहात आं!”

“सांगा ना नानाजी, काय हवं?”

“पहिलं त्या शेजारच्या रूमात घुसा. त्या घाबरट सुजातावहिनीला पहिली झोपेची दोन इंजेक्शनं लावा.”

"अहो, पण त्यासाठी डीन साहेबांची मान्यता–"

"कुठाय तो बांबलीचा डीन?" नाना मोठ्याने ओरडले. तेवढ्यात समोरून धापा टाकत डीनसाहेब नानांकडे आले. त्यांच्यावर नाना जाहीरपणे तडकले, "ये बाबा, जा आत. हाण दोन भुलीची नाहीतर झोपेची इंजेक्शनं त्या वहिनीच्या दंडात. नायतर दोघे भाऊ, फुकटच्या फाकट फासावर जाऊ. मग तुझा लाखा-लाखाचा पगार कोण भागवणार रे लांबट नाकाच्या?"

सकाळी साडेआठला कारखान्याच्या एमडी साहेबांना रायपूरहून फोन आला. जयश्रीच्या वडिलांचे सकाळी सहाचे फ्लाइट चुकले आहे. दिवसभरात मुंबईकडे जाणारे थेट विमान नाही. ते दिल्लीमार्गे कदाचित आज रात्री मुंबईपर्यंत पोहोचण्याचा प्रयत्न करतील किंवा उद्या याच फ्लाइटने तिकडे यायला निघतील. ती गोष्ट ऐकताच बापूरावांनी पलीकडच्या खोलीत बसलेल्या नानांना बोलावले. रात्रभराच्या जागरणाने नानांचे डोळे इंगळासारखे लाल झालेले. ते पारोशा अंगाने तसेच भावासमोर येऊन उभे राहिले.

बापूराव शांतपणे बोलले, "बबननाना, तुमचाच अप्रोच ठीक आहे. उगाच दुर्गंधी पसरण्यापूर्वी अंत्यसंस्कार आटोपून घेऊ. जा नाना, कामाला लागा."

छोट्या भावाकडे बघत नाना कसनुसे हसले. ते बोलले, "अहो लोकनेते– जरा पाठीमागं मान करून त्या खिडकीतनं नदीच्या अंगाला नजर टाका ना राव."

बापूरावांनी तिकडे मान वळवली. तिकडून झाडापानांतून जळत्या चितेचा धूर वर आभाळाकडे चढताना दिसत होता. नाना बोलले, "तुम्ही तर शुगरकिंग– या गजरा खोऱ्याच्या भाग्याचे विधाते! तुम्हाला नव्हतं विचारलं; पण मघाशीच मी आपल्या लोकानला मढं पेटवायचा आदेश देऊन टाकला होता– कारण बापूराव, गड्या तुझ्या गतीनं मी जाईन ना तर तुझ्या पापासाठी माझ्याबी हातापायांत बेड्या पडतील!"

एक मोटार 'रिव्हर फ्रंट'च्या कॉरिडॉरमध्ये थांबली. तिच्यातून खाली उतरू लागलेल्या व्यक्तीची लांबट सावली समोर पसरली. संध्याच्या प्रकृतीची चौकशी करण्यासाठी चंचलानानी तिथे प्रकट झाल्या होत्या. त्यांची चाहूल लागताच घरातील नोकरचाकरच नव्हे, तर पुरा बंगला भीतीने काळवंडल्यासारखा झाला. जेव्हा माडीवर सुजातादेवींकडे तो निरोप गेला, तेव्हा त्या दचकल्या. खरेतर बापूरावांच्या कुटुंबाला जळी, स्थळी आणि काष्ठी-पाषाणी पाण्यात पाहणारी ती स्त्री. तिने इथे उगाच यावेच कशाला? परंतु त्या दिवशी संध्याची प्रकृती खूपच खालावलेली. काहीशी चिंताजनक दिसत होती. आतून, मनातून खूप तीव्रतेने वाटत होते की, निदान आजच्या दिवशी तरी त्या दुष्ट स्त्रीच्या नजरेला आपली पोर पडायला नको.

शेवटी चंचलानानी पडल्या संध्याच्या काकू, त्यांना कोण रोखणार? नानीही कोणाच्या परवानगीसाठी मध्ये थांबल्या नाहीत. त्या धाडधाड चालीने तडक संध्याच्या रूममध्ये येऊन पोहोचल्या. बिछान्यावरच्या संध्याच्या गलितगात्र शरीराकडे पाहत, "माझी सोनुली गं ती. किती वाळलीस गं माझ्या पोरी!" नानींना नुसता कंठ फुटला होता. एक बरे होते, थकव्याने आणि औषधांच्या अतिमाराने संध्याला इतकी गाढ झोप लागली होती की, तिच्याने उठणे शक्य नव्हते. नानींनी तीन-चार वेळा तिच्या अंगावरून हात फिरवला. डोळ्यांमध्ये पाणी आणून सुजातादेवींचा हात पकडला. त्यांना कळकळीने सांगितले, "काहीही असलं, तरी मला हवं तर मध्यरात्री उठवा. पोरीचे हाल बघवत नाहीत. प्लीज, मला परकी समजू नका."

नानी निघून गेल्यावर सुजाताला मनातून खूप रिते रिते वाटत होते; परंतु त्यांना कोसळणारे आभाळ सावरणेही तितकेच आवश्यक वाटत होते. एके रात्री संध्या तशी अर्धग्लानीत होती. तेथे बापूराव आले. त्यांच्यासाठी या जगात संध्याइतके

जवळचे, आवडते असे कोणी नव्हते. पोरीचे ते हाल पाहून त्यांच्या दोन्ही डोळ्यांना अश्रूंचा पाझर फुटला होता. त्यांनी संध्याच्या हाताला हळुवार स्पर्श केला. जो स्पर्श तिला नेहमीच लोण्याहून मऊ, मुलायम वाटायचा; पण आज मात्र तो स्पर्श होताच तिला जणू विजेचा झटका बसला. तिचे सर्वांग स्प्रिंगसारखे आकसून गेले. तिच्याने त्या स्पर्शाचा चटका सहन झाला नाही. स्मशानातल्या जळत्या लाकडाच्या स्पर्शांनी चामडी पोळून जावी, असे तिला झाले. तिने आपल्या आईच्या गळ्याला मिठी मारली. ती कसल्याशा भीतीने जागीच थरथर कापत होती. तिने मान दुसरीकडे वळवली. भीतीने डोळे घट्ट मिटून घेतले. क्षणभर वडा-पिंपळावरच्या त्या समंधाने अक्राळविक्राळ स्वरूप धारण केले होते. डोळे उघडायची तिला अजिबात हिंमत होत नव्हती.

त्या सततच्या आजाराने, भीतीने, दडपणाने आणि घडून गेलेल्या त्या दोन भयंकर घटनांच्या मानसिक धक्क्याने संध्याच्या मेंदूचा पापुद्रा खूप पातळ बनवला होता. तिच्या कवटीमध्ये जाऊन घट्ट अडकलेली, काहीशी धुरकटलेली ती दुर्दैवी चित्रफीत काही केल्या तेथून बाहेर निघायला तयार होत नव्हती.

–त्या रात्री एखाद्या बधिर, चेतनाहीन जीवासारखी ती गाढ झोपेच्या कुशीमध्ये विसावली होती. आंबेपूरला खरेदीसाठी गेलेल्या बड्या मां परतल्या आहेत अन् त्यांच्याच कुशीमध्ये झाडावरच्या डोलीमध्ये इवलेसे पाखरू झोपी जावे; तशी स्वतःला झोप लागली आहे, अशीच तिच्या अंतर्मनाची समजूत होती. इतक्यात तिची झोप चाळवली. खूप दुरून, क्षितिजाच्या कोनातून जीवघेण्या किंकाळ्या ऐकू येत आहेत. बघताबघता त्या किंकाळ्या मोठ्या झाल्या. त्या जागी एखाद्याचे काळीज पिळवटून टाकतील, असे भयंकर चीत्कारच ऐकू येऊ लागले. तो आवाज आपल्या जिवलग मैत्रिणीचा– जयश्रीचाच आहे. ती अशी मोठ्याने का किंचाळते आहे?

त्या किंचाळण्याची तीव्रता इतकी भेदक होती की, तिने संध्याला विसर पडला आपल्या चिबडासारख्या पिकून गेलेल्या नऊ महिन्यांच्या पोटाचा. एक वेगळाच यांत्रिक वेग तिच्या अंगात भरला. ती भराभरा जिना चढून वर आली. ती चढण चढताना धापा लागल्या होत्या खऱ्या; परंतु जयू कोणत्यातरी भयानक संकटात सापडली होती. ही आपली मैत्रीण आपल्यासाठी पाहुणी बनून मुक्कामी होती. तिच्या काळजीनेच संध्या पहिल्या मजल्यावरच्या कॉरिडॉरमध्ये पोहोचली. तिने तिथल्या अंधुक प्रकाशात अतिशय भीतीने ओघळणारा, काटेरी जाळ्यांनी माखलेला, घामाने चिंब भिजलेला जयश्रीचा चेहरा दुरूनच बघितला. त्या दोघींच्यामध्ये दणकट हाडापेरांचा एक पाठमोरा पुरुष उभा होता. बिलकूल डॅडींसारखा दिसणारा. अरे बाप रे! माझ्या पित्याचे सोंग वठविण्यासाठी त्या हैवानाने त्यांच्यासारखाच पोशाख

घातलेला दिसतो.

मध्ये उभी असलेली ती पाठमोरी व्यक्ती आता "थांबऽ थांब जयू" अशी ओरडत तिच्या दिशेनेच धावली; परंतु जबरदस्त भीतीने सशासारख्या उडणाऱ्या जयश्रीच्या डोळ्यांना त्या हैवानाचा बिलकूल भरवसा वाटत नव्हता. तिच्या अंगावरच्या गाउनची एक बाही खांद्याजवळ फाटलेली. तिच्यातून नखांच्या तांबड्या रक्ताच्या खुणा स्पष्ट दिसत होत्या. तिचे संध्याकडे लक्षही नसावे; त्यामुळेच ती आपल्या प्राणाच्या भीतीने बाल्कनीकडे धावली. तिने मोठ्या धाडसाने वरून खाली उडी घेतली. बाहेरून धाप असा आवाज कानांवर पडला.

त्या प्रचंड धक्क्याने झाडाच्या एखाद्या फांदीसारखी संध्या झटकन मोडून गेली होती. ज्यांना तिने आजवरच्या आपल्या जीवनातील प्रत्येक दिनाची, प्रत्येक क्षणातली अत्युच्च आदर्श देवता या नात्याने पूजले होते, त्याच देवतेचे तरसासारख्या एखाद्या हिंस्त्र, रानटी जनावरामध्ये झालेले रूपांतर बघून तिला जन्माचा धक्का बसला. तिच्या रक्तात, तिच्या देहात आणि तिच्या हाडांतही त्या धक्क्याने प्रचंड उलथापालथ निर्माण केली अन् ती तिथेच उभी होती त्याच स्थितीत, तिच्या दोन्ही मांड्यांवरून ओघळू लागलेल्या त्या गरम रक्ताच्या धारा. त्याबरोबर वाहणारा तो चिकट द्रव. त्याच धक्क्याने घात केला होता. तिने मनाच्या, स्वप्नांच्या हिंदोळ्यावर पोटातल्या अवकाशामध्ये उंच फांदीवर बांधलेला तो तान्हुल्याचा झोका. रक्तमांसाच्या धाग्याने गेले नऊ महिने केलेले ते नक्षीदार काम. तो आतल्या आत फुटलेला अंकुर, त्याच्या त्या नन्हुल्या हालचाली, तो श्वास, तो गंध सारे काही तटातट तुटून गेले. जागीच झालेल्या गर्भपाताच्या त्या धक्क्याने ती गुरासारखी ओरडली अन् बेशुद्ध होऊन तेथेच कोसळली.

त्यानंतर ती पहिली संध्या, संध्या उरलीच नाही. प्रकृती गतीने ढासळली अन् संध्या नावाच्या त्या चैतन्यदायी तरुण देहाच्या जागी आता उरला होता एखाद्या रोगट माकडासारखा दिसणारा दुबळा सांगाडा.

आता सारेच अवघड बनले होते. प्राणापेक्षा प्रिय अशा संध्यादीदीशिवाय अवघे जीवन म्हणजे बापूरावांना एक वैराण वाळवंट वाटत होते. नेहमीसारखे लाडक्या लेकीच्या सहवासासाठी, तिच्या एका हास्यासाठी पागल बनणारे बापूरावांचे मन तिच्याशिवाय आणि तिच्याविना जगायला तयार नव्हते. मात्र, बापूरावांच्या अस्तित्वाची थोडीशी जरी चाहूल लागली, तरी संध्या घाबरून एखाद्या झाडाला मिठी मारावी, तशी आपल्या आईला घट्ट पकडत होती. जीवघेण्या भीतीने तिचा थरथराट उडत होता. आपल्या भेटीसाठी पुनःपुन्हा खेपा मारणारा बाप. तिला ती आपल्या जन्मदात्याची चाहूल वाटत नव्हती. उलट दिवसा स्मशानात जळणारे एखादे प्रेत तशाच भीतिदायक स्थितीत चितेवरून उठावे अन् आपणाकडे चालत यावे. येता येता

"**या** मातीतली गरीब माणसं तुम्हाला या परिसराचे भाग्यविधाते समजतात. रोज देव्हाऱ्यावर तुमचे फोटो ठेवून तुम्हाला आदरानं वंदन करतात. अशा या मनुष्यानं आपण कोण आहोत, आपलं वय काय, आपलं वर्तन कसं असायला हवं, याचं किमान काही तारतम्य बाळगायला नको?" निवृत्तीच्या उंबरठ्यावरचा तनामनाने मोडून गेलेला जयश्रीचा तो पिता गोपाळ देशमुख यांचे ते खडे बोल. त्या गलितगात्र मनुष्याकडे सुजातादेवी निमूटपणे फक्त बघतच राहिल्या होत्या.

तेवढ्यात गोपाळरावांचे लक्ष सुजाताच्या विकलांग, दुबळ्या शरीराकडे गेले. तेव्हा ते मनातून काहीसे धास्तावले. त्यांना जाणवले, ज्या विषारी वादळाने गोपाळरावांचे भावविश्व उद्ध्वस्त केले होते, त्याचा तडाखा सुजातादेवींसारख्या एका निष्पाप, सदाचारी आणि सालस स्वभावाच्या मानी स्त्रीलाही बसला होता; त्यामुळे त्यांच्यावर शाब्दिक प्रहार करणेही खूप चुकीचे होईल. आपल्या मनातल्या उफाळत्या रागाला कसेबसे काबूत आणत गोपाळराव सुजाताला म्हणाले, "बाहेर आम्हाला अनेक समाजकंटक आणि बापूरावांचे राजकीय विरोधक चिथावण्या देत आहेत. मी माझ्या जयूच्या मृत्यूचं प्रकरण लावून धरावं. त्यासाठी हवं तर मुंबईस जाऊन मंत्रालयासमोर प्राणांतिक उपोषण करावं, असा त्या मंडळींचा खूप आग्रह आहे; परंतु आता सुजाताताई, तुमच्या सर्व कुटुंबाची या धक्कादायक प्रकरणानं झालेली वाताहत माझ्याही डोळ्यांना बघवत नाही. मेलेल्या इसमाला अधिक मारू नये, अशी आपल्या संस्कृतीची शिकवण आहे; त्यामुळे मीही बापूरावांचा हा विषय सोडून देतो. ताई, तुम्हीही स्वतःला आवरा."

त्या भल्या माणसाचे ते उद्गार ऐकून सुजातादेवींना भावना अनावर झाल्या. डोळ्यांतल्या अश्रूंची चळक आवरत गोपाळरावांचे पाय पकडायला त्या पुढे धावल्या, तेव्हा त्यांचे हात पकडून त्यांनी सुजाताला वडीलभावाच्या मायेने पोटाशी

धरले. त्यांची कशीबशी समजूत काढली.

गोपाळराव रायपूरला निघून गेले. दुःखी बापूरावांना स्वामी शीलभद्र त्यागींची अनेकदा आठवण व्हायची. पारगावच्या भैरोबाच्या देवळात जेव्हा बापूराव आणि सुजाताचे साधे गांधी लग्न पार पडले होते, त्या रात्री त्या देवळाच्या पडवीला स्वामीजी बापूरावांना घेऊन कितीतरी वेळ एकान्तात बसले होते; तेव्हा स्वामीजी बोलले, "अरे बापू, मोठ्या वस्तुसंग्रहालयातले जुने, घडीव पुतळे तू पाहिले आहेस ना? देवतांच्या पंक्तीला शोभतील अशा स्त्री-पुरुषांच्या जगातील अभिजात कलावंतांनी घडविलेल्या त्या घाशीव मूर्ती. त्यांच्या चेहऱ्यावर विलसणारं ते समाधान, साफल्य, कारुण्य आणि ममतेचे गहिरे रंग. त्या पार्श्वभूमीवर मी आज तुझ्या पदरी बांधलेली माझ्या मित्राची ही पोर कशी वाटते रे?"

"मी काय सांगू, स्वामीजी? तुमच्यासारखी अव्वल प्रतिभा माझ्याकडे कुठे आहे?"

"हे बघ, त्या लोकोत्तर देवतांच्या चेहऱ्यासारखंच वेगळं असं काहीतरी तरल पाणी मला तुझ्या सुजाताच्या मुखावर दिसतं. तिचे मोठे पाणीदार डोळे, कनवाळू चेहरा, मिठ्ठास आवाज, तिचं लावण्य सारं काही एखाद्या देवतेसारखं!"

"या थोर देणगीबद्दल स्वामीजी, मी तुमचे किती आभार मानू?" बापूराव कृतज्ञतेने बोलले.

"म्हणूनच सांगतो, बापूराव, तुम्हाला या पोरीला जपायला हवं. उगाच अरेरावी दाखविणं किंवा आकांडतांडव हा तिचा स्वभाव नव्हे; त्यामुळेच तू तिला कोणत्याही प्रकारे त्रास दिलास, तिच्याशी प्रतारणा केलीस, तर ही निरागस स्वभावाची अभिमानी पोर कधी कोमेजून नष्ट होईल, हे तुलाही कळणार नाही अन् तेव्हा तुझ्या हाती काही उरणारही नाही."

स्वामीजींचे ते शब्द बापूरावांना लख्ख आठवत होते अन् त्यांच्या हातून घडलेल्या त्या दुर्दैवी प्रसंगाच्या पार्श्वभूमीवर त्यांना सुजाताची खूप काळजी वाटत होती. आपल्या भवितव्याची खूप भीती वाटत होती. त्यात बापूरावांना जीवनभर जे अनेक टोमणे म्हणा, लोकनिंदेचे शेरे म्हणा या परिसरात उच्चारले जायचे; त्या साऱ्यांची आठवण व्हायची. लोक बोलायचे, "खरं भाग्य या बाईच्याच पायांमध्ये आहे! नाहीतर बापूरावसारखा सामान्य मास्तर फळा, खडू आणि डस्टरच्या त्याच्या शाळकरी दुनियेतून कधीच बाहेर आला नसता." तेव्हा त्यांचे अंतर्मनही त्यांना हळूच विचारायचे, "खरं सांग गड्या, यात चुकीचं काय आहे?"

त्यातच संध्याच्या मृत्यूचा तो प्रसंग! एकावेळी त्या मुक्या 'रिव्हर फ्रंट'ने एका चुकीच्या कृत्यासाठी मृत्यूचे किती आघात सोसायचे?

सुजातादेवी अद्यापही त्या जबरदस्त मानसिक धक्क्यातून बाहेर यायला तयार

नव्हत्या. एके दिवशी दुपारी आपल्या पलंगावर त्यांचा डोळा लागला होता. दरवाजा उघडाच होता. ते पाहून बापूराव आत आले. दीड-दोन महिन्यांत सुजातादेवींचे वजन किमान चौदा-पंधरा किलो घटले असावे. त्या कमालीच्या कृश आणि दुबळ्या दिसत होत्या. त्यांच्याकडे पाहून बापूरावांना भडभडून आले. प्रेमळ पतीच्या भूमिकेत बापूराव पुढे झाले. सुजातादेवींच्या उशाजवळ बसले. तिच्या दाट केसांचा संभारसुद्धा कसा गळून पडला होता! केस कमालीचे विरळ झाले होते. त्यांच्या डोक्यावर बापूराव ममतेने हात फिरवू लागले, तशी अचानक किंकाळी फोडत सुजातादेवा बिछान्यात उठून बसल्या. बापूरावांचा हात झिडकारत घोगऱ्या आवाजात त्या गरजल्या, "कृपा करा, दूर बसा माझ्यापासून. मला तुमचीच खूप भीती वाटते हो."

बापूरावांना काय करावे, हे समजत नव्हते. दरडीवर अर्धवट कोसळलेल्या एखाद्या महावृक्षाच्या मुळ्या रोज एक एक करून तुटत जाव्यात, तसे ते आतून तुटत जात होते. आपल्या हातून गतजन्मात अशी कोणती महापापे घडून गेली होती की, ज्यामुळे हे असे मुलखावेगळे भोग वाट्याला यावेत? मरणाच्या मांडीवर कासावीस होऊन कण्हणाऱ्या संध्या नावाच्या त्यांच्या प्रिय लेकीनेसुद्धा त्यांना असेच झिडकारले होते. जवळ येऊ दिले नव्हते.

एके दिवशी उशिरा बाहेरच्या हॉलमध्ये बसलेल्या बापूरावांच्या कानांवर आवाज आला, "अहो, थोडं इकडं येता का?" बापूराव यांत्रिकपणे आतल्या खोलीत गेले. सुजातादेवींसमोर कोचावर बसले. आपल्या नवऱ्याकडे पाहत नम्रपणे दोन्ही हात जोडत सुजातादेवी बोलल्या, "अहो, क्षमा असू द्यावी. थोड्याशा रागापोटी माझ्या तोंडातून तुम्हाला काही उणेवंगाळ शब्द गेलेही असतील. प्लीज, माफी करावी. आता माझेही दिवस भरलेत. मी निघाले. ज्या जगात माझी संध्या नाही, त्या जगात राहावं तरी कशाला?"

सुजाताजींच्या मुखातून ती निर्वाणीची भाषा बापूरावांनी ऐकली अन् तो झाडासारखा पुरुष आपल्या धर्मपत्नीसमोर कोसळला. त्यांचे हात पकडून ओक्साबोक्सी रडू लागला. तळमळीने सांगू लागला, "अगं सुजाताऽऽ तुला कसं कळत नाही? तुझ्याविना, तुझ्या माघारी एका क्षणासाठीही मी जगू शकत नाही."

"माझ्या गळ्यावर हात ठेवून मला एक शब्द द्या."

"बोल."

"हे असं अघटित माझ्या सुखी संसारातच का घडावं? त्या मागे कोणाचे शाप भोवले असतील, कदाचित अन्य कुठल्या जन्मातील पापाच्या सावल्या इथवर माझा पाठलाग करत आल्या असतील; पण घडलं, ते सारं भयानक आहे. असे प्रचंड आघात सोसण्याइतकं मुर्दाडपण देवानं माझ्या ओंजळीत टाकलं नसेल, तर

मी बिचारी जगणार तरी कशी? पण स्पष्ट विचारते, तुमचं माझ्यावरचं प्रेम हा आणखी एक बहाणा तर नाही?''

''सुजाता, हे काय बोलतेस तू?''

''तसा बहाणा नसेल, तर मात्र माझ्या माघारी तुम्हाला हिंमत बांधून आणखी काही वर्षं जगावंच लागेल.''

''ते आणखी कशासाठी?''

''कसा विसर पडतो तुम्हाला? आपल्या पोटी प्रिन्स नावाचं एक लहान बालक आहे. ज्याच्या इवल्या डोळ्यांनी या दुष्ट जगाचे रंग अजून नीट पाहिलेले नाहीत. त्याला वाढवा. मोठा करा– कारण त्या चिंचेखाली राहणारा तुमचा भाऊ– तुमचा जन्मजन्मांतरीचा सुप्त वैरी आणि त्याची ती चंचला नावाची अस्तुरी–एखाद्याची नजरच इतकी वाईट असते की, उभ्या पाषाणाला तिनं भेग पडते. शेतातली पिकं आग न लागता जळून जातात अन् त्यामुळेच मला खूप भीती वाटते, चिंता वाटते. त्या मत्सरी नजरांच्या जंजाळात माझं बाळ वाढणार कसं आणि मोठं तरी होणार कसं? चला, द्या वचन.''

बापूराव पुढे झाले. त्यांनी सुजातादेवींचा हात हाती घेतला.

"बेटा प्रिन्स, कधीकधी होते एखादी गाढवचूक, नव्हे तर अक्षम्य चूक मनुष्याच्या हातून, जेव्हा तो असतो थोडासा बेसावध आणि जिंदगीचा आनंद घेण्याच्या कैफामध्ये मश्गुल; पण बेटा, माझ्या अस्तित्वाला आणि जगण्याला छेद देणारा तो भयानक प्रसंग कापडाच्या आत टाचलेल्या अस्तरासारखा माझ्या त्वचेला चिकटून राहिला आहे."

"कोणता डॅडी?"

"तुझ्या थोरल्या चुलत्यानं, बबननानानं हळूच पुढे सरकवलेल्या नरकातल्या घोड्यावर जाऊन बसलो असो, काहीही असलं तरी शेवटी चूक माझीच होती, मी त्या गरीब जयश्रीच्या अंगावर हात टाकायला नकोच होता."

एखाद्या क्षुल्लक खड्याने पाण्याने भरलेला माठ फुटावा, तसा तो प्रसंग आठवला आणि बापूरावांच्या सर्वांगाला घामाचा पाझर फुटला. त्यांना धाप लागली. तरीसुद्धा आज त्या विषाच्या आठवणी आपल्या पुत्राला सांगायलाच हव्यात, असा काही हिय्या त्यांच्या मनाने केला होता. डोळ्यांसमोर ती आठवण पेटत होती. बापूराव सांगू लागले, "जेव्हा मी जयूचा गाउन खेचला, तेव्हा त्या पोरीनं चक्रावून माझ्याकडे पाहिलं आणि जगाचा अंत होत असल्यासारखी 'डॅडी तुम्हीऽ' असं म्हणत तिनं माझ्याकडे नजर टाकली, त्या क्षणी काय सांगू पोरा, माझ्या अंगात उठलेल्या त्या विषारी मदनवाऱ्याचा जागीच जळून कोळसा झाला रे."

"पण असं असलं, तरी एक साधी गोष्ट तुम्ही कशी विसरलात? पटकन पुढं धावायचं आणि खाली उडी घेऊ पाहणाऱ्या जयुआत्याला रोखून धरायचं."

"अरे पण बाळा, ती घडीच अशी दुर्दैवी आणि विचित्र होती म्हणून सांगू– तिला वाचवण्याच्या उद्देशानं मी तिच्या पाठी धावत होतो आणि मी केवळ वाईट हेतूनंच तिचा पाठलाग करतो आहे, असं समजून तिनं दुर्दैवानं बंगल्यावरून बेधडक

खाली उडी घेतली की रे.''

बापूरावांना हुंदक्यांची आणखी एक ढास लागली. ते आपले रडू आवरत सांगू लागले, ''जी गत जयूची, तशीच काहीशी माझ्या संध्याची.''

''डॅडी?''

''होय रे बाळा. आता मरणाच्या बिछायतीवर मी खोटं कशाला बोलू? असा अपराधी जन्म म्हणजे एक गुन्हा, एक शिक्षा असंच मला वाटतं. जयूच्या त्या प्रसंगानंतर माझी पोर संध्या मला आपल्या डोळ्यांसमोर धरायलासुद्धा टाळत होती. जयूनं घेतलेल्या त्या दुर्दैवी उडीची ती तर साक्षीदार होती. कट्यारीचं पातं एखाद्याच्या छातीत अडकावं अन् त्या वेदनेनं त्याला अंतर्बाह्य छिन्नविच्छिन्न करावं, अशीच संध्याची परिस्थिती झाली होती. त्यानंतर माझ्या त्या छबकडीनं माझ्याकडे कधी ढुंकूनसुद्धा पाहिलं नाही. जेव्हा जेव्हा मी तिच्या जवळ जायचा प्रयत्न करायचो, तेव्हा तेव्हा तिच्या अंगातला ताप असा सरसरून वाढायचा–''

''जाऊ द्या डॅडी. सोडून द्या त्या साऱ्या गोष्टी.''

''कसा विसरू? त्या अपघाताचा आणि पश्चात्तापाचा समंध माझ्या मानगुटीवर कायमचा बसणार आहे. काळजाला जळत्या डागण्या देणार आहे– या आणि पुढच्या अनेक जन्मांमध्येसुद्धा!''

झोपल्या जागेवरून शेजारच्या मोठ्या खिडकीतून बापूरावांनी बाहेर नजर टाकली. त्यांना पल्याडच्या डोंगरावर दूर दिसले गजरादेवीचे एक चिमुकले पुरातन मंदिर. बाजूच्या शेतात वाऱ्यावर डोलणारे, तुऱ्यावर आलेले ऊसमळे आणि समोरच्याच बाजूचे गजरामाईचे संथ वाहते पात्र. ते आपल्या पुत्राला बोलले, ''एक होता खेड्याच्या लाल-काळ्या मातीत पैदा झालेला बापूराव नावाचा तसा उमद्या मनाचा मनुष्य, ज्याचं या माळामुरडाच्या मातीवर जीवापाड प्रेम होतं. त्या मातीच्या सुगंधानंच धुंद होऊन मी घडवलं इथे एक परिवर्तन. स्वामी शीलभद्र त्यागींनी मुळात इथे सहकाराचा पाया घातला. हे त्यांचंच श्रेय– ही गोष्ट खरीच आहे; परंतु स्वामीजींनी पायातून वर आणलेली ही इमारत मजल्यावर मजले चढवून कळसापर्यंत नेण्याचं भाग्य मात्र मला लाभलं! सारं काही ठीक होतं, पण–''

''पण काय?''

''पण मी थोडासा बेसावध राहिलो. कसदार मातीच्याच एखाद्या कोपऱ्यात वाळवी अंडी उबवते, ते मी विसरलो होतो. आज माझ्या डोळ्यांसमोर उभी राहतात ती माझी मी हकनाक गमावून बसलेली माणसं. देवतेहून मला प्रिय असलेली माझी ती धर्मपत्नी आणि प्राणाहून प्रियतम असलेलं माझं ते संध्याबाळ! माझ्या दुर्दैवाच्या प्रवासाची सुरुवात केली ती चिंचेखाली मत्सरानं अखंड जळणाऱ्या त्या नादान वाळवीनं! त्यांनी तुझ्या बाबतीतही तोच दुष्ट खेळ खेळला आहे. बारशाचा कौतुकसोहळा

पाहण्याआधी याच वाळवीनं तुझ्याही बाळाला गिळून टाकलं. तुझी आई सांगायची, त्याप्रमाणे त्या दुष्टांच्या नजरेनं आपल्या सुखी संसाराचा मांडव पेटवून दिला. आता मी चाललो. मात्र, ती श्वापदं अजून जिवंत आहेत. एखाद्या पहाडातल्या बोगद्यामध्ये ट्रेन छोट्याशा अपघातानं कोलमडून पडावी, तसंच जिणं माझ्या वाट्याला आलं.''

''डॅडी प्लीज. तुमच्या अंगातला ताप वाढतोय.''

''जाऊ दे प्रिन्स. मला आता या क्षणी इतकंच सांगायचं आहे– जीवनप्रवासात कधीही तू संयम सोडू नकोस. कोणी क्षणिक सुखाच्या बाहुल्या डोळ्यांसमोर नाचवल्या, तरी तशा मोहांना बळी पडू नकोस.''

''डॅडी प्लीज, शांत व्हा.''

''रडू नकोस पुत्रा. आता त्या कैलासाच्या वारीला निघायच्या कल्पनेनंच मी किती सुखी आहे, म्हणून सांगू. कारण त्या तिथल्या चैतन्यानं भरून वाहणाऱ्या ओढ्यांच्या पल्याड मला आता डेरेदार आंब्यांच्या सावल्या दिसताहेत. त्या सावलीत तुझ्या आईची आणि माझ्या संध्या बाळाची आकृती मला स्पष्ट दिसू लागली आहे. मी सुखी आहे. ज्या मातीवर मी जिवापाड प्रेम केलं, त्याच मातीचा मळवट देवानं तुझ्या आणि माझ्या सुनेच्या कपाळाला लावावा– एवढीच माझी अंतिम इच्छा!''

एके रात्री हृदयविकाराचा तीव्र झटका यायचे निमित्त झाले. त्यातच बापूराव डोंगरे-देशमुखांचे दुःखद निधन झाले. गेली चाळीस-पंचेचाळीस वर्षे गजरा खोऱ्याच्या इतिहासाला कलाटणी देणाऱ्या, इथल्या मातीचे भविष्य घडवणाऱ्या एका पर्वाचे पान मिटले. अनेक गावे आणि वाड्या-वस्त्या दुःखात बुडाल्या. आधुनिक जगाच्या आणि सहकाराच्या नकाशावर बापूनगरसारखा एक डोंगरी तालुका आला होता, ते केवळ बापूरावांसारख्या झपाटलेल्या मनुष्याच्या कर्तृत्वामुळे. नाहीतर पावसाळ्यात ढगातून बेफाम गळणारे आणि आले तितक्याच वेगाने खाली नदीने पळून जाणारे पाणी. जे इथल्या खडकाळ व मुरुमाच्या जमिनीत थांबायलाच तयार नसायचे; त्यामुळे उन्हाळ्यात साध्या पिण्याच्या पाण्यासाठी लोकांना रानोमाळ भटकंती करावी लागायची.

सरकार दरबारात खेट्या मारून इथल्या डोंगररानात बापूरावांनी शेकड्याने पाझर तलाव घडवून आणले. नदीवर बांधलेले छोटेमोठे बंधारे, लिफ्ट इरिगेशन्स स्कीम आणि पलीकडच्या बाजूला गजरेच्या पात्रातच बांधलेले मोठे धरण. त्यतून पुढे कालवे आले. शेताबांधांतून पाटाचे पाणी नागिणीच्या सळसळत्या अंगासारखे झुळुझुळू वाहिले. उसाचे फड उभे राहिले. गंजक्या सायकली जाऊन चकचकित मोटारसायकली आल्या. बैलगाडीतून फिरणारे गावकरी अलीकडे ट्रॅक्टर, जीप आणि इनोवा, स्कॉर्पिओ अशा मोटारींच्या थंडगार एसीमध्ये बसून पार दक्षिणेत रामेश्वरापासून उत्तरेत काशीपर्यंत देव-देव करू लागले. या साऱ्याच्या मुळाशी उदंड कर्तृत्व होते, झेप आणि पाठपुराव्याचा अखंड तडाखा होता तो बापूरावांचाच. मनुष्य जिवंत असतो, तेव्हा त्याच्यातल्या त्रुटी दिसतात; पण तो नाहीसा झाल्यावर त्याच्या कर्तृत्वाची व्यापकता जाणवते; त्यामुळेच विशेषतः खेड्यापाड्यांतल्या रयतेला बापूरावांचे निघून जाणे, ही बातमी अंगावर डोंगर कोसळल्यासारखी भयंकर वाटली.

खेडूत भोळ्याभाबड्या स्त्रिया दोन-दोन दिवस जेवल्या नाहीत. अनेक वाड्या-वस्त्यांत चुली पेटल्या नाहीत. अंत्यसंस्काराच्या वेळी तर गजरा नदीकाठी काही लाख लोक गोळा झाले होते. मोटारींच्या पार्किंगला बाहेर शेताशिवारांत जागा उरली नव्हती. प्रिन्सने वडलांच्या चितेला भडाग्नी दिला. गजरेच्या काळ्याशार पाण्यामध्ये रात्री बापूरावांच्या चितेच्या लाल ज्वाळांचे दूरवर प्रतिबिंब पडले होते. त्या अलोट गर्दीत अग्निसंस्कार झाले. मोटारी निघून गेल्या. माणसे पांगली. बापूरावांच्या माघारी सोंगाचे पारगाव पोरके झाले. काहीजण तर झाडांना मिठ्या मारत वेड्यासारखे रडले.

बापूरावांच्या निधनानंतर काही दिवस 'रिव्हर फ्रंट' असो, 'रानवारा' असो किंवा 'चिंचेखालचा बंगला' ही घरे रोज पाहुण्याराउळ्यांनी भरत होती. सर्व गणगोताला एका गोष्टीचे मात्र नक्की समाधान होते, "सहकारमहर्षी बापूरावांनी आपलं वारसाहक्काचं घोंगडं भिजत नाही ठेवलं. आपल्या हयातीतच त्यांनी प्रिन्सला आपला वारसदार बनवायचा निर्णय घेतला, ते फार चांगलं केलं.'

बबननानांनी बाहेर उघडपणे नसेना का; पण त्यांच्या घरी जे जवळचे आप्त भेटीस आले, त्यांच्याकडे मात्र कुरकुर सुरू केली. पुनःपुन्हा सर्वांच्या कानावर बजावून सांगितले, "बापूनं मोठं कर्तृत्व गाजवलं, जगात मोठं नाव कमावलं. सारं बेस केलं; पण त्या वेळी आम्ही काय झोपून राहिलो होतो काय? घराण्याच्या इज्जतीसाठी आम्हीबी रक्ताचं पाणी केलं. बापूनं प्रिन्सला चेअरमन केलं. मी म्हणतो ठीक आहे. 'पोटचं' सोडून 'पाठच्या' मागून कोण पळणार म्हणा! पण माझ्या लेकराच्या, बाजीरावाच्या वाट्याला काय येणार? अरे, आम्ही न मागता आम्हाला उत्पन्नाचा फिक्स काहीतरी सोर्स द्याल का नाही? आम्हाला जास्त कायबी नको. नुसतं मेडिकल कॉलेज द्या, नायतर डिस्टिलरीचा प्लॅन्ट द्या!"

"हे बघा, नाना तुम्हीबी फाजील अपेक्षा नका ठेवू. शेवटी वारसाहक्क म्हटलंय कशाला? जे जे बापूरावांचं, ते ते त्यांच्या पोराचं. त्यांनी तुम्हाला राजीखुशीनं काही दिलं, तर जरूर घ्या."

याच्या उलट बरेच नातलग भारी बिलंदर निघाले. ते दोन्ही बाजूंनी ढोलकी वाजवायचे. जे नातेवाईक बबननानांच्या जवळच्या नात्यागोत्याचे होते, त्यांना नानांबद्दल उमाळा दाटून यायचा. ते धाडस करून प्रिन्सच्या कानाशी लागायचे, "तुम्ही नानांच्या जीवाची चुटपुट थांबवा. ते तुमचे सख्खे चुलते आहेत. त्यांना काहीतरी मिळायला हवं."

"काय अपेक्षा आहेत त्यांच्या?" प्रिन्स.

"काही लाख रुपये किंवा जमलं तर कोटी!"

"तुम्ही काय वेडेबिडे आहात काय भाऊ?" समोरच्या पाहुण्याकडे प्रिन्स चक्रावल्यासारखे बघायचे आणि बोलायचे, "एकतर तुम्हाला हा विषय अजिबात

कळलेला दिसत नाही. डॅडींनीच त्यांच्या हयातीत अगदी माझ्या बालपणापासून वाटपाचा रेशो ठरवून दिलेला आहे. आता मेडिकल कॉलेज आणि तिथल्या कॅपिटेशन फीचा सर्वांच्या डोळ्यांत जळणारा आकडा असो किंवा इमारत निधीच्या नावाखाली गोळा होणारी वरकड रक्कम असो. आम्ही त्यातले तीस टक्के त्यांना न चुकता देतो. म्हणजे दहा कोटी मिळाले तर त्यांना न चुकता तीन कोटी जातात. अजून काय हवं?''

''अरे पोरा, पण याच्यापेक्षा तुमच्या मेडिकलच्या प्रत्येक ॲडमिशनला मायंदाळ मोठं गठुळं भेटतं.''

''अहो पण तात्याऽऽ त्यातल्या सीटांचा वाढीव कोटा मंजूर करून घेताना किती सीआर मोजावे लागले, तुम्हाला त्याची काय कल्पना? नुकतीच बघा कोटा ठरवून देणाऱ्या दिल्लीच्या 'त्या डॉक्टर साहेबावर' मोठी धाड पडली, त्याच्या फॉर्म हाउसवर अडीच की तीन हजार कोटींची कॅश सापडली म्हणतात! ती रक्कम काय स्वर्गातून त्यांच्या घराच्या छपरावर डायरेक्ट खाली टपटप कोसळली होती काय? मी अधिक काय सांगणार? आम्हाला मिळणारा कॅपिटेशन फीचा पैसा जाहीर वाच्यता न करण्याएवढा मोठा असतो; पण हे सारं 'लक्ष्मीचं चक्र' चालू ठेवण्यासाठी खालच्या आणि वरच्या पातळीवर भराव्या लागणाऱ्या भुर्दंडाचा त्या इन्व्हेस्टमेंटचा आकडाही वाच्यता न करण्याइतकाच बडा असतो!''

''अरे पण पोरा, या साऱ्या बाबी बाजीराव आणि नानांना कळत नाहीत का?''

''त्या दोघा बाप-लेकांनाच नव्हे, तर नेत्रादेवींच्या जीभेवरही सारा हिशेब आहे. अगदी पै आणि पैचा. अहो, तालुक्याला घाम फोडणाऱ्या तहसीलदाराकडूनसुद्धा मंथली हप्ता बांधून घेणारी झाडाला पिकलेली ती बाई! तिच्याबद्दल अधिक मी तरी काय बोलणार?''

'मोठ्या लोकांची मोठी दुखणी' असा हळूच गळा काढत जमलेले पाहुणे आल्या वाटेने निघून गेले.

बापूरावांचे दिवस पार पडले. पै-पाहुण्यांची आणि इष्टमित्रांची रीघ कमी झाली. आपल्या पित्याच्या अस्थी हरिद्वारला घेऊन जाव्यात आणि त्या गंगेच्या वाहत्या पाण्यामध्ये स्वाहा कराव्यात, असे प्रिन्सने ठरविले होते. दुसऱ्या दिवशी सकाळी पुण्याहून विमानाने दिल्ली आणि तेथून एअरपोर्टवरून तसेच मोटारीने हरिद्वार गाठायचे होते. तिकडचा मोटारीचा प्रवाससुद्धा चांगला चार-पाच तासांचा होता. त्या दौऱ्याचे नियोजन पक्के होते. तेवढ्यात बाजीरावांना या प्रवासाची कोठून हवा लागली कोणास ठाऊक. सायंकाळी चार वाजताच त्यांनी तडक प्रिन्सला फोन केला, ''म्हटलं, सहकारमहर्षी आमचेही काका होते. तुमच्या सोबत आम्हालाही सपत्नीक उद्या यावं वाटतं हरिद्वारला!''

बाजीरावांनी स्वतःच रस दाखवल्यामुळे प्रिन्सना नाही म्हणायची ताकद नव्हती. तयारीसाठी खूप कमी वेळ बाकी होता. प्रिन्सनी स्वतःच पुण्याच्या ट्रॅव्हल एजंटशी संपर्क साधून दिल्लीपर्यंतच्या प्रवासाची बिझनेस क्लासची आणखी दोन तिकिटे मागवून घेतली.

दुसऱ्या दिवशी पहाटे प्रवासाला बाहेर पडण्यापूर्वी प्रिन्सने बाजीरावांकडे फोन केला, तेव्हा त्यांच्या लाडक्या पीएने निरोप दिला, ''भाऊ तयार होताहेत. म्हणाले, तुम्ही व्हा पुढं. आम्ही निघतोच पाठोपाठ. थेट एअरपोर्टवर भेटू पुण्यात.'' प्रत्यक्ष विमानतळावर फ्लाइटची वेळ जवळ आली, तेव्हा प्रिन्सला घाम फुटल्यासारखे झाले. विमान चुकायचीच शक्यता होती. तितक्यात त्यांच्या मोबाइलवर पीएचा टेक्स्ट मेसेज आला. 'प्रवासात तब्येत बिघडली. नाइलाज आहे. सॉरी, अंकलची राख गंगेत फेकण्याच्या कामी आमच्या सर्वोत्तम शुभेच्छा!' अगदी शेवटच्या क्षणी कसेबसे विमान सापडले. बिझनेस क्लासची दोन तिकिटे मात्र संपूर्णतः वाया गेली.

दुसऱ्या दिवशी प्रिन्स आणि शलाका प्रवासाने थकून बापूनगरला परतले. 'रिव्हर फ्रंट'च्या पोर्चमधून ते आतल्या हॉलमध्ये आले तर समोर कारखान्याचे बुजुर्ग संचालक दाजी शिरगावकर, घोरपडेकाका आणि मंडळी तोंडे वाकडी करून गंभीर चेहऱ्यांनी बसून होती. कोणीतरी गचकल्यासारखा दुखवट्याचा भाव सर्वांच्या तोंडावर होता. समोरच्या कोचावर बसत, आपल्या पायांतील मोजे काढतच प्रिन्सने विचारले, ''काय काका? आता आणखी काय?''

''अहो, तुम्ही काल सकाळी विमान पकडण्यासाठी पुण्याकडे निघालात आणि इकडे नेत्रा-बाजीरावच्या जोडीनं भलताच नवा उद्योग सुरू केलाय.''

''कसला हो?''

''तुमची पलीकडच्या दऱ्यातील पंचवीस एकरांची ती जमीन?''

''जांभुळसड?''

''हां. तीच ती. तिचा कब्जा करून तिथं एक मोठी विहीर खोदायला बाजी-नेत्रानं सुरुवातबी करून टाकली.''

''कधी?''

''तुमची मोटार गावातनं बाहेर पडली असंल - नसंल, त्याच्या आधीच जांभुळसडीत दिवस उगवायच्या आधी नेत्राबाई स्वतः पोकलेन घेऊन पोचलीबी होती.''

प्रिन्स थोडा वेळ तसाच चूप बसला. त्याला जांभळसडीच्या रानाची पूर्ण कल्पना होती. ती जमीन मध्ये एक डोंगर ओलांडून पलीकडच्या दऱ्यात होती; त्यामुळे लिफ्ट इरिगेशनचे पाणी तिकडे नेता येत नव्हते. ती योजना अव्यवहार्य आणि होणारा अवाजवी खर्च लक्षात घेऊन ती जमीन कुटुंबाने तशीच पाडून ठेवली

होती. पावसाळ्यात फार तर नाचणी किंवा भुईमुगाचे वरकड पीक हाती लागायचे. मुळात तो पलीकडच्या गावातील ब्राह्मणाच्या मालकीचा मळा होता. गांधीहत्येनंतर ब्राह्मणवाडा आगीच्या भक्ष्यस्थानी पडला. ते कुटुंब पुण्याला स्थलांतरित झाले. जेव्हा बापूराव अगदी सुरुवातीला प्राथमिक शिक्षक होते, तेव्हा त्यांना फक्त पाचशे रुपये एकराने जमीन पडली होती. ती रक्कमही त्या काळात खूप मोठी होती, कारण बापूरावांचा तेव्हा शिक्षकाचा पगार महिन्याकाठी सव्वाशे रुपये होता. त्यांनी अठरा एकरांचे पैसे मोजले अन् उरलेल्या सात एकरांसाठी चंचलानानींनी आपले दागिने गहाण ठेवले होते.

घोरपडेकाका हळूच सांगू लागले, ''मध्यंतरी पंधरा दिवस एक विशी-बाविशीतला, जटाधारी बंगाली बाबा अगदी कोवळा दिसणारा, नानांच्या आउट हाउसमध्येच मुक्कामाला होता. त्याच्या कमरेपासून वरच्या उघड्या काळ्या कुळकुळीत अंगावर जर्द तांबडी शाल असायची. गळा भरून त्या रुद्राक्षांच्या अन् वाघनखांच्या कसल्या कसल्या माळा. अन् कमरेला जीन्सची पॅन्ट. दिवसा चिंचेखालच्या बंगल्यात बराच वेळ त्याच्या त्या कसल्या कसल्या पूजा, यज्ञ वगैरे गोष्टी चालायच्याच; पण तो रात्री-बेरात्री जाऊन ओल्या कपड्यांनी तासन्‌तास स्मशानात बसून राहायचा. पलीकडच्या वाडीतली धनगर पोरं हळूच सांगत होती, त्यांनी एके रात्री त्या बंगाल्याला एका प्रेताच्या छातीवर बसून कसलीतरी भयंकर पूजा करताना बघितलं आहे. साल्याची कवटीच चक्रम होती. जारण-मारण, उच्चाटन असलीच त्याची बडबड चालायची.''

''जाऊ दे ते काका. शी, या अशा सैतानी गोष्टी ऐकतानाही मला ओकारी सुटल्यासारखी वाटते.'' गतस्मृतीने शलाकाचा आवाज कातर झाला, ''हे असं काही ऐकलं की, मला माझ्या मृत बाळाची आठवण येते. त्यांनी त्याच्यावर असाच काळ्या जादूचा सैतानी घाला घातला होता.''

एकाएकी बैठकीतील वातावरण गंभीर बनले. कोणी काहीच बोलायला तयार नव्हते, तेव्हा घोरपडेकाकाच बोलले, ''ऐका तरी खरं. पॉइंटाचा मुद्दा म्हणजे त्याच बंगाली मांत्रिकानं बाजी आणि नेत्राला स्पष्ट सांगितलंय म्हणतात, काही झालं तरी जांभुळसडीचा कब्जा सोडू नका. त्या जमिनीत दुसऱ्या कोणाला येऊ देऊ नका. नेत्रा-बाजीचं भाग्य त्या जमिनीमध्ये लपलं आहे. पुढे त्या मांत्रिकानं काय केलं असावं आहे माहीत?''

''काय?''

''त्यानं दोन-दोन बोटांएवढे रुंद आणि टीचभर लांब असे बुट्टीभरून पोलादी खिळे आणले होते. ते त्यानं त्या जमिनीत जागोजाग पुरले आहेत, असं म्हणतात. त्यानं त्याच जमिनीत एक मोठी औरसचौरस विहीर खोदायचा आदेश बाजीला दिला आहे. जसं त्या विहिरीस पाणी लागेल, ते वर येऊन जसं शेतातून वाहील– झिरपेल;

तशी पिकं तरारून वर येतील, तशी नेत्रा आणि बाजीची संपत्ती शंभरपटीनं वाढंल. घरात राज्यपद येईल. सत्ता येईल, असा आशीर्वाद त्यानं दिला आहे.''

''एकूण भारीच प्रकरण दिसतंय हे!'' प्रिन्स बोलले.

''तर हो साहेब. अहो, तो बंगाली बटू खूपच तयारीचा होता म्हणतात. हार्मोनियमच्या पेटीसारखी त्याच्या त्या कम्प्युटरच्या लॅपटॉपवर बोटं नाचायची म्हणतात. त्यानं त्या मशिनवरच आडवी-उभी गणितं मांडून त्या नेत्राबाईला बऱ्याच युक्तीच्या आणि प्रगतीच्या गोष्टी सांगितल्या आहेत म्हणे.''

''ओके! त्यासाठीच जांभुळसडीत विहीर खोदायला घेतली आहे काय!'' प्रिन्स.

प्रिन्स आणि घोरपडेकाकांतला तो संवाद ऐकता ऐकता दाजी शिरगावकरला हसू आवरता आले नाही. ते मध्येच बैठकीतून उठले आणि स्वतःचे पोट धरून खोऽऽ खो हसत सुटले. अगदी त्यांच्या बत्तिशीची स्प्रिंग तुटल्यासारखे! बाकीच्यांना दाजींचा हा वेडेपणा वाटला. त्यांनी विचारलं, ''अहो दाजी, असं मध्येच आणि इतकं हसायला तुम्हाला काय झालं?''

''मला तर बाबा त्या येड्या बंगाली मांत्रिकाचीच पत्रिका बघाया पाहिजे, असं वाटतं. तो कशाचा ग्यानी? 'काली काली कलकत्तेवाली' म्हणत फुकट ओरडणारा तो भटभुंजा भाडखाऊ! अहो घोरपडे काकाऽऽ तुम्हाला तो पंधरा वर्षांमागचा प्रसंग कसा नाही आठवत?''

''कसला हो?''

''अहो, तेव्हा त्या जांभुळसडीत मायंदाळ झाडं होती जांभळाचीच, तेव्हा त्या मालेवाडीच्या खबाल्याच्या पोरीचं तेथून वऱ्हाड निघालं होतं. टेम्पो असा गच्च भरलेला– ओव्हरलोड झालेला, त्याला झालेला तो अपघात?''

''हां हा, आत्ता थोडंसं आठवलं.''

''थोडं कसलं राव? त्या काळात केवढा मोठा कल्ला उडाला होता. लग्नाकडे निघायला वऱ्हाडाला उशीर झालेला. मुहूर्त गाठायचं टेन्शन होतं. नवऱ्यामुलीचा सक्का मामाच टेम्पोत ड्रायव्हिंगला बसलेला. नारिंगी रंगाचा फेटा गुंडाळून मोठ्या झोकात पण गडबडीनं टेम्पो पळवत होता. दुपारच्या उन्हाचा कहर. अशी भर बाराची रणरणती दुपार. टेम्पो सरळ एका जांभळीच्या बुंध्यावर जाऊन नाकाडावरच आपटला. त्यानं बाजूच्या दरीत पाच-सहा कोलांट्या घेतल्या; तेव्हा आतली चोवीस माणसं जागीच ठार. सोळा जखमी. ड्रायव्हिंग करणारा मामा जागेवरच खल्लास. नवरीचा पाय मोडला, ती जन्माची लंगडी झाली.''

''बाई गंऽऽ'' ती भयंकर गोष्ट ऐकताना शलाकाने आपल्या कानांवर हात ठेवले.

''तर काय सांगतोय... पुरी भुताटकीनं झपाटलेली ती जागा. त्या प्रसंगानंतर

त्या रानाकडून पुढे दिवसाही जायला लोक घाबरायचे. अजून तिकडची गुराखी पोरं शपथेवर सांगतात, दर पुनवेच्या रात्री जेव्हा चांद आभाळाच्या कडेवर येतो, तेव्हा त्याच जांभुळसडीच्या माळावरून भुतांची आणि वेताळांची मोठी वरात निघते म्हणतात. त्यांचे ते नटलेले वऱ्हाडी ढोल-ताशे वाजवत, वाजवत तेथे माळावर उगवतात. तिथे लग्नासाठी भुतांच्या बाया लावसटी आणि हडळी आपला शालू आडवा पकडून अंतरपाट उभा करतात अन् डोलीत बसलेल्या नवरीला वाजवत आणण्यासाठी पुढे होतात; तेव्हा डोलीतली नवरी मुलगीच बेपत्ता असल्याचं त्यांना दिसतं, त्याबरोबर दुःखानं येडी झालेली भुतं तिथंच माळावर गडाबडा लोळतात अन् मध्यानरात्री जिथे वाजतगाजत वरात निघाली होती, तिथेच ओल्या पहाटेच्या वेळी प्रेतयात्रा निघते. भूतं आपल्या खांद्यांवर तिरडी घेतात. त्यावर त्या शोकयात्रेतल्या प्रत्येकाला आळीपाळीनं प्रेतासारखं निजवतात, सकाळ होईपर्यंत बोंबा ठोकत ते सारं रान हादरवून टाकतात.''

ती भयानक कथा ऐकताना बैठकीतले सारेच गारठून गेल्यासारखे चूप बसले होते; तेव्हा सर्वांवरून नजर फिरवत शिरगावकर दाजी बोलले, ''आता सांगा मंडळी, असं ते शापानं आणि पापानं मंतरलेलं रान. त्या तसल्या अशुभ मातीत या येड्या बंगाल्याला कुठलं नि कसलं भाग्य दिसलं, तेच मला काही कळत नाही.''

शलाकाने देवपूजेचे ताट बाजूच्या टेबलावर ठेवत सिक्युरिटी गार्डकडे आश्चर्याने पाहिले. असिस्टन्ट शेतकी अधिकारी यादव बराच उशीर बाहेरच्या पोर्चमध्ये उभे असल्याचे तो सांगत होता. तिने जेव्हा आपल्या मनगटी घड्याळात बघितले, तेव्हा आता कुठे सकाळचे पावणेआठ वाजत होते. अजून नीट उजाडलेही नाही. बाजूच्या नदीतून धुके वर येत होते. किंजळाच्या बुडाजवळ पाण्यातच पाणकोंबड्यांचा कलकलाट सुरू होता. ऊसमळे दहिवरलेले. एवढ्या सकाळी भेटीस येण्याचे यादव साहेबांना असे कोणते कारण असावे?

शलाकाने खांद्यावरचा पदर नीटनेटका केला. ती बाहेरच्या प्रशस्त हॉलमध्ये आली. तिथे यादव अंग चोरल्यासारखे कोपऱ्यात बसलेले. शलाकाची चाहूल लागताच ते पटकन उठून उभे राहिले. त्यांनी झटकन खाली वाकतच नमस्कार केला.

"काय यादव साहेब, कशी आहे शरयू?"

त्यांनी बोलायला तोंड उघडले, तेवढ्यात त्यांचा गळा रुंदावला. गदगदून आलं. लहान मुलासारखे रडत ते बोलले, "आता कसली शरयू आणि कसलं काय?"

"अहो, थांबा थांबा. असं रडायला काय झालं?"

"वहिनी, अहो गेली होऽऽ माझी शरयू गेली! मुलं आई आई करत रडताहेत. ती रात्र रात्रभर झोपत नाहीत. त्यात थोरल्याची दहावीची बोर्डाची परीक्षा फक्त महिन्यावर आलीय. मी जाऊ कुठे आणि जीव देऊ कुठे?"

"अहो, पण निघून जाण्याचं कारण तरी सांगाल. नुसते रडताहात कसले?"

"तिला माझ्या घरातून दिवसाउजेडी बळजबरीनं पळवून नेलं आहे. कोंडून ठेवलं आहे."

"कुठं?" शलाकाचे मस्तक भिरभिरले.

"इथं आपल्याच गावच्या हद्दीत."

"ते कसं शक्य आहे, यादव साहेब? इथं काय मोगलाई लागून गेलीय?"

"तुमच्याच घरवाल्यांची करणी... राजानंच दिवसाढवळ्या बलात्कार केले, तर प्रजेनं जायचं कुठं?"

"अहो यादवऽऽ भानावर आहात का तुम्ही?" आत आपल्या बेडरूमच्या दिशेने नजर फेकत शलाकाने दरडावून विचारले.

"छे, छे!" आपले कान पकडत यादव अपराध्यासारखी जीभ बाहेर काढत बोलले, "प्रिन्ससाहेब म्हणजे देव माणूस! त्यांच्याबाबत अशी शंका तरी कोण घेणार? पर तुमचे ते मोठे दीर नावाचेच बाजीराव! गुंडमवाल्यांच्या साक्षीनं स्वतः खांद्यावर ओढून घेऊन कोंबलं माझ्या बायकोला जीपमध्ये... 'आई आई' असं ओरडत माझं तिसरीतलं चिमुकलं पोर मध्ये धावलं, तर त्याला कस्पटासारखं फेकून दिलं हो त्यांनी बाजूला."

शलाकाने त्या प्रकरणी तत्काळ लक्ष घालायचे कबूल केले. यादव निघून गेले; पण त्या प्रकरणाचा भोवरा शलाकाच्या मस्तकात गरगर फिरतच राहिला. एकूण तो सारा मामला खूप गंभीर होता. प्रिन्स आज उशिरापर्यंत झोपले होते. कारण रात्री त्यांची ऊसतोड करणाऱ्या टोळ्यांच्या मालकांची बैठक खूप लांबली होती.

भोजन मेजावर प्रिन्सने नाश्त्याचा पहिला घास तोंडात घेतला असेल - नसेल, तेवढ्यात शलाकाने गावात नाजूक, देखण्या अन् स्वभावाने सर्वांना आपलेसे करून घेणाऱ्या शरयूची आठवण करून दिली. तिच्यासोबत घडत असल्याचा तो घृणास्पद प्रकार नवऱ्याला ऐकवला.

प्रिन्स अर्ध्यावरच थांबले. टेबलावर अस्वस्थ होऊन पाणी पिऊन तसेच बसून राहिले.

"सांगा ना प्रिन्स. काय गुन्हा आहे त्या साध्या, सरळ शरयूचा? फक्त एकच. ती दिसायला देखणी आणि आकर्षक आहे. म्हणजे तुमच्या सोंगाच्या पारगावच्या भाषेत 'फाकडी'!"

"हूं."

"बरं त्या कोणी बाहेरच्या परक्याही नव्हेत. बिचारी तुमच्याच जातीची आणि तुमच्याच मातीची. दुरून नातंही लागतं म्हणे! तरीही तिच्यावर हा असा बेछूट अन्याय?"

"शलू, तूर्त तू या प्रकरणी चूप राहणंच चांगलं."

"प्रिन्स, ती आपल्या कारखान्यावरच्या एका वरिष्ठ अधिकाऱ्याची बायको आहे. तिला चेअरमनचा भाऊ दिवसा ओढून बळजबरीनं घेऊन जातो. आपल्या फार्म

हाउसवर गुरासारखं कोंडून ठेवतो. अत्याचार करतो अन् आपण त्याच्यावर काहीच ॲक्शन घ्यायची नाही? फक्त चूप बसायचं?''

आता प्रिन्सने आपले डोळे मोठे करत शलाकाकडे रागावून पाहिले. त्याने तिला आपल्या नजरेच्या धारेनेच दम भरला. अजून काही काळ आपणास चूप बसावे लागेल, अशा अर्थी खुणावले.

शलाका मनातून धुसफुसली. मात्र, त्याच वेळी तिच्या नजरेतून प्रिन्सचा पडलेला चेहराही सुटला नाही. पोटातले अल्सरचे दुखणे वाढावे, त्या कळा सहनही होत नाहीत आणि त्यावर मोकळेपणाने रडताही येत नाही, अशी प्रिन्सची विलक्षण गोची झाली होती. त्याने एकदाचा कसाबसा नाश्ता आटोपला. पीएने त्याचा फोन पोलीस स्टेशनशी जोडून दिला.

''त्याचं काय आहे कांबळे साहेब, आमचे बंधू बाजीराव - हो हो - ते यादव बाईंचंच प्रकरण –''

''पाहतो आहे मी. त्या बाईंचा नवरा गेले चार दिवस आमच्याकडे अनेक वेळा येऊन गेला. रडून गेला – मला वाटतं, उशिराच प्रकरण तुमच्या कानांवर आलंय.''

''अहो पण मिस्टर कांबळे, तुम्ही ॲक्शन काय घेणार आहात त्या गुन्हेगारांवर?'' प्रिन्सचा आवाज चढला.

''पण चेअरमन साहेब, या प्रकरणी नुसतं रडून कसं चालणार? अनेकदा त्या यादवांना बजावून सांगितलं, तू लेखी कम्प्लेंट कर, हवं तर आम्ही मसुदा टाइप करून देतो. तू फक्त सही कर. कम्प्लेंटच नसेल, तर ॲक्शन कशी घेणार?''

''पण या प्रकरणी थोडा पोलिसी हिसका दाखवाल तर?'' प्रिन्सने समजुतीच्या सुरात विचारले.

''ठीक आहे साहेब. तुमच्यासारख्याचा एवढा मोठा पाठिंबा असेल, तर आमचं काय? ठोकू हातकड्या तुमच्या बाजीरावांना. मी नाही घाबरत त्या चढेल मनुष्याला; पण साहेब, उद्या समजा, ती बाईच उलटली, मी स्वखुशीनं फार्म हाउसवर आले होते, असं तिनं उलटं स्टेटमेंट दिलं, तर आमचं हसं नाही का होणार?''

''खरं आहे.''

''शिवाय साहेब, मामला खूप नाजूक, तुमच्या बंधूंच्याबाबतचा. तुमचा हा आजचा राग उद्या टिकणार आहे का? ठीक आहे. तुमच्यातर्फे तरी चार ओळी लिहून पाठवा. रेकॉर्डला काहीतरी असायला हवं.''

''कळवतो साहेब, थोड्या वेळानं.''

पोलीस इन्स्पेक्टरला प्रिन्सकडून लेखी तक्रार हवी होती. त्याची मागणीही रास्त होती. एक तर 'बाईचा मामला' कोणते वळण घेईल, याची शाश्वती नव्हती. शिवाय प्रिन्सने स्वतः बाजीरावविरोधात तक्रार करावी, तर तो बातमीचा विषय

होणार होता. त्यातून मोठी राजकीय खळबळ उडणार होती.

त्या दिवशी प्रिन्सने खूप डोकेफोड केली. त्याला नक्की माहीत होते की, त्याने तक्रार केल्यास डोंगरे-देशमुखांच्या परिवारात मोठी आग पेटणार होती. तो जेव्हा रात्री खूप उशिरा बंगल्यावर परतला, बाहेरच्या पोर्चमध्ये खुर्ची टाकून बसला; तेव्हा स्वयंपाकघरामध्ये काम करणाऱ्या हिराकाकू आल्या आणि काळजीने बोलल्या, "दुपारी बाईसाहेबांनी कायबी खाल्लेलं नाही. नुसत्या चहाच्या कपावर त्या रात्र कशी काढणार?"

तेव्हा प्रिन्स बेडरूममध्ये गेला. पाय पोटाशी आकसून झोपलेल्या शलाकाला बोलला, "प्लीज, ट्राय टू अंडरस्टँड, गावाचं दुखणं कशासाठी अंगावर घेतेस? कशाला हा प्रश्न प्रतिष्ठेचा बनवतेस?"

"कसली आली आहे प्रतिष्ठा प्रिन्स? अहो, मीही एक स्त्री आहे. मलाही मुलं आहेत. प्लीज, थोडासा विचार करा. शरयूच्या त्या मुलाचा, त्याच्या परीक्षेचा आणि त्याच्या भवितव्याचा."

"अगं पण – ?"

"हे पाहा, तुमच्या कारखान्यावर राबणाऱ्या एका अधिकाऱ्याच्या पत्नीचं आणि फॅमिलीचं संरक्षण करणं, हे तुमचं कर्तव्य आहेच. शिवाय त्या बाईला एखाद्या फालतू गावगुंडासारखी पळवून नेणारी व्यक्ती जर कारखान्याच्या चेअरमनच्या नात्यातील असेल, तर ते चेअरमन आपली जबाबदारी कशी काय टाळू शकतात?"

प्रिन्सच्या डोक्यात संतापाचा भोवरा विलक्षण गतीने फिरू लागला. भोवऱ्याचे टोक त्याच्या मेंदूत उतरून त्याला आतून रक्तबंबाळ करू लागले. त्याच तिरीमिरीत त्याने चक्क बाजीरावलाच फोन लावला. या वेळी बाजी 'टाकून असतो' या गोष्टीची पर्वा केली नाही, "नमस्कार बाजीराव दादा! मी प्रिन्स बोलतोय."

"को–ण?" पलीकडून बाटलीचे बूच फोडावे आणि मद्यार्क एकदम पेल्यात उपडा करावा, तशी फसफस ऐकू आली, "अरे? चक्क प्रिन्स? क्या बात है? आज तर सूर्य दारूच्या बॅरेलमधून उगवल्यासारखा दिसतोय बघ मला. केवढं भाग्य आमचं! ओके. वेल, स्पीक माय ब्रदर."

"तुम्हाला हे शोभतं का?"

"कशाबद्दल?"

"त्या शरयू यादवला– आपल्या एका ऑफिसरच्या बायकोला तुम्ही कशी कोंडून ठेवू शकता? तिच्यावर गुंडासारखे कसे अत्याचार करू शकता?"

"का रे?" बाजीराव मस्त हसत हळूच गुदगुल्या कराव्यात, तसा प्रिन्सला विचारू लागला, "पाठवू का तिला तुझ्याकडे? मोठ्या भावाकडून छोट्याला गिफ्ट! मस्त आहे रे सालीची ती जिगर आणि फिगरसुद्धा! एकदम गरमागरम आणि

टकाटक मामला! खूप मजा येईल तुलाही.''

''छीः छीः किती घसरलाहेस रे तू दादा? अरे, आपली सभ्यता आणि आपलं स्टँडर्ड. आपलं नावगाव याची थोडी लाज, मर्यादा ठेवशील?''

''इनफ प्रिन्स. स्टॉप इट!'' मोठ्याने ओरडत आणि ओरडता ओरडता त्याच पट्टीमध्ये खुदुखुदु हसत बाजीराव बोलला, ''वा! घराणं, कुळशील, प्रतिष्ठा किती मस्त मस्त बोलतोस रे तू? अन् असं असंल, तर दिनदहाडे दुसऱ्याची नांदतेली बाई पळवून आणून तिच्या कपाळाचं पहिलं कुंकू न पुसता तिला आपल्या नावाचं नवं कुंकू लावता तुम्ही लेको! यालाच प्रतिष्ठा आणि सभ्यता मानायची का रे?''

प्रिन्सच्या हातातला रिसीव्हर घरंगळून खाली पडला. समोरून अचानक आलेल्या तडाख्यापुढे काय बोलावे, हे त्याला सुचले नाही.

त्या प्रकरणाच्या दबावाने शलाकाचे मन गुदमरत होते. ती फक्त चेअरमनची पत्नी नव्हती. पारगावातील प्रगत महिला मंडळाची अध्यक्षा होती. गावात आता या भानगडीची कोपऱ्याकोपऱ्यांवर उघड चर्चा सुरू होती. त्यात गरीब शेती ऑफिसर यादवांचे अतोनात हाल चालले होते. अंगावर डोंगराची दरड कोसळल्यासारखे झालेले. डोंगरे-देशमुखांच्या प्रचंड दहशतीमुळे उघड बोंब मारता येत नव्हती. घरातले कोणी कर्ते माणूस मरण पावावे, तसे यादवांचे नातेवाईक झुंडीने जमा झालेले. त्यांच्याही ओठांतून शब्द बाहेर पडत नव्हता. थोरल्या मुलाचे अभ्यासातून पूर्ण लक्ष उडालेले. बहुतेक दहावीचे महत्त्वाचे शैक्षणिक वर्ष वाया जाणार. त्यातच वात्रट पोरे ''तुझ्या चिकन्या आईला बाजीरावानं उसात पळवून नेलं आहे काय रे?'' असे विचारत फिदीफिदी हसायची; त्यामुळे डोक्यातल्या अभ्यासाचा चोळामोळा होऊन जायचा. धाकट्या भावाने तर 'आई आई' करत धोसरा काढलेला. आठ वर्षांच्या त्या बालकाची समजूत काढणे खूप कठीण होते. आईला पळवून नेल्याबद्दल आपला बाप पोलिसांत तक्रार का करत नाही? गोळा झालेले पाहुणे कसे आवाज काढत नाहीत? अन् त्या बाजीरावाचे थोबाड फोडायचे बाजूलाच राहिले. मध्येच रात्री आपला बाप जाबडून उठतो कसा आणि धाय मोकलून रडतो का? अशा प्रश्नांनी, शंकांनी आणि दहशतीने उभ्या घरादाराचे मनोधैर्य खचले होते.

महिला मंडळात हीच चर्चा. बाजारात तीच कुजबुज. ''डोंगरे-देशमुखांची माणसंच भानगडबाज, बलात्कारी.'' ती सार्वजनिक निंदा सहन न होऊन शलाकाने नवऱ्याकडे आणखी दोन-तीन वेळा विषय काढला, ''प्रिन्स, करा हो काहीतरी.''

''हे बघ शलाका. ती नानांची फॅमिली काय लायकीची आहे, हे तुला ठाऊक नाही का? मी जर या प्रकरणात उतरलो, तर या आपसातल्या गोष्टी खून मारामाऱ्यापर्यंत जायला वेळ लागणार आहे का?'' प्रिन्स नाराजीने बोलला, ''त्यात तुझ्या त्या शरयूचा नवरा साधी कम्प्लेंट करायला पुढे येत नाही. या अशा नपुंसकाची

पाठराखण कशासाठी करायची?''

"होऽ प्रिन्स. या गोष्टी बोलायला खूप सोप्या असतात बरं; पण गरिबांनाच आपल्या दुबळेपणाची जाणीव असते, मुजोरांना नव्हे! ठीक आहे, तुम्ही नका देऊ लक्ष या प्रकरणात.''

दुपारी प्रगत महिला मंडळाच्या वरिष्ठ सभासद महिलांचा मोठा मेळा चिंचेखालच्या बंगल्यासमोर उभा राहिला. घरी नाना किंवा बाजीराव नाहीत, ते पाहून महिलांना थोडे बरे वाटले. मात्र, त्या साठ-सत्तर स्त्रियांच्या भिंतीकडे बघत 'आल्या मिळून गावभवान्या' नेत्रा स्वतःशीच बोलली. स्त्रियांच्या त्या गर्दीचा आशय आणि विषय हुशार नेत्राने पुरेसा ओळखला होता. त्यांचे ते जमून येणे तिला अजिबात आवडले नव्हते; त्यामुळे तिनेच गोलंदाजी सुरू केली, "काय गं? कोणी पाठवलं आहे तुम्हाला इकडे? त्या 'रिव्हर फ्रंट'मधल्या प्रिन्स साहेबांच्या महाराणीनं का? सांगा तिला, जिचा पाय पहिलाच शेणात अडकला आहे, तिनं गावात पदर फडकवायचा नखरा करू नये.''

नेत्रादेवीचा तो चढता सूर बघून महिला मंडळ चूप झाले, तेव्हा आपल्या आवाजाची पट्टी खाली आणत नेत्रा बोलली, "ठीक आहे, माझे मिस्टर रात्री जेवायला बंगल्यात येतील ना तेव्हा त्यांना विचारेन बरं असा काही प्रकार घडला आहे का?''

"हो, हो. बरं होईल.''

"शिवाय तुम्हीही असं कोणाचंही तुणतुणं उगाच वाजवायचा उद्योग करत जाऊ नका. तुमच्या त्या यादव बाईने जपून राहायला नको. या अशा टारगट खेड्यात तो स्लीव्हलेस बिनबाह्यांचा ब्लाउज घालून फिरते काय. अहो, शेवटी पुरुषांची जात ती! मोकाट बैलांसारखी उनाड, वाटेत हिरवं बाटुक दिसलं की आडवी जीभ लावणारच.''

ती चाललेली शोभा कमी होती की काय म्हणून तिथे पाठीमागून चंचलानानी तरातरा चालीनं पुढे धावल्या. त्या कडाडल्या, "कसलं गं मेलं तुमचं महिला मंडळ? दिवसभर नुसत्या कुटाळक्या करत बसता अन् त्या यादव बाईची कसली ओवी गाताहात गं? मी बाई संतीण आणि माझ्या मागं दोन-तीन! चांगली ओळखते बरं त्या नटरंगीला.'' उन्हात बराच वेळ उभ्या असलेल्या महिला मंडळाला चंचलानानीनेच कर्मचाऱ्यांमार्फत पाण्याचे ग्लास द्यायचे औदार्य दाखविले, तेव्हा सर्वांना बरे वाटले.

तेथून बाहेर पडताना चीफ केमिस्ट साहेबांच्या पत्नी मिसेस सहस्त्रबुद्धे बोलल्या, "मग आम्ही काय सांगू त्यांना?''

"कोणाला?''

"शलाकाताईंना.''

सहस्रबुद्धे बाईंच्या तोंडून तो शब्द बाहेर पडताच नानी आणि नेत्राचेही तोंड बघण्यासारखे लालेलाल झाले. नेत्रा तिरस्काराने बाजूला थुंकी टाकत बोलली, "सासुबाई! जरा तुमच्याच भाषेत समजावून सांगा या तुडतुड्यांना."

"का गं भवान्यांनो? ती झडगी मेली शलाका! रस्त्यावरच्या त्या उनाड नारीला आम्हा घरंदाज देशमुखांच्या चालीरीती कुठे माहीत असणार? म्हणावं, अगं ज्यादा जमिनी बाळगणं अन् अनेक बाया ठेवणं, हा आम्हा देशमुखांच्या रक्तातलाच गुण असतो!"

आपल्या सासूला अधिकच डिवचत नेत्रा बोलली, "सासुबाई, शलाका मॅडमना राग आला असेल ना, आज त्यांच्या राज्यात तुमच्या चिरंजीवांकडून बिचाऱ्या महिलांवर अत्याचार घडतोय."

"कसला मेला अत्याचार? अगं, फटाकडी दिसली म्हणून टाकली असंल माझ्या बाजीनं वाघासारखी तिला आपल्या पाठुंगळीवर! तो तरी काय तिची कायम पूजा करत बसणार आहे? तिच्या हाडापेरांच्या बिजागऱ्या ढिल्या झाल्या की देईल ना परत पाठवून."

आपल्या शत्रूला कायमचे अस्वस्थ ठेवायचे, त्याला सुखाने जगू द्यायचे नाही, मिळेल त्या सर्व मार्गांनी त्याला सळो की पळो करून सोडायचे; हे तत्त्व नेत्रादेवीने आपल्या मनावर घेतलेले. एकीकडे त्यांच्या पतीने, बाजीरावने यादवबाईंचे अपहरण करून तद्दन सरंजामी, आउटडेटेड, जुन्या वळणाच्या सिनेमात शोभेल असा हा बटबटीत उद्योग करून ठेवला होता. त्याबाबत गावभर चर्चा, अफवांचे पतंग आणि बोंबाबोंब सुरू होती.

मात्र, नेत्रादेवीने आपल्या नवऱ्याच्या त्या बहुचर्चित भानगडीचे फारसे मनाला लावून घेतले नव्हते. उलट ती जवळच्या मैत्रिणींना सांगायची, "हे असले प्रकार काय उगाच घडतात? बाई भिडेची आणि गाव टग्याचा! माझ्या नवऱ्याची आणि त्या छिनाल स्त्रीची खुजली एकदा शांत झाली की, आपोआप थंड होऊन जाईल सारं."

"अगं, पण या संधीचा फायदा घेऊन त्या गोऱ्या पालीनं तुझा सुरवंट कायमचा गिळून टाकला तर?"

"अरे हट्, तेवढी काळजी आणि माहिती घेतलीय बरं मी. तशी धमक नाही तिच्या अंगात. अन् समजा, तसं काही धाडस तिनं केलं, तर मी माझ्या गाडीच्या टायरखाली तिच्या शरीराची चपाती करेन."

बाकीच्या कुठल्या विषयाकडे नेत्राचे फारसे लक्ष नसायचे. तिचे संत्रस्त मन पुनःपुन्हा फक्त एकाच विषयावर घसरायचे, "या शलाकानं माझ्या नशिबातला माझा प्रिन्स पळवला. देवा, एक दिवस माझ्या नवऱ्याला तिच्या नवऱ्याच्या बुडाखालची चेअरमनपदाची चेअर तरी हिसकावून कबजात घेऊ दे." पण तसे काही घडत नव्हते. दोन्ही कुटुंबांमध्ये येणाऱ्या काळ्या किंवा पांढऱ्या संपत्तीचा मोठा वाटा बापूरावांच्या घराकडेच जात होता. पूर्वापार ठरल्यानुसार येणाऱ्या रकमेतला हिस्सा

नानांच्या कुटुंबाकडे जायचाच. त्यातही मेडिकल कॉलेजमधून मिळणाऱ्या प्रचंड कॅपिटेशन फीचे आकडे जेव्हा नेत्राच्या कानांवर जायचे, तेव्हा तर तिच्या मनाची अक्षरशः उलाघाल व्हायची.

कॅपिटेशन फी गोळा करणारे दोन-तीन महत्त्वाचे एजंट पुणे आणि मुंबई परिसरात क्रियाशील असायचे. ते अत्यंत सावधपणाने आणि बऱ्याचदा रहस्यमयरीत्या कलेक्शनची जबाबदारी बिनबोभाट पार पाडायचे. प्रथम बड्या शहरातल्या विश्वासू व्यापाऱ्याकडे बड्या नोटा गोळा व्हायच्या. तेथून कच्ची पावती मिळायची आणि कॉलेजच्या काउंटरवर साऱ्या खाणाखुणा आणि संबंधित पार्टीची खातरजमा झाल्यावर ॲडमिशनचे सोपस्कार पार पडायचे. हे जबाबदारीचे मुख्य काम ज्योतीराम सांगळे नावाचा बापूरावांच्या जमान्यातला मनुष्य पार पाडायचा. त्याच्याकडून खरेखुरे आकडे दोन्ही कुटुंबांना कळायचे. मात्र, मेडिकलमधील फक्त वीस टक्के वरकड अमाउंट आपणाकडे येते, या अन्यायामुळे नेत्रा कायमचीच धुसफुसत राहायची. ज्योतीराम सांगळे तरी खूप सावधपणाने कामगिरी पार पाडायचा. लाखो आणि कोट्यवधींच्या रकमा रोज हाताळून व्हायच्या. मात्र, चार दिवसांच्या उपाशी माणसासारखा ज्योतीरामचा कायम पडलेला चेहरा कधीही खुललेला दिसायचा नाही.

लक्ष्मी ही पुरातन काळापासून चंचल म्हणून बदनाम झाली आहे. ती हाती असते तोवर आपली, एखाद्याकडे भरघोस व्याजाने ठेवली तरी तिचा कधी परस्पर बाजार होईल, हे सांगता यायचे नाही. ज्याच्याकडे ठेवली त्याचा अकस्मात मृत्यू होणे, पुढे त्याच्या वंशजाने हात वर करणे किंवा त्याने परस्पर वाढीव व्याजाच्या लोभासाठी त्याच लक्ष्मीचा ओघ एखाद्या कंपनीकडे वळविणे, दुर्दैवाने त्या कंपनीचेच दिवाळे निघणे, अशा अत्यंत अडचणीच्या मार्गातून त्या चंचलेला प्रवास करावा लागायचा; त्यामुळे अशा रकमा यायला थोडा जरी उशीर झाला, तरी नेत्राचे प्राण तिच्या कंठाशी यायचे.

शलाका आणि प्रिन्सच्या आर्थिक भरभराटीचे दुःख नेत्राला अक्षरशः पोळून काढत होते. त्याच रागाच्या परिसीमेतूनच तिने एक वाकडे पाऊल टाकले. प्रिन्स आणि शलाकाचे अतोनात आर्थिक नुकसान करून त्यांना धडा शिकवायचे तिने ठरविले. इन्कम टॅक्स विभागाशी कायम सांधा जुळवून असणारे एजंट गाठले. पुढे कोठे तरी मोठ्या कामगिरीकडे निघणारा खूप बडा पैसा 'रिव्हर फ्रंट'वर गोळा झाला होता. अगदी काही तासांसाठी तो तिथे थांबणार होता. तो नेमका मुहूर्त गाठून, आर्थिक हालचालीच्या त्या दिशांबाबत नेत्राने आपल्या मैत्रिणीद्वारे इन्कम टॅक्सकडे अचूक तक्रार केली. 'रिव्हर फ्रंट'वर धाड घालण्यासाठी खूप मोठे पथक आंबेपुरातून बाहेर पडायच्या तयारीत होते, तेवढ्यात पूर्वी बापूरावांच्या उपकारात कृतकृत्य झालेल्या एका इन्स्पेक्टरने पानाच्या टपरीवरून प्रिन्सला फोन केला. सावध केले.

अवघ्या दोन तासांच्या आत 'रिव्हर फ्रंट'ला इन्कमटॅक्स अधिकाऱ्यांचा गराडा पडला, तेव्हा आपल्या बंगल्याच्या छतावरच्या पाण्याच्या उंच टाकीवर चढून, नेत्रा दबा धरून बसली होती. तेथून दुर्बिणीतून 'रिव्हर फ्रंट'भोवतीच्या अनेक मोटारींचे ती निरीक्षण करत होती. ते धाडसत्र रात्रभर सुरू होते. दुसरा दिवस उजाडला. काहीच न सापडल्याने निराश झालेल्या अधिकाऱ्यांना शलाकाने सकाळी गरम चहा पाजला. गाड्या आल्या, तशा निघून गेल्या; तेव्हा अतिशय रागाने भिंतीवर डोके आपटणाऱ्या नेत्राला चंचलानानींने मिठी मारली. तिच्या अंगात उफाळणारा गुस्सा शांत करताकरता नानींनाच घाम फुटला होता.

तिसऱ्या दिवशी रात्री प्रिन्सने आपल्या बंगल्याशेजारच्या स्विमिंग टँकशेजारच्या खोल विहिरीत आपली विश्वासू माणसे उतरवली. तिथे प्लॅस्टिकच्या कव्हरमध्ये अगदी वॉटरप्रूफ स्थितीत लपविलेली लक्ष्मी बाहेर काढली. रातोरात दुसऱ्या गावाच्या दिशेने त्या चंचलेची पाठवणी केली अन् मगच मोकळा श्वास घेतला.

दोन कुटुंबांतील हे संघर्षाचे, चढाओढीचे आणि संधी मिळेल तेव्हा एकमेकांचे वाभाडे काढायचे, तसेच अंतर्गत घातपाताचे प्रकार नित्य घडतच होते. एकदा प्रिन्स रात्रीचा जागा झाला, तेव्हा त्याने बिछान्यामध्ये अस्वस्थ होऊन बसलेल्या शलाकाला बघितले. तिला आपल्या बाहूंमध्ये ओढून घेत आपल्या नजरेनेच त्याने चिंतेचे कारण विचारले, तेव्हा एकाएकी शलाकाचा कंठ दाटून आला. गालावर अश्रू ओघळले. तिने नवऱ्याला विचारले, "हे असं किती दिवस चालणार आहे? संपवा हो एकदाचं हे. मला कधीकधी खूप भीती वाटते, यांच्या आंधळ्या महत्त्वाकांक्षेची. आपलं ध्येय गाठण्यासाठी कोणत्याही स्तराला जाऊन पोहोचण्याच्या त्यांच्या वृत्तीची."

"म्हणजे नेमकी कशाची?"

"उदाहरणं तरी किती देऊ? रोज किती नुकसान आणि किती पडझड सोसायची? एवढ्यात विसरलात तो प्रसंग? बारशाचा समारंभ पार पाडण्यापूर्वीच त्यांनी मारून टाकलंच ना माझ्या चिमुकल्याला."

"तू थोडी शांत हो बरं."

"नाही मी शांत होऊ शकत. मला रात्र रात्र झोप येत नाही. ती माझी जाऊ दिसायला गोरीचिट्टी नेत्रादेवी; पण रात्री तिचा चेहरा तव्यात करपलेल्या बाजरीच्या भाकरीसारखा बेंगरूळ रूप घेऊन माझ्या डोळ्यांसमोर उभा राहतो. मला आता पुरा उबग आला आहे त्यांच्या अशांत, वखवखलेल्या आणि महत्त्वाकांक्षी चेहऱ्यांचा. चला, त्यांना देऊन टाका काय ते; पण ही भुतं एकदा शांत करा."

"हे पाहा शलाका, अशा अनिष्ट ग्रहांच्या तोंडात तू काहीही कोंब, त्यांच्या भुका मीच काय, परमेश्वरही भागवू शकणार नाही."

"मग काय आगीनं फुललेल्या निखाऱ्यावर माशाचं जिवंत पिल्लू टाकावं, तसं आम्ही तळमळतच मरायचं?"

थोडा विचार करून प्रिन्स सावकाशीने बोलला, "माझ्या पिताजींनी सहकारमहर्षी बापूरावांनी आयुष्यात जाणूनबुजून एक चूक होऊ दिली नव्हती. ती म्हणजे नानांना केव्हाही शुगर फॅक्टरीचे डायरेक्टर बनू दिलं नव्हतं. कारण अशा दुभत्या संस्थेमध्ये घरातलाच दुसरा मराठा घुसला की, तो आपल्या उभ्या जिंदगीचा खराटाच करून सोडतो, या गोष्टीचा जळता अनुभव अनेकांनी घेतला आहे."

"मग काहीच करायचं नाही?"

"ठीक आहे. तू म्हणतेस तर चल, त्यांना सत्तेत वाटा देऊ. तू म्हणतेस तसं एक डायरेक्टरपद बहाल करू."

"खूप बरं होईल हो." शलाका.

"मग घेऊ या संचालक मंडळात सदस्य म्हणून नेत्रादेवींना?"

त्या कल्पनेनेच शलाकाची दातखीळ बसल्यासारखी झाली. अचानक कोणी डोक्यावर दोनशे किलोचे बोचके ठेवून द्यावे; तसे डोके जड, बधिर झाले. केवळ त्या कल्पनेने शलाकाच्या डोळ्यांसमोर काजव्यांचा थवा नाचू लागला. त्याही स्थितीत ती उपहासाने हसली, तेव्हा प्रिन्सने तिच्याकडे गोंधळून पाहिले. शलाका बोलली, "नेत्राचे नेत्र फारच शोधक आणि वखवखलेले, तिच्यासारखी जन्मजात ओव्हर ॲम्बिशियसबाई डायरेक्टर बोर्डात आली तर?"

"तर काय?"

"ती बया कारखाना कायमचा विकून, फुकून टाकेलच; पण आपल्या विषारी जिभेनं आमच्याही अंगातलं रसायन असं शोषून घेईल की, तुमच्या आणि माझ्या अंगात जागेवर उठून उभं राहायचंसुद्धा त्राण उरणार नाही."

"वाऽऽ! हे सारं तूच बोलते आहेस," प्रिन्स कसेनुसे हसत बोलला, "अगं, ती अख्खी फॅमिली महत्त्वाकांक्षेनं अशी पछाडलेली आहे. त्रस्त आहे की, दुधासाठी गाय पिळायची, तर तिला पहिलं आंबोण - पेंड घालून जिवंत तरी ठेवावी लागते, याचं किमान तारतम्य त्यांच्याकडे नाही. गायीच्या मोकळ्या आचळेतून रक्ताचे थेंब बाहेर येईपर्यंत तिची कास सोडायचीच नाही, अशी त्या लोकांची वृत्ती. अशा जहरी सर्पासाठी भिंतीत एखादी छोटीशी फट सोडणं म्हणजेच त्या श्वापदाला खुल्लं आवतण देणं. तो डसणारच."

"असू द्या हो. ते काहीही असू द्या. सद्यस्थितीत अशी लिमिटेड रिस्क घेण्याशिवाय आपल्यापुढेही पर्याय नाही. किमान काही दिवस तरी त्यांचे ते रोजचे शिव्याशाप, तळतळाट, काळ्या बाहुल्या आणि मंतरलेल्या लिंबांचा मारा यातून आपली सुटका तर होईल."

चर्चेच्या त्या अतिशय गंभीर वळणावर प्रिन्सला अचानक काहीतरी आठवले अन् तो वेड्यासारखा खो-खो करून हसतच सुटला. काही केल्या तो थांबेचना. त्याच्या त्या अचानक आचरट हास्याने शलाका मात्र खूप खजील झाली. दुखावली. नवऱ्याचा हात खेचत त्याला रागाने विचारू लागली, "अहो, असं काय हसता वेड्यासारखं?"

"काही नाही गं, एक गंमत आठवली." अतीव हास्याने आपले ओले झालेले डोळे पुसत प्रिन्स बोलला, "परवा आमच्या घोरपडेकाकांनी सांगितलेली एक विलक्षण गंमत आठवली. त्यांनी एक मुहावराच सांगितला मला. आम्हा मराठ्यांच्यामध्ये स्वतःचं किंवा दुसऱ्याचं कितीही नुकसान होवो, ते महत्त्वाचं नसतं. त्यातून मिळणारा आसुरी आनंदच खूप महत्त्वाचा असतो. एका नवऱ्याच्या दोन बायका असतात. त्या दोघीही त्या एका नवऱ्याच्याच नावचं कुंकू लावतात; पण त्यातील एक आसुरी आनंदाच्या भोगासाठी उघडपणे बोलते, एक वेळ माझा नवरा मेला तरी चालेल; पण माझी सवत रंडकी झाली पाहिजे!"

दुपारी चंचलानानी झोपल्या होत्या. थोडी विश्रांती चालू होती. तितक्यात त्यांच्या कामवाल्याबाईने त्यांचा हात खेचून त्यांना जागे केले. कुठेतरी काहीतरी आगच लागली असली पाहिजे, अन्यथा आपल्या झोपेत व्यत्यय आणायची कामवालीची हिंमत होणार नाही, ही गोष्ट नानींना ठाऊक होती. त्यातच कारखान्याचे दोन सिक्युरिटी गार्डसुद्धा समोर गोंधळून उभे होते. पलीकडून मागच्या आउट हाउसच्या बाजूने थोडा गोंधळ ऐकू आला, तेव्हा नानीने तिकडे चमकून पाहिले. तिथे दोन जीप्स आणि तीन टेम्पो भरून महिलांचे लोंढेच्या लोंढे येऊन पोहोचलेले.

नानी मनातून हबकल्या. दोनच दिवसांमागे बाजीरावने शरयू यादवला आपल्या फार्म हाउसमधून काढून तिथे आणून ठेवले होते. बाजीरावची माणसेही बाजूला चिंचेच्या झाडाखाली उभी होती. एकाएकी महिलांचा लोंढा आल्याने आणि तो संख्येने खूपच जास्त असल्याने ते सारे विलक्षण गोंधळून गेले होते. काहीतरी तमाशा होणार. बेअब्रू होणार, या भीतीने नानी खूप गोंधळून गेल्या. पाठीमागच्या महिला कार्यकर्त्यांना तिथली चावी मिळाली नाही म्हणून त्यांनी दगड-धोंड्यांनी आउट हाउसचे कुलूप तोडायला सुरुवात केली.

चिडलेल्या नानीने बाजीरावला फोन केला, ''अहो, कुठे आहात चिरंजीव? काय करताहात? अरे, येथे गोंधळ उडाला आहे. लागलीच पाच-पंचवीस पोरं काठ्या-कुऱ्हाडी घेऊन इकडे पाठवून द्या.''

''कशासाठी?''

''अहो, त्या सटवीनं, त्या शलाकानं किती महिला आणल्या आहेत इथं. त्या सर्वांना चांगलं ठोकून काढायला.''

''अच्छा! म्हणजे शलाकाभाभी आल्या आहेत का तिथं?''

''भाभी?'' नानींच्या डोळ्यांतील बुबुळे जागीच गरगर फिरली, ''अरे मूर्खा,

आज तू दारूऐवजी एरंडेल प्यायला आहेस काय? अरे, तीच डबल कुंकवाची वैमाली सर्वांत पुढच्या बाजूला उभी राहून रुबाब दाखवतेय. थांब, तूही आज बघच. त्या शलीची साडी फेडून तिला आज नंगी नाही केली, तर मीही नावाची चंचला नव्हे.''

''अगं, अगं. ये आई, ऐन मोक्याच्या वेळेला असं उलटंपालटं काही करू नकोस. घास घ्यायच्या आधी वरणात उंदीर मुतल्यासारखं होईल.''

''मी तिला आज धडा शिकवणारच.''

''मेहेरबानी कर. असं काही करू नकोस. उगाच प्रॉब्लेम होईल. आम्ही दोघं जिल्हा कचेरीत आंबेपुरात आहोत. बोल इथं तुझ्या सुनेशीच.'' बाजीरावने नेत्रादेवीच्या हाती फोन दिला. नेत्रा कळकळीची विनंती करत बोलली, ''अहो सासुबाई, प्लीज. काय झालं आहे तिथं? धाकट्या ताईसाहेब आल्या आहेत ना? त्यांना काय करायचं, ते करू दे. प्लीज, त्यांना डिस्टर्ब करू नका.''

''ताईसाहेब? सटवे, तूही आज नवऱ्याबरोबर पिऊन गेली आहेस काय तिकडे?''

नानींनी वैतागाने फोन बाजूला ठेवला. खिडकीतून त्या आउट हाउसकडे फक्त पाहत उभ्या राहिल्या. महिला मंडळाचा हल्ला यशस्वी झाला. शरयू यादवला बाहेर काढले गेले. महिलांनी जल्लोष केला. तेवढ्यात एका मैत्रिणीने शलाकाचे लक्ष फाटकाकडे वेधले. तिथे अचानक चार-पाच मोटरसायकली येऊन उभ्या राहिल्या. त्यावरून तरुण पत्रकारांनी धडाधड पुढे झेप घेतली. काहींच्या हातात नोटबुके तर अनेकांच्या हाती कॅमेरे होते. ते सरसावून बातमी टिपण्यासाठी पुढे चालून येऊ लागले. त्याबरोबर शलाकाने पटकन शरयूला पाठीमागे महिलांच्या गर्दीत लपविले.

धिमी आणि करारी पावले टाकत शलाका बाहेरच्या गेटजवळ चालत आली. ती आडवी आल्याचे पाहून पत्रकार थबकले. दोन्ही ग्रूप एकमेकांकडे पाहत उभे राहिले. पत्रकारांकडे हसून पाहत शलाकाने विचारले, ''काय भाऊ, इकडे अचानक कुठे आलात?''

''वहिनीसाहेब, आम्ही कशासाठी आलो आहोत, ते सारं तुम्हाला ठाऊकच आहे की! तुम्ही मध्ये कशासाठी येता? आमच्या बातमीमध्ये कशासाठी कोलदांडा घालता?''

''बातमी? कशाची बातमी? बातमीसारखं इथं काहीच घडलेलं नाही,'' बारीक हसत शलाका बोलली, ''अहो, इथं आमच्या नानामामंजीच्या घरी दुपारी हळदी-कुंकू ठेवलेलं होतं. त्यासाठी आम्ही साऱ्या इथं जमून आलो होतो.''

पत्रकार हसले. आता हाताशी काही लागणार नाही, याचा त्यांना अंदाज आला. त्यांपैकी एकजण हसतहसत बोलला, ''वाऽ वहिनीसाहेब! आम्हाला बातमी कव्हर करता आली नाही; पण तुम्ही आपल्या फॅमिलीला चांगलं 'कव्हर' केलंत! हे बरं आहे. रंगही तुम्ही खेळता, पिचकाऱ्याही तुम्ही मारता; डोकी मात्र फुटतात सामान्य कार्यकर्त्यांची.''

"आम्ही तरी काय करणार भाऊ?" शलाका मंद हसत बोलली, "जेवढं जमेल, तेवढं कुटुंब एकत्र बांधायचं, हा बाईच्या जातीचा धर्म असतो; तोच पाळायचा प्रयत्न करतेय. दुसरं काय?"

रात्री उशिरा नानांची फॅमिली जेवणाच्या टेबलावर जमलेली. बबननानांनी आज खूप ढोसलेली. ते झिंगल्या स्थितीत जेवायला बसले अन् थोडेफार खाऊन तसेच डुलत झोपायच्या खोलीत निघून गेले. चंचलानानी मात्र आपल्या चिरंजीवावर आणि सुनेवर चांगल्याच भडकल्या होत्या. टेबलावर प्लेट आपटत त्या बोलल्या, "मेल्यांनो, आज जे काही घडलं ते चांगलं होतं, असं वाटतं तुम्हाला? ती चुडेल शलाका आमच्या घरावर हल्ला चढविते अन् तुम्ही हिजड्यासारखे चूप बसता?"

"जाऊ दे गं आई, त्या यादवीनीला मी आणून तीन आठवडे झाले होते. जेव्हा आणली, तेव्हा पुढनं आणि मागूनसुद्धा कशी गरगरीत आणि टकाटक दिसायची. आता सालीला चांगली सपाट करून ठेवली होती. काय राहिलं होतं तिच्यात?"

"बाजीरावऽऽ प्लीज, प्लीज तुम्ही केलं ते सोसलं मी; पण ही अशी घाणेरडी भाषा शोभते का तुमच्या तोंडात?" नेत्राने उघड नाराजी व्यक्त केली.

"तुम्हास्नी गुस्सा यायचाच! याच्यात दोष कोणाचा तुझा की माझा? तुम्ही तुमचं सौंदर्य टिकवायच्या काळजीमध्ये. आम्हाला कधी मूड आला की, तुम्ही नाठाळ गायीसारख्या लाथा मारायच्या. मग आम्ही बोंबट्या तरी कोणाच्या नावानं ठोकायच्या हो?"

त्या दोघांवर डोळे वटारत चंचलानानी बोलल्या, "अरे मूर्खांनो, तुमची ही लाडीगोडीची भाषा तिकडे बेडरूममध्ये जाऊन करा. माझा नातू शेजारी जेवतोय, त्या इवल्याशा पोराची तरी लाज धरा. अन् हे पाहा, मूळ विषयाला बगल देऊ नका. आज दुपारी त्या शलीनं इथं येऊन जी दादागिरी दाखवली; हा प्रकार असाच चालू राहिला, तर उद्या इथे फालतू कोल्ह्या-कुत्र्यांनासुद्धा जोर चढेल, याचं भान तरी ठेवाल की नाही?"

"ओके ओके मातोश्री!" बाजीराव हळू आवाजात बोलला,

"थोडं ऐकून तरी घ्या. आता कारखान्यावर परिवर्तन होतंय."

"कसलं रे?"

"आमच्या दोघांपैकी एकाला कारखान्याच्या डायरेक्टर बोर्डावर घेण्यासाठी शलाका हट्टाला पेटलीय. तसं तिनं त्या प्रिन्सला कन्व्हिन्सही केलंय."

"काय बोलतोस काय रे माझ्या सोन्या? दुपारी मला हे का फोनवर सांगितलं नाहीस? त्या बिच्चारीला चहाला तरी आत बोलावलं असतं रे मी."

"म्हणूनच सांगतो आहे मातोश्री, थोडं शांततेनं घ्या. उगाच कस्पटासाठी कपाळमोक्ष नको घडायला."

नेत्रादेवी आणि बाजीराव मनातून खूप खूश होते. आजवर जागत ठेवलेल्या महत्त्वाकांक्षेबद्दल आणि आकांडतांडवाबद्दल त्यांना खूप अभिमान वाटत होता. बापूरावांच्या कुटुंबाला लक्ष्य ठेवून असे जेरीस आणले नसते, तर नानांच्या याही पिढीला संचालकपदाचा प्रसाद मिळाला नसता. कालच तसा प्रस्ताव देऊन घोरपडेकाका येऊन गेले होते; पण आता कारखान्याचे संचालक यानेकी डायरेक्टर बनणार कोण? स्वतः बाजीराव की नेत्रादेवी? नानांनी तर सुरुवातीलाच पांढरे निशाण दाखवले, ''जे माझ्या जवानीत घडलं नाही, ते झंझट आता म्हातारपणात कशाला? मला सुखानं दारूत म्हातारपण घालवू द्या.''

नेत्रा आता जाम खूश होती. कारण वाऱ्याची दिशा जणू तिच्यासाठीच वाहत होती. बाजीरावच्या मित्रांनी त्यालाच पुढे व्हायचा आग्रह केला होता. तरीही त्याने आपल्या मनातली गोष्ट सर्वांपुढे स्पष्ट केली, ''संध्याकाळी सातनंतर झांजड पडताना आपुन कोणाच्या बापाचे नसतो. आपण, आपला ओठ, बकार्डी नायतर स्कॉचचा प्याला हीच आपली दुनिया! मैं तो रात का बादशहा! संध्याकाळी सातनंतर ते व्यवहार, तो पैसा, त्या ॲम्बिशन सारं गेलं गाढवाच्या हेच्यात.''

''पण बाजीराव, असं कसं बोलून चालेल? आपल्या दोघांपैकी कोणालातरी ती जबाबदारी उचलायलाच लागेल ना?'' नेत्रा बोलली.

''अगं, तेच तर सांगतो ना नेत्रे! माझ्यापेक्षा तू एवढं बडं शिकलेली. तूच हो तिकडे महाराणी. आपल्याला इंटरेस्ट नाही.''

ज्याचे त्याचे हिसाब आणि ठोकताळे ठरलेले असतात. एखादी संस्था कशी बुडवायची किंवा एखाद्या व्यक्तीला कसे रडवायचे, याची गणिते राजकारणात कौशल्याने मांडली जातात. त्याच न्यायाने एक दिवस काय वाटेल ते झाले तरी बापूरावांच्या कुटुंबाच्या हातून कारखान्याची सत्ता हिसकावून घ्यायचीच, असा

नानांच्या फॅमिलीचा निर्धार होता. सहकारी साखर कारखान्याच्या पाठीशी एखाद्या बँकेचा भक्कम आधार असावा लागतो. आंबेपूर जिल्ह्यात 'जिल्हा मध्यवर्ती सहकारी बँक' हा जिल्ह्यातील अनेक शुगर फॅक्टरींचा आधार असायचा. सध्याचे या बँकेचे अध्यक्ष नवनाथ जिरंगे म्हणजे सहकारातील आणखी एक झक्कास नमुना! कारखान्यावरून गाढवाचा नांगर लवकर फिरावा, अशी त्यांची मनोमन इच्छा असायची. जिरंगेंच्या जावयाला त्यांच्या इच्छेनुसार गजराच्या साखरविक्रीचे टेंडर मिळत नव्हते.

बाजीराव आणि नेत्राच्या धगधगत्या महत्त्वाकांक्षेचा वास जिरंगेंच्या नाकाला लागला. तसे ते त्या दोघांना बोलावून घ्यायचे. भडकवायचे, "अरे, तुम्ही कसले लढता? मला तर वाटायचं, बापूराव गचकले की, आठ दिवसांच्या आत शुगर फॅक्टरीच्या किल्ल्या तुमच्या ताब्यात येतील; परंतु तुम्ही तर राव मुलखाचे रडे निघालात."

"आम्ही तरी काय करणार साहेब, सहानुभूतीच्या रोगांतून भारतातली जनताच बाहेर येत नाही. बापूकाका हयात होते, तेव्हा त्यांच्यासाठी आणि ते मेल्यावर त्यांचा मुलगा म्हणून जनतेची सहानुभूती प्रिन्ससाठी!"

"अरे, तेच तर सांगतोय. प्रत्येक घराण्यात कोणीतरी कायम मरणार आणि जन्मालाही येणार. मग बाकीच्यांनी काय फक्त टाळ कुटत बसायचं?"

"पण साहेब, त्यांच्या राशीतच सक्सेस स्टोरीची गडद रेषा असेल तर?"

"तर ती तोडायची. बिलकूल खणून काढायची. लागतील तेवढे पैसे घेऊन जा; पण संघर्ष चालू ठेवा."

"संघर्षाची धार आम्ही केव्हाच बोथट होऊ दिलेली नाही. म्हणून तर ते नवरा-बायको आजकाल आमच्या हातापाया पडायला लागलेत. घाबरून तुमच्या घरात एखादं डायरेक्टरपद घ्या म्हणून विनवण्या करायला लागलेत."

"मग तुम्ही काय जबाब दिलात?"

"स्पष्ट सांगितलं, द्यायचंच असेल तर डेप्युटी चेअरमनचं पद द्या. नसेल तर आम्हाला नो इंटरेस्ट!"

बराच वेळ चर्चा झाली. जिरंगे साहेबांनी गोड गोड बोलत त्यांच्या दंडामध्ये विषाची इंजेक्शने देऊन टाकली. नेत्रा-बाजीराव जिरंगेंच्या बंगल्यातून बाहेर पडले. बाजीने मर्सिडीजचा स्टार्टर सुरू केला. तेवढ्यात आतून जिरंग्यांचा शिपाई धावत आला. "साहेबांनी तुम्हाला दोन मिनिटांसाठी बोलावलंय." पुन्हा त्या दोघांना कानमंत्र देत जिरंगे साहेब बोलले, "हे बघा, आता 'हे' पाहिजेल आणि 'ते' पाहिजेल असं म्हणत रुसवाफुगवा काढत बसायची वेळ नव्हे! तुमचे सारेच स्टार गाळात आहेत."

"तर मग काय करायचं साहेब?"

"जे मिळतंय, ते पटकन पदरामध्ये पाडून घ्यायचं. संचालक तर संचालक. पहिलं बोटीमध्ये घुसायचं. पुढे कुठेतरी पाणी खोल लागेलच. एखाद्या वादळाच्या तडाख्यात बोट सापडेलच. संधी बघून बोट बुडवायची. आजकाल लाइफबेल्ट, सेफगार्डचे पट्टे मिळतातच. तरून जायचं पण मारून निघायचं!"

"जसा आपला आदेश साहेब."

"हे पाहा पोरांनो, एक गोष्टतरी तुमच्या डोक्यात फिक्स आहे ना, एक वेळ साखर कारखान्याच्या जागेचा जळून कोळसा झाला तरी चालेल; पण तो त्या बापूरावच्या पोराच्या हातात राहता कामा नये."

"अगदी मनातलं बोलताहात तुम्ही, साहेब."

"देन गो अहेड! पहिलं बोटीत घुसा. पुन्हा मोका बघून थुका लावा, बुडवा बोटऽऽ!"

आता थोडी उशिरा का होईना; पण नेत्राला गजरा सहकारी साखर कारखान्यात संचालक या नात्याने 'एंट्री' मिळाली होती. त्या दिवशी पहाटे लवकर उठून तिने पूजा-अर्चा आटोपली. कारखान्याच्या प्रशासकीय भवनामध्ये पाऊल टाकताना पहिले डावे की उजवे टाकायचे. प्रवेशाची वेळ किती वाजताची, या साऱ्या गोष्टींची शास्त्रोक्त पद्धतीने खात्री करून घेतली होती. त्या वेळी एका शास्त्रीने पंचांगात नजर लावत आणि आपल्या पोटावरून खाली ओघळणाऱ्या जानव्याची गाठ ओढत पैजेवर सांगितले होते, "तुम्हाला हवं तर अगदी कागदावर लिहून देतो. येत्या काही महिन्यांच्या आत नेत्रादेवी तुम्हीच चेअरमन बनणार अन् तुमच्या मुठीतून तहहयात कारखाना बाहेर सुटणार नाही."

गुपचूप कारखान्यात घुसायचे, साऱ्या विभागांची माहिती करून घ्यायची. आपल्या वळवळत्या महत्त्वाकांक्षेचा कोणाला वास लागू द्यायचा नाही. थोडक्यात, आस्तेकदम आत घुसत राहायचे, असे नेत्राने ठरवले होते खरे; पण तिच्या पत्रिकेतले स्टार्स खूप वादळी आणि आक्रमक होते. त्याच दरम्यान कारखान्यामध्ये आतल्या आत एक प्रकरण धुमसत होते. मुंबईच्या एका व्यापाऱ्याला एम.डी. पानसे साहेबांनी बारा कोटी रुपयांची साखर विकली होती. स्वतःच्या अधिकारात तो निर्णय घेतला होता. त्याच्याकडून जरूर ते चेक्सही लिहून घेतले होते. म्हटले तर केस रूटीनच होती; पण जेव्हा चेकच बँकेत वठले नाहीत, माघारी आले, पुनःपुन्हा टाकूनही ऑनर झाले नाहीत; तेव्हा त्या व्यापाऱ्याने कारखान्याला बड्या रकमेला गंडा घातल्याची खात्री झाली. तसे सर्वांच्याच तोंडचे पाणी पळाले.

एकूणच शलाका, प्रिन्सच्या आणि साखर कारखान्याच्या जीवनात आल्यावर पहिल्यांदाच लोकांचे लक्ष्य झाली होती. तिचा चेअरमनची पत्नी या नात्याने आशीर्वाद असल्याशिवाय असा प्रकार घडूच शकत नाही. 'दाल में जरूर कुछ

काला है.’ सुरुवातीला छोट्या वाटणाऱ्या या प्रकरणाने मोठे स्वरूप धारण केले. एवढ्याशा माशीचे नेत्राच्या गटाने मगरीमध्ये रूपांतर केले. कारखाना, डिस्टिलरी नव्हे पल्याड बड्या गोडाउनच्या बाजूलाही ‘भानगड, भानगड’, ‘घोटाळा घोटाळा’ असे शब्द ऐकू येऊ लागले. बापूनगरातून जाहिरातीच्या सुगीसाठी उगवणारी छोटी गावपत्रे, अनियतकालिके आणि हळूहळू जिल्हापत्रांतून मोठ्या बातम्या झळकू लागल्या. वाईट जिभेच्या लोकांबरोबर चांगली सभ्य माणसेही, ‘अरे, या बाईला आणि या प्रिन्सला आम्ही आतापर्यंत चांगले समजत होतो.’ असे शंकास्पद शेरे उघडपणे देऊ लागली. कारखान्यावरचे साडेआठशे कर्मचारी, तीस हजार ऊसउत्पादक शेतकरी आणि उरलेले नागरिकही शलाका-प्रिन्स या दांपत्याकडे विचित्र आणि संशयी नजरेने बघू लागले.

सातत्याने होणारी कुजबुज, कानांवर पडणारे टोमणे आणि वाट्याला येणारी अकारण बदनामी यामुळे शलाका खूपच अस्वस्थ झाली. तालुक्यातील पत्रकारांच्या गटाने शलाकाला गाठले, “मॅडम, नेमका प्रकार काय आहे? ही बारा कोटींची अमाउंट छोटी नव्हे.”

“या भ्रष्टाचाराचा धनी कोण?” दुसरा गट पुढे सरसावला.

“हे बघा, या गोष्टींचा खुलासा आम्हाला करता येणार नाही.” नकळत शलाकाचा आवाज चढला, “हा व्यवहार जेव्हा पूर्ण झाला, तेव्हा प्रिन्स साहेबांच्या कारला बंगलोरजवळ ॲक्सिडेंट झाला होता; तेव्हा आम्ही सारेच तिकडे अडकलो होतो, हे तुम्हालाही माहीत आहे.”

“पण खुलासा कोण करणार मॅडम?”

“हे प्रकरण दिसतं तसं साधं नाही हं मॅडम? अजून तुम्ही दोघांनी अशा काय काय भानगडी केल्या आहेत, ते कळेल का?”

दरम्यान, जिल्हा बँकेचे अध्यक्ष जिरंगे साहेबांनी नेत्रा-बाजीला मुद्दाम जिल्ह्याच्या गावी बोलावून घेतले. सिक्रेट बैठक झाली, “बोट बुडायला लागली आहे. तुम्ही चूप राहू नका. त्या दोघांना पळता भुई थोडी करा.”

त्यातच काही मंडळींनी हाकाट्या सुरू केल्या. निदान एमडींवर तरी तत्काळ ॲक्शन का होत नाही? त्यांना बडतर्फ का केले जात नाही? म्हाताऱ्या पानसे साहेबांबद्दल प्रिन्सना मायेचा ओलावा होताच. त्यात एमडी रात्री उशिरा बंगल्यावर आले. शलाका आणि प्रिन्सच्या पायांवर गडाबडा लोळले, “मला वाचवा. मी बळीचा बकरा बनतोय. माझी काहीच चूक नव्हती. चांगला भाव येत होता म्हणून मी साखर विकली. त्या व्यापाऱ्याचं ट्रॅक रेकॉर्डही चांगलं आहे. मी इनोसन्ट आहे. त्यात माझ्या मुलीचं लग्न ठरल्याचं तुम्हाला माहीतच आहे. अचानक काही ॲक्शन घ्याल, तर मी जन्मातून उठायचो हो.”

जीवनामध्ये पहिल्यांदाच असे एखादे प्रकरण प्रिन्सच्या डोक्यावर येऊन आदळत होते. ज्यामुळे त्याची आणि शलाकाची भंबेरी उडाली होती. आजवर प्रिन्सकडे पाहून भ्रष्टाचारातील 'भ्र' उच्चारण्याचीही कोणाची हिंमत झाली नव्हती. मात्र, आजकाल जो उठत होता, तो त्यांच्याकडे संशयाने बघत होता. मोटारीमध्ये बसताना, मोटारीतून उतरताना, कॉरिडॉरमधून चालताना सर्वांच्या त्या तिरस्कारयुक्त आणि संशयी नजरांशी सामना करणे प्रिन्सला अवघड जात होते. इभ्रतीचा टवका उडाला होता. आता तर शलाकाकडे लोक खूपच संशयाने आणि घृणास्पद नजरेने पाहू लागले होते. बोलू लागले होते, "सत्ता-संपत्तीच्या हव्यासानं पहिल्या नवऱ्यावर लाथ मारणारी ही बाई, प्रिन्सच्या इज्जतीचं तिला काय पडलं आहे?"

त्यातच शासनाच्या सहकार विभागाचा नवा फतवा आला होता. नव्या शासकीय धोरणानुसार एखादी व्यक्ती जर सलग दहा वर्षे कारखान्याची चेअरमन असेल, तर त्या व्यक्तीला पुढे त्या पदावर राहता येणार नाही. नव्या चेअरमनची निवड करावी लागणार. लवकरच सर्वत्र हा फतवा अमलात येऊ लागला. बहुतांश कारखान्यांच्या चेअरमन लोकांचा आपले पुतणे, भाऊ, एवढेच काय जावई लोकांवरसुद्धा विश्वास नव्हता. आपण नसू तर वयात आलेला आपला पुत्र आणि तो लहान असेल तर स्वतःची धर्मपत्नी. एक वेळ ती अशिक्षित किंवा ठार अडाणी असली तरी चालेल, परंतु स्टँपाच्या शाईत तिचा अंगठा बुडाला तरी पुरेसे होते. कारण लक्ष्मीपेक्षा घरातला सत्तेचा कस्तुरीमृग प्रत्येकाला प्राणापेक्षा प्यारा होता. जर तो चुकून दुसऱ्याच्या वळचणीकडे वळला, तर जन्माचे मातेरे व्हायचे.

गजरा सहकारी साखर कारखान्याचे संचालक मंडळ प्रिन्स साहेबांच्या मुठीत होते. त्यांनी त्या पदावर दहा वर्षे घालविल्यामुळे ते आपली खुर्ची कोणाला देणार? "गजरा खोऱ्याचा नवा भाग्यविधाता कोण? बबननाना, बाजीराव, नेत्रादेवी, अनेकांना आतून गुदमरून टाकणारी एकच शंका – नेत्रादेवी की शलाकादेवी?"

संध्याकाळी प्रिन्स 'रिव्हर फ्रंट'वरच होते. त्यांना आणि शलाकाला दोन दिवसांतच दक्षिण आफ्रिकेच्या प्रवासाला निघायचे होते. शलाकाला मात्र बाहेर कुठे जायची इच्छा नव्हती. रोजच्या कटकटी आणि बदनामी व आरोपांमुळे ती कमालीची दुःखी झाली होती. मात्र, एकदाचे या दूषित वातावरणातून बाहेर पळावे, थोडा मोकळा श्वास घ्यावा असे प्रिन्सचे मत बनले होते. बंगल्यात परदेश प्रवासासाठीची आवराआवर आणि बांधाबांधीची घाई चालली होती. त्यातच दुसऱ्या दिवशी संचालक मंडळाची बैठक होणार होती. कारखान्याच्या इतिहासातला सर्वांत महत्त्वाचा निर्णय उद्या घेतला जाणार होता. उद्या नाही घेतला, तरी तो एक महिन्याच्या मुदतीमध्ये घेणे कायदेशीररीत्या बंधनकारक होते. नवा चेअरमन निवडणे आवश्यकच होते.

बाहेर तिन्हीसांजेचे दस्तुरखुद्द बबननाना भेटीस आल्याचे कर्मचाऱ्यांनी सांगितले. प्रिन्स मनातल्या मनात हसले. या भेटीमागच्या रहस्याचा बारीक अंदाज त्यांना आला होता. ''फॉरेन ट्रिपसाठी शुभेच्छा!'' असे सांगत नानांनी सुखसंवाद सुरू केला, ''जमाना तुमच्या वडलांचा – आमच्या बापूरावांचा असू दे किंवा पुढचे तुमचे दिवस असू देत. एक हाडाचा कार्यकर्ता या नात्यानंच आपण राबत राहिलो. तुम्ही लोकांनी जो, जेवढा आन् जसा आदेश दिला, तसाच पाळला. त्याच्यापुढं स्वतःची इच्छा, मन किंवा डोकॅलिटी कायबी वापरलं नाय, बघा – काय?''

''बोला; पुढे बोला नानाकाका.''

''तसा हा विषय काढायची नौबतच आली नसती. आभाळात जोवर चांदसूर्य असंल, तोवर चेअरमनच्या खुर्चीवर माझा प्रिन्सबाळ दिसावा, आसंच आजवर दिसेल त्या देवापुढं हे एकच गाऱ्हाणं घालत आलो होतो; पण करायचं काय? ह्यो नव्या नियमाचा आडवा दांडू सरकारनंच घातला. म्हणूनच दिशा बदलली.''

''तुम्ही सांगा नानाकाका, कोणाला बसवू या चेअरमनच्या खुर्चीवर?'' प्रिन्सने

सरळ मुद्द्यालाच हात घातला.

"आता म्या काय कपाळ सांगणार? मला ते झेंगट सोसणार नाही. रोज संध्याकाळी सहानंतर तोंडाला लावलेली बोतल सोडून माझा पोरगा बाजीराव कोणाच्या बापाचा नाही. मंग घरात उरलं कोण हो? एवढी एवढी लहान पोरं–"

"नानाकाका, मला तर वाटतं, तुमच्या नातवाला– 'सुपरप्रिन्स'लाच चेअरमन करावं; पण तो बिचारा पडला केवळ बारा वर्षांचा–" प्रिन्स.

"ते नसेना का, त्याच्या जागी त्याच्या आईला नेत्राबाईलाच करा ना चेअरमन! तीबी रग्गड शिकलीय. अगदी फाड फाड इंग्लिसवाली."

नानांनी एकदाची आपली इच्छा पटकन ओकून टाकली. मात्र, प्रिन्स चूप होता. तो काहीच प्रतिक्रिया व्यक्त करायला तयार होईना. तसा नानांनी हुशारीने पाण्यात अडकलेली आपली नाव बाहेर काढायचा प्रयत्न चालवला. ते हळूच वल्हे मारत बोलले, "हे बघा, तुम्ही तसं घाबरायचं किंवा लाजाबुजायचंही कारण नाही. अहो, ती तरी काय तुमच्यासाठी नवी आहे का? बाजीरावची आणि तिची ओळख होण्याअगोदरची तुमची मैत्रीण ती! म्हणजे एकूण काय चेअरमन बनणारी भावजय काय नी मैत्रीण काय, दोन्ही एकच!"

प्रिन्सने एक दीर्घ श्वास घेतला. त्याच्या मनावर असंख्य दडपणे आणि शंका-कुशंकांची ओझी वाढत होती. नेत्राच्या चेअरमनपदाची ती कल्पनाच मन गुदमरून टाकणारी होती. तो बोलला, "ठीक आहे. नानाकाका, मला विचार करायला थोडा वेळ द्या. मी जरूर बघतो काय करता येईल."

"हे बघ प्रिन्सबाळ, तुम्ही आता उगाच वळसा घेताय. मी स्पष्टच सांगतो ना. तुम्हाला आपल्या घरात उगाच ही तुमच्या त्या बड्या बड्या डीलिंग आन् ब्लॅक-व्हाइटच्या व्यवहाराची भीती वाटत असणार! ते सारं काम गैरसोयीचं वाटत असंल; पण मी तुम्हाला शब्द देतो ना– तुमचं हे जे काही अंडरटेबल, ओव्हरटेबल– हे सारे जे आतघुसणीचे व्यवहार होतील, त्याच्यामध्ये मी काय किंवा बाजीराव काय आमच्यापैकी कोणीच उगाच नाक खुपसणार नाय. शेवटी कुठल्याही भोकातनं 'येणारी लक्ष्मी' डोंगरे-देशमुखांच्या घरातच येणार आहे ना? आपण सारे मिळून स्वागत करू या की!"

कधीही स्पष्ट न बोलणाऱ्या नानांच्या जिभेला आज चांगलीच पालवी फुटली होती. हुशार शिकारी टप्प्यात आलेलं हरीण बाजूला पळू देत नाही, तशाच ईर्षेने बबननानांनी नेम धरलेला. अर्धा-पाऊण तास त्यांनी जीवापाड बॅटिंग केली; परंतु प्रिन्सने निर्णयासाठी वेळ मागून घेतला. आपल्या पोटातले पाणी हलू दिले नाही. काही कळू दिले नाही.

मनातून वैतागलेल्या नानांनी चेहऱ्यावर नैराश्य येऊ दिले नाही. शेवटी आपण

सत्ता खेचून आणू, याची त्यांना खात्री होती. ते बाहेर पडले आणि शलाका तेथे आली. प्रश्नार्थक नजरेने प्रिन्सकडे पाहू लागली. तेव्हा प्रिन्स बोलला, ‘‘बुड्ढा महाबिलंदर, महावस्ताद आहे. माझ्याकडून हवा तो शब्द घेण्यासाठी खूप धडपडले ते. शेवटी निघून गेले; पण मोका पाहून डंख मारायला नानाकाका कमी करणार नाहीत.’’

नाना जीपमधून खाली उतरले. आपल्या बंगल्याच्या पायऱ्या चढू लागले. तेव्हा नानीने त्यांना उंबरठ्यावरच काळजीने विचारले, ‘‘का हो, इतके सुतकात असल्यासारखे चेहरा पाडून कुठून आलात?’’

‘‘अगं बघ ना, खूप डोकं फोडलं त्या प्रिन्ससमोर. म्हटलं, बाहेरचं कुठलंतरी सोंग आणण्यापेक्षा आमच्या सूनबाई आहेत. चिक्कार बुकं शिकलेल्या आहेत.’’

‘‘मग?’’

‘‘आज्याबात दाद लागू दिली नाही. म्हणाले, उद्याच्या मीटिंगपुढे विषय ठेवू. बाकीच्या लोकांचीबी मनं जाणून घेऊ.’’

‘‘अहो, कितीही डोकं आपटा. काहीही फरक पडणार नाही. कारण ते रक्त बापूरावांचं आणि त्या बदमाश सुजाताचं आहे ना.’’

‘‘ठीक आहे. च्यायला. आम्हाला नाही मिळू दे चेअरमनपद; पण चंचले, पुढची दिशा मला खूप वाईट दिसते बघ.’’

नाना धाप लागल्यासारखे बोलले.

‘‘अहो, सांगा तरी–’’

‘‘हे बघ, त्या प्रिन्सच्या डोक्यात त्याचा जो ‘चॉइस’ आहे, त्यापेक्षा माझी सून खूप लंबी शिकलीय. ती नसेल, तर माझा बाजीराव आहे. ज्या काही सह्या घ्यायच्या आहेत, त्या ‘संध्याकाळी सातच्या आत’ घ्या ना.’’

‘‘कोण, आहे कोण त्याच्या डोक्यात?’’

‘‘शेवटी तुमची आमची सर्वांची काशी होणार अन् ती भटकभवानी शलाका चेअरमनच्या खुर्चीवर बसणार!’’ नानांनी रडका सूर लावला.

झाडाची फांदी तुटावी, तसे नाना रपकन खुर्चीत बसले. नानीने अतिशय वैतागाने टेबलावर हात आपटला. नेत्राने आपल्या कपाळावर चापट मारून घेतली. बाजीरावच्या तोंडावर तर त्या बातमीने गाळमातीसारखा काळा लेप चढला. पुरी फॅमिली तितरबितर होऊन गेली.

‘‘तो प्रिन्स बिचारा मनानं चांगलाच आहे. निकोप आणि निष्पाप. तितकाच अननुभवी आणि भाबडासुद्धा! तसं नसतं, तर दुसऱ्याशी लग्न झालेली आणि दुसऱ्याच्या बिछान्यावर बाटलेली ही बाई त्यानं जवळ तरी केली असती का?’’

साऱ्यांचे एकमत झाले. शलाकाच्या विळख्यातून प्रिन्सला आणि साखर

कारखान्याला बाहेर काढणे आवश्यक होते. हळूहळू या परिसराभोवती गडद बनत जाणाऱ्या शलाकाच्या कृष्णछायेला छेद देणे आणि पिटाळून लावणे खूप आवश्यक होते. नेत्रा तर आतून-बाहेरून संतापाने उफाळून गेली होती. तोंडावाटे वाटेल ते बडबडत सुटली होती. "शलाका म्हणजे घरात घुसलेली ही चेटकीण, ही 'बीच'– कुत्ती कुठली! कोणत्या देवानं बनवली असेल हिची पत्रिका! माझ्या मुळावरच तिच्या अज्ञात बापानं आणि ज्ञात आईनं तिला जन्माला घातलं असावं का? आधी माझ्या नशिबातला प्रिन्स पळवला. आताशी कुठे चेअरमनपदाची संधी माझ्या नशिबात चालून येत होती. तिथेही तिनं कडमडावं? आणि स्वतःसाठी माझे पाय तोडावेत?"

दुसऱ्या दिवशी ठरल्यावेळी कारखान्याच्या बड्या मीटिंग हॉलमध्ये सभेचे कामकाज सुरू झाले. याआधीच काही सदस्य साउथ इंडियाच्या ट्रिपला गेलेले. आता कोरमसाठी किमान चौदाजणांची आवश्यकता होती. मात्र, काल आंबेपूरला कृषी प्रदर्शन पाहण्यासाठी सहाजण गेलेले. खूप वाट पाहूनसुद्धा ते वेळेत पोहोचू शकले नाहीत. रस्त्यात टायर फुटला म्हणतात. एकूण काय तर कोरमअभावी बैठकीचे कामकाज झालेच नाही. सहनिबंधकांनी पुढची बैठक महिन्याच्या अंतराने घेऊ, तशी आगाऊ सूचना देऊ; असे सांगत प्रोसीडिंगही लिहून टाकले. तोवर प्रिन्स आणि शलाकाचा साउथ आफ्रिकेचा दौरा पार पडणार होता.

त्या रात्री नाना इतके वैतागले होते की, त्या रागापोटी त्यांनी दारूचा एक थेंबही घेतला नव्हता. कदाचित हा त्यांच्या कारखान्याच्या कारकिर्दीतला असा एकमेव भाग्यदायी दिवस असावा. नाना खूपच चिरडीच्या सुरात बोलले,

"आजची बैठक व्हायलाच पाहिजे होती. पुढे गेलीच कशी? गाडीचा टायर फुटला नव्हता. माझ्या माहितीप्रमाणं तो मुद्दाम फोडला गेला. मुद्दाम ती मेंबरं कसली मेंढरं उशिराच यायला लावली. शेवटी कोरमच्या नावानं बोंब ठोकली. मुद्दाम वेळ पुढे नेली."

"असं कसं बोलता नाना?" मध्येच तोंड घालत बाजीराव बोलला, "जर प्रिन्सला आपण सारे म्हणतो तशी शलाकाला चेअरमन करायची होती, तर वाट्टेल ते प्रयत्न करून त्यानं आजच निर्णय घेतला असता."

"अरे, थोडा भेजा वापर गाढवीच्या पोरा." नाना प्रचंड भडकले, "अरे, त्या बयेला आजच चेअरमन बनवलं, तरी दोन दिवसांत ती जोडी फॉरेनला जाणार, हे तर फिक्स होतं. त्या तसल्या बदनाम बाईला, अनेकांच्या संसाराचा अनुभव असलेल्या बाईला त्यांनी चेअरमन बनवली म्हणून गावातले लोक भडकले. त्यांनी डोळ्यांमागं काही उलथापालथ केली, तर ती आग तो फॉरेनला राहून कसा विझवणार? म्हणूनच त्यानं रान मोकळं पाडलं. योग्य वेळी पीक घेणार तो. अरे, एवढी तिरकी चाल कळत नाय का आम्हाला?"

"चलाऽऽ म्हणजे पुरा सत्यानाश! ती छिनाल चेअरमनच्या गादीवर बसणारच तर!" नानी भडकल्या.

"तेच संचित आहे."

"अहो, पाहू याना ती शलाका कशी चेअरमन बनते ती? तिला त्या खुर्चीपर्यंत पोहोचू देण्यापूर्वी मी तिच्या अंगावर पेट्रोलचा कॅन ओतेन अन् तिला जिवंत जाळेन; नाहीतर मी स्वतःच्या अंगावर पेट्रोल ओतून घेईन; पण मी जगायची नाही," अन् रागाच्या त्या अत्युच्च क्षणी नेत्राचे मन वैफल्याने गळून गेले. हुंदक्यांवर हुंदके देत ती रडत बोलली, "बघा हं सासुबाई, सांगा माझ्या हुशार सासऱ्याला आणि बुद्धू नवऱ्याला मी यापुढे आणखी काही दिवस जगावी वाटत असेल, तर करा काहीतरी. रोखा त्या रंडीला." नेत्राच्या डोळ्यांतून अश्रू नव्हे, तर रक्ताच्या गाठी फुटून वाहत आहेत, असेच बबननानांना वाटले.

गजरा सहकारी साखर कारखान्याच्या इतिहासात असा अभूतपूर्व प्रसंग केव्हाच घडला नव्हता. याआधी एखाद्या चेअरमनवर अविश्वासाचा ठराव येण्याचा प्रसंग कधीच उद्भवला नव्हता, कारण आरंभी कारखान्याचे संस्थापक स्वामी शीलभद्र योगी यांची तीन वर्षे सोडली, तर नंतर डोंगरे-देशमुखांच्या घराण्याचेच इथे अविरत राज्य होते. आजचा प्रसंग खरेच बाका होता. वास्तविक पाहता दक्षिण आफ्रिकेच्या दौऱ्यावरून प्रिन्स साहेब परत येतील, त्यानंतर तत्काळ नव्या चेअरमनची निवड होईल, अशी अपेक्षा होती; परंतु त्याआधी प्रिन्स साहेबांवरच आक्रमक धाडसाने अविश्वासाचा ठराव आणणे आणि नव्या चेअरमनची निवडसुद्धा तशाच आक्रमक पद्धतीने व विनाविलंब करण्याचा कौशल्यपूर्ण घाट घातला गेला होता. एक प्रकारे डोंगरे-देशमुखांच्या सत्तेतल्या मुख्य शाखेला धोबीपछाड लावला गेलेला.

आजच्या बैठकीतील सर्वांत औत्सुक्याचा मुद्दा वेगळाच होता. ज्यांच्या विरोधात अविश्वास मांडला जाणार होता, ते प्रिन्स या बैठकीसाठी कसे उपस्थित राहणार? ते भारतात परतून आल्याचीही वार्ता नव्हती.

आजच्या वादळाचा मुख्य बिंदू कारखान्याच्या आत बड्या मीटिंग हॉलमध्ये होता; परंतु एखाद्या किल्ल्याभोवती सैनिकांचा वेढा पडावा, तसा सुमारे चार हजार नागरिक आणि ऊसकरी शेतकऱ्यांनी कारखान्याभोवती घेराव घातला होता. याआधी राजकीय सभांना लोक आणण्यासाठी कारखान्याचे ट्रक पाठवले जायचे; परंतु आज मात्र घरच्या भाकरी सोबत घेऊन स्वखर्चाने हजारो शेतकऱ्यांनी आणि बघ्यांनी तिथे गर्दी केली होती.

तीन आठवड्यांमागे प्रिन्स सपत्नीक परदेश दौऱ्यावर गेले. त्या क्षणापासूनच त्यांच्या विरोधकांनी अपप्रचाराच्या आगी पेटवायला सुरुवात केली होती. रोज

वायफळ गप्पा, व्यवहाराचे कल्पित व अकल्पित बडे बडे आकडे, रंगतदार दंतकथा असे कल्पनेचे ट्रकच्या ट्रक भरून बगॅस आगीत ओतला जात होता; त्यामुळे आगीने असा जबरदस्त पेट घेतला होता की, कारखान्याचा बडा बॉयलरसुद्धा इतक्या क्षमतेने असा धडाडून पेटला नसेल. एमडी पानसे साहेबांनी परस्पर विकलेल्या बारा कोटींच्या साखर प्रकरणाने पुन्हा नवी धार पकडली होती. रोज चव्हाट्यावर नवनवी प्रकरणे गाजत होती. प्रदूषण वाढतच होते; त्यामुळे लोकांना प्रिन्स आणि शलाका इतके भानगडखोर असल्याचे नव्यानेच समजून येत होते.

नेत्रादेवीने तालुक्यात ग्रामसभा घेण्याचा एकच सपाटा लावला होता. 'भ्रष्टाचारमुक्त साखर कारखाना' असा नारा त्यांनी दिला होता. कारखान्यासमोर सहकारमहर्षी बापूरावांचा पूर्णाकृती पुतळा उंच चबुतऱ्यावर तसाच उभा होता. बागेतला माळी रोज त्यावर लांब नळीने पाण्याचे फवारे उडवून तो पुतळा धुवून काढायचा; पण आज पुतळ्याला अंघोळ मिळाली नव्हती किंवा नेहमीसारखा फुलांचा हारसुद्धा. स्वतः बापूरावच तिथे आज काळपट आणि दुःखी चेहऱ्याने उभे असल्यासारखे दिसत होते.

आजचा हा गजरेकाठचा न भूतो न भविष्यती सोहळा 'याचि देही याचि डोळा' पाहण्यासाठी जिल्ह्याच्या सहकार क्षेत्रातली बडी बडी धेंडे आपआपल्या मोटारींनी बापूनगरकडे धावत होती. सर्वांच्या आधी कारखाना स्थळावर जिल्हा बँकेचे अध्यक्ष नवनाथभाऊ जिरंगे पोहोचले होते. आयुष्यात एकही दिवस विदाउट ए.सी.नं जगलेला हा बिलंदर मनुष्य. सहकार क्षेत्रातला हा सुवर्णकिडा समोरच्या पिंपळाच्या झाडाबुडी आपली कॉन्टेसा पार्क करून उभा होता. मोटारीतून कारखान्याच्या इमारतीकडे आणि विशेषतः बापूरावांच्या पुतळ्याकडे खुनशी नजरेने पाहत तो मुद्दाम हसत होता. बापूरावांना एक ना एक दिवस घरात बसवायची त्याची धगधगती गुप्त प्रतिज्ञा वास्तवात आली नव्हती. ते जमलेच नव्हते. मात्र, आज बापूरावांचे चिरंजीव अपमानित होऊन घरी जाणार, या कल्पनेने स्वारी कमालीची खूश होती. आजचा हा प्रसंग घडून यावा, यासाठी बाजी आणि नेत्राला त्याने भरघोस अर्थसाहाय्य केले होते. भले त्या दोघांकडून स्टॅम्पवर त्यांच्या बऱ्याच प्रॉपर्ट्या लिहून घेण्याची हुशारी दाखवली होती; परंतु एकदा पतपुरवठा करायचे ठरवल्यावर जिरंग्याने पुन्हा आपला हात आखडता घेतला नव्हता.

बैठकीची वेळ भरत आली. अख्ख्या बापूनगरात कमालीची उत्सुकता पसरली. प्रिन्स गटाचे सामान्य कार्यकर्ते आणि चाहतेही कमालीचे हवालदिल बनले होते. या दोन दिवसांत प्रिन्स येथे पोहोचण्याची शक्यता होती; पण ते अद्यापही पोहोचले नव्हते. त्यांच्या विरोधी गटाने प्रिन्सच्या वकिलाकडे नोटीस पोहोचवण्याची, प्रिन्सच्या बंगल्यावर नोटीस डकवून तिचा पंचनामा करून सर्व कायदेशीर प्रक्रिया पार

पाडण्याची काळजी घेतली होती; त्यामुळे ते आले किंवा न आले तरी मीटिंगला कायदेशीर स्वरूप आणले गेले होते. परदेश दौऱ्यावरून येताच प्रिन्सना नव्या चेअरमनची घोषणा करायची होती. मात्र, त्याआधीच त्यांना संधी न देता 'राज्यक्रांती' घडवून आणायचा डावपेच विरोधकांनी मोठ्या कौशल्याने आखला होता.

सभागृहात शेखर शेट्टी नावाचा संचालक इकडून तिकडे खूप नाचत होता. त्याच्या तोंडात पानाचा तोबरा होता. मध्येच त्याच्या ओठांच्या कोनातून पानाचा रस गळायचा. तो तसाच रुमालाने पुसायचा. खरेतर कारखान्यावर खूप छोटी कंत्राटे घेणारा हा एकेकाळचा ठेकेदार. बापूरावांनीच त्याला ऊसउत्पादक सभासद बनवले होते. संचालक म्हणून त्यांनीच त्याला पहिल्यांदा कारखान्याचा दरवाजा दाखवला होता. मात्र, तोच शेखर आता जिरंगेंचे धोतर पकडून अव्वल गद्दारीचे नवे नवे रंग दाखवत होता. याआधी मानेला हाडच नसल्यासारखे वर्षानुवर्षे खालमुंडी घालत चालणारे, बैठकीत कोणताही शब्द न उच्चारता काजुगरे हडपणारे, मीटिंगच्या टेबलावर ठेवलेल्या प्लेटीतले मूठभर काजू हळूच आपल्या सदऱ्याच्या खिशात कोंबणारे अन् भत्त्याचे पाकीट आणि कारखान्याची मोटार घेऊन गावोगाव उंडारणारे संचालक. आज कसा प्रत्येकजण सरड्यासारखा ताठ दिसत होता. बुळ्यांना बजरंगाचे बळ चढले होते. प्रिन्सच्या माघारी बहुतांश सगळ्या संचालकांनी गद्दारीचा सुका मेवा चापला होता. लक्ष्मीच्या थैल्या बैठकीपूर्वीच सुस्थळी जाऊन पोहोचल्या होत्या आणि त्या खात्रीमुळेच प्रत्येकाच्या तोंडावरच्या हास्याला एक नवा रंग चढला होता.

एकदाची संचालक मंडळाची मीटिंग सुरू झाली. अध्यक्षस्थानी सहकार खात्याचे उपनिबंधक होते. नेत्रादेवींनी डोळ्यांनीच पंपिंग केले, तसा चोमड्या शेखर शेट्टीने माइक हातात घेतला, "या कारखान्याच्या आम्हा सर्व संचालकांचा चेअरमन प्रिन्स किंवा त्यांच्या फॅमिलीतील कोणावरही विश्वास उरलेला नाही. इथे खूप खूप मोठा भ्रष्टाचार सुरू आहे. एकच कुटुंब अख्खा कारखाना प्रायव्हेट प्रॉपर्टी असल्यासारखी गिळत सुटलं आहे. अरे भाऊ, दुसऱ्यांनाबी पोटं आहेत. प्रिन्स किंवा त्यांच्या पत्नीवरही आमचा काडीचा विश्वास उरलेला नाही..."

"अरे शेखर भाऊऽऽऽ पत्नी कसली मैत्रीण बोला की राव!" पाठीमागून कोणीतरी आवाज दिला.

"येऽऽ कोण बोलला रे तो? तू गप्प रे."

"तुला का राग येतो रे? मी काय झूट बोललो?"

"अरे मित्रा, तुला असं कसं बोलता येईल? त्या बाईनं 'दुसरा नवरा' केला असला, तरी या बाबाची ती पहिलीच बायको आहे ना?"

सभागृहात हास्याची जोरदार लाट अवतरली. नेत्रा आणि पाठीमागे उभ्या असलेल्या

बाजीरावनेही पोटभर हसून घेतले. फाटक्या तोंडाचे लोक काहीही बोलत होते.

नवनाथ जिरंगेच्या मदतीने चोवीसपैकी चौदा मेंबर फुटले होते. अविश्वासाच्या ठरावाचे प्रोसिडिंग सुरू होते. विजयोत्सुक गटाने उपनिबंधक साहेबांची राहण्या-खाण्याची व्यवस्था लाडक्या जावयाच्या अपूर्वाईने केलीच होती. सभेचे काम चालू असतानाच पाठीमागे उभ्या असलेल्या बाजीरावला एकाने हाक दिली, ‘‘बाजीराव, तय्यारी जोरात आहे ना?’’

‘‘बिलकूल.’’

‘‘अहो, पण तुमचे महत्त्वाचे दोन ‘प्लेअर’ अजून दक्षिण आफ्रिकेच्याच पीचवर आहेत, ते कधी येणार?’’

‘‘येतील बुवा. काय सांगावं? अजून विमानांचा संप झाल्याचं काही ऐकिवात नाही,’’ खवचटपणे हसत बाजीरावच सांगू लागला, ‘‘अहो, आमच्या सौंची तयारी बघूनच आम्ही बॅकसीट पसंत केली. सौंना चेअरमनची फ्रंटसीट देऊन टाकली. त्या पुरेशा कर्तबगार आहेत.’’

‘‘काय हो? सांगा ना, आफ्रिकेत अडकलेली ती जोडी वेळेत इथं पोहोचेल का?’’

‘‘कशी पोहोचणार? आम्ही तर वेगळंच ऐकलंय बुवा.’’

‘‘काय? काय?’’ पाच-सहाजण एका सुरात औत्सुक्यानं विचारू लागले.

‘‘काहीतरी टेक्निकल कारण झालं म्हणतात अन् मुंबईच्या ट्रॅव्हल एजंटनं त्यांची बिझनेस क्लासची कालची दोन्ही तिकिटं कॅन्सल केली.’’

एकूणच आता साऱ्या सभागृहाच्या लक्षात आले. या वेळी नेत्रा-बाजीच्या जोडीने खूप तयारी करून विचारपूर्वक डाव टाकला आहे. अचूक सापळा लावला आहे. त्यांच्या तडाख्यातून पंछी सुटणार नाहीत. ते टोकरीतच पडून जखमी, बेहोश होणार.

अविश्वासाच्या ठरावावर गरमागरम चर्चा सुरू होती. पिसाळलेल्या गोमाशांसारखे ते चौदा डायरेक्टर डोंगरे-देशमुखांच्या पिढ्यांचा उद्धार करत होते. तेवढ्यात सभागृहाच्या बाहेर मोठा गोंधळ उडाला. पाठोपाठ ‘प्रिन्स साहेबांचा विजय असो,’ ‘शलकाभाभी की जय’ अशा जोरदार आरोळ्या ऐकू येऊ लागल्या. पाठोपाठ सभागृहात प्रिन्स आणि शलाकाने धीरोदात्तपणे प्रवेश केला, तेव्हा सर्वांची ताणलेली बुबुळे त्यांच्या डोळ्यांच्या खोबणीत अडकल्यासारखी झाली. श्वास कोंडले, हातापायांतून भीतीचे गोळे येऊन गेले. आता अगदी शेवटच्या क्षणी आपण रचलेल्या कटावरून बोळा फिरणार, या भीतीने नेत्रादेवींचा चेहरा तर पांढराफटक पडला.

आपला गड आपल्या विरोधकांनी अंतर्बाह्य पोखरल्याची जाणीव प्रिन्स आणि

शलाका यांना झाली. त्यांच्या गटाच्या अनेक संचालकांच्या झुकल्या गेलेल्या नजरा स्वतःला विकल्या गेल्याची उघड पोहोचपावती देत होत्या. प्रत्येकाला डझनभर प्रलोभनांची इंजेक्शने दिली गेली होती. प्रत्येक फुटिराला दहा लाखांच्या कॅशचे खंडोबाच्या मूर्तीवर हात ठेवून वचन दिले गेले होते. प्रत्येकाच्या घरी निम्मी म्हणजे पाच लाखांची रक्कम पोचलीही होती. उरलेल्या रकमेसाठी दगाफटका व्हायला नको म्हणून ती सारी रक्कम एका श्रीमंत परंतु गरीब स्वभावाच्या व्यापाऱ्याकडे जमा केली गेली होती. त्याने उर्वरित लक्ष्मी काम होताच ज्याची त्याला पोहोचवली नाही, तर त्याचे मकान आणि दुकान आगीच्या भक्ष्यस्थानी पडेल, याची त्यालाही कल्पना होती. सारा व्यवहार कसा चोख, स्वच्छ आणि प्रामाणिक भावनेने घडवून आणला गेला होता.

नेल्सन मंडेला यांचे रॉबिन आयलँड या बेटावरील स्मारक बघून प्रिन्स आणि शलाका बोटीतून केपटाउनच्या किनाऱ्यावर उतरत होते, तेव्हाच त्यांना बापूनगरमध्ये आपल्या सिंहासनाखाली विरोधकांनी सुरुंग पेरल्याचा मोबाइलवर पहिला फोन आला होता. ती धक्कादायक बातमी ऐकताच ते तेथून हॉटेलकडे फिरकलेही नाहीत. त्यांनी आपल्या सामानाची पर्वा केली नाही. खिशात फक्त पासपोर्ट आहेत, याची खात्री करून टॅक्सीने एअरपोर्ट गाठले. त्या विमानतळापर्यंतच्या काही मिनिटांच्या प्रवासात त्यांना आणखी दोन मोठे धक्के बसले. उपनिबंधकाच्या ऑफिसने कागदोपत्री तीन आठवडे मुदतीची नोटीस काढली होती; पण ती सर्वांना चारच दिवसांपूर्वी समजली होती. शिवाय ऐनवेळी कुठल्यातरी तांत्रिक कारणावरून प्रिन्स-शलाकाची परतीची बिझनेस क्लासची तिकिटेही रद्दबातल झाली होती. गावाकडचे कार्यकर्ते उठतात आणि छोट्या-मोठ्या कारणांवरून एवढ्या दूरही फोनवरून सतावतात. इतक्या दूर देशात आलोच आहोत तर नित्याच्या कटकटीपासून दूर राहावे, त्यासाठी प्रिन्स आणि शलाकाने पाच दिवसांपासून आपले मोबाइल पूर्णतः बंद करून ठेवले होते. एकूणच दुर्दैवाची आणि वाऱ्याची दिशा त्यांच्या विरोधात वाहत होती. फोनचा संपर्क पूर्णतः बंद ठेवल्याची केवढी मोठी शिक्षा जालीम जमान्याने त्यांना देऊन टाकली होती.

ऐनवेळी धावाधाव करून दुबईमार्गे प्रिन्स सपत्नीक सभागृहात येऊन पोहोचले खरे; परंतु या वेळच्या सुप्त आणि उघड विरोधकांच्या कातिल घावाची धार खूपच टोकदार होती. आपल्या बापाच्या गव्हाणीत जन्मभर रवंथ करणारे संचालकही विरोधकांच्या कोंडवाड्यात जाऊन अडकल्याचे स्पष्ट दिसत होते. एवढ्या दूरवरून, इतकी धावाधाव करून सभागृहात पोहोचूनसुद्धा मनाप्रमाणे चक्र फिरवता आले नाही. बिघडलेली घडी सावरता आली नाही. प्रिन्सवरचा अविश्वासाचा ठराव बहुमताने पास झाला. कागदोपत्री सोपस्कार पार पाडणे सुरू झाले. मुख्य प्रोसीजरचे

काम संपले. बापूरावांपासून आतापर्यंत एकनिष्ठ राहिलेले बाराजण पुढे आले. प्रिन्सच्या गळ्यात गळा घालून ते म्हातारे ढसाढसा रडले. प्रिन्स धीराने बोलले, ''जाऊ दे ना आप्पा. त्या लोकांनी मुद्दाम डोह गढूळ करून नदीचं पाणी नासवलं आहे. हळूहळू का होईना दूषित पाणी वाहून जाईल.''

जेव्हा प्रिन्स शलाकासोबत प्रशासकीय इमारतीच्या पायऱ्या उतरू लागले, तेव्हा मोटारीत बसता बसता त्यांची नजर आपल्या वडलांच्या पुतळ्याकडे गेली तशी प्रिन्सच्या दोन्ही डोळ्यांना अश्रूंची धार लागली. शेजारी बसलेल्या शलाकाने त्यांच्या हाताचा पंजा आपल्या हाती घट्ट पकडला. डोळ्यांनीच प्लीज रडू नका. नेत्याला अश्रू गाळायचा अधिकार नसतो, असेच तिचा मुका आणि भावव्याकूळ चेहरा प्रिन्सना बजावून सांगत होता. तेवढ्यात समोरच्या बाजूने सात-आठशे लोकांचा जमाव 'हुर्योऽऽ हुर्योऽऽ' करत हर्षाने आरोळ्या ठोकत आत घुसला. कारखान्यावरील 'क्रांतीचे शिल्पकार' म्हणून त्या जमावाने नवनाथ जिरंगेला खांद्यावर उचलून धरले होते. फटाक्यांचा पाऊस आणि गुलालाच्या फैरी उडत होत्या. त्या जल्लोषाच्या आक्रमणात अडकलेली प्रिन्स साहेबांची मोटार कशीबशी बाहेर वाट काढत होती.

ती रात्र प्रिन्स आणि शलाकासाठीसुद्धा तापदायक आणि अंतर्बाह्य पोखरणारी होती. प्रिन्स गटाचे छोटेमोठे नेते आणि कार्यकर्ते खूप घाबरले होते. त्यांचा आत्मविश्वास ढळला होता; त्यामुळे हवेत अनेक वावड्या उठल्या होत्या. भयभीत कार्यकर्त्यांचा एक गट रात्रीचाच 'रिव्हर फ्रंट'कडे धावतपळत आला. ते अतिशय घाबरल्या स्थितीत प्रिन्सला सांगू लागले, ''बाजीराव आणि नानांची माणसं सारेजण मोठा जमाव करून तुमच्या बंगल्यावर चालून येणार आहेत.''

''ते कशाला?''

''त्यांचं म्हणणं 'रिव्हर फ्रंट' हा बंगला कारखान्याच्या मालकीचा आहे; त्यामुळे या प्रॉपर्टीत घुसायचं आणि अंगावरच्या वस्त्रांबरोबर तुम्हाला त्यांना येथून हाकलून बाहेर काढायचं आहे.''

प्रिन्स मनातून हादरला. प्रश्न त्यांच्या राहत्या घराचा होता. ते पुटपुटले, ''माझ्या माहितीप्रमाणं ही वास्तू माझ्या बापाच्या मालकीची आहे. मी कशाला सोडू ती?'' अपयशाच्या गर्तेत अडकलेला माणूस अधिकच भांबावून जातो. प्रिन्सने पटापट फोन लावले. तो आपल्या पीएंना आणि वकिलांना विचारू लागला, ''अरे, आमच्या घराचा प्लॅन कुठं आहे? सात-बारा कुठं आहे?'' प्रिन्सची ती घाई आणि गडबड बघून शलाका पुढे धावली. तिने त्यांच्या हातचा मोबाइल हिसकावून घेतला. ती त्यांना समजावू लागली. ''प्लीज प्रिन्स, प्लीज, इतकं एक्सेन्ट्रिक बनू नका. आपलं काहीही बिघडणार नाही. देव तुमच्या पाठीशी आहे.''

''शलूऽऽ यू डोन्ट नो द डेरिंग ऑफ माय अपोनंट्स. माझ्या विरोधकांच्या धाडसाची आणि नालायकपणाची तुला कल्पना नाही. मला चिरडण्यासाठी कोणत्याही पायरीवर चढतील ते.''

''प्लीज, नका काळजी करू. काही करू शकत नाहीत ते. हे घ्या.''

प्रिन्ससमोरच्या टेबलावर शलाकाने अलगद एक फाइल ठेवली. ती उघडून प्रिन्स एक एक पान पटापटा उलटू लागला. बापूरावांच्या काळापासूनची सर्व मालकी हक्कांची पत्रे, स्वतः खरेदी केलेल्या बंगल्याच्या जागेचे कागदपत्र, बिल्डिंगचा मंजूर प्लॅन आणि अगदी अलीकडचे म्हणजे गेल्या महिन्यातील मालकी दाखवणारे सात-बाराचे उतारेसुद्धा त्यात होते. त्यात बापूरावांचे वारसदार म्हणून प्रिन्ससाहेब बापूराव डोंगरे-देशमुख अशा नावाचा बंगल्याच्या मालकी हक्काचा ताजा उतारा पाहून प्रिन्स चाट पडला. मोठ्या आश्चर्याने शलाकाकडे पाहतच राहिला.

शलाका मंदशी हसत बोलली. ''डोन्ट वरी. गेले वर्षभर मी आपल्या वकिलांच्या आणि सीए मंडळींच्या पाठीशी लागले होते. आपल्या मालकीच्या शेतजमिनींची, घरांची, साऱ्या प्रॉपर्टीची आणि त्या त्या मिळकतीच्या मालकीची सारी कागदपत्रं मी जमा केलेली आहेत. जिथे नोंदी अपूर्ण होत्या, त्यासुद्धा साऱ्या नव्यानं नोंदवून नीट करून घेतल्या आहेत. नथिंग टू वरी!''

प्रिन्सने मोठ्या अभिमानाने शलाकाकडे पाहिले. तिला आवेगाने मिठीत घेतले. तिच्या मऊ, रेशमी आणि लांब केसांवरून प्रेमाने हात फिरवला.

उपनिबंधक साहेबांनी सत्तापालटाचा तो निर्णय घोषित केला. प्रिन्स डोंगरे-देशमुखावर अविश्वासाचा ठराव पास झालाच; परंतु त्याच वेळी नेत्रा बाजीराव डोंगरे-देशमुख कारखान्याच्या नव्या चेअरमन म्हणून घोषित झाल्या. त्या अभूतपूर्व घोषणा लाउडस्पीकरवरून दुमदुमल्या अन् पाठोपाठ कारखान्याच्या दारात फटाक्यांची जबरदस्त आतषबाजी झाली. अनेकांना सत्ताबदलाबाबत आनंद वाटला; पण अनेकजण बापूरावांच्या कुटुंबाच्या मुठीतून शुगर फॅक्टरी सुटू शकते, या आसुरी आनंदाने आडवेतिडवे नाचू लागले. प्रिन्स साहेबांच्या लग्नाची चार वर्षांपूर्वीची वरातसुद्धा एवढ्या जल्लोषात घुमली नव्हती. नेत्रादेवीच्या विजयाचा जल्लोष पराकोटीचा होता.

दुसऱ्या दिवशी नेत्रादेवी एकदा नव्हे, तीन वेळा बाथरूममध्ये शॉवरखाली जाऊन उभ्या राहिल्या. त्यांनी अंगाला अनेक तेले व लोशने चोपडली; परंतु त्यांच्या त्वचेबरोबर डसलेला गुलालाचा रंग काही लवकर हटायला तयार नव्हता. त्या रंगामुळे त्यांचा चेहरा अंबाबाईपुढे दिवट्या नाचविणाऱ्या भुत्यांसारखा लालसर दिसत होता. चिंचेखालच्या बंगल्यासमोर अभिनंदनासाठी प्रचंड रांग लागलेली; त्यातूनही वेळ काढून बाजी-नेत्राने गावातल्या सर्व ग्रामदेवतांचे दर्शन घेतले. त्याच दिवशी कारखान्याच्या रेस्टहाउसवर विजयाप्रीत्यर्थ खास खाना ठेवला गेला होता. ज्यासाठी कारखान्याचे झाडून सारे संचालक आणि तालुक्यातील ज्येष्ठ बुजुर्ग नेते हजर होते. सर्व नेत्यांसाठी मांसाहारी जेवणाचा फर्मास बेत आखण्यात आला होता.

मधल्या बड्या डायनिंग हॉलमध्ये चिनीमातीच्या पसरट भांड्यांमध्ये मांसाहाराची नुसती रेलचेल होती. त्याबरोबरच जिलेबी, म्हैसूरपाक असा उत्तम गोडाधोडाचा बेतसुद्धा होता. आपला रुबाब दाखविण्याच्या छंदात नेत्राबाई रात्रीच्या वेळीसुद्धा डोळ्यांवरचा गॉगल काढायला तयार नव्हत्या. भिंतीवर लटकणाऱ्या इंदिरा गांधींच्या

तसबिरीमधला उसना दिमाख उचलायचा त्यांचा वेडा प्रयत्न चालला होता.

सारी मंडळी एकदाची डायनिंग टेबलवर स्थानापन्न झाली. वरिष्ठ आचारी कमरेत झुकून नेत्रादेवींच्या शेजारी आदेशाची वाट पाहत उभे राहिले. डोळ्यांवरचा गॉगल अर्धवट वर करत नेत्राने टेचात विचारले, "काय रे, हे काय अन् ते काय?"

"हे चिकन, हे फिश कटलेट्स, हा भरलेला बांगडा, हा ओला जवळा, ही लाव्हरीची अंडी, ही तंदूर खेकडी, ही दम बिर्याणी आणि हा भरलेला पापलेट."

नेत्रादेवींच्या कानांवर घोकमपट्टी पडल्यासारखी ती यादी पडली. तसे त्यांचे मस्तक एकाएकी तडकले. त्या गरजल्या "येथे बोकडाचं मटण कुठाय?" "सॉरी मॅडम, तेवढंच राहून गेलं."

ते दुरुत्तर कानांवर पडायचा अवकाश; नेत्रा खुर्चीवरून धाडकन उठून उभी राहिली. तिने आपल्या हाताच्या तडाख्याने तीन-चार प्लेट्स बाजूला फेकून दिल्या. नेत्रा आत्यंतिक संतापाने गरजल्या, "यू फूलऽऽ बेवकूफ, तुम्हाला साधी अक्कल नाही की, मला बोकड लागतोऽ!"

अन् नेत्रादेवी पाय आपटत लगालगा चालीने शेजारच्या रूममध्ये जाऊन रुसून बसल्या. त्यांच्या रागाचा उद्रेक कोणतीही पातळी गाठू शकतो, याची साधारण कल्पना बाजीरावांना होती. मुळात बाईंचे यजमान बाजीराव कसे कडक आणि तापट आहेत, याची कारखाना परिसरात अनेकांना प्रचिती आली होतीच; परंतु बायकोच्या रागापुढे टायरमधून हवा गेल्यासारखी बाजीरावांची परिस्थिती बाकीच्या मंडळींनी पाहिली. तसे सारेच भीतीने गारठून गेले. एमडी साहेबांनी तर झटकन तोंडात बीपीची गोळी धरली. नेत्राबाईंनी आतून खोलीचे दार बंद केले. त्या बाहेर यायलाच मागेनात.

घाबरलेले बाकीचे सारे जीव एकत्र आले. सर्वानुमते निर्णय झाला. यापुढे सत्ता नेत्रादेवींच्या मुठीत. मॅडमना असे नाराज करण्यात काय अर्थ आहे? बोकड शिजायला हवा, तर आणखी दोन-तीन तास लागतील. तोवर थांबू. पलीकडेच ऊसतोड करणाऱ्या नगरी कामगारांच्या खोपी होत्या. तिथे उसाचे वरचे कोवळे बाटूक खाऊन मस्तवाल झालेला एक पालवा यानेकी कोवळा बोकड होता. कारखान्याच्या कर्मचाऱ्यांची एकच धावाधाव उडाली. मागितली तेवढी रक्कम देऊन पालवा खरेदी केला. रेस्ट हाउसच्या मागच्या पडवीला तो बोकड कापला. त्याचे पाय उलटे करून छतावरच्या हुकाला टांगले. दोघे-तिघे उभ्याउभ्याच बोकडाची कातडी सोलू लागले.

त्या शाही इंतजामात रात्र वाढतच चालली. अनेक वृद्ध संचालकांना रक्तदाब आणि मधुमेहासारख्या व्याधींनी त्रस्त केले होते. त्यांना कडकडून भूक लागली; पण चेअरमन मॅडमच्या आधी जेवायची हिंमत कोण करणार? गरीब कार्यकर्ते आजूबाजूला

धावले. नशिबाने एसटी स्टँडजवळची वर्दळ तशीच चालू होती. तिथल्या फेरीवाल्यांकडून चणे-शेंगदाणे तर कोणी सुक्या भेळीचे पुडे मागविले. कशीबशी वेळ निभावून नेली. मात्र, कितीही घाई केली तरी, बोकड कापणे, सोलणे आणि शिजवणे या साऱ्या उद्योगात तीन तास निघून गेले.

एकदाचा रात्री साडेबाराच्या दरम्यान बोकडाचे मांस शिजल्याचा खुमासदार सुगंध पसरला. विजयी मुद्रेने मॅडम जेवायला बसल्या. त्यांच्या चर्येवरचा तो प्रसन्न नूर चांगलाच टोकदार होता. मुख्य आचारी आदिलशहाने बोकडाचा चविष्ट गुडदा, कलेजीची लांबट पसरी पाकळी अन् बोकडाच्या दोन नळ्या समोरच्या प्लेटमध्ये ठेवल्या. नळ्या नीट फुंकून, त्यांचा आस्वाद घ्यायला बाईंना तकलीफ नको म्हणून त्या नळ्यासुद्धा पाट्याच्या दगडाने हळूच चेचून ठेवलेल्या. त्या नळीतला मस्त अर्क चोखताचोखता नेत्राच्या चेहऱ्यावरचा रागाचा पारा झरझर खाली उतरत होता.

कारखान्याच्या प्रशासकीय अधिकारी वर्गाने चेअरमन मॅडमच्या त्या अपूर्व मेजवानीची शोभा स्वतःच्या डोळ्यांनी बघितली होती. सारेच मनातून हबकून गेलेले. यापुढे उगवणारे दिवस कसे असतील? बिअर पिऊन, दिवसा स्कॉचचे घुटके घेत, डोळ्यांवर काळा गॉगल ठेवून असेच उगवत राहतील तर इथले भविष्य काही खरे नव्हते.

खरेतर गजरा काठावरच्या शेतकऱ्यांनी खूप मोठी स्वप्ने पाहिली होती. ईर्षेनेच सत्तापालट घडवून आणला होता. तेव्हा नेत्रा-बाजीच्या आक्रमक प्रचारानेही त्यांच्या अपेक्षा डोंगरासारख्या वाढवल्या होत्या. त्या काळात नेत्रादेवीने आपण किती उत्तम वक्त्या आहोत, बोल बोल म्हणता ग्रामीण जनतेला कशी भुरळ घालू शकतो, ते दाखवून दिले होते. बापूराव आणि त्यांच्या प्रिन्सला भ्रष्टाचारी, स्वाहाकारी ठरविले होते. त्यांची जुलमी, अंदाधुंद राजवट संपवून ऊसकरी शेतकऱ्यांच्या दारात आपण सहकाराची स्वच्छ, बहती गंगा आणू अशी लंबीचौडी स्वप्ने जागवली होती.

मात्र, सत्तांतर घडले अन् लोकांचेच नशीब फिरले. सकाळचे उशिरा उठणे, त्यानंतरचे ते शाही स्नान, तो देवपूजेचा अपूर्व थाट, त्यानंतरचा नाश्ता अशी आवराआवर करताकरता मॅडमना बंगल्याच्या मुख्य हॉलमध्ये लोकदर्शनासाठी यायला दुपारचा किमान दीड वाजायचा. जे खेडूत पहाटे आपल्यासोबतच्या रिबनची झालर असलेल्या कापडी पिशवीत भाकरतुकडा बांधून घरातून बाहेर पडायचे, सकाळी नऊच्या आतच कारखाना परिसरात पोहोचायचे; त्यांना मॅडमची वाट बघून बघून आपल्या बुडाला मुंग्या लागल्यासारखे वाटायचे.

दुपारच्या जेवणानंतर हलकी वामकुक्षी व्हायची आणि कारखान्याच्या प्रशासकीय भवनात लवकरात लवकर पोहोचायलासुद्धा मॅडमना किमान सायंकाळचे साडेचार वाजायचे. दरम्यान, दिवसभर नेत्राबाईंच्या नात्यातले, स्वतःला त्यांचे मावसभाऊ

समजणारे दोन नातलग फिरत राहायचे. प्रशासनाच्या विविध विभागांत खुली एजंटगिरी करत वावरायचे. साखर विक्रीसारखे महत्त्वाचे मलईदार विषय बाजीरावने स्वतःकडेच राखून ठेवले होते.

या आधीच्या राजवटीत नाना कधी फारसे प्रशासकीय कार्यालयात दिसायचे नाहीत. ते फक्त महत्त्वाच्या, पडद्यामागच्या हालचालींमध्ये लक्ष देत. मात्र, अलीकडे सुनबाईच चेअरमन झाल्यामुळे त्यांच्या कर्तृत्वाला बाळसे चढले होते. ते सकाळीच कारखान्यावर येत. मग चेअरमनच्या पीएच्या केबिनमध्येच दिवस-दिवसभर ठाण मांडून बसत. जनतेच्या कामात खूपच रस घेत. पीएला बिचाऱ्याला दिवसभर स्वतःची खुर्ची बसायला मिळतच नव्हती. शेवटी वैतागून त्याने आपले केबिनच नानांना देऊन टाकले. पलीकडच्या एका कोपऱ्यात तो उघड्यावरच बसू लागला.

काही दिवसांतच कारखान्यावर एक नवा मंत्र घुमू लागला. "चला रे चला. कारखान्याचे काहीतरी विका आणि फुंकून खा." त्यामुळेच नव्या वस्तूंच्या पर्चेसिंगला आणि जुन्या चांगल्या वस्तू कंडम ठरवून त्या अत्यंत स्वस्त म्हणजे अगदी रद्दीच्या भावामध्ये विकायच्या प्रक्रियेला वेग चढला. विशेषतः नव्या पर्वातील नवव्यवहाराचे केंद्र संचालक शेखर शेट्टीच्या भोवतीच फिरू लागले. या शेट्टींना चेअरमन नेत्रा मॅडमसुद्धा बऱ्यापैकी वचकून असत. कारण शेट्टी म्हणजे नवनाथ जिरंगेचा खास माणूस. शेखरची आपल्या बगलबच्च्यांना उघड आज्ञा असायची, "किमान पाच लाखांच्या वरचं प्रकरण असेल, तरच माझ्याकडे संपर्क साधा. उगाच चिल्लर आणि भुक्कड विषयांमध्ये मेंदूचा भुगा करायला माझ्याकडे सवड नाही!"

जसजसे महिने पाठीमागे पळू लागले, तशा नेत्रा मॅडम बेचैन बनल्या. व्यवहाराची उघडउघड भाषा बोलू लागल्या. एक-दोन संचालक जेव्हा छोट्या-मोठ्या व्यापाऱ्यांची कामे घेऊन गेले, तेव्हा त्यांच्या अंगावर वसकन धावल्या. "त्या अविश्वास ठरावाच्या वेळी आमचे दोन ते तीन करोड खर्च झाले. तुम्ही सारे खाटकासारखे दहा-दहा लाखांची कॅश घेऊन गेलात. हॉटेलं झाली, व्यवहार झाले, आता तुम्ही कशाला दलालीच्या फंदामध्ये पडता आहात?"

"अहो मॅडम, निदान मच्छी मार्केटात बोलतात, तसं हे असं उघडं बोलू नका."

"का? आम्ही जेवढे गमावले, तेवढे तरी कमवायला नकोत का? त्यात दिसेल त्या बड्या व्यवहारात नाक खुपसायला तो जिरंगे म्हातारा इस्त्रीचे कडक कपडे घालून नटून बसलेलाच असतो. सांगा ना भाऊ, आम्ही तरी कुठं जायचं?"

वसुलीला जोरदार उधाण चढले होते. बापूरावांनी आपल्या काळात ऊसउत्पादक सभासदांचे शेतीविकासाचे स्वप्न डोळ्यांसमोर ठेवले होते. शेतकऱ्यांच्या जमिनींच्या

सपाटीकरणाची आणि बांधबंदिस्तीसाठी जेसीपी मशिन्स, पोकलेन आणि ट्रॅक्टर खरेदी अशी अनेक छोटी-मोठी यंत्रे मुद्दाम खरेदी करून ठेवली होती. त्या यंत्रांची संख्या खूपच होती. ती मशिनरी काहींच्या डोळ्यांत भरली. त्यांची ऑफसेट प्राइस कमी दाखवायची. लाखाची वस्तू जाहीर लिलावात काढून ती पंधरा-वीस हजारांच्या अल्प किमतीत विकायची. बरे ते सारे लिलावही जादूचा खेळ खेळायचे. मोठ्या मशिनरी नेमक्या संचालक शेखर शेट्टीच्याच एखाद्या कंपनीला किंवा त्यांच्याच मित्रांना मिळायच्या.

बघताबघता शेट्टींच्या कमाईने भलताच वेग पकडला. त्याच्या आर्थिक प्रगतीचा चढता आलेख बघून नेत्रादेवीही कासावीस होऊ लागल्या. ‘‘धन्याला धतुरा आणि चोराला मलिदा, असा सारा प्रकार! जिरंगे साहेबांनी शेट्टी नावाचा बकासूर आमच्या डोक्यावर का बसवला आहे?’’

भरीत भर म्हणून नेत्रा-बाजीच्या दहा-अकरा वर्षांच्या पुत्राने– सुपरप्रिन्सने लोकसेवेचे बाळकडू चाखायला सुरुवात केली होती. सुरुवातीला नेत्रा मॅडम मुद्दाम आपल्या चेअरमनच्या खुर्चीतून उठायच्या. त्यावर छोट्या सुपरप्रिन्सला बसवायच्या. आजूबाजूला बसलेल्या संचालक आणि कार्यकर्त्यांच्या गर्दीकडे पाहून मुद्दाम सुपरप्रिन्सला अभिनय करायला लावायच्या,

‘‘बोल सुपर बेटा.’’

‘‘काय बोलू ममा?’’

‘‘समजा, तुम्हीच चेअरमन आहात, तर फाइल कशी मागवाल?’’

‘‘मला हवं, तेच मी बोलणार. कारण मी चेअरमन आहे ना.’’

‘‘अहो, मग बोला ना बाळराजे.’’

त्यानंतर सर्वांकडे आडवी नजर फिरवत आणि आपले इवलेसे नाक उडवत सुपरप्रिन्स घुश्श्यामध्ये येऊन बोलायचा, ‘‘काय रे एमडी; ती फाइल कुठं आहे? तुमचं लिगलबिगल पाठीमागनं बघा. पहिली फाइल इथं टेबलावर आत्ताच्या आत्ता आली पायजेल.’’

आपल्या बाळराजांची ती प्रगती पाहून नेत्रा आणि बाजीराव कमालीचे खूश होऊन जायचे; पण मध्येच बाजीरावला कसली तरी आठवण व्हायची अन् तो आपल्या मुलाला काळजीने बोलायचा, ‘‘बेटा सुपर, तुम्ही असं करू नका. असं निम्म्यातून हायस्कूल सोडू नका. पुढे शिका.’’

‘‘हे बघा डॅडी, असल्या काहीतरी फालतू गोष्टी शिकवू नका. अहो, तुमचा तो प्रिन्स शाळा सोडून सलग दहा वर्षं कारखान्याचा चेअरमन बनत असेल, तर मीही ‘सुपरप्रिन्स’ आहे! आपल्यासारख्याला त्या शाळा-कॉलेजची काय गरज?’’

कारखान्यावरच्या सत्तांतरापूर्वी नेत्रादेवी मोठमोठ्या सभांतून बापूरावांच्या फॅमिलीला

लक्ष्य करून खूप तोंडसुख घ्यायच्या."

मात्र, प्रत्यक्षात नेत्रा-बाजीराव आणि मंडळी कारभारात असे बारकाईने लक्ष घालू लागले की, जनता त्रस्त झाली. शेतातल्या जनावरांनाच नव्हे, तर खुद्द शेतकऱ्यांनासुद्धा भुळकी रोग लागायची वेळ आली. त्यात सत्ता-संपत्तीच्या माजाने अंगामध्ये अंहकार भरला. काही महिन्यांतच नेत्रादेवी नकळत इतक्या ताठ व अशा घमेंडखोर बनल्या की, त्यांच्यापर्यंत एखादे गाऱ्हाणे घेऊन जाणे गरिबांसाठी दुरापास्त झाले.

दरम्यान, प्रिन्स आणि शलाकाच्या घरी जन्माला आलेला 'रणविजय' नावाचा नवा पाहुणा हे त्यांच्या जगण्याचे टॉनिक बनले. आधीचा जहरी अनुभव लक्षात घेता त्यांनी त्या गोष्टीचा गवगवा, प्रसिद्धी, बारशासारखे मोठे समारंभ या साऱ्या गोष्टी टाळल्या.

नव्या राज्यात जेव्हा पहिल्यांदा शेतकऱ्यांसाठी ऊसखरेदीचा भाव जाहीर झाला, तेव्हा एकेकाळी पटकी किंवा नारूच्या रोगात सापडलेली गावे उजाड होत असत, तशीच सर्वत्र भीतिदायक परिस्थिती निर्माण झाली. राज्यातील इतर कारखान्यांपेक्षा आपल्या गजरा शुगरने किमान शंभर रुपयांचा चढा भाव दिला पाहिजे, असा बापूरावांचा नेहमीच कटाक्ष असायचा.

जेव्हा राज्यभरात सर्वत्र टनाला किमान हजार रुपये भाव निघाला, तेव्हा गजरा शुगरचा सातशे रुपयांचा पडिक भाव बघून अनेकांना गरगरून आले. नेत्रापुढेसुद्धा खूप अडचणी होत्या. अंध व्यक्तीने दळत राहावे आणि कुत्र्याने पीठ खात राहावे, तसा कारखान्याच्या फायद्याचा अर्क नवनाथ जिरंगे पिऊन टाकत होता. धड स्वतःला नाही, शेतकऱ्यांच्याही मुखी नाही, असे किती दिवस चालणार? त्यातच वाढीव ऊसदराच्या मागणीसाठी शेतकरी संघटनेने जोर धरला होता.

एक दिवस शेतकी अधिकारी चोरगे खाली मान घालून नेत्राच्या भेटीला आले. "मॅडम, उद्या दुपारपासून आपल्या फॅक्टरीवर 'नो केन'चं संकट ओढवणार आहे."

"म्हणजे हो?"

"गाळपासाठी यार्डामध्ये ऊसच शिल्लक उरणार नाही; त्यामुळे तूर्तास कारखाना बंद ठेवावा लागणार."

"अहो मिस्टरऽऽ असं दारू पिल्यासारखं काय बोलता? ऊस मिळत नसेल तर, पोलिसात तक्रार करा. ऊस न देणाऱ्यावर धडक ॲक्शन घ्या. आपल्या कार्यक्षेत्राबाहेर ते जातातच कसे? सरळ केसेस भरा त्यांच्यावर."

"तशी ॲक्शन घ्यायचे दिवस आता उरले नाहीत मॅडम."

"का बरं?"

"मॅडम, आता केंद्र सरकारनं झोनबंदीचं धोरण रद्द करून टाकलं आहे.

शेतकरी आपला ऊस कोणत्याही कारखान्याला देऊ शकतात. आपला माल खपवू शकतात.''

मोठ्या खर्चात बचत होत नव्हतीच; पण छोट्या खर्चाचेही शंभरपटीने तोंड सुटले होते. कारखान्याच्या रेस्ट हाउसला तर हैदराबादच्या नवाबाच्या भटारखान्याचे स्वरूप आले होते. पुण्यात एकेकाळी श्रीमंत राघोबादादा पेशव्यांच्या पंगतीला हजारो भटभिक्षुक बसावेत, तसे गावोगावचे कार्यकर्ते संचालकांचा पदर पकडून रेस्ट हाउसवर घुसत होते. आधी संचालकांसह बापूरावांचा आणि त्यानंतर प्रिन्स साहेबांचाही धाक असायचा. आता गेस्ट हाउसवरच्या पार्ट्या कित्येक पटींनी वाढल्या होत्या. महिन्याला चार ते पाचपट जादा मटण आणि चिकन लागत होते. थोडे कार्यकर्ते वाढले. जेवणाची ताटे कमी पडली, तर संचालक मॅनेजरच्या अंगावर धावायचे. ''अरे लेको, तिकडे तुमचे बडे नेते लाखो-कोटींच्या वस्तू खाताहेत अन् इथे जेवणाला एखाद्‌दुसरं ताट वाढलं म्हणून नाकं कसली मुरडता?''

अनेक संचालक केवळ इस्त्रीचे कपडे बदलण्यासाठी कारखान्याच्याच गाडीने गावाकडे जायचे. अन्यथा तुर्रेबाज कोंबड्यांसारखा गाड्या, ड्रायव्हर, पाहुण्यांच्या गावचा फेरफटका असा त्यांचा रुतबा सुरूच होता.

ऊस तसे कॅश क्रॉप– नगदी पीक! या पिकात नागकेशराच्या वेलीने जोम धरला की, ती पिकाचा खाऊन फडशा पाडते. अलीकडे तर नागकेशरच झपाट्याने वाढत होती. घराणेशाहीच्या मांडवावर फोफावत होती. तिच्याच सोयीने राजकारणाचे खतपाणी मिळत होते.

हिशोबाचे मेळ लागत नव्हते; घोळ वाढत होते. जिरंगे म्हाताऱ्याच्या गुप्त, रंगील्या बाईबाजीची वळवळती नस शेखर शेट्टीने आपल्या मुठीत पकडली होती; त्यामुळे शेट्टी जसे बोलेल, तसे घडत होते. कारखान्याच्या मोठ्या मशिनरी आता जरूर नसताना नाकाम ठरवून बदलल्या जात होत्या. नव्या मालाची ओरिजनल बिले फायलीला लागत होती; पण नव्याने येणारी मशिनरी कमी प्रतीची आणि डुप्लिकेट होती. ती पूर्ण क्षमतेने चालत नव्हती; त्यामुळे अकारण चालू सीझनमध्ये अनेकदा कारखाना मध्येच बंद ठेवावा लागायचा.

झोनबंदी उठल्याने गजरा शुगरच्या सातशे रुपये दराला भुलण्याइतके शेतकरी आता मूर्ख राहिले नव्हते. उलट नगर आणि कर्नाटकाकडचे कारखाने बारा-बाराशेचा चढा भाव देत होते. त्या साऱ्याचा व्हायचा तो परिणाम झाला. गजरा फॅक्टरीचे दरवर्षीचे साधारण साडेनऊ लाखांचे क्रशिंग आता चार ते पाच लाखांवर खाली आले. कारखाना डबघाईला आला. बँकांच्या दारात पत उरली नाही. लोकांच्या नजरेतली इज्जतसुद्धा निघून गेली. बदनामी झाली. टिंगलटवाळीला ऊत आला.

नेत्रा आणि बाजीरावच्या गैरकारभाराबद्दल सर्वत्र बोंबाबोंब सुरू झाली. त्यातच शुगर फॅक्टरीच्या नव्याने निवडणुका लागल्या. कार्यकर्ते आणि जनताही उत्स्फूर्तपणे झुंडीने प्रिन्स साहेबांच्या भेटीला येऊ लागली; परंतु प्रिन्सने लोकांना आणि शलाकालाही सांगितले, ''नो, मला आता त्या कटकटीत इंटरेस्ट नाही. माझ्या बापानं सहज सुखानं जगावं असं थोडंफार धन कमावून ठेवलं आहे. त्यातच सुखानं जगत, पुस्तकं वाचत नाहीतर नदीकाठानं गिटार वाजवत माझा वेळ मस्त चालला आहे. मी त्यात सुखी आहे.''

बापूराव गटाचे छोटेमोठे कार्यकर्ते अक्षरशः रडकुंडीला आले. ''प्रिन्स नसतील, तर आम्ही काय पुन्हा नेत्रा आणि बाजीरावच्या पायांवर जाऊन लोळायचं?'' हा त्यांचा खडा सवाल होता. त्या साऱ्या मंडळींनी शेवटी शलाकाचेच हातपाय पकडले. विनवण्या केल्या, ''ताई, या जगात प्रिन्ससाहेब फक्त तुमचंच ऐकतात. आमच्यासाठी प्लीज रदबदली करा.''

एके सायंकाळी निवडक कार्यकर्ते सोबत घेऊन शलाकाने प्रिन्सची भेट घेतली. आपल्या लायब्ररीत ग्रंथ वाचण्यात गढलेला प्रिन्स काहीसा वैतागला. शलाकाला नाराजीने बोलला, ''कशाला तू यामध्ये पडते आहेस? तो बाजी, ती नेत्रा, तो जिरंगे आणि त्या शेखर शेट्टीनं आता त्या फॅक्टरीवर काय शिल्लक ठेवलं आहे? पंधरा लाख टन साखर मावेल एवढी मोठी गोडाउन्स आमच्या डॅडींनी बांधून ठेवलेली. ती गोडाउन्स भरून साखर वाहायची, आता तिथं मालच नाही म्हणून बिचाऱ्या मुंग्यांनीही देशांतर केलं आहे म्हणतात, ही भाकड गाय सांभाळायला घेऊन करायचं तरी काय?''

''प्लीज प्रिन्स, अजून या गायीला थोडं आंबवण, ओला चारा द्याल; तर तिची प्रकृती नक्की सुधारेल, अशी मलाच काय सर्वांना खात्री आहे प्रिन्स.'' सर्व कार्यकर्त्यांच्या वतीने हात जोडत शलाका बोलली, ''तुम्हीच नकार द्याल, तर काय होईल माहीत आहे? तुमचा तो महत्त्वाकांक्षी भाऊ– तो दिवटा आणि त्याची ती नेत्रादेवी दोघंही या गायीला सरळ कसायाच्या कत्तलखान्यात नेऊन तोडून विकतील. कारण त्या लबाडांना या गायीच्या उरल्या हाडांतून– उरल्यासुरल्या मशिनरीतून अजून चांगले पैसे सुटतील, याची पूर्ण खात्री आहे.''

शलाकाकडे पाहत गालातल्या गालात हसत प्रिन्स बोलला, ''वा शलाका, काही असो, तुम्ही आता डायलॉगबाजीमध्ये खूप पारंगत झाला आहात. आमच्या घराण्यात येऊन राजकारण शिकलात. उत्तम वक्तृत्वही शिकलात.''

''छे! छे! मी कसली डोंबलाची शिकते आहे? तुमच्यासोबत वर्षाचे तीनशे पासष्ट दिवस आणि अशा तीनशे पासष्ट दिवसांची जवळपास दहा वर्षं काढली मी. तरीही तुमचे भाईबंद अजून 'रस्त्यातली बाई' अशा शब्दांत रोज माझा गौरव

करतात. या घरातले आणि घराण्यातले चांगले-वाईट प्रसंग मी ऐकले आणि काही पाहिलेसुद्धा! सहकारमहर्षींच्या अगदी अखेरच्या दिवसांत त्यांच्या अंगावरच्या शालीसोबत, ते कानाशी बांधत त्या मफलरसोबत त्यांच्या जवळपास फक्त मीच असायची. त्यांच्याकडून सहकार क्षेत्राबद्दल कळकळीचं, तळमळीचं खूप काही ऐकलंय. आता मधल्या चार वर्षांत दीर आणि भावजयीच्या रूपानं सहकाराच्या नावानं मांडलेला नागडा बाजारही मी पाहून घेतला. आता या क्षणी प्रिन्स साहेब, तुम्हाला एक गोष्ट पटो किंवा न पटो; पण मला ती बोलावीशी वाटते.''

''बोला, जरूर बोला.''

''इथे जमलेल्या आम्हा सर्वांना पक्की खात्रीच आहे, जर प्रिन्स आता पुढे यायला नकार देतील, तर भाकड गायीच्या मानेवर कसायाची करवत फिरणारच आहे; पण याच्या पलीकडे पुढे भविष्यात काय होईल, याची कल्पना आहे?''

सर्वांच्या नजरा शलाकावर खिळल्या. शलाकाने बाजूच्या भिंतीवर शुगर फॅक्टरीच्या पार्श्वभूमीवर उभे असलेले बापूराव डोंगरे-देशमुखांचे चित्र एकदा डोळे भरून पाहून घेतले आणि दीर्घ श्वास सोडत ती बोलली, ''भविष्यात कोणत्याही आणि कसल्याही सहकारी फॅक्टरीची चिमणी गजरेकाठी धूर ओकताना कोणाला कधी दिसणार नाही. कारण सहकाराच्या सोन्याच्या पिकासाठी ही जमीन वांझ आहे, बंजर आहे; अशी या भूमीची साऱ्या जगात बदनामी होईल. त्यात शेवटी या गरिबांचंच नुकसान होणार आहे.''

दुसऱ्याच्या अंगावर कितीही वेगाने शेणगोळे फेकले तरी त्याचे शिंतोडे परतून स्वतःच्या अंगावर येतात. एकूणच दुसऱ्याचे तोंड अकारण काळे करण्याच्या नादात स्वतःचे थोबाड मात्र हमखास काळे होते.

राजकारण हे उंच छतावर लावलेल्या वातकुक्कुटासारखे असते. वाऱ्याच्या उलट्यासुलट्या गतीबरोबर त्याचे शेपूटही गिरक्या मारत राहते.

ज्या वेगाने गजरा खोऱ्यातल्या जनतेने प्रिन्स आणि शलाकाला नाकारले होते, त्याच वेगाने लोक पुन्हा त्यांच्याकडे आकर्षित होऊ लागले होते. मुळात लोकस्वभाव हा सतत नावीन्याचा भोक्ता असतो. चार वर्षांपूर्वी बाजी आणि नेत्रादेवींची राजवट लोकांनी मोठ्या उत्साहाने स्वीकारली होती; पण अवघ्या चार दिवसांतच नेत्राच्या हुकूमशाही वृत्तीचे अनेकांना चटके बसले. पुढे सुरू झाली कारखान्यावरची ती अंदाधुंदी. सत्तेचे तारू म्हणजे नेत्राला हाती अचानक सापडलेल्या गुप्तधनासारखे वाटले. त्यामध्ये ती वाहवत गेली. तिला स्वतःवर नियंत्रण ठेवता आले नाही. ना ती बाजीरावला रोखू शकली किंवा नाही तिला सुपरप्रिन्ससारख्या आगाऊ पोरट्यावर काबू ठेवता आला. साखर कारखाना नावाची दुभती गाय बघता बघता रोडावून गेली. ज्या चिडलेल्या ऊसउत्पादकांनी नेत्रा-बाजीरावला डोक्यावर घेतले होते, त्याच्या दुप्पट वेगाने त्यांनी त्यांना बाजूला फेकून दिले. स्वतःच्या पापांबद्दल नेत्रा जबाबदार धरत होती ती प्रिन्स आणि शलाकालाच.

"या बाजारू बाईनं माझ्या नशिबातला प्रिन्स पळवलाच; पण पुढे माझ्या भाग्यामध्ये जे चेअरमनपद आलं, तेसुद्धा ही चेटकीण पुन्हा लुबाडून मोकळी झाली. बघा रे, बघा या दुष्ट वारांगनेकडे! शोधून काढा, असा कोणता देव, असं कोणतं चेटूक किंवा भानामतीची विद्या वश आहे या सटवीला?"

"बराय मॅडम."

“त्या सटवीच्या यशाचं गमक मला समजलंच पाहिजे. नाहीतर मी अपयशाच्या भीतीनं आणि बदनामीच्या कलंकानं संपून जाईन. भिजलेल्या, कुचकामी अडगळीतल्या लाकडासारखी माझी अवस्था होईल. त्याच्याकडे वाळवीसुद्धा ढुंकून पाहत नाही.”

सायंकाळच्या सावल्या खाली उतरू लागल्या होत्या. नेत्राचे साथीदार, नातलग आणि चाहते बैठकीतून बाहेर पडले. ती संत्रस्त मनाने बराच वेळ तशीच खुडूक कोंबडीसारखी बसून राहिली. एकटीच. कधी सुस्कारे सोडत आणि कधी हुंदके देत; पण तेवढ्यात तिच्या तीक्ष्ण नाकाला वास लागला. आपल्या दालनामध्ये पाठीमागच्या खुर्चीवर आपल्यासारखेच कोणीतरी बराच वेळ बसून आहे. त्याच्या अस्तित्वाच्या जाणिवेनं तिने झटकन मान वर केली. शेलकाटा, तिशीतला किडकिडा देह, जाड आखूड दाढी आणि उफराट्या पंखाच्या कोंबड्यासारखे पिंजारलेले केस. डोळ्यांवरचा आपला जाड भिंगाचा चश्मा बाजूला करत तो टिपिकल पत्रकार बांधव गोड हसला. नेत्रा त्याच्यावर डाफरली, “कोण, गोपाळ रानडे? तुम्ही अजून कसे थांबलात? माझी माणसं आणि तुमचे पत्रकार बंधू मघाशीच निघून गेलेत ना?”

“मॅडम, बाकीचे आले काय नी गेले काय. इट डोन्ट मेक एनी डिफरन्स. त्यांना तुमच्याकडून बातमी काढायची होती, मला तुम्हाला बातमी द्यायची आहे.”

“बोला, बोला.”

“माझ्या मुठीमध्ये अशी एक ग्रँड न्यूज आहे, जी मला तुम्हाला फक्त सांगायची नाही.”

“म्हणजे काय?”

“ती मला तुम्हाला चढ्या भावानं विकायची आहे.”

उलट्यासुलट्या व्यवहारात पोहून निघालेली नेत्रादेवीसुद्धा मंद हसली. तिने फारसे मनावर न घेतल्याचे लक्षात येताच रानडे बोलले, “माझी हरकत नाही. प्रथम तुम्ही माझ्या बातमीची क्वॉलिटी आणि तिच्या पोटातलं उपद्रव मूल्य नीट जाणून घ्या. जज करा. व्यवहाराचं नंतर बोलता येईल.”

“सांगा होऽऽ”

“या झकास, फर्मास बातमीनं आज रात्री तुम्ही झोपूसुद्धा शकणार नाही. मॅडम, हवी तर बेट लावू या?”

“कमऑन रानडे, बोला हो, किती ताणाल?”

“त्याचं काय आहे मॅडम, तुमची आजची ही जी पॉलिटिकल एनिमी, जी बाई आहे ना - जी नाक वर करून तुमच्यावर गुरकावते -तिला यापुढे रस्त्यानं चालणंसुद्धा मुश्कील होऊन जाईल.”

“ओके बाबा, सांगा सांगा.”

“माझ्या बातमीचं मूल्य कॅश एक लाख रुपये घेईन.”

"हे बघा रानडे, मघापासून फुग्यामध्ये नको तेवढी हवा भरताहात तुम्ही. मी आणि माझा नवरा आम्ही दोघंही किती सुष्ट आणि तितकेच दुष्ट आहोत, याची तुम्हाला कल्पना आहेच. हे बघ रानड्याऽऽ तुझ्या बातमीत दम असेल, तर तुम्हाला डोक्यावरून नाचवेन अन् जर का काही आलतूफालतू घेऊन आला असाल, तर पायांखाली तुडवायला कमी करणार नाही मी तुम्हाला." नेत्राने एकेरीवर येऊन त्याला दम भरला.

गोपाळ रानडे झटकन उठले. त्यांनी आपली पोतडी खोलली. त्यातली जुनी कृष्ण-धवल छायाचित्रे, मॅरेज सर्टिफिकेट, विटक्या रंगाचा खूप वर्षांपूर्वीचा शाळा सोडल्याचा दाखला असा खऱ्या अर्थी दुर्मीळ ऐवज तिला दाखवायला सुरुवात केली. नेत्राही जिभल्या चाटीत अधाशासारखी बघू लागली. एक वेगळाच चमचमाट तिच्या चर्येवरून ओघळत होता. ती अनेक शंका विचारायची. तो माफक उत्तरे द्यायचा. शेवटी अक्षरशः अमूल्य असा तो ऐवज नेत्राने आपल्या ताब्यात घेतला. ती झटकन आत धावत गेली. तिने पिना आणि रबरबँड लावलेले नोटांचे दोन मोठे गठ्ठे आणले. एक छोटा आणि एक मोठा. त्या कोऱ्या करकरीत नोटा रानडेच्या हाती देत ती बोलली, "भाऊऽऽ व्यवस्थित सांभाळून न्या. एक नव्हे दीड लाखाची कॅश आहे बरं."

रानडे खुशीतच उठले. जायला निघाले. तेवढ्यात नेत्राने "एक मिनिट" असे म्हणत पुन्हा आत धाव घेतली. कपाटातून एका उंची आणि कोऱ्या करकरीत साडीचा गठ्ठा आणून गोपाळच्या हाती दिला. "ही ओरिजिनल कांजीवरम आहे बरं! माझ्या इंदोरच्या बहिणीने दिलेली. बत्तीस हजारांची."

"किती प्रेम दाखवाल वहिनी."

"प्रेमबिम नाही. हीच साडी तुमच्या बायकोला नेसवायची, त्या साडीतच त्यांना घेऊन परवा दिवशी दुपारी सहकुटुंब तुमचं जेवण आमच्याकडं राहील. साडी दुसऱ्या कोणाकडे जाता कामा नये बरं."

एकदाचे नेत्राने खुशीनेच रानडेंना पळवून लावले. तिच्या हाती लागलेली ती धमाल स्टोरी तिला आपल्या नवऱ्याला तत्काळ ऐकवायची होती. बाजीराव सायंकाळचा लुंगीवरच अर्धउघड्या स्थितीत गादीवर लोळत पडला होता. तो उठेना म्हणून नेत्राने त्याचे मनगट खेचून त्याला जागे केले. अंथरुणातच बसवले. ती चेकाळल्या सुरात बोलली, "डिअर बाजीजी, तुम्हाला माहीतच आहे, तुमच्या ग्रेट शलाका प्रिन्स डोंगरे-देशमुखला याआधीचा 'लग्नाचा नवरा' आहे म्हणून."

"च्यायला, त्यात नवीन काय? सर्वांनाच माहीत आहे."

"त्याच्यापासून तिला एक मूलंही झालं आहे."

"हो, हो झालं होतं आणि मेलंही, असं पुसटसं कधीतरी ऐकल्याचं आठवतं."

"अहो, पुसटबिसट काय घेऊन बसलात हो? त्या शलीचं लेकरू आता चांगलं सतरा-अठरा वर्षांचं झालंय. बाळाच्या दाढी-मिशासुद्धा चांगल्या दाट व्हायला लागल्यात की हो."

"इतका मोठा?"

"हो ना. इतका मोठा की, तो आता झामकन त्याच्या आईच्या थोबाडात मारून तो आपल्या आईला तिच्या पापांबद्दल रगडू शकतो. ते बिचारं लेकरू आपल्या दुर्दैवी बापासाठी म्हणजे त्या येडपट रमेश दिवसेला न्याय मिळावा म्हणून कुठल्याही रस्त्यात उपोषणाला बसू शकतं. रडत भोकांड पसरू शकतं. डार्लिंग, त्या शलीचा पुरा माज वितळवून टाकेल अशी औषधी कुपीच माझ्या हाती लागली आहे."

"वा नेत्रे! च्यायला, तू तर माझी झोपच उडवलीस."

"आता उरला यापुढचा कौशल्याचा भाग. त्या रमेश नावाच्या खेळण्याला कशी चावी भरायची, यासाठीच तुम्हाला आणि मला डोकं वापरावं लागेल."

बाजीरावने नेत्राला तशीच जवळ खेचली आणि दारूचा भपकारा असलेल्या आपल्या ओशट तोंडाने तिचा लाडिक मुका घेत तो बोलला, "अगं नेत्रे, तुझं हे स्क्रिप्ट सिनेमाच्या स्क्रिप्टपेक्षा भारी आहे गं."

बाजी आणि नेत्राचे एकमत झाले. निदान सद्यस्थितीत तरी या बातमीसारखी 'ब्रेकिंग न्यूज आणि टॉकिंग बातमी' दुसरी कुठली असूच शकत नाही. त्यांनी तत्काळ आपल्या बगलबच्च्यांची आणि जवळच्या नातलगांची बैठक बोलावली. सर्वांना तत्काळ आदेश दिला गेला, "पळा, धावा. तो येडा रमेश दिवसे कुठे भटकतोय, त्याला शोधून काढा. बघा लवकर, तो कुठे राहतोय-आंबेपुरात की पुण्यात."

खरेतर प्रिन्स आणि शलाकाच्या लग्नानंतर काही दिवसांनी स्वतःहून चिंचेखालच्या बंगल्यात तो अनेकदा यायचा. मला मदत करा. माझे हात बळकट करा. तुम्हाला जिथे हवा तिथे आणि हवा तसा मी उपयोगी पडेन, अशी कळकळीची विनंती तो करायचा. आरंभी नेत्रा त्याला थोडीफार मदतही करायची. मात्र, नंतर ती त्याला टाळू लागली. त्याच्या अपेक्षा खूप मोठ्या असाव्यात, असे तिला उगाचच वाटू लागले. शिवाय चाणाक्ष नेत्राच्या नजरेत एक गोष्ट आली होती. हा लेकाचा रमेश अजून चक्क शलाकाच्यासुद्धा संपर्कात आहे. तो तिला हळूच चोरून भेटतो. तिथे त्याला बऱ्यापैकी पैसेही मिळतात. तेव्हाच शलाकाची बदनामी करायची मोठी संधी होती; परंतु ती हुशार बाई प्रिन्सच्या डोळ्यांसमोरच रमेशला भेटायची. तो निर्लज्ज प्रिन्ससुद्धा रमेशला आपल्या बायकोच्या प्रेमापोटी दयाभाव दाखवायचा. ती डबल ढोलकी वाजवण्यात धोका होता म्हणूनच नेत्राने रमेशचा रस्ता बंद केला होता.

पुढे आंबेपुरात अध्येमध्ये कोणाला, कुठेतरी रमेश दिसायचा, भेटायचा. पुढे तो दिसेनासा झाला.

रात्री बेडरूममध्येच बाजीरावने शंका विचारली, ''काय गं, त्या वेड्या दिवसेला पुन्हा का करावा जवळ? आपला फायदा काय?''

''फायदा नाही कसा? मला एक सांगा, ही शलाका किती यशस्वी. जिथे तिथे याच बाईचा वरचश्मा कसा? साऱ्या गोष्टी हिच्या फायद्याच्या कशा ठरतात?''

''अगं, पण इथे तो रमेश काय करणार?''

''खूप काही. जेव्हा तो रमेश रोज इथे बापूनगरच्या रस्त्यावरून भिकाऱ्यासारखा फिरत राहील, ते जिवंत प्रेत कोणाचं आहे, हे लोक जेव्हा विचारतील; तेव्हा ते शलाका मॅडमच्या पहिल्या नवऱ्याचं आहे, याची आपोआप चर्चा होणारच.''

''खरंच.''

''आजकाल ती छिनाल शलाका प्रिन्सच्या बिछान्यात घुसून स्वर्गाच्या सुखाचा आनंद भोगतेय; पण याच बाईनं आपल्या नवऱ्याचे सडलेल्या कुत्र्यासारखे कसे हाल चालवलेत. त्या सोबतच तिचं ते दाढी-मिशा फुटलेलं कार्ट. शलाकाच्या बदनामीसाठी हा दारूगोळा आज उपयोगी पडतो आहेच; पण पुढच्या धामधुमीच्या रणधुमाळीत हे नाजूक भांडवल खूपच उपयोगाचं आहे.''

''कसल्या रणधुमाळीत?''

''यू नॉटी माथाडी ब्रेन्ड बॉय,'' बाजीरावच्या केसाळ छातीवर गुच्चे मारत नेत्रा बोलली, ''लवकरच सार्वत्रिक निवडणुकीची सुगी सुरू होईल. जस्ट इमॅजिन, आमदार-खासदारकीच्या निवडणुकांच्या त्या सोनेरी उन्हात, त्या सुगीत शलीच्या नवऱ्याचं आणि पोराचं ही दोन्ही सोंगं आपल्या बोवड्याच्या सोंगापेक्षा किती उठावदार दिसतील, याची जस्ट कल्पना कर.''

नेत्राच्या निवेदनावर बाजीराव खळखळून हसला. पुन्हा एकदा त्याला आपल्या बायकोच्या कुशाग्र बुद्धीचा खूप अभिमान वाटला.

चारच दिवसांच्या मेहनतीने नेत्रा आणि बाजीच्या टीमने पुण्यात धाड मारली. कामगिरी फत्ते केली. शुक्रवार पेठेत एका जुनाट वाड्यात जिन्याखालच्या एका छोट्याशा खोलीत दिवस गुजारणाऱ्या रमेश दिवसेला शोधून काढले. पहिल्यापेक्षा किडकिडा झालेला रमेशचा चेहरा खप्पड दिसू लागलेला. सततच्या अपयशाने तो खचून गेलेला. पूर्वी शलाकाने त्याला अनेकदा मदत केली, तरी तो स्वतःच्या धंद्यामध्ये फारसा उभा राहू शकला नव्हता. एखाद्या उद्योगात स्वतःचे मन गुंतवण्याऐवजी तो एकाच गोष्टीने सातत्याने हळहळत राहायचा. आपण विनाकारण शलाका नावाची रत्नासारखी बायको गमावून बसलो. आपल्या जन्माचे नुकसान करून घेतले. दुःखाच्या त्या काटेरी जाणिवेतून त्याला कधीच बाहेर पडता आले नाही.

रमेशच्या शोधासाठी जे पथक नेमण्यात आले होते, त्यामध्ये नेत्राचा मुलगा सुपरप्रिन्स याचा मोठा वाटा होता. नेत्रा त्याला मुद्दामच पुढे पुढे करत होती. बापूरावांच्या त्या प्रिन्सपेक्षा आपला प्रिन्स यश-कीर्तीमध्ये सुपर ठरायला हवा, म्हणूनच तिने जिद्दीने त्याचे नावच 'सुपरप्रिन्स' असे ठेवले होते.

जेव्हा रमेश चिंचेखालच्या बंगल्यात आला, त्या रात्री बाजीरावने त्याच्या पुढ्यात कोंबडी आणि बोकडाच्या मांसाचे विविध प्रकार मुद्दाम ठेवले होते. जगातील वेगवेगळ्या ब्रँडचे दारूचे शिसे आपल्या जाड काचेतून रमेशकडे टवकारून पाहत होते; पण त्याने त्या मदिरेकडे साफ दुर्लक्ष केले. रमेशचा चेहरा एखाद्या पक्क्या गांजेकस गोसाव्यासारखा उग्र दिसत होता. सततच्या जागरणाच्या सवयीने त्याचे डोळे ताणलेले. सातत्याने बोटांच्या पेरांमध्ये चिलीम पकडल्याने, त्याची बोटेसुद्धा काळी पडली होती.

रमेशने टेबलावरच्या त्या मांसाहाराच्या प्लेटी बाजूला सरकवल्या. आपल्या

जवळच्या छोटेखानी चामडी हातपिशवीतून चिलीम बाहेर काढली. स्वयंपाकघरातून जळते निखारे मागवले. गांजा पेटवला अन् तो त्याच्या खुशालीने फक्की ओढू लागला. त्या झुरक्यांमुळे रमेशचे नाक आणि गाल शेंदूरभरल्या हनुमंतासारखे लाल दिसू लागले. डोळ्यांतून पाणी पाझरले. ते पुसत त्याने पुन्हा चिलमीच्या फुंकी ओढल्या. मन तृप्त झाल्यावर चिलमीभोवती गुंडाळलेला गरम कापडाचा तुकडा बाजूला काढला. तो बटव्यामध्ये ठेवत रमेश गुरगुरला, "हं, बोला."

"मध्ये कुठे गुडूप झाला होतात हो, रमेश भावोजी? माणसानं किती शोधायचं तुम्हाला ते?" नेत्रा कळवळ्यानं बोलली.

"हां हां, बोला. पुढे बोला."

"हे पाहा, मी तर तुम्हाला माझ्या नवऱ्याचा मोठा भाऊ आय मीन दीरच मानते बरं. अगदी स्पष्टच सांगते. तुमचं आमचं दुःख एकसारखंच. त्या प्रिन्सनं तुमची बायको खाल्ली आणि आमचं भवितव्य कुरतडलं!"

"तुमच्या तोंडच्या गोष्टी खऱ्याच आहेत भाभी; पण..." मध्येच एखाद्या ड्रायव्हरने निसरड्या घाटात मोटार थांबवावी, तसाच तो थांबला. नेत्रा-बाजी चमकले. तो विषादाने बोलला, "मला मात्र वाईट वाटतं, ते एका गोष्टीचं. तुम्ही सारी बडी माणसं. बेसिकली जन्मतःच खूप चालू असता! गरज तेव्हा गंगा आणि मतलब खतम झाला की पंगा!"

"आम्ही तुमचं मान्य करतो, भावोजी. आम्ही चुकलोच आहोत. मान्य! पण भावोजी, आपण हे असं एकटे एकटे लढत राहिलो, तर आपल्या शत्रूचं काहीच वाकडं होणार नाही. थोडं बारकाईनं बघा, त्या रस्त्यावरच्या शलाका नावाच्या बाईकडं. किती फळफळतंय त्या मेलीचं नशीब."

इकडच्या तिकडच्या थोड्या गप्पा झाल्या. फलाटावरून उगाच फिरावे अन् हवी तेव्हा ट्रेनच्या डब्यामध्ये झटकन उडी घ्यावी, तशीच मुख्य विषयात घुसत नेत्रा बोलली, "रमेश भाऊ, सॉरी! हां, आम्हाला आपलं बाहेरून बाहेरून कळलं. त्या शलाकाला तुमच्यापासून झालेला मुलगा वयानं चांगला मोठा झाल्याचं सांगतात हो. कधी भेटतोबिटतो की नाही तो तुम्हाला?"

"हां- त्याचं नाव अभिषेक रमेश ठिपसे."

"ठिपसे?"

"त्या शलाकाच्या मैत्रिणीनं देवीनं त्याला जेव्हा शाळेत घातलं ना, तेव्हा तिथे त्याचं दिवसेचं ठिपसे केलं! पुण्यातच असतो तो. एफ.एस.कॉलेजात. बीएच्या फर्स्ट इयरला आहे. रोल नंबर एक्केचाळीस!"

"अरे वा रे वा! मोठी गंमतच आहे, रमेश भावोजी. तुमच्या लेकाच्या तुम्ही चांगले क्लोज संपर्कात दिसताऽ!"

“दुसरं काय करणार भाभी ? काहीही झालं तरी ते माझंच रक्त, माझ्यापासून थोडंच दूर पळणार आहे?”

“ते खरंच आहे; पण बघा बुवा, शलाका नावाची ती जादूगारीण परस्पर ‘कव्हर’ करायची त्याला! कदाचित चिरंजीवाचं टोटल ब्रेन वॉशिंग होऊन जायचं.”

“भाभी! तुम्हाला हवं काय, तेवढं सांगा ना! आपल्या मायेच्या धाग्यामध्ये मी त्याला असा गुरफटून टाकलाय म्हणून सांगू. त्याच्या दुष्ट आणि दगाबाज आईच्या चारित्र्याच्या केळी अशा सोलून ठेवल्या आहेत म्हणून सांगू. माझा बेटा हत्यारांना अशी धार लावून बसलाय! एक दिवस कदाचित असंही व्हायचं. माझा अभी परस्पर गुप्ती किंवा तलवारीसारखं शस्त्र घेऊन तिकडे धावायचा, आपल्या तलवारीच्या तडाख्यानं आईचंच डोकं धडापासून बाजूला फेकायचा, तेही शुगर फॅक्टरीच्या समोर.”

“वा! बहुत खूब! भावोजी, तुमच्या मेहनतीला सलाम! काय तयारी करून ठेवलीत पोराची! यू मेड माय लाइफ!” नेत्रा अतीव आनंदाने किंचाळली, “भावोजीऽऽ एवढा चांगला दमदार सुतळी बॉम्ब खिशात ठेवून तुम्ही बाहेर कुठे फिरत होता? काहीच कसं तुम्ही सांगितलं नाहीत, तुमच्या मुलाच्या अस्तित्वाबद्दल?”

“भाभी, एकतर तुम्हा बड्या लोकांचा खेळ बडा असतो. कुठं सुरू होईल आणि कुठं थांबेल, ते आभाळातला देव सांगणार नाही. निदान बायको नाही तर एकमेव लेकरू तरी राहू दे पोटाबरोबर, याकरिता काळजी वाटत होती त्याच्या सुरक्षेची!”

रात्री खूप उशिरापर्यंत बैठक चालली. शेवटी रमेशनं कबूल केलं, “निघतो उद्या सकाळच्याला बसनं पुण्याला.”

“छे! छे! तुम्ही कसले एसटीबिस्टीनं निघता हो? यू आर माय फॅमिली. उगाच लाजायचं कारण नाही. माझा ड्रायव्हर आणि माझीच इनोव्हा घेऊन निघा.”

जेव्हा प्रिन्स आणि शलाकाचा विवाह सोहळा पार पडला; शलाका एका शुगरकिंगची पट्टराणी बनली. त्या दिवसांत शलू माझी लग्नाची बायको आहे, असे सांगणाऱ्या रमेश दिवसेला सर्वांनी बापूनगरातून भटकताना पाहिले होते. पोलीस स्टेशनपासून ते एसटी स्टॅण्ड ते पार मिरची आळीतल्या सामान्य व्यापाऱ्यापर्यंत, सर्वांनी तेव्हा त्याला वेड्यात काढले होते. त्याची बेताल बडबड अनेकांची करमणूक करून गेली होती. तरीही जिद्दी रमेशने तेव्हा खटपटी लटपटी केल्या आणि शेवटी तो एके दुपारी 'रिव्हर फ्रंट' बंगल्यातच जाऊन धडकला होता.

अकस्मात एखादे अस्वल किंवा घोणस जातीचा बडा विषारी साप घरात घुसतो, तेव्हा भीतीने सर्वांच्याच तोंडचे पाणी पळते. आपल्या तडाख्यात सापडलेल्या मनुष्याला अस्वल हिंस्त्र गुदगुल्या करून त्याच स्थितीत जीवे मारून टाकते. जेव्हा घोणस माणसाचा चावा घेतो, तेव्हा तो त्याच्या अंगात लाळेचे बडके टाकतो. त्याच्या लाळेमुळे बाधित मनुष्याच्या रक्तात छोट्या छोट्या गाठी बनतात. त्या विचित्र बाधेने मनुष्य सडून मरतो. त्या जनावरांसारखेच रमेश दिवसेचे 'रिव्हर फ्रंट'मधले घुसणे खूपच भीतिदायक होते.

"तुम्ही इथे पोहोचलातच कसे? जाऽ आल्या वाटेनं माघारी जा." शलाकाने सुनावले.

"मी मागं जायला आलेलो नाही."

"का? तुम्हाला माझ्या पतिराजांना भेटायचंय का? तर मग जा माघारी. या दुपारी दोनला. भेटतील ते."

"मी काय तुझ्या हब्बीला नाही भेटायला आलेलो. मी माझ्या बछड्याला घेऊन जायला आलोय-"

"अरे? मी त्याला आता देऊ कुठून?" ती कमालीची घाबरली.

“काढ ना बाहेर. जिथे लपवला असशील तेथून. हा बघ, त्याच्यासाठी चॉकलेटचा अर्धा पुडा घेऊन आलोय. माझी आर्थिक परिस्थिती नाजूक असतानासुद्धा!”

“दुष्ट मनुष्या! आता चॉकलेट? अन् तेव्हा त्याच्या डोक्यात हंटरची मूठ आपटली होतीस. केवढी मोठी खोक पडली. दिवसभर रक्त वाहिलं आणि त्याच रात्री देवाघरी गेलं रे माझं लेकरू.”

शलाकाने जेव्हा रमेशचा पुत्रशोधाचा रस्ता बंद करून टाकला होता, तेव्हा रमेश आंबेपूरला निघून आला. आपल्या सॅन्डच्या बिझनेसमध्ये उभे राहायचा तो प्रयत्न करू लागला. त्याचे नदीकाठाने आणि समुद्रतटाने भटकंती करणे, भाड्याच्या मशिनी गोळा करणे, सॅन्डविक्रीच्या परवान्यासाठी सरकारी कचेऱ्यांत हेलपाटे मारणे सुरू झाले. फार तर त्याने फक्त दोन-तीन आठवडे आपल्या धंद्याबाबतची ती खटपट केली असेल, नसेल; त्यानंतर मात्र त्याचा मेंदू उन्हात तापलेल्या वाळूसारखा तडकू लागला. आपल्या मुलाचे निधन झाल्याची गोष्टच त्याच्या मनाला पटेना. तसे होणे शक्यच नव्हते. निश्चितच वाळूमध्ये कुठेतरी पाणी झिरपत होते. तो गोंधळलेल्या मनःस्थितीत पुन्हा बापूनगरला येऊन पोहोचला.

त्यानंतर त्याचा सुरू झाला तो वेड्यासारख्या शोध. ज्या रात्री त्याने शलाकाला बेदम चोपले होते, जेव्हा त्याच्या हंटरच्या मुठीने अभिषेकच्या डोक्यात खोक पाडली होती; तो क्षण आठवायचा तो विलक्षण प्रयत्न करत होता. मग तो त्या गल्ल्यांतून आणि बोळांतून भटकू लागला. आपल्या भाड्याच्या तेव्हाच्या तिथल्या घरी, किमान आजूबाजूच्या घरांत तरी एखादे मूल मृत पावल्याचे ऐकिवात आहे का? तेथून कोणाचे प्रेत जाळायला वा पुरायला स्मशानाकडे गेले का? बरे, ग्रामपंचायतीच्या रजिस्टरमध्ये, स्मशानभूमीच्या बुकात तरी तशी नोंद आहे का? त्या दरम्यान गावातल्या एखाद्या दवाखान्यात कोणी जखमी बालकाला दाखल केले होते का? एकदा सूर्य उगवल्यावर दिसेल त्या फटीतून कोवळी सूर्यकिरणे धावतात; तसा तो सुचेल त्या दिशेने, येईल त्या शंकेच्या बाजूने धावू लागला, पळू लागला. मात्र, कोणत्याही दिशेला त्याला बोटभरही पुरावा सापडला नाही.

पोटातली एखादी गाठ अचानक दुखू लागावी, तिच्या असंख्य कळांनी जीव हैराण व्हावा अन् अचानक ते दुखणे थांबावे; थंड व्हावे. तसा तो विषय विसरून जायचा. मध्येच अर्धशिशीसारखे त्याचे मस्तक दुखायचे. मनापासून वाटायचे, शलाका सांगते तसा आपला पोर दगावलेला नसावा. मात्र, शेवटी शलाकाचे हृदय होते बाईचे. एका आईचे; त्यामुळेच रमेशने आपल्या जवळच्या मित्रांना शलाकाच्या हालचालींवर बारीक लक्ष ठेवायला सांगितले. पोर जिवंत असेल तर ती कधी ना कधी, कुठे ना कुठे त्या दिशेने धाव घेणारच.

घरात डझनभर मुले असली, तर कोणाकडेही लक्ष द्यायला मनुष्य तयार नसतो. मात्र, एखादे मूल हरवले असेल, तर त्याच्या भेटीसाठी जीव व्याकूळ होतो. सहज पदरामध्ये पडलेल्या पद्मिनीकडे लक्ष द्यायला कोणाकडे वेळ नसतो; परंतु ठेंगा दाखवत निघून गेलेल्या मैत्रिणीच्या आठवणींनी मात्र मनाची कायम उलाघाल होत राहते. तसेच रमेशचे मन अभिषेक नावाच्या आपल्या नष्ट झालेल्या मुलाभोवती फिरत राहायचे अन् अचानक एके दिवशी दुपारी आपल्या वामकुक्षीमधून तो जाबडल्यासारखा उठून बसला. त्याला शलाकाची बेस्ट फ्रेंड देवी हिची आठवण झाली. त्याबरोबर त्याने आपल्या दोन्ही गालांवर सटासट मुस्काटात मारून घेतल्या. अरे देवा, या दिशेने मी कधीच का विचार केला नाही? हीच ती बाई होती, जिची ओळख काढून शलाकाला घेऊन आपण आयुष्यात प्रथम प्रिन्सच्या भेटीला गेलो होतो; तेथूनच पुढे सुरू झाले ते दुर्दैवाचे दशावतार.

रमेश उठला आणि त्याने पळत जाऊन बस स्टेशन गाठले. इंदूरची बस पकडली. देवीची माहिती मिळणे तसे कठीण नव्हते. ती एका आर्किटेक्टच्या ऑफिसात मॅनेजरची नोकरी करत होती. आपल्या फ्लॅटवर एकटीच राहायची. ना तिचे लग्न झालेले किंवा ना तिच्यासोबत कोणी राहत होते. आई-वडील अलीकडेच मरण पावलेले. लिव्ह इन रिलेशनशिप. 'तात्पुरत्या एकत्रित राहण्यातील मौज'ही ती अनुभवत नव्हती. बिचारी अक्षरशः एकटी राहत होती. चार-पाच दिवसांची मेहनत वाया गेली. शेवटी तिच्या घराशेजारच्या एका किराणा दुकानासमोर रमेशला अचानक आशेचा एक झरोका दिसला. दर महिन्याला देवी मॅडम पहिल्या आठवड्यात नाशिकला जातात. तिथे दोन-तीन दिवस राहतात; अगदी न चुकता!

नव्या महिन्याच्या पहिल्या आठवड्यात रमेशने पुन्हा इंदूर गाठले. ज्या बसमधून देवी प्रवास करत होती त्याच बसमध्ये मागच्या बाकड्यावर बसून तो नाशिकला पोहोचला. तिथले एक इंटरनॅशनल स्कूल. त्या स्कूलचे सर्व सोयींनी युक्त असलेले हॉस्टेल. तिथेच आठव्या इयत्तेत शिकणाऱ्या एका मुलाला घेऊन देवी गावातल्या एका छोट्या हॉटेलात राहिली. त्याला खाऊपिऊ घातले. नव्या कपड्यांची खरेदी आणि गावातली सुट्टीची मौज. देवी इंदूरला निघून गेली. रमेश त्या हॉस्टेलच्या परिसरातच थांबून राहिला. आजूबाजूच्या ओळखीच्या लोकांमध्ये दोस्तीचे जाळे टाकू लागला.

सायंकाळी अनेकदा अभिषेक एकटा दिसायचा. हॉस्टेलबाहेरच्या पब्लिक गार्डनमध्ये हिरमुसला होऊन बसायचा. जणू तिथले ते लाकडाचे झिजलेले बाकडे त्याचे मित्र होते. रमेशने त्याच्याशीच लगट वाढवली. एक दिवस मोठ्या कळवळ्याने विचारले, "काय रे, तू खूप उदास दिसतोस? या वेळी पॅरेंट्स डेला– तुझी ती आई इंदूरहून आली नाही का?"

"काय हो मिस्टर? कोण तुम्ही? उगाच चुकीचे प्रश्न काय विचारता? ती माझी आईबिई नव्हे. त्या माझ्या देवीआंटी."

"अन् तुझे मम्मी-पप्पा?"

तो खिन्नपणे हसला. हवेत कागदाचे विमान उडवावे, तसा उंच आभाळाकडे हात दाखवत तो बोलला, "तिकडे वर केव्हाच गेलेत ते! शिर्डीला जाताना त्यांचा भयंकर मोठा अपघात झाला. पुअर सोल्स! दे डाइड ॲट वन स्ट्रोक."

"नाव काय म्हणालास तुझं?"

"अभिषेक रमेश ठिपसे."

"ठिपसे की दिवसे?"

"ठिपसेच माझ्या मरण पावलेल्या डॅडींचं सरनेम."

"आणि ही देवाआंटी?"

"शी वॉज बेस्ट फ्रेंड ऑफ माय ममा. तीच करते माझं सारं, तीही एकटीच राहते." अभिषेक हिरमुसल्यासारखा तसाच चूप बसला.

रमेश पुढे सरकला. त्याने त्याच्या दाट केसांत आपली बोटे मायेने घुसवली. तो बोलला, "हे बघ बाळ, तुझ्याबद्दल मला खूप माहिती आहे, असं समज; पण मी सांगणार नाही. कारण तुला माझं बोलणं पटणार नाही."

अभिषेकने रमेशकडे सहज पाहिले. तेवढ्यात हॉस्टेलची घंटा झाली. तो जायला उठला, तेव्हा त्याचा हात पकडून रमेश बोलला, "हे बघ बेटा. तूर्त मी एवढंच सांगेन तुला, तुझी आई मेलेली नाही. शी इज व्हेरी मच अलाइव्ह. चांगली धडधाकट, समाजातील बडी पैसेवाली खूप मोठी स्त्री आहे ती."

"चला, किती थापा मारता हो अंकल."

"ए, ए अभी. अरे थांब. एवढंच ऐक माझं. आज सायंकाळी तुझ्या देवी आंटीला फोनवर विचारायचं, 'आंटी, खरंच माझी आई मेली आहे का? लोक तर सांगतात, ती जिवंत आहे. खूप पैसेवाली आहे.' फक्त एवढंच जुजबी टू द पॉइंट बोलायचं."

"मग काय होईल?"

"फक्त तू एवढंच बोल रे. उद्या सकाळपर्यंत काय काय होतंय, हे तूच मला सांगशील. सकाळी बरोबर नऊ वाजून दहा मिनिटांनी इथं या कोपऱ्यावरच मी तुझी वाट पाहीन."

पुढे धावता धावता अभिषेक काही क्षण थांबला. त्याने काहीशा अविश्वासानेच रमेशकडे ओझरती नजर टाकली.

दुसऱ्या दिवशीची सकाळ. अगदी ठरल्यावेळी अभिषेक तेथे येऊन पोहोचला. रमेश थोडा उशिराच आला. अभिषेकचा चेहरा खूप ओढलेला दिसला. रात्रभर तो

धड झोपलाही नसावा. बागेतले जीर्ण, घसटून गुळगुळीत झालेले ते बाकडे. त्यावर ते दोघे बसले.

रमेश मुक्याने अभिषेकच्या चेहऱ्याकडे पाहू लागला. अभिषेकचा चेहरा एकाएकी काळ्या ढगांनी कुंद झालेल्या पावसाळी आभाळासारखा दिसला. नकळत त्याने रमेशचा हात पकडला, "अंकल! एव्हरीथिंग वॉज शॉकिंग. तुम्ही जसं प्रॉम्पटिंग केलं होतं ना, तसंच बोललो. अन् काय रात्रीपासून एकूण आठ वेळा ती बोलली आहे माझ्याशी. शेवटी हॉस्टेलच्या प्युननं तिला दम भरला– मुलांशी इतक्या वेळा बोलणं पॅरेंटनासुद्धा अलाउड नाही."

"काय विचारत होती रे ती?"

"स्ट्रेट क्वेश्चन. आज तुला कोणी भेटलं का? काय म्हणाले? अभी, असा कोणा स्ट्रेंजरला भेटू नको. लोक खूप वाईट असतात. यू विल बी एन्टँगल इन अ बिग ट्रबल. शेवटी बोलली, मी रात्रीच्याच बसनं नाशिकला यायला निघालेली. तिकिटही काढलेलं; पण माझ्या बॉसनं माझी ऐनवेळची रजा नामंजूर केली वगैरे."

त्यावर रमेश काहीच बोलला नाही. फक्त उदास होऊन हसला. तसा अभिषेक त्याला अधिकच चिकटला, "अंकल, एक मात्र नक्की. माझी देवीआंटी खूप काही गोष्टी लपवतेय माझ्यापासून. त्यात तुम्ही सांगता तशी माझी आई जिवंतच असायला हवी. असेल बिचारी सापडली कसल्यातरी संकटात."

"चल अभी, निघतो मी. गडबडीत आहे. भेटेन चार दिवसांनी जरूर."

"बट अंकल, प्लीज वेट, वेट. सांगा ना हो माझ्याबद्दल तुम्हाला काय काय ठाऊक आहे ते?"

"डोन्ट वरी. तसा मी तुला सोडून जाणार नाही, येईन परत शुअर चार दिवसांनी."

चार दिवसांनंतर तेच जीर्णशीर्ण गुळगुळीत बाकडे. ते दोघे आज अधिकच लगट करून बसले होते.

"क्यूं बच्चमजी? एक्झॅम जवळ येतेय ना? झाला अभ्यास?"

"कसला आला आहे अभ्यास? तुम्ही माझ्या डोक्यात फटाका पेरून गेलात अंकल, त्यात कालच."

"काय झालं रे काल?"

"अचानकच भेटायला देवीआंटी आली. खूप टेन्शनमध्ये दिसली. अगदी खोदूनखोदून विचारत होती. माय गॉड, खरं सांग. कोण भेटलं तुला?"

"मग सांगितलंस?"

"कसा सांगेन?"

"का?"

"मग तुमच्याशी चीटिंग नाही का होणार, अंकल? शिवाय मला मेन स्टोरी ऐकायची आहे ना. आई नसलेल्या मुलांच्या मनातलं घरटं किती जळून गेलेलं असतं, त्याची बाहेरच्या लोकांना काय कल्पना?"

"लूक माय सन. काळजी नको. तुझी आई जिवंत आहे. मी याआधीही सांगितल्याप्रमाणं ती खूप हाय रँक्ड, एक प्रतिष्ठित, बलवान, धनवान -इन शॉर्ट द क्वीन ऑफ वन शुगरकिंग आहे."

"मला कळेल, असं सांगा ना."

"ती आहे एका साखरसम्राटाची महाराणी!"

"म्हणजे माझ्या पप्पांची वाइफ ना?"

"पोरा, तुझा खरा बाप जर साखरसम्राट असता, तर तुला असं अनाथासारखं एखाद्या हॉस्टेलवर सडत दिवस कशाला काढावे लागले असते?" ते सांगत असताना रमेशचा चेहरा अगदी दुःखाने द्रवला, "पोराऽऽ! तुझ्या आईनं तुझ्या खऱ्या गरीब बापाला लाथाडलं. पळवून लावलं. ती एका बड्या किंगची क्वीन बनली अन् आपण दोघं मात्र माळावरच्या उन्हात असे करपून गेलो रे..."

"आपण दोघं म्हणजे?"

"काही नाही, आपलं सहजच बोललो."

मध्येच अभिषेकच्या डोक्यात दुसराच काही विचार आला असावा, तो झटकन मागे सरकला. त्याने आपले अंग आकसले.

"काय रे बाळा? असा घाबरलास कशानं?"

"अंकल! तुम्ही मला फसवत तर नाही ना? काल आंटीनं मला जाताना सांगितलं, तुला गोड गोड बोलून फसवेल कोणीतरी, बी केअरफुल."

अभिषेकच्या बोलण्यावर रमेश खूप नाराज आणि काहीसा नाउमेदही झाला. अस्वस्थपणे एक लंबा सुस्कारा सोडत तो बोलला, "माय सन, मी कशाला तुला फसवू? परिस्थितीचेच जळजळीत चटके मला असे बसताहेत म्हणून सांगू? या साऱ्या प्रकारामुळे माझ्याही आयुष्याचे धिंडवडे निघाले आहेत अन् काय उरलं आहे रे माझ्याकडे? लॉजचं भाडं भरण्याइतकेही पैसे नाहीत माझ्या पाकिटात. मी इथे जेव्हा येतो ना, तेव्हा एसटी स्टँडजवळच्या पाण्याच्या सार्वजनिक नळाखाली कशीबशी अंघोळ करतो. तिथल्याच उघड्या बाकड्यावर ढेकणांच्या सोबतीनं कंटाळवाणी रात्र काढतो. खूप छिन्नविच्छिन्न, अगदी लाचार आणि दारिद्री बनवलं आहे रे मला परिस्थितीनं."

रमेशने डोळे पुसले. वेळ मर्यादितच होता. त्याने आपल्याजवळचा काही जुन्या फोटोंचा गठ्ठा बाहेर काढला. ज्यामध्ये एका लहान निरागस बाळाचे फोटो, एक नवविवाहित जोडपे, अत्यंत देखणी आणि आकर्षक अशी नववधू, काही सर्टिफिकेट्स–

जन्माचा दाखला– तो सारा गठ्ठा अभिषेककडे देत रमेश बोलला, "घे हे तू. सावकाशीनं हॉस्टेलवर जाऊन बघ. तू नव्या कॉम्प्युटरयुगातला मुलगा. तुला मी अधिक काय सांगू? तू फक्त गुगलवर सर्च मार – शलाकादेवी प्रिन्स डोंगरे-देशमुख किंवा प्रिन्स देशमुख किंवा गजरा शुगर फॅक्टरी."

"पण यांचीच नावं का?"

"कारण याच शलाकादेवी पश्चिम महाराष्ट्रातल्या एका करोडपती नव्हे, अब्जोपती प्रिन्सची सध्याची वाइफ! दुर्दैवी बाळा, तीच तुझी खरी आई आहे."

"व्हॉट?"

"हो, सरोगेट, सावत्र वगैरे नव्हे बरं. जिच्या पोटातून तुझा जन्म झाला तीच तुझी खरीखुरी आई."

दुसऱ्या दिवशी भेटीच्या वेळी अभिषेक कंटाळल्यासारखा दिसत होता. तो रात्रभर झोपला नसावा. मात्र, त्याच वेळी जीवनातल्या खूप मोठ्या सत्याचा शोध लागल्याचे समाधानही त्याच्या कोवळ्या चेहऱ्यावर दिसून येत होते.

रमेशचा हात हाती धरून अभिषेक बोलला, "थँक्यू अंकल! मी खूप सर्च घेतला. फोटो, बाकीचे सारे पुरावे बघितले. रात्री दीड वाजता माझं डोकं गरम झालं. मी माझी आंटी खूप आजारी आहे, असं खोटं सांगून सिक्युरिटी गार्डला उठवलं. तेथून थेट देवीआंटीला फोन केला अन् तिला चिडून विचारलं, "तुझी बेस्ट फ्रेंड आणि माझी खरी आई शलाकादेवी आता कुठे आहेत? मला भेटायची त्यांना लाज का वाटते? त्यावर तिला काहीच बोलता आलं नाही. अंकल, मी रात्रभर खूप खूप रडलो हो."

"लीव्ह इट बेटा."

अन् अचानक रमेशकडे मान वर करत अभिषेकने विचारले, "अंकल, हे सारं इतक्या अर्नेस्टली, अशा तळमळीनं तेही माझ्यासारख्या गरीब, अनाथ पोरासाठी तुम्ही का करता आहात?"

रमेश काहीच बोलेना. तसा त्याचा हात पकडून अभिषेकने पुन्हा विचारले, "सांगा ना अंकल, का करता माझ्यासाठी हे सारं?"

"जाऊ दे ना रे बच्चू, तुला जन्म देणाऱ्या तुझ्या बापाच्या नशिबी एवढी तरी सेवा येऊ दे रे."

अभिषेक रमेशकडे चक्रावल्यासारखा पाहतच राहिला.

"अभिषेक! तुझी ही शलाका नावाची जी आई आहे ना - ती खूपच तयारीची स्त्री आहे. ती तुला यापुढे भेटली, तरी तू सावधच राहिलेलं बरं."

"असं काय बोलता, पप्पा?"

"अरे, ती दिसायला जितकी सुंदर तितकीच, आतून धूर्त आणि कुटील आहे. त्याच वेळी ती तुला मुलखाची प्रेमळ आणि मधाळही वाटेल."

"असं कसं?" अभिषेक गोंधळला.

"कारण तिच्या दातातून विष कधी गळेल आणि जिभेतून अमृत केव्हा पाझरेल, याचा थांगपत्ता लागणार नाही, अशी ती मायावी स्त्री– राक्षसांच्या आणि पऱ्यांच्या गोष्टींमध्ये शोभून दिसावी अशी."

"चलाऽ काहीतरीच पप्पा. उगाच तिच्याबद्दल तुमचं बॅड ओपिनियन झालेलं दिसतं."

"हे बघ बच्चा, तुझ्या बालमनाला तिच्या ऊर्जेची आणि अंगातल्या जादूची कल्पनाच करता येणार नाही. अरे, मी तिला हंटरचे चार तडाखे मारायचं निमित्त काय होतं, माझ्याविरुद्ध ती त्या प्रिन्सच्या बंगल्यात तक्रार घेऊन काय जाते अन् त्या फक्त एका रात्रीच्या अवधीत अवघ्या जगाचं चक्र फिरवावं, तसं ती चेटूक काय करते-"

"म्हणजे काय?"

"अरे, त्या एका रात्रीचाच असा भयंकर महिमा की, प्रिन्ससारखा गावात सज्जन म्हणून प्रसिद्ध असलेला तरुण आपलं दोन दिवसांवर आलेलं लग्न एकतर्फी मोडतो. त्यानंतर काही तासांच्या अवधीतच ही बया नवी नवरी बनून त्याच बोहल्यावर जाऊन उभी राहते. तेही तिनं त्याआधी तुझ्या बापाच्या नावानं लावलेलं कुंकू पुसून न टाकता? या बाईच्या शक्तीची, युक्तीची आणि सामर्थ्याची तू

कल्पनाच करू शकत नाहीस.''

ते सारे कथन ऐकून अभिषेक चूप बसला. काय बोलावे तेच त्याला कळेना; तेव्हा रमेशच पुढे थोडे आश्चर्याने आणि काहीसे गमतीने विचारू लागला, ''बेटा, मला राहून राहून आश्चर्य वाटतं ते फक्त एकाच गोष्टीचं. अरे, जबरदस्त ताकदीची ही मायावी स्त्री अजून तू तिचा मुलगा असताना तुला भेटायला कशी नाही आली?''

''आली होती ना पप्पा.''

''केव्हा?''

''गेल्याच आठवड्यात. सकाळी साडेनऊलाच. हॉस्टेलच्या गेटबाहेर रोल्सरॉइस नावाची एक भलीमोठी कार येऊन थांबली. बाकीची मुलं धावत, किंचाळत वर आली. सांगू लागली- अरे अभी, तुझी मम्मी आलीय.''

''बरं पुढे?''

''पप्पा, तुमच्या तोंडून इतकं सारं ऐकल्यावर त्या बाईच्या श्रीमंतीला आणि रोल्सरॉइसला भुलून जाण्याइतका मी नक्कीच मूर्ख नाही. तिनं खूप प्रयत्न करून पाहिला; पण मी माझ्या खोलीचं दार आतून घट्ट बंद करून घेतलं होतं. ते दिवसभर उघडलंच नाही. शेवटी त्या बाईनं आमच्या कॉलेजच्या प्रिन्सिपॉलवर प्रेशर आणलं. इकडे कधीच न फिरकणारे आमचे प्राचार्य जामदार सर तिच्यासोबत दुपारी साडेतीन वाजता माझ्या रूमबाहेर आले. त्या दोघांनी खूप विनवण्या केल्या. शेवटी सुताराला आणून दरवाजा तोडायची त्यांची हळू आवाजात चर्चा चालू होती; परंतु ते आपसातच पुन्हा काहीतरी कुजबुजले. उगाच प्रकरण वाढेल. गावात चर्चा होईल. शेवटी त्या बाईनं तेथून निघताना 'बेटा बेटा' असं म्हणत खूप हाका मारल्या, तेव्हा ती चांगलीच दुःखी आणि कासावीस झाली असावी. दुपारी साडेचारनंतर त्या तेथून निघून गेल्या. जाताना त्यांना रडू आवरत नव्हतं, असं माझे मित्र सांगत होते.''

''हुंऽऽ म्हणजे पहिल्यांदा आपल्या पोराला भेटायला येताना ती मोकळ्या हातांनीच आली होती का रे?''

''छे! छे! पप्पा, तिनं आपल्यासोबत माझ्यासाठी नव्या कपड्यांचे बारा बॉक्स, शूजच्या तीन पेअर्स, बेल्ट, परफ्यूमच्या बाटल्या खूप काही आणलं होतं. तेथून बाहेर पडताना तिनं त्या साऱ्या वस्तू रेक्टरकडे ठेवून दिल्या. 'माझ्या रुसलेल्या बाळाला हे सारं नेऊन द्या' अशी काहीतरी नाटकी बडबडत करत होती म्हणे ती.''

त्या ओंगळ लॉजच्या फाटक्या, पोट आलेल्या गादीवर रमेश तसाच बसून होता. भिंतीला टेकून तो अधूनमधून चिलीम ओढत होता. गांजाचा आस्वाद घेत होता. अभिषेक मात्र गेल्या काही दिवसांच्या मानसिक त्रासाने खूप थकला होता. तो तत्काळ झोपी गेला. घोरू लागला. खूप उशिराने कसल्याशा आवाजाने त्याला

जाग आली. तो पाहतो, तर त्याचा बाप रमेश एखाद्या लहान मुलासारखा मुसमुसत रडतो आहे. अभिषेक रमेशच्या छातीला चिपकत विचारू लागला, "पप्पा, असे का रडता? नको ना, मला उगाच भीती वाटते."

"माझं एक ऐकशील?"

"काय?"

"तुझ्या डोक्यात आलेला माझ्यासोबत राहायचा विचार तू सोडून दे. उगाच माझ्यासारख्या फाटक्या माणसाबरोबर तुझ्या जीवनाची बरबादी का करतोस? मी म्हणतो, तसं आता देवीआत्याचा पडदासुद्धा मध्ये ठेवू नकोस."

"म्हणजे काय, पप्पा?"

"सरळ तुझ्या आईच्या पॅलेसमध्ये जा! तिकडे तुला फॉरिन एज्युकेशन मिळेल. तुझं लाइफ चेंज होईल. ऑय ॲम शुअर. एकदा त्या बाईनं तुला शब्द दिला, तर ती मागं घेणाऱ्यांपैकी नाही. मी ओळखतो तिला. अरे, शेवटी ती तुझी आई आहे."

"माझी आई? छट्! तसं असतं, तर तिनं तीन वर्षांच्या अजाण चिमुकल्याला मैत्रिणीच्या ओट्यात कशाला फेकून दिलं असतं? अन् त्याच वेळी डोक्याला बाशिंग बांधून त्या प्रिन्सच्या पॅलेसमध्ये कशासाठी घुसली असती?"

रमेश खुशीने उठून उभा राहिला. आपल्या मुलाकडे पाहताना तो अभिमानाने फुलून गेला, "वाऽऽ बेटा! तुझ्या - माझ्याशी दैव खेळलं. तुला - मला नशिबानं किती नाचवलं; तरीसुद्धा तू स्वाभिमानाचा पीळ सोडला नाहीस. तुझं खूप कौतुक आणि प्रचंड अभिमान वाटतो रे मला."

दोघे बराच वेळ एक-दुसऱ्याला चिपकून परस्परांच्या उबेमध्ये झोपी गेलेले. मध्येच संतापाने थरथरत अभिषेक बोलला, "सॉरी पप्पा, तुम्ही त्या बाईचे हजबंड असताना त्या मॅडम दुसऱ्याशी कसं लग्न करतात? अशा प्रकाराला माझ्या वर्गातली मुलं 'रंडी' असा शब्द वापरतात."

"छी...छी... पहिला तो घाणेरडा शब्द मागे घे." रमेश दुःखी आणि रडवेल्या सुरात बोलला, "बेटा, तुला काय माहीत? तुझी आई मुळात एक देवता आहे; पण तिच्यावर आपल्या श्रीमंतीचं छू मंतर करून प्रिन्ससारख्या बदमाशानं पळवली तिला. हे नालायक श्रीमंत आम्हा गरिबांच्या अडचणींचा फायदा उठवतात. आमची मजाक उडवतात रेऽऽ!"

आता मात्र अभिषेकचा पुरता गोंधळ उडाला. मध्येच आपल्या बापाला असा वेगळाच काय झटका येतो, या शंकेमुळे तो चक्रावला. रमेश बोलला, "बेटा, मी खूप विचार केला आहे, अलीकडे खूप चिंतन केलं आहे. माझ्या मते तुझ्या आईच्या पायांत भाग्य होतंच! ती तिकडे प्रिन्सकडे जाण्याऐवजी जर माझ्याकडे राहिली

असती, तर काय घडलं असतं, आहे माहीत?''

"काय?''

"आज आपणच एखाद्या मोठ्या फॅक्टरीचे मालक बनलो असतो. त्या फालतू शुगर फॅक्टरीपेक्षा मोठ्या. कारण इट वॉज रिटन इन हर फेट!''

"अच्छा! म्हणजे ती अगदीच काही वाईट स्त्री नव्हे ना पप्पा?''

"जशी वेळ येईल, तसं सांगेन सारं तुला. तूर्त तुझ्या आणि माझ्या फायद्यासाठी तू थोडा वेगळा ड्रामा करायचा. तुला माझ्याकडे यायचंच नाही असा देखावा तुझ्या त्या आंटीपुढे आणि मम्मीसमोरही कर. शिक्षण सोडू नको. हॉस्टेलही सोडू नको. आपण वाट पाहू या, आपला बॅड पॅच संपायची. आपण वाट पाहू, त्या भाग्यवान दिवसाची. जेव्हा त्या मूर्ख, श्रीमंत प्रिन्सला बाजूला फेकून माझी देवी पुन्हा माझ्या देव्हाऱ्यात परत येईल! अन् आपण तिघं गळ्यात गळा घालून एकत्र हसू आणि खेळूसुद्धा!''

कधीकधी मनुष्याच्या जीवनात असा एखादा विलक्षण दिवस उगवतो, तो त्याच्या बखोटीला घट्ट पकडतो. लागलीच त्याला यशकीर्तीच्या कैलासावर नेऊन ठेवतो किंवा कुचकट बदनामीच्या खातेऱ्यामध्ये असा खोल खड्ड्यात नेऊन चिरडतो की, त्यातून मान वर काढत जीवनात पुन्हा उभे राहणे त्याच्यासाठी मुश्कील बनावे.

तो दिवस शलाकासाठी अत्यंत भाग्यदायी, सौख्याचा आणि मंगलमय दिन होता. अन्य कोणा साखरसम्राटाच्या कुटुंबात मोठी पारितोषिके मिळतील. अचानक एखाद्या देशात टंचाई निर्माण होऊन पाचपट दराने साखर विकली जाईल; परंतु प्रिन्स आणि शलाकाच्या त्या दिवसापुढे सोने फिके पडावे. भारताचे माजी पंतप्रधान आणि सहा महिन्यांनंतर होणाऱ्या निवडणुकीत पुन्हा पंतप्रधान बनण्याची प्रबळ शक्ती असलेला नेता म्हणजे राष्ट्रीय पक्षाचे अध्यक्ष बॅ. श्रीकर शास्त्री. ते त्या दिवशी पुण्याच्या दौऱ्यावर येणार होते. मांजरी येथील शुगर इन्स्टिट्यूटमध्ये त्यांचा महत्त्वाचा कार्यक्रम होता. ज्यासाठी महाराष्ट्राचे मुख्यमंत्री, अनेक मंत्री, वरिष्ठ अधिकारी व इतर बराचसा चिल्लर-खुर्दा तिथे गोळा होणार होता.

बॅ. श्रीकर हे स्वातंत्र्यसेनानी गोपीनाथ बाबू शास्त्री यांचे नातू. देशातल्या उत्कृष्ट आणि आघाडीच्या वकिलांपैकी ते एक. व्यक्तिमत्त्व कमालीचे उमदे आणि वय बेचाळीस वर्षे. खरेतर गेल्याच वेळी सलग दुसऱ्यांदा ते पंतप्रधान व्हायचे; परंतु त्यांच्या पक्षातल्याच छुप्या मित्रांनी आणि विरोधकांनी त्यांचे एक प्रकरण उकरून काढले.

लष्करासाठी केलेल्या शस्त्रखरेदीमध्ये त्यांनी भ्रष्टाचार केल्याचे जाहीर आरोप केले. तो हल्ला इतका सुनियोजित, आक्रमक आणि कुटिलतेने जुळवून आणला होता - ज्यामुळे बॅ. श्रीकरसारखा मनुष्यही काही दिवस भांबावून गेला. अचानक

देशपातळीवर बदनामीच्या रंगामध्ये बुडून गेला. गुप्त हितशत्रूंनी भयंकर चावे घेतले. शेवटच्या क्षणी त्यांच्या पक्षानेही त्यांची पाठराखण केली नाही. विरोधकांनी त्यांना तुडवायची एकही संधी वाया जाऊ दिली नाही. परिणामी, निवडणुकीत राष्ट्रीय पक्षाचा दारुण पराभव झाला. श्रीकरबाबूंना आपल्या निवासातून बाहेर पडणे मुश्कील झाले.

अवघ्या दोन वर्षांत पर्दाफाश झाला. सत्य चव्हाट्यावर आले. त्याबरोबरच ज्या शास्त्रींची इमेज स्टॉक मार्केटसारखी ढासळली होती, तेच शास्त्री अनेक पटींनी पुन्हा वर आले. त्यांचे हळूच पाय खेचणारी अनेक रानटी कुत्री पक्षात होती; परंतु त्यांच्या तोडीचा, भव्य झेपेचा, रुबाबदार नेता राष्ट्रीय पक्षात अन्य कोणी नव्हता. आता राष्ट्रीय पक्षाचेच मंत्रिमंडळ राज्यातल्या सत्तेत होते. त्याच पक्षाचे अनेक आधुनिक गडकिल्ले म्हणजेच सहकारी साखर कारखाने या मंडळींच्या मुठीत होते; त्यामुळेच प्रस्तावित लोकसभा निवडणुकीच्या पार्श्वभूमीवर शास्त्रींच्या या दौऱ्याला अधिक महत्त्व प्राप्त झाले होते. त्यातच अनेक वर्षांनंतर लोकसभेचा आंबेपूर मतदारसंघ आरक्षणातून खुल्या प्रवर्गात आला होता; त्यामुळे अनेक तरुणांच्या महत्त्वाकांक्षेला नवे कोंब फुटले होते.

प्रिन्स आणि शलाकाची नवीन मर्सिडीज मोटार होती; परंतु त्या दिवशी मांजरीच्या मागे वीस कि.मी.वर दोन टायर अचानक पंक्चर झाले. पुढची अत्यंत महत्त्वाची बैठक गाठायची होती. त्यासाठी ते अजिबात न थांबता रस्त्यावरची टॅक्सी पकडून धावत पुढे आले होते. तोवर इकडे बड्या मीटिंग हॉलमध्ये श्रीकर शास्त्रींना ब्रीफिंग आणि प्रेझेन्टेशन सुरू होते. तेथे साखर उद्योगातील अनेक ज्येष्ठ तज्ज्ञ, अनुभवी एमडी व सहकारमहर्षीही होते. हुशार बॅ. श्रीकरजींकडून अनेक प्रश्नांची सरबत्ती सुरू होती. मुळात त्यांचे व्यक्तिमत्त्वच एवढे प्रभावी होते की, त्यांच्यापुढे लोक दबून जायचे, घाबरायचे; मग उत्तरे चुकायची.

नव्याने चेअरमन झाल्यावर शलाकाने साखर उद्योगाचा बारकाईने अभ्यास चालवला होता. अनेक संस्थांचे अहवाल, ताळेबंद वाचले होतेच. शिवाय अनेक सीए, ज्येष्ठ व्यापारी आणि हुशार वकिलांशीही सखोल चर्चा केली होती; त्यामुळे एक कमालीचा आत्मविश्वास तिच्या अंगामध्ये निर्माण झाला होता. आता शास्त्रीजींना जे ब्रीफिंग चालू होते, त्याने त्यांचे पुरेसे समाधान होत असल्याचे दिसत नव्हते. साखरेच्या धंद्याच्या दृष्टीने एकविसाव्या शतकाचा चेहरा कसा असेल, जगाच्या नकाशावर आशिया कसा राहणार आणि त्यात पश्चिम महाराष्ट्राचा पट्टा या उद्योगात कसा राहील, तुमचे स्थानिक प्रश्न कोणते आणि अडचणी कसल्या– शास्त्रींकडून त्यांच्या अस्खलित इंग्रजीत प्रश्नांची बंबारी सुरू होती.

शास्त्रींना मिळणारी ती अपूर्ण आणि असमाधानकारक उत्तरे ऐकताना प्रिन्सही

नाराज झाला होता. शलाका तर अधिकच हैराण झालेली. शेवटी तिने असह्य होऊन प्रिन्सचा हात दाबला. डोळ्यांनीच परवानगी मागितली आणि प्रिन्सने मुंडी हलवत ती देऊनही टाकली. तशी समोरच्या गर्दीत बसलेली शलाका पाण्यात बुडालेल्या घागरीसारखी झटकन वर आली. ती आपल्या नाजूक पण स्पष्ट आवाजात "शास्त्री सरऽऽ मे आय?" करू लागली, तशी ती आपल्या देखण्या व्यक्तिमत्त्वाने पाचशे लोकांच्या गर्दीतही उठून दिसणारी. तिच्याकडे लक्ष जाताच शास्त्री बोलले, "येस लेडी, येस," संयोजकांनी शलाकाच्या हाती तत्काळ माइक दिला. मग ओघवत्या शैलीत आणि इंटरनॅशनल स्कूलमध्ये शिकलेल्या फर्ड्या ब्रिटिश उच्चारात तिने उत्तरे द्यायला सुरुवात केली. दिवसेंदिवस साखर उद्योगाला भेडसावणारा ऊसतोड मजुरांचा गंभीर प्रश्न, ऊस वाहतुकीचा वाढलेला खर्च, उसाला मिळणारा अस्थिर भाव आणि साखर निर्यातीची अशाश्वती.

शलाका आपल्या अस्सल आणि फाकडू इंग्रजीत बोलतच राहिली. शास्त्री मध्येच एखाद्या प्रश्नाचा हळूच खडा टाकायचे. अन् शलाका पाच-पाच, सात-सात मिनिटे बोलत राहायची. तिच्या अभ्यासाने आणि नेटक्या मांडणीने श्रीकरजी खूप प्रभावित झाल्याचे दिसत होते. बाकीचे शुगरकिंग, एवढेच नव्हे तर इतर मंत्र्यांचेही त्या चर्चेवरून लक्ष उडाले. त्यांच्या डोक्यात भविष्याच्या हिशोबाची गणिते फिरू लागली. येत्या काही महिन्यांत देशाचे पंतप्रधान होणाऱ्या आपल्या या महान नेत्याला इतकी प्रभावित करणारी तरुण महिला. तीसुद्धा सहकारमहर्षी बापूराव डोंगरे-देशमुखांची सूनबाई. नकळत घडून आलेले 'हे डायरेक्ट कनेक्शन.' या वेगाने ही बया शिडीचे किती पायंडे चढत भरभर वर निघून जाईल. काही तरुण नेते तर आपल्या पाठीमागे फोल्डर घेऊन उभ्या असलेल्या पीए नावाच्या झिपऱ्या व किडकिड्या पोरांच्या कानांत हळूच कुजबुजले, "बाळ्याऽऽ भाड्या ऐकतोस ना? वैनी साहेबांचे सारे नंबर आजच टिपून ठेव. बहुत उंची चीज आहे बाबा."

"अरे, आमच्या तर जवळच्या नात्यातला- चला, आता कोडं सुटलं. आपलं उमेदवारीचं तिकिट पक्कं. उगाच कोणा कुत्र्यांच्या पाठीमागं धावायला नको."

बैठक एकदाची संपली. पलीकडच्या हॉलमध्ये मोजक्याच व्हीव्हीआयपींचे भोजन सुरू झाले. देखण्या, उत्साही श्रीकरजींनी पुन्हा शुगर धंद्याचाच विषय काढला. काही शंका विचारल्या. नेमकी उत्तरे मिळेनात. मुख्यमंत्रीही चूप. फक्त आज्ञाधारक विद्यार्थ्यासारखे आपली खुर्ची सांभाळत बसलेले. नेमके उत्तर लवकर मिळेना, तसे श्रीकर शास्त्री उंच आवाजात विचारू लागले, "वेअर इज दॅट टू नॉलेजेबल लेडी? प्लीज फाइन्ड आउट. कॉल हर ओव्हर हिअर." त्याबरोबर बडे बडे आमदार-खासदार बाहेरच्या बाजूला हाका मारत सुटले, "अरे बाबांनो, त्या शलाका वहिनी कुठं आहेत? शोधाऽऽ बॉस बोलावताहेत?" काही मिनिटांतच

शलाका समोर आली. आपल्या छातीवर धरलेला फोल्डर आणि डोक्यावरचा पदर सावरत आणि येतानाच सोबत प्रिन्स नावाच्या आपल्या नवऱ्याला घेऊन समोर.

"व्हॉट्स यूवर नेम? ओ, हं शलाकाजी, व्हाय आर यू स्टॅण्डिंग देअर? या, पुढे या. बसा, व्हॉय आर यू नॉट जॉइनिंग फॉर लंच?"

आता मात्र मुख्यमंत्रीही मनातून टरकले. ज्या आपल्या थोर नेत्याची भेट मिळवण्यासाठी आपल्या उंचीच्या मनुष्यालासुद्धा आठ-आठ दिवस फील्डिंग लावावी लागते, उठाबशा काढाव्या लागतात, त्यात या बाईने एवढ्या कमी वेळात आपल्या महान नेत्याला हे असे गुंडाळून टाकावे? कमाल आहे! तेवढ्यात शेजारीच बसलेले सीनिअर राज्यसभा सदस्य देवीकुमार पागे बोलले, "सर, शलाकाताई कम्स फ्रॉम अ ट्रॅडिशनल मराठी फॅमिली. नवऱ्याच्या आधी बायकोनं जेवायला बसायची रीत अजून आली नाही त्यांच्यात."

"ओ-हो, देन व्हेअर इज युअर हबी?"

"हे काय सोबतच उभे-प्रिन्स देशमुख."

"प्रिन्स, प्लीज कम. प्लीज सीट बोथ ऑफ यू फॉर लिटल लंच इन अवर कंपनी."

मस्त जेवण झाले आणि चर्चाही रंगली. नियोजित वेळेपेक्षा तेथून निघायला शास्त्रींना वीस मिनिटे अधिक लागली. त्या अपूर्व भोजनाची अत्यंत सुरेख अशी छायाचित्रे पुण्याच्या एका प्रेस रिपोर्टरने नंतर प्रिन्सला पाठवली. तो भाग्यदायी, अनेक राजकीय नेत्यांची झोप उडवणारा आणि कोणीही अभिमानाने मिरवावा असा प्रसंग. दुसऱ्या दिवशी त्यातील एक नेटके छायाचित्र शलाकाच्या कारखान्यावरच्या केबिनमध्ये तसेच 'रिव्हर फ्रंट'मधील मुख्य हॉलमध्ये लागले. पन्नासभर कार्यकर्त्यांनी तर फोटोग्राफरकडे जाऊन सटासट त्या छायाचित्रांच्या डुप्लिकेट मारल्या. आपल्या घराच्या दर्शनी भागात त्या तसबिरी अभिमानाने लटकावल्या. प्रिन्स गटाची पोरे सर्वांना सांगत, "अरे, आमचे साहेब अन् वहिनी-दिल्लीशी डायरेक्ट कनेक्शन. आपून तो मुंबई और स्टेटलेव्हल के आंडुपांडुना गिनतेच नही, राजा!"

कसेबसे सुखाचे दोन दिवस उलटले असावेत. शलाकासारखेच आपणही देवपूजेत लक्ष घालायला हवे, असे नेत्रादेवीला पटलेले. सकाळची अंघोळ आटोपून, फुलांची परडी घेऊन ती देव्हाऱ्याकडे चालली होती. तेवढ्यात तिला टेबलावर दिसला दैनिक 'सकाळ'चा अंक. त्यात पहिल्या पानावर छापून आलेला पुण्यातल्या कार्यक्रमाचा माजी पंतप्रधान शास्त्रींसोबतचा शलाकाचा तो सुंदर फोटो. तो बघताच अंगाला खाजखुजलीची बोंडे चिकटल्यासारखी नेत्रा सैरभैर झाली. त्यातूनही तिने तिच्या गुरुजींनी तिला अनेकदा बजावल्याप्रमाणे स्वतःच्या मनावर नियंत्रण आणायचा प्रयत्न चालवला. ती ताम्हणामध्ये देवाच्या मूर्तींना स्नान घालू लागली; परंतु त्याच

वेळी तिच्या रक्तातून तिच्या अनावर संतापाची अशी पिचकारी उसळून वर आली, तिने हातातल्या देवतांच्या चांदीच्या मूर्ती खाली आपटायला सुरुवात केली. तरी बरे चंचलानानी जवळपासच होत्या. त्यांनी पटकन आपल्या घुश्श्याने उफाळणाऱ्या सुनेला मिठी मारली. काबूत आणायचा प्रयत्न चालवला. तरी ती एखाद्या खोल जखमेने हैराण झालेल्या जनावरासारखी फुत्कार टाकू लागली, "असे कसे छळतात हे वाईट दिवस? किती आमचं बॅडलक? ही शलाका नावाची दुसऱ्याच्या घरात घुसलेली एक चहाटळ नादान स्त्री. मेली कुठंही उठते आणि पुढे पुढे करत सुटते. श्रीकरजींसारख्या आमच्या पंतप्रधानांच्या आसपास पोहोचायची तरी हिची लायकी आहे का? अन् चक्क मेली त्यांच्याबरोबर जेवायला बसते?"

आधीच शलाकाच्या अस्तित्वाने जिल्ह्यातील मंडळींना नकळत धडकी भरली होतीच. तालुक्यातले विरोधक बोंबट्या मारत होतेच; पण आता राजकारणातील बुजुर्ग नेते, सहकारातीले रेशमी किडे आणि राजकीय विश्लेषकसुद्धा भलतेच संभ्रमात पडले होते. ही बाई वरून किती अबोल, शांत आणि धीरगंभीर दिसते; पण खरे राजकारण तिच्या रोमारोमांत भिनलेय जसे काही. काय करायचे, त्यापेक्षा काय करू नये, याबाबतचे तिचे अंदाज किती अचूक असतात. ज्याने विरोधकांना जखमा पोहोचत नाहीत; पण ते घायाळ मात्र होतात. हतबल बनतात. तिच्या मनातली नेमकी नवी चाल ओळखणे मोठे मुश्कील होऊन जाते. भाग्य तर तिच्यासोबत एखाद्या तेजस्वी बालकासारखे रमतगमत चालते. कारखाना, डिस्टिलरी, मेडिकल कॉलेज; सर्वत्र हिचाच रुबाब आणि शब्द चालतो. अलीकडे तर प्रिन्स साहेबांचे म्हणून जे काही निर्णय असतात, त्यांपैकी नव्वद टक्के निर्णय शलाकाच घेते. तेही तिला मुक्त वाव देतात. प्रिन्सने स्वतःची अवस्था अगदी खरी स्टॅम्पसारखी करून घेतली आहे.

चार दिवस नेत्रादेवीने खूप आदळआपट केली. ती कधी मुंबईला गेली, तरच हळूच चोरून मैत्रिणींसोबत एखादा स्कॉचचा प्याला घ्यायची. दारूचे सेवन हा शहाण्णव कुळीतल्या मराठा स्त्रीसाठी कलंकासारखाच निंद्य प्रकार होता. मात्र, पुण्याच्या बैठकीतील तो वृत्तान्त, त्याबाबतच्या भरपेट चर्चा, शलाकाचे चौफेर झालेले कौतुक या साऱ्या गोष्टींमुळे नेत्राच्या डोक्याची कवटी बधिर झाली. मग तिने चंचलासारख्या जहांबाज सासूलाही भीक घातली नाही. चार दिवस आपल्या बेडरूमचा दरवाजा आतून बंद केला आणि सरळ अहोरात्र दारू प्यायचा सपाटा लावला. पाचव्या दिवशी भयंकर सर्दीने आणि डोकेदुखीच्या असह्य वेदनेने तिला सांगून टाकले, बाई गं, दारूच्या नशेपेक्षा राजकारणाची नशा अधिक तिखट असते. कारण दारू पाण्याबरोबर किंवा सोड्याबरोबर घ्यायची असते; पण राजनीतीची झिंग चढण्यासाठी तिच्यात अति महत्त्वाकांक्षा, जबरदस्त मत्सर, विलक्षण पाठपुरावा

अशी सारी रसायने ओतावी लागतात. शत्रूचा भयंकर पाठलाग करावा लागतो. या भयंकर नशेची सुरुवात आपल्या हाती असते; पण तिचा शेवट मात्र आपल्या मुठीमध्ये नसतो.

नेत्रादेवीने नव्या निर्धाराने दारूच्या उरल्यासुरल्या सर्व बाटल्या बाथरूममध्ये ओतून टाकल्या. फ्रेश होऊन नाश्ता करताकरता तिचे मन तिला आतून सांगत होते, शलाका नावाची ही बया आहे त्यापेक्षा वाढण्याआधी कौशल्याने तिचे पंख छाटायला हवेत.

त्यातच दोन दिवसांनी वृत्तपत्रांत दिल्लीच्या बातमीदाराने प्रसिद्ध केलेली बातमी छापून आली. त्याचे ठळक शीर्षक नेत्राच्या डोक्यावर समोरून कपाळावर घातलेल्या लाठीच्या घावासारखे खूप वेदनादायक होते, 'लोकसभेच्या आंबेपूर मतदारसंघाचे तिकिट शलाका डोंगरे देशमुखांसाठीच राखीव!' त्या दिवशी ती बातमी वाचल्यावर बाजीराव आणि नेत्राच्या गटाचे नेते आणि कार्यकर्ते दुपारी नीट जेवले नाहीत. विलक्षण धक्का बसलेल्या नेत्राने घरात थांबणेच पसंत केले. ती कोणाशी बोलली नाही. तिने कोणाचे काही ऐकून घेतले नाही.

दुसऱ्या दिवशी दुपारी बापूनगरच्या बाजारातून उघड्या जीपमधून जिल्हा परिषदेचे सदस्य, प्रिन्सचे मित्र मदन पवार डौलात पुढे येत होते. त्यांना पाहून नेत्रादेवीने आपली मोटार रस्त्यातच थांबवली. गाडीतूनच हाक दिली, "काय हो मदनभाऊ, तुमच्या प्रिन्स साहेबांची तबियत ठीक आहे ना? सांगा प्रिन्स साहेबांना, शलाकाचा कारखान्यावरच केकाट होता, तो ठीक होता."

"काय म्हणता?"

"एकदा त्या महत्त्वाकांक्षी आवेला तिकडचं दिल्ली - यमुनेकडचं पाणी चाखायची सवय लागली की, आमचं सोडा हो, तुम्हा लोकांनाही टाळ-चिपळ्या वाजवत घरीच थांबावं लागेल."

"अहो, किती दुष्टासारख्या बोलता हो तुम्ही भाभी?"

"ती रिॲलिटीच आहे रे मदनबाळा- तू त्या रमेश दिवसेला ओळखतोस ना?"

"पहिला नवरा! तुझ्या लाडक्या शलाका भाभीचा. कधीकधी इथेही रमेश नावाचं ते जिवंत प्रेत चिंध्या फाडल्यासारखं फिरत असतं बघ."

"पण त्याचं काय?"

"अरे, पायांतली चप्पल पायांतच बरी. ती तुम्ही कानात अडकवून कशाला फिरायला निघालात? ती शली नावाची कोंबडी एकदा दिल्लीच्या बगीच्यात जाऊन दाणे टिपायला लागली की, इथे भटकणाऱ्या रमेश नावाच्या जिवंत प्रेताच्या सोबतीला दुसरा एक जोडीदार मिळेल प्रिन्स नावाचा!"

निवडणूक प्रक्रियेला भलताच वेग आला. राष्ट्रीय पक्षाच्या संभावित उमेदवारांच्या याद्या प्रसिद्ध झाल्या. त्यामध्ये आंबेपूर मतदारसंघासाठी शलाकादेवींचे नाव खूपच गाजू लागले. कार्यकर्तेच कशाला जिल्ह्यातील काही आमदार मंडळीही उघडपणे बोलू लागली, ''यापुढे तुम्ही आमच्या शलूताईंचा चढता आलेख फक्त पाहतच राहा. सुरुवातीला चार-सहा महिने कदाचित त्यांना फक्त स्टेट मिनिस्टरशिप सांभाळावी लागेल; पण पुन्हा मात्र कॅबिनेटच! या मुद्यावर आम्ही कोणाशीही पैज लावायला आणि हरलो तर कोणाच्याही ढांगेखालून जायला तयार आहोत.'' सर्वत्र शलाकाच्या व्यक्तिमत्त्वाची एक दहशतच पसरल्यासारखी झाली. प्रत्येक नेता आपापल्या भविष्याचा हिशोब नव्याने मांडू लागला.

आता नेत्राताईंनीसुद्धा अगदी कसून कंबर बांधली होती. कॉलेजात असताना राष्ट्रीय पक्षाच्या युथ फ्रंटमधील आपल्या मैत्रिणी तिने शोधून काढल्या. त्यांना तत्काळ गाठून, प्रभावी व्यक्तींचे एक शिष्टमंडळ बनवले. त्यांनी रात्री उशिरा मुख्यमंत्र्यांना त्यांच्या निवासस्थानी गाठले. नेत्रादेवींकडे बघत मुख्यमंत्री गजाननराव शेळकेंनी विचारले, ''काय ताई, तुमच्या किसान पक्षाला खिंडार पाडून तुम्ही आमच्या पक्षामध्ये प्रवेश घेऊ इच्छिता काय?''

''जाऊ द्या ना तात्या, आमची गंमत कशाला उडवता?'' दुसऱ्याच क्षणी मेसेज देत नेत्रादेवी बोलल्या, ''चलाऽऽ तुमच्या पक्षात मी आता या क्षणी प्रवेश करायला तयार आहे. तुम्हीसुद्धा मला एक वेळ प्रवेश द्याल; पण तुमच्या हातात कुठं काय राहिलंय? यापुढे आंबेपुरात कोंबडं जरी कापायचं ठरलं, तरी 'आंबेपूर' म्हटल्यावर तुम्हाला दिल्लीच्या– तुमच्या फ्युचर प्राइम मिनिस्टरची पूर्वपरवानगी घ्यावी लागेल.''

''पोरी, खरंच बोलतेस गं तू.'' शेळके उदासवाणे हसत बोलले, ''काय सांगू,

बघताबघता रोग केवढा मोठा झाला. भुंग्याचा बैल बनला गं!''

''तात्या तुमचे-आमचे जुने संबंध म्हणूनच अशी मध्यरात्रीनंतर तुम्हाला भेटायला आलेय मी. साक्षीला हे बडेबडे नेते पण आहेत; पण तुम्हाला आज स्पष्ट सांगते, हे शलाका नावाचं संकट फक्त आमच्यासाठी महत्त्वाचं नाही, ती आमच्या उशीखालची वळवळती नागीण आहेच. भविष्यकाळातला तुमच्या टेबलाखालचासुद्धा जळता निखारा आहे! प्लीज, प्लीज हे विसरू नका.''

''बरं केलंस पोरी. नाहीतर ह्या इलेक्शनच्या गडबडीत, घाईत हा मुद्दा मलाही इतका टोचला नसता. ठीक आहे. तू तुझी काळजी घे; मी पाहीन माझं!''

राष्ट्रीय पक्षाने उमेदवारांच्या निवडीसाठी एका चाळणीची प्रक्रिया ठेवली होती. राज्यस्तरावरून मुख्यमंत्री व प्रांताध्यक्ष या दोघांच्या सहीने शिफारशीची यादी दिल्लीला जाणार होती. त्यामध्ये प्रत्येक मतदारसंघासाठी तीन उमेदवार सुचवायचे होते. तिन्हीपैकी सरतेशेवटी फक्त एकाच उमेदवाराची निवड पक्की होईल. ऐनवेळी चौथे नाव कोणत्याही परिस्थितीत घुसवले जाणार नाही, अशा स्पष्ट सूचना केंद्रीय कार्यकारिणीने देऊन ठेवल्या होत्या; त्यामुळे ही यादी बनवताना प्रत्येक मतदारसंघासाठी तीन नावांची शिफारस करताना मुंबईतच खूप डोकेफोड झाली होती. हमरीतुमरी आणि लठ्ठालठ्ठी झाली होती. एकदाची यादी दिल्लीत पोहोचली.

त्या यादीमध्ये आंबेपूरच्या नावापुढे शलाकादेवींचे नाव कुठेही नव्हते. जेव्हा ती खबर दिल्लीहून डायरेक्ट चिंचेखालच्या बंगल्यात सर्वप्रथम येऊन पोहोचली, तेव्हा बंगल्याच्या आवारात जल्लोष उडाला. 'रिव्हर फ्रंट'च्या गच्चीतील पोरे नानांच्या बंगल्याकडे इतके भुसनळे आणि चंद्रज्योती का उडताहेत, उजळताहेत याची चौकशी करू लागली तेव्हा त्यांना पहिल्यांदा शलूताईंची उमेदवारी 'कटाप' झाल्याचे समजले. थोड्याच वेळात ते वृत्त चित्रवाहिन्यांवर झळकू लागले. ज्यामध्ये निश्चित असलेली शलाकादेवींची उमेदवारी ऐनवेळी रद्द झाल्याची ठळक बातमी दिली जात होती. पाठोपाठ बापूनगर येथील शुगर फॅक्टरीमध्ये शलाकादेवी आणि प्रिन्स देशमुख यांच्या गैरकारभाराबाबतचे गुप्त अहवाल दिल्लीत गेले होते; त्यामुळेच शेवटच्या क्षणी शलाकाजींची उमेदवारी रद्द झाल्याचे वृत्त दिल्लीच्या प्रतिनिधीचा हवाला देऊन पुनःपुन्हा सांगितले जात होते.

कितीतरी दिवसांनी म्हणजेच ऊसउत्पादकांनी कारखान्यावरून नेत्रा आणि बाजीला हाकलून लावल्यानंतरचा हा नाना कुटुंबीयांसाठी सुंदर दिवस आणि ती बेहोश रात्र होती.

दुपार झाली, तरी नेत्रादेवी अजून अंथरुणातच लोळत होत्या. अद्यापही अंघोळ न झाल्याने देवपूजेचा प्रश्नच नव्हता. तेवढ्यात बंगल्याच्या बाहेरच्या

हॉलमधून सुपरप्रिन्स ''मम्मी मम्मी'' असे किंचाळत नेत्राच्या बेडरूममध्ये घुसला. कुठेतरी प्रचंड आग लागली असावी, असा त्याचा भीतिदायक चेहरा होता. त्याच्याकडे पाहताना नेत्राचे हातपाय बर्फखड्यासारखे थंडगार बनले. तरीही त्या तशाच नाइट गाउनवर धावत बाहेरच्या हॉलमध्ये आल्या. तेव्हा दूरचित्रवाहिनीवर 'ब्रेकिंग न्यूज'चा तडाखा सुरू होता. 'राष्ट्रीय पक्षाच्या केंद्रीय कार्यकारिणीने व निर्वाचन सेलने पक्षाच्या उमेदवारांची अंतिम यादी जाहीर केली आहे. अगदी शेवटच्या क्षणी केवळ अपवादात्मक परिस्थिती म्हणून फक्त दोन मतदारसंघांत श्री. शास्त्री यांनी ऐनवेळी बदल केला आहे. ज्यामध्ये आसाम राज्यातील दिब्रुगढ आणि महाराष्ट्रातील आंबेपूरमध्ये त्यांनी श्रीमती शलाका डोंगरे-देशमुख यांचे याआधी चर्चेत असणारे नावच कायम केले आहे; त्यामुळे राज्यातील महिला कार्यकर्त्यांचा उत्साह दुणावला आहे.'

प्रिन्सचे कान आणि डोळे उघडे होते. तो जागरूकपणे सर्वत्र लक्ष देऊन होता. शलाकामुळे मांजरीच्या मीटिंगमध्ये श्रीकरजी किती इम्प्रेस झालेले होते, ते त्याने स्वतःच्याच डोळ्यांनी पाहिले होते. आपले विरोधक रोज कशा नवनव्या खेळी खेळताहेत. काही करून आपल्यामधील आणि शलाकामधील दरी रुंद व्हावी म्हणून धडपडताहेत, हेही त्याच्या डोळ्यांतून सुटत नव्हते. शलाका आपले प्रत्येक पाऊल खूप काळजीपूर्वक टाकत होती. फॅक्टरीवरच्या तिच्या केबिनमध्येच प्रिन्स दिवसा बसलेले असायचे; पण प्रिन्स त्या दालनात असताना शलाका कधीही त्यांच्यासमोर खुर्चीत बसायचा गुन्हा करत नव्हती. उलट आपली हक्काची चेअरमनची खुर्ची ती बाजूला ठेवत होती आणि प्रिन्ससमोर साध्या खुर्चीवर बसणे पसंत करत होती.

काहीही असो; पण राज्यस्तरावरून शिफारस न होताही आपल्याच घरामध्ये खासदारकी येते आहे, हे निश्चितच स्वागतार्ह होते. त्याबाबत प्रिन्स खूश होता.

आजकाल बापूनगरच्या बाजारपेठेत दुपारी दिवसाढवळ्यासुद्धा भीतीचे सावट फिरायचे. पूर्वीसारखी कोणी एकटीदुकटी तरुण मुलगी खरेदीसाठी बाहेर बाजारात पडताना दिसायची नाही. त्यातून एखादी गेलीच तरी तिच्यावर तिच्या घरच्या मंडळींचा जागता पहारा राहायचा. पूर्वीही गावात टवाळ पोरे होती. त्यांच्याकडून पोरीबाळींची चेष्टामस्करी चालायची; पण आता तरुण पोरींना मुद्दाम छेडायच्या प्रकारांना सरळसरळ राज्यमान्यताच मिळाली होती. सुपरप्रिन्स जणू गावातला अघोषित सम्राटच बनला होता. तो आणि त्याचे आगाऊ टवाळखोर दोस्त पोरींना चळाचळा कापायला लावायचे. पोरींचा पाठलाग करणे, त्यांना अडवून छळणे

आणि मोटारसायकलवरून पळवून नेऊन त्यांची चुंबाचुंबी करण्यापर्यंत सुपरच्या गँगची मजल गेली होती.

आधीच पोरीबाळी कमालीच्या दहशतीखाली वावरायच्या. त्यातून त्यांच्या छळाची गोष्ट जर घरापर्यंत समजली, तर त्यांचे शिक्षण अर्धवट राहण्याचीच खरी भीती होती; त्यामुळे त्या तो छळवाद सोसायच्या. विनातक्रार चूप राहायच्या; त्यामुळे सुपरप्रिन्सची गँग अधिकच चेकाळून जायची. त्या साऱ्या प्रकाराचा त्यांना उलट अभिमानच वाटायचा.

पूर्वी खेड्यात एखाद्या स्त्रीने नवी साडी आणली की, तिच्या मैत्रिणी प्रथम ती वापरत. तो प्रकार 'घडी मोडणे' या नावाने प्रसिद्ध होता. त्याच न्यायाने अलीकडे बापूनगर परिसरात कोणाही तरुणाने चारचाकी मोटार खरेदी केली-भले ती स्वस्त असो वा खूप महाग! पण तिची 'घडी मोडण्याचा' जन्मसिद्ध अधिकार जणू काही सुपरप्रिन्सच्याच वाट्याला आला होता. बहुतांश वेळा नव्या मोटारीचे बॉनेट तोडून किंवा तिला एखाद-दुसरा छोटामोठा अपघात घडवूनच ती नवी मोटार सुपरच्या हातून मूळ मालकाकडे जायची. त्या मोटारमालकाला गाडीचे काही नुकसान झालेलेच नाही, असा खोटा खोटा अभिनय करत आपली वस्तू आपल्या ताब्यात घ्यावी लागायची.

एकूणच बापूनगरच्या बाजारात दिसणारी नवी छोकरी आणि रस्त्यावर येणारी नवी कोरी मोटार या दोन्ही गोष्टींवर सुपरप्रिन्सची गँग नजर ठेवून असायची.

एके दिवशी दुपारी गावपाराजवळ म्हसोबाच्या मंदिरासमोरच साडेतीन कोटींची एक नवी चकचकीत रोल्स रॉइस येऊन थांबली. तिच्या नंबर प्लेटवर मुंबई आरटीओचा पासिंग नंबर होता. गाडीतून एक तरुण जोडपे उतरले. मागच्या सीटवर फुलांच्या दोन मोठ्या करंड्या आणि त्यांनी सोबत आणलेले एक पुजारी होते. ती मंडळी मंदिराबाहेरच्या आवारातच गाडी पार्क करून म्हसोबाच्या पूजेसाठी त्या जुनाट, दगडी देवालयात गेली. अशी नवी, चकचकीत, काही दिवसांपूर्वीच शोरूममधून बाहेर काढलेली ती मोटार तरुण पोरांच्या नजरेचे आकर्षण बनली नसती तरच नवल वाटावे.

थोड्याच वेळात जसे गुळाभोवती मुंगळे फिरावेत, तशी गावातली टारगट कार्टी रोल्स रॉइसच्या आजूबाजूने फिरू लागली.

म्हसोबाच्या गाभाऱ्यात देवपूजेला बसलेला तो उमदा तरुण कुठल्यातरी श्रीमंत कुळातला असावा; म्हणूनच त्याने येताना शास्त्रशुद्ध पूजा करणारा पुजारी, फुलांच्या करंड्या आणि पूजेचे पुरेसे सामान सोबत आणले होते. शास्त्रीबुवांचे किनऱ्या आवाजातील मंत्रपठण सुरू होते.

ते दांपत्य म्हसोबाच्या मूर्तीवर फुले चढवीत होते. तेवढ्यात दोन तरुण मुले

तेथे येऊन पूजेत व्यत्यय आणू लागली. त्यांचे लक्ष वेधू लागली, तेव्हा 'काय हवं तुम्हाला' अशा अर्थी त्या तरुणाने त्रासिक चेहरा केला. "साहेबऽऽ चावी द्या की रोल्स रॉइसची."

"कोण? तुम्ही कोण?" त्या पाहुण्याने थोडे दरडावल्यासारखे विचारले, तेव्हा ती दोन्ही मुले चूप उभी राहिली; पण तेथून हटेनात. म्हणूनच त्या तरुणाने वैतागून विचारले,

"कोणाला-कोणाला हवी माझ्या गाडीची चावी?"

"सुपरप्रिन्स साहेबांना."

"कोण सुपरप्रिन्स? माझ्या गाडीशी त्यांचा काय संबंध?" तो अनोळखी तरुण दरडावून विचारू लागला.

ती दोन्ही मुले नाराज झाली. चरफडल्यासारखे करून तेथून बाहेर निघाली.

थोड्याच वेळात बाहेरून एका स्फोटाचा मोठा आवाज आला. त्या तरुण दांपत्यानेही तो ऐकला; पण तिकडे दुर्लक्ष केले, कारण ग्रामीण भागात कुठे ना कुठे विहिरीची कामे चाललेली असतात. दगड फोडण्यासाठी सुरुंग लावले जातात. स्फोट घडवले जातात.

जेव्हा ते दांपत्य मंदिराबाहेर पडू लागले, तेव्हा त्यांना प्रचंड धक्का बसला. त्यांच्या डोळ्यांसमोर त्यांची ती महागडी रोल्स रॉइस अर्ध्याहून अधिक जळून खाक झाली होती. अजूनही तिच्या पोटातून धगधगत्या ज्वाळा बाहेर पडत होत्या. ते दृश्य पाहताच तो तरुण खूप भयभीत झाला. आपल्या जळणाऱ्या मोटारीकडे नव्हे, तर आपल्यासोबत असलेल्या आपल्या तरुण आणि देखण्या पत्नीकडे काळजीने बघू लागला. मंदिराच्या पडवीतूनच त्याने मोबाइलवरून कोणाला तरी गडबडीने दोन-तीन फोन केले.

त्या तरुणाने लागलीच रिक्षा केली आणि पोलीस स्टेशन गाठले. पोलीस स्टेशनात कसलासा एक अर्ज खरडून तो इन्स्पेक्टरच्या हवाली केला अन् तेथूनच भाड्याची टॅक्सी बोलावली. आपल्यासोबत आपल्या पत्नीला आणि पुजाऱ्याला घेऊन एकदाचा तो बापूनगरमधून बाहेर पडला. मधले गजरा नदीचे पात्र ओलांडून पुढे गेल्यावर त्याला हायसे वाटले; सुरक्षित वाटले.

काही चौकस पत्रकार सायंकाळी पोलीस स्टेशनमध्ये जायचे. शिळोप्याच्या गप्पांच्या नावाखाली चौकशी करायचे, तेव्हा डोंगरे नावाच्या मुंबईच्या एका आर्किटेक्टची ती रोल्स रॉइस होती, असे समजले. त्यांच्या मुलाने पोलीस स्टेशनमध्ये फक्त जळिताची आणि अपघाताची वर्दी दिली होती; पण कोणाविषयी काही संशय वगैरे व्यक्त केला नव्हता. पुढे काही दिवस त्या जळालेल्या महागड्या परदेशी मोटारीबाबत गावात अफवा उठल्या. त्यासुद्धा दबक्या आणि बारीक

आवाजात. कोणी म्हणाले, पेट्रोलच्या टाकीजवळ जळता लायटर ठेवल्याने आग भडकली आणि स्फोट झाला. तर कोणी कोणी सांगत होते, दुरूनच जळती काडी आत फेकल्याने आग भडकली.

एकूण काय तर ती परदेशी ब्रँडची महागडी मोटार जळली नव्हती. कोणीतरी मुद्दाम जाळली होती.

बाजीराव आणि नेत्राने रमेश दिवसेसाठी बापूनगरमध्ये भाड्याची जागा पाहायला सुरुवात केली, तेव्हा ते दोघेही त्या मुद्द्यावर नाराजच होते. उलट रमेश म्हणजे आपला पूर्वजन्मातला भाऊच असावा, असे बाजीरावला वाटायचे. बाजी-नेत्रा रमेशच्या इतक्या प्रेमात होते की, त्याने आपल्या मुलासह आपल्या बंगल्यातच राहावे, तिथे त्यांना अगदीच आवडत नसेल, तर मागच्या आउट हाउसमध्ये कायमस्वरूपी राहावे, असे मनापासून वाटायचे. सुपरप्रिन्स आणि अभिषेकची जोडी तर त्यांना कृष्ण आणि बलराम या बंधूंसारखी वाटायची. मात्र, असे दुसऱ्याच्या घरी कायमस्वरूपी मुक्काम ठोकणे ही रमेशला आवडणारी गोष्ट नव्हती.

मध्ये काहीतरी निमित्ताने रमेश चार दिवसांसाठी पुण्याला जाऊन आला. जेव्हा तो चिंचेखालच्या बंगल्याजवळ परतला, तेव्हा तिथेच गेटजवळ कोऱ्या करकरीत सुझुकी हयाबुसा कंपनीच्या स्पोर्ट्स बाइकवर बसलेला एक तरुण अति वेगामध्ये गुडगुडगुड असा आवाज करत येताना दिसला. त्याने अचानक ब्रेक मारला आणि तो रमेशच्या अगदी शेजारी येऊन चिकटून उभा राहिला. त्याने जेव्हा डोळ्यांवरचा काळा गॉगल बाजूला केला, तेव्हाच रमेशला त्याचा उत्साहाने अक्षरशः ओसंडून वाहणारा, कौतुकाने थबथबलेला चेहरा दिसला. तो आपला पोर अभिषेक आहे, हे ओळखायलाही रमेशला वेळ लागला. रमेशने त्या महागड्या सुपर बाइककडे बघितले आणि विचारले, ''काय रे अभी, या बाइकची प्राइस किती?''

''असेल चार लाखांपर्यंत.''

''कधी पर्चेस केली रे ही सुपरप्रिन्सनं?''

''जेव्हा माझ्यासाठी घेतली गेली, तेव्हा त्याच्याकरताही घेतली बाजीराव अंकलनं.''

''बाप रे! म्हणजे ही तुझी स्वतःची बाइक आहे?''

“एवढा आश्चर्याचा धक्का बसायला काय झालं तुम्हाला डॅड! अहो, ज्याला बाजी अंकलसारखा किंगहार्टेड चुलता मिळतो, त्याच्या पुतण्याची चंगळ तर असणारच ना.”

“हे बघ, अभी आताच्या आता या क्षणी ही महागडी बला ज्याची त्याला देऊन टाक.”

“का? स्वतःच्या पोराचं कौतुक करणं, एखाद्या बापाला जमत नसेल तर ठीक आहे; पण त्या पोराचे लाडकोड त्याचा चुलता पुरवत असेल, तर त्या बापाचं काय नुकसान होतं?”

रमेश जागीच थबकला. अभिषेकला कोणत्या शब्दांत उत्तर द्यावे, हेच काही त्याला लवकर समजले नाही; परंतु तो खूप दुःखी झाल्याचे दिसले. नकळत बाजीबाबतचा घुस्सा त्याच्या तोंडातून बाहेर पडला, “हं चालायचंच. मोठी माणसं. नुकताच त्या डिस्टिलरीचा दारूचा बडा हप्ता आलेला असणार. फुकटचा काळा पैसा हा असा उड्या मारायचाच.”

आपल्या बापाचा तो शेरा अभिषेकला फारसा आवडला नाही. उलट नेत्रा आणि बाजीचा पक्ष उचलत तो डाफरला, “कसला ब्लॅक मनी बोलता डॅडी? त्या डिस्टिलरीत खरंतर सिंहाचा वाटा नानांच्या फॅमिलीचाच आहे. मात्र, फायद्याचा सगळा मलिदा लुटतात ते प्रिन्स आणि शलाका. पक्के चोर लेकाचे. डिस्टिलरी झाली ती नानांमुळे, पण दुर्दैवानं त्यांच्या वाट्याला कसेबसे चार आणे येत असतील एवढंच!”

रमेशने मोठ्या दुःखाने आणि काळजीने अभिषेककडे बघितले. त्याने त्याला एक इशाराच देऊन टाकला, “दुसऱ्याच्या अशा महागड्या वस्तू फुकटात वापरणं चुकीचंच आहे; पण बेटा, किमान त्या बाइकचा आणि तुझ्या मेंदूचा वेग तरी कंट्रोलमध्ये ठेव. कारण होणाऱ्या प्रत्येक अपघातात माणूस जिवानिशी बचावतोच असं नाही रे.”

सुपरप्रिन्स आणि अभिषेक आपापल्या त्या अत्यंत महागड्या सुझुकी हयाबुसा बाइक घेऊन दूरदूर दौड करायचे. कधी आंबेपूरला जायचे, तर कधी पुण्यापर्यंत चक्कर टाकून तिथल्या हॉटेलात मौजमजा करून रात्री उशिरा गावात परतायचे. अनेकदा त्यांच्या बाइकवर मागच्या बाजूला काळ्या गॉगलआड आपला चेहरा लपवलेल्या आणि त्याच वेळी हाफचड्ड्या घालून आपल्या गोऱ्या गरगरीत मांड्यांचे दर्शन घडविणाऱ्या तरुण पोरीही दिसायच्या. एकूणच बापूनगरमध्ये सुपरप्रिन्स आणि अभिषेक यांचा दोस्ताना हा कौतुकाचा विषय बनला होता. मात्र, अनेकदा अभिषेकवर होणारा खर्च बाजीरावच्या मनाला पटायचा नाही. त्याने एकदा नेत्राला बोलून दाखवले, “इतकी महागडी ती सुझुकी बाइक. आपल्या पोरानं उडवली तर

ठीक आहे; पण तेवढीच महागडी वस्तू अभिषेकच्या मढ्यावर कशापायी घालायची?''

''हे बघ; अर्थकारण, इन्व्हेस्टमेंट याने की गुंतवणूक हे सारे माझे विषय आहेत. फक्त चंचलाताई पतसंस्थेच्या परदेशी ठेवींबाबत मी थोडं दुर्लक्ष केलं. तुम्हा बाप-लेकांवर आणि रिलेटिव्ह मंडळींवर फाजील विश्वास टाकला; तिथेच मी माती खाल्ली. अन्यथा मला कोणीही व्यवहार शिकवू नये.''

''अगं, पण अभिलाही एवढी महागडी बाइक घेऊन देणं या गोष्टीला कोण व्यवहार म्हणेल? हा झाला फुकटचा भुर्दंड.''

''छट्! अहो, हीच तर माझी स्मार्ट आणि प्रॉपर गुंतवणूक आहे! पोरगं खूप महत्त्वाचं आहे! एक दिवस स्वतःच्या आईच्या डोक्याला बाजारात रिव्हॉल्व्हर लावून उभं राहील ना तेव्हाच तुम्हाला कळेल, माझ्या इन्व्हेस्टमेंटची रिअल व्हॅल्यू!''

''वेडीच आहेस.''

''झालं, ते खूप झालं. मुद्द्यावर या आणि या शलाका नावाच्या सटवीचं एकदाच काहीतरी करा.''

''असं काय बोलतेस नेत्रा?'' चंचलानानी.

''तकदीर, दैव, सक्सेस स्टोरी– काय म्हणाल काय या भयंकर प्रकाराला? ही बया आज एवढ्या मोठ्या कारखान्याची चेअरमन बनली. काही दिवसांनी निश्चितच खासदार आणि लगेच केंद्रात मंत्रीही होईल! ही लेकाची आमची बेवारस शली!– काही वर्षांपूर्वी माझ्या दारात येऊन एक रात्र काढण्यासाठी माझ्याकडून एक मळकी चादर जिनं मागून घेतली होती, ती माझ्या दारात थंडीनं कुडकुडत उभी असल्याचं मी पाहिलं होतं. जिच्यावर मी दुरूनच चादर फेकली होती!– आता यापुढे त्याच सटवीच्या स्वागतासाठी मी एअरपोर्टवर फुलं घेऊन जायचं का? इतके वाईट दिवस उगवावेत का माझ्या नशिबात?''

''नेत्रा, थोडं दमानं घे. आता तिचं नशीबच फळफळत असेल, तर आम्हीतरी बोंबा मारून काय करायचं?'' बाजीराव.

''होऽ आपण असेच सारे फक्त बुळ्यासारखे हाताची घडी घालून चूप बसलो, तर खोल गळ्यापर्यंत रुततच जाणार ना– नैराश्याच्या चिखलात.''

ती घटना साधीसुधी नव्हती. भावी पंतप्रधान बॅ. श्रीकर शास्त्री यांनी स्वतःच्या हस्ताक्षरामध्ये ऐनवेळी यादीत बदल करावा आणि शलाकाचे नाव त्यामध्ये घुसडावे या धक्क्याने मुख्यमंत्र्यांसह स्टेट कार्यकारिणीसुद्धा चमकली होती. नेत्रा आणि बाजीची तर अक्षरशः गाळण उडाली होती. आपण आयुष्यातून उठलो. जीवनाची लढाई हरलो असेच त्यांना वाटत होते.

सतत शलाका व प्रिन्सला पाण्यात पाहणारी, त्यांना उद्ध्वस्त करायचे

एकमेव धगधगते स्वप्न उराशी बाळगणारी नानांची फॅमिली, या ताज्या घटनेमुळे खूप बेताल बनली होती. शलाका-प्रिन्सला भिकेला लावणे अगर अयशस्वी किंवा बदनाम करणे, कारखान्याच्या परिसरातून कायमचे हद्दपार करणे हे त्यांचे स्वप्न दृष्टिपथात येतच नव्हते. उलट त्यांचे वैरी रोज डोंगरासारखे वाढतच चालले होते.

आजकाल निवडणूक काळामध्ये, ज्योतिषी, बुवा, गंडेदोरेवाले, साधू आणि फकीर लोकांची भलतीच चलती असते. त्यांचे भविष्य खरे ठरो अथवा ना ठरो, त्यांचे आशीर्वाद फळोत किंवा ना फळोत– धकाधकीच्या, ईर्षेच्या आणि संघर्षाच्या काळात त्यांच्याकडून मिळणारा मानसिक आधार खूप मोलाचा असतो. नेत्रा तर गेल्या काही दिवसांपासून शलाकाची जन्मकुंडली उघडून बसली होती. बड्या बड्या ज्योतिषी आणि पंडितांशी हुज्जत घालत होती. मुळात तिच्या हाती लागलेली शलाकाची पत्रिका खरेच खरी आहे की बनावट? मूळ पत्रिका तिने लपवून तर ठेवली नसावी? या शंकेने नेत्राचे भविष्याची गणिते मांडणे, नवे नवे तोडगे शोधणे तर दुसरीकडे मुस्लीम फकिरांकडून आयता पढणे, गंडेदोरे, भावभक्तीचा, तंत्रमंत्र शक्तीचा सतत मारा ठेवणे चालूच होते.

असे हे निवडणुकीच्या आणीबाणीचे दिवस. या अस्थिर काळात रमेश दिवसेला आणि त्याचा पुत्र अभिषेकला काही वेगळेच महत्त्व प्राप्त झाले होते.

"रमेश भय्या, बघितलंत ना, तुमच्या एकेकाळच्या त्या लग्नाच्या बायकोचं– शलाकाचं नशीब! दिल्लीपर्यंत भल्याभल्यांना अशी तुडवत गेली म्हणतात ती जादुगारीण. दया वाटते हो मला तुमची. अशी कशी भूल पडली होती तुम्हाला? किती मूर्ख होतात तुम्ही–" नेत्रा बोलली.

"ते केव्हा?"

"ही चीज तुमच्या घट्ट मुठीत होती तेव्हा; त्याच वेळी कोणा मांत्रिकाकडे जाऊन का वाचून घेतली नाहीत हिची कुंडली? हे रत्न तुम्ही सोडलंच कसं? आणि आमच्या प्रिन्सच्या निमित्तानं ते आमच्या कपाळावर येऊन आपटलं कसं?"

"खरंच हिचे स्टार्स इतके स्ट्राँग आहेत, असं तुम्हीही समजता की काय हो भाभी?"

"स-म-ज-ता काय? अरे, ही बया अशी सहज जाताजाता मोहिनीअस्त्र फेकतच जाते. अख्ख्या होल इंडियात राष्ट्रीय पक्षाच्या पाचशे बेचाळीस मतदारसंघांत शेवटच्या क्षणी फक्त दोनच तिकिटं बदलली जातात. ज्याच्यातली एक मनसबदारी या शलाकासाठी खास राखून ठेवली जाते."

पलीकडे बसलेले म्हातारे नाना खोकल्याची उबळ मोठ्या कष्टानं दाबत बोलले, "तुम्ही आमच्या सुनबाईची कितीबी हेटाळणी करा. तिच्यावर जळा, काही करा. अरे, तिच्या पैंजणाबरोबरच जर भाग्य प्रवास करायला निघालं असंल, तर

तुम्ही साऱ्यांनी कितीबी बोंबलून काय फरक पडणार आहे?''

''पण नानामामंजी, एक सिंगल गोष्ट तरी मान्य कराल? जेव्हा ही बया आमच्या डोंगरे-देशमुख घराण्यात आलीच नव्हती, तेव्हा आम्ही सारे किती सुखी होतो. जसं आपणाला हवं, अगदी तसंच घडत होतं. त्या गतीनं आजपर्यंत प्रिन्स आपोआपच, पुराच्या पुरा संपून गेला असता.''

''म्हणजे कसा?'' रमेश.

''अहो भाऊ, एक नेता म्हणून उभं राहायला जो बेसिक कॉन्फिडन्स लागतो, त्यापैकी होतं काय याच्याकडे? भित्रा, अपयशी होता मेला. ज्याला साधं दहावीच्या परीक्षेला बसायचं धाडस झालं नाही. त्याच्या आई-बापाच्या हातून घडलेली ती महापापं– त्यांचे रक्तानं बरबटलेले, घाणेरडे, किळसवाणे हात– केवळ कन्फ्युज्ड माइंडचा, मानसिक आजारानं पछाडलेला हा मनुष्य जगलाच नसता. नैराश्याच्या खड्ड्यात खऱ्या मौतीनं केव्हाच संपून गेला असता; पण–''

''पण काय?''

''हेच की, शलाका नावाची आवा त्याच्या नशिबात आली आणि हा मूर्ख, दुबळा मनुष्य खऱ्या अर्थी प्रिन्स बनला ना!''

चिंचेखालच्या बंगल्यातली सारी डोकी शलाका या एकाच विचाराभोवती बरबाद होत चालली होती. एखादी शे-पाचशे एकरची बडी जायदाद बेवारस पडावी अन् ती कशी लुटावी, या विचाराने निम्म्या गावाला ताप भरावा, तशीच त्या बंगल्यात अहोरात्र चर्चा सुरू होती. शलाकाचे दिल्लीचे यश म्हणजे वज्राघात होता. बाजीराव दारूच्या अर्धवट गुंगीमध्ये बसून राहायचा. रमेश बैठकीतून हळूच उठायचा, पलीकडे जाऊन चिलीम पेटवायचा. गांजाचे दम भरायचा, पुन्हा लाल फुलत्या निखाऱ्यासारखे डोळे घेऊन बैठकीत येऊन बसायचा. रमेशचा चिरंजीव अभिषेक आणि नेत्रा-बाजीचा युवराज 'सुपरप्रिन्स' दोघेही एकमेकांच्या गळ्यात गळा घालायचे. अजून काय करता येईल, जेणेकरून आपल्या बापलोकांना मदत होईल, या एकाच चिंतेने त्या दोघांना ग्रासलेले असायचे.

शलाकाच्या नव्वद अंशांतील चढत्या ग्राफने नानांचे कुटुंब वेडे झाले होते. ऋषीचे मूळ शोधता आले नाही, तरी शलाकाचे कूळ आता शोधायलाच हवे होते. मग विचाराचे चक्र आणि प्रश्नांची सरबत्ती रमेशच्याच भोवती फिरत राहायची. एके दिवशी नेत्रा हट्टालाच पेटली, ''रमेश भय्या, एकदाचे खरेखुरे सांगून तरी टाका हो. ही बया प्रथम तुम्हाला कुठे आणि कशी भेटली?''

''काही वर्षांमागे बार्शीला एका जुनाट ब्रिटिशकालीन बंगल्यामध्ये एक दवाखाना चालायचा, अगदी जोरात. फर्नांडिस नावाचे एक वृद्ध, सेवाभावी डॉक्टर तिथे काम करायचे. आता यादव डॉक्टरांचा दवाखाना चालतो ना, अगदी तसाच. अहोरात्र

गजबजलेला. कंत्राटदार या नात्यानं माझं त्या बाजूला अध्येमध्ये येणं-जाणं असायचं.''

''बरं, ही बया–?''

''तेच तर सांगतोय? तिथेच मला पहिल्यांदा शलाका दिसली. एकदम सीधीसाधी तरुण मुलगी. आश्रिताचं जीवन जगणारी. डॉ फर्नांडिस तर तिच्यावर स्वतःच्या मुलीसारखं प्रेम करायचे. काही वर्षांमागे पंढरपूरच्या आषाढी वारीसाठी मराठवाड्यातून काही खेडवळ स्त्रिया आल्या होत्या. ज्यात शलूची आई होती– तेव्हा कॉलऱ्यासारख्या साथीच्या रोगाचं भय असायचं– त्या रात्री शलूची आई सोबतच्या स्त्रियांबरोबर मुक्कामाला राहिली– फर्नांडिस डॉक्टरांच्या मोकळ्या गॅरेजमध्ये– एका रात्रीच्या मुक्कामापुरती. त्याच्या दुसऱ्या सकाळपासूनच या प्रकरणाला वेगळं वळण लागलं–''

''ते कसं?''

''तेव्हा छोटी शलाका अचानक तापानं बिमार पडली. मोठ्या विवंचनेत फसलेली तिची आई रडू लागली. तापानं फणफणणाऱ्या पोरीला मध्येच सोडून पंढरी कशी गाठायची? तिकडे न जावं, तर एवढ्या दूर येऊन मधूनच मोकळ्या हातानं परभणीला तरी कसं परतायचं? तेव्हा परभणीच्या जवळपास एक गोग्रासवाडी होती. तिथे शेकडो गाईंनी भरलेले काही गोठे होते. त्या गोठ्यांत गोमातांची सेवा करणाऱ्या सेवेकऱ्यांपैकी एक शलाकाची आई. तिच्यावरचं संकट पाहून डॉ. फर्नांडिसांच्या पत्नी मेरीबाई पुढे झाल्या. त्यांनी शलूला स्वतःकडे ठेवून घेतलं. तिच्या आईला लगेच जाऊन पंढरीची वारी पूर्ण करायचा सल्ला दिला. सर्वांचीच चिंता मिटली.''

''पुढे काय?''

''दुर्दैवानं त्या वर्षी पंढरपुरात कॉलऱ्यानं हैदोस घातला होता. अनेक वारकरी मृत्युमुखी पडलेले. शलाकाची तिकडे गेलेली आई पुन्हा कधीच माघारी आली नाही. तिच्या सोबतच्या इतर बायांचंही काही समजलं नाही.''

''चला, म्हणजे त्या साऱ्या गोष्टी या शलाकाच्या पथ्यावरच पडल्या म्हणायच्या?''

''हो ना! डॉक्टरांची कन्या डॉली शलूच्याच वयाची होती. त्या दोघींची घट्ट मैत्री जमली. मग त्या सुशिक्षित कुटुंबात, घरात नित्य बोलल्या जाणाऱ्या फर्ड्या इंग्रजीच्या सहवासात शलाका वाढली. ती मुळातच हुशार असल्यानं पाखरानं मिळेल तो दाणा टिपावा, तसं ज्ञान वेचत गेली. ग्रॅज्युएट झाली.''

शलाकाची ती चित्तरकथा ऐकून स्तंभित झालेल्या नेत्रादेवीने विचारले, ''रमेश भय्या, मग ही सोन्याची लांडोर तुमच्या मुठीत आली तरी कशी?''

''केवळ योगायोग! एक अपघात!! – तेच तर सांगतोय तुम्हाला– ही चीज इतक्या सहज माझ्या पदरात पडली; ज्यामुळे माझ्यासारख्या मूर्खाला तेव्हा तिचं

महत्त्व समजलंच नाही अन् जेव्हा ती उडून गेली, त्या क्षणापासून मात्र मी दुःखाच्या गंगेत बुडून गेलो आहे.''

''नेमकं पुढचं कसं?''

''डॉक्टरसाहेब अचानक हार्टअटॅकनं गेले. त्या धक्क्यामुळे भावूक मनाच्या मेरी मॅडमनंही पंधरवड्यातच जगाचा निरोप घेतला. डॉलीताई आधीच इंग्लंडला जाऊन स्थायिक झालेल्या. आता डॉक्टरांच्या त्या जुन्यापुराण्या दवाखान्याच्या इमारतीशिवाय पाठीमागे काहीच उरलं नव्हतं. पाहणारंही कोणी नव्हतं. एक म्हातारा दिवाणजी आणि दवाखान्यातले दोन बनेल कंपाउंडर– जे उरलंसुरलं होतं ते सारं विकायची त्या तिघांमध्ये स्पर्धा सुरू झाली. ज्याला जे जसं हाती सापडेल, ते तसं त्यानं मातीमोलानं परस्पर विकत सुटायचं. बऱ्याच गोष्टी माझ्याही कानांवर येत होत्या–''

''पुढे?''

''पन्नाशीच्या वरचा बादशहा नावाचा डॉक्टरांचा एक बदमाश कंपाउंडर होता. अथणी, विजापूरकडचा. त्याचा डोळा शलाकावर होता. घरात दोन बेगमा असताना त्याला शलाकाशी आपला तिसरा निकाह लावायचा होता. एके सायंकाळी त्यानं शलाकाला खोटं सांगितलं, चल– उभ्या उभ्या पंढरपूरच्या बाजारात जाऊन येऊ. तिथे एका सराफाकडे मेरी मॅडमचे दागिने आहेत. जे फक्त तू ओळखशील. शली सुरुवातीपासूनच बुद्धीनं तेज. तिनं प्रवासातच बादशहाचा डाव ओळखला. ती त्याच्या मगरमिठीतून बाहेर पडायची संधी शोधतच होती. जेव्हा ते दोघे चंद्रभागा नदीमध्ये नावेत चढत होते, तेव्हा नदीच्या पाण्यात अंधार उतरत होता. दुसऱ्या एका नावेतून मी पंढरपुराकडून येत होतो. अलीकडच्या काठावर उतरत होतो. तितक्यात माझ्या कानांवर करुण किंकाळ्या येऊन थडकल्या, ''रमेश भय्या, भय्याऽऽ वाचव मला,'' मी असा तिच्याकडे बघतोय, तोवर समोरच्या नावेतून शलाकाने खाली नदीच्या पाण्यात बेधडक उडी घेतली. मी तिला तत्काळ ओळखले होते. ती काठाकडे पोहत येत होती आणि मीही तिच्या बचावासाठी पाण्यात उडी घेतली होती.''

''बाप रे! पुढे काय झालं?''

''तो लेकाचा बादशहा कंपाउंडर शरीरानं चांगलाच दणकट आणि धाडसी होता. हातातला सुरा नाचवत तो आम्हाला मारायला धावून आला. मी तेव्हा तरुण आणि चांगला चपळ होतो. नदीच्या तिरप्या काठावर बादशहा पवित्र्यात उभा होता, तेव्हा मी त्याच्या पायांवर एक जोराची लाथ ठेवून दिली. तसा तो पलीकडे चिखलात कोलमडून पडला. तिथे बाजूलाच नाव बांधण्यासाठी दरडीत ठोकलेले तीन हात लांबीचे लाकडाचे एक मोठे मेकुस होते. मी झटकन ते उपसले आणि

बादशहाच्या डोक्यात सपासप त्याचे घाव हाणले. तसा रक्ताने न्हालेला तो कंपाउंडर खाली कोसळला. तो मेला की जगला ते पाहायलासुद्धा आम्ही तेथे थांबलो नाही. नंतरही आम्हाला त्याबाबत काहीच समजलं नाही; पण अंधाराच्या आडोशानं जीव वाचवण्यासाठी आम्ही कितीतरी वेळ एकसारखे पळत होतो. मी आणि शलाकानं टेंभुर्णीजवळ एक ट्रक गाठला. त्याच रात्री पुण्याला वळसा घातला. दुसऱ्या दिवशी सकाळी मी शलूला घेऊन आंबेपुरात निघून आलो; तेव्हा माझा सॅण्डचा बिझनेस सेट होत होता. त्यापुढचा माझ्या जिंदगीचा येळकोट तुम्हा लोकांना माहीतच आहे.''

शलाकाची ती चित्ताकर्षक कथा ऐकून सारे सर्द झाले. निवडणुकीचा मोसम साधून नानांच्या फॅमिलीला आशीर्वाद द्यायला अनेक साधुसंतांनी आणि बुवाफकिरांनी चिंचेखालच्या बंगल्यात तळ ठोकलेलाच होता. ती कहाणी ऐकता ऐकता त्र्यंबकेश्वराहून आलेल्या एका महंताने आपले अंड्याएवढे मोठे तांबूस डोळे फाकवले. चिलमीचा एक लंबा झुरका ओढला. ती फकी रमेशच्या हाती देत तो काहीशा तापट आणि उंच सुरात बोलला, ''देखो बेटाऽऽ सेवा! गोमाताकी सेवा!! गोधन का पुण्य जगतमें श्रेष्ठ पुण्य है।''

मध्येच आता त्या महंतांना कसला झटका आला म्हणून तेथे जमलेले सर्वजण चमकून त्यांच्याकडे बघू लागले, तेव्हा आपल्या चिंतनाचा रहस्यभेद करत, आपल्या लांब चंदेरी दाढीवरून हात फिरवत महंतबाबा बोलले, ''बेटाऽ अभी के प्रवचनमें आपने सबसे श्रेष्ठ बात कौनसी जताई? शलाकाकी माई वहाँ परभनी ग्राम में सेंकडो गोमाता की रखवाली थी, जानते हो। उसी गोधन के पुण्य का प्रभाव शलाकाके जन्मपत्रीपर पडा है। जिस वजहसे शलाका आज इतने उंचाईपर पहुँची है। जहाँ पहुँचना गैरों के लिए मुश्कील है।''

''अहो, अहो बुवा,'' नेत्राने महंतबाबांना चॅलेंजच्याच सुरात फटकारले, ''अहो, एवढ्याच कारणावरून घोडं अडत असेल, तर मी उद्यापासून चांगले दोन गोठे उघडते. पाच-पाचशे गायींचे! पण त्या शलीसारख्या सक्सेसची गॅरंटी देणार आहात का तुम्ही?''

''बेटी, भूमाता और गोमाता के साथ ऐसी चॅलेंजवाली बातें करना भी गलत बात है! पहले कष्ट, बादमें फल. पहले जल, बादमें पौधा.''

तेवढ्यात नेत्राने नजरेने बाजीरावला खुणावले, महंतबाबांना उचला आणि बाहेर चिंचेच्या झाडाखाली नेऊन ठेवा, पुन्हा भेटेन मी त्यांना असा नजरेनेच इशारा केला.

त्या रात्री खूप आडवेतिडवे डिस्कशन झाले. काय वाईट करता येईल किंवा कसे बरे घडवता येईल, ज्यातून आपल्याला यश मिळेल. बचावाची शेवटची हीच संधी होती. एकदा महत्त्वाकांक्षी शलाकाने यमुनेच्या पाण्यामध्ये नाव घातली,

एकदा तिच्यासारखी जात्याच बुद्धिमान आणि प्रभावी स्त्री दिल्लीत जाऊन तिथल्या राजकारणाचे रंग खेळू लागली, तर आपल्या गटाची वाट लागणार. जन्मभराचे कष्ट वाया जाणार. अगदी बट्ट्याबोळ होणार. खूप बारकाईने चर्वितचर्वण झाले. शेवटी एकच मुद्दा पुढे आला. नेत्रा स्पष्ट बोलली, "रमेश भय्या, रामानं रावणाची अतिसुंदर बहीण शूर्पणखाचं नाक कापून टाकलं होतं. तिला विद्रूप बनवलं होतं. तसाच या शलाकाच्या चेहऱ्याचा सिनेमा बनवायला हवा!"

"छे! छे! असं भलतंच काय करायला निघालात," रमेश घाबरून मध्येच बोलला, "मला एका साधूनं पैजेवर सांगितलं आहे. असंच एक वर्ष फक्त एक वर्ष वाया जाणार अन् त्यानंतर त्या नालायक प्रिन्सला सोडून स्वतःच्या पावलांनी माझी शलाका पुन्हा एकदा माझ्या घरट्यात परतणार! त्या माझ्या गृहलक्ष्मीचं तोंड तुम्ही कसं विद्रूप करायला निघालात?"

"विद्रूप म्हणजे तुम्ही समजता तसं काही शब्दशः विद्रूप नव्हे. तिची अशी काही बदनामी करू, अलीकडे ही बाई आपल्या सोज्वळ चारित्र्याचा खूप देखावा उभा करते ना? तिच्या कॅरेक्टरच्या अशा दशा करू की, आपलं उजळ तोंड आणि उंच नाक घेऊन ती घरातून बाहेर पडता कामा नये."

तो नवा दिवस अनोखे रंग घेऊनच उगवला होता. अर्धवट झोपेत असलेल्या बापूनगरचा एसटी स्टॅण्ड पारोशा तोंडाने अचानक जागा झाला होता. तिथे उभ्या असलेल्या सायकलच्या चार टायरवरचा एक लांबरुंद फेरीवाल्याचा गाडा. ज्यावर 'जय हनुमान रसवंती गृह' असा रंगीत बोर्ड लटकत होता. त्याच्या बाजूलाच लागून उभे असलेले रसगाळपाचे यंत्र कोल्हू आणि पलीकडे उसाच्या दांडक्यांचा ढीग. रसाचे गिऱ्हाईक दुपारी बारानंतरच फिरकते; त्यामुळे नेहमीच्या सवयीने त्या कोल्हूचा मालक बजरंगी वैजापूरकर आपल्या फेरीच्या गाड्यावर आडवा सुस्त झोपलेला. प्रत्येक श्वासागणिक त्याच्या पोटाचा नगारा खालीवर होत होता. ते विचित्र पण गमतीदार दृश्य बाजूला लटकवलेल्या तसबिरीतले हनुमानजी बघत होते.

तितक्यात एसटी स्टॅण्डवर अचानक गलका उडाला. एक अत्यंत महागडी रँगलर मॉडिफाइड उघडी चकचकीत जीप तिथे येऊन धडकली अन् विशीच्या उंबरठ्यावरील सात-आठ पोरांनी पटापट खाली उड्या ठोकल्या. सर्वांत पुढे आपली कॉलर टाइट करत सुपरप्रिन्स होता. त्याच्या पाठीमागे त्याचे यारदोस्त होते. पाठोपाठ चार-पाच मोटारीही कचरा उडवत तेथे येऊन धडकल्या. तो गडबडीचा माहोल बघून बजरंगी घाबरून उठला. आपले डोळे फाडफाडून समोर उभ्या असलेल्या सुपरप्रिन्सच्या हसऱ्या चेहऱ्याकडे बघू लागला. "कुछ गलती झाली काय मालिक?" बजरंगीचा प्रश्न. बापूनगरमध्ये सुपरप्रिन्सला न ओळखणाऱ्या मनुष्याला या गावात राहायचा तसा अधिकारच नव्हता. अनेकांना प्रिन्स माहीत नव्हत; पण आजकाल सुपरप्रिन्स म्हणजे या परिसराचा सुपर हीरोच!

"चल बेऽऽ ऊठ चल. असाच बस माझ्या गाडीत. तुझ्यासाठी बुलावा आहे, माझ्या डॅडींचा. तुला असशील तसा उचलून लागलीच दरबारात आणायची त्यांची

कडक ऑर्डर आहे.''

''सरकारऽऽ या गरिबाकडून काही गलती?'' घरातले एखादे माणूस मृत्यू पावावे, तसाच बजरंगीने सूर काढला. तो जागेवरच भीतीने थरथर कापू लागला.

''घाबरतोस कशाला साल्या? तुझं लक फळफळलं. तुझी चांदी झाली रे.''

जेव्हा एखाद्या बळी दिल्या जाणाऱ्या बकऱ्यासारखे बजरंगीला बाजीरावपुढे उभे केले गेले, तेव्हा बाजीनेच त्याला हसून विचारले, ''काय रे उसाच्या दांडक्या? तुझी महिन्याची कमाई किती?''

''मालिक, कटाकटी करून कसेबसे पस्तीसशे रुपये सुटतात की गरिबाला महिन्याचे.''

''हे बघ, तुझा गाडा आणि रसाचं मटेरिअल आम्हाला हवं आहे. आजच्या आज नव्हे, आत्ताच्या आत्ता– फक्त एका महिन्याच्या बोलीनं. तुझं जे असेल, ते भाडं सांगून टाक. बोल किती द्यायचे?''

''माय-बाप, तुमच्यासारख्याचा हात माझ्या या टाळूवर असेल, तर पैसे कोणाला हवेत?''

''ठीक आहे. आमची पोरं पोहोचतील तिथं अर्ध्या तासात. तुझ्यासकट तुझं सारं भांडवल आमच्या ताब्यात पाहिजे. हा वायदा फक्त एका महिन्याचा राहील. बाहेर माझा कॅशियर बसलाय. लॉटरी फुटली, असं समजायचं. महिन्याभराच्या भाड्यापोटी तुला पस्तीस हजार लागलीच मोजून घे रे. बाकी पुढचं आम्ही म्हणू तसं.''

आज सकाळची साडेअकराची मीटिंग कारखान्यावर होती. शलाकाला बंगल्यातून बाहेर पडायला तसा उशीरच झालेला. ती घाईत होती. जिथे बापूनगरचा बाजार संपायचा आणि कारखान्याची हद्द सुरू व्हायची, त्या नाक्यावर अलीकडे अनेक दुकानांची गर्दी वाढली होती. त्या सिग्नलवर आज नेहमीपेक्षा ट्रॅफिक थोडी अधिकच दिसत होती. तेथेच शलाकाची मोटार सिग्नलला उभी होती. तिच्यापुढे ऊस वाहतुकीच्या अनेक बैलगाड्या, ट्रक आणि ट्रॅक्टरची गर्दी होती. मध्येच घुसलेल्या प्रवाशांच्या सायकली, शाळकरी पोरांच्या वाहतुकीच्या छोट्या रिक्षा अशा गर्दीत उगाच दादागिरी करून इतरांसारखा सिग्नल तोडायचा शलाकादेवींचा अरेरावीचा स्वभाव नाही, ही गोष्ट सर्वांनाच माहीत होती.

सिग्नल थोडा लांबलाच! वर्तमानपत्रांच्या पानात बुडवलेली आपली मान वर करत शलाकाने डाव्या बाजूला पाहिले, तेव्हा रसाने भरलेले दोन फेसाळते ग्लास घेऊन रापलेल्या चेहऱ्याचा एक रसवाला तिच्या दिशेने धावत येताना दिसला. पाठीमागे अर्ध्या फुटपाथवर नव्याने कोणीतरी रसाचा एक गाडा लावल्याचे दिसत

होते. शलाकाने तिकडे दुर्लक्ष केले; पण दुसऱ्याच क्षणी तिच्या मोटारीच्या खिडकीच्या काचेवर टकटक झाली. तसे तिने चमकून तिकडे पाहिले. केस मुद्दाम पिंजारल्यासारखे विस्कटलेले. रसाच्या डागांनी किटलेला अंगातला मोठ्या बटणांचा खादीचा सैल सदरा, कमरेला चट्ट्यापट्ट्याची लुंगी, एका खांद्यावर जुनाट बारीक दशा उडालेला मळकट जाड हातरुमाल. चेहऱ्यावरचे ते उपहासात्मक हास्य. तो मोठ्याने खर्जात ओरडत होता, "बाई वोऽऽ बाई. चेअरमन बाईऽऽ रस घ्या. ताजा रस– चार रुपयाला फुल आणि दोनला हाफ ग्लास. घ्या ना वो बाई." तेवढ्यात सिग्नल खुला झाला. असंख्य वाहनांचे हॉर्न वाजू लागले. ड्रायव्हरने पटकन मोटार पुढे काढली.

शलाकाच्या मनाला ती गोष्ट लवकर पटता पटत नव्हती; पण तो रापल्या बथ्थड चेहऱ्याचा रसवाला म्हणजे रमेश दिवसेच होता. तिला मुद्दाम हैराण-परेशान करण्यासाठीच कोणीतरी ते नाटक सेट केले होते. दिवसभराचे काम संपले. सायंकाळी दिवसाउजेडीच शलाकाची मोटार कारखान्याच्या प्रशासकीय भवनासमोरून बाहेर पडली. काही मिनिटांतच सकाळच्या त्याच जागेवरून माघारी निघाली, तेव्हा तिने बाजूच्या त्या कोल्हुकडे आणि रसवाल्याकडे मुद्दाम पाहिले. तिथे पंचवीस-तीस टारगट पोरट्यांचा एक मेळा उभा असल्याचे तिला जाणवले. रमेश आपणाकडे मुद्दाम एकटक पाहतो आहे. दात काढून विचित्रपणे हसतो आहे, असा तिला भास झाला; पण डोक्याला अधिक त्रास नको, असा विचार करत तिने तो विषय झुरळ झटकावे, तसा झटकून टाकला.

रात्री बेडवर पडलेल्या शलाकाकडे प्रिन्सने बघितले. तिचे ते वारंवार कुशी बदलणे, ती तळमळ आणि तिची स्पष्ट जाणवणारी उलाघाल पाहून तोही चमकला. तिच्या नाकातून बाहेर पडणारे उष्ण उसासे तिला रोखता येत नव्हते. मनातली रुखरुख आणि बेचैनी आतल्या आत थोपवता येऊ शकत नव्हती. तिच्या डोक्यावरून ममतेने हात फिरवत प्रिन्स बोलले, "शलाका! अगं पाहिलंस ना, तुझ्या उमेदवारीसाठी दिल्लीत कसा चमत्कार झाला ते. तू तर आता खूश असायला हवंस. यू आर अ नॅशनल फिगर नाऊ!"

"प्रिन्स! मी खूप बेचैन आहे. खूप असुरक्षित वाटतं हो मला. प्रिन्स, नक्कीच कुठेतरी, काहीतरी आतल्या आत जळतं आहे."

"ओके. झोप आता. तुला विश्रांतीची गरज आहे."

"मी तर दोन दिवसांच्या आत तुम्हाला घेऊन दिल्लीला निघावं म्हणते."

"ते कशासाठी?"

"श्रीकरजींच्या तत्काळ भेटीसाठी."

"अगं, ते काय मोकळे आहेत का? उभ्या इंडियाच्या निवडणुकीचं टेन्शन

त्यांच्या डोक्यावर. त्यात आपण कशाला सतावायला जायचं.''

''मला काही बोलायचं आहे हो त्यांच्याशी. अफकोर्स! तुमच्याच उपस्थितीमध्ये.''

दुसऱ्या दिवशीही कारखान्याकडे निघायची तशीच ती घाई. सोबत असंख्य पेंडिंग कामांची यादी. दिवसभरातल्या मीटिंगांचं प्रेशर. त्यात सकाळचा पेपरही वाचायचा राहून गेलेला. नेहमीचा तो नाक्यावरचा सिग्नल. आज रोजच्यापेक्षा अधिक गर्दी. कालचा तो प्रसंग ती पूर्णतः विसरून गेलेली. तेवढ्यात काचेवर जोरात टकटक. ती अचंबित होऊन बघते, तर रमेशचा हसरा पसरट चेहरा. तोच अंगावरचा गबाळा खाकी डगला. खांद्यावरचा फाटका रुमाल, बोटांच्या पेरात फसफसते रसगळते दोन ग्लास. ''मॅडम वोऽ काय घेणार? फुल देऊ की हाफ?'' अन् त्याच क्षणी तिची नजर त्या रसवाल्याच्या पाठीमागे गेली. किडकिड्या अंगाची दोन चलाख फोटोग्राफर पोरे भराभर फोटो घेताहेत. तिने उजवीकडे मान कलती केली, तर इकडूनही निम्मा रस्ता पार करून धावत आलेले दोन फोटोग्राफर्स. आजूबाजूने सभोवार दूरच्या अंतरावर उभे असलेले टारगट पोरांचे अर्धवर्तुळ. दबा धरलेल्या चोरांसारखे. ती हसणारी आणि खिदळणारी कार्टी.

त्या 'रसभंग' करणाऱ्या प्रकाराबद्दल शलाका दिवसभरात कोणाशी काही बोलली नाही. ना तिने आपल्या नवऱ्याकडे– प्रिन्सकडे तक्रार केली. ना कारखान्याच्या सिक्युरिटीलासुद्धा झाल्या प्रकाराबद्दल काही सांगितले. दिवसभराच्या मीटिंगा आणि निमंत्रितांच्या भेटी आटोपल्या. काम संपले. शलाका आपल्या कार्यालयातून सावकाश बाहेर पडली. गेले दोन दिवस वात्रट कार्ट्यांनी आणि छुप्या शत्रूंनी सुरू केलेला बदनामीचा उद्योग चालूच होता. तिची मोटार पुढे सरकली. सिग्नल चालू होता; तो ओलांडून मोटार काही फूट पुढे जाताच तिने इशारा केला. ड्रायव्हरला गाडी रोखायला भाग पाडले. सकाळचे फोटोग्राफर दिसत नव्हते; परंतु रसाच्या गाड्यावर बसलेला रमेश लांबूनच तिच्याकडे पाहून गमतीने हात हलवत होता.

शलाका मोटारीतून खाली उतरली. भरभर चालीने पुढे सरकली. जिथे रमेश बसला होता, त्याच्या समोरच्या विटलेल्या प्लॅस्टिकच्या चेअरवर जाऊन बसली. तिच्या आक्रमणाने रमेश जागीच गार. तिने त्याच्या डोळ्याला डोळा देत घुश्श्यात विचारले, ''बोला भाऊऽऽ काय देणार? फुल ग्लास की हाफ? उधार की रोख?''

काय बोलावे, तेच रमेशला समजेना. तितक्यात इकडेतिकडे नजर टाकत शलाकाने विचारले, ''काय रे, गेली का सारी पोरं? आता तर कोणच दिसत नाही?''

''म– म्हणजे काय?''

''अरे, मी विचारतेय तुला– सकाळचं फोटोसेशन चांगलं झालं ना?''

''काय बोलतेस तू?''

"हे बघ, आत्ताच स्पष्ट सांगून टाक काय ते– जर उद्याही तुम्ही फोटो काढणार असाल, तर मी थोडी उठून दिसणारीच साडी नेसून येते उद्या– काय?"

त्यावर रमेश चूप बसला. गोंधळल्यासारखा दिसला. ओठ दाभणाने शिवल्यासारखा काहीच बोलेना. तशी दातओठ खात शलाका घुश्श्यात बोलली, "रमेशऽऽ खूप झालं. सोडून दे रे माझी पाठ. मी थोडीशीच जर वाकड्यात शिरले ना, तर येथे रस्त्याच्या बाजूला तुझी डेडबॉडी कोसळेल आणि पंचनाम्यावर सही करायला साक्षीदारसुद्धा मिळायचे नाहीत; पण अद्यापही त्या तशा मार्गाला जायचं मी मुद्दाम टाळत आले आहे."

रमेश चांगलाच लटपटला. शलाका पुढे बोलली, "तू – तूच माझा आणखी एक प्रॉब्लेम करून ठेवला आहेस; ज्यामुळे माझा जीव कासावीस होतो. जेव्हा जेव्हा संधी मिळाली, तेव्हा तेव्हा तू माझ्या अभिषेकच्या कानात विष ओतलंस – काळं काळं– निळं निळं विष! तुझ्यावर मी आणखी हात टाकेन तर माझं दुर्दैवी पोरं त्याच्या खऱ्या बापावर घोर अन्याय झाला, अशी चुकीची गृहितं धरून अधिकच मोडून जाईल. दबून जाईल. लक्षात ठेव, यापुढे तुझी कोणतीही बत्तमीजी माझ्याच्यानं सहन होणार नाही, हे तुझ्या नाकावरच सांगायला मी मुद्दाम इथपर्यंत चालत आलेय."

रात्री डायनिंग टेबलावर शलाकाने आजचा तो प्रसंग, फोटोग्राफर्स आणि रमेशच्या भेटीबद्दलही प्रिन्सला थोडे थोडे सांगायचा प्रयत्न केला; पण त्याचे मन आज दुसऱ्या कशाततरी गढलेले. शलाकाचे कथन म्हणजे समाजकंटकांच्या मूर्खपणापलीकडे अन्य काही नसावे, असेच त्याला वाटले. तो दुसऱ्या कामात गुंतला, तेव्हा अचानक शलाकाच्या डोळ्यांपुढे वृद्ध, पैलवानी, गोळीबंद प्रकृतीचे घोरपडेकाका उभे राहिले. तिने फोन करताच तासाभरातच घोरपडे बंगल्यात पोहोचले. त्यांनी शांतपणे शलाकाचे म्हणणे ऐकून घेतले. ते कमालीचे अस्वस्थ होऊन बोलले, "सूनबाई, थोडीशी कळ काढा. फक्त दोन घंटे टाइम द्या. बाकी काय करायचं, ते मी पाहतो."

रात्री बाराच्या आतच घामाघूम झालेले घोरपडेकाका परतले. त्यांनी आपल्यासोबतची कार्यकर्ती मंडळी, जवान पोरे सारे लटांबर बंगल्याबाहेर उभे केले. ते घाईने आत आले. त्यांनी प्रिन्स आणि शलाकाला आतल्या खोलीत नेले. आतून कडी लावून घेतली. काखेतल्या पोस्टरचा गठ्ठा त्यांच्यासमोर टाकून दिला. ते खवळून बोलले, "बघा, बघा. रांडेच्यांनी कसली घाणेरडी पोस्टर्स छापूनबी तयार ठेवली होती–"

प्रिन्सने त्यातील एक पोस्टर आपल्या डोळ्यांसमोर धरले, तेव्हा शलाकाला तर तिच्या नसानसांतून विजेचा करंट वाहतोय, असे वाटले. ते दोघेही अवाक झाले. पोस्टरवर दोन क्लोज छायाचित्रे छापलेली– जी आज सकाळीच शूट केली

होती. मोटारीच्या काचेबाहेर उभा असलेला गबाळा, मळकट खादी डगल्यातला त्या रसविक्रेत्याचा अत्यंत दीनवाणा भकास चेहरा. मोटारीत बसलेली शलाका, त्याला प्रोफाइलमध्ये पाहते आहे. सहज ओळखू येईल, असाच तिचा तिरका चेहरा. ती छायाचित्रे धक्कादायक तर होतीच; पण त्या पोस्टरवर छापलेल्या काव्याच्या ओळी खूपच भयानक होत्या. त्यासाठी एका जुन्या मराठी गाण्याचीही मोडतोड केली गेली होती–

"कोण बिचारा हा रसवाला?
कोण्या नारीने पिळूनी खाल्ला!
पहिल्या पतीच्या गळ्यात धोंडा
दुज्या वेशेला मणीहार!
प्रिन्स साहेबा, अजब तुझा दरबार.
आंबेपूरच्या मतदारराजा, जागा कधी होणार?
प्रिन्स साहेबा, अजब तुझे सरकार!"

बेछूट बदनामीच्या भीतीने प्रिन्स आणि शलाका तेथेच बाजूच्या पलंगावर रपकन खाली बसले. आपल्या कपाळावर साचलेला घाम पुसत त्यांनी विचारले, "काकाऽ यातील पोस्टर अजून बाहेर नाही ना गेली?"

"त्याआधीच तर प्रेसवर धाड टाकली. कागदाचा एक तुकडाबी बाहेर जाऊ दिलेला नाय."

"अन् गेलाबिला तर?"

"कसा जाईल प्रिन्स? आम्ही या अशा रांगड्या खेळात आणि निवडणुकीच्या खातेऱ्यात जन्मभर पोहलेली जुनी माणसं. माझ्या पोरांनी त्या प्रेसच्या इमारतीभोवती खडा पहारा ठेवलाच आहे; पण त्या प्रेसमालकाला पुरा नागडा करून एका खोलीत बांधून ठेवलाय. लकडीशिवाय मकडी नाय वळणार. अरं पण पोरांनो, तुम्ही कशापायी टेन्शन घेताय? जावाऽऽ थोडं झोपून घ्या उलीसं."

बॅ. श्रीकर शास्त्रींच्या दिल्लीतल्या बंगल्यामध्ये प्रचंड गर्दी उसळली होती. जितके लोक आत गर्दीने उभे होते, त्याच्यापेक्षा संख्येनं कितीतरी अधिक बाहेरच्या बागेत उभे राहून प्रतीक्षा करत होते. पंजाब, आसाम, त्रिपुरापासून ते दक्षिणेतील केरळ-कर्नाटककडची अनेक मंडळी झुंडीने भेटायला येत होती. राष्ट्रीय पक्षाचे सर्व लोकसभा मतदारसंघांचे तिकिटवाटप चार दिवसांपूर्वीच संपले होते; पण भेटीस येणाऱ्या देशभरातील कार्यकर्त्यांची गर्दी काही ओसरत नव्हती.

बॅ. श्रीकरांचा नाश्ता आटोपताच एक वरिष्ठ पीए त्यांच्या कानाशी लागला. शलाका आणि प्रिन्स कालपासून त्यांच्या भेटीसाठी दिल्लीत दाखल झाल्याचे त्यांनी सांगितले. बाहेर पूर्वनियोजित शिष्टमंडळांची रांग लागली होती. त्याआधीच ही भेट उरकायचे श्रीकरांनी पीएला खुणावले. तसे पाठीमागच्या कोपऱ्यात उभे असलेले शलाका व प्रिन्स झटकन पुढे झाले. त्यांच्याकडे पाहतच बॅ. शास्त्री गडबडीने बोलले, ''अरे, आत्ता इकडं काय काढलंत? तुमचं निवडणुकीचं रणांगण, तुमचा मतदारसंघ तिकडं सोडून इकडं दिल्लीत काय करता आहात?''

''काम जरुरीचं होतं सर,'' शलाका आपले दोन्ही हात जोडत बॅ. शास्त्रींना कृतज्ञतेच्या भावनेनं बोलली, ''सर, आपण आणि आपल्या पक्षानं माझा जो सन्मान केला, माझ्यावर एवढा विश्वास दाखवला– त्यासाठी कशी उतराई होऊ मी?''

श्रीकर शास्त्री छानसे हसत बोलले, ''मला नाही वाटत की, तुम्हा मंडळींना तुमच्या मतदारसंघात माझ्या प्रचारसभेची गरज लागणार आहे म्हणून. यू पीपल आर क्वाइट एबल–''

''सर, खरं आहे तुमचं– आपल्या सभेची आम्हाला नाही गरज– आपला

बहुमूल्य वेळ आपण इतरांना द्या. बट सॉरी सर, सांगू कशी मी? सर, आय डोंट वॉण्ट टू कन्टेस्ट धिस इलेक्शन– मला नाही लढवायची ही निवडणूक.''

''व्हॉऽऽट?''

श्रीकरजी स्तंभित होऊन तिच्याकडे पाहतच राहिले.

''सॉरी– सॉरी, माझ्याबद्दल चुकीचं मत नका बनवू, सर. आम्ही निवडणूक लढवणार आहोत– रणांगणातून पळणार नाही.''

''तुम्हाला काय बोलायचं आहे, ते एकदाच बोला ना शलाका.''

''सर, मी तुम्हाला माझ्याऐवजी दुसरा उमेदवार देते. त्याला निवडून आणायची संपूर्ण जबाबदारी माझीच– मी लढले असते, तर मला किती मतं मिळतील, याचं जे एस्टिमेशन आपण आणि आपल्या पक्षानं केलं असेल, त्यापेक्षा अधिक मताधिक्क्यानं हा उमेदवार मी निवडून आणेन. मी नम्रतेने पण निश्चितपणे सांगते.''

''नो, नो. दॅट्स नॉट पॉसिबल. शलाकाच्या जागी फक्त शलाकाच निवडणूक लढवेल! यू यंग लेडी, यू डोन्ट नो द ग्राफ ऑफ युअर ब्राइट फ्युचर– या खासदारकीपेक्षाही तुमच्या उज्ज्वल भविष्याचा मी खूप विचार करून ठेवला आहे. डोन्ट वेस्ट युअर टाइम– जा परत मतदारसंघात आणि लागा कामाला.''

शलाकाचा चेहरा दुःखाने झरझर उतरला. अगदी एवढुसा झाला. तसे जागेवरून उठलेले श्रीकरजी थबकले. त्यांनी मान वळवत विचारले, ''कोणाला उभे करू इच्छिता तुम्ही तुमच्या जागी?''

''माझे मिस्टर प्रिन्स साहेबच लढवतील ही निवडणूक– मी आणेन त्यांना तुफान मतांनी निवडून!''

बॅ. शास्त्री काही क्षण थबकले. तसेच शलाकाकडे पाहत उभे राहिले. शलाका गोंधळली. गडबडली. एवढ्या मोठ्या मनुष्याचा आपण किती वेळ घ्यायचा? अन् इतक्या कमी वेळात इतके मोठे रामायण त्यांना समजवायचे तरी कसे? आपल्या कार्यक्षेत्रातील असंख्य वळवळत्या जिवांचा मत्सर, बदनामी, चिखलफेक – सारे पागल कुत्र्यासारखे पाठीचे लचके काढण्यासाठी अधीर होते. त्यात समोर युगासारखा भासणारा आपला आदर्श नेता, इतक्या ममत्वाने आणि आकांक्षेने आपणाकडे पाहतो आहे. अचानक तिच्या डोळ्यांच्या खोबणीत अश्रूंचे मोठाले थेंब उभे राहिले, जे लपवणे आता तिलाही शक्य झाले नाही.

रोज हजारो व्यक्ती आणि त्यांच्या समस्यांचा सराव झालेल्या श्रीकरांच्या डोळ्यांना जे जाणवायचे होते, ते जाणवले. मनाचा हिय्या करून शलाका पुन्हा बोलली, ''प्लीज सर, मी माझ्या मिस्टरांना नक्कीच निवडून आणेन. आपण

माझ्यावर इतका भरवसा ठेवला आहात, तर यापुढेही आजन्म मी आपल्या पक्षाचं काम करत राहीन.''

''ओके - ओके, तुम्हाला हवा तसा बदल करायच्या माझ्या सूचना पक्ष कार्यालयाकडे आजच पाठवल्या जातील. यू कॅन गॅदर फर्दर पेपर्स फ्रॉम माय पार्टी ऑफिस.'' श्रीकर शास्त्रींनी सांगून टाकले.

विमानाने हवेत उंच उडी घेतली. मागे पडू लागलेली दिल्लीची सहस्त्र घरे, वरची छपरे, बगिचे, रस्ते सारे क्षितिज भरून गेल्यासारखे दिसत होते. परतीच्या विमानप्रवासात बिझिनेस क्लासमधली अनेक आसने रिकामी होती. बऱ्यापैकी निवांतपणा लाभला होता. 'सुटले बाई एकदाची!' अशी भावना शलाकाच्या मुखावर होती. प्रिन्सने तिचा हात हाती घेतला, नकळत त्याचाही कंठ भरल्यासारखा झाला, ''काय गं? शास्त्री सरांची भेट होईपर्यंत अगदी शेवटच्या क्षणापर्यंत तुझ्या मनात काय शिजत होतं, याचा साधा पत्ता तू मला लागू दिला नाहीस. कशासाठी करायचं हे सारं? हे इतकं उलटंपालटं? ऐन वेळी सरांच्या समोर मलाही न विचारता माझ्या उमेदवारीचा प्रस्ताव काय ठेवतेस, त्यांची उभ्या उभ्या मंजुरी काय घेतेस? कशासाठी केलंस हे सारं?''

''आपलं सहजच!''

''कमऑन, कसलं सहजच? बरं ते करताना स्वतःच्या भवितव्याशी असा उलटा खेळ खेळायचं काही कारण होतं? केवढं जबरदस्त इम्प्रेशन आहे तुझं त्या एवढ्या बड्या मनुष्यावर? तसे ते स्पष्ट बोलले नाहीत का?– तुझ्यासाठी पद, प्रतिष्ठा– आजचा हा मूर्खपणा केला नसतास, तर महिन्याच्या आत इथेच केंद्रात मंत्रीण झाली असतीस! चांगली लाल दिव्याच्या मोटारीतून फिरली असतीस.''

''जाऊ द्या ना. एवढं काय आहे त्यात?''

''जाऊ द्या कसं? एक प्रकारे आम्हा सर्वांचं, आमच्या परिसराचंही हे नुकसान नाही का?''

शलाका खूप छान हसली. ती शेजारच्या गुबगुबीत खुर्चीवर बसलेल्या प्रिन्सच्या खांद्यावर रेलली. तिने आपल्या नाजूक हाताने प्रिन्सना घट्ट पकडले. ती पुन्हा हसली, तेव्हा तो प्रसंग आठवून त्याने विचारले, ''अन् काय गं, त्या बड्या साहेबांच्या समोर बोलताबोलता तुझे डोळे अश्रूंनी अचानक का भरले?''

''जे झालं, ते छानच झालं.''

''ते कसं?''

''सरांनी माझ्या डोळ्यांच्या डोहात हेलकावे खाणारी माझ्या संसाराची नाव बघितली असेल; म्हणून तर ते इतक्या झटकन कन्व्हिन्स झाले असावेत.''

''शलू!''

"हो– हे पाहा प्रिन्स– डिअर, मी तुम्हाला स्पष्ट सांगते. मला तुमच्यापेक्षा एक गुंजभरही अधिक मोठेपणा नको. यश नको. त्या निमित्तानं छुप्या शत्रूंनी हळूच आपल्या नख्याही पुढे सरकवायला नकोत. मला देवानं एक चांगला नवरा आणि रणविजय नावाचं एक छानसं बालक दिलं आहे. देवाकडे मी नेहमीच प्रार्थना करते, माझ्या वाट्याला माझा पती म्हणून तू एक फरिश्ताच देऊन टाकला आहेस! त्याच्या सोबती-सावलीशिवाय मला बाकी काहीही नको आहे."

लोकसभेची निवडणूक तशी जिकिरीची. व्यापाची आणि तापाचीसुद्धा! साधारण विधानसभेचे सहा-सहा मतदारसंघ मिळून एक लोकसभा मतदारसंघ बनतो. निवडणुका जाहीर झाल्यापासून एका महिन्याच्या आत एवढ्या मोठ्या मतदारसंघाच्या परिघातून फिरायचे, इतक्या लाखो लोकांपर्यंत प्रत्यक्ष किंवा अप्रत्यक्ष पोहोचायचे, प्रचारयंत्रणा राबवायची हा काही पोरखेळ नव्हता. स्वतः उमेदवार, त्याचा पक्ष, त्याचे हजारो कार्यकर्ते, प्रचारासाठी तैनात असणारी शेकडो वाहने, लाखो हँडबिल्स आणि पोस्टर्स, गल्लीतल्या कोपरा-सभांपासून ते बड्या मैदानी तुफानी सभांपर्यंतचे नियोजन. तो साराच प्रकार राक्षसी. हजारो कार्यकर्त्यांचे रक्त आटवणारा आणि रोज सर्वांनाच घाम फोडणारा ठरतो. ज्यातून अतोनात श्रम, अगणित पैसा आणि विलक्षण मनस्ताप असे प्रकार वाट्याला येतात.

लोकसभेची निवडणूक लागली की, आंबेपूर जिल्ह्यातली सामान्य जनता मध्येच हसत बोलते, "इलेक्शनचा ताप आणि झडती येते सर्वांच्याच वाट्याला; पण त्याचे काय सोयर लालचाचाला आणि त्याच्या छकड्याच्या धावत्या घोड्याला?" काही लोक तर पैजेने असे सांगतात की, जेव्हा टी. एन. शेषन दिल्लीत इलेक्शन कमिशनर होते, तेव्हाच त्यांनी आंबेपूरला येऊन हा लालचाचा दिसतो कसा आणि त्याच्या छकड्याचा घोडा उडतो कसा, हे बघायचे ठरवले होते हो! दुर्दैवाने ते राहूनच गेले.

त्या दिवशी चित्रवाहिन्यांच्या चॅनेलवर आणखी एक 'ब्रेकिंग न्यूज' झळकली. "आंबेपूर मतदारसंघात मॅडम शलाकाऐवजी प्रिन्स डोंगरे-देशमुख स्वतःच निवडणूक लढवणार!" त्यासोबतच राजधानीतले दृश्य दिसू लागले. दिल्लीच्या महाराष्ट्र सदनासमोरची हिरवळ. तिथे प्रिन्स आणि शलाकाभोवती उभा असलेला पत्रकारांचा मेळा. ती गोड बातमी पाहताना चिंचेखालच्या बंगल्यात खुशीची उकळी फुटली

होती. बाजीरावच्या हातावर अतीव आनंदाने टाळी देत नेत्रा बोलली, "खूप छान, कितीतरी दिवसांनी आज मला इतकी छान झोप येईल म्हणून सांगू!"

"झालं ना तुझ्या मनासारखं?"

"हो, का नाही होणार? अहो, मला विचारा ना! ही शलाका बाई नसून ती हवेला आग लावणारी कापराची वडी आहे. प्रिन्सला तिकिट मिळालं, ते चांगलंच आहे. तो बैल उद्या निवडून आला, तरी त्याच्या शिंगांची भीती कोणाला अन् काय करणार आहे तो?"

"अन् त्याच्याऐवजी शलाका निवडून आली असती तर?"

"अहो, निवडणुकीनंतर दोन-तीन दिवसांतच आपलाही पुरा निकाला लागला असता. केंद्रीय मंत्रिमंडळात शपथविधीला मॅडम उभ्या राहिल्या असत्या अन् त्यांच्या पायावर फुलं वाहण्यासाठी स्वतःची नाकं घासत दिल्लीपर्यंत धावायची नौबत आमच्यावर आली असती."

"मग आता पुढं काय करायचं ठरवलंत तुम्ही?"

"मरेना का तिकडं ती निवडणूक? कोणाला इंटरेस्ट आहे त्या लोकसभेच्या कटकटीत? कोण करेल तो प्रचंड खर्च? आपलं घरातच शांत राहिलेलं बरं."

"तुझं हे तरी नक्की आहे का?"

"अगदी शंभर टक्के रे बाबा. हां, ती शली असती मैदानात तर तिच्याविरुद्ध लढण्यात आणि तिला पावलापावलावर रडवण्यात मजा आली असती. तिच्याशी संघर्ष करणं, हे जसं काही माझं आवडतं व्यसनच बनलं आहे," बोलता बोलता नेत्रा थांबली आणि काहीसे आठवून तिने पुढचा प्रश्न केला, "तुम्हाला एक जाणवलं का?"

"काय गं?"

"काहीही म्हणा– ही बाई मोठ्या हिकमतीची आणि तयारीचीसुद्धा! बघितलंत ना शी केम अंडरफायर, तर बया धावली दिल्लीत. आली परत उभ्या उभ्या आपलं तिकिट रद्द करून आणि नवऱ्यासाठी दुसरं घेऊन! इसको तो मानना पडेगा बॉस।"

"प्रिन्सला उमेदवारी मिळवून देण्यात तिचा काय फायदा आहे?"

"नाही कसा? एवढी मोठी खासदारकी स्वतःच्या घरी आली. खासदार बनण्याची संधी तालुक्यात आपल्या घराऐवजी दुसऱ्या कोणाला दिली असती तर? म्हणजे तालुक्यात आणखी एका सत्ताकेंद्राची नव्यानं निर्मिती झाली असती. भविष्यातल्या फुकटच्या कटकटी कशाला स्वतःच्या हातांनी वाढवून घ्यायच्या?"

बापूनगर तहसील आणि आंबेपूर जिल्ह्यातील विचारी लोकांचा एक मोठा वर्ग होता, ज्यांना डोंगरे-देशमुखांच्या घराण्यातील नाना आणि बापू या दोन शाखांमधील

कौटुंबिक वाद कायमचा मिटावा, असे मनापासून वाटत होते. अशा विचारांच्या मंडळींमध्ये या घराण्याचे अनेक हितचिंतक, चाहते आणि नातेवाईक मंडळींचाही मोठा भरणा होता.

सर्वजण या एकाच विचाराने एके दिवशी एकत्र आले. दुपारचीच अशा पन्नास-साठ मंडळींची मोठी बैठक 'रिव्हर फ्रंट'वर सुरू झाली. त्यात सुरुवातीलाच बबननाना बोलले, "मी माझ्या पोराला– बाजीरावला इलेक्शनच्या रिंगणातून माघार घ्यायला लावली आहे, ज्यातून प्रिन्स बाबूंच्या विजयाचा मार्गसुद्धा मोकळा झाला आहे."

"हो, आम्ही स्वतःहून एवढं मोठं बलिदान केलं. निदान उद्या जेव्हा असेंब्लीच्या इलेक्शन लागतील, तेव्हा तरी आमच्या घराण्याला न्याय मिळेल का? एकदा तरी आमच्या घरावर आमदारकीचं तोरण लागेल का?" नेत्राने विचारले.

"ठीक आहे. आम्हालासुद्धा त्या आमदारकीचा अजिबात हव्यास नाही. शिवाय मी आज खासदार होत असलो, तरी माझी पत्नी शलाका ही कोणी मोठ्या महत्त्वाकांक्षेची बाई नाही."

"हे पाहा, तुम्ही आपसात काही करा; पण व्यक्तिगतरीत्या मला विचाराल तर, मलाही इलेक्शनची दगदग अजिबात नको." मध्येच शलाका बोलली.

"शिवाय उभ्या जगाला– सर्वांनाच माहीत झालं आहे. पेपरातही अनेकदा छापून आलं आहे. या वेळी दिल्लीकरांनी अगदी माजी पंतप्रधान आणि भावी पंतप्रधान बॅ. श्रीकर बाबूंनी शलाकासाठी सत्तेचा केवढा मोठा नजराणा तयार ठेवला होता. तिचं तिथलं मंत्रिपदही नक्की होतं; पण तिला सत्तेचा हव्यास नव्हता."

"त्या साऱ्या गोष्टी सर्वांनीच पेपरात वाचल्या आहेत. आता नानांच्या फॅमिलीनं जो प्रश्न उभा केला आहे, त्या आमदारकीच्या प्रश्नावर तुमचं काय उत्तर आहे, तेवढं सांगून टाका." पाठीमागून एक अपरिचित करारी असा आवाज घुमला. सत्तरीतल्या त्या पीळदार शरीराच्या आणि अक्कडबाज मिशांच्या म्हाताऱ्याकडे सर्वांचे लक्ष गेले. तेथे उपस्थित असलेली मंडळी एकमेकांच्या कानी लागली. ते परांड्याकडचे पिराजीबाबा निंबाळकर नावाचे डोंगरे-देशमुखांचे जुने नातलग होते. दोन्ही कुटुंबांतला वाद मिटावा, यासाठी ते एवढ्या दूरवरून येथे आले होते.

प्रिन्स बाबूंनी बैठकीतील सर्व नातलग आणि हितचिंतक मंडळींवरून नजर फिरवली. एक आवंढा गिळत तो बोलला, "मंडळी, तुम्हा सर्वांचा आमदारकीचा मुद्दा मलाही पटतो, ज्याला माझी आणि माझ्या पत्नीचीही अजिबात हरकत नाही; पण–"

"आता 'पण'चा नाट इथे कशाला लावता?" दोन-तीन पाहुणे उंच आवाजात बोलले.

"हे पाहा मंडळी, प्लीज, आमचं थोडं ऐका," आपला घसा खाकरत प्रिन्स

सांगू लागले, "हे बघा, आम्हालाही हा एवढा मोठा साखर कारखाना चालवायचा आहे. अनेक सहकारी संस्थांचं इथं जाळं आहे, जिथं सहकाराच्या माध्यमातून दरसाल लाखो पोती साखरेचं उत्पादन होतं. प्रश्न आमच्या नऊशे कामगारांच्या आणि तीस हजार ऊसउत्पादक शेतकऱ्यांच्या जीवनाशी निगडित आहे. तुम्हा सर्वांना माहीतच आहे की, राजकीय पाठिंब्याशिवाय– विदाउट पॉलिटिकल सपोर्ट आम्हीच काय पण कोणीही सहकाराचा हा डोलारा सांभाळू शकत नाही. नागडी वस्तुस्थिती अशी आहे की, आम्ही राष्ट्रीय पक्षाचे परंपरागत कार्यकर्ते आहोत. त्यांना नाराज करून किंवा त्या पार्टीचे हित डावलून आम्हाला जगता येणार नाही."

"जाऊ द्या हो. काहीही करून मार्ग काढा. डोंगरे-देशमुख घराण्यातील तू तू - मैं मैंचा खेळ एकदाचा कायमचा निकालात काढा. एक वेळ आम्हा लोकांना जास्त काही कमावता आलं नाही, तरी रोजच्या निद्रानाशातून सुटका तरी होईल आमची," मध्येच तोंड घालत शलाका खूप भावनाविवश होऊन बोलली. त्याचे प्रिन्सलाही आश्चर्य वाटले.

चर्चेमध्ये तोंड घातलेल्या शलाकाला अडवत नेत्राने मुद्द्याचा प्रश्न उपस्थित केला, "हे पाहा मॅडम, बाकीच्या वायफळ चर्चा बाजूला ठेवा. आमच्या एकाच प्रश्नाचं उत्तर द्या– उद्याच्या असेंब्लीच्या इलेक्शनमध्ये तुमचा आम्हाला पाठिंबा असणार आहे किंवा नाही? तुम्ही तोंडात चिंच पकडल्यासारखं काय बोलता? स्पष्ट का सांगत नाही?"

"उद्या तुमच्या उंबरठ्यात आमदारकी आली, तर तुमच्यापेक्षा आम्ही अधिक खूश होऊ!" शलाका बोलली.

"माझ्या बायकोचं मत शंभर टक्के खरं आहे. देवाला स्मरून सांगतो, आमचा मनापासूनचा पाठिंबा तुम्हालाच राहील; परंतु आमचे रोजचे लागेबांधे आणि व्यवहार राष्ट्रीय पक्षाशी आहेत. त्यांना आम्हाला पहिलंच कन्व्हिन्स करावं लागेल– हा मुद्दा पूर्णपणे ध्यानात घ्या."

"बरं सांगा– बोला नेत्राताई आणि बाजीराव, या वेळी तुमच्या कुटुंबापैकी कोणीही उमेदवारी अर्ज भरणार नाही?" पिराजी बाबांनी विचारले.

"बिलकूल नाही," नेत्रा आणि बाजी एका सुरात बोलले.

"थांबाऽऽ थांबा हो डॅडी-मम्मी," पाठीमागून सुपरप्रिन्सचा मोठा आवाज आला. अजून ओठावरचे मिसरूड नीट न उगवलेल्या सुपरकडे सर्वांची नजर गेली. तो धारदार आवाजात बोलला, "यांच्या म्हणजे प्रिन्स बाबूंच्या फॅमिलीपैकी असेंब्ली कोणी लढवणार नाही, असं रिटन स्टेटमेंट लागलीच घ्या. पुन्हा घोळ आणि बोंबाबोंब नाय पायजेल."

"अरे सुपर, आम्हाला तशी कमिटमेंट कशी देता येईल? तीही लेखी

स्वरूपात? मी आत्ताच स्पष्ट सांगितलं ना, त्याबाबतचा अंतिम निर्णय राष्ट्रीय पक्षाच्या मंडळींच्या हातातच राहील. आम्ही हतबल आहोत.'' प्रिन्स बोलले.

''तुम्ही प्रयत्न करणार आहात ना, मग झालं तर. आता अधिक वेळ लावू नका. चला रे, त्या पराती घ्या पुढे,'' पिराजी बाबा बोलले.

''कसल्या पराती?''

''मिठाईच्या. अहो, कधी नव्हे तो डोंगरे-देशमुखांच्या घराण्यातला वाद मिटतोय. समझोता घडतोय, ही खुशी तरी साजरी करू या.'' बुजुर्ग पिराजीबाबा निंबाळकर बोलले.

झाल्या चर्चेवर सारे खूश दिसले. गोड मिठाईच्या पराती आणि ताटे बैठकीतून फिरू लागली.

बाजारगावच्या चावडीजवळून मोटार पुढे जात होती, तेव्हा शलाकाने एक छकडा बघितला. म्हणजे पुढे एक घोडा आणि त्याच्या पाठीशी बैलाच्या गाडीसारखी एक छोटीशी लाकडी गाडी. ती ओढणारा एकमात्र घोडा. त्या छोटेखानी गाडीला जोडलेल्या दोन लांबट लाकडी दांड्या घोड्याच्या दोन्ही बाजूंनी पुढे ओढलेल्या. त्याला जोडलेली जू दांडी. घोड्याच्या डोक्याच्या दोन्ही बाजूंना लोखंडी सळ्याही काष्ठात अडकवून घोड्याची मान जखडलेली. त्या छकड्यामध्ये एक उंचापुरा, सहाफुटी मनुष्य बसलेला. त्याची लांबट पांढरी दाढी, डोक्यावरची गांधी टोपी, अंगातला सैलसर लांबट कोट आणि पांढरा पायजमा. पासष्टीचा तो छकडेवाला मोठा रुबाबदार दिसत होता.

त्या छकड्याच्या डाव्या, उजव्या आणि पाठीमागच्या बाजूलाही ठळक अक्षरातले कापडी कम पुठ्ठ्यांचे बॅनर बांधलेले होते. ज्यावर जनतेला दोन्ही हात कोपरापासून जोडून पंडित नेहरू जसे अभिवादन करायचे, तशाच नजाकतीच्या मनुष्याचे छायाचित्र अडकवलेले होते. त्याच्या खाली जाड आणि ठळक अक्षरांत लिहिले होते, 'देश का नेता कैसा हो, लालचाचा जैसा हो!'

नानांच्या घराण्यातील कोणीही निवडणुकीला उभे राहिले नाही; परंतु किसान पक्षाने सावंत नावाचा एक बडा व्यापारी निवडणुकीसाठी उभा केला होता, जो मूळचा याच भागातला होता; पण पुढे मुंबईच्या भायखळा मार्केटात जाऊन आंब्याच्या व्यापारात त्याने खूप माया गोळा केली होती. होणारी निवडणूक टळणारी नव्हती. ती जिंकण्यासाठी अहोरात्र प्रचाराला लागणे भाग होते. त्याच उद्देशाने प्रिन्स आणि शलाकाच्या आज बाजारगावात काही बैठका होत्या. ते निवडक कार्यकर्त्यांच्या घरांना भेटी देत होते. तेथे लोकांना गटागटाने भेटत होते.

गावातून फिरताना प्रिन्स-शलाकाच्या मोटारीला तो छकडा आडवा गेला. आता ऊन वाढल्याने तो छकडेवाला आणि त्याचा घोडाही घामाने भिजल्याचे दिसत होते. मात्र, छकडेवाल्याच्या हाती लांबट आकाराचा कर्णा होता. एका हातात घोड्याचा लगाम पकडून आणि दुसऱ्या हातात तो कर्णा घेऊन तो गृहस्थ तारस्वरामध्ये मोठ्याने घोषणा देत होता.

"लाल चाचा आये है।
नयी रोशनी लाये है।
ताई माई आक्का, विचार करा पक्का
लाल चाचाच्या घोड्यावरच मारा शिक्का.
निवडणुकीनंतर होणार काय,
लालचाचाचा घोडा दिल्लीस जाय!"

तो छकडा चांगला दोन-तीन वेळा जवळून निघून गेला. शलाकाने त्याच्याकडे बारकाईने पाहिले, तेव्हा छकड्यावर चितारलेल्या व्यक्तीचे छायाचित्र आणि कर्ण्यावरून भसाड्या आवाजात प्रचार करणारी व्यक्ती एकच असल्याची शंका शलाकाला आली. तिने लगेच विचारले, "प्रिन्स, हे गृहस्थ कोण?"

"हेच ते महान क्रांतिकारी लालचाचा."

"अय्या! निवडणुकीला हेसुद्धा उभे आहेत?"

"कसला बालिश प्रश्न विचारतेस तू? उभे आहेत नव्हे, असतात. गेली पस्तीस वर्षं ते नित्यनियमानं पार्लमेंटचीच निवडणूक लढवताहेत! मोठा लढाऊ बाण्याचा उमेदवार."

"अरे वा!"

"पण बिचाऱ्याचा प्रत्येक वेळी एकच प्रॉब्लेम होतो. त्याला प्रचाराला खूपच कमी वेळ मिळतो."

"का बरं?"

"लालचाचांचा सुरुवातीचा बराच वेळ उमेदवारी अर्ज भरण्यासाठी जे डिपॉझिट द्यावं लागतं ना, ती रक्कम उभी करण्यासाठी, प्रथम चंदा गोळा करण्यात जातो– त्याच्या पुढचा वेळ प्रचारासाठी."

प्रिन्सची मोटार एका महत्त्वाच्या कार्यकर्त्याच्या प्रतीक्षेत काही क्षण रस्त्यातच खोळंबली होती. तेवढ्यात लालचाचाच्या छकड्याने त्यांना रस्त्यातच गाठले. चाचा छकड्यात उभा राहूनच बोलला, "ओ हो, बेटा प्रिन्स! तेरे मेरे बिचवाला अपना फॅमिलीचा बाँड? तुला त्याची भूल तर पडली नाही?"

"कसला बाँड चाचा?"

“अरे बेटा, तेरे अब्बाजान बापूराव आणि माझ्यामध्ये एक आपसी करार झाला होता.”

“कशाबद्दल?”

“हे बघ, पहिल्या दोन इलेक्शन झाल्या, तेव्हाच माझ्या ही डिपॉझिट - अमानतची भानगड लक्षात आली. दरम्यान, बापूराव असेच रस्त्यात भेटले. मी त्यांना बोललो. भय्या, इस तकलीफसे बचाईये। त्या वक्तालाच त्यांनी माझ्याशी एक जुबानी अॅग्रीमेंट केलं.”

“कसलं?”

“डिपॉझिटसाठी मी जेवढा चंदा खडा करेन, तेवढाच बापूराव आपल्या जेबमधून मला देणार. बेटा, अभी तो महंगाई मार गई. पेहले डिपॉझिटची अमाउंट कितने साल खाली पाचसो रुपया थी। अभी तो नगद बारा हजार। तुमच्या या 'बाजरवा' क्लासने हम गरिबोंका प्रजातंत्र का रास्ताही उखाड दिया है। जब एक दिन गांधीजी पंडितजी को बोले- बेटा इस गरीब देश में-”

तेवढ्यात प्रिन्स घाबरूनच आपल्या मोटारीतून खाली उतरला. लालचाचाचे पुढचे लंबे भाषण ऐकायची शिक्षा होऊ नये, म्हणून त्याने खिशात हात घातला. सहा हजार रुपये काढून ते चाचाच्या हातांवर ठेवले. चाचाने मोठ्या समाधानाने ते पैसे खिशात ठेवले अन् खुशीने घोड्यावर आसूड ओढला. तेथून निघता निघता तो प्रिन्सला ऐकू जाईल अशा आवाजात बोलला, “बेटा, इस नगद की पर्ची मेरा मुनीमजी भेज देगा हां, फिक्र मत करो.”

लालचाचाच्या भेटीनंतर खरोखरच एका महान व्यक्तीची भेट घडल्याचा आनंद शलाकाने व्यक्त केला. आपल्या ऐन तारुण्यात लालचाचा मुंबईच्या कामगार चळवळीमध्ये सक्रिय होता. कॉम्रेड डांगेंचा झेंडा मिरवणारा तो कम्युनिस्ट पक्षाचा निष्ठावान कार्यकर्ता होता. मध्येच मुंबई सोडून स्वारी गावाकडे निघून आली; पण मूळचा आपला क्रांतिकारी पीळ त्याने सोडला नव्हता. पाच वर्षे लाल चाचा भाजी मार्केटात इमानइतबारे लिंबे विकायचा. आपल्या धंद्यातून कधीही मान वर काढायचा नाही. शिमग्याला सोंगे जशी सजून उभी राहतात, अंबाबाईच्या पुढे दिमडी आणि झांजा वाजल्या की, गुलालाने तोंड माखलेले तिचे भक्त – भुते जसे पेटत्या दिवट्या घेऊन नाचतात, तसे पार्लमेंटच्या निवडणुकीचे ढोल-ताशे वाजू लागले की, इकडे लालचाचाच्या अंगात निवडणुकीचे भूत संचारते.

मध्ये पाच वर्षे एका आठवडे बाजारातून दुसऱ्या बाजारासाठी लिंबांनी भरलेल्या गोणी वाहणारा चाचांच्या छकड्याचा घोडाही आपल्या धन्यासोबत फुरफुरू लागतो. इलेक्शनची नशा म्हणा, बिमारी म्हणा त्याच्याही शरीरामध्ये भांगेसारखी चढते. अन् पुढे काही आठवडे तो बिचारा घोडाही तोंडाला फेस येईपर्यंत धावतो. त्यालाही

अगदी मनापासून वाटते की, आपला मालक एकदा तरी पार्लमेंटात जावा!

आजवर एकूण सात वेळा लाल चाचाने पार्लमेंटची निवडणूक लढवली होती. प्रत्येक वेळी मोठ्या कष्टाने उभे केलेले डिपॉझिटही गमावले होते. काही पोक्त मंडळी चाचांना सल्ला द्यायला जायची, "चाचा, पार्लमेंटच कशाला हवी? एकदा असेंब्लीला ट्राय मारा. तिथे तुमची सीट लागायची दाट शक्यता आहे."

"नही नही बेटे, वैसे सोचोही मत. मनुष्याच्या जिंदगीमध्ये गरिबी आली अगर बिमारी आली, तरी भल्या मनुष्यानं आपली 'लेवल' कधी सोडू नये. मी फक्त पार्लमेंटचीच निवडणूक लढवणार."

"पण पार्लमेंटमध्येच जायचा तुमचा हट्ट का?"

"अरे, पहिल्या पंचवार्षिकाच्या वेळी नेहरूचाचांनी जे कागदोपत्री घोटाळे करून ठेवले आहेत, ते एकदा पार्लमेंटात जाऊन ठीक केले की, मी बिचारा मरायला मोकळा."

त्या सगळ्या घटना ऐकून शलाका मोठ्याने हसत विचारू लागली, "अरे वा! म्हणजे हीच का ती लालचाचा नावाची बडी हस्ती? जी कशी दिसते, हे बघण्यासाठी दिल्लीहून इलेक्शन कमिशनर टी. एन. शेषनसाहेब इकडे येणार होते म्हणतात."

"जाऊ दे गं. लालचाचांचं दर्शन शेषन साहेबांच्या नशिबात नव्हतं– त्याला काय करायचं?"

"जे तुम्हाला वाटतं– तेच मलाही वाटतं– अवघड आहे– ही बापूरावांची औलाद मुळात भयंकर स्वार्थी. ते सहजासहजी आम्हाला ग्रीन सिग्नल देतील, असं नाही वाटत.'' नेत्रा.

"अरे, तेच तुम्हाला मी घसा फोडून विचारतोय? मम्मी-डॅडी, सांगा मला दिवस दिवसभर एवढ्या मीटिंगा घेऊन तुम्ही मिळवलंत तरी काय? व्हॉट इज युअर गेन.'' पाठीमागून सुपरप्रिन्स किंचाळला.

"डिअर सन – निदान निवडणुकीसाठी लागणारा भरमसाट खर्च तरी टळला. हे काय कमी आहे?'' नेत्रा.

"बट ॲक्च्युअल गेन काय?'' सुपरप्रिन्स.

"एऽऽ भुसनळ्या, पहिलं थोबाड बंद कर.'' बाजीराव आपल्या पोरावर उखडला, "ऊठसूट गेनच्या गोष्टी करतो लेकाचा. टळली ना निवडणूक? वाचला न खर्च?''

"सॉरी बाबा, पण– त्यांना न भेटता, आपल्याच लेव्हलला आपण निवडणूक न लढवण्याचा निर्णय घेऊ शकलो असतो.''

"मूर्ख आहेस. ही लोकशाही आहे. इथं आजकाल नेत्यांबरोबर कार्यकर्त्यांच्या तोंडालाही रक्त लागलेलं असतं. रानातली पाखरं जशी सुगीची, शेतात भरलेल्या कणसांची वाट बघतात; तशीच पैशासाठी चटावलेल्या कार्यकर्त्यांना इलेक्शन खूप प्रिय असते.''

"खरं आहे. आपण फॅमिलीतल्या समझोत्यांचा– कॉम्प्रमाइजचा देखावा दुनियेसमोर उभा केला, ते एका अर्थी बरंच झालं.''

"नाही तर आपल्या किसान पक्षासाठी आम्हालाही निवडणूक लढवणं भाग होतं. त्यासाठी आपल्या दोन-चार मोठमोठ्या प्रॉपर्ट्या बाजारात विकाव्या लागल्या असत्या.''

“शिवाय त्या मंडळींनी आपण पुढची असेंब्लीची निवडणूक लढवणार नाही, असा मनाच्या वरनं का होईना शब्द देऊन टाकला आहे.”

“येस, झालं ते फार चांगलं झालं.”

बाजीरावचं दारूचं व्यसन खूप वाढीला लागलं होतं. दिवसाही त्याची झिंगलेली अवस्था एखाद्या लागीर कोंबड्यासारखी दयनीय दिसायची. दारूच्या प्याल्यात तो जी सुखशांती शोधत होता, ती त्याच्यापासून कित्येक मैल दूर पळत होती. महत्त्वाकांक्षेच्या दंशाने बाधित झालेली नेत्रा आजाराने दीर्घ काळ त्रस्त असलेल्या रुग्णासारखी आतून पोखरून गेली होती. पूर्वी बाजीला रात्री तिच्या मिठीमध्ये विरघळून जाताना थोडे समाधान तरी वाटायचे; परंतु अलीकडे दिवसभर हव्यासाच्या मृगजळामागे नेत्रा धावून धावून इतकी थकायची की, रानात वाट चुकून भटकंतीच्या अनेक ठेचा खाल्लेल्या गायीसारखी रात्री बिछान्यावर मान टाकायची. लगेच घोरू लागायची; त्यामुळे बाजीरावच्या मनातील गुलाबी भावनांचा अक्षरशः कोळसा व्हायचा.

अलीकडे सुपरप्रिन्स मेडिकल कॉलेजच्या लेडीज हॉस्टेलवर राहणाऱ्या पोरींना खूप सतावतो, त्यांचा पाठलाग करतो अशा तक्रारी वाढत होत्या. एके दिवशी तर सीनिअर पोलीस इन्स्पेक्टरने बाजीराव आणि नेत्राला चक्क पोलीस ठाण्यात बोलावून घेतले. त्यांना प्राप्त झालेल्या तक्रारीचे स्वरूप इतके भयानक होते की, त्यांनी त्या दोघांना अगदी स्पष्ट शब्दांत सुनावले, “कृपया, तुमच्या चिरंजीवांना वेळेत आवरा. आम्ही आमच्या लेव्हलला त्याला किती सांभाळून घ्यायचं, यालाही काही मर्यादा आहेत. एखादी पोरगी जर नडली, तर तुमच्या सुपरप्रिन्सला जन्माची अद्दल घडेल. बलात्काराच्या गुन्ह्यातून सुटणं, ही गोष्ट सहज बेल मिळवण्याएवढी सोपी नसते. एकदा तुमचा युवराज चरकात अडकला की, त्याचं चिपाड होईल हे विसरू नका.”

पोलीस ठाण्यातून बाहेर पडल्यावर बाजीराव नेत्रावर उखडला. “चिरंजीवांना आवरा. नाहीतर त्यांचं लाइफ धोक्यात येईल.”

“तुम्ही कसले एवढे या खाकी वर्दीवाल्यांचं मनावर घेता?” बाजीरावाचे म्हणणे उडवत नेत्रा बोलली, “अहो, सरकारी यंत्रणेतले हे सारे अधिकारी म्हणजे शलाका आणि प्रिन्सचे गुलाम. एवढीशी गोष्ट फुगवून सांगत असेल तो मेला. हां, सुपरप्रिन्स जवान आहे, मर्द का बच्चा आहे. या वयात पोरीबाळींशी थोडीफार दंगामस्ती चालायचीच. त्यात काय?”

कधीकधी रात्री बाजीरावला स्ट्राँग कीक बसली, मेंदूमध्ये नशा चढली की, त्याच्या बधिर भेजाला अकलेची नवी नवी पालवी फुटायची. पूर्वीच्या घटना अशा होत्या की, आपल्या बापाने, म्हणजे नानाने त्याच वेळी त्या निकालात काढायला हव्या होत्या. जेणेकरून पुढचे रोग टळले असते.

एके रात्री झिंगलेल्या बाजीच्या डोक्यात एक नवा 'थॉट' आला. रात्री एक वाजता चक्क मेंदूमध्ये अत्तराचा दिवा पेटला आहे. तो खूपच प्रकाशमान झाला आहे. त्यासाठी आपण नेत्राला उठवावे, असे त्याला प्रथम वाटले; परंतु दारूने घमघमणाऱ्या त्याच्या तोंडाची दुर्गंधी नेत्राला सहन व्हायची नाही. ती चिडून एखाद्या रानटोळासारखी उडी मारेल आणि आपले नाक पकडून जीव घेईल, अशी त्याला भीती वाटली. शिवाय तो इश्यू नानांशीच संबंधित असल्याने त्याने आपल्या म्हाताऱ्या बापाला डिवचले. जुलमाने जागे केले. दारूचा भरला प्याला हेंदकळावा, तसा तो नानांवर उखडला, "माय डिअर बबननानाऽऽ मोठं पाप केलंत तुम्ही. इश्यू तसाच पेंडिंग ठेवलात. सापबी मारला नाहीत आणि काठीबी मोडली नाहीत."

"ये बाज्याऽऽ भडव्या सैताना! किती वाजले ते घड्याळात बघितलं का? अरे खविसा, झोपू दे ना मला."

"माय डिअर फादर, आठवा ती भयानक सेक्साट रात्र. ज्या रात्री माझ्या आदर्श बापूकाकांनी जयश्रीवर झेप घेतली होती. तिला चुरडून तिच्यावर बलात्कार करायची कोशिश केली होती. त्या रात्री तुम्ही आमच्यावर एकच उपकार केला असता. बलात्कारऽऽ बलात्कार अशी बोंबाबोंब करत पोलीस ठाण्यामध्ये घुसला असतात, तर त्याच रात्री ते ग्रेट बापूकाका आणि त्यांच्या खानदानाचा सब्जेक्ट पुराच्या पुरा खतम झाला असता."

"तो कसा रे?"

"इकडे सहकारमहर्षी बापूरावांच्या हातांत बेड्या पडल्या असत्या अन् त्याच वेळी आपले गॉडफादर बबनराव ऊर्फ नानासाहेब शुगर फॅक्टरीचे चेअरमन बनले असते ना. साला सब्जेक्टच खतम."

"अरे नादान कार्ट्या, तुझ्याकडून अकलेची एबीसीडी शिकायला माझा मेंदू म्हणजे लाकडाचा भुसा नाही. तू सांगतो आहेस, त्यापेक्षा ते प्रकरण त्याच रातीला मी लय रंगवलं असतं; पण आपल्यासाठी वेळ सोयीची नव्हती आणि आपलं तकदीरबी खराब होतं."

"ते कसं काय?"

"मला कोणाचाच सपोर्ट नव्हता. पहिली गोष्ट लक्षात ठेव, एखाद्या बलात्कारपीडित बाईच्या तक्रारीचं निमित्त गाठून जर आपल्या स्वार्थाचा पापड भाजायचा असेल, तर ती पीडित पोर किंवा तिचे रिलेटिव्ह लय स्ट्राँग लागतात. एखाद्या जंगली जनावराच्या दातांसारखं हिंस्र, एखाद्याची उभ्याउभ्याच कातडी सोलण्यासाठी धावण्याइतके आक्रमक. च्यायला त्यापैकी या प्रकरणात काहीच नव्हतं रे."

"म्हणजे कसं?"

"पोरीवर बापूरावानं बलात्कार केला, तिला फुगवली आन तिचा गळा दाबून

तिला बंगल्याच्या वरनं खाली फेकून दिली– असा साधासरळ जबाब द्यायची तिच्या आय-बाची ताकदच नव्हती. मनाची तयारीबी नव्हती. तो साला त्या जयश्रीचा बाप– मध्यप्रदेशातला साधासरळ शेतकी खात्यातला सरकारी नोकर– आम्ही विचारायच्या आधी तेच बोंबलायला लागलं– म्हणतो कसा, माझी पोर संपली, तेव्हाच माझी दुनिया संपली! मला हा विषय वाढवायचा नाही. आता सांग, अशा प्रसंगी कोण काय करणार होतं?''

''अहो, पोलिसांना थोडी लक्ष्मी चारायची.''

''बाळाऽऽ तुझा हा पॉइंट तेव्हाबी माझ्या भेजात आला होता; पण तेव्हा निवडणुका तोंडावर आलेल्या. त्यात बापूराव राष्ट्रीय पक्षाचे ट्रेझरर. चंदा गोळा करायचं काम त्यांच्या हातात. सरकारच त्यांच्या पाठीशी होतं, तर हे साले खाकी वर्दीवाले आपल्या मदतीला कसे धावणार होते?''

''नाही हो नाना; तरीही काहीतरी पॉइंट काढून तुम्ही हे प्रकरण गरम करून बापूकाकाची तेव्हाच वाट लावायला हवी होती.''

''हे बघ पोरा, प्रत्येक माणसात एक स्पेशालिटी असते. मी पण लय बारीक विचार केलाय. अरे, ज्याला अफूचं– गांजाचं शेत पिकवायची अक्कल असते, त्याला दारू गाळायची कला जमतेच असं नाही. एखाद्याला निवडून आणणं ही एक कला असते अन् आयती मिळालेली खुर्ची बळकावून राज्य चालविणं ही दुसरी कला असते. याचा मतलब काय पोरा? ज्याच्याकडे 'किंग मेकर' व्हायची अक्कल असते, त्याच्याकडे स्वतः 'किंग' बनायचं सामर्थ्य नसतं! म्हणूनच तेव्हा अगदी थंड डोक्यानं आणि बारीक मेंदूनं विचार केला.''

''कसला?''

''उगाच घाईगडबडीनं आणि मत्सरापोटी आपल्याच भावाचा पॉलिटिकल मर्डर करून बसलो, तर ऐनवेळी दुसराच कोणी सत्तेचं सिंहासन ओरबाडायचा; ज्यामुळं दर महिन्याला आपल्या फॅमिलीच्या वाट्याला येणाऱ्या ब्लॅकमनीचा भरपेट रतीबही हातातून बोंबलत निघून जायचा! मग पुढं कसं जगणार होतो रे आपण?''

नुकतीच प्रिन्सने नवनिर्वाचित खासदार या नात्याने संसदेत शपथ ग्रहण केली होती. संसदेचे अधिवेशन सुरू झाले होते. बॅ. श्रीकर शास्त्री यांच्या नेतृत्वाखाली केंद्रात नवे सरकार आले होते. या निमित्ताने शलाका आणि प्रिन्सने मुद्दाम पंतप्रधानांची त्यांच्या निवासस्थानी भेट घेऊन त्यांचे अभिनंदन केले. त्यांच्या भेटीसाठी तिथे प्रचंड गर्दी उडाली होती. त्या गर्दीतूनही प्रिन्स आणि विशेषतः शलाकाकडे बघत, गोड हसत बड्या साहेबांनी त्यांची भेट अधोरेखित केली होती.

त्या दिवशी मुंबईत हॉटेल लीलामध्ये 'आधुनिक शहररचना' या विषयावर एक परिसंवाद होता. त्यामध्ये प्रिन्सचे अनेक मित्र सहभागी होणार होते; त्यामुळेच प्रिन्स आणि शलाका दिवसभर त्या हॉलमध्ये हजर होते. दुपारी लंचच्या वेळी एका सहा फुटी, उंच, रुबाबदार अशा पासष्टीतल्या व्यक्तीने प्रिन्सला स्वतःचा परिचय करून दिला, "मी आर्किटेक्ट डोंगरे." त्याने एक व्हिजिटिंग कार्ड प्रिन्सच्या हाती ठेवले. त्यावरून प्रिन्सला त्यांची ओळख लगेच लक्षात आली. श्री. डोंगरे यांची अतिशय प्रसिद्ध आणि यशस्वी फर्म होती. त्यांची कार्यालये आणि कामेसुद्धा पॅरिस, सिंगापूर, लंडन आणि न्यू यॉर्क येथे सुरू होती.

ओळखीचे हास्य दाखवत प्रिन्सने विचारले,

"सर, ओरिजिनली आपण कोणत्या गावचे?"

"पूर्वीचं 'सोंगाचं पारगाव' ज्याला अलीकडे 'बापूनगर' असं म्हणतात."

"डोंगरे म्हणजे तुम्ही?"

"मी खाशाबा डोंगरेंचा नातू."

"अरे, वा! तुम्ही तर नात्यानं आमचे चुलत बंधू आहात."

"येस, मी ओरिजिनली तुमच्याच गावचा. फक्त आडनावातलं देशमुख हे शेपूट कापून टाकलं. नाव सुटसुटीत बनवलं."

एवढी जगप्रसिद्ध व्यक्ती आपल्याच गावची असावी, याचा शलाका आणि प्रिन्सला निश्चितच आनंद झाला. आर्किटेक्ट डोंगरेसुद्धा लंचच्या वेळी गप्पाटप्पांत चांगले रंगून गेले. भोजनानंतर स्वीट घेता घेता त्यांनी सहज विचारले,

"काय हो प्रिन्स, कोण तो तुमच्या गावचा पोरटा सुपर की डफर?"

"अं... आमचा पुतण्याच तो."

"पण काय हो, तुम्हाला एवढा तुमच्या सत्तेचा आणि ऐश्वर्याचा माज कशासाठी? श्रीमंत झाला म्हणजे माणसाचं राक्षसामध्ये रूपांतर होतं काय? अहो, माझा मुलगा तुमच्या गावी देवाला नारळ वाहायला गेला होता. तो बिचारा ना कोणाशी बोलला ना तक्रार अन् तुमच्या त्या सुपरनं त्या बिचाऱ्याची रोल्स रॉइस जागेवरच जाळून टाकायची? तीही विनाकारण?"

प्रिन्सने गोड बोलून डोंगरेंना कसेबसे शांत केले. हळूच विचारले, "सर, तुम्हाला इन्श्युरन्सची रक्कम मिळाली की नाही?"

"इन्श्युरन्स लेकाचा जातो कुठे? मुद्दा तो नाही. खरा मुद्दा तुमच्या मिजाशीचा आणि घमेंडीचा आहे. यू पीपल शुड कन्ट्रोल युअरसेल्फ. लक्षात ठेवा, श्रीमंती म्हणजे विकृती नव्हे."

परतीच्या प्रवासात शलाकाने हळूच प्रश्न केला, "का हो, आपल्या सुपरप्रिन्सनं अकारण कशासाठी जाळली असेल ती मोटार?"

"केवळ मूर्खपणा. बोकड वयानं वाढला की, त्याच्या तोंडाचा घाण दर्प सुटतो. तसाच या आमच्या भाऊबंदांचा दर्प! मुळात आपल्या गावात आपल्यापेक्षा महागडी मोटार आणायचं धाडसच कोण कसं करतो, ही त्यांची भंपक अरेरावी. हे आगाऊ लेकरू आपल्या आई-बापांच्या आखोंका तारा बनलं आहे. त्यावर कोण काय बोलणार?"

प्रिन्स आणि शलाकाचा आंबेपूरमार्गे बापूनगरच्या दिशेने प्रवास सुरू होता. मोटारीत दोघेच असल्याने बऱ्याच अघळपघळ गप्पागोष्टी सुरू होत्या. ज्यामध्ये गतजीवनाचे अनेक कवडसे डोकावून जात होते. अचानक एका जुन्या आठवणीने प्रिन्स भावनाविवश झाला. तो बोलला, "माझ्या मम्मी-डॅडींच्या त्या सुखी संसाराची अनेकदा गोड आठवण येते. उगाच हुरहुरही लागते. मात्र, खरं सांगू शलाका, डॅडींच्या त्या जयश्री प्रकरणाची जेव्हा केव्हा सहज आठवण येते, तेव्हा माझं मन कासावीस होतं."

"देन प्रिन्स, लीव्ह इट." शलाकाने प्रिन्सचा हात पकडला.

"नाही गं शलू, त्या एका प्रकरणानं माझ्या डोंगरासारख्या कर्तृत्ववान बापाचं पॉलिटिकल करिअर उद्ध्वस्त केलं. सुजातादेवीसारखी माझी पवित्र आई होमकुंडातल्या समिधांसारखी जळून गेली. संध्याताई आपल्या संसारासह स्वतः संपून गेली. तिच्या

पोटातल्या बाळानं या जगाचं तोंड पाहण्याआधीच त्याचा निरोप घेतला. माझं शिक्षण अर्धवट राहिलं. समुद्रातल्या एका अदृश्य हिमनगावर एखादी बोट आकस्मिक जाऊन आपटावी आणि तिचे सहस्र तुकडे व्हावेत, तशा या प्रकरणानं माझ्या परिवाराच्या चिंध्या केल्या आहेत.''

''पण याला जबाबदार कोण?''

''आमची दुर्दैवी वेळ आणि मुख्यतः बबननानांसारखा हिंस्र, बिलंदर चुलता! ज्यानं काहीही केलं नाही आणि ज्याच्याशिवाय काहीही घडलं नाही!''

''प्रिन्स, या साऱ्या प्रकरणाच्या राखेतून तुम्ही पुन्हा नव्यानं उभं राहिलात, हीच खूप महत्त्वाची गोष्ट आहे.''

''त्याचं श्रेय मात्र माझ्याकडे जात नाही.''

''मग कोणाकडे?''

''आमच्या 'रिव्हर फ्रंट' बंगल्याकडे.'' त्या जुन्या आठवणींना उजाळा देत प्रिन्स बोलला, ''तेव्हा पाचगणीच्या हॉस्टेलवर मला जयश्री आणि संध्यादीदीच्या त्या अपघाताची गोष्ट पहिल्यांदा समजली, तेव्हा काही काळ माझा जन्म बापूरावांसारख्या एका कर्तृत्ववान पुरुषाच्या पोटी नव्हे, तर एका दुष्ट सैतानाच्या पोटी झाला आहे, अशीच माझी भावना झाली होती. तसाच त्या विचित्र, विमनस्क आणि तितरबितर अवस्थेत मी बापूनगरला आलो होतो, तेव्हा एखाद्या झाडावर टक्कर घ्यायची किंवा गजरेच्या खोल डोहात उडी मारायची, आत्महत्या करून हे जीवन संपवायचं, असंच मी ठरवलं होतं; परंतु का कोणास ठाऊक मनात असं आलं की, ज्या वास्तूमध्ये माझी प्रेमळ आई आणि माझी लाडकी ताई वावरली होती, तिथे थोडं भटकावं. प्रियजनांच्या स्मृतीमध्ये काही क्षण कंठावेत, असं ठरवून मी 'रिव्हर फ्रंट'मध्ये आलो खरा. तिथे आल्यावर मला आतून खूप शांत, पवित्र आणि सुगंधित वाटलं. खरं तर तिथल्या गार्डनरपासून सिक्युरिटीवाले, नोकरचाकर सर्वांनी मला तिथल्या भुताटकीची भीती घातली होती. त्या बंगल्यात चित्रविचित्र घटना घडतात. आत्मे भटकतात, असं लोकांनी खूप सांगितलं; पण मी मनाशी ठरवलं, तिथले अतृप्त आत्मे हे माझेच सगेसोयरे आहेत. बघू काय होतं ते? नाहीतरी उद्या मी आत्महत्या करणारच होतो. त्याऐवजी माझे भटके आप्तच माझा गळा दाबतील, वेगळं काय घडणार आहे?''

''प्रिन्स! तुमच्या त्या रात्रीची मी कल्पनाही करू शकत नाही.''

''नाही शलाका, त्या रात्रीनं माझं अवघं जीवनच बदलून टाकलं. आधी अशी शांत आणि मधाळ झोप मला कधी आलीच नव्हती. सुखाच्या त्या धुंदीत पुऱ्या रात्रीत फक्त आतून एकच फील होता. कितीतरी दिवसांनी, कितीतरी वर्षांनी मी माझ्या लाडक्या आईच्या मांडीवर डोकं ठेवून गाढ झोपलो आहे अन् माझी लाडकी

संध्यादेवी हातपंख्यानं मला वारा घालते आहे. सकाळी बाजूच्या नदीकाठी रानपाखरांचा किलबिलाट जेव्हा वाढला, पाठीमागच्या ऊसमळ्यातून जेव्हा मी मोरांच्या केका ऐकल्या; तेव्हाच मला जाग आली. आमच्या गार्डनमधून निशिगंधाचा आणि मोगऱ्याचा सुगंध, तो स्वर्गीय सुंगधाचा ठेवा जेव्हा आजूबाजूला लोळण घेत होता, तेव्हा माझ्या अंगातलं नैराश्य बाहेरच्या धुक्यासारखं ओसरलं होतं. आमचा 'रिव्हर फ्रंट' बंगला, आजूबाजूचा निसर्ग, किलबिलाट माजवणारी ती इवली पाखरं आणि खिडकीतून आत डोकावणारे कोवळ्या सूर्यकिरणांचे कवडसे. ते चराचरच मला ठणकावून सांगत होते– "गधड्या, मरणाचा कसला विचार करतोस? तू जगण्याची ईर्षा धर."

एकदाची प्रिन्स साहेबांची मोटार त्यांच्या लोकसभा मतदारसंघात पोहोचली. वाटेतल्या खेड्यात अनेक ठिकाणी गावकरी मोटार अडवायचे. प्रिन्सना थांबवायचे, त्यांचे अभिनंदन करायचे. कौतुक करायचे. वाटेत एक निवळशंख वाहत्या पाण्याचा पसरट ओढा लागला. प्रिन्सची मोटार ओढा ओलांडून पल्याड गेली. त्यांना डाव्या बाजूला काहीतरी दिसले. त्यांनी अचानक मोटार थांबवली. प्रिन्सने पाठीमागे वळून ओढ्याच्या काठाकडे नजर टाकली. तिथे एका रानटी लाकडाचा आधार घेऊन लालचाचाने आपला छकडा उभा केला होता. वाहत्या ओढ्याच्या पाण्यात चाचा आपला घोडा धूत होते, अगदी मनापासून.

प्रिन्सने त्या छकड्याकडे कौतुकाने पाहिले. अजून त्याच्यावरचे निवडणुकीचे बॅनर्स आणि सभोवतीचे तांबडे झेंडेसुद्धा उतरले नव्हते.

'देश का नेता कैसा हो
लाल चाचा जैसा हो.'

तेवढ्यात चाचाचे लक्ष तिथे उभ्या असलेल्या प्रिन्सकडे गेले. बुड्ढा चाचा मोठ्या कौतुकाने आणि लगबगीने प्रिन्सकडे चालत येऊ लागला, तेव्हा प्रिन्सने आश्चर्याने विचारले, "चाचा, हे अजून तुम्ही काय करताहात?"

"बेटे, आपला आंबेपूर लोकसभा मतदारसंघ किती मोठा आहे. यात सहा असेंब्लीचे सेग्मेंट– आत्तासे माझे चार असेंब्ली सेक्टर झालेत, अजून दोन मतदारसंघांचा प्रचार बाकी आहे."

"काका! हा कसला वेडेपणा? इलेक्शन झाली. मीच निवडून आलो! दिल्लीला गेलो आणि शपथही घेऊन आलो अन् तुम्ही इकडे अजून प्रचार करता आहात?" प्रिन्स खो खो हसत बोलला. शलाकाही त्या हास्यात सहभागी झाली.

लाल चाचा गोंधळल्यासारखे दिसले, पण फक्त काही क्षणच! नंतर चाचा बोलले, "ठीक आहे प्रिन्स. तू म्हणतोस तशी निवडणूक झालीही असेल. वांदा नाही, लेकिन मैं तो बिचमें भाग नही पाता। अजून दोन मतदारसंघ बाकी आहेत.

तिथल्या मतदारांना किती दुःख होईल? चाचा, हमारे यहाँ आयेही नही.''

''अहो, पण चाचा, निवडणूक संपली आहे. निकाल लागला आहे. तर मग हा सारा मूर्खपणा कशासाठी करता?''

''अरे बेटे, आपभी थोडे बडे पैमानेपे क्यूं नही सोचते? यापुढे पाच वर्षांनी का होईना इलेक्शन येणारच आहे अन् तुझा जिदवाला चाचा तो पैदाशी लढवय्या है। तर मग लागल्या हातानं आपल्या कॉन्स्टिट्युशनची पुरी बांधणी केली तो किसका क्या बिगडेगा बेटा?''

आता प्रिन्सला हसावे की रडावे, तेच कळेना, तेव्हा लाल चाचा प्रिन्सच्या अगदी जवळ आला. त्याच्या खांद्यावर हात ठेवून मनातले एक गुपित हळूच खुले करत बोलला, ''बेटा, मैं एक असल बात तुझे समझाता हूं। पुढच्या इलेक्शनला तुझ्या चाचाची ही तडफ, ही नशा, गरीब मतदारांसाठी झुंज द्यायची ही चिकाटी, इस बातो में कुछ भी कम नही होगा. लेकिन बेटा, मला भारी टेन्शन वाटते ते माझ्या घोड्याचे! बिचारा अलीकडे अध्येमध्ये बिमार पडतो. पुढच्या इलेक्शनपर्यंत तो टिकणार नाही. त्यात रोज हे असे लिंबाचे भाव गिरताहेत. यानेकी तुझ्या चाचांची नवा घोडा घेण्याची ऐपत नाही. मग माझं हक्काचं जनावर, माझ्या हाताशी आहे तोवर लागल्याच हातानं मतदारसंघाची बांधणी केली, तर बेटा याच्यामध्ये गैर काय आहे?''

बाजीरावसाठी गेले दोन-तीन दिवस खूप वैतागाचे गेले. तिन्ही रात्री चिक्कार मद्यसेवन झाले. सकाळी ब्रश करताना आणि आरशात आपला सुजलेला चेहरा पाहताना तो निश्चय करायचा. डोळ्यांतला तांबडाभडक रंग पाहताना मनापासून ठरवायचा की, आज रात्री जरुरीपेक्षा जास्त प्यायची नाही; पण येणाऱ्या प्रत्येक रात्रीची कारणे वेगळी, तऱ्हा निराळी! अचानक कोणी अल्याडपल्याडच्या जिल्ह्यातले बैठकीतले आमदार, खासदार यायचे; त्यामुळे मैत्रीचा मानरुतबा सांभाळण्यासाठी प्यायलाच लागायचे. तर कधी कोणी दुबई किंवा अन्य महत्त्वाच्या शहरांतून एखादा ओल्डमधील गोल्ड अगदी 'अल्टिमेट ॲटम' पाठवून द्यायचे. त्या नव्या ब्रँडची नवी चव चाखायच्या अपार औत्सुक्यातून नाइलाजाने बाटलीचे तोंड फोडावेच लागायचे; पण रोजची कारणे वेगळी असली तरी शेवटी धोरण एकच, साला शेवटी पोटाच्या टाकीमध्ये जळजळीत द्रव्य जायचेच.

चवीने मद्यार्क रिचवायचा म्हणजे मित्रांशी गप्पा, मध्येच तोंडात 'चकण्याचा बुकणा' मध्येच एखाद्या मैत्रिणीने व्हॉट्स-ॲपवरून पाठविलेली एखादी चावट कविता, तिचा अर्धउघडा फोटो– तोही पटकन बघून घ्यायचा आणि झिंगल्या स्थितीतही लागलीच डिलीट करून टाकायचा. कारण तसा ऐवज चुकून नेत्राच्या हाती लागला तर लागलीच स्मशानात लाकडे जायची भीती. एकूणच भल्या माणसाचे 'पिणे' आता पहिल्यासारखे सोपे राहिले नव्हते.

काल रात्रीही तशीच रंगतदार बैठक सुरू होती. नेत्राने झिंगलेल्या बाजीला अनेकदा बजावून सांगितले होते, "तुम्ही मांडलेला चौरंग लवकर आवरता घ्या. लक्षात आहे ना तुमच्या? उद्या सकाळी सहाला बाहेर पडायचं आहे."

"कुठं?"

"किती वेळा आठवण करून द्यायची हो तुम्हाला? विसरलात इतक्यात?

तुळजापूरला! अहो, गेल्या लोकसभेच्या इलेक्शनला त्या नटरंग्या शलीला खासदारकीचं तिकिट मिळायला नको– चुकून मिळालं तर ते कॅन्सल व्हायला पाहिजे, असा मी इथून हात जोडून त्या माता भवानीला नवस केला होता. आता असेंब्लीच्या– आमदारकीच्या निवडणुका तोंडावर आल्या आहेत. काय वाटत असेल त्या मातेला? आता नवा नवस बोलायला गेल्यावर जुना हिसाबकिताब त्या माउलीच्या डोक्यात राहणार नाही, अशा भ्रमामध्ये तुम्ही वावरता आहात काय?''

''च्यायला, सारंच चुकलं गं!''

''कधी भानावर येणार तुम्ही? कधी प्याल्यातून पॉलिटिक्समध्ये घुसणार तुम्ही? थोडीशी बुद्धी वापरा. विचार करा. आई भवानी नवसाला पावली नसती अन् ती शलाका रंडी मेली आतापर्यंत केंद्रात मंत्री झाली असती– होणारच होती म्हणतात– तर तिच्या मागेपुढे, पुढेमागे प्रदक्षिणा घालत फिरायचे वाईट दिवस आले असते ना!''

''येऽऽ नेत्रे. इस्टॉप. चल कान पकडतो. बोल, उद्या काय करायचं?''

''वेळेत उठायचं. दारूनं भरलेला देह शॉवरखाली चांगला दोन-तीन वेळा धुऊन घ्या. झुंजुमुंजु होतानाच माझ्यासोबत गाडीत बसायचं आणि थेट तुळजापूर गाठायचं बरं. त्या भयंकर कोपिष्ट आणि शक्तिमान देवीची कळ काढाल, तर होत्याचं नव्हतं होईल.''

''ओके, बाबा ओके! केसात फणी आणि सदऱ्यावर सेंट शिंपडून सकाळी सहाच्या ठोक्याला तुमचा नवरोबा बाहेर पोर्चमध्ये उभा नाही राहिला तर मला विचारा.''

नवऱ्याने एवढा भरवसा दिल्याचे पाहून नेत्रादेवी खुशीतच पलंगावर झोपी गेली. ती पहाटे उठली. पटकन स्वतःची अंघोळ आवरून तिने नवऱ्याला जागे करायचा प्रयत्न केला; पण आजही बाजीरावचा नकाशा नेहमीसारखा उलटाच होता. तो काही केल्या उठेना, तेव्हा नेत्राने दोन सर्व्हंट पोरे त्या कामगिरीवर बेडरूममध्ये पाठवून दिली. त्या बिचाऱ्यांनी साहेबांच्या अंगावरची दुलई खेचायचा प्रयत्न केला, तेव्हा एकाला त्याच्या गालावर अशी सणसणीत चपराक मिळाली की, गालावरचे ते वळ मोजतच हिरमुसल्या तोंडाने तो बाहेर आला. दुसऱ्याच्या पाठीत अशी लाथ बसली की, त्या पोराला काही मिनिटे जागेवरून उठताच आले नाही; परंतु शेवटी त्या लाथखाऊ पोराबरोबर सुदैवाने एक संदेश बाहेर आला, ''नेत्रीला सांगा, मला यायला जमत नाही; पण लागल्या हातानं जाऊन नवस भागवूनच ये. नव्या निवडणुकीत देवाधर्माची ब्याद राहून जायला नाय पायजेल.''

आज नानाही पहाटे लवकर जागे झालेले. त्यांना चिरंजीवांच्या प्रस्तावित दौऱ्याची माहिती होतीच. त्यांनीही बाजीरावच्या बेडरूममध्ये घुसून त्याला चार हाका

मारायचा प्रयत्न केला; परंतु पलंगावर एकशेऐंशी अंशांच्या कोनात पडलेल्या या पैलवानी देहाने बापाच्या हाकेलासुद्धा कसलाच प्रतिसाद दिला नाही. तिथे आपली अक्कल जास्त चालणार नाही, हे नानांनाही ठाऊक होते; त्यामुळे ते पाठीमागे फिरले. त्यांनी गुलाब ड्रायव्हरला आत बोलावून घेतले. गुलाब तसा जुना-जाणता अनुभवी ड्रायव्हर. त्याने गेली वीस वर्षे नानांच्या सेवाचाकरीत घालवलेली. भले तो दरमहा शुगर फॅक्टरीच्या ऑफिसात जाऊन कारखान्याचा कर्मचारी म्हणून दरमहा पगार घेत असेल; परंतु त्याचे पहिले इमान नानांच्या कुटुंबाच्या मिठाशीच बांधले गेलेले होते. सूनबाई एकट्याच असल्यामुळे गावातील एखाद-दुसऱ्या कार्यकर्त्या बाईमाणसाला सोबत घ्यायच्या आणि नीट सांभाळून प्रवास करायच्या सूचना नानांनी गुलाबला दिल्या.

बरोबर सहाच्या ठोक्याला नेत्रा गेटबाहेर पडली. तिथे बाहेरच्या बाजूला निसार पीए उभा होता. आधीच उशीर झालेला. आता अन्य कोणासाठी थांबणे तिला योग्य वाटेना. एखाद्या कार्यकर्तीला उठवायची म्हटले, तरी तिची अंघोळ आणि वेणीफणी यांमध्ये किमान वेळ जाणारच होता. सोबत अनुभवी गुलाब ड्रायव्हर आणि समोरच्या सीटवर निसार पीए होता. रस्ता माहितीतला होता. मोटार रोजच्या वापरातली होती. नेत्रा आत बसताच निसारने आपल्या तांबूस, गोऱ्या चेहऱ्यावर पुरेसे हास्य आणत, ''सलाम आलेकुम'' केले. नेत्राने आपल्या स्मितहास्याने त्याला प्रतिसाद दिला.

देवीचा नवस फेडायचा तर सुनेबरोबर चिरंजीवांनी स्वतः जायलाच हवे होते, असे नानांना वाटत होते. दुपारचे बारा वाजले. त्यांनी एका नोकराला ड्रायव्हरला फोनवर घ्यायला सांगितले, ''काय रे गुलब्या! कुठायत सूनबाई? गेल्यात का?''

''होऽ पुढंच गेल्यात. पोहोचल्या असतील आत्तापर्यंत मंदिरात.''

''असतील म्हणजे काय रे बांबलीच्या? तू मंदिराच्या बाहेरच उभा आहेस ना? मग पुढे हो अन् दे की फोन सूनबाईंना.''

''सॉरी सॉरी नानासाहेब, माझी सांगण्यात गलती झाली. मैं तो कभीका यही हूं– इंदापूर के फाटेपर– सांच्यापारी 'ती दोघं' देवदेव करून वापस आली की मीच बसणार आहे ड्रायव्हिंगला येताना.''

''अरे मूर्खा, काय प्रकार काय आहे? 'ती दोघं' म्हणजे कोण दोघं रे? कुठं आहेत सूनबाई?''

''अभी कैसे बतला दूं – हे बघा, बरोबर नवाच्या ठोक्याला इथं इंदापूरच्या नाक्याला आम्ही पोहोचलो होतो और अचानक मला उलट्या सुरू झाल्या – एकदम जोरात. सटासट की सटासट.''

''अन् पुढं रे?''

''टेन्शनचं बिलकूल काम नैय– मेरे से अच्छा है उस गब्रुका ड्रायव्हिंग।''

"अरे, कोण गब्रू?"

"अपना निसारभाई! भाभीने क्विक डिसिझन घेत म्हटलं, गुलाब, तू इथंच आराम कर, तोवर आम्ही देवीला जाऊन वापस येतो."

"म्हणजे त्या अख्ख्या गाडीत फक्त ती 'दोघंच'?"

"एकटी नही हो! भाभी और निसारभाय!"

"अरे मूर्खाऽऽ तुला ड्रायव्हिंगला तकलीफ होती, तर तू मोकळ्या फ्रंट सीटवर बसून त्यांच्यासोबत का नाही गेलास?" नाना आता जाम तडकले होते.

"पुन्हा माझ्या वकाऱ्या सुरू हून प्रवासात खोळंबा उडाला असता."

"ठीक आहे." नानांनी गुलाबला गंभीर सुरात सांगितले, "हे बघ, यापुढं तुला जसं आणि जे कळलं, ते सारं मला मिनिट टू मिनिट रिपोर्टिंग करायचं बरं."

नानांसाठी ती दुपार अत्यंत घाणेरडी निघाली. जेवणाच्या ताटाकडे त्यांचे लक्ष नव्हतेच. एखाद्या सुताराने लाकडामध्ये पाचर ठोकून मारावी, तसा त्यांच्या डोक्याच्या कवटीत बसलेला निसारचा चेहरा तेथून बाजूला सरकेचना! निसारची ती इराणी-तुराणी ढंगाची गुलाबासारखी तांबूस, चमकदार छबी; ती दाट बारीक कापलेली काळीशार दाढी आणि त्याचे ते विलक्षण चमकदार निळे डोळे. एखाद्या नटासारखाच तो तरुण आणि तरतरीत पोरगा वयाने सव्वीस-सत्ताविशीचा म्हणजे नेत्रापेक्षा दहा वर्षांनी कोवळा. नानांनी टेबलावरचे भरलेले ताट बाजूला सरकवले. कपाटातला गावठी दारूचा तुंबा मागवला. बाटलीत बोट बुडवून ते मेणबत्तीच्या ज्वालेवर धरले. त्यांच्या बोटाभोवतीची दारू पेटली. अगदी मुजरेवालीच्या बाराकळीच्या घोळदार घागऱ्यासारखी ज्वाला बोटाभोवती फिरली. कडक गावठीचे टेस्टिंग झाले अन् नानांनी एका दमात अर्धी बाटली घटाघटा नरडीआड केली.

तेवढ्यात बाजीराव जेवायला बंगल्यावर परतला. त्याने मुकाट्याने झिंगा आणि ज्वारीच्या भाकरीवर ताव मारायला सुरुवात केली. तोवर नानांच्या मेंदूवर गावठीचा अंमल चढलेला. ते बोलले, "चिरंजीव, अक्कल कशाशी खातात, ती एकदा शिकून घ्या."

"काय झालं दुपारच्याच लाथा हाणायला?" बाजीराव.

"पूर्वीच्या जमान्यात एका राजाला सात-आठ राण्या असायच्या. शे-सव्वाशे खूबसूरत बायांचा जनानखाना असायचा– पण ते लोक काळजी घ्यायचे, आपल्या पुढ्यातल्या हक्काच्या थाळीवर कोणी कावळ्यानं चोच मारू नये. त्यासाठीच राजवाड्यात कामाला कोणी पुरुष नसायचा. साऱ्या दासी आणि हिजडे."

"कसली स्टोरी लावलीत नाना तुम्ही?" बाजीरावने वैतागाने विचारले.

"अरे भाड्या, स्वतःच्या बायकोसोबत तुळजापूरला जायची तुम्हाला काय लाज वाटत होती?"

"उगाच पीर पीर करू नका नाना. तो गुलाब ड्रायव्हर किती जुना माणूस आन किती विश्वासाचा."

"त्याचा काय उपयोग? सूनबाईंनी त्याला उतरवलं की मध्येच इंदापूरच्या नाक्यावर अन् बया गुलू गुलू बोलत त्या देखण्या निसारसंगं 'एकटीच' तुळजापूरला गेली. आता अंधार पडल्यावरच दोघं माघारी फिरणार आहेत म्हणे."

बाजीरावच्या मस्तकात जाळ भडकला. त्याने पुढ्यातले ताट बाजूला भिरकावले. तो झटकन उठून बाजूच्या कोपऱ्यात गेला. तेथून गुलाबशी बराच वेळ बोलत उभा राहिला. त्याने पूर्ण माहिती घेतली आणि तो पुन्हा डायनिंग टेबलावर येऊन बसला. आपल्या बापाकडे मोठे मोठे डोळे करून बघत गुरगुरला, "माणसानं पूर्ण माहिती घ्यावी. मेंदू काबूत ठेवावा. अरे, कसले बाप तुम्ही? नेत्रासारख्या पवित्र सुनेवर संशय घेता? अहो, केसाकडून पिकला आहात तुम्ही!"

"बाज्या," आता नानांची जीभ त्यांच्या ताब्यात राहिली नव्हती. ते गुरकावले, "हे बघ, माणसांच्या शरीरात– साऱ्यांचं मांस आणि रक्त एकसारखं असतं; पण प्रत्येकाच्या देहात आतल्या अंगाला बुद्धी, महत्त्वाकांक्षा, मत्सर, रग म्हणजे शृंगार नावाची भूक हे जे काटे असतात ना ते लय अवखळ असतात. एक वेळ मी माणसाच्या जातीवर विश्वास ठेवेन; पण त्यांच्या त्या भीतरवाल्या काट्यांवर नाय."

"ओयऽ बुढ्ढाजी, काय म्हणायचंय तुम्हाला?"

"इतकंच, आपला खानदानी वानवळा लक्षात घे– एक वेळ राज्य बुडालं तरी चालेल; पण आपल्या बायांच्या निरीकडे कोणाची बोटं सरकत असली, तर पहिलं त्या भडव्याचे हात खांद्यापासनं छाटून टाकायचे."

नाना थोडे शांत झाले; पण थोड्या वेळानं पुन्हा कुरकुरले, "चिरंजीव, तशा चुका तुमच्याच आहेत. रोज अंधार पडला की, दारूच्या पेल्यात मुंडी बुडवायची ती सकाळी पहाटेपर्यंत. अरे साल्यांनो, हप्त्यातले किमान दोन वार कोरडे ठेवा– बिनादारूचे, अन् तेच दिवस बायकोच्या हवाली करा. बाज्या, लक्षात ठेव. मी आता पिलोय; पण न पिताही तुला हीच गोष्ट सांगेन पोरा, कमरेखालची भूक खूप जालीम असते. तिच्यासाठी मोठमोठे राजवाडे जळून खाक झालेत, हे विसरू नको."

बाजीरावने खाली मान घातली. आवाजाची पट्टी खाली आणत तो बोलला, "नाना, आपल्या घरच्या लेकी-सुनांवर तरी थोडा विश्वास ठेवावा माणसानं!"

"का रे? त्यो शेळके पाटील एवढा बिलंदर आणि तिकडमबाज; आज सीएमच्या सिंहासनावर बसलाय! त्याची ती चित्राकाकू मोठी पतिव्रता म्हणून सारीकडं तिचा डंका वाजतोय– पण तुज्या कानावर आलं असंल, तुझ्या चुलत्याची– आपल्या बापूरावची पुण्याच्या फाइव्ह स्टार हॉटेलातली ती गंमत! ती बया तिच्या जवानीच्या दिवसांत सलग तीन राती आमच्या बापूबरोबर आट्यापाट्याचा खेळ

खेळण्यात रंगली होती का नाय! मग मागनं शेळके साहेबांनी कशाला बोंबलायचं– माझ्या केसराच्या मळ्यात कोल्हा हागून गेला! अरे भाड्या, तुला वेळेत कुंपण घालायला कोणी काय नको म्हटलं होतं?''

ती गोष्ट ऐकता ऐकता बाजीराव खुदूखुदू हसू लागला. तसे नाना चिडून बोलले, ''काय रे? काय झालं दात काढायला? इथे काय खंडोबाच्या मुरळ्या नाचतात?''

''माझं सोडा हो नाना; पण तुमच्या नातवाचं काय नाव आहे, आहे ना माहीत? सुपरप्रिन्स!''

''त्याचं काय इथं?''

''अहो, तो आपला कार्टा इतका गरम डोसक्याचा आहे– जर आपल्या घरातल्या बाईचं वाकडं पाऊल पडलं– तर मग ती त्याची आई का असेना, तिच्या अंगावर पेट्रोल ओतून तिला आपल्या दारात जाळायला तो कमी करणार नाही.''

आपल्या नातवाच्या पराक्रमी स्वभावाची बाजीने आठवण करून देताच नाना भलते खूश झाले. नकळत त्यांचा हात मिशीच्या आकड्यावर गेला.

भल्या पहाटेच नेत्राला जाग आली होती. तिच्या शेजारी झोपलेल्या बाजीचीही झोपमोड झाल्याचे तिला जाणवले. अलीकडे तर मध्यरात्री दरवाजावर धडका मारणाऱ्या रानजनावरासारखी नेत्रादेवीची महत्त्वाकांक्षा बेताल व बेचैन बनली होती.

पाहतापाहता तिची वैरीण शलाका बापूनगरात येऊन स्थिरावली. त्या गोष्टीलाही आता चौदा वर्षे उलटली होती. प्रिन्ससारख्या उमद्या तरुणाच्या पाठीमागून आलेली ही रस्त्यावरची बाई कमालीची तयारीची निघाली. तिने प्रिन्सवरच नव्हे तर इथल्या सत्तेच्या प्रत्येक शाखेवर आपला कब्जा जमवला. त्या दोघांच्या हातून सत्ता निघून जावी म्हणून नेत्रा आणि बाजीने काय कमी हातपाय झाडले होते? शलाका आणि प्रिन्सवर बेधडक अविश्वासाचा ठराव पास केला. शुगर फॅक्टरीच बळकावली. ती स्वतः चेअरमन बनली; पण आपल्या मुठीत आलेली सत्ता मूर्खपणामुळे मिठीतून दूर पळाली.

अनेकदा शलाकाची खरीखुरी जन्मवेळ आणि जन्मकुंडली आपल्या हाती लागायला हवी, या विचाराने नेत्रा हैराण असायची. एखाद्याच्या जीवनातील भाग्यरेषा या अशा इतक्या पॉवरफुल असूच कशा शकतात? दोन-तीन महिन्यांपूर्वी तर या बयेने बापूनगरच्याच नव्हे, तर महाराष्ट्राच्या राजकारणातसुद्धा खळबळ उडवून दिली होती. देशाचे सध्याचे पंतप्रधान बॅ. श्रीकर शास्त्री यांनी हिला चक्क खासदारकीचे तिकिट जाहीर केले. मंत्रिमंडळात राज्यमंत्री म्हणून तिचा समावेश केला. त्या काळात नेत्राने शलाकाच्या बदनामीचे षड्यंत्र राबवले नसते, तर हिची कारकीर्द किती गौरवांकित झाली असती! मंत्रीणबाई बनून हिने डोक्यावर मिऱ्या वाटल्या असत्या.

चिंतल्याप्रमाणे गोष्टी घडत नव्हत्या, हेच नेत्रादेवीचे दुःख होते. अजून साखर कारखाना बापूरावांच्या फॅमिलीकडेच होता. खासदारकीही प्रिन्सच्या बुडाखाली आहे.

आपण आपल्या चिरंजीवाचे नाव मुद्दाम 'सुपरप्रिन्स' असे ठेवले; परंतु आपल्या चिरंजीवांनी दोन प्राध्यापकांना वर्गात घुसून मारहाण केली. स्वतः कॉलेज सोडले. आता तो अत्यंत महागडी मॉडिफाइड रँगलर जीप घेऊन गावभर भटकत राहतो. अलीकडे तर तो रात्री-बेरात्री मेडिकल कॉलेजच्या लेडीज हॉस्टेलवर घुसतो. तिथे दादागिरी दाखवतो आणि चाळे करतो, अशा गंभीर तक्रारीही तिच्या कानांवर आल्या होत्या. मात्र, त्याच वेळी शलाकाने आपल्या मुलाला, रणविजयला गुपचूप डेहराडूनला इंग्लिश स्कूलमध्ये टाकून दिले होते. पहिल्या मुलाच्या वेळी बारशाच्या भव्य समारंभापूर्वीच अचानक ते मूल दगावले. त्यानंतर झालेल्या आपल्या दुसऱ्या मुलाच्या सुरक्षेची शलाका आणि प्रिन्स पूर्ण काळजी घेत होते. त्याला पब्लिकच्या डोळ्यांसमोर येऊ देत नव्हते.

शलाकाशी बरोबरी आणि तुलना करायच्या नादामध्ये नेत्रा खूप बेचैन व्हायची. कोलमडून जायची. काय नाही माझ्याकडे आणि असे काय आहे तिच्याकडे? ही शली मेली तिकडे पंढरपूर-बार्शीच्या वाटेवरच वाढली म्हणतात. ख्रिश्चन डॉक्टरच्या कुटुंबातील शिळ्या पावाचे तुकडे खाऊन मोठी झाली; परंतु या बनेल बाईने त्या कुटुंबाचे ब्रिटिश ॲक्सेंट बरोबर उचलले अन् आज लेकाची इंग्लंडमध्ये वाढल्यासारखी पंतप्रधान बॅ. शास्त्रींच्या समोर फाडफाड इंग्लिश झाडून दाखवते. तेच मी मुंबईची सिडनेहॅमियन. मी हिच्यापेक्षा उंच, देखणी आणि दिसायला आकर्षकसुद्धा! परंतु ज्या प्रिन्सच्या आकांक्षेने मी माझ्या जवानीची चार वर्षे जाळली, तो प्रिन्स मला मिळालाच नाही. उलट माथाडी भेजाचा हा बाजीराव माझ्या नशिबी आला अन् लग्न न करण्याची शपथ घेतलेला प्रिन्स मात्र हिच्याशी दोन लक्ष लोकांच्या साक्षीने विवाहबद्ध झाला. आपल्या या फाटक्या नशिबाला काय म्हणावे? अलीकडे तर नेत्राच्या डोक्यावरचा पांढऱ्या केसांचा पुंजका हळूहळू मोठा होऊ लागला होता. त्याच्याकडे बारीक लक्ष ठेवावे लागे. अध्येमध्ये काळा रंग द्यावा लागे, तेव्हा नेत्राला आपल्या वाढत्या वयाची चाहूल लागायची. नदीपल्याडच्या दरडीसारखे बुढ्ढेपणही आता नजरेत दिसू लागले होते; पण इथे तर हवे तसे जीवनात काहीच घडत नव्हते.

विचारचक्रात गुंतलेल्या नेत्राच्या अंगाला बाजीरावची चुळबुळ जाणवली. त्याने तिच्या पायांवर हळूच पाय ठेवला. तिने त्याला अजिबात प्रतिसाद दिला नाही. तसा तो पुढे सरकला आणि पाठीशी चिपकला. त्याने तिच्या पोटावर हात ठेवला. तशी ती इलेक्ट्रिकचा शॉक लागल्यासारखी झटकन बिछान्यात उठून बसली. तिने बाजीरावला बाजूला ढकलले. त्याच्या नाकातून वाहणाऱ्या गरम वासाने तिचे डोके अधिकच फिरवून टाकले, "कमाल आहे तुमची? अरे भल्या गृहस्था, तुम्हाला हे सुचतंच कसं?"

"कम ऑन यार, च्यायला पहाटेची इतकी गुलाबी वेळ. तिचा उपभोग घ्यायचं सोडून अशी कातावल्यासारखी काय करतेस?"

"तुम्हाला इकडे हे असे इष्काचे रंग उडवायचं सुचतंच कसं? त्याऐवजी उठा, वैऱ्याचं जगणं मुश्कील करा."

"हे बघ नेत्रे, तुला मी स्पष्ट सांगतो. प्रिन्स आणि शलाकाविषयीच्या मत्सराच्या आगीत तू आमच्या जिंदगीतला आनंद मात्र लुटून नेते आहेस."

"अहो, पण त्यांची प्रगती बघा; त्यांची गडगंज दौलत बघा–"

"अगं, आपलं काय वाईट आहे? त्या प्रिन्सएवढं नसेल; पण त्या खालोखाल आपल्या दारातून लक्ष्मीचा पाट नाही का वाहत? आपणाला लायकीपेक्षा जास्त नाही का मिळत?"

बाजी प्रचंड दुखावला. वैतागला. त्याने खाडकन अलमारी उघडली आणि एक अर्धी बोतल कोरड्यानेच घटाघटा पिऊन टाकली. तो आपल्या पत्नीवर ओरडला, "तुला गारुडी माहीत आहे ना? आपलं रिकामं पोट भरावं म्हणून नागाला डिवचतो, जुलमानं त्याला फणा उगारायला भाग पाडतो. पोटासाठी पेटलेल्या त्या गारुड्यामध्ये आणि तुझ्यामध्ये काय फरक?"

"हो-हो, तुम्ही असं घरकोंबड्यासारखं इथे पडून राहा अन् तिकडे त्या लोकांना मेडिकल कॉलेज, लिकर फॅक्टरी सारं काही मुक्तपणे लुटू द्या."

"अहो मॅडम नेत्रा, किती वाजले ते तरी बघ?"

"हे पाहा, आमच्या नानामामंजींनी त्या बापूरावांपुढे कायम मुंडी खाली घालून उभा जन्म वाया घालवला. मी माझ्या नवऱ्याला तसं जगू देणार नाही."

"तर मग काय बांबू घेऊन मी त्यांच्याशी रोज रस्त्यात लढावं, अशी तुझी इच्छा आहे का?"

"करेक्ट! आता तुम्ही बोलला, तसंच त्यांच्या तंबूचा बांबू मला हिसकावायचा आहे. मला त्यांना उद्ध्वस्त करायचं आहे."

"ठीक आहे. च्यायला, अजून रात्र संपली नाही. झोपू दे तरी."

त्या दिवसाचा चेहराच कमालीचा अशुभ म्हणायचा. पहाटे पहाटे नेत्राने बाजीरावचे डोके खराब केलेले. कोरड्या दारूच्या उताऱ्याने घडीभर शांत झोप मिळेल, असे त्याला वाटले होते; परंतु खात्रीचे दूध नासावे, तशी त्या दारूने त्याच्या मनाची अवस्था विदीर्ण करून सोडली होती. नेत्रा आपले पुंगुस घाण तोंड घेऊन बसली होती. ते पाहण्याचा बाजीला तिटकारा आला. तो झटकन उठला आणि डायनिंग टेबलावर येऊन बसला.

चंचलानानींना त्याची चाहूल लागली असावी, ती उठली आणि आपल्या लेकाजवळच्या मोकळ्या खुर्चीवर येऊन बसली. बाजीच्या पाठीवरून हात फिरवत

नानी बोलल्या, "काय रे, एवढ्या पहाटे पहाटे किती मोठा आवाज येत होता तुमच्या खोलीतून?"

"जाऊ दे गं आई."

"सकाळी सकाळी नेत्रा खूप घालूनपाडून बोलली वाटतं माझ्या युवराजाला? अरे, पण ही काय वेळ आहे? अन् तू इतका चूप बसतोस तरी कसा?" जागरणाने चंचलानानीसुद्धा वैतागलेल्या. त्या विचारू लागल्या, "स्पष्ट सांग ना काय झालं ते! जाऊ दे, तिच्यापुढे बोलायची तुझी काय हिंमत होणार म्हणा! पण काय रे? ही अशी रात्री-बेरात्री आपल्या बायकोच्या तोंडाची बकबक ऐकून घेण्याऐवजी तुझ्यासारख्या पैलवानानं स्वतःच्या हातात बांगड्या का भरून घेऊ नयेत?"

ते अत्यंत अपमानास्पद शब्द बाजीरावच्या कानांवर पडले. तसे त्याचे टाळके सटकले. त्याने मद्याच्या धुंदीतच एक झामकन थोबाडीत ठेवून दिली. त्या चपराकीचा मोठा आवाज निघताच त्याने चमकून समोर पाहिले. समोर उभी असलेली स्त्री नेत्रा नव्हती, त्याची जन्मदात्री चंचलादेवी होत्या. त्यात बाजीचा पैलवानी हात लाकडासारखा टणक; त्यामुळे त्याच्या एका फटक्याने त्याची आई पलीकडच्या बाजूला कोलमडून पडली. खालच्या लादीवर बेशुद्ध अवस्थेत कोसळली. त्यांना तसेच उचलून लागलीच दवाखान्यात पळवण्यात आले.

त्या एवढ्याशा चपराकीचा आवाज मात्र एका दिवसाच्या आतच कारखान्यावर आणि गजरा नदीच्या खोऱ्यात सर्वत्र चांगलाच दुमदुमू लागला. चंचलानानीसुद्धा शहाण्णव कुळातल्या होत्या. त्यांच्या नात्याचे पदर एकीकडे कोल्हापुरापासून दुसरीकडे भूम-उस्मानाबादपर्यंत पसरले होते. त्यात मोबाइलचा जमाना आला होता. कोणा निबर वयाच्या पुत्राने आईच्याच श्रीमुखात भडकावून देण्याचा हिणकस आणि लाजिरवाणा प्रकार याआधी कोणाच्या ऐकण्यातसुद्धा नव्हता; त्यामुळेच ती कुवार्ता वाऱ्याच्या वेगाने सर्वत्र पसरली. जिथे तिथे बाजीची छीऽथू होऊ लागली.

तो फटका बसला होता नानींना; परंतु त्याच्या घावाने जखमी करून सोडले होते बबननानांना. तो त्यांच्यासाठी जन्माचा धक्का होता. त्यांच्या भवितव्यासाठी धोका होता. त्या रात्री नाना घराकडे परत आले नाहीत. एक-दोन दिवस नव्हे तर चार-पाच दिवस झाले, तरी ते आपल्या बंगल्याकडे यायला तयार नव्हते. त्यांनी आपल्या जीपचा ड्रायव्हर पाठवला आणि घरातून कपडे व गरजेच्या वस्तू मागवून घेतल्या. ते कारखान्याच्या व्हीआयपी गेस्ट हाउसवरच्या एका खोलीत राहू लागले.

घडल्या प्रकाराने नेत्रा खूप घाबरून गेली होती. शेवटी नानांचे रक्त बाजीरावच्या अंगात होते. त्याचा खुनशी स्वभाव बापाकडूनच वारसाने आलेला. त्याने एका रात्री झटकन उठून नेत्राचाच गळा पकडला. त्याचा एक हात तिच्या नरडीवर पडताच तिचा श्वास कोंडला. डोळे पांढरे झाले. ती जागीच लाथा झाडू लागली. कसाबसा

श्वास घेत कळवळून ओरडली. "अहोऽ अहोऽऽ हे काय करता आहात? मला जीवे मारता आहात की काय?"

"साली कुत्ती, बेशरम औरत."

"अहो, पण तुम्ही तुमच्या आईच्या थोबाडात मारा, असं मी तुम्हाला कुठं सांगितलं होतं?"

"पण तुझ्या राक्षसी महत्त्वाकांक्षा, रोजची टुरटुर अन् पाठीमागं रोजचं लचांड– त्यात त्या साल्या दुबईवाल्यांनी टांग मारली."

"त्यांची निवड कुणी तुम्हीच केली होती ना?" नेत्राने विचारले.

"पण अरबोखरबोंचा दुबईचा शेख म्हणून त्याला कोण नाचवत घेऊन आलं होतं? तुझा चुलतभाऊ आणि आपला कार्टा सुपरप्रिन्स. च्यायला फुकटचं स्पेशल प्लेन मिळालं म्हणून दुबईपर्यंत हवेतनं उडत नव्हती का येत तू?"

"सोडा हो गळा माझा. यापुढे तुम्हा माय-लेकरांच्या डिस्प्युटमध्ये मी नाही पडायची."

"तुला कल्पना आहे का गं बेशरम? वेळ बरी होती म्हणून माझी बुद्धी वाचली, नाहीतर अवलगामी फटका बसून जीव गेला असता, तर केवढ्याला पडलं असतं?"

तिसऱ्या-चौथ्या दिवशी चंचलादेवींच्या सख्ख्या, चुलत, मावस आणि मामे बहिणीही दूरदूरवरून बहिणीच्या भेटीला आल्या. आपल्या थंड आणि रया गेलेल्या चेहऱ्याच्या बहिणीकडे त्यांना पाहवले नाही. आपल्या वृद्ध मावशांचे दुःखी आणि कोमेजून गेलेले चेहरे पाहताना बाजीरावही गडबडला. सायंकाळी त्या साऱ्या जड अंतःकरणाने जायला निघाल्या. ते समजल्यावर नाना तिथे धावत आले. त्यांच्या त्या साऱ्या लाडक्या मेहुण्या. त्यांपैकी अनेकजणींना त्यांनी परकर-पोलक्यात बघितले होते. भले त्या आता आज्ज्या बनलेल्या असोत. नानांना बघून त्या बायांना गहिवरून आले; "भाऊजी, तुम्ही जिते असताना आमच्या बहिणीचे हे हाल! तर तुमच्या माघारी तिला कसले दिवस पाहायला मिळणार आहेत?"

"काय करायचं बायांनो? आम्ही जन्माला घातलेली पोरं म्हणजे त्यांच्या बायकांच्या हातातल्या बाहुल्या!"

त्यांपैकी एक मावशीबाई बाजीरावकडे चाल करून गेल्यासारख्या गेल्या; "काय रे बाळा? आपल्या आईच्या श्रीमुखात लगावतोस, तुझ्यात हिंमत असेल, तर एखादा फटका मारून दाखव तुझ्या या गोऱ्यागोमट्या बायकोला."

"तिथंच तर पाणी मुरतंय सारं;" नाना कण्हल्यासारखे बालले. "अहो, आजकालच्या या सुना– रोज फिरायला यांना नवी परदेशी गाडी हवी, ड्रायव्हर हवा आणि सोबतीला एखादा कोवळ्या वयातला देखणा पीए हवा."

जशा त्या सर्व बहिणी बंगल्याच्या पायऱ्या उतरल्या, तसा उंबरठ्याजवळ उभ्या असलेल्या चंचलानानींना हंबरडा फुटला. त्या मोठ्याने ओरडल्या. ''नका गं जाऊ मला अशा सोडून.'' साऱ्या बहिणींनी पुन्हा चंचलानानींभोवती गराडा घातला. त्यांच्या गळ्यात पडून रडत नानींनी प्रतिज्ञा केली. ''मीही एका मानी मराठ्याची मुलगी आहे. तुमच्या साक्षीनं शपथ घेते. यापुढे जोवर माझ्या शरीरात श्वास आहे, तोवर हे अपमानित शरीर घेऊन मी कधीही माझ्या उंबरठ्याच्या बाहेर पडणार नाही. या उंबरठ्यातून यापुढे बाहेर पडेल ते फक्त माझं प्रेत!''

त्या चपराकीचा तो प्रसंग घडून चार-पाच दिवस लोटले, तरी बबननाना बंगल्यावर परतले नाहीत. शेवटी नानींनी त्यांना फोन केला; ''असं किती दिवस बाहेर काढणार आहात तुम्ही?

''चंचले, खूप वाईट वाटलं गं. आयुष्य वाया गेल्यासारखं झालं.''

''पाहा ना, तुमची सून रोज वखवखलेली, असमाधानी मेली. रोज सत्ता आणि संपत्तीच्या नावानं गळा काढते आहे; पण इथे समाधानाचा गारवा नसंल, तर काय आग लावायची तुमच्या त्या सत्तेला?''

''हे सारं माझ्या चुकांचंच बिघडलेलं गणित वाटतं मला.''

''पण जे घडलं, त्यासाठी तुमच्याइतकी मीही जबाबदार आहे. आपण जन्मभर जे पेरत गेलो, तेच उगवलं! आपण बापूराव भाऊजींचा आणि त्या सुजाता माउलीचा कायम द्वेष केला. सुजाता लवकर गेली; पण जाताना संस्कार शिकवून गेली. आपण कडू बियाणं पेरल्यावर त्याला मधुर फळं तरी कशी यायची?''

दुपारी चिंचेखालच्या बंगल्याच्या दारात गडबड उडाली. एक बीएमडब्ल्यू कार येऊन उभी राहिली. त्याबरोबर बंगल्यावर काम करणारा कारखान्याचा स्टाफ आणि इतर नोकरचाकरही बावरले. मोटारीतून प्रिन्स साहेबच आले असणार, थोडे उशिराने का होईना; पण आपल्या चुलतीच्या प्रकृतीची चौकशी करण्यासाठी ते आले असावेत.

मोटारीचा दरवाजा उघडला गेला. त्यातून शलाका खाली उतरली. तसा बंगल्यावर एकच सन्नाटा पसरला. नेत्रा आतल्या दालनात गोंधळून तशीच उभी होती. ती तशीच थांबून राहिली. काय असावे तिच्या मनात. समोर कोणी दिसेना, तसे शलाकाने आवाज दिला, ''नानी? नानी आहेत का घरात?''

त्या आवाजाबरोबर बंगल्यात थोडी हालचाल झाली. पाठोपाठ नेत्राचा करडा आवाज आला, ''अरे प्यूनऽऽ अरे मोहनऽऽ त्या मॅडमना बी सांग, नंतर या.''

तेवढ्यात समोरच्या पायऱ्या चढून शलाका बंगल्याच्या दारात आली. नेत्रा आणि तिची समोरासमोर भेट झाली, त्याबरोबर जिभेवर आलेल्या शब्दांना मुरड घालत नेत्राने काहीसे हसून विचारले, ''शलाका मॅडम? आमच्या गरीबखान्याकडे कशी काय वाट चुकलात?''

"सहजच आले होते – सासूमांना भेटायला."

"निघण्यापूर्वी एक फोन केला असता, तर छान झालं असतं. बेसिक रीतीभाती सांभाळणं केव्हाही चांगलं – नाही का?"

"त्या घरी नाहीत का?"

"दवाखान्यात गेल्यात– सकाळीच."

नेत्राने तिला आत या, असे म्हटले नाही. शलाकाही मुकाट्याने माघारी वळली. झरझर बंगल्याच्या पायऱ्या उतरून ती खाली आली, तोवर बाल्कनीतूनच चंचलानानींची हाक आली. "कोण? शलाका? अगं, कधी आली होतीस? अन् मला न भेटताच माघारी कशी निघालीस?"

"तुम्हालाच भेटायला आले होते."

"अगं, मग ये ना. तो बघ, डाव्या बाजूलाच जिना आहे. त्यावरून तशीच वर ये."

एकदाची शलाका नानींच्या रूममध्ये जाऊन पोहोचली. तिच्या पाठोपाठ नेत्रा तर आली नाही ना, अशा शंकेने नानींनी मान उंचावली. खात्री केली. शलाकाला आपल्याजवळ बोलावले. प्रेमाने तिची हनुवटी कुरवाळली अन् सरळ तिला सांगून टाकले, "पोरी, आजवर मी तुला किती शिव्याशाप दिले. किती घालूनपाडून बोलले."

"जाऊ दे ते सारं. तो तुमचा वडीलकीचा अधिकारच समजा."

"हे बघ, तू कोठून आलीस, तुझं कुलशील काय, हे समजून घेण्यात मला कसलीही गोडी नाही; पण मलाच काय तुझ्या कट्टर दुश्मनांनाही एक गोष्ट मान्य करावी लागेल. पोरी, तुझ्या पावलामध्ये भाग्य आहे."

शलाकाला अधिक विश्वासात घेत चंचलानानी हळूच बोलल्या. "काही झालं तरी बाजीराव माझ्या पोटचा गोळा. त्यानं स्वतःच्या आईच्या थोबाडात मारण्याचा गुन्हा तरी का करावा?"

"होते एखादे वेळी चूक रागाच्या भरात माणसाकडून. आईच्या नात्यानं तुम्ही त्यांना माफ करावं."

"काय सांगू पोरी? भारी टेन्शन. आत्ताशी सारी वस्तुस्थिती आणि साऱ्या गोष्टी एक एक करून उघड होऊ लागल्यात–"

"कसल्या गोष्टी हो?"

"ठेवी! डिपॉझिट. एकशेवीस कोटी रुपयांच्या ठेवी!"

"कोणाच्या?"

"अगं लोकांच्या, पब्लिकच्या. बाजीरावनं आणि त्याच्या बापानं माझ्याच नावानं पंधरा वर्षांमागे पतसंस्था काढलीय ना? 'चंचलादेवी नागरी सहकारी पतसंस्था.'

त्यांच्याकडे शाळा मास्तर, शुगर फॅक्टरीचे कामगार, चायवाले, खेडवळ बायाबापड्या अशा साऱ्या गोरगरिबांनी व्याजाच्या आशेपायी डिपॉझिट रकमा ठेवल्या होत्या; पण गेले चार-पाच महिने कुणालाही व्याज मिळालेलं नाही. मुद्दल तर मिळतच नाही.''

''अस्सं?'' शलाका खूपच गंभीर झाली.

''अगं हो ना. म्हणून तर बिचारे गोरगरीब दिवसातनं अनेकदा येऊन मला चोरून भेटायचे. हळूच सायबाला सांगा म्हणायचे; म्हणून मी तीन-चार वेळा व्याजाच्या रकमेसाठी बाजीरावकडे टुमणं लावलं अन् त्यातूनच पोरगा वैतागला असणार.''

बोलताबोलता चंचलादेवी आणखी गंभीर झाल्या. आजूबाजूला कोणी नाही असा अंदाज काढत शलाकाला सांगू लागल्या. ''याहीपेक्षा माझ्या कानावर अधिक वाईट गोष्टी आल्यात. आमच्या पतसंस्थेचं व्याज सोड, ती मुदलाची एवढी भलीदांडगी रक्कम आता आपल्या देशातच नाही म्हणतात.''

''अगं बाई?'' शलाका अधिक चिंतातुर दिसली अन् अभावितपणे विचारू लागली, ''तर मग आहे कुठं?''

''दुबईत.''

''इतक्या लांब? ती कशी?''

''तिकडची कुठलीतरी गोल्ड लँड कंपनी आहे म्हणतात. आपल्यापेक्षा चौपट व्याज देते; म्हणूनच चार टक्के व्याजाच्या लोभानं पतसंस्थेची सारी गंगाजळी त्या परदेशात आयागमनी झाली.''

तितक्यात नेत्रादेवी अचानक रूममध्ये घुसल्या. ती शलाकाकडे डोळे फाडून पाहत आपल्या सासूवर घसरली. ''हे पाहा सासूमां, माझ्या नवऱ्याबद्दल आणि आमच्या संस्थेबद्दल असं बाहेर कोणी भलतंसलतं बोललेलं मी खपवून घेणार नाही.''

''हे बघ नेत्रा! तू लक्षात ठेव, हे घर माझ्या मालकीचं आहे अन् आता इथं मी माझ्या धाकट्या सुनेसोबत बोलतेय.''

''काय बोलता आहात तुम्ही? किती वाईट बोलता हो? हे पाहा, ठेवी जागेवर आहेत. पैसा सुरक्षित आहे आणि आम्हाला कोणाचे पाच पैसे बुडवायचे नाहीत.''

''हे बघ नेत्रा, तुमच्या नाकाला इतक्या मिरच्या झोंबताहेत, तर गरिबांचं व्याज तरी देऊन टाका. या वयात आम्हाला कोणाचे शिव्याशाप नकोत.''

''हे पाहा सासूबाई, कोणा भलत्यासलत्या व्यक्तीच्या समोर तुमचं हे जे काही चाललं आहे, ते जरा अधिकच होतंय, असं नाही का वाटत तुम्हाला?''

''कोणाकडून अति होतंय गं? तुझ्याकडून की माझ्याकडून?'' चंचलादेवी.

''म्हणजे?''

"माझ्या पोराच्या सत्यानाशाला तुझ्यासारखी अतिशहाणी आणि अतिमहत्त्वाकांक्षी बाईच जबाबदार आहे. लग्नापूर्वी माझा पोर किती मोकळाचाकळा, दिलदार होता. किमान वीस ते पंचवीस जीवाला जीव देणारी पोरं त्याच्या उजव्या आणि डाव्या बाजूला असत, तेव्हा माझा लेक गावातून वाघासारखा छाती काढत दिमाखात चालायचा."

"अरे! मग माझीच नजर लागली की काय तुमच्या लेकराला?"

"हो तसंच घडलं. घोरपडीच्या दातातलं जहरी विष रक्तात भिनत जावं, तशी तू त्याच्या अंगात भिनत गेलीस. त्याचे सारे व्यवहार, उपचार तू ओढून घेतलेस. माझ्या सोन्यासारख्या लेकराला मित्रांपासून आणि चार माणसांपासूनसुद्धा तू वेगळं पाडलंस. तू एकटीच मास्तरीण आणि तो तुझा एकमेव विद्यार्थी. माझा पोर एकलकोंडा झाला आणि म्हणूनच दारूच्या आहारी गेलास गं. तू फरफटत नेलंस त्याला."

नेत्राच्या अंगाची आग आग झाली होती. तिचे शलाकाकडे लक्ष गेले. तिने स्वतःला आवरले. आपण इथे अधिक वेळ थांबलो, तर सासूच्या तोंडाचा पट्टा तसाच चालू राहील; त्यामुळेच ती तेथून फणकाऱ्याने निघून गेली.

नेत्रा निघून जाताच चंचलानानींनीही बाजीरावचा विषय बंद केला. नानींनी बराच वेळ शलाकाला आपल्याजवळ बसवून ठेवले होते. तिचे कौतुक करत नानी बोलल्या; "खरंच पोरी, तू जिथे जन्माला आलीस, तिथून तुझ्यासोबत तू संस्कार आणि संस्कृती घेऊन आलीस; विकृती नव्हे!"

"नानी, आज माझ्या पात्रतेपेक्षा तुम्ही थोडी अधिकच माझी तारीफ चालवलीत बरं."

"खोटं नाही बोलत पोरी. आम्हीही पेपर वाचतो – तुझी ती बॅरिस्टर शास्त्रींच्या समोरची मांजरीची सभा. तुला मिळालेलं लोकसभेचं तिकिट. खुद्द आपल्या पंतप्रधान-साहेबांनी तुझं तोंडभरून केलेलं कौतुक. दिल्लीत मंत्रिपद मिळत होतं तुला; पण त्या सत्तेच्या झगमगटाला तू भुलून गेली नाहीस. आपल्या सुखी संसारात विरोधकांना पेटती काडी फेकायची संधी दिली नाहीस. या साऱ्या त्यागासाठी त्या व्यक्तीच्या अंगामध्ये मोठी ताकद असावी लागते. तुझ्या जागी आमची नेत्रा असती तर? त्या बड्या खुर्चीच्या हव्यासासाठी वेळ पडली असती, तर नवऱ्याचा मुडदा पाडून पुढे धावली असती; हाच फरक आहे एका सालस आणि सुसंस्कृत स्त्रीतला आणि राक्षसी महत्त्वाकांक्षेतला. सुखी राहा पोरी. देव तुला काहीही कमी पडू देणार नाही."

नेत्रादेवीला पहाटे उठून शिखर शिंगणापूर गाठायचे होते. सकाळी साडेआठला तिथे ज्योर्तिलिंगाला महाअभिषेक सुरू करण्याच्या सूचना तिथल्या पुजाऱ्यांना गेल्या होत्या. तशी तिकडे जय्यत तयारी झाली होती. रात्री झोपताना बाजीरावने शब्द दिला होता. कोणत्याही परिस्थितीत आपण या अभिषेकाला तरी हजर असणारच. सकाळी झुंजुमुंजु होताना नेत्राने स्नान आटोपले; पण बाजीराव काही उठला नाही. नेत्राने बराच वेळ प्रयत्न करून पाहिला. त्यानंतर तिने सुपरप्रिन्सचा दरवाजा ठोठावला. तो तर बापापेक्षा वरचढ निघाला. तो अजिबात दाद देईना म्हणून नेत्रा आठवीत शिकणाऱ्या आपल्या धाकट्या बबलू तथा राणा जगदेवला उठवायचा प्रयत्न करू लागली, तेव्हा तो जागा झाला; पण एखाद्या मांजरीसारखा आईच्या अंगावर गुरकावू लागला, "ओऽ नो शट्. तुझी ती डॅम देवपूजा. दॅट बोअरिंग जॉब. मी बिलकूल नाही येणार."

"अरे पण बाळा–"

"प्लीज, डोन्ट डिस्टर्ब मी ममा. लेट मी स्लीप."

हातामध्ये शाल घेऊन नेत्रा सकाळच्या थंड वाऱ्यात बंगल्याबाहेर पडू लागली. तेवढ्यात पलीकडच्या खोलीतून मोठ्याने बेल वाजली. सासुबाईंचा तो इशारा नेत्राने ओळखला. ती पटकन सासूच्या खोलीमध्ये गेली. तिने खानदानी रीतीने चंचलानानींना वाकून चरणस्पर्श केला, तेव्हा नानी बोलल्या, "मघापासून ऐकते आहे हो मी. तो कुंभकर्ण झोपलाच आहे; पण पोरंसुद्धा यायला तयार नाहीत ना?"

"होय."

अंथरुणात बसल्या बसल्या चंचलादेवींनी उदास नजरेने आजूबाजूला पाहिले, त्या बोलल्या, "काय करायचं पोरी? आम्ही नुसत्या संस्था वाढवत गेलो. पैसा गोळा करत गेलो. आम्हाला वाटलं, आम्ही जग जिंकलं; पण नकळत आम्हीच आमच्या पायाखाली सुरुंग पेरत कसे गेलो, ते कळलंच नाही."

"म्हणजे काय सासूमां?"

"अगं, आपली पोरं इंग्लिश मीडियमला शिकली. इंग्रजीला मुठीत आणता आलं नाही आणि मूळची मराठीबी विसरून गेली. संस्कारांचा पत्ता नाही. वडीलधाऱ्यांबद्दल आदर नाही. उसाच्या फडात नागकेशराच्या वेली वाढाव्या, तशी ही पोरं. तुला खरं सांगू पोरी?"

"हां सासूमां."

"मला तर अलीकडे माझ्या बाजीरावबद्दल अभिमानच वाटतोय."

"म्हणजे कशाबद्दल?"

"त्यानं माझ्या थोबाडीत मारल्याबद्दल; त्यामुळे माझं डोसकं ताळ्यावर आलं. अन्यथा केवळ संपत्ती, समृद्धी, घमेंड आणि फुकटची दादागिरी या चक्रात आपली कुटुंबं जी अडकली आहेत ना त्या धुरातून मलाही काही दिसलंच नसतं. आत्तासं कुठं मला कळू लागलंय, मनुष्याला चांगलं जगायचं तर घरामध्ये किमान शांती, आदर, सौख्य आणि स्नेह यांची आवश्यकता असते."

बाहेर गुलाब ड्रायव्हर मर्सिडीज साफ करत होता. गाडीशेजारीच एक शेलाटा पाठमोरा तरुण उभा होता. त्याने पठाणी धाटणीचा लंबा सदरा आणि झब्बा घातलेला. त्याच्या कोवळ्या चेहऱ्यावर सकाळचा स्वच्छ प्रकाश पसरला होता. आज निसारचा तांबूस चेहरा नुकत्याच उमललेल्या फुलासारखा ताजा टवटवीत दिसत होता.

बंगल्यासमोरच नानांची जीप उभी होती. त्यांचाही ड्रायव्हर हजर झालेला. बहुतेक त्यांनाही सकाळी कुठेतरी गडबडीने निघायचे होते. तितक्यात नाना आले आणि सरळ जीपमध्ये बसले. त्यांचे लक्ष निसारकडे गेले. त्यांनी त्याला हाताने जवळ बोलावले अन् सरळ धारेवर धरल्यासारखे विचारले, "का रे, कुठे चाललास?"

"वहाँ शिखर शिंगणापूर. मॅडमला भगवान का कुछ काम–"

"अरे वा! कधी तुळजापूर, तर कधी शिंगणापूर! अन् देवाला जाताना तुझ्यासारखा देखणा गुरवच का हवा असतो रे आमच्या सूनबाईंना?" नानांचे उद्वेगाचे बोलणे निसारच्या पूर्ण ध्यानात आले नाही. तो सटपटला; परंतु नाना त्याच्यावर खपा असल्याचे त्याच्या लक्षात आले. आपला ओठ दातांखाली धरत नाना बोलले, "काय रे देखण्याच्या कांड्या! तुला तुझा जीव प्याराबिरा हाय का नाय?"

"कुछ समझा नैय, नानाजी."

"तेही समजले. बरं तुला काही बालबच्चे?"

"है ना – दोनों बेगमको –"

"दोन बेगमा? एकीऐवजी दोन-दोन? तरीबी बोक्यासारखं गावातल्या दुधावर ध्यान!"

“ओ क्या है नानाजी, पहली औरत बीमार थी– उसने उसके छोटी बहनसे मेरी शादी रचाई। लेकिन अल्ला का करम इत्तफाकसे वे दोनों जिंदा रही – घरमें पाच बच्चे और एक खाला – असल में वो मेरी मां है; लेकिन हम खालाही कहते हैं।”

नाना भलतेच घुश्श्यात दिसत होते. त्यांची जीप सुरू झाली. जाता जाता चिडीच्या सुरात ते निसारला बोलले, “सांग तुझ्या मॅडमला आमच्या पतसंस्थेच्या नोकरीतनं मी तुला काढून टाकलं. गाबण्या, तू पण लक्षात ठेव; यापुढं इथं थांबायचं नाही. दुनिया लय मोठी आहे. बाहेर जाऊन पोट भरायचं बरं.”

खरंतर नेत्राच्या दृष्टीने आणि येणाऱ्या निवडणुकीच्या दृष्टीने शिंगणापूरचा दौरा महत्त्वाचा होता. त्या महाअभिषेकाला बाजीरावने यायलाच हवे होते, असे मंदिरातल्या पुजाऱ्याने बोलून दाखवले, तेव्हा नेत्राने त्यांना लागलीच तोडगा सुचवला, “आम्ही बायका नसतो तेव्हा आमचे ‘हे’ कमरेला आमच्या नावे सुपारी बांधून पूजा करतातच ना? त्याच रीतीने आमचे ‘हे’ नाहीत, तर त्यांच्या नावे एक नारळ माझ्या पदरात बांधा अन् चला अभिषेक आटपा.” तो उपाय सर्वांनी मान्य केला. त्या पवित्रक्षेत्री पूजा आणि त्यानंतर दानधर्म करून परत फिरायला सायंकाळ झाली.

रात्री थोडा उशिराच गजरेचे पात्र ओलांडून मोटारीने बापूनगरात प्रवेश केला, तेव्हा समोरच्या सीटवरून मोठ्याने हुंदक्यांचा आवाज ऐकू येऊ लागला. निसारला आपले रडू आवरता आले नाही. गुलाबने घाबरतच त्याची नोकरी गेल्याचे नेत्रादेवींना सांगितले. नेत्राला तो सारा प्रकारच खूप विचित्र आणि दुर्दैवी वाटला.

आठ-दहा दिवस निसार कामाकडे फिरकला नाही. नानांनी त्याला खरोखरच कामावरून काढून टाकलेले. स्टेनो टायपिस्ट या नात्याने त्याचे काम उत्तम होते. तो वक्तशीर होता; त्यामुळेच त्याची गैरहजेरी नेत्राला जाणवल्याशिवाय राहिली नाही. एके दिवशी सायंकाळी गुलाबने धाडस केले. नोकरीविना निसारच्या घरी कसे हाल चालले आहेत याची कहाणी ऐकवली. रात्री तो विषय नेत्राने बाजीरावच्या कानांवर घातला, तेव्हा बाजीराव टरकला. तुळजापूरच्या वेळी नानांनी केवळ संशयावरून घातलेला गोंधळ त्याला आठवला. बाजी खूपच अस्वस्थ झाला. कारण आपल्या बापाच्या मेंदूमध्ये एखाद्या व्यक्तीविषयी दुराग्रहाची गाठ बांधली गेली की, ती सुटणे अवघड; ही वस्तुस्थिती त्यालाही माहीत होती.

निसारच्या मुद्द्यावर नेत्राही पाठीमागे हटायला तयार नव्हती. ती बाजीरावला बोलली, “तुमचे पिताश्री इतके तेढे कसे? अहो, तो पोरगा मला माझ्या धाकट्या भावासारखा वाटतो. कामाला चांगला आहे; पण तो पुरुष आहे हा त्याचा गुन्हा काय? तुम्ही तिकडे काहीही करा; पण त्याची नोकरी टिकली पाहिजे.”

बाजीरावचे डोके दुखू लागले. अलीकडे आपले स्टार्स खूप वाईट आहेत, याची त्याला नव्याने जाणीव झाली. एकतर त्यांची एवढी मोठी चंचलादेवी

पतसंस्था बुडाल्याने देणेकरी अंगावर येत होते. गरीब ठेवीदारांनी सर्वत्र दंगा उठवला होता. एकीकडे काही दिवसांपूर्वी रागाच्या भरात नको तो गुन्हा घडला होता. त्याने स्वतःच्या मातोश्रींच्या थोबाडात मारली होती; त्यामुळे नातेवाइकांत छीऽ थू झाली होती अन् आता बापाशी संघर्ष करायचा म्हणजे आणखी एक संकट अंगावर ओढवून घेण्यासारखा प्रकार होता. त्या पार्श्वभूमीवर बाजीराव नेत्राला बोलला, "आपले नाना इतक्या तिरक्या चालीचे आहेत; कोणाचे, कुठे आणि काय करतील, याचा पत्ता लागू देणार नाहीत. त्यांची कीर्ती आहे ना तुला माहीत?"

"अहो, पण त्या निसारच्या घरचे हाल बघा – त्याला मला नोकरीत ठेवायचंच आहे."

"ठीक आहे. ठेव त्याला कामावर; पण आपल्या पतसंस्थेच्या मस्टरवर नको. आपल्याऐवजी त्याला टेक्निकली दुसऱ्याकडे लावू."

"कोणाकडे जाऊन मी भीक मागणार त्याच्यासाठी?"

"तू असं कर, शलाकालाच जाऊन भेट."

"अगो बाई? शलाकाला? ती देईल माझ्या माणसाला नोकरी?"

"हो. अगं, अनुभव तरी घे. तुझी अडचण सांग. काम होऊन जाईल, मला खात्री आहे." बाजीराव बोलला.

नेत्राने दुसऱ्याच दिवशी शलाकाला फोन केला. निसारच्या नोकरीची पार्श्वभूमी आणि आपली गरज या दोन्ही गोष्टी तिला ऐकवल्या; तेव्हा शलाका शांतपणे बोलली, "असं करा, त्या व्यक्तीला अर्ज घेऊन माझ्याकडे पाठवा. मी फक्त ही बाब प्रिन्स साहेबांच्या कानावर घालते आणि लगेच निसारची ऑर्डर काढते."

दुसऱ्याच दिवशी गजरा एज्युकेशनल ट्रस्टमध्ये निसारला नोकरी मिळाली. ठरल्याप्रमाणे नोकरी ट्रस्टकडे आणि काम नेत्रादेवींकडे अशी परस्पर व्यवस्था झाली. शेवटी प्रश्न पोटापाण्याचा होता. निसार ट्रस्टकडे जॉइन झाला आणि प्रत्यक्ष नेत्रादेवींकडे रोज पडेल ती कामे पाहू लागला.

एके दिवशी अचानक दुपारचा शलाकाला फोन आला. फोनवर नानांचा आवाज ऐकताच ती चमकली. पलीकडून नाना बोलले, "पोरीऽ तुला फोन करायच्या फंदात मी कधीच पडत नाय. कधी कसलं कामही सांगितलं नाय."

"काही असेल, तर अवश्य सांगा ना मामंजी."

"हे बघ, आता बाकीची बडबड नको. मी जेवढं आणि जितकं विचारीन, तेवढं आणि तितकंच उत्तर द्यायचं."

"हो."

"जसं खरं असेल, तसं सांगायचं. वावगं बोलशील, तर माझ्याशी गाठ आहे काय?"

"हो, बोला ना मामंजी."

"मला फक्त एवढंच सांग– तू तुझ्या ट्रस्टच्या मस्टरवर ते जे देखणंजार, निळ्या डोळ्यांचं, वळवळतं सापटुळ नोकरीला लावलं आहेस, ते बघ?"

"म्हणजे कोण हो?"

"तो निस्सार का हिस्सार?"

"हां, हां निसार शेख?"

"हो, त्याची शिफारस तुझ्याकडं कोणी केली होती? आमच्या बाज्यानं की नेत्रानं?"

"नेत्राताईंनीच."

"बस! तेवढंच विचारायचं होतं." असं बोलून नानांनी पलीकडे फोन धाडकन खाली ठेवून दिलासुद्धा!

असेच काही दिवस गेले. आषाढ महिना आला. चालू वर्षी 'बोवड्याची सोंगं'

खूप रंगली होती. त्याच्या दुसऱ्याच दिवशी सकाळी 'रिव्हर फ्रंट'च्या वॉचमन लोकांना सकाळी रतीब घालायला आलेला दूधवाला सांगत होता, "काल रातीचीच गोष्ट सांगतो. सोंगं देवळाजवळ निम्म्यात रंगाला आलेली. मला कंटाळा आला. मी सायकलवर टांग मारली आणि तसाच रातीचा गावाकडे निघालो. सायकलवरनं असाच आपल्या त्या डिस्टिलरीच्या पुढच्या अंगाला गेलो तर काय आक्रित! गमतीची गोष्ट म्हणजे आजकाल अंधारात वावरणारी भुतंबी सुधारली आहेत राव. जीनच्या पँटी आन टी-शर्टात फिरायला लागलीत."

"ती कशी रे?"

"अरे, त्या चार-पाच भुतांनी कोणालातरी बांधून आणलेलं. अन् खालच्या वावरात ते रसायनाचं – स्पेंट वॉटरचं कसलंतरी पाणी असतं ना, तेथून दरडीवरनच भुतं एका तरण्या पोराला खाली फेकायला लागलेली. अरे, तो साला घाबरलेला जीव – एखाद्याच्या काळजाला ऐकून छिद्र पडावीत, तसा कळकळीनं ओरडत व्हता, मेहरबानी करो। अल्लाके वास्ते बचाइये, घरमें मेरे बहुत छोटे छोटे बच्चे है भाई।"

"मग काय झालं रे?"

"अरे, भुतांतल्या एकानं कसलातरी मोठा दांडा दोन्ही हातांत धरून त्या ओरडणाऱ्या पोराच्या डोस्क्यात हाणला, तसा त्या पोराचा आवाजच गूल झाला अन् तो जीता मुडदा त्या साल्यांनी दिला की रं फेकून त्या स्पेंट वॉटरच्या घाणेरड्या डबक्यात."

काही दिवसांनी निसार बेपत्ता झाल्याची बोंब उठली. लोकांनी खूप प्रयत्न केला; पण तो सापडला नाही. तो कसा, कुठे आणि कोणत्या दिशेने निघून गेला, तेही उमगले नाही. त्याच्या दोन्ही बेगमांनी पोलीस स्टेशनला जाऊन तक्रार वगैरे नोंदवली नाही. नव्याने बदलून आलेल्या एका अतिउत्साही सबइन्स्पेक्टरने त्या दोघींना निरोप पाठविले, तरीही त्या पोलीस ठाण्याकडे वळल्या नाहीत.

नेत्रादेवीला निसार 'लापता' झाल्याची खबर समजली, तेव्हा ती भयंकर हबकून गेली. तिचा पांढरा फटफटीत चेहरा पाहताना बाजीरावही घाबरला. ते दोघेही एकमेकांकडे बराच वेळ अचंब्याने फक्त पाहत राहिले. या वेळी त्यांच्या ओठांनी आपले शब्द वाया न जाऊ द्यायचे ठरवले असावे; त्यामुळे त्या दोघांच्याही तोंडातून त्या विषयावर एक चकार शब्दसुद्धा बाहेर पडला नाही.

आत्तापर्यंत लोकांची चर्चा आपापसात, म्हणजेच पारगाव–बापूनगरच्या भाषेत 'आतघुसणी' होती; परंतु प्रश्न जेव्हा पैशाचा असतो, तेव्हा त्याची जबाबदारी उचलायला कोणीही पुढे येत नाही. चंचलादेवी सहकारी पतसंस्थेची एकशेवीस कोटी रुपयांची ठेव ही सामान्य गोष्ट नव्हती. ठेवीची ही सर्व रक्कम दुबईला नेऊन तिथल्या गोल्ड लॅण्ड कंपनीमध्ये गुंतवली गेली आहे. चार टक्के भरपेट व्याजाचे गाजर दाखवून काहीतरी काळेबेरे घडले आहे. नेत्रा आणि बाजीरावच्या मुंबईच्या नातेवाइकांनी त्या दोघांना भरीस पाडले. स्वतःला दुबईच्या शेखचा नातेवाईक समजणारा एक अरब मनुष्य उत्साहाने आला. त्याने स्पेशल चार्टर विमान करून बाजीराव, नेत्रा तसेच सुपरप्रिन्स आणि सर्वांत धाकटे चिरंजीव राणा जगदेवराव – इयत्ता आठवी. या कुटुंबाला दुबई आणि अबुधाबीच्या आलिशान ट्रीपवर नेले.

वर्षभराने व्याजाची दरमहा मिळणारी रक्कम बंद झाली. पुढे खुद्द बाजी-नेत्राच्या कुटुंबाला आणि बापूनगर परिसरालाच भूकंपाच्या धक्क्यासारखे धक्क्यावर धक्के बसू लागले. दुबईच्या त्या कंपनीचे मुंबईच्या एका फाइव्ह स्टार हॉटेलात उघडलेले कार्यालय अचानक बंद झाले. ती कंपनीच बोगस असल्याचे समजले, तेव्हा बाजी-नेत्राचे जवळचे मित्र दुबईला धावत गेले. एकतर स्पेशल विमानाने घेऊन जाणाऱ्या अरब पाहुण्याचा कुठेही पत्ता लागला नाही. तो कोणाही शेख साहेबाचा नातेवाईक नव्हता. त्या कंपनीचे दुबईतले कार्यालयसुद्धा एखाद्या भयपटातील दृश्यासारखे अदृश्य झाले होते.

अनेक गरीब पेन्शनर, साखर कारखान्याचे निवृत्त कर्मचारी, दुबळे प्राथमिक शिक्षक; एवढेच नव्हे, तर अर्धामुर्धा पगार मिळणाऱ्या नर्सेस, अंगणवाडी सेविका असे अनेक खचलेले आणि पिचलेले जीव अनाथांसारखे दारोदार भटकू लागले होते. अनेकांची जीवनभराची कमाई गेली.

ही लीनदीन माणसे कुठेतरी एखाद्या बोळात एकत्र गोळा व्हायची. मोठमोठ्या सुरात अन्यायाविरुद्ध संघर्षाची भाषा करायची. चिंचेखालच्या बंगल्यावर विराट मोर्चा काढायच्या प्रतिज्ञा वाहिल्या जायच्या. मात्र, त्या दिशेला फिरकायचेही कोणाला धाडस व्हायचे नाही. डोंगरे–देशमुख घराण्याची अशी दहशत होती की, आपण तिकडे फिरकल्यास तेथून जिवंत स्वरूपात परतू किंवा नाही, अशी अनेकांना काळजी वाटायची.

अशा पीडित मंडळींपैकी अनेकांनी अनेक राजकीय पक्षांचे आणि नेत्यांचे उंबरठे झिजवले, तेव्हा त्यांच्या पदरी कोरड्या आश्वासनाशिवाय काहीही पडले नाही अन् मग मंडळींना आठवण झाली, ती याच परिसरात राहणाऱ्या नेक कॉम्रेड गांगुर्डे नावाच्या कम्युनिस्ट नेत्याची. त्यांनी तर सुरुवातीला चंचलादेवी पतसंस्थेच्या मुख्यालयासमोर म्हणजेच एकेकाळच्या परिमल मारवाड्याच्या दारातच साखळी उपोषणाचा निर्धार बोलून दाखवला. मात्र, त्याच दिवशी रात्री बापूनगर पोलीस स्टेशनच्या सीनिअर पी.आय.ने कॉम्रेड साहेबांच्या घरी जाऊन त्यांचे पाय पकडले. आपले प्रमोशन अगदी जवळ आले आहे. त्यामध्ये या प्रकरणाच्या तपासाने कृपया बाधा येऊ नये. नाही तरी या घोटाळ्यात गुंतलेल्या मोठ्या रकमेचे स्वरूप पाहता हा इश्यू आपण मोठ्या लेव्हलला घेऊन जावा, अशी त्यांनी गांगुर्ड्यांना विनंती केली.

असेच काही दिवस गेले आणि एके दिवशी कॉम्रेड गांगुर्डे यांनी चक्क आंबेपूरच्या कलेक्टर ऑफिससमोर आमरण उपोषणाला सुरुवात केली. "गोरगरिबांचे रक्त शोषण करणाऱ्या बापूनगरच्या चंचलाताई पतसंस्थेच्या संचालकांवर तत्काळ कारवाई करा. त्यांना तुरुंगात डांबा आणि गोरगरिबांना त्यांच्या ठेवी परत मिळवून द्या." अशी जोरदार भाषणे सुरू झाली.

जिल्हाधिकाऱ्यांवरील प्रेशरसुद्धा वाढत होते. "किमान काही रक्कम परत करा, हवी तर तुमची घरं विका; पण किमान थकलेलं व्याज भरून लोकांचा रोष कमी करा," असा दट्ट्या त्यांनी बाजीरावच्या पाठीमागे लावला होता.

काही मंडळींनी हस्तक्षेप करून कॉम्रेड गांगुर्ड्यांची समजूत काढली, तेव्हा काही दिवसांसाठी उपोषणाचा कार्यक्रम पुढे ढकलण्यात आला. मात्र, हा एकूण प्रश्न बाजी आणि नेत्राच्या जणू हाडामांसातच घुसत होता. लोकांनी ठेवी सुखाने ठेवल्या नव्हत्या. ठेवीच्या बुडाशी जन्मभराचे रक्त आणि अश्रू होतेच; पण उर्वरित आयुष्याची स्वप्नेही त्या रकमेसोबत साठवली गेली होती. मुलांचे शिक्षण; वयात आलेल्या, न्हात्या-धुत्या झालेल्या लेकींची लग्ने, पेन्शनरांचे आजार अशा अनेक जटिल समस्या होत्या. उग्र मोर्चे किंवा मारहाण असा धडक कार्यक्रम नसेना का; पण आता दुबळी माणसे चिंचेच्या बंगल्याच्या गेटपर्यंत पोहोचण्याचे साहस दाखवू

लागली होती. अनेकजण तिकडे जायचे. झाडाखाली किंवा दगडावर भकास, निर्विकार चेहरा करून दिवसभर, तासन्‌तास बसून राहायचे. त्या दुबळ्यांच्या अंगातला उद्रेक जागा व्हायची शक्यता निर्माण झाली होती.

बाजीराव व नेत्रा आणि त्यांची मुले यांच्या अतिउत्साही, उतावळ्या आणि घमेंडखोर स्वभावाचे दणके नानांनाही बसू लागले होते. त्या एकूण प्रश्नावर चंचलानानी खूपच अस्वस्थ होत्या.

त्यातच असेंब्लीची निवडणूक जवळ आली होती. आपल्या पतसंस्थेचे हे चित्र लोकांसमोर असेच उभे राहिले, तर त्याचा गंभीर परिणाम मतदारांवर होऊ शकतो, याची नेत्रा आणि बाजीला कल्पना होती. लोकांच्या रेट्यापुढे कॉम्रेड गांगुर्डेना पुन्हा साखळी उपोषणाची हाक द्यावी लागली होती. या कौटुंबिक पडझडीच्या वेळी नेत्रादेवींना आधार होता, तो फक्त मावसबंधू मंत्री बाबासाहेब कार्वेकरांचा. ते आपल्या परीने मदत करत होते. सहकार खात्यावर प्रेमाचा दबाव आणून, "कोणतीही रॅश ॲक्शन घेऊ नका. संचालकांना रक्कम उभी करण्यासाठी तरी मोकळा श्वास घेणं आवश्यक आहे" अशी समजुतीची भाषा वापरून ते नेत्रा-बाजीला संरक्षण देण्याचा प्रयत्न करत होते.

लोकांच्या तक्रारी खूपच वाढू लागल्या, तेव्हा कार्वेकरांनी आपल्या बहिणीला फोन केला, "नेत्रुताई, लोकांना अजून किती दिवस तुम्ही मूर्ख बनवणार? काहीतरी मार्ग काढा."

"पाहते रे भाऊराया; पण तुमच्या त्या कलेक्टरना आवरा. त्यांना थोडं धीरानं घ्यायला सांगा."

"आता तुला काय सांगू ताई? दुपारी कलेक्टरांचाच मला फोन होता. हे प्रकरण एवढं चिघळून गेलंय की, कोणत्याही क्षणी आम्हाला बाजीराव आणि नेत्रादेवींना अटक करावी लागेल– हवीतर त्यांना अटकपूर्व जामीन मिळवायची तयारी करायला सांगा."

"मग काय करायचं हो," बोलताबोलता फोनवरच नेत्राचा कंठ दाटून आला. तिला रडू आवरले नाही.

"काहीतरी विका; पण सबस्टॅन्शियल रक्कम उभी करा. लोकांचं पाच-सहा महिन्यांचं व्याज तरी द्या. अन्यथा राजकीयदृष्ट्यासुद्धा तुमची वाट लागेल. येत्या काही दिवसांतच असेंब्ली इलेक्शनचाही प्रोग्रॅम जाहीर होणार आहे; जागे राहा."

संकटांची छाया भिववू लागली की, मनुष्याला तंत्रमंत्र आणि अमानवी उपायांची आठवण होऊ लागते. खरे तर त्या बंगाली बटूने नानांच्या फॅमिलीला बजावून सांगितले होते, "तुम्ही तुमची चांदसडीची विहीर पहिली खोदून काढा. तिचं पाणी शेताला जेवढं अधिक लागेल, त्याच्या दहापट तुमची श्रीमंती वाढेल."

याआधी एकूण चार वेळा विहीर खोदली होती. भरपेट पाणीही लागले होते; परंतु आजूबाजूची जमीन मुरमाची आणि भुसभुशीत काळवटाची होती; त्यामुळे बांधलेली विहीर एक-दोन महिन्यांतच ढासळायची. ती टिकावी म्हणून पोलादी रिंगा टाकाव्या लागायच्या. त्याही वाकून जायच्या आणि मोडून पडायच्या. मात्र, नेत्रा आणि बाजीने जिद्द सोडली नव्हती. थोड्या अंतरावर नवी खुदाई सुरू केली. तीन पुरुष खोलीवर काळा खडक लागला. त्याला छिद्रे पाडून सुरुंग भरले. स्फोटके उडवली; पण तिथे मात्र पाणी लागत नव्हते. नानांच्या फॅमिलीचे नशीब गोते खात होते. जिथे पाणी होते तिथे विहीर टिकत नव्हती अन् जिथे विहीर टिकली तिथे पाणी लागत नव्हते. अध्येमध्ये लहर येईल तेव्हा बाजीराव खुदाईचे काम चालू ठेवायचा. सुरुंगाच्या वाती पेटायच्या अन् त्या दुपारी उन्हाच्या झळा अंगावर घेत चांदसडीचे ते रान खवचटपणे हसायचे. पौर्णिमेच्या रात्री तेथून निघणाऱ्या भुतांच्या वरातीसारखे स्वतःच्या मस्तीत जगायचे.

अखेर बाजी-नेत्राच्या मदतीला म्हातारे नाना धावून आले. त्यांनी चाळीस वर्षांपूर्वी आंबेपूरच्या एसटी स्टॅण्डजवळ जिल्हा मुख्यालयात काही मोकळे भूखंड विकत घेतले होते. त्यासाठी अगदी छोटीशी गुंतवणूक केली होती; परंतु त्या जागेमुळे आता भारी किमतीचा लाभ झाला; नानांच्या हाती दहा कोटी रुपये आले. हवेलीवर व्याजपरतीचा बोर्ड लावला गेला. सकाळपासून गरीब ठेवीदारांनी लाइन लावली होती. किमान काही महिन्यांचे व्याज त्यांच्या हातांवर पडले. तिचे वाटप होताना कॅश रक्कम स्वतःकडे मिळावी, यासाठी बाजीराव आणि सुपरप्रिन्स दोघेही हट्टाला पेटले होते; परंतु त्या दोघांच्या हातावर नानांनी पाच-दहा रुपयेसुद्धा ठेवले नाहीत. स्वतःच्याच हातांनी त्यांनी ती रक्कम वाटून टाकली. मात्र, त्या प्रसंगाची सुपरने आणि बाजीने गावभर मोठी होर्डिंग्ज लावून जाहिरात केली, 'चंचलाताई पतसंस्थेची सर्व रक्कम ठेवीदारांना टप्प्याटप्प्याने पण अल्पावधीत मिळणार.'

त्या व्याजवाटपानंतर दुसऱ्याच दिवशी नेत्रा आणि बाजी यांनी मुंबईस जाऊन मंत्री बाबासाहेब कार्वेकरांची भेट घेतली. त्यांचे आभार मानले, तेव्हा कार्वेकरांनी त्यांना सल्ला दिला, "तुम्ही डोक्यानं थोडे थंड राहा. उग्रपणा सोडून द्या. आता निवडणुका येताहेत. तुमच्याकडे आमदारकी येणं आवश्यक आहे. घरात एमएलए पद आलं की, आपोआप चांगलं प्रोटेक्शनसुद्धा मिळतं."

"आम्ही तरी काय करणार भय्या? कारखाना असो, मेडिकल असो; जिथे तिथे ती शलाका आणि प्रिन्स – ती बापूरावांची औलाद हात मारते. आमच्या हाती काही लागूच देत नाहीत ते लोक."

"तुम्हा मंडळींचे सद्‌गुण तरी कमी आहेत का? तुमची उधळपट्टी तरी काय कमी असते?" कार्वेकर बाजी-नेत्रावर उखडत बोलले, "तुमचे ते दिवटे चिरंजीव–

ते सुपर की डुपर प्रिन्स! त्यांच्या खर्चाची कलमं काय थोडी आहेत? हातापायांची नखं काढायला म्हणजे आजच्या पोरांच्या भाषेत पेडिक्युअर आणि मेनीक्युअरसाठी मर्सिडीज घेऊन ते गावाहून इथं मुंबईत ताजमहाल हॉटेलला येतात – ताजमधल्या बार्बर शॉपमध्ये ती हिरव्या डोळ्यांची इराणी पोर – रुक्सार की काय, तिच्या हाफ चड्डी घातलेल्या मांडीवर हे तंगडी ठेवतात. ती बया नखं काढते अन् पाऊण तासाच्या तिच्या सीटिंगचे फक्त बावीस हजार बिल देऊन तुमचे चिरंजीव गावाकडे परत येतात. अरे, नखंच काढायची, तर तुमच्या सोंगाच्या पारगावातले न्हावी मेलेत का? त्यांची नाचकाने हरवली की काय?''

कार्वेकरांचे आभार मानून नेत्रा-बाजीराव बाहेर पडू लागले, तेव्हा आपुलकीच्या भावनेने कार्वेकर हळू आवाजात बोलले, ''थोडा विचार करा ताई– शेवटी गरिबांचा तळतळाट मनुष्याला कधी ना कधी बाधतोच. निवडणुका खूपच जवळ येताहेत. अजून काही प्रॉपर्ट्या असतील तर त्या विका; पण लोकांचा रोष कमी करा. ही निवडणूक जिंकाल; तर ती तुम्हाला जगण्यासाठी, सेल्फ प्रोटेक्शनसाठी, किमान बँकेकडून सुलभ हप्ता किंवा सवलती मिळवण्यासाठी तरी उपयोगी पडेल.''

"अभी, बेटा तू जपून राहा. मी तुला स्पष्ट सांगते. तो सुपरप्रिन्स हा चांगला मुलगा नाही. त्याला त्याच्या महत्त्वाकांक्षी आईनं लाडावलेला आहे. बापानं हवे तितके पैसे देऊन पूर्णतः बिघडवलेला आहे," शलाका बोलली.

"पैसे असे काय कोणाला उगाच मिळतात का? जिथे आतड्याला माया असते, तिथे सुटतात पैसे. तू मला स्वतःहून कॅश देशील का?" अभिषेकने थेट विचारले.

"आम्ही तुला कधी नाही म्हटलं आहे?" अभिषेकच्या डोळ्यांत पाहत शलाका बोलली, "मी तुला नेहमीच सांगते, निवड एखादा धंदा. शोध एखादा उद्योग अन् येताना तुझे प्लॅन घेऊन ये ना. वुइ विल स्टॅण्ड बिहाइंड यू लाइक अ रॉक! एखाद्या पहाडासारखे तुझ्या पाठीशी उभे राहू आम्ही."

"तर मग माझ्या बापाचं काय करायचं?"

"कशाबद्दल आणि काय बोलतो आहेस तू? समजले नाही." शलाका.

"ज्यानं मला जन्म दिला, त्या माझ्या ओरिजिनल, खऱ्या बापाला मी रस्त्यात भाकड जनावरासारखा फेकून देऊ काय?"

"हे बघ अभी, माझा बापडीचा स्वभाव असा आहे की, वाटेतल्या एखाद्या झाडानं रोजच्या प्रवासात काही दिवस मला सावली दिली असली, तरी मी त्याचे उपकार नाही विसरत. त्याच वाटेने निघते, तेव्हा त्याला नम्र वंदन करूनच पुढे जाते. तर मी माणसांना कशी विसरेन?"

"पण माझ्या बापाचं–?"

"अरे हो हो, त्यांचेही थोडेफार आहेत उपकार माझ्यावर."

"त्याबदली त्यांना तू हे दिवस दाखवलेस काय?"

"हे बघ माय सन, बऱ्याच काही गोष्टी अशा आहेत की, ज्या तुझ्या अकलेच्या

पलीकडच्या आहेत; परंतु तरीही रमेशनं जीवनात कुठेतरी उभे राहावं म्हणून– धंद्यासाठी आम्ही लाखो रुपये दिलेले आहेत. त्यांचा त्यानं योग्य उपयोग केला नाही. तरीही मला वाटतं, अजूनही नैराश्यातून – फ्रस्ट्रेशनमधून आणि गांजाच्या कैफातून त्यानं बाहेर यावं. आम्ही लागेल तितकी भरीव मदत करू त्याला.''

''हे बघ आई, आम्हाला तुमची भीक नको आहे.''

''असं का?'' अभिषेककडे आश्चर्याने पाहत शलाका फणकारली, ''ठीक आहे. तुमच्या मनात स्वाभिमानाचा इतका किडा वळवळत असेल तर करा ना रे बाबांनो कष्ट आणि व्हा ना आमच्यापेक्षाही मोठे! आम्ही मुजरा करायला येऊ तुम्हाला–''

''हे - हे बघ मम्मी, असं बोलून तुम्ही तुमची सुटका नाही करून घेऊ शकत, ज्या माझ्या पप्पांनी तुला अक्षरशः देवता मानलं होतं, तुझी पूजा बांधली होती; तरीही त्या गरीब बिचाऱ्याची दुनिया उद्ध्वस्त करून तू संपत्तीच्या भुकेनं वेडी झालीस. एका श्रीमंत व्यक्तीच्या पाठीमागे निघून गेलीस.''

''हे बघ बेटा, तुझा बाप आता मारे माझ्यासाठी देवतेच्या आणि देवघराच्या गोष्टी बोलतोय; पण तुला काय माहीत, त्यानंच माझ्या आयुष्याचा देव्हारा जाळला; मूर्ती छिन्नविछिन्न केल्या. पुन्हा थोडासा कुठे मला माझ्या नशिबानं कोणाच्या तरी पुण्याईनं हात दिला. मरतामरता कशीबशी वाचले मी, स्वतःला सावरलं मी. तर हा धुमसून पेटत्या शेणीसारखा कायमचाच जळत बसला आहे माझ्या नावानं.''

''हे बघ, तुझ्या त्या साऱ्या थातुरमातुर गोष्टी मला नाही पटत.''

''कशा पटणार? तुला काय सांगू? कसं सांगू? तुझ्या डोक्यातल्या तुझ्या बापाच्या आदर्श प्रतिमेला तडे जाऊ नयेत म्हणूनच मी दातांखाली जीभ दाबून बसली आहे. नाहीतर तुझ्या बापाचे एक एक कारनामे सांगायला मी सुरुवात केली, तर तुला तोंड लपवत पळावं लागेल.''

''हे बघ मम्मी, प्लीज, एकदाची सांगून तरी मोकळी हो.''

''तुझ्या बापानं मानमरातब, लाज-अब्रू आणि संकेतांच्या साऱ्या सीमा ओलांडल्या होत्या–''

''हे बघ, हिब्रूत नको, स्पष्ट मराठीत बोल.''

''त्याला काहीही करून वाळूच्या लिलावाचं कंत्राट मिळवायचं होतं. त्यासाठी त्या कमिशनरच्या खाली जाऊन मी झोपावं या गोष्टीसाठी, तुझ्या बाप नावाच्या बदमाशानं माझी पाठ धरली होती.''

''एऽऽ खरं बोलते आहेस का तू?

''जारे. जा विचार तुझ्या बापाला. जेव्हा मी त्या नीच प्रस्तावाला स्पष्टपणे नकार

दिला – त्या वेळी तूही तिथे उभा होतास. एवढुसा. गुडघ्याएवढा. मी माझी चमडी विकायला नकार दिला म्हणून तो चवताळला. त्यानं हंटरच्या फटक्यांनी मला सोलून काढलं, तेव्हा त्याच घुश्श्यात त्यानं तुझ्याही डोक्यात खोक पाडली. तुझ्या टाळूवरचे दाट केस थोडे बाजूला कर. त्या जखमेचा चांदवा अजून दिसेल तुझ्या डोळ्यांना.''

शलाकाच्या सुस्पष्ट शब्दांतली ती कहाणी ऐकून अभिषेक तिरमिरला. वैतागाने बोलला, ''च्यायला, ते प्रकरण भारीच होतं तर.''

''तर मग सांग रे, स्वतःच्या बायकोच्या चामडीची दलाली करायला मोठं नाक वर करून फिरणारा हा असा नवरा कोणत्या बाईला आवडेल?''

अभिषेकने आपले ठणकते डोके दोन्ही हातांनी गच्च पकडले. पुढे काय बोलावे, हेच त्याला सुचेना. त्याच्याकडे प्रेमाने हात उंचावत शलाका बोलली,

''हे बघ, ऐक बाळा. त्या नेत्राचा तो सुपरप्रिन्स नावाचा कार्टा अजिबात चांगला नाही. त्या तसल्या मुलांच्या संगतीमध्ये तू केव्हा बरबाद होऊन जाशील - फूल उमलण्याआधीच देठामध्ये जळून मरशील, ते तुला समजायचंही नाही.''

''असे काय गुन्हे केले आहेत आम्ही?''

''आमच्या मेडिकलच्या लेडिज हॉस्टेलवरचे तुम्हा दोघांचे चाळे मला पूर्ण माहीत आहेत. माझा कन्ट्युनियस वॉच आहे तुमच्यावर. जरी त्या बिचाऱ्या पोरी युपी, बिहार, काश्मीर इकडून-तिकडून शिक्षणासाठी इथे दूर येत असल्या तरी – यू डोन्ट फर्गेट, त्या कोणाच्या तरी लेकी आहेत अन् त्या हॉस्टेलची मालकी आमच्या ट्रस्टची आहे. मोठ्या भरवशानं पालकांनी इकडे पाठवून दिलं आहे आपल्या मुलींना.''

''हूं. काय लायकीच्या आहेत त्या पोरी आम्हाला ठाऊक आहे.''

''होऽऽ त्यातली एखाद-दुसरी तुमच्यासारखीच चवचाल चांदणी असेलही; पण याचा अर्थ उरलेलं हॉस्टेल म्हणजे तुमचा जनानखाना नव्हे. अभिषेक, तुला मी आता सांगतेच आहे अन् तुझ्यासोबत तुझ्या त्या सुपर की डफर प्रिन्सला माझा निरोप दे. म्हणावं, अजून भानावर ये, नाहीतर गाठ माझ्याशी आहे.''

दुसऱ्या दिवशी दुपारचाच अभिषेक 'रिव्हर फ्रंट'मध्ये आला. त्याचा चेहरा बऱ्यापैकी शांत आणि प्रसन्न दिसत होता. तो जेव्हा पोर्चमध्ये आला. रेंगाळला, तेव्हा नेमके प्रिन्सबाबू बाहेर पडत होते. मोटारीमध्ये बसता बसता त्यांचे लक्ष अभिषेककडे गेले. त्यांनी लांबूनच हात उंचावत हसून विचारले, ''हाउ आर यू सन.'' त्या प्रश्नावर अभिषेक फक्त हसला, अर्थात प्रसन्नतेने! तो जेव्हा लिव्हिंगमध्ये आला, कोचावर ऐसपैस बसला; तेव्हा तो खूप मोकळाचाकळा होत बोलला,

“तू माझ्यावर एवढी माया दाखवतेस, तर मी आता यापुढे तुझ्यासोबतच राहायचं ठरवलं आहे – माझ्या आईच्या कुशीत!”

“ये बाबा. अवश्य. तुला मी कधी नाही म्हटलं?”

“आणि तुझ्या ‘ह्यांचं’ काय गं?”

“प्रिन्स साहेबांचं? त्यांचं मी पाहून घेईन. बट बी शुअर, ते तुला खऱ्या बापासारखीच माया दाखवतील.”

“थँक्स मम्मी. थँक्यू व्हेरी मच. मग इथं आम्ही कधीपासून राहायला येऊ? आम्ही दोघं.”

“दोघं म्हणजे?”

“मी आणि माझे वडील – रमेश बाबू?”

शलाका अभिषेककडे डोळे मोठे करून आश्चर्याने पाहतच राहिली.

“किती विचार करशील मम्मी? नका ठेवू तुम्ही त्यांना तुमच्या या बड्या बंगल्यात; पण पाठीमागेच सर्व्हंट क्वार्टर आहे. त्यातली एखादी खोली खाली करून मिळाली तरी बस होईल त्यांना.”

आता मात्र शलाकाला राहवले नाही. हातचे काम बाजूला टाकून ती तरातरा चालीने पुढे आली आणि तिने कणखर शब्दांत विचारले, “अभिषेक? बच्चा, माझं घर म्हणजे भाकड, भटक्या जनावरांसाठी खोललेला पांजरपोळातला गोठा वाटला की काय? ठीक आहे, तुझं प्रेम त्याच्यावरून इतकं उतू जात आहे, तर त्यानं इथेच कशाला यावं? बाहेर बघा ना कुठेतरी जागा. अन् हे बघ, एवढंही अति करायला जाऊ नकोस. तुला ऊस थोडा जास्तच गोड लागला म्हणून मुळापासून खायचा प्रयत्न करू नको. त्याच्या मुळ्या तुझ्या दातांत अडकतील; विसरू नकोस.”

तो खूप नाराज झाला. तिथे कोचावरच अंग आकसून बसला. अगदी उदासवाणा, कितीतरी वेळ. थोड्या वेळाने शलाकाच्या धमन्यात पेटलेले रक्त निवाले. ती त्याच्या जवळ गेली. त्याच्या गच्च केसांतून प्रेमाने बोटे फिरवू लागली, “थोडं जेवून घेतोस का? लगेच गरम करून वाढते.”

“हे बघ मम्मी, मला भूक नाही; पण मी इथं राहायला यायचं मात्र नक्की केलंय.”

“ये जरूर. बाय ऑल मीन्स. तुला मी माझ्या नवऱ्याच्या वतीनं गॅरंटी देते. सारं काही मिळेल तुला या घरातल्या राजकुमारासारखंच. माझ्या रणप्रियचा मोठा भाऊ म्हणून सारे तुझा सन्मानच करतील.”

“सॉरी मम्मी – मनानं किती लार्ज हार्टेड – विशाल आहेस तू.”

“हो, पण एक गोष्ट गडबडीत अजिबात विसरू नकोस. तुला इथं आमच्या

घरच्यांसारखं राहायचं असेल, तर तुझ्या नावापुढे या बंगल्याच्या मालकाचं प्रिन्स साहेबांचंच नाव कागदोपत्री लावावं लागेल.''

''कागदोपत्री? माझं ठीक आहे; पण यासाठी तू तुझ्या नवऱ्याची परवानगी घेतली आहेस का?''

''अशा परवानगीची मला रे काय गरज? आजवर आम्ही दोघं एकमेकांच्या श्वासाच्या गतीवरून एकमेकांना समजून घेत आलो आहोत.''

तो हसला. थोड्या वेळाने उठला. 'रिव्हर फ्रंट'वरून बाहेर पडताना त्याने पाठीमागे पाहत खुशीने एक शीळ वाजवली.

त्या करकरीत दुपारी. तो अचानक आलेला फोन. पलीकडची व्यक्ती काहीच बोलली नाही; परंतु तिच्या श्वासावरून शलाकाने ओळखायचे ते ओळखले.

"हॅलो, कोण चेअरमन मॅडम का?"

"हो, बोला ना."

"आपण स्वतःच का?"

"हो, हो. बोला नेत्राताई, काय बोलताहात?"

"चलाऽऽ नशीब गरिबाचं. निदान तुम्ही माझा आवाज ओळखलात."

शलाका गालातल्या गालात हसली. रोजच्या मानाने तिचा आवाज खूप चिरका आणि भिजल्यासारखा वाटत होता. अन्यथा नेत्राताईंचा एक एक शब्द म्हणजे समोरच्या एखाद्या बाईला दुसरीने भांडी फेकून मारावीत असाच आक्रस्ताळा असायचा; पण आज आवाजाची पट्टी खूप खालची होती. मात्र, तरीही त्यातील कातिल, धारदारपणा कमी नव्हता. नेत्राने थेट विचारले,

"तुम्ही हे जे काही केलं, ते चांगलं केलं का?"

"काय?"

"तुझ्या अभिषेकला आणि माझ्या सुपरप्रिन्सला आज भल्या सकाळी नागडं करून तुमच्या हॉस्टेलच्या पोरींनी जी गावातून मिरवणूक काढली! कशी हिंमत झाली त्या चवचाल पोरींची?"

"मॅडम, उगाच वाईटसाईट बोलू नका त्या पोरींना. त्या कोणाच्या तरी लेकी आहेत, बहिणी आहेत–"

"बंद करा हो तुमचं ते रामायण. आता मनात आणलं, तर जन्माचा धडा शिकवेन मी तुमच्या त्या हॉस्टेलवाल्या टवळ्यांना."

"नेत्रा मॅडम, केवळ तुमचं नशीब चांगलं मी भल्या पहाटे तिथे धावत जाऊन

त्या पोरीबाळींच्या हातापाया पडले. नाहीतर आतापर्यंत तुमच्या आणि माझ्याही चिरंजीवांच्या हातात बेड्या पडल्या असत्या.''

"अरे, पण असा काय गुन्हा घडला होता आमच्या चिरंजीवांकडून?''

"रात्री मुतारीच्या बाजूनं भिंतीवरून माकडासारखी उडी मारून ही आपली कार्टी घुसली आत – चिक्कार दारू पिलेल्या स्थितीत तुमच्या त्या सुपर दिवट्यानं एका पोरीचा ब्लाउज आणि ब्रा फाडली – तिचा स्तन चावला त्यानं रानटी कुत्र्यासारखा! त्या सर्व प्रसंगाचा त्या पोरींनी व्हिडिओ काढलाय बरं – फुटेज आहे. किमान सहा-सात वर्षं, आपल्या चिरंजीवांसाठी तुरुंगात तुम्हाला अध्येमध्ये डबा घेऊन जावा लागेल, इतका सज्जड पुरावा आहे बरं त्या पोरींकडे.''

"त्या बाता सोडा हो, चेअरमन मॅडम,'' नेत्रादेवी फोनवरून मोठा आवाज काढत बोलल्या, "त्या टवाळ पोरींना लागलीच माझ्याकडे पाठवून द्या.''

"कशासाठी?''

"आमच्या सुपरप्रिन्सची माफी मागण्यासाठी.''

"नेत्राताई, त्यांना बोलावण्यासाठी मला किंवा तुम्हाला हॉस्टेलवर जायची गरज नाही. त्या सगळ्या इथेच येऊन मला घेराव घालून बसल्या आहेत. इथेच अजून हुज्जत घालत आहेत. सुपरप्रिन्सवर रेपची कम्पलेंट दर्ज झाल्याशिवाय त्या मागे जायला तयार नाहीत. त्यांच्या प्रचंड असंतोषावरचा एक उतारा म्हणून मी त्यांना, अगदी सकाळी त्यांच्या त्या नागड्या मिरवणुकीला परवानगी दिली होती – मला वाटतं, अजून तुम्हाला खरी स्टोरी माहीतच नाही.''

"कसली स्टोरी?''

"तुमच्या त्या अवगुणी चिरंजीवांना थोडं बाथरूममध्ये घेऊन जा ना. त्याचे कपडे उतरवा, आपल्या डोळ्यांनी पाहा, त्या पोरींनी त्याला किती बदडून काढलं आहे. त्याच्या अंगावरच्या पोरींच्या नख्या आणि दातांचे चावे बघा. केवळ मी गेले, हातापाया पडले म्हणून शेवटच्या क्षणी वाचला तो.''

"– म्हणजे अजून काय करणार होत्या त्या पोरी?''

"अहो, तिथे रेझर, सिझर म्हणजे कैची सारी तयारी झाली होती. सुपरप्रिन्सचा पीनस आपल्या आईच्या भाषेत त्याच्या शिस्नाचा शेंडा कापायची पुरी तयारी झाली होती, तिथं मी वेळेत तेव्हा पोहोचले नसते, तर तुम्ही या क्षणी काय पाहणार होतात?''

संपूर्ण भारतवर्षात आता प्रत्येक राज्यामध्ये ठरावीक गिनीचुनी राजकीय घराणी होती. देशाची लोकशाही राज्यव्यवस्था राबवायचे वतनदारीचे काम आता या मोजक्याच मंडळींनी आपल्या आणि आपल्या नातलगांच्या हातांमध्ये घेतले होते. बरे या घराण्यांना कोणत्याही राजकीय पक्षाचे किंवा कोणत्याही रंगाच्या झेंड्याचे वावडे नव्हते. ही घराणी चरख्याच्या गतीबरोबर वाढली होती. कमळपुष्पांच्या पाकळ्यांसोबत विकसित झाली होती. तसेच त्याचे पीक लाल रंगाच्या उद्रेकी रानात विळ्या-कोयत्याच्या संगतीनेसुद्धा वाढले होते. राजकारणाच्या प्रवाहात आपापली मिरासदारीची घराणी टिकवायची, याच उद्देशाने सत्ता काबीज करायची अन् एकदा मिळवलेली सत्ता टिकवण्यासाठी विविध पक्षांतील घराण्यांमध्ये आपसात जंग छेडायची, रंग खेळायचा; ही तर रोजची रीत बनली होती. अशी विविध पक्षांतली साठ ते सत्तर घराणी होती. त्यांच्यात नात्यांचे पदर होते.

लवकरच येऊ घातलेली विधानसभेची निवडणूक ही खऱ्या अर्थी सर्वांसाठी अस्तित्वाची लढाई बनली होती. नेत्रादेवी रोज बाजीरावच्या कानीकपाळी ओरडत होती. नवऱ्याला काळजीने सांगत होती, "अहो, आता दिवस असे बेकार आलेत. एक वेळ सहकाराची सोन्याची किल्ली बाजूला पडली, तरी डोक्यावरचा आमदारकीचा मुकुट मात्र खूपच महत्त्वाचा!"

"तो कसा?"

"केवढी पॉवर! किती प्रचंड ताकद? असेंब्लीत प्रश्नांचा मारा करायचा. एवढुशी फट सापडली, तरी सभागृहात एखाद्याच्या अब्रूच्या चिंध्या करायच्या. त्याच्या पाठीमागं एखादं झेंगट लावून त्याला सळो की पळो करून सोडायचे. इन्क्वायरी लावायची. बड्या बड्या कॅबिनेट मंत्र्यांना डोस द्यायचा आणि मोठ्या अधिकाऱ्यांना दमामध्ये घ्यायचं. पुन्हा रात्री नऊच्या ठोक्याला कुठल्यातरी चित्रवाहिनीच्या

प्रोग्रॅममध्ये मोरासारखं नटून बसायचं. टीकेच्या टोच्या मारायच्या, असा टीआरपी वाढवणारा उभ्या महाराष्ट्रात आजकाल दुसरा कोणता बहुरंगी खेळ आहे का?''

बाजीरावचे डोके गच्च. कवटीतली ठणक अजून निवली नव्हती. रात्री घेतलेली पुरेशी उतरली नव्हती; त्यामुळे तो वैतागाने बोलला, ''अहो नेत्राजी, च्यायला उजाडू दे तरी. सकाळच्या पारी मेंदू किती कुरतडायला निघालीस?''

''तसं नाही हो. तुम्हाला एक बारीक आठवण करून दिली. गेल्या पार्लमेंटच्या वेळी त्या 'रिव्हर फ्रंट'वाल्यांसाठी आपण सपशेल माघार घेतली होती. तुम्ही तर प्रिन्स दिल्लीला निवडून जावा, यासाठी कमरेला कळा भरेपर्यंत इथेतिथे नाचला होता.''

''हां, तुझं हे बाकी खरं आहे. त्या वेळी आपल्या पै-पाहुण्यांच्या बैठकीत त्या मंडळींनी शब्द दिला होता. आमदारकी नानांच्याच घरात देऊ म्हणून.''

''वाटतं तुम्हाला ते लोक आपल्यासाठी आमदारकी सोडतील?''

''जरा शंकाच वाटते गं.'' बाजीराव काळजीने बोलला.

''शिवाय तुम्ही आता पन्नाशी ओलांडलीत. तुम्हाला एक सौम्य हार्टअटॅक येऊन गेलाय.''

''खरं आहे.''

''शिवाय यापुढची असेंब्ली यायला अजून पाच वर्षांचा अवकाश आहे. आता माझीही तबियत पहिल्यासारखी ठीक नसते हो.''

''तुला कशानं धाड भरली आहे गं नेत्रा?''

''झालायनं सुरू शुगरचा प्रॉब्लेम. ती कुलटा शलाका मला सुखानं जगू देते आहे का? उघडउघड दोन दोन नवरे केले, तरी मेलं दैव आणि देव तिच्याच बाजूला. ती मखरात आणि आम्ही वैफल्याच्या स्मशानात! शिवाय आता सुपरप्रिन्सला पण दाढी-मिशा फुटू लागल्या आहेत. तुमच्याच नव्हे, तर त्याच्याही भवितव्याचा प्रश्न आहे.''

बाजीराव काही क्षण विचारात गढला. पुन्हा आपले डोके खाजवत बोलला, 'साला गेल्या पावटाला ती शली दिल्लीला खासदार म्हणून गेली असती, तर इथं लोकल लेवलला मोठमोठे शुगर एजंट, लिकरवाले, दलाल सगळ्यांना दमामध्ये घेता आलं असतं. मोठमोठी बिलं परस्पर वाजवता आली असती. लक्ष्मी पावली असती.''

''हे पाहा, दिल्लीसाठी काय आणि गल्लीसाठी काय, त्या सटवीला मला कुठंच नीट उभं राहू द्यायचं नाही.''

''ठीक आहे,'' मध्येच काहीतरी आठवून बाजीराव बोलला, ''हे बघ, या इलेक्शनला उमेदवार बनून उगाच पुढं पुढं नाचायचं तुझ्या डोक्यात गणित असेल,

तर पहिलं कटाप – पुसून टाकायचं. मी चांगलं दोन-तीनदा बघितलंय. कारखान्याची चेअरमन झालीस– तिथं माती खाल्लीस. मुठीत आलेली फॅक्टरी तुझ्याच्यानं सांभाळता आली नाय. पार्लमेंटच्या वेळीही रड. एकूण काय तुझे स्टार म्हणावे तेवढे चालत नाहीत, म्हणून आता माझं तरी लक चालतंय का ते बघू या.''

''ठीक आहे, ताटात काय नी वाटीत काय! तुम्ही व्हा उमेदवार.''

''दुसरं – तू मला चिडवतेस, तसा आपला 'माथाडी भेजा'! काय वाटेल ते होऊ दे. एखाद्याला पकडून भर चौकामध्ये त्याला कुत्र्यासारखा बडवून काढू; पण ऐन इलेक्शनमध्ये 'बाजीराव डोंगरे-देशमुख निवडणूक हरतोय' ही कल्पनासुद्धा आपून आपल्या मेंदूच्या कवटीत घुसू देणार नाही. इलेक्शनसकट तुझ्या त्या लोकशाहीच्या अख्ख्या पॅलेसला आग लागली तरी बेहत्तर! परंतु 'पराभूत' हा शब्द मी जिवंत आहे, तोपर्यंत तरी ऐकून घ्यायचा नाही.''

निर्वाचन आयोगाने निवडणुकीचा कार्यक्रम जाहीर केला. त्याबरोबर तालुक्यातले वातावरण कमालीचे ढवळून निघाले. कधी नव्हे ते बिचारा, बापुडा, दिनवाणा आणि स्वतःच्या छातीवर 'बुद्धिजीवी' असा बिल्ला मिरवत वावरणारा एक वर्ग जागा झाला. ज्यामध्ये डॉक्टर, प्राध्यापक, विनाअनुदानाच्या कॉलेजात पोटार्थी राबणारे बहुतांशी सारे प्राध्यापक, काही पत्रकार, आपला काव्यसंग्रह छापण्यासाठी प्रकाशकाच्या शोधात असणारे क्रांतिकारी कवी, अॅवॉर्ड मिळालेले आणि अॅवॉर्ड मिळावे म्हणून धडपडणारे शेतीतज्ज्ञ सारे एकत्रित आले.

बापूनगरच्या सामाजिक सेवा हॉलमध्ये बुद्धिजीवींची जोरदार बैठक झाली. तालुक्याच्या सहकारातली आणि राजकारणातली सत्ता गेली अनेक वर्षे फक्त दोन घराण्यांतच का फिरते? त्या घराणेशाहीच्या जोखडातून समाज कधी बाहेर येणार? निकोप आणि स्वच्छ निवडणुका म्हणजेच आदर्श कोडवाल्या निवडणुका कशा पार पडतील? खूप चर्चा झाली. सकाळचा नाश्ता पोटात होता, तोवर नवे नवे मुद्दे समोर आले. काही अतिहुशारांनी हलकेच 'दुपारचे जेवण कोणी ठेवले आहे का?' अशी बारीक चौकशी केली. त्याचे नकारार्थी उत्तर येताच बाहेरून फोन आल्याचा बहाणा करत ती हुशार मंडळी बाहेरच्या बाहेर पसार झाली.

आरंभीचा मुद्द्याचा मारा संपला. मग बुद्धिजीवी वर्गाचा प्रतिनिधी म्हणून एखाद्याला उभे करता येईल का? वर्गणी काढून आपण निदान तालुकास्तरावर तिसरा पर्याय उभा करू शकू का अशी चर्चा झाली. त्या चर्चेचे फोलपण कॉम्रेड साहेबांच्या लक्षात आले. मग कॉम्रेड साहेबांनी माइक हाती घेतला. ''मित्रांनो, तुम्ही कितीही वेळ चर्चा करा. परिषदा घ्या. या विषयावर पीएच. डी. लिहा; परंतु आता सर्वांनीच ही गोष्ट मान्य करायला हवी की, निवडणूक हे सामान्य गरिबाचं स्वप्न राहिलंलं नाही. निवडणूक लढवायची त्यांच्यामध्ये आता ताकदही उरलेली नाही.

घरची कांदा-भाकर बांधून प्रचाराला बाहेर पडणारे एकेकाळचे कार्यकर्ते ही आता न पटणारी गोष्ट ठरते आहे. नेते, राजकीय कार्यकर्ते बिघडलेले आहेतच; परंतु मतदारसुद्धा आमिषासाठी चटावलेले आहेत. आता निवडणुकीच्या तोंडावर सर्वांनाच रोकड म्हणजे कॅश हवी असते. पूर्वी लोक ओरडायचे – मतदारराजा, जागा राहा! आता खरंच वोटिंगच्या आधी दोन रात्री सर्वांनाच सक्तीचं जागरण घडतं. प्रत्येक मतामागे किती दर निघतो आणि वाढीव दर कोण देतो, इकडेच सर्वांचं लक्ष असतं. जे अतिहुशार असतात, ते पैसे स्वीकारत नाहीत. उमेदवारांच्या खर्चानं त्यांच्याकडून अख्ख्या सोसायटीला नवीन रंग लावून घेतात किंवा दोन-दोन वर्षं सोसायटीनं थकवलेली विजेची बिलं परस्पर भरून होतात. आम्ही निवडणुका अतिशय कमी खर्चात पार पाडल्या, असे दाखवले जाणारे हिशोब खूपच भोंगळ असतात. उमेदवारांचे झालेले अल्प खर्च मान्य करणं म्हणजे वारांगनेला वीरस्त्री समजून नॅशनल ॲवॉर्ड दिल्यासारखं ठरेल!''

कॉम्रेड साहेब बराच वेळ बोलत राहिले. त्या सामाजिक सेवा हॉलला सात दारे होती. त्यामार्गे बघताबघता आतली गर्दी कधी बाहेर पसार झाली आणि बाहेरचा मोकळा वारा केव्हा आत हॉलमध्ये येऊन खेळू लागला, ती गोष्ट कोणाच्याही लक्षात आली नाही.

आता त्या सभागृहात फक्त दोन जीव उरले होते. पैकी एकजण आपल्या हातातली चहाची मोकळी किटली बाजूला ठेवत पुढच्या इसमाच्या अंगावर धावून गेला, ''काय हो बाबू माइकवाले! तुम्ही एवढ्या गडबडीनं अन् इतकी पळापळ करून इथे माइक जोडून द्यायची काय गरज होती?''

''अरे, सकाळी माझ्या चाळीत इनशर्ट केलेली तीन-चार माणसं 'इलेक्शन इलेक्शन' करत धावत आली. मला वाटलं, कलेक्टर ऑफिसचे बाबू लोक आहेत. निर्वाचन आयोगाच्या बैठकीसाठी आले असावेत; पण तू आता माझ्यावर असा ताणाताणीचा आवाज का काढतोस?''

''अरे, तू माइक लावलास. मला वाटलं, पार्टी सरकारी असावी किंवा मजबूत असावी. मी आपला चहा वाटत सुटलो. आता सांग, माझ्या सत्तर चहाचे पैसे कोण देणार?''

''जो इसम तुझे चहाचे पैसे भागवेल, त्याचं नाव मलाही कळव रे बाबा तत्काळ, कारण आता रिकाम्या हातांनी चाळीत कसं परतायचं आणि बायकोसमोर उभं राहून तिच्या तोंडाच्या कर्ण्याला कसं तोंड द्यायचं, याची मलाही चिंता पडली आहे.''

ते दोघेही बराच वेळ डिपॉझिट जप्त झालेल्या पडेल उमेदवारासारखे रंजीस चेहरे करत त्या हॉलच्या पायरीवर उभे होते.

मागच्यासारखीच डोंगरे-देशमुख घराण्याची नातलग, हितवर्धक मंडळी एकत्र गोळा झाली होती. तशीच गंभीर चर्चा सुरू होती, तेव्हा बाजीराव तावातावाने बोलला; "तुमच्या ताब्यात शुगर फॅक्टरी आहे. खासदारकी आहे. गेल्या वेळी या सर्वांच्या साक्षीनं आमदारकी आमच्या घराला देऊ, अशी उघड चर्चा झाली होती; त्यामुळे आता तुम्ही पलटी कशी मारू शकता?"

"आम्ही तसे होकारार्थी बोललो नव्हतो, असं मी तरी कुठे म्हणतो आहे? माझ्या पत्नीच्या शलाकाच्या तोंडावर सांगतो, तिलासुद्धा आमदार म्हणून निवडून येण्यामध्ये अजिबात इंटरेस्ट नाही."

"अगदी खरं आहे ते." शलाका

"अहो, मग असं असेल, तर वादाचा मुद्दा उरतो कुठे?" सारे पाहुणे ईर्षेला पेटले.

सर्वांकडे नजर टाकत प्रिन्स समजुतीच्या सुरात बोलला, "हे पाहा, सध्या महाराष्ट्रात आपल्याच पक्षाची सत्ता यावी म्हणून राष्ट्रीय पक्ष आणि किसान पार्टीमध्ये तुंबळ युद्ध सुरू आहे. प्रत्येक आमदार विधानसभा संघासाठी जीवघेणा संघर्ष माजला आहे; त्यामुळे आम्ही निवडणूक लढवावी, असं आमच्यावर आमच्या राष्ट्रीय पक्षाचं खूप प्रेशर आहे."

"अहो, मग तोडगा कसा निघणार?"

प्रिन्स थोडा वेळ थबकला. त्याने तिथे बैठकीत डोंगरे-देशमुख घराणे आणि आपल्या नात्या-पदराची माणसे सोडून अन्य कोणी हजर नसल्याची खात्री केली अन् तो हळूच बोलला, "मी आमच्या श्रेष्ठींच्या पाठीशी लागलो आहे. आमच्यावर घराणेशाहीचा आरोप होतो; त्यामुळे शलाकाऐवजी आमच्या पक्षाच्या बाहेरच्या एखाद्या निष्ठावंत कार्यकर्त्याला संधी देऊ."

"हां, म्हणजे जाणूनबुजून 'दुबळा' उमेदवार खडा करायचा."

"हां तात्या, करेक्ट!" डोक्यावरचे ओझे सुटत असल्यासारखा मोकळा श्वास घेत प्रिन्स बोलले, "देवाशप्पथ खरं सांगतो – असेंब्लीची सीट आमच्या नानांच्या फॅमिलीतच जावी, असं आम्हाला आता मनापासून वाटतं!"

कारखान्यावर प्रिन्स एका बैठकीत मग्न होते. तेवढ्यात त्यांच्या पीएने पळतपळत येऊन त्यांच्या हाती मोबाइल दिला. पलीकडून गंभीर, प्रौढ सूर कानी पडला.

"प्रिन्स! मी मुख्यमंत्री बोलतोय!"

"यस भाऊ– बोला भाऊ!"

"अहो, तुम्ही तर आमचे गुरू आणि मार्गदर्शक बापूराव डोंगरे-देशमुखांचे चिरंजीव ना?"

"यस भाऊ, काही चुकलं का?"

"काय तमाशा चालला आहे तिकडे बापूनगर असेंब्ली सेग्मेंटमध्ये? तुम्ही मंडळी तर निवडणूक लढवणारच नाहीत म्हणे! तुमच्या फॅमिलीत आतल्या आत कसलीतरी घुसळण, सौदेबाजी चालल्याचं कानावर येते आहे– अहो, आमच्या गुप्त पोलीस यंत्रणेचा आज सकाळचाच रिपोर्ट माझ्या हातात घेऊन बोलतो आहे मी."

"नाही, नाही. तसं काही अजून ठरलेलं नाही भाऊ," प्रिन्सच्या मुखातून आपोआप घाबरट स्वर बाहेर पडला.

"अहो, तुम्ही तर त्या किसान पक्षाच्या घशात केवळ चुलतबंधू-प्रेमापोटी आमची ती महत्त्वाची सीट घालण्याचा निर्णयही घेऊन टाकला म्हणतात. आमच्या मानानं आपण पोर आहात, म्हणून इतका पोरकटपणा दाखवायचा?"

"त्याचं काय आहे सर–?"

"तुम्ही थांबा हो– कुठे आहेत तुमच्या सुपर इंटेलिजंट मिसेस शलाकादेवी– इतर वेळी आमच्या बिग बॉसशी थेट दिल्लीशी डायरेक्ट पोपटासारख्या बोलतात– हा, त्यांनाच द्या फोन."

गोंधळलेल्या प्रिन्सने शलाकाच्या हाती फोन दिला. आता तिच्याही हाताच्या

पंजाला घाम फुटल्यासारखे झाले होते. "हां, बोला ना– भाऊ, मी शलाकाच बोलतेय."

"काय हो ताई, तुम्हाला एका गोष्टीची थोडीतरी कल्पना आहे का? आजकाल जेव्हा जेव्हा दिल्लीत आमच्या आदरणीय प्राइम मिनिस्टर श्रीकर शास्त्री सरांपुढे जेव्हा महाराष्ट्राच्या– त्यातही पश्चिम महाराष्ट्राच्या राजनीतीबद्दल विषय निघतो, तेव्हा ताई ते न चुकता तुमची आठवण काढतात. तोंड फाटेस्तोवर प्रशंसा करतात अन् आमचा बालेकिल्ला– एक हजार टक्के निवडून येणारा मतदारसंघ म्हणून ज्याचं नाव आम्ही अग्रक्रमानं लिहिलेलं आहे, तिथे भाऊबंदकीच्या फाजील प्रेमापोटी तुम्ही काय खेळ चालवला आहे? इकडे आम्ही मुंबईत असलो, तरी तुमच्या ऊसमळ्यात डुलणारे तुरे आजकाल कोणत्या दिशेनं झुलताहेत हे आम्हाला समजत नाही, अशा गैरसमजुतीत तुम्ही वावरता काय?"

"प्लीज, प्लीजऽ ऐका ना हो भाऊ," अगदी घायकुतीला येऊन शलाका बोलली, "हे पाहा, काही मंडळी भाऊबंदकीतला इश्यू मिटवून घ्या, असं बोलताहेत एवढंच; नथिंग इज फायनल!"

"हे पाहा ताई, माझ्याकडं फारसा वेळ नाही. मी फक्त तुम्हाला एवढंच सांगतो, तुमचं ते मेडिकल कॉलेज, ती भयंकर कॅपिटेशन फी, तुमच्या डिस्टिलरीतला ठरवून दिलेल्या कोट्यापेक्षा तयार होत असलेला जादा मद्यार्क– तक्रारींच्या फायली किती साचल्या आहेत इथं? त्यात आरटीआयवाल्या कार्यकर्त्यांनी तर तुमच्या संस्थांच्या विरोधात तक्रारी करून आमच्या मेंदूची कॉइल जाळून टाकली–"

"जाऊ द्या ना भाऊ. जाऊ द्या. आम्ही सहकारमहर्षींची मुलं म्हणजेच तुमचीच लेकरंबाळं ना! आम्ही मान्य करतो, कदाचित भावनेच्या भरात चूक घडली असेल आम्हांकडून."

"हां, हां– अशा थोड्या नीट बोलायला शिका. राज्य को-ऑपरेटिव्ह बँकेचे अध्यक्ष जिरंगे तर तुमच्या फॅमिलीचं दफन करायला किती उतावीळ आहेत, ते माझ्यापेक्षा तुम्हाला अधिक माहीत आहे. सबब ते फॅमिली समझोत्याचं नाटक बाजूला ठेवा. एवढ्या संस्था आहेत तुमच्या, एवढे मोठे प्रॉब्लेम्स असतात. उद्या सीबीआय, आयटीची रेड– किती प्रॉब्लेम उद्‌भवू शकतात! मग बापूरावांचा पोर आणि सून म्हणून आम्हीच काळजी वाहणार ना! अहो, एवढंच कशाला ताई, छोट्या इश्यूचं पोटसुद्धा मोठं असतं. म्हणून तर तुमच्या पोरांची गावातून नग्न मिरवणूक तुमच्याच लेडीज हॉस्टेलच्या पोरींना काढावी लागते–"

"अगो बाई गंऽऽ हे पण–"

"हां ताई, राज्य चालवायचं म्हणजे आपल्या अतिप्रिय लोकांच्या प्लस-मायनसचा हिशोब आम्हाला ठेवावा लागतो– ओके."

सीएम साहेबांनी पलीकडे फोन ठेवून दिला. प्रिन्स आणि शलाका दोघेही प्रचंड

दबावाखाली आले. कारखाना, मेडिकल कॉलेज, डिस्टिलरी, एवढी मोठी गजरा एज्युकेशन ट्रस्ट– प्रश्न सर्व सहकारी संस्थांचा, त्यामध्ये काम करणाऱ्या तीन हजार लोकांच्या रोजी-रोटीचा होता. राजाशी पंगा घेऊन आपल्या प्रजेला सुखी ठेवता येणार नाही. उलट वृक्षाच्या वाळल्या पानासारखे वाऱ्यावर उडून जाऊ, अशी दोघांनाही भीती वाटली. मुंबईत आपल्याबद्दल ही अशी अचानक गरमागरमी का व्हावी, तिकडे कोणी अजून बॉम्ब पेरते आहे काय अशा भीतीने त्या दोघांनाही पछाडले. त्या तारेतच त्यांनी राष्ट्रीय पक्षाचे महाराष्ट्राचे अध्यक्ष तात्यासाहेबांशी संपर्क करायचा प्रयत्न केला; परंतु बराच वेळ तेही फोन उचलत नव्हते.

दुपारचे जेवण घ्यायचे राहून गेले. दोघांनी अँटीचेंबरमध्ये फक्त कॉफी घेतली. तेवढ्यात तात्यासाहेबांचाच समोरून फोन आला. तशी त्यावर झडप मारत शलाका बोलली, ''सॉरी तात्या, तिकडे आपल्या सीएम साहेबांचा कोणीतरी गैरसमज–''

''पोरी, ते सारं ऐकलं आहे मी. तुमचा फोन चालू होता, तेव्हा साहेबांच्या शेजारीच बसलो होतो मी. बापूरावच आमचे मुख्य गुरू होते– तुम्ही घरातलीच पोरं, म्हणून जी गोष्ट तुम्हाला अजून समजलेली नाही, ती कानांवर घालावी म्हटलं–''

''काय हो तात्या?''

''मी जेव्हा साहेबांच्या बंगल्यातून बाहेर पडत होतो, तेव्हा आपल्या सोबतच्या वरिष्ठांना बॉस काय म्हणाले, आहे माहीत? त्यांना तुम्हा दोघा नवरा-बायकोंविरोधात शिस्तभंगाची कारवाई करा, असा अहवाल दिल्लीला पाठवायचा आहे– तोही लवकरच.''

''अरे बापरे! मग तात्या, तुमचा काय सल्ला?''

''एवढं घाबरायचंही कारण नाही; पण गहाळही राहू नका. तत्काळ मुंबई गाठा. सरळ सी.एम. शेळके साहेबांना भेटा. त्यांच्या नजरेसमोर असलेलं बरं. शेवटी पंतप्रधान काय रोज ऊठसूट तुमच्याशी थोडंच बोलत बसणार आहेत? त्या उलट मुख्यमंत्र्यांचा त्यांच्याशी दिवसातून दहा वेळा संपर्क राहतो; त्यामुळे त्यांना तत्काळ भेटलेलं बरं.''

दुसऱ्या दिवशी संध्याकाळीच प्रिन्स आणि शलाकाने मुंबई गाठली. निवडणुकीचा मोसम असल्यामुळे मुख्यमंत्र्यांच्या निवासस्थानी झुंबड गर्दी उडाली होती. मात्र, प्रिन्स लोकसभा सदस्य असल्याने या वेळी गोष्टी अवघड गेल्या नाहीत. त्या गर्दीतूनही एक पीए त्या दोघांना घेऊन तडक साहेबांच्या अँटीचेंबरमध्ये गेला. थोड्याच वेळात शेळकेदादा मोठ्या रुबाबात येऊन समोर बसले. तसे ते आता कामाच्या भयंकर ओझ्याखाली होते. राज्यात पुन्हा राष्ट्रीय पक्ष निवडून आणायची जबाबदारी त्यांच्यावर होती. त्यांना नव्याने सरकार स्थापन करायचे होते अन् आपले ज्येष्ठ चिरंजीव मदन शेळकेंनाही एस्टॅब्लिश करायचे होते. त्यांनी प्रिन्स आणि शलाकाला स्पष्ट सांगितले, ''येत्या निवडणुकीत माझ्यासाठी आमदारकीची प्रत्येक

सीट महत्त्वाची आहे; पण माफ करा. मी स्पष्ट बोलतो, तुम्ही दोघंही राजकीयदृष्ट्या अपरिपक्व आहात. शुद्ध मराठीत 'पोरकट' आहात.''

मुख्यमंत्र्यांनी थेट गोळीबार सुरू केल्याने प्रिन्स आणि शलाका बावरले. एक-दुसऱ्याकडे काळजीने बघू लागले. तेवढ्यात साहेब पुन्हा कडाडले, ''तुम्ही मंडळींनी कसला चालवला आहे भाऊबंदकीचा समझोता? तुम्हाला बघायचा आहे तुमच्या भाऊबंदांचा प्रताप?''

''तसं नाही, पण साहेब–''

''अरेऽ बंदरकर– तुमच्या डायरीत ठेवलेलं ते बाजीराव डोंगरेचं पत्र आणा,'' मुख्यमंत्र्यांनी ते पत्र प्रिन्सच्या हाती देत सांगितलं, ''हे घ्या वाचा. काय लिहितात तुमचे बंधू बाजीराव– त्यांना याच निवडणुकीत राष्ट्रीय पक्षाकडून तिकिट मिळणार असेल, तर किसान पार्टी सोडून आमच्या पक्षात प्रवेश करायला आणि निवडणूक लढवायला ते एका पायावर तयार आहेत?''

ते पत्र पाहताना बाजी, शलाका अधिकच हबकून गेले. तिकडे भाऊबंदकीच्या, एकोप्याच्या नावावर भावनिक दडपण आणणाऱ्या आणि त्यासाठी पाहुण्या-रावळ्यांचा मेळा जमवणाऱ्या बनेल नेत्रा आणि बाजीरावची इकडची करणी, त्या दोघांसाठी केवळ धक्कादायक होती. आता सरळ नाक धरून शरणागतीशिवाय पर्याय नव्हता; त्यामुळेच खासदार प्रिन्ससाहेब शेळकेदादांपुढे हात जोडत बोलले, ''सॉरी साहेब, आम्ही माणसं ओळखण्यात कमी पडलो.''

शलाका आणि प्रिन्स तेथून बाहेर पडू लागले, तेवढ्यात मुख्यमंत्री पीएला बोलले, ''या जोडीला घेऊन आपल्या बंगल्याच्या बॅक गार्डनमध्ये चला. पाठोपाठ मी येतोच.'' त्या दांपत्याने पूर्वीच्या कथा, दंतकथा लांबूनलांबून का होईना ऐकल्या होत्या. 'डायमंड'मधले ते बापूरावांचे गमतीदार प्रकरण आणि तेव्हापासूनचा शेळकेदादांचा डोंगरे-देशमुख घराण्यावरचा राग, त्या पोटी झालेले राजकीय नुकसान या गोष्टी प्रिन्सना माहीत होत्या; त्यामुळेच साहेबांनी खासगीकडे आपणास नेमके कशासाठी बोलावले आहे, याचा त्याला अंदाज येत नव्हता.

थोड्याच वेळात मुख्यमंत्री बॅक गार्डनमध्ये आले. बहुतांशी साहेबांनी शेळके काकूंना आधीच निरोप दिला असावा. चित्राताईही थोड्याच वेळात तिथे पोहोचल्या. वयोमानाने त्या थकल्या होत्या; परंतु वाड्याची पडझड झाली, तरी उरलेल्या जोत्यावरून पूर्वीच्या त्या भव्य बांधकामाची कल्पना यावी तसाच काहीसा प्रकार काकूंबाबत होता. त्यांची ती पिवळसर आकर्षक त्वचा आणि व्यक्तिमत्त्वातली ऐट काही कमी झालेली नव्हती. मुख्यमंत्री त्यांना हसत बोलले, ''याऽ बसा. या चिरंजीवांना ओळखलंत का? आमचे मित्र बापूराव डोंगरे-देशमुख यांचे चिरंजीव प्रिन्सबाबू म्हणतात, ते हेच.''

शेळकेकाकूंनी मोठ्या कौतुकाने प्रिन्सकडे पाहिले. त्यांना क्षणभर बापूरावच समोर बसल्यासारखा भास झाला. त्या न राहवून बोलल्या, "अरे वा! लेकरू अगदी बापाच्या तोंडातून पडल्यासारखं वाटतं. तशीच उंची आणि तसंच ते देखुणेपण!"

"खरंय मॅडम," शेळकेदादा मध्येच पटकन बोलले, "अहो, हे 'देखुणेपणच' नको तिथे घोळ घालतं!"

काकूंना टोमणा समजला; परंतु त्यांनी काहीच न समजल्यासारखा चेहरा केला. तिथे एका बाजूला काकू आणि प्रिन्स बोलत उभे राहिले. तेवढ्यात शेळकेदादांनी पलीकडे उभ्या असलेल्या आपल्या चिरंजीवांना बोलावले. त्यांनी शलाका आणि प्रिन्सची मुद्दाम ओळख करून दिली. थोड्याच वेळात प्रिन्स-शलाका तेथून बाहेर पडले. शेळकेदादांनी मदनचा हात पकडला आणि तिथेच काही पावले त्याला बाजूला घेतले. शलाकाच्या पाठमोऱ्या आकृतीकडे पाहत ते चिरंजीवांना बोलले, "या बापूरावांच्या सुनेला मुद्दाम लक्षात ठेवा बरं. पोरगी भलती चटपटीत आणि तयारीची आहे. फक्त एका प्रेझेंटेशनच्या दरम्यान या बाईनं आपल्या दिल्लीकर सुपरबॉसचं मन असं जिंकलं होतं की, हिनं खासदारकी लढवली असती, तर ही पोर आता केंद्रीय मंत्रिमंडळात दिसली असती." बोलता बोलता शेळकेदादा थोडे थबकले. एक खोल उसासा घेत बोलले, "त्याचं काय आहे चिरंजीव! बाप आणि पोराच्या नात्यात काही मर्यादा असतात; त्यामुळे बापानं फाजील सल्ले देण्याच्या फंदात पडू नये; पण तरीही नियमाला अपवाद म्हणून आम्ही तो गुन्हा करतो आहोत, असं समजा– पुढे-मागे बापूरावांची ही सून कुठे तुम्हाला घोळात पकडता आली, तिच्या ओठांचं गुलकंद चाखता आलं, तर ती संधी सोडू नका; कारण आमचे आणि बापूरावांचे काही जुने हिसाबकिताब अजून बाकी आहेत." त्या विषयावर शेळकेदादा अधिक विस्ताराने काहीच बोलले नाहीत. चिरंजीवांनीही अधिक स्पष्टीकरण मागितले नाही, कारण आपल्या बापाच्या सुप्त संदेशामागचा मथितार्थ चिरंजीवांच्या कानांपर्यंत हस्ते-परहस्ते आधीच येऊन पोहोचला होता.

त्याच रात्री मोटारीने शलाका आणि प्रिन्स आंबेपुराकडे निघाले होते. समझोत्याचे नाटक रचत भाऊबंदांनी चांगले तोंड फोडल्याची प्रचिती त्यांना आली होतीच. प्रिन्सपेक्षाही शलाकाला मनातून खूप वाटायचे, हे वाद आणि परस्परांतील झगडे एकदाचे संपून जावेत. त्याच्याबदली आमदारकी नानांच्या घरी गेली तरी हरकत नव्हती. रोजच्या त्या कटकटी, तो द्वेष, ईर्षा आणि मत्सराच्या आगीतून आपण एकदाचे बाहेर तरी पडू; पण वास्तव मात्र वेगळे होते. शेवटी राजकारणातील व्यवहारापुढे भाऊबंद, नातीगोती अशा भाबडेपणाला काहीच अर्थ उरला नव्हता. आता आलेली असेंब्लीची निवडणूक हे आपल्या अस्तित्वाचं युद्ध मानूनच ते चिवटपणे लढण्याशिवाय त्यांच्याकडे अन्य कोणताही पर्याय उरला नव्हता.

तहसील कार्यालयाच्या आवारामध्ये अक्षरशः मरणाची गर्दी. निवडणूक आणि आई लोकशाहीच्या नावाने जणू जत्रा फुलली होती. माणसांचा उरुस भरला होता. आज आमदारकीची निवडणूक लढवण्यासाठी उमेदवारी अर्ज भरायचा शेवटचा दिवस. दुपारी तीन वाजेपर्यंत कोण कोण अर्ज भरणार, याची उत्सुकता शिगेला पोहोचली होती. किसान पार्टीच्या तिकिटावर बाजीराव उघडपणे गेल्या काही दिवसांपासून आपले घोडे नाचवत होता; पण खरी उत्सुकता होती ती राष्ट्रीय पक्षाच्या वतीने कोण उभे राहणार? म्हणजेच शलाका वहिनी ही निवडणूक स्वतः लढवणार आहेत की नाही?

गावाच्या सभोवती पुराच्या पाण्याचा वेढा पडावा आणि गाव बुडतोय की वाचतोय याच चिंतेने माणसे वेडी व्हावीत, असे काहीतरी चालले होते. याआधी अनेक निवडणुका आल्या आणि गेल्या; परंतु या वेळी तिच्या पोटातले रसायन काही वेगळेच दिसत होते. कदाचित काहीतरी धक्कादायक घडण्याचीही शक्यता होती. कालपर्यंत डोंगरे-देशमुखांच्या घराण्याच्या दोन शाखांमध्ये आतल्या आत कॉम्प्रमाइज झाले आहे. राष्ट्रीय पक्षाकडून मुद्दाम दुबळा उमेदवार खडा करून बाजीरावलाच आमदार करावयाच्या देवावर हात ठेवून शपथा घेतल्या आहेत, अशी बोंब तालुकाभर पसरली होती; परंतु काल रात्रीपासून उलटा वारा वाहत होता. आंबेपूर आणि मुंबईमध्ये बसलेले त्या त्या पक्षाचे श्रेष्ठी भयंकर चिडून गेल्याची बातमी पसरली होती. ऐनवेळी समझोत्याच्या गोंडस नावाखाली गद्दारी करून आपल्या पक्षाच्या लढाऊ कार्यकर्त्यांचे पाय तोडू नका. एक वेळ त्यांना मरू द्या; परंतु निवडणुकीच्या उघड्या मैदानात लढू द्या, असा सज्जड दम त्या त्या पक्षाच्या श्रेष्ठींनी भरल्याचे ऐकिवात होते.

दुपारी बारानंतर तर तहसील कार्यालयाचा परिसर उत्साही कार्यकर्त्यांनी भरून

गेला. जिकडे पाहावी तिकडे गावोगावची तरुण मंडळी, पैलवान, महिला मंडळे, तसेच अलीकडे प्रसिद्धीच्या झोतात आलेले महिला बचत गट यांची प्रचंड गर्दी. एरवी वडा-पिंपळाच्या वृक्षाखालचा तो परिसर, त्या ब्रिटिशकालीन जुन्या तांबारलेल्या पत्र्याच्या इमारती खूप मोठ्या वाटायच्या; परंतु आता गर्दीच्या समुद्रात त्या इमारती पूर्णतः बुडून गेल्या होत्या.

दुपारी बाराच्या ठोक्याला हलगीवर छडी पडली. वरातीत सजलेल्या नवरदेवासारखा बाजीराव आपल्या नव्या मर्सिडीज मोटारीतून खाली उतरला. त्याआधीच तेथे हलग्या, तुताऱ्या, बँन्जो पार्टी अशी ओसंडत्या तरुणाईची गर्दी त्याची वाट पाहत होती. बाजीरावसोबत नेत्रादेवी, काळे रिबॉनचे गॉगल्स घातलेले सुपरप्रिन्स तसेच अभिषेक दिवसे आणि त्यांचे भरगच्च तरुण मंडळ– सारे हलगीच्या ठेक्यावर पुढे पुढे चालले. मागे सोबतच्या उघड्या जीपमध्ये बबननाना बसले होते. ते आता खूप थकल्यासारखे दिसत होते. नाना गटाची पोरे घोषणा देत जोरजोराने ओरडत होती; त्यातच नाना गटाच्या एका तरुण शाहिराने हातामध्ये डफ घेऊन पुढे उडी घेतली. त्याचा रंग कावळ्यासारखाच ओरिजनल काळा होता; परंतु खादीच्या पांढऱ्या लख्ख कपड्यांत तो दगडाला थापलेल्या चुन्यासारखा उठून दिसत होता. जोराचा हेल काढून टिपेचा सूर धरत तो भसाड्या आवाजात गाऊ लागला,

"ही जनता आमची वनवासीऽऽ
जशी गरीब मस्तानीऽऽ
कशी रडते ठायी ठायी
तू ये रे, घे रे घे रे धावऽऽ
बापूनगरच्या नशिबाला हवा बाजीराव
आणा निवडुनी आमचा बाजीराव."

जीपमध्ये बसलेल्या नानांनी बारीक कान देऊन ते धडाकेबाज गाणे ऐकले. त्यांनी जवळच्या दोन-तीन कार्यकर्त्यांना बोलावून घेतले. ते वैतागाने म्हणाले, "अरे, ही गाणी आणि या घोषणा कोणा सुकाळीच्याने रचल्या आहेत रे? एखाद्या चांगल्या शाळामास्तराकडून लिहून तरी घ्यायच्या होत्या. तुमच्या या शब्दांत कशाचा कशाला मेळ नाही. वाळकीचं फूल दोडकीला अन् काजळ टिकल्या बोडकीला!"

दुपारी दीडच्या आतच बाजीरावने किसान पार्टीमार्फत आपला उमेदवारी अर्ज भरला. त्याचे फोटो काढले गेले. टिव्हीवाल्यांनी शूटिंग केले. कचेरीतली गर्दी बाहेर आली. खरे तर लगेच पांगापांग होऊन गर्दी ओसरायला हवी होती; परंतु बाजीराव गटाची निवडक मंडळी आणि टारगट पोरे बाजूला गटागटाने दबा धरल्यासारखी

उभी होती. अनेकांच्या मनात भीती डोकावली. भांडणे आणि मारामारीला आजच सुरुवात होते आहे की काय?

आता राष्ट्रीय पक्षामार्फत कोण अर्ज भरणार याचीच धमाल उत्सुकता होती. अगदी काल-परवापर्यंत प्रिन्स आणि शलाका दोघेही पत्रकारांना घशाच्या शिरा फुगवत सांगत होते. या वेळी सत्ता आमच्या घरातून बाहेर जावी. वर्षानुवर्षे पक्षासाठी राबणाऱ्या एखाद्या निष्ठावंत कार्यकर्त्याला न्याय मिळावा, अशी आमची इच्छा आहे आणि त्या दृष्टीने आम्ही भिलारेकाकांच्या उमेदवारीचा खूप गांभीर्याने विचार करतो आहोत.

आज सकाळपासून भिलारेकाकांना उदास उदास वाटत होते. ठरल्यानुसार त्यांना तहसील कार्यालयाकडे घेऊन जायला पक्षाकडून सकाळी अकरा वाजेपर्यंत जीप येणार होती; त्यामुळे सकाळी नऊलाच पूजापाठ आटोपून आणि कडक इस्त्रीचे सैलसर कपडे घालून काका नटून बसले होते. त्यांनी हळूच अनेकदा डोक्यावरची टोपी बाजूला काढली होती. टकलाच्या भोवती उरलेल्या विरळ केसांवरून आरशात पाहत अनेकदा कंगवा फिरवला होता; परंतु बारा वाजले तरी त्यांच्या दारात जीप पोहोचली नाही. कोणाचा फोनही लागेना. ऐनवेळी आपले भाग्य फळफळले तर उमेदवारी अर्जावर सही नाही या कारणास्तव मोक्याच्या वेळी बोंबाबोंब नको, अशा दूरदृष्टीने पुढचा विचार करून त्यांनी रिक्षा केली अन् तेही दुपारी साडेबारा वाजताच कचेरीच्या जवळपास जागा पकडून उभे राहिले.

दुपारचे दोन वाजले, तेव्हा उत्सुकता अगदी टोकाला जाऊन पोहोचली अन् कचेरीच्या तोंडाजवळ उभ्या असलेल्या तुक्या गुरवाने आपल्या हातातले लांब शिंग तूऽ तूऽ तूऽ तूऽ करून फुंकायला सुरुवात केली. बाहेर प्रिन्स साहेबांची चकचकीत बीएमडब्ल्यू गाडी येऊन धडकली. त्या गाडीच्या पाठोपाठ अनेक गाड्यांचा ताफा, डाव्या आणि उजव्या बाजूंनी धावतपळत येणारे, हातात झेंडे आणि बॅनर घेतलेले शेकडो कार्यकर्ते दिसू लागले. नवऱ्याशेजारीच फ्रंट सीटवर बसलेल्या शलाकादेवी खाली उतरल्या. तशी चार-पाच गायक पोरे पुढे धावली. प्रिन्स साहेब आणि शलाकाकडे हात करत सुरात गाऊ लागली,

“भाई देखो देखो, कौन आयी, कौन आयी
बापूनगर की शेरनी आयी, शेरनी आयी
आंबेपूरकी लोकनेता कैसी हो
हमारी शलाकाभाभी जैसी हो, जैसी हो”

तेवढ्यात पाठीमागून बचत गटांच्या मीटिंगा आणि कार्यक्रमांतून पुढे पुढे नाचणाऱ्या तरुण कार्यकर्तीचे पेव पुढे धावले. गौरी-गणपती आणि

नागपंचमीच्या झिम्मा-फुगड्यांची याद काढत पोरी आपल्या कमरेला लचक देत नाचू लागल्या,

"मोठे मोठे राक्षस रानामधी
शलाकावहिनी मनामधी
ताईंना निवडून आणा हो, आणा हो
भ्रष्टाचारी राक्षस गाडा हो, गाडा हो
कारखाना दिला; बंद पाडला, बंद पाडला
नेत्रा-बाजीराव जा घरला, जा घरला."

पोरींच्या गाण्यावरून गुपित फुटले. झाडाखाली दूर कोपरा धरून उभ्या असलेल्या बाजीराव आणि नेत्राचे चेहरे कमालीचे वक्र झाले. नेत्रा बाजीच्या कानाजवळ जाऊन संतापाने बोलली, "घेतलातनं अनुभव? अहो, ही तर त्या नालायक बापूरावांची गद्दार अवलाद! उगाच समझोत्यांची गाजरं दाखवत आमचे पंधरा दिवस घालवले अन् आता बघा की, तुमच्या या वहिनीसाहेब अर्ज भरायला बँड लावून कशा नाचत आल्या आहेत."

राष्ट्रीय पक्षांच्या हुशार वकिलांचे आणि सीए मंडळींचे एक पथकच कचेरीच्या बाहेर उभे होते. त्यांनी ओळीओळीला टीकमार्क करून शलाकाचा उमेदवारी अर्ज असंख्य वेळा तपासून ठेवला होता. प्रचंड गर्दीत शलाका आणि प्रिन्स एकदाचे निर्वाचन अधिकाऱ्याच्या केबिनमध्ये घुसले. त्यांनी पक्षाचे संमतीपत्र आणि आपला उमेदवारी अर्ज पुढे केला. निर्वाचन अधिकाऱ्यासमोरच स्वाक्षऱ्या सुरू झाल्या. त्याबरोबर कचेरीच्या बाहेरच्या बाजूला फटाक्यांचा पाऊस सुरू झाला.

पलीकडच्याच गल्लीत मंदाकिनी बिअर बारमध्ये रमेश दिवसे आपल्या मित्रांसोबत दुपारीच दारू ढोसत बसला होता. गेल्या दोन तासांपासून त्याच्या मित्रांनी दारू आणि रुचकर चिकन कबाबच्यानिमित्ताने त्याला तिथेच रोखून धरले होते. दारू दुकानाबाहेर सुपरप्रिन्स आणि अभिषेकने रमेशला कळू न देता आपल्या तरुण कार्यकर्त्यांचा जागता पहारा ठेवला होता. अडीचच्या दरम्यान मोबाइलची रिंग वाजली. तशी एकावेळी दहा-बारा पोरे बिअर बारमध्ये घुसली. त्यांनी रमेशचे दोन्ही दंड पकडून त्याला बाहेर खेचले. अभिषेक खुशीने ओरडला, "चला डॅडी, चलाऽऽ तिकडे नेत्राताई आणि बाजीअंकल सारे तुमची वाट पाहताहेत. निघा लवकर." एकही शब्द बोलायची संधी न देता पोरांनी रमेशला मोटारीत कोंबले. त्याला आत घालून मोटार वाऱ्याच्या वेगाने तहसील कचेरीकडे घुसली.

कचेरीच्या आवारात नेत्रा, बाजीराव सारेजण मोठमोठ्याने हसत खिदळत कोणाची तरी प्रतीक्षा करत होते. तितक्यात समोर काही मोटारी थांबल्या. पटापटा

कार्यकर्ते उतरू लागले. तिथेच जोराच्या हाका दुमदुमल्या, "चलाऽऽ ते आलेऽऽ आले रे आले." त्या अपूर्वाईने रमेश दिवसे अधिकच गोंधळला. त्या हाकांची उत्साहभरी धार पाहून निवडणुकीच्या निमित्ताने दिल्लीवरूनच कोणीतरी आले असावे. क्षणभर त्याला बहुतेक कोणी बडा राष्ट्रीय नेता असावा, असे वाटले; परंतु बाजीरावच त्याचा हात खेचून त्याला आत ओढू लागले. जेव्हा त्या प्रचंड स्वागताची तयारी आपणासाठीच होती, हे रमेश दिवसेच्या लक्षात आले; तसा तो अधिकच गडबडला, गोंधळला.

ऐनवेळी रमेश दिवसेचा उमेदवारी अर्ज भरायचा गुप्त डाव खूप आधीच शिजल्याचे दिसून येत होते. त्याच्या नावावर एका बँकेतले अडीच लाखांचे कर्ज थकित होते. सुपरप्रिन्सची पोरे आज सकाळीच बँकेत जाऊन ते कर्ज भागवून त्याची रितसर पावती घेऊन आली होती. कोणत्याही आणि कसल्याही तांत्रिक कारणावरून रमेशचा अर्ज बाद न ठरण्याची आटोकाट काळजी घेण्यात आली होती. इतकेच नव्हे, तर बाजीराव आणि रमेशचा अर्ज घेऊन ते कार्यकर्ते मुंबईचे सुप्रसिद्ध वकील बाळेकुंद्री यांच्याकडे गेले. दोन दिवस बाजीराव गटाच्या कार्यकर्त्यांचे एक पथकच बसून होते. गेल्या दोन वर्षांपर्यंत निवडणूक कायदा व अधिनियम आणि सहकार कायदा या दोन्ही विषयांत बाळेकुंद्रींचा हात धरणारा कोणीही वकील मुंबई हायकोर्टात नव्हता. आता त्यांनी खूप वाढलेले वय आणि प्रकृतीच्या कारणावरूनच निवृत्ती स्वीकारली होती. त्यांचे जावई इकडे एक्झिक्युटिव्ह इंजिनिअर असल्याने ते आपल्या लेकीच्या घरी काही दिवसांच्या मुक्कामासाठी येत असत. हुशार, गावठी कार्यकर्त्यांनी या बड्या कायदेपंडिताचा अचूक माग काढला होता.

रमेश गंगाराम दिवसे या व्यक्तीचा विधानसभेचा उमेदवारी अर्ज ही प्रचंड घटना होती. नानांचा गट आणि त्यांच्या सुपरप्रिन्सच्या तिसऱ्या पिढीने मारलेला हा मास्टरस्ट्रोकच होता. संभावित उमेदवारांच्या यादीमध्ये हे नाव कधीही दिसले नव्हते. ते येण्याची कोणाच्या मनात शंका डोकावणे, हासुद्धा मूर्खपणा समजला गेला असता. जेव्हा आपला उमेदवारी अर्ज भरून शलाका आपल्या नवरा आणि कार्यकर्त्यांसह कचेरीतून बाहेर पडत होती, तेव्हाच नेत्रा आणि बाजीराव रमेश दिवसेचा अर्ज भरण्यासाठी आत घुसत होते. रमेशला त्या गर्दीमध्ये शिरोभागी पाहून शलाका मनातून दचकली होती; व्याकुळली होती.

सायंकाळी चार वाजता चिंचेखालच्या बंगल्याच्या मुख्य हॉलमध्ये मोजकीच मंडळी गोळा झाली होती. सर्वांच्या अंगावर अजून गुलालाच्या फकीचा रंग तसाच होता. अनेकदा चुळा भरूनसुद्धा चेहऱ्यावरचा रंगाचा लेप हटला नव्हता. सर्वांची तोंडे बोवड्याच्या सोंगातल्या मुखवट्यासारखी उग्र दिसत होती. सारेजण मांडीला मांडी आणि कानाजवळ तोंड नेऊन पुढच्या स्ट्रॅटिजीचा बारीक विचार करत होते.

रमेश दिवसे अधिकच गोंधळून गेला होता. त्याने बाजीरावला विचारले, "भाऊ, उमेदवारी अर्ज मागं घ्यायची मुदत अजून किती दिवस बाकी आहे?"

"सात दिवस."

"म्हणजे तेवढ्यात मी अर्ज मागं घ्यायचा का?" रमेश.

"तू कसा माघार घेशील रे माझ्या चिमण्या. तुझी रास तर सोन्याच्या मेखेवर आहे." बाजीराव मोठ्याने खळखळून हसत बोलला, "एखादे वेळी दुर्दैवानं मला माघार घ्यावी लागेल; पण तुझा अर्ज कायम राहणारच."

"माझ्या मनामध्ये गोंधळ उडाला आहे हो सगळा." रमेश.

"इतक्यात गोंधळून जाऊ नका हो भाऊजी," मध्येच तोंड घालत नेत्रा बोलली, "सारं काही सूर्यप्रकाशाइतकं स्वच्छ आहे. भाऊजी, तुम्हीही लढणार आणि बाजीरावही उभे असतील."

"म्हणजे दुरंगी लढत?"

"दुरंगी नव्हे तिरंगीच हो! त्या सटवीनं शलाकानंही ढोल वाजवत उमेदवारी अर्ज भरला आहे ना! ती धूमकेतूसारखी लागलीच आहे आपल्या नशिबाला."

"तुमच्या निवडणुकीचा प्रचार-पैसा सारं आम्ही बघू," बाजीराव सांगू लागले, "तुम्ही फक्त नवरा बनायचं आणि वरातीच्या घोड्यावर सजून बसायचं!"

"होऽऽ हो बनलो होतो ना एकदा नवरा, वरातही निघाली– सोन्यासारखा चिरंजीवही होता पोटाला; पण बायको जवळ राहायला पाहिजे ना? आमच्या नशिबाचं घोडं लंगडंच, त्याला कोण काय करणार?" बोलता बोलता रमेशचा स्वर रडवा बनला.

रमेश गंभीर झाल्याचे पाहून, त्याला त्यातून बाहेर काढण्यासाठी नेत्रा बोलली, "अहो भाऊजी, तुमच्या उमेदवारीचा हा बाण किती अचूक आणि जीवघेणा आहे, याची कल्पना तुम्ही करू शकत नाही."

"अहो भाभी, मी विचारतो कशाला पाहिजे हा घोळ? हा गाढवाचा गोंधळ? निवडणुकीच्या मैदानात मीही उभा राहणार, बाजीरावही उभे राहतील. मग आमच्यात आपसांतच मतांची विभागणी होऊन बाजीरावांची सीट फायनलला धोक्यात जाईल, हे तुम्हाला कसं कळत नाही?"

"अरे रमेश, तू कोणाविरुद्ध आणि कशासाठी लढतो आहेस, या गोष्टीला जास्त महत्त्व राहील." बाजीराव बोलले.

नेत्रादेवी रमेशकडे पाहत आडवी-उभी अचूक गणिते बांधल्यासारखी बोलली, "भाऊजी, जेव्हा या निवडणुकीचा प्रचार टिपेला पोहोचेल, तेव्हा काय धमाल उडणार आहे, याची आपण कल्पना तरी केली आहे का? अहो, निवडणुकीच्या रिंगणात उभ्या असलेल्या प्रत्येक उमेदवाराच्या बॅकग्राउंडची चर्चा होणारच. जागृत

मतदार समोर येऊन विचारणारच– मॅडम शलाका, आज राष्ट्रीय पक्षाचं तिकिट घेऊन तुम्ही उभ्या आहात, जेव्हा तेव्हा नाक वर करून साऱ्या जगाला अकलेचे डोस पाजता; पण बया, तू कोण, कुठली आणि बघता बघता राजमहालाच्या सदरेवर कशी पोहोचलीस? चर्चा तर होणारच ना. मग लोकांच्या डोळ्यांपुढे आपोआप उभे राहाल तुम्ही– या बाईचे एक्स हजबंड– म्हणजेच कालचा नवरा! अन् मग जनामनाच्या हिंदोळ्यावर एकच प्रश्न गरगरत उभा राहील. रमेश गंगाराम दिवसे नावाचा एक अतिशय होतकरू, गरीब, प्रामाणिक, पापभीरू, उमदा तरुण. काय चुकलं काय होतं त्या गरीब बिच्चाऱ्याचं? बायकोच्या सुखासाठी ज्यानं नदीच्या पात्रात तापलेल्या वाळूची ओझी वाहिली. आपल्या तरुण बायकोला सुख देण्यासाठी ज्यानं रक्त ओकलं, आपल्या एकमात्र सानुल्यासाठी– त्याच्या दुधासाठी स्वतःला गहाण ठेवलं, त्याला दुर्दैवी जमान्यानं काय दिलं? अशा या गरीब, पापभीरू, सरळमार्गी मनुष्याच्या आयुष्यात एका रंभेनं डोकावायचं तरी कशाला? आपल्या सौंदर्याच्या जादूनं भल्याभल्यांना भुरळ पाडणारी ही उर्वशी, एका होतकरू तरुणाचं भावविश्व जाळायचा तिला काय अधिकार? या बाईच्या अंगात आगीपेक्षा विलक्षण जादू. कायद्यानं आणि देवा-ब्राह्मणाच्या साक्षीनं हिच्या गळ्यात बांधलं होतं एक मंगळसूत्र. ते मंगळसूत्र, ज्याच्या पावित्र्यासाठी लाखो भारतीय पतिव्रतांनी हजारो वर्षांपासून आगीमध्ये उड्या घेऊन जोहार केला आहे; पण ही बाजारू बया, ही उडती तबकडी! काय करावं हिनं? पहिलं पवित्र मंगळसूत्र न तोडता, या चवचाल नटीनं एका कोवळ्या राजकुमाराशी 'सूत' जमवलं! लोक हो, जी स्त्री आपल्या मंगळसूत्राशी, आपल्या धर्म कल्पनांशी, नारी जातीच्या पावित्र्याशी असा बेछूट खेळ खेळली आहे, अशा भानगडबाज बाईला मत देऊन तुम्ही आमच्या गरीब तालुक्याचा कपाळमोक्ष करणार आहात का?''

नेत्राताई प्रचंड सभेत भाषण केल्यासारख्याच बोलत राहिल्या. तशा बैठकीत हजर असलेल्या सर्वांनीच जोरजोरात टाळ्या वाजवल्या. आता या शलाकाचे काही खरे नाही. निवडणुकीनंतर तिला आपले पराभूत तोंड घेऊन बापूनगरातून पळूनच जावे लागेल, याची सर्वांनाच खात्री झाली होती; परंतु कधी नव्हे तो आज रमेश दिवसे मात्र कमालीचा थंड दिसत होता. तो बाजूच्या खुर्चीवर थकल्यासारखा बसला होता. त्याच्या जवळ जात आणि त्याच्या उजव्या खांद्यावर वात्सल्याने हात ठेवत बाजीरावने विचारले, ''क्यूं रमेश भय्या? तुम्ही आज हे असे थंड थंड का?''

''का कोणास ठाऊक. मला हा सारा खोट्या प्रचाराचा बुडबुडा वाटतो. धोका वाटतो. या मार्गानं काय फायदा होणार आहे?''

''अहो, सारा फायदाच फायदा! तुम्ही कल्पना करू शकणार नाही इतका फायदा! तुम्हाला लग्न मंडपात न्याय मिळाला नाही, तो इथे निवडणुकीच्या

पेंडॉलमध्ये मिळणार!''

''अगदी बरोबर आहे, भाऊजी. शेवटी तुम्ही मतदारांना कळकळीची विनंती करू शकता, या बाईनं स्वतः राजवाड्यात महाराणी बनण्यासाठी मला कसं भिकेला लावलं– शेवटी तुम्ही हेही सांगू शकता की, मायबाप हो! एक वेळ मला मत द्यायचं नसेल, तर नका देऊ. मात्र, कोणत्याही परिस्थितीत या पाखंडी स्त्रीच्या पदरामध्ये मताचा जोगवा टाकू नका. मला न्याय नाही मिळाला तरी चालेल; पण या देशातली लोकशाही वाचली पाहिजे!''

इतर वेळी शलाका आणि प्रिन्सचे नाव कानांवर पडताच रमेशचे सर्वांग रागाने पेटून उठायचे. त्या आपल्या बापाच्या अंगातली हवा अशी ऐनवेळी पंक्चर का व्हावी, हे अभिषेकलाही समजत नव्हते. सुपरप्रिन्स त्याच्या मांडीचे चिमटे घेत हळूच कानात, ''अरे, सांग समजावून तुझ्या मूर्ख बापाला,'' असे कुजबुजत होता; पण का कोणास ठाऊक, रमेशच्या मनामध्ये भीतीचा बोगदा निर्माण झाला होता. निसरड्या चिखलावरून आपला पाय सटकतो आहे, नकळत आपण खोल काळदरीकडे फेकले तर जात नाही ना, असे त्याला आतून वाटत होते. नकळत तो अतिशय घाबरला होता.

शेवटी बाजीरावने रमेशचा हात पकडून त्याला सर्वांसमक्ष धीर दिला, ''या इलेक्शनचा खर्च, प्रचाराची जोडणी, गाड्या, पेट्रोल, पोस्टर्स तुमच्या शेंडीपासून ते दांडीपर्यंत सारं काही आम्हीच पाहणार आहोत. तुम्हाला हवं तर स्टँपावर लिहून देतो. या निवडणुकीत तुमची ती शलाका पराभूत होणार म्हणजे होणारच– अगदी एक हजार टक्के! आता प्रश्न उरतो तो एकच, निवडून कोण येणार?''

''मी समजलो नाही.'' रमेश.

''मी निवडून येणार की रमेशभाऊ तुम्ही? पण एक विसरू नका, काहीही झालं तरी कपाळ फुटणार आहे ते शलाकाचंच. तुमच्या-आमच्या छाताडावर बेछूटपणे नाचणाऱ्या या अहंकारी, बदनाम, महत्त्वाकांक्षी स्त्रीचा कायमचा नाश होणार आहे. त्या आनंदापुढे तुम्ही आमदार झाला काय आणि मी बनलो काय दोन्ही सारखंच ना? काहीही करून हे घडवायला हवं आणि निवडणुकीच्या या गढूळ– विषारी पाण्यात त्या शलीला बुडवायलाच हवं.''

रात्रीची नीरव शांतता. बाहेरच्या हॉलमध्ये प्रिन्स एकटेच यू ट्यूबवर जुन्या हिंदुस्थानी संगीताच्या अस्सल चिजा ऐकत बसले होते. बाहेरून फक्त हलक्या वाऱ्याने उडणारी वृक्षांची सळसळ ऐकू येत होती. शलाका मात्र दिवसभराच्या श्रमाने थकून बेडरूममध्ये गाढ झोपी गेली होती.

कसल्याशा आवाजाने शलाकाच्या गाढ झोपेत व्यत्यय आणला. ती जागीच चुळबुळली. तशीच कूस बदलून झोपी गेली. अलीकडचा मुंबईचा तो धावता दौरा, नुकताच तहसील कार्यालयात तिने भरलेला आपला उमेदवारी अर्ज या साऱ्या कटकटीच्या गोष्टींचा त्रास झाला होताच; पण ऐनवेळी बाजी आणि नेत्राने रमेश दिवसेला मुद्दाम निवडणुकीस उभे करून तिच्यासाठी सततच्या मानसिक छळाची व्यवस्था करून ठेवली होती. त्या साऱ्या विचारांनी आणि विवंचनेने तिचे मस्तक बधिर केले होत; त्यामुळे थकलेल्या, अगदी आंबून गेलेल्या शरीराला काही तासांची सलग विश्रांती हवी होती.

पुन्हा कसल्याशा आवाजाने झोपेची तार तुटली. तिने पाहिले, तर उशीजवळ ठेवलेला तिचा मोबाइल पुनःपुन्हा वाजत होता. नंबर ओळखीचा नव्हता. तिने झटकन फोन उचलला आणि त्रासिक स्वरात विचारले, ''कोण– कोण बोलतं आहे ते?''

''शली का गं?'' तो रफटफ घोगरा पुरुषी आवाज; पण काही क्षणांत शलाकाने ओळखले की, हा नक्की रमेश दिवसेचा आवाज नाही. तिने आपल्याही आवाजाची पट्टी वाढवली.

''ओ मिस्टरऽऽ 'शली' म्हणजे काय? जीभेचा वापर नीट करता येत नाही का तुम्हाला? –आर यू?''

''म्हणजे अजून ओळखलं नाहीसच?''

"बट् हू आर यू?"

"शलेऽऽ मी बा-जी-रा-व! तुझा मोठा दीर. आता तरी पटली का ओळख?"

शलाकाला दरदरून घाम फुटला. पोटात भीतीचा गोळा उठला. अशा अवेळी हा अशुभ राहू काय बोलेल, ते सांगता येत नव्हते; त्यामुळे स्वतःला सावरत तिने विचारले, "हं, भाऊजी मी, मी शलाकाच बोलतेय?"

"काय गं चिव चिव चिमणे? कुठलाही दिलेला शब्द पाळायचा नाही, हे काय तुला तुझ्या आई-बापानंच शिकवलंय का?"

"तसं काही नाही भावोजी."

"वोऽऽ च्यायला मीच सॉरी. तुझ्या आई-बापाचा पत्ताच नाही म्हणतात, तर ते तरी साले तुला शिकवायच्या भानगडीत कशाला पडतील?" बोलताबोलता बाजीरावचा आवाज कठोर झाला. टिपेला पोहोचला, "काय गं चिचुंद्रे! त्या पार्लमेंटच्या निवडणुकीच्या वेळेला किती मोठ्या तोंडानं बकबक केली होतीस– साक्षीला तुझा नवरा तो येडा प्रिन्सपण होता. काय तर म्हणे, नानांच्या घरी आमदारकी गेली तरी आम्हाला चालेल! जायलाच हवी! अन् आता ऐनवेळी टोपी फिरवतेस? काल नाक उंचावत कॅन्डिडेटचा फॉर्म भरायला तहसील कार्यालयात आली होतीस. त्याच वेळी असा जाम घुस्सा आला होता मला– माझी अतिशहाणी बायको नेत्रा सोबत नसती, तर मामलेदार ऑफिसच्या आवारातच तुझी साडी फेडून तुला नागवी करून, साऱ्या तालुक्याला सिनेमा दाखवला असता. साली दगाबाज कुत्ती!"

शलाका जागेवरच भीतीने थरथर कापू लागली. बाजीरावने थंड सुरामध्ये तिला विचारले, "काय गं? तुझं ते थोरलं पोरगं, ज्याच्या नावाचं बारसं व्हायच्या आधी खपलं होतं बघ– आठवतं का? बारशाच्या फंक्शनच्या आधी किती दिवस गं?"

"चार दिवस," शलाकाला न विचारताच भीतीने गारठलेली, तिची जीभ बोलून गेली.

"च्यायला, त्या मानानं तुझा धाकटा पोट्टा– काय ठेवलं आहेस त्याचं नाव– हां रणविजयऽऽ–! कोणत्या वर्गात? आठवीत आहे नव्हं का?"

"हं... होय."

"तिकडे लांब डेहराडूनच्याच हॉस्टेलमध्ये शिकतो नाही का?"

"हं– हो, हो." शलाकाचे पाय आता अगदी गोठून गेले होते. आपण जागेवरच कोसळणार तर नाही ना अशी भीती तिला वाटू लागली होती.

"आयला, पहिल्या पोराच्या मानानं हे तुझं नंबर दोनचं पोरगं जरा जास्तीच वर्षं जगलं नाही का?"

"अहो, काय– काय बोलताहात तुम्ही भावोजी? करवतीसारख्या तुमच्या

शब्दांनी इकडं अंग कापतं आहे माझं. प्लीज, स्टॉप इट भावोजी,'' बोलताबोलता शलाका हुंदके देत रडू लागली.

''हे बघ, तुझ्या या लेकराची तरी काळजी घे! असं बेरात्री फोन करायचं कारणबी तसंच होतं- दहा दिवसांत किमान तीन वेळा माझ्या स्वप्नात तुझा तो कार्टा दिसला.''

''तो-? तो कसा?''

''अगं, त्या डेहराडूनला हिमालयाच्या बाजूला केवढा मोठा पाऊस पडतो. त्या मुलखात शिगोशिग भरून वाहणारे ते मोठे ओढे. अशाच एका मोठ्या ओढ्यात मला तुझ्या रणविजयची डेड बॉडी दिसली- अशी टम् फुगलेली- आपली एक तकलीफ आहे, मजबुरी आहे. म्हणजे असं की, आपणाला पडलेली बहुतांश स्वप्नं खरीच निघतात! म्हणून माझं टेन्शन वाढलं-''

पलीकडचा फोन बंद झाला अन् फाशीच्या गाठीतून सुटलेल्या मनुष्यासारखी शलाका बाजूच्या कोचावर कोसळली. काही क्षणांपूर्वीच आत काहीतरी गडबड चालू आहे, याची जाणीव झाल्याने प्रिन्स तिथे येऊन पोहोचला होता. त्याने एखाद्या पांढऱ्या रोगट पालीच्या त्वचेसारखा शलाकाचा पांढराफटक चेहरा पाहिला अन् त्याचीही गाळण उडाली. ती खाली कोसळताच तिच्या मानसिक धक्क्याची सल त्याला जाणवली असावी. तिचे भीतीने आकसून गेलेले अंग पाहून तो आणखी चिंतेत पडला. अशा वेळी तिच्यावर अधिक प्रश्नांचा मारा करणे, हा मूर्खपणा ठरला असता.

प्रिन्सने शलाकाला उचलून पोटाशी धरले आणि पलीकडच्या पलंगावर झोपवले. तो तिच्या शेजारीच बेडवर झोपला. तिला पोटाशी पकडून तिच्या अंगावरून आणि केसांतून बोटे फिरवू लागला. तिला धीर, आधार आणि मायेची ऊब देण्याचा त्याने प्रयत्न चालवला. थोड्या वेळाने पाणी पाजले. कॉफी हवी आहे का विचारले. ती फक्त दोन ग्लास पाणी घटाघटा प्यायली.

मध्ये बराचसा वेळ गेला. शलाका प्रिन्सच्या बाहूंमध्ये गुडूप झाली होती; पण तिचा डोळा झाकला नव्हता. ती जागीच असल्याने प्रिन्सला झोप येणे शक्य नव्हते. ती थोडीशी शांत झाल्याचा अंदाज घेत प्रिन्सने हळुवार सुरात विचारले, ''शलू, मला तरी सांग, प्रकार काय आहे?''

ती तशीच बिछान्यात अर्धवट उठली. एखादी झाडाची फांदी खाली कोसळावी आणि पुन्हा वाऱ्याच्या झुळकीने तिच्या पानांचा पसारा हलावा, तशी ती अस्ताव्यस्त बनली होती. आपले चोंदलेले नाक रुमालाने पुसत तिने प्रिन्सला विचारले, ''उमेदवारीचा अर्ज मागं घ्यायची मुदत संपली का हो?''

एकाएकी तिचा गळा दाटून आला. हुंदक्यांच्या थेंबांत तिच्या मुखातले शब्द

भिजून गेले, "सॉरी प्रिन्स, आता माझे प्राण निघून गेले तरी चालेल; पण मला ही निवडणूक लढवायची नाही. हवीतर उद्या-परवा पेपरात मोठी जाहिरात देऊ. बट ॲम नॉट गोइंग टू कन्टेस्ट धिस ब्लडी इलेक्शन."

तो काहीच बोलला नाही. विस्मयाने तिच्याकडे पाहतच राहिला, तेव्हा ती वैतागून ओरडली, "का बोलत नाही तुम्ही?"

"तुला काही वेडबिड तर लागलं नाही. परवा आपण दोघं मुंबईत मुख्यमंत्र्यांना भेटलो– तेव्हा काय बोलले होते ते?"

"नका हो प्रिन्स, मला या फंदामध्ये अजिबात नका अडकवू. मला नको आहे हे निवडणूक नावाचं फड्या निवडुंगाचं काटेरी रान. हवं तर बिनविरोध निवडून येऊ दे तुमच्या त्या बाजीराव डोंगरे पैलवानाला. जरूर तर मुख्यमंत्रिपदाचा मुकुट त्यांच्याच डोक्यावर घाला. चौघडा लावून त्यांना वाजवत न्या; पण मला नको हा निवडणुकीचा गुंता." असे म्हणत प्रिन्सच्या गळ्यामध्ये गळा घालून ती धाय मोकलून रडू लागली. तिच्या अंगातले धैर्य, हिंमत सारे काही तिच्यापासून दूर पळून गेले होते.

"हे बघ शलू, राजनीती नावाचा हा पेपर खूप जालीम असतो. तो देणाऱ्या विद्यार्थ्याला प्रश्नपत्रिका बाजूला भिरकावून निघून जायची कुठेही पळवाट नसते, कारण आपले निर्णय आणि त्याचे परिणाम अनेकांच्या जीवनाशी गुंतवळा करतात. एकट्यासोबत हा सांघिक डावही असतो; म्हणूनच हा पळपुटेपणाचा विचार तू मनातून काढूनच टाक. स्वतःला आवडो वा ना आवडो, तुला ही जटिल प्रश्नपत्रिका सोडवावीच लागेल!"

"प्रिन्स! आपलं पहिलं बाळ ज्या दुष्ट प्रवृत्तींनी खाऊन टाकलं, त्याच दुष्टांची नजर आता माझ्या रणविजयकडे वळली आहे. डेहराडूनच्या ओढ्यात त्यांना माझ्या सानुल्याचं प्रेतही वाहताना दिसू लागलं आहे."

"सोडून दे गं शलाका. अशा कुत्र्यांच्या धमक्यांना मी नाही भीक घालत."

"बट यू शूड अंडरस्टँड डिअर प्रिन्स. गजरा खोऱ्याच्या या मातीत एक वेळ साखरेला चांगला उतारा मिळणार नाही; पण इथल्या निवडुंगाचे काटे खूप अणकुचीदार आणि अगदी जीवघेणे असतात. इथल्या क्रूर आणि दुष्ट बुद्धीपुढे व थंड दहशतींसमोर ते रावण आणि दुःशासनसुद्धा कापतात चळाचळा. जिवंत माणसे होतात बॉयलरच्या भयानक आगीत स्वाहा. इथल्या धमन्यांत तांबडं रक्त नव्हे पेंट वॉशचा राक्षसी तवंगच झिरपतो; त्यामुळेच मला तुमची ती सत्ता नको, खुर्ची नको. मला माझं वाचलेलं लेकरू घेऊन इथून कुठेतरी पळून जाऊ द्या."

"हे बघ शलू, तुला या परिसराचा त्याग करायचा असेल, तर मला तरी इथं राहण्यात काय रस असणार आहे? आता मला तुझी नव्हे, तर तुझ्या चांगुलपणाच्या

सावलीची सवय झाली आहे! तुझ्यामध्ये मी इतका गुंतून पडलोय की, तुलाही ते माहीत आहे, तुझ्याशिवाय मला जगता येणार नाही.''

''असं कसं? तुमचं एवढं मोठं विश्व, ही दुनिया सोडून तुम्हाला इथून कसं बाहेर पडता येईल?''

प्रिन्स थोडा वेळ गतस्मृतींमध्ये बुडून गेला. काही वेळाने त्याच्या मुखातून आपसूक शब्द बाहेर पडले, ''जेव्हा मी माझ्या पित्याला स्पष्ट सांगितलं होतं– मला तुमच्या राजकारणाची घृणा येते. नको ती लोकांची गर्दी, त्यांच्या न संपणाऱ्या समस्या. मला हवा शांत आणि निवांत एकान्त; तेव्हा माझ्या पित्याने अत्यंत शांत सुरात मला ऐकवलं– ते म्हणाले– चिरंजीव, महाराष्ट्राच्या सहकार क्षेत्रात फक्त तुझ्या एकट्याचा बाप 'सहकारमहर्षी' झालेला नाही. माझ्यासोबत अनेक मोठ्या नद्यांच्या खोऱ्यात खऱ्या अर्थी अनेक चांगले सहकारमहर्षी जन्माला आले. शिक्षणाच्या बाबतीत ते बहुतांशी सारे अंगठेबहाद्दर होतेच. आम्ही सारे शेताबांधातले नांगरहाकेच; पण जनता जनार्दनाच्या आशीर्वादानं– वैकुंठलाल मेहता आणि यशवंतराव चव्हाण, वसंतदादा आणि गाडगीळ अशांच्या मार्गदर्शनानं आम्ही मातीत चावरी– नांगर जुंपले. उसाची पिकं काढली. आम्हाला यंत्रातंत्रांची फारशी माहिती नसताना त्यातली ज्ञानी माणसं आम्ही भोवती गोळा केला अन् एखाद्या गारुड्यानं नागिणीचे दात ठेचून तिला आपल्या पुंगीच्या तालावर नाचवावी, तशी अवाढव्य कामं आम्ही घडवली; पण एक गोष्ट खूप महत्त्वाची की, जेव्हा रानातून पाणी खेळतं, तेव्हा पिकाबरोबर तणसुद्धा वाढतं अन् काही तणांच्या अवलादी अशा असतात की, त्या पिकालासुद्धा खाऊन टाकतात.

–डॅडी, मला तुमच्या बोलण्याचा अर्थ समजला नाही.

–तेव्हा बापूरावजी बोलले– पोरा, तुझा चुलता हे पीक नसून तण आहे! झाडकील आहे! अन् तुझ्या अंगात मला तुझ्या आईचे संस्कार दिसतात. आज मी माझ्या पिढीच्या अनेक साखरसम्राटांचे प्लँट पाहतो. अरे, जिथे एकेकाळी सोन्याचा धूर निघत होता. कृषी औद्योगिक क्रांतीची तीर्थक्षेत्रं म्हणून ज्या बड्या यशस्वी साखर कारखान्यांना भेटी द्यायला परदेशी पाहुणे मोठ्या कौतुकानं यायचे. अशा अनेक ठिकाणी आता फॅक्टऱ्या बंद आहेत. गाढवे आणि मोकाट कुत्री फिरतात. बँकांच्या थकबाकीच्या नोटिसांचं कुंकू लागून तिथल्या भिंतीही आता काळपट पडल्या आहेत. पोरा, उद्या अचानक जर माझा मृत्यू ओढवला, तर काय होईल याची कल्पना आहे का तुला?

''मी झटकन पुढे जाऊन डॅडींना मिठी मारली आणि रडत विचारले, डॅडी, असे का बोलताहात? तर माझ्या अश्रुभऱ्या डोळ्यांचा मुका घेत डॅडी बोलले– पोरा, खरं तेच बोलतोय रे– अचानक मी गेलो, तर इथे काय होईल याची मला कल्पना आहे–

तुझा हा बाजीराव, हे तण, हे झाडकील; ती औलाद सत्तेत आली की, कारखान्याची चिमणी बंद होईलच; पण काही महिन्यांच्या आत ऑफसेट प्राइज काढून मोठाली यंत्रं लिलावात निघतील. इथं मोकाट कुत्री आणि गाढवं फिरतील. तुला मी शेवटची महत्त्वाची जाणीव करून देतो– समाजात दुष्ट, भ्रष्ट किंवा अन्यायी प्रवृत्ती वाढली आहे म्हणून त्या दुष्टांच्याच हाती सत्ता किंवा मैदानं हवाली करणं, हे महापाप ठरेल. एकदा जंगल जाळून जमीनदोस्त केलं की, झटकन कोळशाचं कॅशक्रॉप काढता येईल– असा विचार करणारी ही बथ्थड माणसं; पण पोरा, उभं जंगल जाळून ते जमीनदोस्त करायला असं काय लागतं रे? बस आगपेटीतली एक काडी! मात्र, ज्यांनी रोपटी लावली होती, त्या प्रत्येक रोपट्याच्या बुडाशी किती पाणी आणि घामाचे किती थेंब, तेही किती वर्षं ओतले होते, याची कल्पना फक्त त्या वेड्या बागवानांनाच असते. रावणाच्या दुष्टपणामुळे राम पळून गेला असता, तर ते रामराज्य कुठं उरलं असतं? त्या सीतामाईचं काय झालं असतं? म्हणूनच सांगतो पोरा, उगाच घाबरून दुष्टांच्या हाती मैदानं हवाली करण्यात मर्दानगी नसते! उलट त्या राक्षसी प्रवृत्तीविरुद्ध हत्यार उपसून जंग छेडण्यातच खरं शौर्य असतं!''

आपण बोलताबोलता खूप वेळ बोलत राहिल्याची प्रिन्सला जाणीव झाली. रात्र केव्हा सरत आली, हे कळलंही नाही. गजरेच्या काठावरून मोराच्या केका ऐकू येऊ लागल्या. आता उजाडू लागले होते. शलाकाने आपल्या लांबट केसांचा बुचडा बांधला अन् खिडकीतून बाहेर पाहत तिने नवऱ्याला सांगितले,

''चला, मी अंघोळीला चालले. तुमच्यासाठी कॉफी टाकू की चाय?''

''ए वेडे, रात्रभर तू झोपली आहेस कुठे?''

''इथे झोपायला वेळ कोणाला आहे? बाहेर बघा ना उजाडू लागलं आहे,'' अन् बोलताबोलता प्रिन्सच्या जवळ जात, त्याचा हात पकडून शलाका बोलली, ''अहो, आत्ताच तर तुम्ही मला धडा शिकवलात, निक्षून सांगितलंत– परीक्षा द्यायलाच हवी आणि तुम्हाला माहीत आहेच– पेपर खूप अवघड आहे ते?''

बापूनगरच्या एका बोळकांडातून पुढे गेल्यावर चार चाळवजा इमारतींची ती मध्यमवर्गीयांची पूज्य सानेगुरुजी गृहनिर्माण योजना. खरे तर बाजीरावच्या लोकांनी रमेशला काही बंगले दाखवले होते. भाड्याची चिंता करू नकोस, असेही बजावून सांगितले होते; परंतु रमेशला ते काही पटले नव्हते. या वयात आपण आपला आर्थिक भार दुसऱ्यावर टाकावा? एक तर अनेक जागी प्रयत्न करूनही धंदा चालला नव्हता. नशिबाने तेवढी साथ दिली नव्हती. अजूनही त्याचे भिरभिरते मन शलाकाच्याच स्वप्नाभोवती घिरट्या मारत फिरायचे. खरेच तिच्या पायात लक्ष्मी होती, सौख्य होते. दुर्दैवाने तिला आपण वेळीच ओळखू शकलो नाही.

आता शलाका म्हणजे नभांगणातली तारका होती. ती पुन्हा त्याच्या कवेत येणे शक्य नव्हते; परंतु मनुष्याच्या मुठीतून पाखरासारखी दूर उडून गेलेली संधी आणि आपल्या उबदार मिठीतून दूर निघून गेलेली आवडती स्त्री– त्यांचे 'निघून जाणे' म्हणजे काय असते, ते दाहक दुःख फक्त त्याचा अनुभव घेणाऱ्यांनाच माहीत असते. शलाकासाठी आपले झुरणे हे अनाठायी आहे, ही गोष्ट रमेशला माहीत नव्हती का? पण पुसटशा आशेच्या तुकड्यावर जगत राहणे, हा मनुष्य स्वभाव असतो. रमेश तरी त्याला कसा अपवाद असणार?

पण का कोणास ठाऊक, अलीकडे रमेशला बाजीरावच्या आणि त्याहीपेक्षा त्याच्या 'सुपरप्रिन्स'च्या भपकेबाजीचा आणि त्यांच्या श्रीमंतीचा उबग येत होता. त्यातही अभिषेकसारखा आपला चांगला मुलगा सुपरप्रिन्सला जळूसारखा चिकटून राहावा. त्याने सतत त्याच्या पाठीमागे सावली होऊन फिरावे, 'सुपर दादा, सुपर दादा' म्हणत त्याची थुंकी झेलावी, हे रमेशच्या मनाला पटत नव्हते. त्यातच लेडिज हॉस्टेलमधल्या पोरींनी– या 'अटेंम्प्ट टू रेप'– बलात्काराचा प्रयत्न आणि स्त्रीत्वाच्या

हल्ल्याच्या दाखल केलेल्या गुन्ह्यातून शलाकानेच त्यांना वाचविले होते, ही गोष्ट रमेशलाही माहीत होती.

अभिषेकने त्याच्या महागड्या सुझुकी बाइकच्या बॅक सीटवर पाठीमागे एक रबरी स्टीक लावलेली, त्याच्यावर ठळक अक्षरात 'मेरे सुपर दादा, तुमच्यासाठी कायपण!' असे लिहिलेले. एकूणच आपला एकमेव पुत्र नको त्या चरकामध्ये पिळला जातोय, याचे रमेशला खूप दुःख वाटत होते.

उमेदवारीचा अर्ज भरल्यानंतर दोनच दिवसांनी सकाळी रमेश आपल्या मुलाला म्हणाला, "अभिषेक बाळा, हा इलेक्शनचा चाललेला सारा तमाशा म्हणजे मला एक घातकी खेळ वाटतो."

"काहीतरीच बोलता डॅडी."

"अरे, इंजिनाची चाकं चालविण्यासाठी लोक जळक्या ऑईलचं वंगण वापरतात ना– तसे हे लोक आपल्याला फक्त वापरतील आणि सोडून देतील!"

"डॅडी, आता मात्र तुम्ही खरोखर बुद्धे बनला आहात. आठवतं तुम्हाला, मी शाळेत होतो तेव्हाच्या गोष्टी? तिकडे मला भेटायला सारखं नाशिकला येत होतात. राहायला जागा नाही म्हणून एसटी स्टँडच्या उघड्या बाकावर रात्र काढत होतात. कांदाभजी चांगली खरपूस भाजण्यासाठी पीठाचे गोळे हातात घेऊन उकळत्या कढईत कसे टाकतात, तसे माझ्या मेंदूचे गोळे तुम्ही सूडाच्या उकळत्या तेलात फेकत होतात. माझ्या त्या उमलत्या वयात त्या शलाकाबद्दल, तिच्या लग्नाबद्दल, त्या प्रिन्सविषयी सारखं नको नको ते सांगून माझा मेंदू तुम्हीच करपवला होता की आणखी कोणी हो? अन् आज ऐन युद्धाच्या वेळी तुमच्या तोफेत पाणी! डाउन विथ सच कार्वडाइज– धिक्कार असो अशा बुळेबाजीचा."

अभिषेकच्या त्या पलटवारावर रमेशने चूप राहणेच पसंत केले. थोड्या वेळाने अभिषेक बोलला, "जाऊ दे डॅडी. यू डोन्ट नो द हार्ट ऑफ यंगस्टर्स. आमच्या तरुण पिढीचं आणि विशेषतः माझ्या बुझमबडीचं– प्राणप्रिय सुपर दादाचं 'व्हिजन'च तुमच्या लक्षात येणार नाही. खरं तर अत्यंत तल्लख बुद्धीचा सुपर दादा तुम्हाला नव्हे, त्या शलाकाविरुद्ध मलाच निवडणुकीला उभा करणार होता. किती ढासू ड्रामा रंगला असता तो! दोन-तीन मराठीच्या शिक्षकांना लॉजवर दोन रात्री कोंडून आम्ही निवडणुकीसाठी किती झकास घोषवाक्यं पण शोधून काढली होती. 'सत्तेच्या आणि संपत्तीच्या सिंहासनासाठी निष्पाप बाळाला निर्दयपणे पायाखाली चिरडवून जाणारी एक बेछूट माता!' 'सत्तेच्या अहंकारानं माजलेली महाराणी विरुद्ध रस्त्यात पडलेलं एक वनवासी फूल.' डॅडी, खरं सांगू, मी तर या शलाका नावाच्या बाईला इतकी हैराण आणि परेशान केली असती की, माझी खात्री आहे निवडणूक व्हायच्या आधीच ती हार्टअटॅकनं हे जग सोडून गेली असती."

"तर मग थांबलास कशाला? तुझ्या आईला त्रास द्यायची हौस लागलीच भागवून घ्यायची होतीस."

"डॅडी, अकलेचा हा धडा तुमच्याकडून शिकायची वेळ यावी, हेच तर माझं दुर्दैव आहे! फक्त दोनच महिन्यांनी– म्हणजे फक्त साठ दिवसांच्या फरकानं आमचा घोटाळा केला. निवडणूक लढवण्यासाठी अठरा वर्षं कायद्यानं पूर्ण व्हावी लागतात. या दोन महिन्यांनी जर दगाबाजी केली नसती, तर तुमच्या दंडाला मख्खन लावायची आम्हा सर्वांना काय गरज होती? मी स्वतःच शलाकाच्या ढोंगबाजीच्या दशा दशा करून त्या वाऱ्याला लावल्या असत्या."

"जाऊ दे पोरा– एखाद्या कटू अनुभवानं जेव्हा तुझं कपाळ फुटेल, तेव्हाच या स्वार्थी राजकारण्यांचे खरे रंग समजतील तुला."

"अरे! आजकाल काय झालं आहे डॅडी तुम्हाला? याआधी प्रिन्सनं माझी गरिबाची बायको पळवली, मला जन्मातून उठवलं; असा आकांत फोडत, तुम्ही टाचा घासत होतात. आजकाल मात्र तुमचं सारं उलटं चाललं आहे. तुम्ही नेत्रामां आणि बाजीअंकलबद्दल खूप वाईट बोलू लागला आहात."

"हे बघ, त्यांना फक्त शलाका आणि प्रिन्स यांना बदनाम करण्यामध्ये आणि त्यांना जन्मातून उठविण्यामध्ये इंटरेस्ट आहे. त्यासाठी ते प्यादी म्हणून तुला आणि मला नाचवताहेत. मला नाही वाटत या इलेक्शनच्या तमाशातून आपल्या हाती काही चांगलं लागेल."

"म्हणजे तो प्रिन्सच तुम्हाला आता देवमाणूस वाटू लागलाय की काय डॅडी?" अभिषेकने आश्चर्याने विचारले.

"अगदीच नसेल तो देवमाणूस; पण एक चांगला माणूस मात्र नक्कीच आहे. जेव्हा शलाका नावाची, तिच्या नवऱ्यानं लाथाडलेली एक तरुण स्त्री त्याच्याकडे मदत मागण्यासाठी गेली होती, तेव्हा तो यशाच्या केवढ्या मोठ्या शिखरावर होता. शुगर फॅक्टरी, डिस्टिलरीशिवाय केवढ्या प्रचंड संपत्तीचा तो वारसदार होता. स्वतः बिनलग्नाचा होता. त्याच्या रूपाला आणि विशेषतः ऐश्वर्याला पाहून कोणाही सुंदर अप्सरेला त्याचा मोहच पडला असता. नाहीतर बाहेर बघ, समाजात किती धनवान पुरुष असतात. प्रत्येक नव्या देखण्या मैत्रिणीला कावळ्यासारखी फक्त टोच मारतात, चव बघतात; परंतु एका सुंदरीच्या मिठीतून बाहेर पडत असतानाच या श्रीमंत बाळांच्या नजरेसमोर दुसरी शिकार असते. अशा वृत्तीनं प्रिन्सला सहज जगता आलं असतं; पण शलाकाला त्यानं जन्मभर ज्या रितीनं वागवलं ते पाहून मला वाटतं, जीवनभराची निष्ठा म्हणजे काय असतं, ते प्रिन्सकडूनच शिकावं."

"डॅडी, तुम्हाला प्रिन्सनं चांगलंच भारावून टाकलेलं दिसतंय."

"तू एका दुसऱ्या दृष्टीनं या विषयाकडे का पाहत नाहीस? त्या दिवसांत, त्या

गरजू आणि असाह्य शलाकाला काही दिवस वापरून जर प्रिन्सनं सोडून दिलं असतं तर? शलाकाच्या एकूण स्वभावाचा विचार करता ती त्यानंतर जिवंत तरी राहिली असती का रे?''

"म्हणजे डॅडी? त्या बाईसाठी तुमच्यापेक्षा प्रिन्सच ग्रेट असं समजायचं का आपण?''

"हो, तुला- मला पटेल न पटेल, वस्तुस्थिती तीच आहे. अरे, जेव्हा पंढरपूरजवळ तिला मी नदीपात्राजवळ दिसलो, तेव्हा माझ्याकडे पाहून तिनं भरल्या नदीमध्ये उडी घेतली होती. आपल्या जीवनाची बुडती नैया हाच मनुष्य वाचवू शकेल, असा केवढा मोठा भरवसा तिनं बाळगला असणार; त्यामुळेच जगायचं किंवा बुडायचं ते याच माणसासोबत, असा निर्धार करूनच ती बिचारी माझ्याकडे धावली असणार; पण त्या सँड लिलाव प्रकरणात तिनं त्या कमिशरनकडे जाऊन त्याचा पलंग सजवावा, असं मी तिला निर्लज्जपणे जेव्हा सूचित करत होतो, तेव्हा तिचं काळीज कसं फाटून गेलं असेल, याची कल्पनाच केलेली बरी.''

"पण डॅडी, तुम्ही स्वतः इतके खालच्या 'लेव्हल'ला गेलाच होता कसे?''

"कुसंगती! नालायक दोस्तांशी यारीसोबत आणि अपयशाची वाटणारी भीती, दुसरं काय? पण मला आठवतंय, त्याही परिस्थितीत तिनं कठोरपणे रिॲक्ट व्हायचं टाळलं. उलट आपण निर्धारानं कंबर कसू या आणि जीवनात व संसारात पुन्हा उभे राहू या, असं ती मला समजावत होती. मात्र, जेव्हा हंटरच्या मुठीनं तुझ्यासारख्या तीन वर्षांच्या बालकाचं मस्तक फोडायचा दुष्टपणा मी दाखवला, तेव्हाच तिच्या माझ्यावरच्या विश्वासाला पूर्ण तडा गेला असावा.''

"अहो, पण तीन वर्षांच्या सानुल्याला सोडून ती राजाची राणी बनायला निघून गेलीच कशी?''

"तिनं तरी बिचारीनं काय करावं? तिच्या लग्नाचा नवरा तिच्यासाठी गिऱ्हाइकांची लाइन उभी करू इच्छित होता– अन् त्याच वेळी बिनलग्नाचा एक राजकुमार आपलं ठरलेलं लग्न बाजूला ठेवून तिला जन्मोजन्मीची साथ द्यायला उभा होता– तेही चोरीछुपे नव्हे, तर दोन लाख लोकांच्या उपस्थितीमध्ये अगदी बँड वाजवत!''

"अहो, मग आयुष्यभर त्या प्रिन्स आणि शलाकाच्या नावे शिव्याशाप देत, तुम्ही आपली जीभ का खराब करत बसलात?''

"त्या साऱ्या मूर्खपणाचा उशिरा का होईना मला पश्चात्ताप होतोय. जेव्हा गंगा आली होती, तेव्हा तिच्या पवित्र पाण्यात न्हाऊन घ्यायचं मला भान नव्हतं. मात्र, जेव्हा ती आटून गेली, तेव्हा कोरड्या पात्रातले गोटे मी कपाळावर मारून घेत बसलो– त्या मूर्खपणाला काय म्हणावं?''

रात्री उशिरा रमेशचा डोळा लागला. मात्र, तासाभराने त्याला अचानक जाग

आली. त्याला जाणवले की, आपल्या शेजारी झोपलेला आपला मुलगा अभिषेक अजून जागाच आहे. त्याची अस्वस्थ चुळबुळ सुरूच आहे, तेव्हा रमेश काळजीने बोलला, ''बेटा अभी!''

''येस डॅडी.''

''झोप येत नाही का तुला?''

''हां– डॅड, मघापासून मी विचार करतोय, तेव्हा माझ्या डोक्यातला केमिकल लोच्या अधिकच वाढत चाललाय; पण तुमच्यासारखा उगाच भेजाला त्रास देत मी खोल पाण्यात उडी घेत नाही. कोणी कोणाला फसवलं, कोणाला जीव लावला, कोणाला कोणी वाचवलं किंवा नाचवलं, या साऱ्या गोष्टी गेल्या उडत. मला मात्र आमचा सुपरप्रिन्स दादा भारी लकी वाटतो. किती भाग्यवान!! ज्याला बाजीरावसारखा बाप आणि नेत्रादेवीसारखी आई मिळाली. तेच बघा, माझं लाइफ किती बेकार. माझ्या नशिबाला तुमच्यासारखा खत्रूड बाप मिळाला! उगाच मी तुमच्या पोटी जन्माला आलो डॅडी! त्याऐवजी मी बाजीरावअंकलच्या आणि नेत्रामांच्या पोटी जन्माला आलो असतो, तर किती मजा आली असती.''

अभीचे ते बोलणे ऐकून रमेशच्या पोटातील आतडी जणू आतल्या आत तुटून गेली. त्याला आपण खूप जोराचा हुंदका फोडावा, धाय मोकलून रडावे असे वाटले; परंतु दुसऱ्याच क्षणी त्याने अंगावरच्या चादरीच्या तुकड्याचा बोळा केला. तो आपल्या तोंडात कोंबला, आपला आक्रोश कोणाच्या कानी पडू नये असे त्याला वाटले, कारण आता पोटच्या पोरासह दुनियेतल्या साऱ्या लोकांनी त्याच्या जिंदगीची गंमत उडवली होती. किमान तशी टर उडवण्याची संधी बाजूच्या अंधाराला मिळू नये, असेच त्याला मनातून वाटत होते.

जशी बारा जानेवारी ही तारीख जवळ येऊ लागली, मतदानाचा दिवसही बारा दिवसांवर येऊन ठेपला; तसा बापूनगरच्या राजकारणाचा पारा खूपच वर चढला. विशेषतः सुपरप्रिन्स आणि त्याची गँग ईर्षेने पेटलेली. सुपरप्रिन्स अट्टाहासाने आपल्या दोस्ताना सांगत होता, "सांडानोऽ माझ्या प्रचार नेतृत्वाखालची ही पहिली निवडणूक आहे. पाच वर्षांनी मी आमदारकीला उभा राहीन, त्याची ही रंगीत तालीम समजा. शेंडी तुटू दे नायतर पारंबी तुटू दे, कोणत्याही परिस्थितीत माझ्या बापाची सीट लागलीच पायजेल. मतदारांपुढे हात जोडा किंवा ते न ऐकतील तर त्यांचे हात तोडा, काहीही करा; पण प्रत्येक बूथवर आपल्या डॅडींना सेव्हन्टी पर्सेंटचं लीड मिळालंच पाहिजेल."

भारताला स्वातंत्र्य मिळाल्यानंतर पूर्वीचे सोंगाचे पारगाव आणि आत्ताच्या बापूनगर मतदारसंघात असे तुंबळ युद्ध कधी झाले नव्हते. असेंब्लीसाठी अशी झगडपक्कड कधी रंगली नव्हती. रोज नाना गट आणि प्रिन्स-शलाका गटात कार्यकर्त्यांच्या हाणामाऱ्या सुरू होत्या. प्रत्येक गावात, प्रत्येक वाडी-वस्तीवर दोन्ही बाजूंचे झेंडे आणि बॅनर्सचे युद्ध सुरू होते. घराघरांतच नव्हे, तर शेताच्या बांधापर्यंत प्रचार पोहोचला होता. त्यात एकमेकांचे झेंडे उपटून फेकणे, रात्री बॅनर जाळणे आणि एकमेकांच्या जीपांची धडक घडवून आणणे असे प्रकार रोज घडत होते. दोन्ही पार्ट्या निवडणूक 'आचारसंहितेचा भंग झाला' असा ओरडा करू लागल्या होत्या. एकमेकांविरोधात पोलीस स्टेशनात गुन्हे दाखल होत होते. हळूहळू रमेश दिवसेची उमेदवारी फक्त कागदावरच राहिली. आता बाजीराव आणि शलाकामध्ये जोमाने खरे रण पेटू लागले.

सुख मनुष्याच्या अंगावर दिसते, तर त्याची श्रीमंती कपडे व चीजवस्तूंमधून दिसू लागते म्हणतात. बापूनगर मतदारसंघात एकाएकी धमाल उडाली. अवघ्या

तीन-चार दिवसांत बाजीराव-नेत्रा गटाच्या तरुण कार्यकर्त्यांच्या बुडाखाली नव्या कोऱ्या चकचकीत फटफटी दिसू लागल्या. एका वेळी सुमारे दीडशेहून अधिक फटफट्या विकत आणल्याचे बोलले जाऊ लागले. झुंजीचे बैल मस्तीस यावेत, तसे नेत्रा-बाजी गटाचे कार्यकर्ते फटफट्यांचा गुडगुड आवाज करत माळा-मुरडाने धावू लागले.

"ज्यांनी गोरगरिबांच्या लाखोंच्या ठेवी बुडवल्या. पेन्शनर लोकांना आणि साध्या हमालांनासुद्धा देशोधडीला लावलं. पतसंस्थेसाठी फुटका पैसा उरला नाही, तर इथे कुठून आला?"

"अहो, तीच रक्कम निवडणुकीसाठी दाबून ठेवलेली असणार."

हळूहळू उलगडा होऊ लागला. पाण्यात केलेली शी आणि निवडणुकीतली पापे लपता लपत नाहीत म्हणतात. एक गुप्त आणि धक्कादायक खबर सर्वत्र पोहोचली, "अरे, बाजीराव-नेत्राला कोणीतरी मोठं फंडिंग केलंय. चक्क बारा कोटींचा खजिना आलाय."

"एकदम एवढा कसा रे?"

"अरे बाबा, मोठ्यांची मोठी गणितं! मुख्यमंत्री शेळके दादा राष्ट्रीय पक्षाचे मुख्यमंत्री. शलाकादेवीसुद्धा त्याच पक्षाची; पण काय सांगायचं, सीएमला ही बाई निवडून यावी, असं वाटत नाही."

"का रे?"

"एक तर शलाकाबाईंना पंतप्रधानांचा थेट आशीर्वाद आहे आणि इकडे शेळके म्हाताऱ्याला आपली शेणकुटं स्मशानात जाण्यापूर्वी आपल्या लेकराला – मदन शेळकेला एस्टॅब्लिश करायचं आहे."

"अरे, खरं की काय?"

"अरे सांगतो काय? याउलट बाजीराव निवडून आला, तर तो गजानन शेळकेंना इतका जवळचा वाटतो की, तो स्वतः किसान पक्षाला खिंडार पाडून सोबत आणखी पाच-सात आमदार घेऊन शेळकेंच्या मदतीला धावू शकतो."

"आयला, हे सारं विचित्रच आहे."

"अरे राजा, म्हणून तर शेळके दादांनी एका बड्या उद्योगपती मित्राला बाजीरावच्या मदतीसाठी पुढं केलं आहे. म्हणून तर ज्या बोडक्या माळांवरून फक्त म्हशी आणि बैलं फिरायची, तिथं बघ अचानक एवढ्या मोठ्या संख्येनं कशा नव्या कोऱ्या फटफट्या गुडगुड करीत जोरात धावत्याती!"

राजधानी मुंबईतून वेगळीच वार्तापत्रे बाहेर पडत होती. या निवडणुकीत शेळके दादांच्या नेतृत्वाखाली राष्ट्रीय पक्ष पुन्हा सत्तेत येईलच, याची खात्री उरली नव्हती. राजकारणाची हवा त्या पक्षाच्या विरोधात तापू लागली होती; त्यामुळे पंतप्रधान बॅ.

शास्त्री अस्वस्थ होते. त्यांना कोणत्याही परिस्थितीत आपल्या पक्षाच्या हातून महाराष्ट्रासारखे एक प्रगतशील राज्य जाऊ द्यायचे नव्हते; त्यामुळेच पक्षाच्या प्रचाराला अधिक धार कशी आणता येईल, याबाबत दिल्लीमध्येही वर्किंग कमिटीच्या बैठका सुरू होत्या. त्यामध्ये बॅ. शास्त्री स्वतः रस घेत होते.

अशा गरमागरमीत एके रात्री राष्ट्रीय पक्षाच्या प्रवक्त्याने दिल्लीत एक पत्रकार परिषद घेऊन जाहीर केले की, "आपल्या पक्षाच्या प्रचारयंत्रणेला बळ देण्यासाठी आणि जिद्दीच्या तरुण कार्यकर्त्यांचा उत्साह द्विगुणित करण्यासाठी स्वतः प्रधानमंत्री बॅ. शास्त्री मैदानात उतरणार आहेत. प्रचाराच्या शेवटच्या टप्प्यात ते महाराष्ट्रात येऊन पाच प्रचारसभांत स्वतः भाषण करणार आहेत." दूरचित्रवाहिनीवरची ती पत्रकार परिषद संपली अन् त्या पाच प्रचारसभांच्या नावांची यादी स्क्रिनवर झळकू लागली. ज्यामध्ये बापूनगर, जि. आंबेपूर अशा ठळक नावाचा समावेश होता.

बापूनगरचे ते नाव स्क्रिनवर झळकू लागताच सोंगाच्या पारगावातल्या पक्ष कचेरीच्या पेंडॉलमध्ये जमलेले, मरगळलेले तीनशे कार्यकर्ते तेथून उत्साहाने बाहेर पडले. रस्त्यावर येऊन मोठ्याने जल्लोष करू लागले. पाकिस्तानला हरवून भारताने क्रिकेटची मॅच जिंकल्यासारखी सर्वांना आनंदाची उकळी फुटली होती. कार्यालयाच्या बाहेर अक्षरशः फटाक्यांचा पाऊस सुरू झाला होता. कार्यकर्त्यांचा आनंद पोटात आणि गर्वाने फुगलेली शरीरे कपड्यांत मावत नव्हती. आता शलाकादेवी निवडून आल्याच, असा सर्वांनी अर्थ पकडला होता.

जुनेजाणते कार्यकर्तेसुद्धा आनंदाने केकाटू लागले होते, "आता काळजीचं कारण नाही. अरे, आपले एवढे मोठे भारत देशाचे पंतप्रधान आपल्या या आडवळणी, खत्रूड सोंगाच्या पारगावात स्वतः येणार! केवढा पॉप्युलर माणूस. घराघरांत देवासारखं मानतात त्यांना. ते स्टेजवर बोलणार, म्हणजे त्यांचे शब्द ऐकून मतदारांचे कान पवित्र होणार. अरे, कालपर्यंत शलाकाताईंची सीट लागेल की नाही अशी आम्हा सर्वांना भीती वाटत होती; पण आता गॅरंटीनं मीच काय कोनीबी सांगेल – त्या पीएमच्या सभेनंतर जादू होणार, किमान वीस ते पंचवीस हजार मतांचा फरक पडणार अन् तेवढ्याच फरकानं आमच्या शलाकादेवी निवडून येणार!"

त्या प्रचारसभेच्या बातमीने मुंबईला मंत्रालयातसुद्धा खळबळ उडवून दिली होती. राष्ट्रीय पक्षाचे महाराष्ट्राचे अध्यक्ष तात्यासाहेब भोगावकरांनी गडबडीने मुख्यमंत्री शेळके दादांना फोन केला, "अहो साहेब, ती प्राइममिनिस्टरच्या प्रचाराची पाच ठिकाणं आपण दोघांनी एका विचारानं फिक्स केली होती ना? मग हे आक्रित घडलंच कसं? बापूनगरचं नाव कोणी घुसडलं?"

"त्याचं काय आहे तात्या," त्या गंभीर गडबडीतही मुख्यमंत्र्यांना हसू फुटले. ते म्हणाले, "तात्या, उद्या चंद्रावर सोडलेलं रॉकेट मागं वळून बापूनगरला यायला

निघालंय असं मला कोणी सांगितलं, तर मी त्यावर विश्वास ठेवणारच.''

''असं कसं साहेब?''

''ते तसंच आहे तात्या. अहो, ती बापूराव डोंगरेची सून शलाका – तिनं काय इम्प्रेशन मारलंय आमच्या पीएम साहेबावर ते फक्त देवालाच माहीत. अहो, अगदी शेवटच्या क्षणी आपल्या बड्या बॉसनंच स्वतःच्या मनानं आणि स्वतःच्या पेनानंच बापूनगर हे नाव अ‍ॅड केलं. माझी दिल्लीचीच कन्फर्म न्यूज आहे. पायजेल तर पीएमओ ऑफिसला चक्रवर्ती साहेबांशी बोलून घ्या.''

''बघा हां मुख्यमंत्री महोदय, 'बापूनगर' म्हणजे भविष्यात तुम्हालासुद्धा 'खतरा' ठरायला नको.''

''भविष्याचं काय घेऊन बसलात तात्या, आम्हाला तर आत्ताच बुडबुडे सुटल्यासारखं वाटायला लागलंय.''

पंतप्रधानांच्या प्रचारसभेच्या वार्तेने प्रिन्स-शलाका गटाचे कार्यकर्ते रात्रभर खुशीनं झोपले नव्हते, तर बाजीराव-नेत्राच्या गटाचीसुद्धा नाखुशीने झोप उडाली होती. त्या रात्री बच्चे कंपनी सोडली तर चिंचेखालच्या बंगल्यामध्ये कोणीही जेवले नव्हते. अशी वाईट जीवघेणी बातमी गेल्या पंचवीस वर्षांत त्यांनी अनुभवली नव्हती. अन्नावरची वासनाच उडून गेली होती.

दुसऱ्या दिवशी सकाळचा नाश्ता घेताना शलाका आणि प्रिन्स दोघेही खूप भारावून गेले होते. प्रिन्स कृतकृत्य होत म्हणाले, ''या पीएम साहेबांच्या उपकाराचे आम्ही कसे उतराई होऊ, तेच मला समजत नाही. एवढा मोठा प्रचंड देश, कोट्यावधी माणसं, शेकडो कटकटींचे विषय – त्यापुढे आपलं हे टिकलीएवढं बापूनगर त्यांनी लक्षात ठेवायचं! स्वतःहून सभा लावायची. खरं सांगू शलू, हे केवळ तुझं-माझं भाग्य आहे बघ!''

''करेक्ट! म्हणूनच सांगते, आपण आपलं रक्त, घाम, अश्रू सारं काही आटवू; परंतु कोणत्याही परिस्थितीत हर प्रयत्नानं आपणाला ही निवडणूक जिंकावीच लागेल.''

अचानक एखाद्या परिसरात थंडीची लाट यावी आणि त्या कडाक्याच्या गारठ्यानं उभ्या गावाला हुडहुडी भरावी, तशी नेत्रा आणि बाजीरावच्या गटाची अवस्था झाली होती. खरे तर गेले काही दिवस त्या नव्या कोऱ्या चकचकीत मोटारसायकलींच्या वाटपाने त्यांच्या गटाला एक रौनक आणली होती. चिंचेखालच्या बंगल्याकडे, हवेलीसमोरच्या किसान पक्षाच्या पेंडॉलमध्ये गेले काही दिवस खूप जल्लोषाचे वातावरण होते. मात्र, ताज्या घटनेने त्या साऱ्या उत्साहावर विरजण पडले होते. नेत्रादेवीचे टेन्शन एवढे वाढले होते की, तिने काशाच्या पात्रातून पुन्हा कडू वनऔषधी प्यायला सुरुवात केली होती. गुलाब ड्रायव्हर स्वतः त्या गोष्टीकडे लक्ष ठेवून होता.

रात्रभर नानांचा तल्लख मेंदू आणि बाजीरावची मठ्ठ बुद्धी अशी परस्पर विरोधी डोकी खाजवली गेली. पंतप्रधानांच्या प्रचारसभेची ही कुऱ्हाड अशी अचानक आभाळातून आपल्याच मस्तकावर का कोसळावी, याचे उत्तर त्यांना सापडत नव्हते. तापाने फणफणणाऱ्या बाईसारखी नेत्रा गरजली, "त्या शलीनं, नागिणीनं डायरेक्ट दिल्लीला फोन केला असणार – माझी नैया बुडायला लागलीय, प्लीज सर, वाचवा होऽऽ वाचवा मला, असा गळा काढला असेल तिनं."

"ही बया आपल्या स्वार्थासाठी कशीही उलटीसुलटी नाचेल; पण पंतप्रधानांच्या खुर्चीवर बसलेल्या मनुष्यानं किमान डोकं वापरायला नको? किती महत्त्व द्यायचं या फालतू बाईला?" बाजीराव बडबडला.

"मेलीची चमडी गोरीपान आहे; पण बाई पस्तीशीची झालीय, तिच्या कमरेला एक वळी पडतेय, हे दिसत नाही का या मेल्या पुरुषांना?" नेत्रा.

"अगं पोरी, शलाकाच्या बुद्धीवरच ते शास्त्री खूश झाले असणार," बैठकीत मध्येच येऊन चंचलानानीने मारलेला रिमार्क कोणालाही फारसा आवडला नाही.

एकूणच नानांच्या कुटुंबासाठी ही प्रस्तावित प्रचारसभा म्हणजे एक महाआक्रमणच बनले होते अन् वाटेल त्या खटपटी करून ते थोपवून धरणे गरजेचे होते. काहींना मध्येच बद्रिनाथची आणि त्या स्वामी बंगाली बटुची आठवण झाली. तिकडे तातडीने माणसे पाठवायचे ठरले; परंतु त्या आश्रमातला कोणताही फोनच लागेना.

त्यानंतरचे चोवीस तास नेत्रासाठी खूप खराब गेले. तिच्या धगधगत्या अंगाला स्पर्श करायचे धाडस ना भुकेला झाले, ना अन्नाला झाले. तिचे डोळे सोडून तिची झोप तिच्यापासून कितीतरी दूर पळून गेली होती. आपण दोन पायांवर उभे नसून आपण आपल्या मस्तकावरच उभे आहोत, असे वाटून तिचे डोके गरगरत होते. नेत्रादेवीने आपली मोटार बाहेर काढली आणि थेट आंबेपूर गाठले. ती तडक डी.एस.पी. बंगल्यामध्ये जाऊन पोहोचली. पोलीस अधीक्षक सूर्यभान देशमुख हे तिच्या नात्यातले होते. मात्र, दिवस असे घाईगर्दीचे होते की, कोणाशी बोलायला सवड नव्हती. त्यांना दारात पाहताच युनिफॉर्मवर बाहेर निघालेले डी.एस.पी. बोलले, "ताई, माफ करा. पुढच्या वेळी बोलू. आय ॲम व्हेरी सॉरी."

"भय्या, अगदी थोडंसंच पण महत्त्वाचं बोलायचं होतं."

"नो - नो. अहो, खुद्द प्राइममिनिस्टरच येताहेत ना तुमच्या बापूनगरला. फक्त सहा-सात दिवस उरलेत. एवढ्या मोठ्या व्हीव्हीआयपींचा बंदोबस्त. यू नो, आमच्यावर किती जबाबदारी आहे? देशातला वाढता नक्षलवाद आणि छुपे अतिरेकी हल्ले या पार्श्वभूमीवर अखंड सतर्क राहायला हवं. पी.एम.साहेब येथून निघून जाईपर्यंत बंदुकीची नळी आमच्याच कपाळावर ठेवली गेली आहे, असं समजून आम्हाला जागं राहावं लागेल."

"भय्या, थोडं तरी स्वतःकडं बघाल की नाही? काय ठरवलंत चिरंजीवांच्या लग्नाचं?"

"आमच्या चंद्रशेखरांचं होय? अहो, ते तर तुमच्याच जातीत प्रवेश करायला किती उतावीळ आहेत म्हणून सांगू? निवडणुका लढवून एक बडा राजकीय नेता बनायची स्वप्नं पडताहेत आमच्या चिरंजीवांना."

"पण भय्या, तुमचे चिरंजीवही दिसायला आहेत तसे रुबाबदार आणि तेज:पुंज. डबल ग्रॅज्युएट. वक्तृत्व किती उत्तम. काय कमी आहे तुमच्या युवराजामध्ये?"

"हे पाहा ताई, अशी चांगल्या व्यक्तिमत्त्वाची आणि बायोडाटाची शेकडो मुलं आजकाल कुजत पडली आहेत बाहेर; पण जोवर तुमच्या पाठीशी एखादा 'गॉडफादर' नाही, तब तक कुछ होनेवाला नही."

"अहो, तेच तर तुम्हाला सांगायला आलेय भय्या. तुम्ही सून म्हणून अशी झक्कास मुलगी निवडा, जिच्या घरची पॉलिटिकल बॅकग्राउंड अशी स्ट्राँग हवी, बस पुढे तुमच्या चिरंजीवांच्या करिअरची काळजी फक्त देवाला आणि त्याच्या सासऱ्याला!"

"असं एखादं स्थळ आहे का तुमच्या पाहण्यात?"

"बाबासाहेब कार्वेकरांना ओळखता का तुम्ही?"

"अरे! त्यांना मीच कशाला उभा महाराष्ट्र ओळखतो. गेली बारा वर्षं कॅबिनेट मिनिस्टर आहेत – येत्या काही वर्षांत मुख्यमंत्री होतीलच!"

"समजा, त्याचंच कन्यारत्न शर्मिला जर सून होऊन तुमच्या घरात आली तर–?"

"छे, छे! तेवढं कुठं भाग्य आहे आपलं," केवळ त्या कल्पनेनेही डी.एस.पी. देशमुख गोरेमोरे दिसू लागले.

बाहेरचा तो संवाद कानावर पडला आणि आत किचनमध्ये उभ्या असलेल्या सौभाग्यवती देशमुख तशाच धावत बाहेर आल्या. स्वतः औत्सुक्याने बाजूला बसत त्यांनी डी.एस.पी. देशमुखांना हटकले, "अहो, तुम्ही असे उभे का? बसा ना. एवढा चांगला विषय निघालाय अन् तुम्हाला कसली घाई आलीय? बसाऽऽ"

"अगं पण–?"

"तुमचा तो व्हीव्हीआयपींचा बंदोबस्त ना? जळला मेला, तो तर वर्दीवाल्यांच्या नशिबाला कायमचा लागलेला असतो. ताई काय सांगतात ते पहिलं ऐका– लेकराबाळांच्या भवितव्याकडं बघा– बाप आहात तुम्ही?"

एकूण गांभीर्यानं मसलत सुरू झाली. चिरंजीवांसाठी एवढ्या बड्या घरची मुलगी मिळणार या कल्पनेने डी.एस.पी. देशमुख काहीसे चेकाळल्यासारखेच दिसत होते. मध्येच पोलिसी खाक्याने खातरजमा करून करण्यासाठी त्यांनी प्रश्न

विचारला, “ताई, तुमच्याकडे नेमकी माहिती काय आहे? तुमचा त्या फॅमिलीशी काही संपर्क–?”

“साहेब, असे बालिश प्रश्न तुम्ही मला कसे काय विचारू शकता? बाबासाहेब सख्खे मावसभाऊ आहेत म्हटलं– त्या मुलीची मी मावशी आहे बरं! अन् उलटी माझीच परीक्षा कसे घ्यायला निघालात? थांबा–” असं म्हणत नेत्राने तत्काळ मोबाइल लावला. तर तो पलीकडे स्वतः सुदैवाने कार्वेकरांनीच उचलला होता, “अरे भाऊ हां, हां मी नेत्राच– उद्या किंवा आजच मी मुंबईत येऊन धडकते तुमच्याकडे – छे रे! – मला कसलं आलंय इलेक्शनचं टेन्शन? हे बघ, आपल्या बबलीसाठी एक खूपऽऽ चांगलं स्थळ आहे माझ्याकडे – असं म्हणतोस? अरे, मग दुसऱ्या एका कामासाठी मी निघालीच आहे मुंबईला. हो, रात्री नक्की पोहोचते.”

नेत्रादेवींनी कॅबिनेट मिनिस्टर कार्वेकरांना असे कडक आणि वडीलकीच्या अधिकाराने राउंडमध्ये घेतल्याचे बघून देशमुख दांपत्य उडालेच! ते संभाषण ऐकताना त्यांना खुशीच्या लाटेवर बसल्यासारखे झाले; पण नेत्रा जेव्हा फोन खाली ठेवत होती, तेव्हा तिच्या कपाळावर एक बारीक आठी दिसली; त्यामुळे देशमुखांनी हळूच विचारले, “ताई, काही टेन्शन?”

“बाबासाहेब म्हणत होते, त्यांनी दोन चांगली स्थळं आधीच निवडून ठेवलीत. शिवाय पोरीचे ग्रह तीन दिवसांत बदलत आहेत. तुमच्याकडे खरंच चांगलं स्थळ असेल, तर पटकन या आणि चान्स घ्या.”

“अरे बाप रे! काय करायचं? तो व्हीव्हीआयपी बंदोबस्त म्हणजे चेष्टा नव्हे. आयजी तरी अशा वेळी कशी परवानगी देणार?” डी.एस.पी. देशमुख अगदी वैतागून बोलले.

“अहो, पण माझ्या लेकीचं भवितव्य महत्त्वाचं.” सौभाग्यवती देशमुख बोलल्या.

“अहो, एक दिवसाची रजासुद्धा मिळणं केवळ मुश्कील आहे.”

“फोन करा तुमच्या साहेबाला – सांगा, म्हणावं मला म्हणजे तुमच्या बायकोला सिव्हिअर हार्ट अटॅक आलाय आणि तिला मुंबईला घेऊन मोठ्या दवाखान्यात ॲडमिट करायला निघालोय – अशा वेळी कुठला साहेब एक दिवसाच्या रजेला नाही म्हणतो, तेच मला बघायचंय.”

सौभाग्यवती देशमुख फक्त हट्टाला पेटल्या नाहीत, तर त्या स्वतःही या शुभकार्याच्या निमित्ताने नवऱ्यासोबत निघायला तयार झाल्या. अर्ध्या-पाऊण तासाच्या अवधीतच दोन मोटारी मुंबईकडे निघाल्या. खंडाळा घाट उतरताना नेत्रा एकटीच हळूच गालात हसत होती. हे लग्न शंभर टक्के जुळणार, याची तिला खात्री होती. कारण मिनिस्टर कार्वेकरांची बबली बऱ्यापैकी जाड होती. हल्लीच्या मुलांना बॉलिवूडच्या फटाकड्यांसारख्या स्लीमट्रीम पोरी लागत होत्या. त्यापुढे त्यांना सत्ता,

श्रीमंती अशा गोष्टींची पर्वा नव्हती. एकूणच बबलीचे कुठे जुळत नव्हते. तिचे वय वाढत होते. लेकीच्या चिंतेने मंत्रीणबाई रोज नवऱ्याशी भांडण काढत होत्या अन् राजकारणाचे यशस्वी डाव खेळणारे बाबासाहेब कार्वेकर कौटुंबिक आघाडीवर रोज पराभूत ठरत होते.

देशमुखांचे चिरंजीव चंद्रशेखर मुंबईतच होते. त्यांना त्या रात्री मलबार हिलकडे परस्पर येण्याचा निरोप गेला. रात्री साडेअकराला मुलगी पाहण्याचा अनौपचारिक कार्यक्रम मिनिस्टरांच्या बंगल्यातच पार पडला. चंद्रशेखरचे मर्दानी सौंदर्य कोणाच्याही डोळ्यांत भरेल असेच होते. तो महत्त्वाकांक्षी होता. मंत्री महोदयांच्या बंगल्यात प्रवेश करतानाच आपण इथले जावई व्हायचेच, असे स्वप्न घेऊनच त्याने आत पाऊल टाकले होते; त्यामुळे इतर मुलांसारखे बबलीचे जाडेपण त्याच्या नजरेला अजिबात खुपले नाही. उलट पुढच्या सार्वत्रिक निवडणुकीला आपला मतदारसंघ निश्चित होणार आणि निवडणूक खर्चाचे टेन्शन परस्पर मिटणार अशीच गणिते त्याच्या डोक्यात घोळत होती. सुपारी तेथेच फुटली. लग्न ठरले; फक्त मुहुर्ताची वेळ आणि तारीख निश्चित व्हायचे बाकी राहिले.

मंत्रीणबाई तर इतक्या खूश झाल्या की, जेवल्याशिवाय तेथून कोणाला बाहेर पडता येणार नाही; असा हुकूम त्यांनी सोडला. स्वयंपाकघरातल्या बावर्चींना ताईसाहेबांचे लग्न जुळल्याचा वास लागला. ते सारे पोट्टे उत्साहाने स्वयंपाकाला लागले. जेवण उरकून बंगल्यातून बाहेर पडायला रात्रीचे दोन वाजले होते.

आता आपल्या मतदारसंघाकडे लागलीच परतणे नेत्रादेवींना आवश्यक होते. त्या जायला निघाल्या. त्यांना मोटारीपर्यंत सोडायला डी.एस.पी. देशमुख आले. ते कृतकृत्य झाले होते. आपल्या चिरंजीवांच्या करिअरचा प्रश्न असा एका दिवसात चुटकीसारखा सुटेल, असे त्यांना कधी स्वप्नही पडले नव्हते; त्यामुळेच हा सुवर्णयोग जुळवून आणणाऱ्या नेत्राताई त्यांना एखाद्या जागृत देवतेपेक्षा महान वाटत होत्या. मोटारीजवळ नेत्राला निरोप देताना देशमुख एकाएकी थबकले. ते काळजीने बोलले, ''ताईसाहेब, दुपारपासून मी तुम्हाला मार्क करतोय, तुम्ही कसल्या तरी टेन्शनमध्ये दिसताहात.''

''थांबा आलेच,'' असं म्हणत मोटारीत बसलेल्या नेत्राबाई पुन्हा खाली उतरल्या.

ते दोघेही मलबार हिलवरच्या सुनसान रस्त्यावरून काही पावले पुढे चालत गेले. पलीकडून दर्याकाठी फुटणाऱ्या लाटांचे मोठे आवाज कानांवर आदळत होते. बोलता बोलता नेत्रादेवींचा गळा भरून आला, ''काय सांगू भय्या – अहो, माझा नवरा किमान पंधरा हजार मतांनी निवडून येईल, अशी काल-परवापर्यंत हवा होती – नव्हे, आमची खात्रीच होती.''

"मग प्रॉब्लेम काय झाला ताईसाहेब?"

"आता आमची सीट पडल्यातच जमा आहे."

"पण का? कशाबद्दल? असं काय झालं?"

"अहो, माझी जाऊ, ती शलाका – भारी तयारीची आणि पोहोचलेली बाई – झाडझवी मेली! अहो, तिनं अनेक खटपटी आणि भानगडी करून आमच्या मतदारसंघात पंतप्रधान बॅ. शास्त्रींना सभा घ्यायला लावलीय. आता तो एवढा मोठा मनुष्य – पी.एम. हो. त्या एका सभेनं तो आमची किमान वीस हजार मतं धुवून नेणारच ना हो भय्या! पावसानं झोडपलं आणि राजानं बदडून मारलं, तर आम्ही जायचं तरी कुठं?"

"ताई, हा सरळसरळ अन्याय आहे," नकळत डी.एस.पी. देशमुख बोलले.

देशमुख खूपच चिंताक्रांत दिसले, तेव्हा त्यांच्या कानात नेत्रादेवीने हळूच फुंकर मारली, "बरं का भय्या – मी ऐकलंय, व्हीव्हीआयपींच्या बंदोबस्ताचं 'सारं काही' लोकल डी.एस.पी.च्या हातात असतं असं म्हणतात! थोडं दोन पावलं पुढं चाला ना आपल्या बहिणीसाठी! अहो, एवढा मोठा औरसचौरस भारत देश पसरला असेल, तर त्या दिवशी तुमच्या त्या प्राइममिनिस्टरला तिकडं केरळात किंवा मेघालयात कुठंही द्या ना पाठवून! कशासाठी त्यांनी कडमडायला हवं आमच्या गरीब बापूनगरच्या कन्स्टिट्यूशियन्सीमध्ये?"

डी.एस.पी. देशमुख विचारांच्या भोवऱ्यात चांगलेच अडकल्यासारखे दिसले. तरीही नेत्रादेवींचा निरोप घेताना त्यांनी हळूच फक्त तीन शब्द उच्चारले, "ताईऽऽ बघतो, जरूर!"

दिल्लीपासून गल्लीपर्यंत पीएमच्या दौऱ्याचा तपशील सर्वांना पाठ होता. नऊ तारखेला दुपारी बरोबर साडेतीनच्या दरम्यान पंतप्रधान एका लष्करी हेलिकॉप्टरमधून पुण्याहून बापूनगरला येणार! त्यांनी संध्याकाळी चार ते पाच असा पूर्ण एक तासाचा वेळ शलाकाच्या प्रचार सभेसाठी राखून ठेवला होता. निर्वाचन आयोगाच्या नियमानुसार त्याच दिवशी संध्याकाळी साडेपाच वाजता जाहीर प्रचाराची सांगता होणार होती; पण त्यापूर्वीच सभा संपवून पंतप्रधानांचे हेलिकॉप्टर पुणे एअरपोर्टच्या दिशेने झेपावणार होते. दर मिनिटागणिक कार्यक्रम निश्चित होता.

खरे तर, बापूनगरला होणाऱ्या प्राइममिनिस्टरच्या या प्रचार सभेने पश्चिम महाराष्ट्राची झोप उडवली होती. पंतप्रधान दिल्लीहून लष्करी विमानाने पुण्याला पोहोचले की, तेथे व्हीव्हीआयपींसोबत मुख्यमंत्री शेळकेदादा हेलिकॉप्टरमध्ये बसून पुढे येणार होते. खरे तर या निमित्ताने गोची होणार होती ती शेळकेंचीच. त्यांना पी.एम.च्या साक्षीने जाहीर सभेत 'आम्हाला शलाकाताई सोडून अन्य कोणालाही उघड किंवा छुपा पाठिंबा देण्याचे कारणच नाही. ताईंनाच भरघोस मतांनी निवडून आणा.' अशी जाहीर विनंती झक मारत करावी लागणार होती. शिवाय पक्षश्रेष्ठींचा आपल्या पश्चिम महाराष्ट्रातील सर्व उमेदवारांना हुकूम सुटला होता की, 'ज्यांना आपले मतदारसंघ 'सेफ' वाटत नाहीत, त्यांनी दोन्ही डगरींवर पाय ठेवणाऱ्या आपल्या लबाड कार्यकर्त्यांची मोट बांधावी आणि त्यांना मुद्दाम या सभेला घेऊन यावे. देशाचे पंतप्रधान स्वतः सभेच्या सुरुवातीला आपल्या पक्षाच्या उमेदवारांचा जनतेला परिचय करून देणार आहेत. त्या साऱ्याचा वातावरण निर्मितीसाठी छान उपयोग होईल.'

किमान तीस उमेदवार तरी आपल्या मतदारसंघातील जत्रा सोबत घेऊन शायनिंग मारायला पी.एम.च्या समोर येणार होते. प्रत्येकासोबत पाचशे कार्यकर्ते

आले, तरी ही बाहेरची गर्दीच पंधरा हजारांवर जाणार होती. पोलीस डिपार्टमेंटच्या अंदाजानुसार कमीतकमी लाखाची सभा पार पडणार होती.

काही वरिष्ठ आमदारांनी आणि खासदारांनी शलाकाला फोन करायचा सपाटा लावला होता, "ताई हो ताई, या गरिबाचा मुजरा स्वीकारा. ताई, तुम्ही अजून विधानसभेचं तोंडबी बघितलं नाही. तोवर इतका जलवा खडा केलात! उद्या काय होईल? या पामराला, मोठ्या भावाला विसरू नका. शलाकाताई, तुम आगे बढो, हम तुम्हारे साथ है।" काहीजण चक्क फोनवरच घोषणा दिल्यासारखे केकाटायला लागले होते.

मेडिकल कॉलेजच्या त्या भव्य ग्राउंडवर ती प्रचंड सभा पार पडणार होती. वरिष्ठ पोलीस अधिकाऱ्यांची वर्दळ, मुद्दाम ॲडव्हान्समध्ये जागा पाहण्यासाठी दिल्लीहून येणारी केंद्रीय गुप्तचरांची पथके, सिव्हिल सर्जन, अनेक ॲम्ब्युलन्सचे नियोजन– लहान-मोठ्या सर्व डिपार्टमेंटना एक उद्योगच लागला होता. दिल्लीहून येणाऱ्या लष्कराच्या विमानाचे आणि हेलिकॉप्टरचे भाडे तसेच सभेसाठी उभारायच्या मंडपाचा खर्च सारा भुर्दंड शेवटी स्थानिक उमेदवाराच्या आणि पक्ष शाखेच्या खर्चातून केला जाणार होता. गर्दी काबूत आणण्यासाठी सभेच्या ठिकाणापासून पलीकडे पोलिसांनी एक कि.मी.पर्यंत लाकूड व बांबूचे मजबूत बॅरिकेडिंग करायला भाग पाडले होते. शेवटी त्यासाठी होणारा लाखो रुपयांचा चुराडा उमेदवार म्हणून शलाकाच्याच माथी बसणार होता.

पण एकूण गावकरी मंडळी आणि अख्खा तालुका भारी खूश होता. एसटी स्टॅण्ड असो अगर न्हाव्याची दुकाने, खेडूत मोठ्या कौतुकाने बोलत होते, "काय म्हणायचं भाग्य या मातीचं! अवो, चाळीस वर्षांमागं इथल्या माळावर भटकी कुत्रीसुद्धा हागायला येत नव्हती अन् आता बॅ. शास्त्रींसारखा महान पुरुष दिल्ली सोडून या आडनाड सोंगाच्या पारगावात येणार! भर सभेत ते सांगणार शलाकाताईंना मतं द्या. आता एवढ्या मोठ्या माणसानं एवढ्या दुरून येऊन सांगायचं म्हणजे त्यांचा मान ठेवायलाच पाहिजेल ना! त्यांनी एखाद्या दगडाला मतं द्या, असं सांगितलं तरी आपल्याला ऐकलंच पायजेल!" एकूणच वातावरण क्षणाक्षणाला झकास पेट घेत होते. कधी नव्हे तो बापूनगरच्या निवडणुकीला भलताच रंग चढत होता.

त्या दिवशी दुपारी शलाकादेवी आपल्या निवडणूक प्रचार कार्यालयात बसून होत्या. पीएमचा दौरा फक्त तीन दिवसांवर आला होता. लाखो रुपयांचा मलिदा गिळून भव्य मंडप उभा होता. माइकची, ध्वनिक्षेपण व्यवस्थेची अनेकदा चाचणी झाली होती. सुरक्षेच्या दृष्टीने खबरदारी म्हणून आज सकाळीच पोलिसांनी डोळ्यांत भरावे, असे ध्वज संचलन केले होते. सभेच्या ठिकाणी, गावात आणि गावाबाहेरही

मोक्याच्या जागेवर छातीजवळ स्टेनगन पकडून एसआरपींच्या पलटणी खड्या होत्या. सर्वत्र उत्साह फदफदत होता.

शलाकांने बाजूच्या खिडकीतून बाहेर नजर टाकली. तिथे अचानक बापूनगर पोलीस स्टेशनची एक जाळीदार जीप येऊन थांबली. त्यातून सीनिअर पी.आय. हसबनीस साहेब उतरले. त्यांचा ओढलेला चेहरा बघून शलाका काहीशी विचलित झाली. एखाद्याच्या मृत्यूचा सांगावा आणणाऱ्या गड्यासारखे त्यांचे तोंड असे का पडावे? बहुतेक आपल्या काही उत्साही कार्यकर्त्यांनी कुठेतरी राडा केला असणार, गरमागरमीत एक-दुसऱ्यांचे हातपाय तोडले असणार. दुसरे काय असू शकते?

हसबनीस आत आले. नकळत त्यांनी डोक्यावरची कॅप काढली आणि थंड चेहऱ्याने समोर बसत कोरड्या शब्दांत ते बोलले, "सॉरी ताईसाहेब."

"का हो, काय झालं?" शलाकाचे पाय थंड पडले.

"खरं तर आमचे एस.पी. किंवा डी.वाय.एस.पी.च तुमच्याशी बोलणार होते; पण 'बातमी वाईट' त्यामुळे माझ्यावरच कन्सर्न्ड अधिकारी या नात्याने ती कळवायची जबाबदारी आली."

"बोलाऽ"

"दुर्दैव! पण काय करणार? काही तांत्रिक कारणामुळे तुमच्या मतदारसंघातील पंतप्रधानांची नियोजित सभा आणि दौरा कॅन्सल झाल्याचा निरोप द्यायला मला माझ्या वरिष्ठांनी सांगितलं आहे."

कोणासाठी सुख असो, दुःख असो; चित्रवाहिनीवर 'ब्रेकिंग न्यूज'चा दणकाच सुरू होतो. काही क्षणातच छोट्या पडद्यावर 'पंतप्रधानांची बापूनगर येथे होणारी प्रचारसभा अखेर रद्द!' असे झळकू लागले. झाले, सोंगाच्या पारगावचा बाजार उलटा झाला. दिवाळीच्या खरेदीचा उत्साह अचानक थांबून शिमग्याची बोंबाबोंब सुरू व्हावी, अशीच तिथे धुळवड माजली. प्रिन्स गटाच्या सर्व कार्यकर्त्यांना आपली कंबरच तुटल्याचा भास झाला. बाजारात पानपट्टीवर माव्याच्या अख्ख्या पुड्या तोंडात रिकाम्या करताकरता झिपरी आणि टपोरी कार्टीसुद्धा काय वाट्टेल त्या कॉमेंट करत सुटली, "भौवऽ आखिर त्या मायानगरीला 'दिल्ली' कशाला म्हणलंय? उगाच ती कोनाही खुळ्या-कावऱ्याच्या मुठीत मावेल का? आता खरंच बोलायचं तर आपलं दिल्लीशी थेट कनेक्शन हैय, अशा बोमट्या हे हजबंड आन वाइफ कशासाठी करतात? त्यानला दिल्लीत कोई कुत्ताभी नही पूछता है, ही खरी वस्तुस्थिती."

"अरे बाबा, मीबी ऐकलंय! पंतप्रधानांच्या प्रचार सभेच्या यादीत पहिलं बापूनगर हे नाव नव्हतंच! या लोकांनी 'पीए लेवलला' पाच-दहा हजार चाटून ते घुसडलं अन् शेवटी प्रिन्स आणि शलाका तोंडावर आपटलेऽ! फुगा फुटलाऽऽ"

''आता किमान वीस-बावीस हजारानं ही बाई माती खाणार हे नक्कीच.''

नैराश्याने आपण भिंतीवर डोके आपटून घ्यावे, असेच प्रिन्स आणि शलाकाला वाटत होते. मुळात ही सभा ठरलीच नसती, तर किती बरे झाले असते! झाकलेली मूठ सव्वालाखाची तरी ठरली असती; पण आता अब्रूच्या पार चिंध्या झाल्या होत्या. रोज रात्री अवतीभोवती एक वाजेपर्यंत राबणारे कायकर्ते; ते कमालीचे हिरमुसले. सभा रद्द झाल्याची दुष्ट वार्ता दुपारी एक वाजता समजली. तसा प्रचार कार्यालयाचा भरला मंडप तत्काळ रिकामा झाला. पोरांनी हातची कामे तिथेच टाकली. वैतागून शिव्या दिल्यासारखा चेहरा करत सारे बाहेर पडले. रोजच्या तुलनेत दहा-पंधरा टक्केसुद्धा उरले नव्हते. बहुतांशजण नाराज होऊन तसेच घराकडे परतले. अनेकांनी दुपारी साडेतीनलाच आपले चोरटे अड्डे पकडले. रात्री सुरू होणाऱ्या बिअरबारची शटरे मागच्या बाजूने दुपारीच उघडली गेली. नशापाणी करत अनेकजण दुखवटा साजरा करू लागले.

शलाका काही बोलली नाही. ती जागीच चूप होती. तिच्या डोक्यावरचा प्रचंड तणाव प्रिन्सला जाणवला; त्यामुळेच तिला भावनिक आधार देण्यासाठी प्रिन्स दिवसभर तिच्या शेजारी खुर्ची टाकून मुद्दाम बसून होता. नेमका हा प्रचार दौरा रद्द करून कोणी आपला गेम केला? कोणी आणि कसे अचूक पाचर मारून आपला सोन्यासारखा खेळ उधळवून लावला, याची वित्तंबातमी कळणे आवश्यक होते. प्रिन्सने त्या दृष्टीने इकडेतिकडे खूप फोनाफोनी केली. मुंबईच्या पक्षकार्यालयात किंवा कोणाकडे मंत्रालयातही थांगपत्ताच लागेना. अनुभवी मंडळींनी एकच गोष्ट सांगितली, ''उगाच इकडेतिकडे चौकशा करू नका. पी.एम.ओ.मध्ये पंतप्रधानांचे वरिष्ठ सल्लागार सी. चक्रवर्ती यांच्याशिवाय खरे कारण कळणार नाही.''

सी. चक्रवर्तींचा दिल्लीत असा दबदबा होता की, अनेक मोठ्या राज्यांच्या मुख्यमंत्र्यांनासुद्धा त्यांची फोनवर येण्यासाठी चार-चार दिवस प्रतीक्षा करावी लागायची. ती थंड असहायता, दुःखाची ती ठणक घेऊन प्रिन्स दिवसभर बसून होता. कसे गाठायचे चक्रवर्तींना अन् अचानक दिल्लीकडे जमनापार पटपरगंज भागातून निवडून आलेल्या बद्रुद्दीन सुलेमान या खासदार मित्राचा चेहरा त्याच्या नजरेसमोर उभा राहिला. त्यांचा आणि चक्रवर्तींचा चांगला दोस्ताना असल्याचे ऐकिवात होते. त्यांनी बद्रुद्दींनना फोनवर गाठले. आपल्या भयंकर राजकीय हत्येची रडवेल्या सुरात कल्पना दिली. त्यांना फोनवरूनच हात जोडून सांगितले, ''भाईजान, अभी के अभी पी.एम.ओ.में जाईये, आखिर हमारा कत्ल किसने किया इस बात की असली मालुमात होनी चाहिए।'' तेव्हा चक्रवर्तींना रात्री साडेबारानंतरच आपल्या कामातून थोडीफार सवड मिळते; त्यामुळे मी रात्री उशिराच जाऊन त्यांना भेटतो, असे त्यांनी सांगितले.

रात्री दोनच्या सुमारास प्रिन्सच्या मोबाइलवर बद्रुद्दीनचा फोन आला. त्यांनी

प्रिन्सला सरळ विचारले, ''काय हो, पी.एम.च्या सभेसाठी कोणती जागा तुम्ही निश्चित केली होती?''

''आमच्या मेडिकल कॉलेजचं भव्य ग्राउंड. अगदी सुरक्षित जागा जिथे लॉ ॲण्ड ऑर्डरचा कोणताही इश्यूच नव्हता.''

''पण तिथे बाजूला एखादा मोठा खड्डा, कुछ बडी खदान वगैरे काही प्रकार होता का?''

''तसं काहीच नाही हो.''

''असं कसं होईल प्रिन्स?''

''हां सॉरी! सॉरी, आता आठवलं. तिथे पलीकडच्या बाजूला आमच्या इंजिनिअरिंग कॉलेजच्या नव्या इमारतीसाठी आम्हीच काम सुरू केलं आहे. तिथे जमिनीखाली तीनमजली पार्किंगचं प्लॅनिंग आहे. त्यासाठी आमच्याच कॉन्ट्रॅक्टरनं खड्डा खोदल्याची बातमी खरीच आहे.''

''अहो, पण त्यासाठी अलीकडच्या काळात काही स्फोट घडवले गेले! जिलेटीनच्या कांड्या आणि स्फोटकांचा काही वापर?''

''हो. झाला असेल ना; पण आमच्याच कॉन्ट्रॅक्टरकडून. त्यासाठी कोणी पाकिस्तानी एजंट किंवा अतिरेकी वगैरे तिकडे फिरकण्याचा प्रश्नच नव्हता.''

''तुमच्या गावापासून सहा कि.मी.वर जंगलात दुरंदेवाडी नावाचं गाव आहे का?''

''हो आहे.''

''सहा महिन्यांमागे तिथे काही स्फोटकं पकडली गेली होती, हे खरं आहे का?''

''अंऽ हो, हो; पण ते सारे आमच्या लोकल मॅसन लोकांचे छोकरे याने की, बेलदारांची पोरं होती. बिचारे पोटासाठी दगड फोडत होते.''

''अहो पण प्रिन्स, तुम्हाला वाटणाऱ्या त्या साध्या घटनांमधून तुमच्या लोकल पोलिसांनी काढलेले महान निष्कर्ष माहीत आहेत का? अलीकडच्या काळात तालुक्याच्या अगदी जवळच्या डोंगराळ भागात सापडलेली स्फोटकं, त्या जंगली भागातला नक्षलवाद्यांचा वाढता वावर, प्रत्यक्ष त्यांना अटक करण्यात डिपार्टमेंटला अपयश आलं असलं, तरी त्यांची वाढलेली ताकद डोळ्यांआड करता येणार नाही. ओव्हरऑल द स्पॉट इज व्हेरी डेंजर फॉर म्यॅमॉथ गॅदरिंग ॲण्ड द सिच्युएशन फॉर व्हीव्हीआयपीज मूव्हमेंट्स इज व्हेरी व्हल्नरेबल– होणाऱ्या प्रचंड सभेसाठी निवडलेली जागा धोकादायक आहेच; परंतु एकूण परिस्थितीचा अभ्यास करता व्हीव्हीआयपीनं या भागात येणं हेही तितकंच जोखमीचं आणि धोकादायक आहे!''

''सर, सर ऐका हो,'' फोनवर प्रिन्सने केविलवाणा आवाज काढला. ''त्या

स्फोटकांचा आणि नक्षलवाद्यांचा इथे काडीचा संबंध नाही. सभेशेजारी खोदलेला खड्डा अगदीच शेजारी नसून तो बराच दूर आहे. ती जागाही आमच्या पूर्ण कंट्रोलमधली आहे.''

''पण हे पाहा मि. प्रिन्स, अशा व्हीव्हीआयपींच्या दौऱ्यात कोणीही मोठे अधिकारी स्वतःच्या अंगावर कसलीही रिस्क घेत नसतात! त्यामुळे लोकल पोलिसांच्या रिपोर्टला महत्त्व असतं अन् तुमचा रिपोर्ट टोटली निगेटिव्ह आहे आणि जो आयजींनीसुद्धा जसाच्या तसा एंडोर्स केला आहे. शिवाय तुमचे लोकल पोलीस अधिकारी खूप 'चालू' दिसतात!''

''का हो?''

''त्यांनी रिपोर्ट पाठवायला मुद्दाम दोन दिवस उशीर करून अशी सिच्युएशन निर्माण केली होती की, जेणेकरून दौऱ्याच्या पुनर्विचाराला किंवा पुनर्पाहणीला दिल्लीतल्या बड्या बड्या यंत्रणांनाही वेळच मिळू नये.''

''पण तरीही पाहा हो जरा, अजून जमत असेल तर आम्ही उभारलेला मंडप आणि बॅरिकेडिंग अजून जसेच्या तसे उभे आहे. मी मुद्दाम ते काढू दिलेलं नाही. बघा, जुळवा जुगाड.''

''वेळ इतका शॉर्ट आहे की, मला नाही वाटत आता काही घडेल म्हणून; पण एक निरोप आहे तुमच्यासाठी.''

''कोणाचा? कसला?''

''चक्रवर्ती सरांचा, उद्या बरोबर दुपारी एक वाजता त्यांनी तुम्हाला त्यांच्या पी.एम.ओ.मधील लोकल नंबरवर थेट बोलायला सांगितलं आहे.''

त्या पोलिसी कारनाम्यांमुळे प्रिन्स आणि शलाका दोघेही अगदी हबकून गेले होते. मात्र, ही सोंगटी ऐनवेळी कोणी कानात घातली, याचा शोध घेणे आवश्यक होते. त्या कामगिरीवर अंदाज घ्यायला शिरगावकर दाजींना पाठविण्यात आले; पण पोलीस स्टेशनात कोणीच काही बोलेना, तेव्हा अनुभवी दाजींनी आपल्या म्हाताऱ्या हेडकॉन्स्टेबल मित्राला हळूच डोळा मारला. त्याला थोड्या अंतरावरच्या पलीकडच्या गल्लीत एका खाणावळीत जेवायला बोलावले, तेव्हा नव्याने परतून गरम केलेल्या बिर्याणीवर ताव मारतामारता कॉन्स्टेबलने एक हळूच वाक्य ऐकवले, ''आमचे डी.एस.पी. साहेब नेत्राबाईंच्या नात्यातले आहेत. 'त्यांनी हळूच कळ फिरवून तुम्हा लोकांना उठाबशा काढायला भाग पाडलं आहे,' बाकी काही नाही.''

दुपारी एक वाजता प्रिन्सने पी.एम.ओ.मध्ये फोन केला. तो स्वतः चक्रवर्ती साहेबांनीच उचलला. प्रिन्स न राहून सलामीलाच भावनाविवश होत बोलला, ''साहेबऽऽ पोलिसांचा अहवाल टोटली मिसगाइड करणारा आहे. आमच्यावरचा तो घोर अन्याय आहे.''

"डोन्ट गेट डिसहार्टन्ड मि. प्रिन्स."

अगदी मोजके बोलण्यासाठी चक्रवर्तीची ख्याती होती. ते शांतपणे सांगू लागले, "हे पाहा, मघाशीच मी कर्नालहून प्राइममिनिस्टरसोबत दिल्लीला परतलो. आम्ही मोजकेच लोक होतो हेलिकॉप्टरमध्ये. काळजी नका करू. तुमच्या प्रचारसभेच्या बाबतीत मुद्दाम काहीतरी अगदी जाणीवपूर्वक, 'फाउल प्ले' खेळला गेल्याची कल्पना खुद्द पी.एम. साहेबांनाही आली आहे. तुम्हा दोघा मिस्टर आणि मिसेसबाबत साहेबांच्या खूप हाय रिगार्ड्स आहेत. फायनली, दॅट विल वर्कआउट इन योर बेनिफिट."

"तरीही सांगा ना हो सरांना. प्लीज!"

"काय सांगाऽऽ," चक्रवर्ती छान हसत बोलले, "आजच हेलिकॉप्टरमध्ये खुद्द प्राइममिनिस्टर दुसऱ्या एका हरयानवी बड्या नेत्याला मिसेस शलाकांबाबत काय बोलले आहे माहीत? स्वतःच्या परिवाराच्या भल्यासाठी केंद्रीय मंत्रिपदाला नकार देणारी, माझ्या संपूर्ण पॉलिटिकल करिअरमध्ये भेटलेली ही पहिली तरुणी! नेव्हर बिफोर अॅण्ड नेव्हर आफ्टर! त्यामुळे लेडी शलाकांबाबत मला तरी कोणी चांगलं किंवा वाईट सांगायचा प्रयत्न करू नये. आय नो एव्हरीथिंग."

"थँक्यू साहेब, पण आम्ही पुढं काय करावं?"

"तूर्त तुम्ही तुमच्या प्रचाराकडे पूर्ण लक्ष द्या. निवडून या. दुसरी एक महत्त्वाची गोष्ट मी तुम्हाला सांगतो– शलाकादेवी निवडून याव्यात, अशी मुख्यमंत्री शेळकेदादांची फारशी इच्छा नसल्याचं पी.एम. साहेबांनीही मार्क केलं आहे! सो माय फ्रेंड, लेट अस वर्क; वेट अँड वॉच!"

राष्ट्रीय पक्षाचे मुंबईतले मध्यवर्ती कार्यालय म्हणजे एक जुनाट ऐसपैस पसरलेली इमारत. बाजूच्या पुराण्या पिंपळाच्या फांदीवर रोज रात्री नित्यनियमाने कावळे बसायचे. तशीच कार्यालयातली गर्दीही वर्षानुवर्षे चालत आलेली. आत्ताचे, राज्याचे प्रांतिक अध्यक्ष म्हणजे तात्यासाहेब भोगावकर. सत्तरीतले एक जुने खोड; पण पोरासोरांसारखे चपळ व्यक्तिमत्त्व! ते एकीकडे मुख्यमंत्री आणि दुसरीकडे राज्यातल्या सर्व जिल्ह्यांच्या अध्यक्षांवर वचक आणि दरारा ठेवून होते. त्याच वेळी त्यांची दिल्लीकर श्रेष्ठींशी असलेली नाळ तितकीच घट्ट होती.

संध्याकाळी दिल्लीवरून त्यांना भूषणप्रसाद शर्मांचा तातडीचा फोन आला. भूषणबाबू म्हणजे पंतप्रधानांचे मुख्य सल्लागार सी. चक्रवर्तींचे प्रायव्हेट सेक्रेटरी. वेळ मिळालाच तर चक्रवर्ती विविध राज्यांतले मुख्यमंत्री आणि राज्यपाल यांच्याशी स्वतः बोलायचे. त्या खालच्या स्तरावर कोणाशी गोष्टी करायला त्यांना उसंत मिळायची नाही; पण देशभरातील प्रशासकीय यंत्रणेत भूषणप्रसादांचा फोन म्हणजे

खुद्द पंतप्रधानांनी चक्रवर्तींमार्फत खाली पाठविलेला संदेश असाच अर्थ काढला जायचा आणि त्यानुसार गतीने कामकाज पार पडायचे. या वेळी प्रचंड घाईत असलेल्या भूषणबाबूंनी तात्या भोगावकरांना सांगितले, ''इट्स व्हेरी अर्जंट मि. भोगावकर, आय रिपीट, हा पी.एम. साहेबांचा कडक निरोप आहे बरं!''

''जी सर, हुकूम सर.''

''हे बघा, आत्ताच्या आत्ता निघायचं जसे असाल तसे. थेट जाऊन तुमच्या त्या आंबेपूर जिल्ह्यातल्या बापूनगरला आजच मुक्काम ठोकायचा. तिथला वोटिंगचा दिवस पार पडेपर्यंत तेथून बाजूला बिलकूल हलायचं नाही.''

''जी हुकूम.''

''देअर इज समथिंग फिशी अबाउट बापूनगर, असं बड्या बॉसचं स्वतःचं इम्प्रेशन झालं आहे; त्यामुळे त्यांनी ती सीट खूप प्रतिष्ठेची ठरवली आहे.''

''पण सर, मी मुंबईत राहूनसुद्धा तिथली सूत्रं हलवू शकतो. मला वाटतं, अध्यक्ष या नात्यानं माझ्या खांद्यावर पुऱ्या स्टेटची जबाबदारी आहे.''

''व्हॉट रबीश आर यू टॉकिंग मि. भोगावकर? तुम्ही आउटडेटेड झाला आहात. बुड्ढे झालात, अशा दिल्लीला तुमच्याविरुद्ध अलीकडे सातत्याने तक्रारी येतात. त्या खऱ्या म्हणायच्या का?''

''सॉरी सर,'' तात्यांना जागीच घाम सुटला.

''मि. भोगावकर, हा जमाना ई-मेल, व्हॉट्सअॅप असा गतीचा आहे. तुम्ही बापूनगरात राहून स्टेट सांभाळू शकता; पण डोन्ट फर्गेट, आपली बापूनगरची प्रतिष्ठेची सीट निवडून आणायची जबाबदारी बॉसनी तुमच्या डोक्यावर ठेवली आहे. सो यू पॅक युवर लगेज ॲण्ड रश देअर.''

पक्ष कार्यालयात तात्यांनी स्वतःसाठी एक खास वेगळी खोली तयार करून घेतली होती. तिथे त्यांच्या तातडीच्या प्रवासासाठीचे किट आणि इस्त्री केलेले कपड्यांचे जोड तयारच असायचे. आपल्या पीए मंडळींना योग्य त्या सूचना देत तात्या मोटारीत बसले. तुळशी वृंदावनातल्या वाळल्या काड्यांना रोज पाणी घालून नवी पालवी फुटते का याची वाट पाहणारे काहीजण असतात. त्याच नात्याने ज्यांचे राजकीय करिअर संपले आहे किंवा थांबले आहे, अशी काही मंडळी महिनोन्महिने पक्ष कार्यालयात ठाण मांडून बसून असत. त्यातल्याच दोन मित्रांना तात्यांचे निरोप गेले. ज्यामध्ये एक माजी मंत्री आणि दुसरा एक माजी आमदार होता. ते दोघेही दिवसभर तात्यांचे धोतर पकडून मागे मागे फिरत राहायचे. ते नुकतेच कार्यालयाबाहेर पडले होते.

तात्यांच्या त्या दोन मित्रांना पीएकडून सांगावा गेला. आपआपल्या बॅगा घेऊन रस्त्यावर तत्काळ उभे राहा. मोटार चेंबूर सोडून मुंबईतून बाहेर पडतापडता तात्यांची

ती गँग त्यांना जॉइन झाली. त्या माजी मंत्री असलेल्या मित्राला शेरोशायरीचा विलक्षण शौक होता. ते चांगले गायचेसुद्धा! दुसरे माजी आमदार कमालीचे गप्पाडे होते. फटाक्यांची माळ पेटवावी, तसे ते न थकता एकापाठोपाठ एक जोक सांगत सुटायचे. विशेषतः त्यातले नॉनव्हेज जोक ऐकताना तात्यांच्या म्हाताऱ्या हाडांना नकळत गुदगुल्या व्हायच्या.

एकूण करमणुकीची उत्तम सोय झाली. पाहतापाहता मोटारीने लोणावळ्याचे रेस्ट हाउस गाठले. तोवर पक्षाच्या पुणे जिल्हा ग्रामीण अध्यक्षाला निरोप गेला होताच; त्यामुळे सुग्रास जेवण झाले अन् गप्पागोष्टींच्या दरम्यान भोगावकरांनी आपल्या डोक्यावर अचानक आलेली जबाबदारी बोलून दाखवली. बापूनगरची सीट निवडून आणणे किती महत्त्वाचे आहे, हेही सांगितले. पुन्हा प्रवास सुरू झाला. तात्यांच्या त्या दोन मित्रांनी राजकारणात मार खाऊन बऱ्यापैकी वाईट दिवस बघितले होते; त्यामुळेच तात्यांनी आपले नवे काम खूप लाइटली घेतल्याचे बघून ते दोघेही भीतीने गांगरून गेले. एकाने धाडस करत इशारा दिला, "बघा हां तात्या, बापूनगर नावाचं हे हाडुक उगाच तुमच्या नरडीत अडकून पडायला नको. अचानक श्वास बंद पडेल तर पंचायत होईल."

"अन् तुमच्याबरोबर आम्हीही रस्त्यावर येऊ." दुसऱ्यानी सांगितले.

"छे! छे! अहो, माझ्याकडे काय जादूची कांडी आहे? अवघ्या चार दिवसांत मी कशी सीट निवडून आणणार?"

"प्लीज तात्या, इमोशनल होऊ नका. आम्ही तुम्हाला तेच सांगतोय, तुमच्या एकट्याच्याच डोक्यावर कशासाठी ही जोखीम घेता? जबाबदाऱ्या वाटून द्या."

"म्हणजे कसं?"

"आता हे पाहा, पंधरा-सोळा तारखेच्या दरम्यान राज्यात नवं मंत्रिमंडळ येणार. त्या कॅबिनेटमध्ये किमान सहा-सातजण केवळ तुमच्या पाठिंब्यामुळे आणि शिफारशीमुळे मंत्री होणारच."

"येस ऑफकोर्स," तात्या अभिमानाने बोलले.

"अहो, मग त्याच सांडांना लावा की कामाला."

"ते कुठं मोकळे आहेत? प्रत्येकाला आपल्या मतदारसंघाची जबाबदारी आहेच."

"अहो तात्या, विसरता की काय तुम्ही? केवळ तुमच्या आशीर्वादावर ते सारे याआधीच किती गब्बर झालेत! सत्तेबरोबर संपत्तीही कमावून बसलेत. त्यांच्या प्रत्येकाच्या पाठीशी स्वतंत्र यंत्रणा आहे. राज्यभरातले त्यांच्या मैत्रीतले बडे बडे कंत्राटदार, हॉटेलमालक, लिकरसम्राट, बडे बडे लँडडेव्हलपर आहेत. त्या सगळ्यांची प्रत्येक विभागवार मोट बांधायची अन् त्यांनाच कामाला लावायचं."

"अरे, हे सजेशन झकास आहे!" तात्या बोलले.

"तेच सांगतो तात्या, करू या फोन त्या प्रिन्सला, त्यांच्या मतदारसंघात फार तर झेडपीचे सहा ब्लॉक असतील. तो प्रत्येक ब्लॉक आणि त्यातली गावं उद्या पंधरा तारखेला मंत्रिपदासाठी चेकाळलेल्या तुमच्या या बलवान शिष्यांना वाटून देऊ. प्रत्येकानं आपआपल्या ब्लॉकमध्ये शलाकाबाईंना मताधिक्य मिळवून द्यावं. ही जबाबदारी त्यांची."

"वाहऽ वाह, क्या बात है!" तात्यांनी अगदी खूश होऊन कडक तपकिरीची चिमूट आपल्या नाकपुडीत सारत जोराने शिंक दिली.

तात्यांचे ते दोन दोस्त स्वतः कामाला लागले. मोटारीत बसल्या बसल्या संबंधितांना ई-मेल्स गेले. फोन झाले. राज्यातल्या सहा बड्या टग्यांच्या गळ्यात झेडपीचे सहा ब्लॉक बांधून झाले. त्याप्रमाणे त्या रात्रीच यंत्रणा कामाला लागल्या. सारी बडी धेंडे त्यांची निवडणूक सामग्री वगैरे घेऊन धनामनाने बापूनगरच्या रस्त्याला लागली.

तात्या पहाटेच बापूनगरात पोहोचले. मोहीम जोरदार राबवायची असल्याने प्रिन्सनी तात्या आणि त्यांच्या दोस्तांसाठी 'रिव्हर फ्रंट'चा एक मजलाच खाली करून दिला होता. पहाटेच्या गुलाबी थंडीत तात्यांनी गुबगुबीत गादीवर पाठ टेकली. अचानक झालेल्या नामी नियोजनाने तात्यांच्या अंगात नव्याने सुरसुरी आली. मंत्री बनू इच्छिणाऱ्या आपल्या शिष्यांना त्यांनी फोनवरून पहाटेचेच जागे केले. जोरदार दम दिला, "हे पाहा, मी तुम्हाला दिलेल्या ब्लॉकमध्ये कोणत्याही परिस्थितीत मताधिक्य वाढलंच पाहिजे. खर्चाच्या बाबतीत चेंगटपणा करू नका. चांगले तयारीचे आणि कामाचे कार्यकर्ते इकडे पाठवून द्या. लक्षात ठेवा बरं, ही तुमची टेस्ट केस आहे. जर इकडे मते कमी पडतील, तर तुम्हाला दहा दिवसांच्या आत मिळणाऱ्या तुमच्या मंत्रिपदाच्या मार्गात निश्चितच बाधा येऊ शकते!"

तात्यांनी नट-बोल्ट टाइट केले. स्वतः झोपण्यापूर्वी अर्ध्या महाराष्ट्राची झोप उडवली. त्यांचे ते दोन्ही मित्र खूश होते. माजी आमदार गुरूची सेवा म्हणून तात्यांच्या अंगाला तेल चोपडून झकास मालिश करत होते. दुसरा शेरोशायरी गाऊन दाखवत होता. गालीबचे शेर आणि जुन्या जमान्यातल्या बाई सुंदराबाईंच्या लावण्याही ऐकवत होता. एकूणच तात्या निवांत झाले होते.

मोठमोठी युद्धे असोत किंवा त्याच न्यायाने ईर्षेबाज सार्वत्रिक निवडणुका. प्रत्यक्ष मतदानाच्या आधी काही दिवस नव्हे, तर काही तास आम मतदारांना जो खेचतो, वेडा बनवतो; तोच शहाणा राज्यकर्ता ठरतो.

शेवटच्या काही तासांत मतदारांच्या मेंदूवर कोण तंत्रमंत्र टाकतो, त्यांना मानसशास्त्रीयदृष्ट्या कमकुवत किंवा उल्लू बनवतो आणि प्रत्यक्ष मतांचे पीक

पळवून नेतो, तोच सर्वाधिक महत्त्वाचा ठरतो.

आजकाल काही गोष्टी सर्वांनीच गृहीत धरल्या होत्या. शेवटच्या टप्प्यात मतासाठी रोख रकमेचे वाटप केले जाते. निवडणूक लढवणारे महत्त्वाचे उमेदवार असे वाटप घडवून आणतात अन् मतदारराजाही अशी लक्ष्मी स्वीकारायला ओशाळा होत नाही. तो एका वेळी एका मतासाठी अनेकांकडून अमाउंट घेतो. त्यासाठी आपल्या लहान मुलाच्या मस्तकावर हात ठेवतो. प्रत्येक उमेदवाराकडून पैसे स्वीकारताना तितक्याच पावित्र्याने शपथ वाहतो. बऱ्याचदा पैसे एकाचे आणि मत दुसऱ्याला! खोट्या शपथा घेतल्या म्हणून कोणाचीही मुले मरत नाहीत. उलट पाच वर्षांनी नव्या सार्वजनिक निवडणुका लागेपर्यंत ती मुले लोकशाहीच्या दृष्टीने अधिक सक्षम बनतात. फुकटची दारू प्यायला आणि सिगारेटी ओढायला शिकण्याइतके त्यांचे 'सबलीकरण' होते. एकूणच निवडणूक कालावधीत पैशाच्या वाटपाने, देव-देवतांची नावे घेतलेल्या शपथेने काही फरक पडत नाही. एकतर भली आणि प्रामाणिक माणसे निवडणूक लढवायच्या फंदातच पडत नाहीत. जे धाडसाने द्रव्याचे वाटप करतात, त्याच्या कितीतरी पटीने गेलेली रक्कम वसूल करून आणायची त्यांच्या अंगात धमक असते. एकूणच धन वाटले म्हणून काही बिघडत नाही; स्वीकारले म्हणूनही कोणाचे घोडे मरत नाही. वर्षानुवर्षे सर्वच पक्षांच्या घराणेशाहीच्या बोळकांडात लोकशाहीची वस्त्रे उतरवण्याचे पवित्र काम सुरू आहे.

या वर्षी बापूनगरची विधानसभेची निवडणूक ही अफलातूनच ठरत होती. पंतप्रधानांची प्रचार सभा रद्द झाली. त्या प्रकरणाची धूळ बसायच्या आतच महाराष्ट्रातील सात बलवान मंत्र्यांच्या दोस्त आणि हितचिंतकांनी बापूनगरच्या निर्वाचन क्षेत्रात कल्ला उडवला. काही करून शलाकादेवींची सीट निवडून आणण्यासाठी प्रत्येक जिल्हा परिषदेच्या ब्लॉकमध्ये हातघाईची लढाई सुरू होती. एकीकडे ही मोहीम राबविण्यासाठी स्वतः प्रांतिकचे अध्यक्ष तात्या भोगावकर 'रिव्हर फ्रंट'वर मुक्कामी होते तर तिकडे चिघळलेली परिस्थिती पाहता नेत्रादेवींना आपले हितचिंतक मुख्यमंत्री दादा शेळकेंशी संपर्क साधणे धोक्याचे बनले होते. त्या अडचणीवरचा उपाय म्हणून शेळके साहेबांनी स्वतःच नेत्रा व त्यांच्यातील दुवा म्हणून एका मित्राला उभे केले होते. त्यांच्यामार्फतच विचारांचे आदानप्रदान सुरू होते. "ही शलाका नावाची कालची पोरटी मला राजकारण शिकवायला निघाली आहे काय? नेत्राबाई, तुमच्या विरोधात ऐनवेळी सात मंत्र्यांची ताकद उभी केली गेली आहे, म्हणून तुम्ही घाबरून जायचं काहीच कारण नाही. अशा अकारण चवताळलेल्या नागिणींना गाडग्यात कसं बंद करायचं, हे मला माहीत आहे. म्हणून तर त्या ब्रिटिशांच्या काळापासून गेली साठ-पासष्ट वर्षं मी पॉलिटिक्समध्ये टिकून आहे. काळजी नका करू." शेळकेंनी नेत्रादेवींना स्पष्ट संदेश पाठवला होता.

मात्र, कोणी कोणाचे सांत्वन, शांती आणि मनधरणी केली, तरी काही फरक पडत नाही. स्वतः आपण जगणे आणि आपल्या सर्व गटाला जगवणे महत्त्वाचे असते. कारण युद्ध, कुस्ती आणि निवडणूक यांमध्ये शेवटच्या क्षणी कोण, कोणाला कशी टांग देऊन उलटा पाडेल ते सांगता येत नाही. त्यातच चिंचेखालच्या बंगल्यात खूप अस्वस्थता पसरली होती. एकतर नानांची तबियत खूप बिघडलेली. निवडणुकीचे आडवेतिडवे पेच बघून उमेदवार असलेल्या बाजीरावचा मेंदू बिथरून गेलेला. त्यात सुपरप्रिन्स आणि त्याचा मित्र अभिषेक दिवसे काय दिवे लावतील आणि कोणते नवे संकट उभे करतील, याची नेत्राला शाश्वती वाटत नव्हती. शिवाय धाकटे चिरंजीव राणा जगदेव– इयत्ता आठवी अ– हेसुद्धा निवडणुकीच्या तापाने आजारी पडून छोट्या-मोठ्या मारामाऱ्या करण्यात सहभागी होत असल्याच्या तक्रारी वाढत होत्या.

अंथरुणावर पडलेल्या नानांना मात्र बाहेर वाहणाऱ्या हवेचा अचूक अंदाज येत होता. बाहेरच्या नेत्यांनी आपल्या मतदारसंघात घुसून बाजी आणि नेत्राची कोंडी सुरू केल्याचे त्यांना समजत होते. म्हणूनच ते नेत्राला मुद्दाम आपल्या उशाजवळ चर्चेला बोलावून घेत होते. निसारच्या मृत्यूनंतर नेत्रा भयंकर संतापली होती. तिला नानांच्या वाऱ्याला उभे राहावे, असे वाटायचे नाही. मात्र, प्रचाराच्या अगदी अखेरच्या पर्वात जसे नाना एक एक तोडगे सुचवू लागले, तसे नेत्राला बबननाना म्हणजे खरोखरच देवाचा अवतार वाटू लागले. नानांनी तिला जवळ बोलावून, घडी केलेला एक जुना कागद तिच्या हाती दिला. ते हळूच बोलले, "सूनबाई, आपल्या तालुक्यातल्या म्हणजेच मतदारसंघातल्या बत्तीस गावांची ही यादी आहे. तालुक्यातील एकूण जी एकशे सेहेचाळीस गावं, त्यातील ही महत्त्वाची, मोठी बत्तीस गावं; जी आम्हा देशमुखांची परंपरागत वतनं आणि जमिनी असलेली गावं आहेत. याच गावांमध्ये आम्हा देशमुखांचा पदर जुळतो, म्हणजे आमचे रक्ताचे नातेवाईक येथे राहतात.

"एक लक्षात घे, या गावातून देशमुखांचे जे पडके वाडे आणि घरं उरलेली आहेत, त्या प्रत्येकाच्या देव्हाऱ्यावर आपल्या कुलस्वामिनीचाच मुखवटा असतो. तुम्ही बाहेरच्या मोठमोठ्या देवस्थानाकडे पळालात, तरी आम्हा देशमुखांना पावणारी ही धाकट्या शिराळ्याची मंगळाई देवी. मी सांगतो तसं करायचं. आपल्या जातीबांधवांच्या नावानं मी चिठ्ठी लिहून ठेवलीय. ती घेऊन प्रत्येक देशमुखाच्या घरात जायचं. देव्हाऱ्यातल्या मंगळाईला भडक नारिंगी रंगाचं कुंकू वाहायचं. जाताना शक्यतो बिनचपलेचा म्हणजेच अनवाणी प्रवास करायचा. सकाळी कमी जेवायचं म्हणजे चेहरा गरिबासारखा गरजू दिसतो. आपल्या पाहुण्या-रावळ्यांपुढे पदर पसरायचा आणि देवीचा जोगवा मागितल्यासारखा सूर लावून कळवळून मतं मागायची."

सत्त्वपरीक्षेला सामोरे जाण्यापूर्वी नेत्राला आपल्या सासऱ्यांच्या टिपा खूपच

महत्त्वाच्या आणि तितक्याच परिणामकारक असल्याचे जाणवले. ती आपल्या जातीबांधवांच्या घरी गेल्यावर पहिली देव्हाऱ्याकडे धावत होती. अगदीच लहान मुले सोडून दिसेल त्या प्रत्येकाच्या पायांवर डोके ठेवत होती. सर्वांना दयनीय सुरात सांगत होती, ''माझे प्राणपती बाजीराव साहेब स्वतः अन्यायाविरुद्ध निवडणूक लढवत आहेत. त्यात आमचे सासरे नानासाहेब अंथरुणावर शेवटच्या घटका मोजत आहेत. त्यांनी आपल्या रक्ताची आण घेऊन तुमच्यापर्यंत निरोप देण्यासाठी मला पाठवलं आहे. आमचे विरोधक अकारण आम्हाला आरोपीच्या पिंजऱ्यात उभं करून आमच्या फॅमिलीची घोर बदनामी करत आहेत. आमच्या चंचलाताई पतसंस्थेत गोरगरिबांच्या ठेवी बुडाल्या, त्याबद्दल व्यक्तिशः आम्हाला खूप दुःख वाटतं. त्या चिंतेनं आम्हालाही झोप लागत नाही; पण त्या ठेवी कोणी बुडवल्या हे निदान आपल्यासारख्या ज्ञाती बांधवांनी तरी समजून घ्यायला नको का? हो, संस्था आमच्या नावे होती. आम्ही संचालक होतो; पण पहिल्यापासून आमचा स्टाफ कोणी नेमला होता? खुद्द बापूरावांनी! त्यांनी नेमलेल्या चलाख स्टाफनं आम्हालाही फसवून आमच्या खोट्या आणि बोगस सह्या केल्या. भानगडी करून अमाउंट परदेशात कधी पळवली, ते आम्हालाही माहीत नाही. तुंबलेलं व्याज मागायला गरीब माणसं आमच्या दारात येऊन बसू लागली, तेव्हा कुठे या धोकेबाज पाताळयंत्री लोकांची चाल आम्हाला कळली; पण तरीही घाबरून जायचं कारण नाही. तुमच्या आशीर्वादानं या निवडणुकीतून तेवढं आम्हाला बाहेर काढा. प्रसंगी घराण्याच्या इज्जतीसाठी आणि गोरगरिबांच्या भल्यासाठी स्वतःचा बळी देण्याची आमच्या घराण्याची परंपरा आम्ही चालू ठेवू. त्यासाठी आम्ही वचनबद्ध आहोत.

''हे ढोंगी लोक फक्त बापूरावांनीच समृद्धीची गंगा आणली, असं रोज कोकलत असतात; पण आपल्या सर्व पाहुण्यांना मी फक्त एक प्रश्न विचारते. हवी तर घ्या आई मंगळाईच्या जागृत मूर्तीवर शपथ अन् खरं खरं सांगा, बापूरावांच्या आणि नंतर प्रिन्सच्या काळातही मेडिकल कॉलेज असो, कारखाना असू दे अगर यांची अन्य कुठलीही संस्था, इथे जेव्हा नोकरभरती झाली, तेव्हा आम्हा देशमुखांची किती पोरं कामाला लागली? या प्रश्नाचं उत्तर तुम्हीच शोधा आणि मला सांगा. मेलेल्या मनुष्याबद्दल वाईट बोलण्याची आमच्यात रीत नाही; पण बापूराव एक स्वार्थी गुंड होते; त्यांचा मुलगा प्रिन्स हा अगदी पाळण्यात असल्यापासून लबाडी शिकलेला आहे. अरे, लग्न कोणाशी ठरवतोस आणि भटानं अंतरपाट धरला, तेव्हा पलीकडे बोहल्यावर दुसऱ्या कुठल्या भलत्याच मुलीला उभं करता तुम्ही?

मला शलाकाबद्दल अजिबात वाईट बोलायचं नाही. जिला स्वतःचे आई-वडील कोण आहेत, ते माहीत नाही. तिची खानेसुमारी मी कशाला काढायला जाऊ? मी मराठ्याघरची लेक आहे. कुलवंताची सून आहे! आमच्याकडे त्यांच्यासारखा काळा

पैसा नाही. कॅपिटेशन फी नाही. तरीही मी माझ्या कुंकवासाठी अशी रानावनांतून भटकते आहे; पण माझ्या पाठीशी तुमचे आशीर्वाद आणि आई मंगळाईची साथ सोडून दुसरं कोणीच नाही. आता काय करायचं, ते तुम्हीच ठरवा. जिच्या नावागावाचा पत्ता ठाऊक नाही, अशा कोणा वाटेच्या बाईच्या कपाळी मतांचा मळवट भरायचा की आर्थिक स्थितीनं खचलेली असली, तरी ताठ मानेनं उभ्या असलेल्या देशमुखांच्या सुनेला आशीर्वादाची सावली द्यायची!''

नेत्राच्या अंगी उपजत अभिनय होताच. त्यात अलीकडे नानांनी उत्तम दिग्दर्शनही केलेले. विशेषतः त्या बत्तीस गावांत देशमुख घराण्याच्या नावाचे कार्ड उत्तम चालले. शिवाय त्याच गावांतून मंगळाई मातेच्या नावाने नेत्राने केलेले नारंगी रंगाच्या कुंकवाच्या करंड्याचे वाटप पाहून गावोगावच्या आयामाया खूप भारावून गेल्या. ज्यांना कर्तृत्वाचे कष्ट उचलायचे नसतात, त्यांना नाटकी अभिनय उत्तम जमतो. कारण तेच त्यांचे खरे भांडवल. शिवाय योगायोगाने देशमुखांच्या पोरांना बापूरावांच्या काळात फारशा नोकऱ्या मिळाल्या नव्हत्याच. आरंभीच्या काळात पोरे तशी फार शिकलीही नव्हतीच. मात्र, हा मुद्दा समाजातील वरिष्ठांना मिरचीसारखा झोंबला. तालुक्यातल्या बुजुर्गांनी धाकट्या शिराळ्याच्या मंगळाईच्या मंदिरात तातडीची बैठक बोलावली. बापूरावांच्या गटाला धडा शिकवण्यासाठी आणि अन्यायग्रस्त नानांच्या कुटुंबाला मदत करण्यासाठी सारे बुजुर्ग धावले.

मंगळाईचा परंपरागत नैवेद्य म्हणून गहू, ज्वारी, बाजरी, मका आणि तांदूळ या पंचपीठांपासून बनवलेल्या पाच भाकऱ्यांचा नैवेद्य भरलेल्या वांग्यासोबत देवीला दाखवला गेला अन् रातोरात त्या बत्तीस गावांतून, एकेका विभागातून नैवेद्याच्या भाकरी फिरवल्या गेल्या. त्यावर हात ठेवून बाजीरावलाच मते देण्याच्या शपथा घेतल्या गेल्या. बत्तीस गावे नानांच्या कुटुंबाच्या पाठीशी ठामपणे उभी राहिली.

प्रत्यक्ष मतदानाच्या आदल्या दिवशी चिंचेखालच्या बंगल्यातून बाहेर पडताना सारे भावनाविवश झाले होते. आजची अख्खी रात्र प्रचारात आणि शेवटच्या वेगवान हालचाली पार पाडण्यात निघून जाणार होती. उद्या सकाळी साडेसातला मतदानाला सुरुवात होणार होती. जेव्हा बाजीराव चंचलादेवींचे पाय धरायला पुढे झाला, तेव्हा त्याला खूप भरून आले होते. मध्ये घडलेला कारल्यासारखा कडू प्रसंग चंचलानानींच्या डोक्यात तसाच रुतून होता. राग निवाला नव्हता; पण तरीही उद्याच्या निवडणुकीत आपला वारसदार 'विजयी' झालाच पाहिजे, असे त्यांना मनोमन वाटत होते. त्यांनी बाजीरावला जवळ बोलावले. त्याच्या डोक्यावरून हात फिरवत त्याला प्रेमाने गोडीत बजावून सांगितले, ''चिरंजीव, तुम्ही आम्हाला मारलेली ती चपराक आम्ही एक वेळ विसरून जाऊ. मात्र, आपल्या देवीच्या पायांवर डोकं ठेवून शपथ घ्या. निवडून आल्यावर आपल्या पतसंस्थेत बुडालेल्या त्या गरीब, पेन्शनर, शिपाई,

शिक्षक आणि रिक्षावाल्यांची बुडीत रक्कम भरून देऊ म्हणून!''

''मांसाहेब, तशी शपथ मी घेतोच आहे, काळजी नको.''

''तुम्हाला माहीत नाही चिरंजीव, गोरगरिबांच्या आशीर्वादामध्ये आणि तळतळाट व शापामध्येही किती विलक्षण ताकद असते ती!''

नेत्रादेवींनाही ऐनवेळी काय झाले कोणास ठाऊक. त्यांनी सुपरप्रिन्स आणि बाजीरावला देवघरात बोलावून घेतले. त्यांना समजावून सांगितले, ''लक्षात ठेवाऽऽ एवढ्या मोठ्या पंतप्रधानांची एवढी मोठी प्रचार सभा आपण रद्द करू शकलो, यामागे देवाचाच आशीर्वाद आहे, असं समजा. नाहीतर किती हजार मतांनी आपली सीट गडगडली असती, ते धड मोजताही आलं नसतं. त्या संकटातून आपण वाचलो आहोत. आता विरोधकांनी मतदारसंघाबाहेरच्या बलवान मंत्र्यांची काउंटर ताकद उभी केली आहे; पण त्यानं फारसा फरक पडणार नाही. आपली मंगळाईदेवी बत्तीस गावांच्या ताकदीचं त्रिशूळ घेऊन आपल्या मदतीला धावली आहे. मी इथे देवघरात तुम्हा बाप-लेकांपुढे हात जोडते आहे. उगाच घाई किंवा कसलाही उतावीळपणा करू नका. फक्त संयम बाळगा. मी एवढ्या मोठ्या कष्टानं जुळवून आणलेली रांगोळी स्वतःच्या मूर्खपणानं पुसून टाकायचा प्रयत्न करू नका.''

बाजीरावचा सुपरप्रिन्सला फोन आला. त्याने त्याला नदीच्या पल्याडच जांभुळवाडी नावाच्या एका छोट्या खेड्यात तत्काळ बोलावून घेतले. अजून काही तासांनंतर उद्या सकाळी साडेसात वाजता प्रत्यक्ष मतदानाला सुरुवात होणार होती. प्रचंड घाई होती.

अनेक वृक्षांच्या झाडीमध्ये लपलेली ती जांभुळवाडी. वेळ सायंकाळची होती. झाडांच्या सावल्या खूप लांबल्या होत्या. ते काळेशार डाग भुईवरच एक-दुसऱ्यामध्ये मिसळले होते. भीतिदायक दिसत होते. तिथेच एका मित्राच्या जनावरांच्या गोठ्यासमोर एका लोखंडी बाजेवर बाजीराव डोके धरून उघड्यावर बसला होता. तो खूप चिंताग्रस्त दिसत होता. आपल्या हाताच्या बोटाने आपले ठणकते कपाळ दाबत होता अन् लगेचच हातांच्या पंजामध्ये अस्वस्थपणे आपला चेहरा लपवत होता.

या वेळी कार्यकर्त्यांचे लटांबर टाळून त्याने मुद्दाम ही आडबाजूची जागा निवडली होती. महत्त्वाची सूचना देण्यासाठी त्याने आपल्या पोराला इकडे बोलावले होते. आडरस्त्याचा फुफाटा उडवत सुपरप्रिन्सची चकचकीत रँगलर मॉडिफाइड जीप तिथे येऊन पोहोचली. त्याने गाडीतूनच खाली छलांग मारली. आपल्या बापाकडे पाहिले, तेव्हा वापरात नसलेल्या एखाद्या जुनाट वाड्याच्या पोपडे गेलेल्या, रंग उडालेल्या भिंतीसारखा आपल्या बापाचा भयानक चेहरा सुपरला दिसला. त्याच्या हातात मिनरल वॉटरची बॉटल होती. बाजीराव पाण्याचे घोट म्हणून ते घेत होता; परंतु ते द्रव्य तोंडात गेल्यावर त्याचा वाकडा होणारा चेहराच सांगत होता की, आत कसलीतरी जळजळीत उग्र दारू आहे. त्या एका रात्रीनंतर मतदान होणार होते. बापूनगरचा इतिहास बदलणार होता. अशा वेळी आपल्या बापाचा तो तणावाच्या उभ्या-आडव्या रेघांत फाटून गेलेला चेहरा पाहताना सुपरप्रिन्सचे काळीज हलले.

सुपर पटकन धावत पुढे गेला. बापाच्या गुडघ्याजवळ खाली जमिनीवरच टाचा उंचावून चवड्यांवर बसला. एखाद्या ऐतिहासिक नाटकातल्या बेगडी पात्रासारखा. "डॅडी, सांगा ना काय प्रॉब्लेम आहे? फक्त ऑर्डर करा अन् त्याचं एक्झिक्युशन बघा."

"बेटा, मी गेले चार दिवस आणि चार रात्री आपल्या साऱ्या मतदारसंघातून कुत्र्यासारखा गरगरा फिरलो. सगळीकडचा कानोसा घेतला. लोकांना खोदूनखोदून विचारलं; पण आपलं नशीब फाटकं रे. केवळ बॅडलक–"

"काय बोलताहात डॅडी?" सुपर वादळात सापडलेल्या झाडासारखा जागीच हेंदकळला.

"हो रे पोरा, आपली सीट पडल्यात जमा आहे."

"प्लीज डॅडी, डोन्ट टॉक लाइक ब्लेटंट एनिमी – क्रूर, घाणेरड्या दुश्मनासारखं नका बोलू. असं काय झालंय तरी काय? अन् होईल तरी कसं? मम्मा तर सांगत होती, देशमुखांची बत्तीस गावं आपल्या पाठीशी कंबर कसून उभी आहेत."

"तशी वस्तुस्थिती दिसत नाही रे, उगाच बायांच्या बुद्धीवर जाऊ नकोस. खूप फिरलो मी. मागची सह्याद्रीच्या पायथ्याची कोकणपट्टीला जवळ असणारी गावं, पलीकडचं तन्हाळीचं खोरं - सगळीकडे दगाफटका होतोय. ज्यांना आम्ही तोंडभरून लक्ष्मी चारली, ते लेकाचे मताच्या ओकाऱ्या मात्र शलाकाच्या बाजूनं काढण्याच्या तयारीत आहेत. त्या तात्या भोगावकरांनीही झक मारली आहे. ती त्यांची सात-आठ मंत्र्यांकडून आलेली रसद, तिनं तर खूप घोटाळा केला आहे. आपले निष्ठावंत कार्यकर्ते फोडले आहेत. ज्यांनी त्यांचे पैसे स्वीकारले नाहीत, त्यांना पेट्रोल पंप, सूतगिरणी काढून देण्याची वचनं दिली गेली आहेत. डोळ्यांमाघारी खूप वाईट घटना घडल्या आहेत. मी निवडणुकीत पडणार, या भीतीनं माझे हातपाय आतापासूनच थरथरू लागले आहेत. मला आता कोणाचाच भरोसा उरलेला नाही रेऽऽ"

"डॅडी प्लीज, प्लीज असं बोलू तरी नका हो," सुपरप्रिन्स खूपच भावनाविवश नव्हे, तर रडवेला होत बोलला, "गेल्या कित्येक रात्री आपण साऱ्यांनीच प्रचाराचा नुसता बुक्का उडवला आहे. खूप होप्स आहेत हो. आता जे तुमच्या मनात आलंय, ते आम्ही स्वप्नातही पाहिलेलं नाही."

"अरे, ज्या गावांची आपणाला शंभर टक्के गॅरंटी होती, अशा ठिकाणीही रिस्क नको म्हणून आपण हव्या तितक्या पैशाची, दारूची आणि बोकडांचीही खैरात केली रे. तिथलीबी मंडळी दलबदलू निघावीत."

"डॅडी, खूप घोटाळा होईल हो."

"होय रे, थोडं मनाला बरं वाटावं, असा एकही रिपोर्ट येत नाही. आपली आणखी एक घोडचूक नडली. एका फालतू गोष्टीला आपण अवास्तव महत्त्व दिलं.

आपणच आपल्या हातांनी ढेकणाला हत्तीचा आकार दिला. उगाच त्या नालायक रमेश दिवसेला निवडणुकीला उभा केला. शलाकाच्या आयुष्याची जुनी धुणी धुवायला काढली.''

''असं कसं बोलता डॅडी. सर्वांत स्ट्राँग मुद्दा, एक हुकमी चाल असाच आपण त्या प्रकरणाचा फायदा उठवायचं ठरवलं होतं ना?''

''अरे, कशाचा फायदा? इथंच आपलं जन्माचं नुकसान झालं. त्या रमेश दिवसेची उमेदवारी म्हणजे ऐनवेळी नरडीत अडकलेली हड्डी. धड खोकूही देत नाही आणि ओकूही देत नाही.

''असं कसं डॅडी? आपण तो पर्दाफाश केल्यावर लोक अवाक झाल्याचं बघितलंय मी.''

''ते कधी? प्रचाराच्या पहिल्या टप्प्यात, आपण शलाकाच्या चारित्र्यावर चांगला बवाल माजवला होता; पण तो मुद्दा पुढे म्हणावा तसा टिकला नाही रे.''

''का डॅडी?''

''इथली जनता भारी बदमाश आणि उलट्या खोपडीची. लोक म्हणतात, शेवटी शलाका पडली बाईमाणूस. एखाद्याच्या डावात फसली असेल. कुठे वचनात अडकली असेल. अशा स्त्रियांना नशीब खेळवतं. द्रौपदीमाईनं एक-दोन नव्हे चांगले पाच नवरे केले होते, म्हणून त्या माउलीला डाग लावायचा का? एका फालतू धोब्यानं सीतामाईच्या संसारात नव्हतं का विष कालवलं? शलाकानं नेत्रासारखा कधी फुकटचा नखरा दाखवला नाही. उलट आम्ही चौदा-पंधरा वर्षं पाहतोय रोज या बाईला. प्रिन्सच्या खांद्याला खांदा देऊन लढतेय. गोर-गरिबांच्या छोट्या छोट्या कामांतसुद्धा लक्ष देते. तिनं आमचं काय नुकसान केलं आहे?''

बोलताबोलता बाजीरावचा चेहरा दुःखाने झाकोळून गेला. त्याला हुंदके फुटले. बापाचा तो गर्भगळीत चेहरा बघून सुपरप्रिन्स खूपच हेलावून गेला. बॉलिवुडच्या सिनेमातल्या डायलॉगबाजीचे तुकडे सुपरच्या डोक्यात काचेच्या तुकड्यांसारखे रुतलेले. त्याच तिरीमिरीत तो बोलला, ''डॅडी, मेरे होते हुए आपके आँखो में ऐसे आंसू? तर मग ही नादान जिंदगी काय कामाची?'' त्याच ओघात त्याने आणखी चार फिल्मी स्टाइलचे डायलॉग मारले. त्याने आपल्या बापाला लागलीच आठवण करून दिली, ''डॅडी, तुम्हीच तर सौगंध खाल्ली होतीत. जोवर तुमच्या बॉडीत आखरी सांस आहे, तोवर 'पडेल उमेदवार – डिफिटेड कॅन्डिडेट' असा धब्बा तुम्ही तुमच्या अंगाला लावून घेणार नव्हतात.''

''अरे, अजूनही सांगतो ना मी! तशीच वेळ आली तर गाव जाळेन; पण 'पडेल उमेदवार' अशा कलंकाचं कुंकू कपाळाला नाय लावून घेणार.''

दोघे बापलेक डोकी गच्च पकडून बसले. बापाची रडवेली अवस्था बघून प्रिन्स

कळवळून बोलला, "डॅडी, करा हो काहीतरी शेवटच्या क्षणी. या जालीम रोगावरचा फायनलचा उतारा फक्त तुमच्याच एलपंडी मेंदूतून निघू शकतो!"

"आता काय उरलंय रे पोरा आपल्या हातात?" अत्यंत दुःखी आणि कडवट सुरात उष्ण श्वास टाकत बाजीराव बोलला, "आता इलेक्शन प्रोसेसची गाडी टॉप गिअरमध्ये पुढे चाललीय. आता फक्त दोन गोष्टींपैकी एक तरी गोष्ट करायला हवी."

"कोणती?"

"एक तर सरळ दादागिरी करून समोरून घुसायचं. ड्रायव्हरच्या पेकाटात लाथ हाणायची. त्याला बाजूला ढकलून मोटारच आपल्या ताब्यात घ्यायची, पळवायची. याने के सरळ बूथ कॅप्चरिंग करून वोटिंग मशिनीच आपल्या ताब्यात घ्यायच्या अन् आपल्या नावापुढं टिकमार्क करत बसायचं. मग ढिगानं मतं आपल्याच पारड्यात."

"डॅडी असा राडा करायला मलाही खूप आवडलं असतं; पण अवघड आहे. हे कलम डोक्यात धरून बाहेरून आधीच जादा लोक आणायला पाहिजे होते. आपण मुंब्रा-कौसा-उल्हासनगरकडून फार तर साठ-सत्तर गुंड पोरं बोलावली असतील. हत्यारंही तेवढीच असतील; पण प्रत्येक बूथवर जाऊन बघाल, तर या निवडणुकीत कर्मचाऱ्यांपेक्षा पोलीस जास्त आहेत. त्यांच्याकडं स्टेनगन आणि इतर वेगवान हत्यारं आहेत. एका एका फैरीत सत्तर-सत्तर राउंड गोळ्या उडत्यात, त्या माऱ्यापुढे आपले भाडोत्री भडवे कसे टिकणार?"

"तर मग पोरा, शेवटी राहतो एकच इलाज. अशी काहीतरी स्ट्राँग डोकॅलिटी वापरायची. भेज्याला असा काहीतरी पीळ द्यायचा आणि जादू घडवायची, ज्यामुळं उद्याचं वोटिंगच बंद पडेल. निवडणूक किमान पंधरा दिवस पुढं ढकलली गेली, तेवढी सवड मिळाली, तर त्या मुदतीत अनेकजणींना सहज प्रेग्नंट करता येईल."

अचानक तरतरी आल्यासारखा बाजीराव त्या कुरकुरत्या लोखंडी कॉटवरून उठला. त्याने आपल्या अंगाला एक हलकासा झटका दिला. तो सुपरला बोलला, "चल रे, तू हो पुढे. अन् थोडा थांबून राहा आपल्या मुख्य प्रचार कार्यालयाच्या मंडपाजवळ– तिथेच कुठेतरी बाजूला, तोवर मी हा असा जातो आणि लागलीच तसा परत येतो."

"कुठे चाललात डॅडी आपण?"

"जातो त्या बुड्ढ्याकडं– बाळेकुंद्री वकिलाकडं. त्याची ओल्ड बुद्धी लय गोल्ड आहे. लय भारी डोकं त्याचं. मला वाटतं, फायनलची दवा फक्त तिथंच मिळंल."

प्रचंड घाई असल्याने बाजीराव स्वतः स्टिअरिंग व्हीलवर बसला. मोटार धावत पुढे निघून गेली. बापूनगरच्या बाजारात एका नव्या इमारतीच्या, भिंती नसलेल्या तळमजल्यावर किसान पार्टीचे कार्यालय होते. तिथेच बाहेरच्या बाजूलाही तेवढाच

मोठा पेंडॉल टाकला होता. तिथे दोनशेहून अधिक कार्यकर्ते उद्याच्या मतदानाच्या तयारीला लागले होते. मतदार याद्यांचे वाटप, बिल्ले, मतदान प्रतिनिधींचे आयकार्ड वाटप अशी बरीच घाई तिथे उडाली होती. तिथे आतल्या बाजूला नेत्रा आपल्या कार्यकर्त्यांसह प्रचंड कामात मग्न होती. तिला आपला सुगावा लागू नये म्हणून बाजीरावने बरेच मोठे अंतर ठेवून आपली मोटार थांबविली. मोबाइलवरून सुपरला शोधले. सुपर धावत जाऊन बापाच्या गाडीत फ्रंटसीटवर बसला. आता कडुसे पडू लागले होते. झाडापानांतून गावातसुद्धा अंधार उतरू लागला होता.

बाजीरावने झटकन मोटार गावातून बाहेर काढली आणि ती गजरा नदीच्या पात्रात घुसवली. नदीतले पाणी खूपच आटल्याने एका बाजूला वाळूचा थर पसरला होता. तिथेच थोडे आतल्या अंधारात जाऊन बाजीने मर्सिडीज थांबवली. हेडलाइट बंद केले. बापलेक एकमेकांच्या कानाशी लागले.

बाजीरावचे डोके पुन्हा ठणका मारू लागले. त्याने नकळत आपले मस्तक वैतागाने स्टिअरिंगवर आपटले. अत्यंत फाटक्या, चिरक्या आणि काहीशा भित्र्या आवाजात कळवळल्यासारखा तो बोलला, ‘‘गेली रे आता निवडणूक आपल्या हातातून निघून चालली.’’

‘‘डॅडी प्लीज, अशी पुचाट भाषा जिभेवर आणू नका. हवं तर मला जीव द्यायला सांगा किंवा एखाद्याचा गळा घोटून जीव घ्यायला सांगा.’’

त्याही स्थितीत बाजीरावच्या अंगात खुशीची उबळ संचारली. त्याने मोठ्या अभिमानाने आपल्या पोराकडे पाहिले. त्याला जवळ ओढून त्याच्या पाठीत प्रेमाने गुद्दा मारत बाजीराव बोलला, ‘‘होय पोरा, आता ही वेळ फक्त ॲक्शनची आहे. आता नाही, तर पुन्हा कधीच नाही.’’

‘‘येस डॅडी, आदेश द्या.’’

‘‘हे बघ, चांगलं काय नी वाईट काय – पुढचा काथ्याकूट वकील करत बसतील. आपण फक्त ॲक्शन घ्यायची.’’

‘‘काय करू डॅडी? बापूनगरात तीन पेट्रोल पंप आहेत. त्या तिन्हींमध्ये स्फोट घडवून आम्हाला ऐनवेळी तोंडघशी पाडणारं, आमच्या पाठीत गद्दारीचा खंजीर खुपसणारं हे बापूनगरच उडवून देऊ का?’’

‘‘थांब पोरा. एवढ्या मोठ्या ॲक्शनची गरज नाही.’’

बाजीरावने आपल्या खिशात हात घातला. हळूच एक लिफाफा बाहेर काढून तो सुपरच्या हाती दिला. लगेच घाईने तो बोलला, ‘‘अरे, थांब थांब. एवढ्यात हे पाकिट खोलू नकोस. हे घे दोन मोबाइल फोनचे पीस – हे कागदाचं चिटोरं, ते नीट सांभाळून ठेव. आपण मुंब्र्यावरनं आणलेल्या दोन शार्पशूटरचे नंबर टिपून ठेवलेत याच्यावर. तू या दोघांना कदाचित ओळखत नसशील; पण ते तुला पूर्णतः

ओळखतात. इथे गावातल्या मुख्य बाजाराजवळ अर्ध्या तासाच्या आत त्यांच्या फटफट्या पोहोचतील. त्यांनी तुला रिपोर्ट केलं की, त्यांच्या समोरच हा लखोटा खोलायचा. तोवर नाही.''

''सांगा ना पुढं काय करायचं?''

''लखोट्यात ज्याचा फोटो आहे, त्या व्यक्तीकडे या दोघांना तत्काळ घेऊन जायचं अन् ती व्यक्ती समोर येताच दया, माया, प्रेम अशा कुठल्याही फालतू गोष्टींचा भेजाला ताण न देता समोरून गोळ्या घालायच्या. त्या माणसाचं पार चिपाड नव्हे तर भुगा उडवायचा.''

सुपरप्रिन्सचा चेहरा एकाएकी कृतज्ञतेच्या भावनेने भरून गेला. त्याने बापाला गहिवरून मिठी मारली. ''थँक्स डॅड. मला बच्चा न समजता तुम्ही माझ्या खांद्यावर एवढी मोठी जबाबदारी दिलीत – रिअली, आय ॲम ग्रेटफुल!''

एखाद्याचा खून पाडायची स्वप्ने बघणे आणि प्रत्यक्ष कृतीला सुरुवात करणे यामध्ये जमीन-अस्मानाचे अंतर असते. सुपर आता गोरामोरा झाला. त्याचा श्वास गरम झाला; पण एक महत्त्वाची शंका त्याच्या मेंदूच्या ठसठसणाऱ्या गाठीतून बाहेर आलीच, ''डॅडी, या ॲक्शनबद्दल थोडं मम्मीशी बोलून घेऊ का मी?''

''नेत्राशीऽ? चलऽ परत दे मला माझं मटेरिअल. तू इतका बेवकूफ, मूर्ख, हलकट असशील याची मला कल्पना नव्हती. अरे, खूनखराबा, रक्त या गोष्टी कुठल्याही बाईशी मग भले तुझी ती आई असो, डिस्कस करून कोणी घडवतं का? आपल्या साऱ्या ॲक्शनवरून पाणी फिरेल. साऱ्या जन्माची वाट लागेल.''

सुपरप्रिन्सला आगीसारखा भडकलेला आपल्या बापाचा चेहरा अधिक वेळ बघायची हिंमत झाली नाही. दूर अंतरावर त्याची मॉडर्न फटफटी घेऊन उभ्या असलेल्या त्याच्या असिस्टंटकडे सुपरने पाहिले. तो काही छलांग मारत, धावत जाऊन आपल्या मोटारसायकलवर उडी मारून बसला. घोड्यावर उडी ठोकल्यासारखा अन् अंधाराचे पोट चिरत, आपल्या वेगाबरोबरच तीक्ष्ण विशिष्ट असा आवाज काढत त्याची मोटारसायकल पुढे धावू लागली. अगदी रिव्हॉल्व्हरमधून सुटलेल्या गोळीसारखी.

कामगिरी अत्यंत मोलाची होती. हालचाली गतिमान आणि आक्रमक घडायला हव्या होत्या. म्हणूनच बाजाराच्या थोड्या आडबाजूच्या बोळाजवळ बड्या पिंपळाच्या झाडाखाली सुपरप्रिन्स आपली मोटारसायकल घेऊन उभा होता. पुरेसे अंतर टाकून दूरवर सुपरला सुरक्षाकवच देणारे त्याचे आणखी पाच-सहा साथीदार आपआपल्या फटफटी घेऊन दबा धरून उभे होते. सुपरने खिशातले आणखी एक पाकिट बाहेर काढले. आतील पाच सिमकार्डे चाचपून बघितली. बाजीरावने तो स्टॉक त्याला मुद्दाम दिला होता. नव्या सिमकार्डवरूनच कामगिरी फत्ते झाल्याचा फोन बाजीला करायचा होता. लागलीच ती सिमकार्डे आगीत किंवा पाण्यात टाकून नाश करायची सूचनाही बाजीरावने त्याला दिली होती. सुपरने घड्याळात पाहिले. वीस मिनिटे संपली होती. आधीच उतावीळ असणाऱ्या सुपरचे मस्तक आताच तापू लागले. तो बाजीरावपासून अलग होताना त्याने त्याला सक्त सूचना दिली होती, 'आपली शूटर पोरे अर्ध्या तासात पोहोचतीलच; पण ती आली नाहीत किंवा समजा, वेळेत पोहोचली नाहीत, तर मात्र अजिबात वेळ बरबाद करू नकोस. तू धाडसानं पुढे हो. सरळ ॲक्शन घे. पुढच्या रिॲक्शनच्या गोष्टी पचवायची ताकद तुझ्या बापाच्या कलेजात आहे. बट डोन्ट वेस्ट टाइम.'

सुपरच्या नसानसांत बापाबद्दलचा अभिमान भरलेला होता. कितीही संकटे येवोत, आपला बाप असा रडूबाईसारखा हातपाय गाळून चूप बसणाऱ्यांपैकी नाही. काल त्याने आपल्या आईलासुद्धा सांगून टाकले होते, "आपला डॅड वाकई नर आदमी है। -बॉर्न टायगर."

"ते काहीही असू दे रे सुपर. निवडणूक आपल्यासाठी महत्त्वाची आहे. त्यात अलीकडे आपले स्टार्स अजिबात चांगले नाहीत. नानांनीही अंथरुण पकडलं आहे. आपले आणि त्या 'रिव्हर फ्रंट'वाल्यांचे प्रॉपर्टीचे काही कॉमन इश्यू आहेत. जोवर

नाना हयात आहेत, तोवर मला सर्व गोष्टी मार्गी लावून घ्यायच्या आहेत.'' नेत्रा काळजीने बोलली.

''डोन्ट थिंक टू मच ममा. फक्त अजून दहा दिवस वाट पाहा.''

''त्यानंतर काय होईल?''

''एकदा फक्त डॅड एम.एल.ए. झाल्याचं डिक्लेअर होऊ दे. त्या तलाठ्याला शीर्षासन करत यानेकी डोक्यावरून चालायला लावत तुझ्यापुढं आणून पेश करतो का नाय बघ. बघू, कसं रेकॉर्ड नाय बदलून देत तो कौवा.''

दुपारपासून सुपरप्रिन्सही प्रचंड चिंतेत होता. त्याच्या कानावरही त्याच्या मित्रांकरवी भीतिदायक अहवाल आले होते. डॅडीसाठी मतदारसंघातील परिस्थिती पहिल्यासारखी राहिली नव्हती. कमालीची चिघळली होती.

दोन्ही गटांकडून सर्व कार्यकर्त्यांनी लक्ष्मीवर भरपेट ताव मारून घेतला होता. कोणालाही नाराज करायचे नाही, हे सोयीचे सूत्र स्वीकारून दोन्ही बाजूंकडून मजबूत पैसे खाल्ले होते; त्यामुळे निवडणुकीचे नेमके चित्र गुलदस्त्यातच होते. जिल्ह्यातून आणि जिल्ह्याबाहेरूनही प्रत्येक जाती, पोटजाती आणि धर्मांचे संघटक आणि मुखिये या मतदारसंघात येऊन पोहोचले होते. इतरांपेक्षा या वेळी येथे पैशाचा धूर निघणार आहे, याचा जसा काही त्यांना वासच लागला होता. मतदारांनी तर देवांच्या, संतांच्या तसबिरीवर हात ठेवून दोन्हीही बाजूंची कॅश उचलताना, तेवढ्याच तन्मयतेने एकनिष्ठ राहण्याची शपथ खाल्ली होती. वोटिंगची गॅरंटी दिली होती. काहीजणांनी आपल्या वृद्ध आई-बापांच्या डोक्यावर हात ठेवून शपथा घेतल्या होत्या. एकदाच नव्हे, तर चांगल्या दोन-दोन वेळा! दोन्ही उमेदवारांसाठी!

घडाळ्यात सुपरने पाहिले. अर्ध्या तासाचा वेळ केव्हाच संपला होता. ही शूटर पोरे, गाढव लेकाचे अजून कसे पोहोचले नाहीत? तो बैचेन झाला. चिटोरीत लिहिलेल्या त्यांच्या त्या नंबरवर एकसारखा प्रयत्न करू लागला. शेवटी कसाबसा एकाचा फोन लागला; पण तो काही बोलण्यापूर्वीच तिकडे चालू असलेला वितंडवादच त्याच्या कानांवर आदळला, ''ओय मिस्टर, आम्ही आमची ड्युटी करतोय. नाकाबंदी चालू आहे, हे तुमच्या डोळ्यांना दिसत नाही का? अरे थांब, थांब, तपासणी करू दे.'' आता मात्र सुपरप्रिन्सचे डोके खूपच सटकले. शेवटी ॲक्शन राहायची बाजूला, हे गाढव लेकाचे पोलिसांच्या नाकाबंदीत सापडले असतील तर लफडेच उभे राहायचे.

आता पुढचा एक सेकंद गमावणे म्हणजे गुन्हा ठरणार होता. पुरा डाव उधळला जाण्याची भीती होती. सुपरला त्या गडबडीतही आनंद वाटला तो एका गोष्टीचा. ही महत्त्वाची जोखीम डॅडींनीच नव्हे, तर देवानेच त्याच्या खांद्यावर सोपविली होती. चल, सुपरप्रिन्स ते कव्हर फाडून बघू या तरी, आतला फोटो

कोणा बोकडाचा आहे? कव्हर फाडून बाजूला पडले; पण आतला फोटो बघताच सुपर चक्रावला. मात्र, अगदी काही क्षणांसाठी. तो मंदसा हसत स्वतःशी बोलला, 'च्यायला, डॅडींनी पंप मार मारून हे प्रकरण इतकं इलेव्हेट केलं होतं. अगदी टायगरचा आभास निर्माण केलेला. हा तर लेकाचा अगदीच ऑर्डिनरी रॅबिट– सामान्य ससा निघाला म्हणायचा.'

थांबायला वेळच नव्हता. प्रश्न डॅडींच्या राजकीय भवितव्याचा होता. 'पडेल उमेदवार' हा धब्बा सुपरलाही अजिबात मान्य नव्हता. त्याने झटकन किक मारली. गुड गुड, धड धड धड आवाज करत त्याची मोटारसायकल सुसाट वेगाने पुढे निघाली. गल्लीबोळ पार करत तो एका ठिकाणी थांबला. त्याने त्याच्या पाठीशी येणाऱ्या, कवच देणाऱ्या पोरांना हात उंचावून इशारा दिला, "इथेच थांबून राहा रे, या कामगिरीसाठी मी काफी आहे."

सुपरप्रिन्स त्या इमारती समूहाच्या तोंडाजवळ आला. आजूबाजूला झाडांची गर्दी. त्यात तिथल्या स्ट्रीटलाइटचा बल्ब उडालेला; त्यामुळे बोळकांडात बऱ्यापैकी अंधार होता. त्याने प्रवेशद्वारापाशीच, त्या लोखंडी फाटकाजवळ मोटारसायकल थांबवली अन् मोबाइलवरूनच समोरच्या व्यक्तीला सांगितले, "अशा वेळी अजून घरात बसून काय करता आहात? चला, तत्काळ बाहेर पडा. अंगावरच्या कपड्यांवर जसे असाल तसे या. काम जरुरीचं आहे. डॅडींचा तातडीचा निरोप आहे. प्लीज, कम हिअर विदिन टू-थ्री मिनिट्स ओन्ली."

थोड्याच वेळात तो अंधारा, जुनाट, लोखंडी दरवाजा कुरकुरला. समोरून पाच फूट, सहा इंच उंचीचा एक सामान्य किडकिडीत पंचेचाळिशीच्या घरातला गृहस्थ बाहेर आला. त्याचा चेहरा गोंधळलेला. चेहऱ्यावर वाळक्या पिंपळपानासारख्या अनेक रेघा होत्या. सुपरप्रिन्सला पाहाताच तो कौतुकाने आणि प्रेमाने पुढे येत बोलला, "बेटा, खाली का थांबलास? वर घराकडे का नाही आलास?"

सुपरच्या खिशात रिव्हॉल्व्हर तयारच होते. ते त्याने झटकन बाहेर काढले आणि समोरून त्याच्याकडे कौतुकभरा चेहरा घेऊन येणाऱ्या व्यक्तीवर एकापाठोपाठ एक धाड धाड गोळ्यांचा मारा केला. त्याबरोबर रंगाने भरलेला रबरी फुगा फुटावा आणि त्यातून तांबड्या चिळकांड्या उडाव्यात, तसे झाले. चालताचालताच तांबड्या रक्ताचा लेप चेहऱ्यावर घेत रमेश गंगाराम दिवसे तिथे रस्त्यातच धाडकन खाली कोसळला.

रात्री अकराच्याच दरम्यान ती भयंकर बातमी नेत्रादेवींच्या कानावर येऊन आदळली. तशी ती चक्रावली. अशा निवडणूक प्रक्रियेच्या अगदी शेवटच्या क्षणी रमेश दिवसेची कोणाकडून हत्या घडावीच का? कशासाठी कोणी उठावे त्या कृमी-कीटकाच्या जीवावर? प्रचाराच्या सुरुवातीला त्याच्या उमेदवारीचा आणि शलाका व रमेशच्या पूर्वआयुष्याबद्दलच्या चर्चेचा थोडा बवाल झाला होता. नंतर मात्र तो अजिबात टिकला नाही. आता तर रमेशचे निवडणुकीच्या मैदानातील अस्तित्व अगदीच नगण्य बनले होते; त्यामुळेच कोणी त्याचा खून पाडण्याइतका मूर्खपणा कशासाठी करावा.

बाजीरावचे निवडणूक एजंट तात्या काशीळकर हळूच कानाशी लागत बोलले, "नेत्राताई, मला हे काम शलाकाचंच वाटतं."

"छे! हो, बिलकूल नाही," ती कल्पनाच झुरळासारखी बाजूला झटकत नेत्रा बोलली, "ती शलाका नावाची स्त्री आम्हास राजकीयदृष्ट्या कितीही नडू दे; पण ती अशा थराला जाणार नाही. खुनाबिनाच्या भानगडीत तर अजिबात अडकणार नाही. याउलट माझ्याकडे वेळोवेळी जी माहिती येत गेली, त्यानुसार त्या बाईला आपल्या या एकेकाळच्या नवऱ्याबद्दल खूप दया वाटायची. त्यानं एखाद्या धंद्यात सेट व्हावं, अन्नाला लागावं यासाठी तिनं स्वतः अनेकदा प्रयत्न केले आहेत."

"म्हणजे प्रिन्स साहेबांना समजू न देता?"

"छे! हो, तशी ती किती तयारीची बाई. पोहोचलेली. प्रत्येक वेळी प्रिन्सला विश्वासात घेऊनच तिनं असे प्रयत्न केलेले आहेत. स्वतःचं स्थान डळमळीत करायचा मूर्खपणा ती करेलच कशाला?"

"तर मग हा खून करायचा मूर्खपणा केला कोणी? कशासाठी?"

"माझ्यासाठीसुद्धा ते एक कोडंच आहे."

आपल्या निवडणूक प्रचार कार्यालयाच्या पेंडॉलमध्ये नेत्राची ही चर्चा सुरू होती. तेवढ्यात एक जीप भरधाव वेगाने येऊन समोर कचकन उभी राहिली. अचानक ब्रेक लागल्याने तिचे टायर जागीच घसटल्याचा चिरका आवाज कानांवर पडला. निळ्या रंगाची, डोक्यावर तांबड्या रंगाचा जळता दिवा मिरवणारी ती जीप सर्वांना अचानक गुहेतून प्रकटलेल्या राक्षसासारखी भासली. फ्रंटसीटसमोर काचेवर लावलेल्या बारीक लोखंडी जाळीतून पोलिसांचे उग्र आणि खुनशी चेहरे दिसू लागले. नेत्रा पटकन उठून बाहेर आली. तोवर पोलीस इन्स्पेक्टर तिला येऊन भिडला आणि कठोर हुकमी स्वरात इन्क्वायरी करू लागला, ''मॅडम, कुठं आहे तो सुपरप्रिन्स?''

''का हो? कशाबद्दल?'' तो प्रश्न विचारताना आपल्या पायांखालची जमीनच दुभंगत असल्याचा भास नेत्राला झाला.

''इलेक्शन कॅन्डिडेट रमेश दिवसेचा खून पडल्याचं कानांवर आलंच असेल तुमच्या. त्याबद्दलच थोडीशी माहिती, थोडी इन्क्वायरी करायची होती.''

एव्हाना तिथे कार्यकर्त्यांनी आणि बघ्यांनी दुतर्फा गर्दी केली होती. ते सारे टकमक नजरेने आणि कानात जीव आणून पुढचा संवाद ऐकायला कमालीचे उत्सुक होते. कणखरपणा दाखवण्याचा आव आणत नेत्रा बोलली, ''ठीक आहे साहेब, तुम्हाला हवं तर शोधा आमच्या चिरंजीवांना. बट डोन्ट फर्गेट, आमचा सुपरप्रिन्स आणि रमेशबाबूंचा मुलगा अभिषेक या दोघांतली जिवलग दोस्ती साऱ्या जगाला माहीत आहे. आमचा सुपर रमेशना तर अनेकदा 'डॅडी' अशाच शब्दांत हाक मारतो.''

''ठीक आहे बघू या.''

''तीच रिक्वेस्ट आहे साहेब, आता निवडणुकीचा हा नाजूक मामला– शेवटचे काही तास उरलेत– अशा वेळी मुद्दाम माझ्या फॅमिलीवर घाणेरडे आरोप करून आम्हाला कोणी त्रास द्यायला उठलं असेल, तर प्लीज, त्या प्रवृत्तीला ठेचून काढा.''

पोलिसांनी पेंडॉल आणि आतल्या कार्यालयीन खोल्यांचा सर्च घेतला. इन्स्पेक्टर उपहासाने मंद हसतच जीपमध्ये जाऊन बसले. खरेतर त्यांना खूप काही बोलायचे असावे; पण ते त्यांनी मुश्किलीने टाळल्याचे दिसत होते. पोलीस जीप निघून जाताच नेत्राने सुटले, अशा अर्थी एक मोकळा, दीर्घ श्वास घेतला.

नेत्रा आत जाण्यासाठी वळणार, तोच त्यांचे जवळचे दोन कार्यकर्ते रंगा आणि शामराव अतिशय भयभीत होऊन समोर येऊन उभे राहिले. त्यांची अवस्था मुसळधार पावसाने झोडपलेल्या वाटसरूंसारखी दिसत होती. ते भीतीने अक्षरशः थरथर कापत होते. त्यांच्याजवळ सांगण्यासारखे भयंकर असे काही असावे, असे

स्पष्टच दिसत होते. बाजूला उभ्या असलेल्या बघ्यांच्या समोर अधिक शोभा नको म्हणून नेत्राने त्या दोघांना आत येण्याविषयी खुणावले.

आत जाताच नेत्राने काळजीने चौकशी केली. "अरे, थरथर कापायला काय झालं तुम्हाला? सांगा पटकन."

"पाहिलं ना, वैनी, आम्ही सोताहून पाहिलं."

"काय पाहिलं?"

"ते बिचारं रमेशभाऊऽऽ पिस्तुलाच्या गोळ्यांनी त्याच्या अंगाची चाळण झाली हो– असा खाली रक्ताच्या थारोळ्यात उलटा होऊन पडलेला बघितला आम्ही."

"कोणी घातल्या गोळ्या?"

"आपल्या सुपरप्रिन्स साहेबांनीच की! फटफटीवर बसूनच हत्यार चालवलं– अचूक नेम."

नेत्राचा चेहरा कागदासारखा पांढराफट पडला. तिच्या कपाळावरून घामाचे काही थेंब खाली ओघळले. आपल्या घोगऱ्या आवाजात पण थंडपणे तिने एकच प्रश्न केला, "पण ते घडताना अजून कोणी नाही ना पाहिलं?"

"बघितलं न् सर्वांनीच बघितलं. अहो, तिथं गल्लीच्या तोंडावरच पाच-पन्नास लोकांच्या समोर घातल्या की गोळ्याऽऽ"

ते दोघे रूमच्या बाहेर जाऊन उभे राहिले. पुढचे काही क्षण नेत्रा सर्वांग गोठल्यासारखी जागेवरच उभी होती. कमकुवत झालेली झाडाची फांदी अचानक खाली कोसळावी, तशीच ती मटकन खाली खुर्चीवर बसली. आपली त्वचा आतून जळतेय, तिने आतल्या आत पेट घेतल्याचा तिला भास झाला. डोंगरकड्यावरून अचानक सुटलेले मोठमोठे पाषाण आपल्या अंगावर येऊन आदळताहेत, असेही तिला वाटले. तो प्रसंगच इतका भयानक होता की, ज्याने तिच्या पुत्र व पतीच्याच नव्हे, तर नानांच्या पुरा कुटुंबाच्या अस्तित्वाचाच प्रश्न उभा केला होता. तिला आतून विषारी काटे रक्तबंबाळ करत होते. भीतीच्या नख्या तिची कातडी ओढत होत्या. हे असे भयंकर कृत्य घडवून आणायची या वेळी गरजच काय होती याचे कोडे मात्र तिला अजिबात सुटत नव्हते.

"हे एकट्या सुपरप्रिन्सचं डोकं आणि कृत्य असूच शकत नाही," ती स्वतःशी बोलली. त्यात तिला बाजीरावचा फोन लागत नव्हता. तोही अचानक बेपत्ता झालेला. आता तर आपण गाळाच्या खोल खोल गर्तेत अधिकच बुडत चाललो आहोत, असा नेत्राला भास झाला. बराच वेळ ती खुर्चीवर तशीच डोळे मिटून बसून राहिली. निवडणुकीचे टेन्शन, त्या संदर्भातली शेकडो कामे प्रलंबित होती अन् इकडे सोन्यासारखा वेळ वाया जात होता.

अशा भयंकर घातकी घटना शत्रूच्या कानाचा मुका घेण्यासाठी खूप अधीर

असतात. ती बातमी प्रिन्स आणि शलाकाच्या कॅम्पमध्ये पोहोचायला वेळ लागला नाही. पाठोपाठ ती हत्या बाजीरावच्या मुलाने सुपरप्रिन्सने स्वतः घडविल्याचे त्यांना समजले. साहजिकच रमेशच्या हकनाक मृत्यूबाबत शलाकाला मनातून खूप वाईट वाटले; परंतु त्याबाबत अधिक विचार करायला वेळ होता कोणाकडे? अक्षरशः काही मोजक्या तासांनी मतदानाची प्रक्रिया सुरू होणार होती. शेवटच्या घटकेची अनेक कामे प्रलंबित होती.

कामाच्या घाईमुळे शलाका आणि प्रिन्सने त्या घटनेकडे फारसे लक्ष दिले नाही. गांभीर्याने पाहिले नाही; परंतु हळूहळू त्यांच्या अत्यंत जवळच्या कार्यकर्त्यांनी त्यांच्याभोवती रिंगण केले. त्यांपैकी एकजण धाडस करून बोलला, ''वैनी, प्रिन्सबाबू तुम्हाला काय वाटतं, ही चूप बसायची वेळ आहे? गोळ्या कोणी झाडल्या, हे सर्वांनाच माहीत आहे. मुळात पिस्तुलातून सुटलेल्या गोळ्या बेछूट असतात. आंधळ्या असतात.''

''तुम्हाला काय सांगायचं आहे?'' शलाका.

''जी बेछूट गोळी रमेशभाऊंचा जीव घेऊन गेली, ती शलाकाभाभी तुमचा किंवा प्रिन्सबाबूंचाही जीव घेऊ शकली असती.''

तेवढ्यात दुसरे एक नेते पुढे सरकत बोलले, ''हीच वेळ आहे आपल्या विरोधकांची गुंडगिरी मोडून काढायची. अशा वेळी तुम्ही अजिबात स्वस्थ बसता कामा नये.''

''समजा, त्यांच्याऐवजी तुमच्याच हातून एखाद्या उमेदवाराचा मर्डर झाला असता, तर ते काय गप्प बसले असते?''

''खरं आहे, खरं आहे. शत्रूची अडचण हाच आपला फायदा. चलाऽ फायदा उठवू या.'' अनेकजण ओरडले.

''काहीतरी निश्चित कारण वा रहस्य असलंच पाहिजे. अन्यथा निवडणुकीच्या शेवटच्या काही तासांपूर्वी स्वतःचा प्रचार बाजूला ठेवून कोण कशाला दुसऱ्याचा मर्डर करायचा विचार करेल हो?''

नेत्राने घट्ट मिटलेले डोळे उघडले. एखाद्या दुःस्वप्नाच्या वावटळीतून बाहेर यावे, तशी ती समोर पाहू लागली. तिच्या आजूबाजूने तिचे निष्ठावंत कार्यकर्ते आणि सकाळच्या मतदान प्रक्रियेसाठी निघावयाचे प्रत्येक केंद्रावरचे एजंट खोळंबून होते. घडलेल्या भयानक प्रसंगाच्या सावलीत काळवंडून गेले होते. खुनाची बातमी सर्वत्र पसरली होती. मात्र, आता नेत्रादेवी अखेरच्या पर्वात डगमगून जायला किंवा माघार घ्यायला तयार नव्हती. आपल्या राजकीय जीवनातील अखेरचा रणसंग्राम अशा तडफेने आणि जिद्दीने तिने गेला दीड महिना लढवला होता. प्रत्येक गाव, वाडी अन् वस्ती तिने अक्षरशः प्रचाराचे रान उठवून पिंजून काढली होती.

या वेळी तिला बालंबाल खात्री होती की, या निवडणुकीत तिच्या बंगल्यासमोर विजयाच्या फुलांच्या हारांचे ढीग आणि गुलालाच्या थप्पीच्या थप्पी पडणार. फटाक्यांची आतषबाजी होणार.

तिने भिंतीवर लटकावलेल्या देवाच्या तसबिरीसमोर आपला हात आपटला. त्या निर्जीव भिंतीला आपला गाल लावला, तेव्हा तिच्या तोंडातून आपसूक दुःखाची धार बाहेर पडली, "अरे अरे, मूर्खांनोऽऽ असं काही करण्यापूर्वी किमान मला एका शब्दानं तरी विचारायचं होतं. किती अनुकूल वारा वाहत होता आपल्यासाठी. पंतप्रधानांच्या सभेचं एवढं मोठं संकटही मी उधळून लावलं होतं. विजयाचे ढोल माझ्या दारात वाजणारच होते! अगदी दोन हजार टक्के! मग शेवटच्या क्षणी असा जीवघेणा कोलदांडा घालायचा मूर्खपणाचा सल्ला तुम्हाला दिला तरी कोणी?"

वेळ मुठीतून निघून चालली होती. नेत्राने ग्लासभर पाणी घेतले. उभ्याउभ्याच चेहऱ्यावरून पाणी फिरवले. रुमालाच्या टोकाने चेहरा कोरडा करून घेतला. काळजीचे काहीच कारण नाही, काहीच घडलेले नाही असा देखावा करत ती बाहेर मंडपामध्ये निघून आली.

आपल्या कार्यकर्त्यांसमोर पत्र्याच्या खुर्चीवर नेत्रा बसली. समोर तिच्या किसान पक्षाचे प्रत्येक केंद्रावर जाणारे निवडणूक प्रतिनिधी पुढच्या सूचना ऐकण्यासाठी सभोवार गोळा होऊन बसले होते. ते दोनशे सत्तावीस मतदान केंद्रांवरचे प्रतिनिधी, त्यांच्या हाती दिलेली ती प्रवेशपत्रे, पक्षाकडून मतदान प्रतिनिधी म्हणून नियुक्ती झाल्याची पत्रे असे बरेच मटेरियल होते. हातामध्ये माइक घेऊन नेत्रा खाकरली, सर्वांना धीर देत बोलली, "माझी तुम्हाला अत्यंत कळकळीची विनंती आहे. काहीही झालं, तरी घाबरू नका. विचलित होऊ नका. नेमून दिलेली आपआपली कामं पूर्ण पाडा. तुम्ही जर वेळेत मतदान केंद्रावर पोहोचला नाहीत, तर आपले विरोधक तुमच्या गैरहजेरीचा पुरेपूर फायदा घेतील. बूथ कॅप्चर करतील. मग गुंडागर्दी करून एकतर्फी मतदान होईल अन् तुमच्यासारख्या प्रामाणिक कार्यकर्त्यांच्या मेहनतीवर, गेल्या दीड-दोन महिन्यांच्या कष्टांवर अक्षरशः पाणी पडेल. आपल्या पक्षाचं वाटोळं होईल. म्हणूनच मी तुम्हाला वेळेत सावध करते आहे. तिकडे तुम्हाला बाहेर एखादी भयंकर घटना घडल्याचं खरंखोटं काहीही सांगितलं जाईल. त्यासाठी तुम्ही घाबरू नका. काय वाटेल ते झालं, तरी विजय आपल्या पक्षाचा आहे. तुमच्या कष्टाचं सोनं होणार, आपले लाडके कॅन्डिडेट बाजीराव डोंगरे-देशमुख हेच जनाधाराच्या बळावर प्रचंड मतांनी निवडून येणार हे निश्चित."

तितक्यात बाजूच्या चित्रवाहिनीवरच्या बातमीमध्ये सुपरप्रिन्सचा चेहरा दिसू लागला. पाठोपाठ रक्त गोठवणारे ते दृश्य, जे कोणीतरी आपल्या उत्तम प्रतीच्या मोबाइलवर आधीच रेकॉर्ड केले होते. फटफटीवरचा तो सुपरप्रिन्स, तेथे बसल्या

जागेवरूनच गोळ्या झाडणारा संवेदनाशून्य असा लाकडासारखा तरुण. त्याच्या फटफटीचे आगमन आणि गमन बाजूच्या एका सीसी टिव्हीमध्ये बंदिस्त झाले होते. ती दृश्ये पुनःपुन्हा प्रदर्शित केली जात होती. 'ब्रेकिंग न्यूज'च्या शीर्षकाखाली त्याचा जणू माराच केला जात होता. तिकडे उडणारी गर्दी पाहून नेत्रा कडाडली, "चलाऽऽ बंद करा तो टिव्ही. पहाटेचे पाच व्हायला आलेत. सकाळचे सात होण्यापूर्वीच तुम्ही तुम्हाला दिलेल्या बूथवर जाऊन पोहोचायलाच हवं. चला, बाहेर पडा."

नेत्रा पेंडॉलच्या तोंडाशी एखाद्या वृक्षासारखी पाय रोवून खडी होती. निर्भय, निर्विकार. तेथून बाहेर पडणाऱ्या आपल्या प्रतिनिधींना निरोप देत होती. सूचना सांगत होती.

काशीळकरांनी नेत्राला हळूच बाजूला बोलावले. आपल्याजवळचा मोबाइल तिच्याकडे दिला. त्या मोबाइलच्या शब्दोच्चाराआधीच नेत्राच्या नाकपुडीला बाजीरावच्या अस्तित्वाचा वास लागला. समोरून कोंडल्या आवाजात तो चिरकला, "हे बघ, तू लगेच, लगेच माझ्या जामिनाची तयारी कर - मला भीती वाटते - पोलीस मला पकडायला कुत्र्यासारखे माझ्या मागे लागलेत."

"अहो, पण कुठे आहात तुम्ही? दोघंही? कशासाठी केलंत हे? ऐनवेळी भिंतीवर डोकं आपटून कपाळ फोडलंत ते?"

"नेत्रा, तू थोडासा धीर धर गं - बघ, तो रिपोर्ट जाऊ दे वर एकदाचा. इलेक्शनच पोस्टपोन होणार आहे - एखाद्या निवडणूक लढवणाऱ्या उमेदवाराचा मृत्यू होणं ही काय साधी गोष्ट आहे?"

"अहो, पण हे सारं सांगितलं कोणी तुम्हाला?"

"बाळेकुंद्री ॲडव्होकट काकांनी -लय जुना कायदेपंडित."

अन् अचानक फोन बंद पडला.

बापूनगरच्या जीवनातील ती सरती वादळी रात्र. ती ओली, थंडगार आणि थरथरती पहाट. गावातील अनेक लोक अर्धवट झोपेतून जागे झालेले. भीतीने, गटागटाने रस्त्यांचे कोपरे आणि बोळकांडे धरून उभे होते.

पोलिसांच्या सायरनवाल्या व्हॅन कर्कश आवाज काढत इकडून तिकडे धावत होत्या. काहीतरी अघटित घडून गेल्याची भीतिदायक जाणीव वातावरणाला झाली होती. तेवढ्यात भल्या सकाळी पेपर वाटणारी पोरे आपल्या भसाड्या आवाजात ओरडू लागली, "खूनऽ रमेश दिवसेंचा खूनऽऽ"

लोकांनी उत्सुकतेने वर्तमानपत्रे उघडली; परंतु त्यामध्ये त्या खुनाबाबतची बातमी कुठेही नव्हती. मात्र, त्या मर्डरचे रसभरित वर्णन करणारे पँपलेट वृत्तपत्राच्या घडीत कोणीतरी छापून ठेवले होते. त्या बातमीचे हुशारीने वाटप आणि प्रसारण केले जात होते. इतक्यात पलीकडून पोलिसांची गडद निळी जाळीदार व्हॅन सायरनचा कर्कश नारा देत समोरून धावत आली. बापूनगर पोलीस ठाण्यासमोर थांबली. भल्या पहाटेच एका आडवळणी लॉजवर छापा मारून पोलिसांनी सुपरप्रिन्सला अटक केली होती.

थोड्याच वेळात दूरचित्रवाहिन्यांवरून त्या धक्कादायक दृश्यांचा मारा सुरू झाला. व्हॅनच्या मागच्या बाजूला सुपरप्रिन्सचे तोंड जाळीदार खिडकीतून दिसत होते. काही तासांपूर्वी सर्वत्र एखाद्या राजपुत्रासारखा कुर्र्यात, अहंकाराने वावरणारा तो आता एखाद्या घरफोडीतल्या सामान्य गुन्हेगारासारखा– त्याच्या चेहऱ्यावर अवकळा पसरली होती. पिकात घुसलेल्या कोल्ह्याला दांडक्याने बदडून काढावे, तसा त्याच्या चेहऱ्याचा नकाशा उलटापालटा झाला होता.

त्या सकाळी संपूर्ण तालुक्यामध्ये एका कातीव दहशतीचे, थंडगार भीतीचे धुकेच पसरले होते. वातावरणात कमालीचा गारठा होताच. भीतीच्या दडपणाखाली

कर्मचारी मतदार केंद्रावर पोहोचले होते. निवडणुकीच्या रिंगणातील तीन उमेदवारांपैकी एक अशा रमेश दिवसेची झालेली भीषण हत्या, सरकारी दवाखान्यात पांढऱ्या वस्त्रात गुंडाळलेला आणि टिव्हीवर सातत्याने दिसणारा त्याचा मुडदा. ती धक्कादायक बातमी राज्यभरातील 'ब्रेकिंग न्यूज'मध्ये पहिल्या क्रमांकावर जाऊन बसली होती.

त्या कडाडत्या वादळी बातमीच्या कथनासोबतच सर्व संबंधितांची पूर्वकहाणी उगाळली जात होती. नकळत जुनीपुराणी धुणी जनमनाच्या घाटावर नव्याने आपटून धुतली जात होती. मृत रमेश दिवसे हे पूर्वाश्रमीचे शलाका डोंगरे-देशमुख यांचे पहिले पती कसे होते. त्यानंतर अठरा वर्षांपूर्वी त्यांचा प्रिन्स साहेबांशी झालेला विवाह. एकाकी विदुराचे जीवन कंठणारा बिचारा रमेश. प्रिन्स साहेबांचे राजकीय विरोधक असलेले चुलत बंधू बाजीराव. त्यांच्या गटात अलीकडे राजकारणाच्या मैदानात सक्रिय झालेला रमेश दिवसे. अशा साऱ्या पार्श्वभूमीवर या हत्येला सनसनाटीचा मोठा रंग चढला होता.

निवडणुकीच्या तोंडावरच्या हत्येची मोठी दुर्गंधी सर्वत्र पसरवली जात होती. फायद्या-तोट्याची गणिते नव्याने मांडली जात होती. ती स्पेशल न्यूज वेगळ्या कागदावर छापून तालुकाभर सकाळी पोहोचवली गेली होतीच. शिवाय अनेक गावांतून हातामध्ये भिंतीला लावायची शिडी, खळीचे भांडे आणि ताजी पोस्टरे घेऊन कार्यकर्ते धडकले होते. दगडी भिंतींवर पत्रके चिपकवली जात होती. त्यावर ठळकपणे छापलेली रमेश दिवसेची प्रतिमा, त्याचे पिंजारलेल्या केसांचे छायाचित्र उठून दिसत होते. त्या खालचा ठळक अक्षरांतला मजकूर सर्वांचे लक्ष वेधत होता. 'निरपराध रमेश दिवसेचा खरा हत्यारा कोण? गुंड प्रवृत्तींचा जाहीर निषेध! शलाका डोंगरे-देशमुखांना मत द्या आणि लोकशाहीचे हात बळकट करा.'

ती भित्तीपत्रके सर्वत्र झळकत होती. त्यावरची काळपट रंगातील, उग्र बावऱ्या डोळ्यांची आणि पिंजारलेल्या केसांची ती प्रतिमा पुरेशी दयनीय दिसावी, अशा बेतानेच छापली गेली होती. पोस्टरवर तांबड्या रक्ताचे दोन मोठे ठिपके छापले गेले होते. काही पोस्टरवरची जाड बटबटीत अक्षरे खूपच रोखठोक होती, 'खुनी बाजीरावला मत देणार का?'

'बापूनगरच्या शांततापूर्ण जनतेला खुनी आमदार हवा का?' त्या मोठ्या बातमीला कव्हर करण्यासाठी मिडियामध्येही एकच स्पर्धा सुरू झाली. चित्रवाहिन्यांचे आणि वृत्तपत्रांचे बडे बातमीदार, त्यांच्या गाड्या आणि मोठ्या ओबी व्हॅन्सच्या तांड्यांनी गावाभोवती रणगाडे पेरल्यासारखा गराडा घातला.

अलीकडे दिल्लीतल्या बड्या नेत्यांपासून सारेच शलाकादेवींना ओळखू लागले होते. त्या स्वतः आमदारकीची निवडणूक लढवत होत्या आणि त्याच वेळी त्या गजरा शुगर फॅक्टरीच्या चेअरमन होत्या. अशा प्रभावशाली उमेदवाराचे भवितव्य

पणाला लागले होते. अन् त्याच वेळी त्यांच्या विरोधात निवडणूक लढवणाऱ्या त्यांच्या पूर्वाश्रमीच्या नवऱ्याची निर्घृण हत्या झाली होती. त्या साऱ्या घटनेचे धागे आडवेतिडवे होते; त्यामुळे गप्पांना आणि अफवांना मोठा ऊत आलेला. तशी निवडणुकीची आदली रात्र अतिशय महत्त्वाची, जागती, धगधगती रात्र असते; अनेकांना राजकीय हिशोब चुकते करायचे असतात. बऱ्याचजणांना मतदारांना आकृष्ट करण्यासाठी काळ्या पैशाचे व दारूचे वाटप करायचे असते. तो माल मतदारराजापर्यंत पोहोचावा, याचीही भयंकर चिंता असते. मधल्या फळीच्या कार्यकर्त्यांनी मधल्यामध्ये हात मारून ते धन लंपास करू नये, याचीही मोठी भीती असते.

इथे मात्र रात्रीच्या खुनानंतर राजकारणाची हवा अधिकच प्रदूषित आणि भयानक बनलेली. चित्रवाहिन्यांच्या स्क्रीनवर 'ठरल्याप्रमाणे बापूनगर मतदारसंघात आज मतदान होणार का?', 'पोलीस यंत्रणा प्रचंड तणावाखाली', 'बापूनगरची निवडणूक पुढे ढकलली जाण्याची भीती' अशा शीर्षकांच्या अनेक पाट्या दिसू लागल्या. दिल्लीच्या निर्वाचन आयोगातला एक खास कक्ष इथल्या घटनेवर बारीक लक्ष ठेवून होता. डी.एस.पी. आणि इतर वरिष्ठ पोलीस अधिकारी रात्रभर जागे होतेच; परंतु निर्वाचन आयोगाच्या दट्ट्यामुळे पोलीस महासंचालकसुद्धा बापूनगरात पहाटे तीन वाजता येऊन दाखल झाले होते.

निवडणूक होणार की नाही होणार, या प्रश्नाच्या चिंतेने मोबाइलवर, व्हॉट्स ॲपवर सर्वत्र शंकांचे मोहोळ उठले. मतदारांच्या मनामध्ये खूपच गोंधळ उडाला; त्यामुळे सकाळी उजाडता आंबेपूरच्या जिल्हाधिकाऱ्यांनी एक स्टेटमेंट प्रसिद्धीला दिले– 'बापूनगर असेंब्ली क्षेत्रात निवडणुकीदरम्यान खुनासारखे काही अनुचित प्रकार दुर्दैवाने घडले आहेत; पण त्यामुळे मतदारांनी घाबरून जाण्याचे काहीच कारण नाही. लॉ आणि ऑर्डरसाठी पुरेसा बंदोबस्त ठेवण्यात आला आहे. याआधी जाहीर झालेल्या कार्यक्रमानुसार निवडणूक वेळेत पार पडेल. जागृत मतदारांनी सहकार्य करावे ही विनंती.'

रीतसर मतदानाला सुरुवात झाली. रात्री घाबरलेले मतदार हळूहळू घराबाहेर पडू लागले. मतदार केंद्रांवर लोकांच्या रांगा दिसू लागल्या. नेत्रादेवींच्या डोक्यातील ठणक काही केल्या कमी होत नव्हती. काल रात्री ॲड. बाळेकुंद्रींसोबत बाजीरावांची नेमकी काय चर्चा झाली, ते तिला जाणून घ्यायचे होती; त्यामुळे ती स्वतःच मतदान वेळेत सुरू झाल्याची खात्री करून बाहेर पडलेली. सकाळी नऊ वाजता बाळेकुंद्रींना तिने त्यांच्या लेकीच्या घरात गाठले, "काय हो काका, असा कसा विचित्र सल्ला दिलात तुम्ही आमच्या मिस्टरांना?"

"मी काय केलं हो बाई?"

"काल रात्री सात वाजता ते तुमच्याकडे आले होते, तेव्हा तुम्हीच सांगितलंन

की, इलेक्शन प्रोसेसच्या दरम्यान एखादा कॅन्डिडेट मृत्यू पावला, तर निवडणूकच पुढे ढकलली जाते.''

''हो, अशा काही मुद्द्यांवर आम्हा दोघांत चर्चा झाली, ती गोष्ट खरीच आहे. बट इट वॉज अ सॉर्ट ऑफ डिस्कशन. साधारणतः निवडणूक कोणकोणत्या कारणांनी पुढे ढकलली जाऊ शकते, या मुद्द्यांवर ते माझ्याशी चर्चा करत होते, जस्ट कॅज्युअली.''

''अच्छा! म्हणजे एक प्रकारे आपणच त्यांना आयडिया दिली आणि खून करण्यासाठी प्रवृत्त केले ना?''

''नाही, नाही. असं कसं होईल? थोडी थांब.'' बाळेकुंद्रींनी तिच्याकडे घाबरून पाहिले. ते नेत्राला बोलले, ''प्लीज, घाई करू नकोस. मी काय सांगतो, ते शांतपणे ऐक. तुझ्या त्या ग्रेट नवऱ्याप्रमाणे घाई करू नकोस. एकतर तो काल माझ्याकडे आला, तेव्हा तो स्वतःच कसल्यातरी दडपणाखाली दिसत होता. आपण शांत आणि निर्विकार असल्याचं भासवत होता; पण त्याचे बोबडे बोल आणि दारूनं आतून जर्जर केलेलं शरीर लपत नव्हतं. काल दिवसभर त्यानं अखंड मद्यपान केल्याचं त्याच्या चेहऱ्यावरून दिसत होतं. जेव्हा त्यानं कोणकोणत्या कारणांमुळे निवडणूक पुढे ढकलली जाऊ शकते, या मुद्द्यावर माझ्याशी चर्चा केली, तेव्हा 'पूर्वीच्या कायद्यानुसार निवडणूक प्रक्रियेच्या दरम्यान निवडणूक लढवणाऱ्या एखाद्या कॅन्डिडेटचा मृत्यू झाल्यास' एवढेच मी बोललो होतो. तुमच्या मिस्टरांनी नेमका 'पूर्वीचा' शब्द किंवा पूर्वी हा शब्द गडबडीत ऐकून घेतला नसावा आणि पुढचा सारा 'ध' चा 'मा' घडला असावा.''

त्यावर नेत्राने काहीही मतप्रदर्शन केले नाही. एक मात्र खरे की, काल दुपारपासून बाजीरावचे मिनरल वॉटरच्या बोटलमध्ये लपवून अखंड मद्यपान सुरू होते, ही गोष्ट तिला अनेकांनी सांगितली होती. आपलेच नाणे खोटे निघाल्यावर जगाशी झगडा करण्यात काय अर्थ?

नेत्रा जीवनाच्या लढाईत अशी सहजासहजी हरणाऱ्यांपैकी नव्हती. दिवसभर शांततेत मतदान प्रक्रिया सुरू होती. तिच्या जवळच्या कार्यकर्त्यांकडून दुपारपर्यंत तिच्याकडे अहवाल प्राप्त झाले होते. त्यानुसार नाना गटाची तळी उचलून धरणाऱ्या गावांमध्ये कधी नव्हे इतकी मतदानाची टक्केवारी वाढली होती; त्यामुळे नेत्राचा स्वतःवरचा विश्वास आणखी वाढीस लागला होता. या खवळलेल्या सागरात आणि स्वतःचा नवरा व पुत्र खुनासारख्या भयंकर भोवऱ्यात अडकूनसुद्धा संकटांचा दर्या आपण पार करू शकतो, आपल्या राजकीयदृष्ट्या मूर्ख, अपरिपक्व नवऱ्याला याही परिस्थितीमध्ये निवडून आणू शकतो, याची तिला खात्री झाली होती; त्यामुळेच पदर खोचून ती पुन्हा कामाला लागली होती.

वोटिंगचा दिवस पार पडला. दुसऱ्या दिवशी सकाळीच मतमोजणीला प्रारंभ होणार होता. त्याची तयारीही नेत्राने चालवली. रात्री मतदारसंघांच्या कानाकोपऱ्यांतून माहिती गोळा केली. रमेशच्या मर्डरचा गैरफायदा घेऊन शलाकाच्या गटाने भडक भित्तीपत्रे व पोस्टर्स छापली होती. ती भल्या सकाळी सर्वत्र पोहोचवून परिस्थितीचा फायदा उपटण्याचा प्रयत्न केला होता; परंतु नेत्राला प्राप्त झालेल्या अहवालानुसार नाना गटाचे मतदार विचलित झाले नव्हते. गोंधळले नव्हते. उलट शलाका-प्रिन्सच्या प्रभावातील गावांपेक्षा नेत्रा-बाजीरावांना मानणाऱ्या गावांमध्ये मतदानाची टक्केवारी लक्षणीयरीत्या वाढली होती. यथावकाश आपल्या मुलाची जामिनावर सुटका करता येईल; परंतु आता निवडणूक जिंकणेच खूप महत्त्वाचे होते. जळत्या आगीत कोणीतरी लोण्याचे गोळे टाकून निखारे विझवून शांत करावेत, तसे समाधान नेत्राला रात्री वाटत होते. त्याच खुशीत तिला काही तासांची चांगली झोप मिळाली.

सकाळची पूजा नेत्राने गडबडीत उरकली; परंतु तोवर कॉलेज ग्राउंडवर मतमोजणीच्या पहिल्या फेरीला आरंभ झाला होता. ती आपल्या बंगल्यातून तिकडेच जाण्यासाठी गडबडीने बाहेर निघाली. तेवढ्यात तिचा मोबाइल वाजला. मोजणी सुरू होऊन तास होत आला होता; परंतु तरीही पहिल्या राउंडच्या मोजणीची अपेक्षा करणे चुकीचे होते. मोबाइलच्या स्क्रीनवर तिच्या पीएचे नाव दिसले. तसा तिने पटकन फोन उचलला, "हॅलोऽऽ कोण नेत्राभाभी का?"

"हो हो – थांबा, मी तिकडेच येतेय–"

"प्लीज भाभी, फोन बंद करू नका. ऐका तर खरं– एवढं होऊनसुद्धा–"

"बोलाऽ बोला, पुढचं बोला."

"आपलं नशीब ग्रेट आहे."

"म्हणजे हो?"

"आला, पहिल्या राउंडचा रिझल्ट आला. पहिल्या राउंडलाच आपले बाजीरावसाहेब तीन हजार मतांनी आघाडीवर आहेत– मंडपात सारेच बोलू लागलेत, हा जलवा असाच टिकला तर आपल्या विरोधकांना तोंड बाहेर काढायला जागा उरणार नाही."

नेत्रा मॅडमचा खुशीने उजळलेला चेहरा पाहून ड्रायव्हरने दुप्पट वेगाने मोटार पुढे पळवली. तो अध्येमध्ये साइड मिररमधून आपल्या मालकिणीच्या चेहऱ्याकडे पाहत होता. एवढी गंडांतरे ओढवूनसुद्धा मिळालेल्या बातमीने नेत्रा खूपच खूश होती. जागेवर बसल्याबसल्या डोळे मिटत देवाचे आभार मानत ती काही श्लोक गुणगुणत होती. नेत्राने त्या भव्य निर्वाचन मंडपात प्रवेश केला, तेव्हा नाना गटाचे कार्यकर्ते खूप सुखावून गेले. मंडपातील निर्वाचन अधिकारी, जिल्हाधिकारी, उमेदवार व त्यांचे मुख्य एजंट यांना बसण्यासाठी उभारलेल्या उंच स्टेजकडे नेत्रा दमदार पावले टाकत निघाली. तिचे अंतर्मन तिच्या मार्गात कोसळलेले

वृक्ष बाजूला फेकून देत होते. आता एकदाची मुठीमध्ये आमदारकी यायचा अवकाश. बाजीरावच्या आणि सुपरप्रिन्सच्या बचावासाठी निष्णात वकिलांची पलटनच कोर्टात खडी करू.

त्या उंच स्टेजवर नेत्रा रुबाबात स्थानापन्न झाली. कलेक्टरनेसुद्धा हाताने तिच्याकडे इशारा करत खुशीने 'हॅलो' केले. एकूण बावीस राउंड होणार होते. मतमोजणीच्या त्या काही फेऱ्यांमध्ये बाजीराव आणि शलाकाच्या मतांमध्ये बरोबरीही होत होती. आकड्यांची टक्कर सुरू होती. मात्र, जशा फेऱ्या वाढत होत्या, तशी बाजीरावला थोड्या फरकाने का होईना पण अधिकच मते मिळत चालली होती; त्यामुळे नेत्राचा चेहरा फुलासारखा टवटवीत दिसत होता. पलीकडे उमेदवाराच्या खुर्चीवर बसलेली शलाका मात्र खूप गंभीर दिसत होती. कोणतेही चांगले किंवा वाईट मतप्रदर्शन न करता ती एका जाडजूड पुस्तकात तोंड खुपसून बसली होती. फेरी संपताच आपल्याजवळच्या कोऱ्या कागदावर मिळणाऱ्या मतांची शिसपेन्सिलने नोंद करत होती. मात्र, तिच्या चेहऱ्यावरचा तणाव लपत नव्हता.

प्रिन्स आणि शलाका गटाचे तालुका स्तरावरील बडे नेते, निष्ठावंत कार्यकर्ते, कारखान्याचे काही संचालक सारेच खिन्न दिसत होते. नव्हे, मनातून घाबरून गेले होते. मिळणाऱ्या मतांचा ट्रेंड काही चांगला नव्हता. असे काही घडेल, अशी कोणी स्वप्नातही कल्पना केलेली नव्हती. एखाद्या घराण्याकडे किंवा राजकीय पक्षाकडे सातत्याने सत्ता असेल, तर नकळत मतदारांमध्ये एक विरुद्ध प्रवाह बनत जातो. तसेच काहीतरी झाले असावे; शिवाय राज्यकर्त्या वर्गाकडून जनतेच्याही डोंगरासारख्या अपेक्षा असतात. त्या पूर्ण होणे अशक्यच आहे; त्यामुळे त्या नाराजीतून हळूहळू जनतेमध्ये कडवटपणाचे वादळ निर्माण होते, जे कोणाला दुमपत्ता लागू न देता बाहेर पडते. तसेच काहीसे आता बापूनगर असेंब्ली क्षेत्रात घडत होते.

अखेर निर्वाचन अधिकारी तथा जिल्हाधिकाऱ्यांनी विसाव्या फेरीचा निकाल जाहीर केला. त्यानुसार बाजीरावांचे साडेचार हजार मतांचे मताधिक्य तथा लीड शलाकादेवीवर पडले होते अन् अखेरच्या फक्त दोन फेऱ्या उरल्या होत्या. ते मताधिक्य आता तुटणे केवळ अशक्य होते. असा काही चमत्कार घडणे असंभव होते; त्यामुळेच जिल्हाधिकाऱ्यांनी त्या फेरीचा निकाल जाहीर करताच मंडपातील नाना गटाच्या कार्यकर्त्यांनी कडकडून टाळ्या वाजवत शेकडोंच्या कंठातून "हैऽऽ है हुऱ्हेऽऽ हुऱ्हेऽऽ"असा उत्स्फूर्त आवाज निघाला. अचानक मातीचे धरण फुटावे आणि पाण्याचा प्रचंड लोट बाहेर पडावा, असेच काहीसे झाले होते. नाना गटाच्या कार्यकर्त्यांच्या पोटात हर्षाच्या उकळ्या फुटत होत्या.

आता शेवटच्या दोन राउंडमध्ये बाजीरावचे मताधिक्य कापणे केवळ अशक्य कोटीतील गोष्ट होती; त्यामुळे मंडपात यापुढे अधिक वेळ थांबणे बरे नव्हते. कारण

काहीच खरे नव्हते. तात्या काशीळकर आणि इतर बुजुर्गांनी शलाकाकडे पाहून तशा खाणाखुणासुद्धा केल्या. आज दिवसभरात मतमोजणीकडे फिरकायचे प्रिन्सने पूर्णतः का टाळले होते, त्याचे उत्तर शलाकाला मिळाले. ती हळूच आपल्या जागेवरून उठली. तिने पर्स आणि इतर वस्तू पोटाबरोबर पकडल्या अन् कार्यकर्त्यांबरोबर चालताचालता चर्चेचा बहाणा करत ती हळूहळू मंडपातून बाहेर पडली.

तेवढ्यात पलीकडच्या गल्लीतून फटाक्यांची बरसात कानांवर पडली. बाजीरावच्या मध्यवर्ती निवडणूक पेंडॉलपुढे जोरदार आतषबाजी सुरू झाली होती. ढोल-लेझीम वाजू लागले होते. पुढच्या भव्य आणि ढासू मिरवणुकीची तयारी सुरू झाली होती. बाजीराव गेले दोन दिवस बेपत्ता असला, तरी याआधीच तयार केलेले त्याचे दीडपट उंचीचे कटआउट्स मिरवणुकीसाठी सजवल्या जाणाऱ्या रथामध्ये चढवले गेले.

बापूनगरमधून बाहेर पडलेली शलाकाची मोटार वाटेतले उसाचे मळे पार करत गजरा नदीचे वळण ओलांडून ब्रिजवरून रिव्हर फ्रंटकडे आली. तोपर्यंत तिन्हीसांज झाली होती. प्रिन्स बंगल्याच्या हिरवळीवर सिगारेट फुंकत बसून होता. शलाकाने थकल्या चेहऱ्यावर पाण्याचे सपकारे मारले. ती बाहेर आली आणि नवऱ्यासमोरच वेताच्या खुर्चीवर बसून राहिली. मध्येच चहा, हलकासा नाश्ता झाला. दोघेही अस्वस्थपणे जुनी वृत्तपत्रे चाळत होते. आज बोलण्यासारखे तसे काहीच नव्हते. लांबून बापूनगरमधून निवडणूक पेंडॉलकडून काही अनाउन्समेंट होत होत्या. तिकडे गोंधळ सुरू होता. तिकडचे नेमके बोलणे काही ऐकू येत नव्हते.

असेच पावणेदोन तास गेले असावेत अन् अचानक बंगल्याच्या फाटकात तीन-चार मोटारी धडाधड येऊन थांबल्या. त्यातून आत बसलेले कार्यकर्ते मोठमोठ्याने ओरडत पुढे येऊ लागले, "अहो साहेब, भाभी, काय झालं आहे काय तुम्हाला? किती मोबाइल करायचे? का उचलले नाहीत ते? कुठे ठेवले ते?" कार्यकर्त्यांनी पुढे येऊन त्यांना अक्षरशः कडकडून मिठ्या मारल्या. महिला कार्यकर्त्यांनी तर शलाकाचे पाप्यांवर पापे घेतले. सारे एक सुरात ओरडत होते, "अहो साहेब, अहो भाभी, अगदी शेवटच्या दोन राउंडला निसटती का होईना, फक्त अवघ्या बासष्ट मतांनी का असेना; पण आपण लढाई जिंकली! बाजीरावसारखा गुर्मीवाला जित्ता लांडगा तुम्ही फाडून काढलात की हो वहिनी."

अवघे चक्रच उलटे फिरले होते. मुख्य पेंडॉलमध्ये शेकडो कार्यकर्ते प्रिन्स आणि शलाकाची वाट पाहत उभे असल्याचा निरोप होता. शलाकाने गडबडीने आपले केस ठाकठीक केले. ती मोठ्या खुशीने प्रिन्सचा दंड पकडून कार्यकर्त्यांसह पेंडॉलकडे जायला निघाली. वाटेत जेव्हा बाजीरावच्या कार्यालयाजवळून मोटारी चालल्या होत्या, तेव्हा मघाचा फटाक्यांचा पाऊस, तेथे वाजणारे ढोल आणि

चेकाळून नाचणारे कार्यकर्ते; कोणी कोणी जागेवर दिसत नव्हते. एखाद्या स्मशानासारखी शांतता तिथे माजलेली.

प्रिन्स आणि शलाका आत पेंडॉलमध्ये डोकावले. मात्र, तिथे त्यांना मोठे रणांगण माजलेले दिसले. त्या मोठ्या स्टेजवर नेत्रा आणि तिचे दोन-तीनशे कार्यकर्ते कलेक्टरशी हुज्जत घालत होते, ''फेरमतमोजणी झालीच पाहिजे.'' ''आम्हाला न्याय मिळालाच पाहिजे.'' ''नही चलेगी नही चलेगी, दादागिरी नही चलेगी।'' तो गोंधळ अर्धा-पाऊण तास तसाच सुरू होता. जिल्हाधिकारी वरिष्ठांशी चर्चा करत होते. अखेर त्यांना वरून आयोगाकडून फेरमतमोजणीची मंजुरी मिळाली.

रात्री साडेसातनंतर फेरमतमोजणीचे घोडे एकदाचे मार्गाला लागले. आता प्रत्येक राउंडच्या, प्रत्येक मतदान केंद्रावरच्या, प्रत्येक मताचे निरीक्षण जागरूकपणे केले जात होते; त्यामुळे तणाव वाढत होता. नेत्रादेवी हटायला आणि हरायला तयार नव्हत्या. त्यांच्या कुटुंबाच्या भविष्यासाठी ही अक्षरशः जीवन-मरणाची लढाई होती.

ती अखंड संघर्षाची, ईर्षेची, वेड्या जिद्दीची, जीवघेण्या स्पर्धेची रात्र हळूहळू पुढे सरकत होती. बाजूला भोजनाची व्यवस्था असूनही दोन्ही गटांपैकी कोणी नीट जेवले नव्हते. जागरणाने सर्वांचे डोळे लोंबत होते. मात्र, ते डोळे आणि कान उघडे ठेवूनच सारेजण कामाला लागले होते. पोस्टाने आलेल्या काही मतपत्रिका बाद ठरविल्या गेल्या.

सकाळी साडेपाचची वेळ झाली. तो भव्य पेंडॉल अजिबात झोपला नव्हता. अर्धवट झोपलेले बापूनगर मात्र पुन्हा डोळे तारवटत पहाटेच जागे झाले होते. जिल्हाधिकाऱ्यांच्या टेबलावर शेवटची बेरीज सुरू होती. प्रशासनाने इशारा दिला. तशी पेंडॉलभोवतीची स्पेशल पोलीस फोर्सची पथके वाढविण्यात आली. दंग्याविरुद्धचे स्पेशल कृतिदल सावध झाले. बचावाच्या काटेरी लोखंडी जाळ्या घेऊन पोलीस फौज पवित्र्यात उभी राहिली. जिल्हाधिकाऱ्यांनी एकदाचा निकाल जाहीर केला. शेवटी अवघ्या बावन्न मतांनी शलाकादेवी प्रिन्स डोंगरे-देशमुख विजयी झाल्याचे जाहीर करण्यात आले.

मंडपाबाहेर ढोल वाजू लागले. शलाकाने आधीच आपल्या कार्यकर्त्यांना सूचना देऊन ठेवल्या होत्या. काहीही झाले तरी शक्तिप्रदर्शन करू नका. विजयाचा भपकारा दाखवू नका. ते त्यांच्या घोडचुका करून स्वतः जखमी झाले आहेत. त्यांच्या जखमेवर मीठ टाकून आम्हाला काय मिळणार आहे? शोभा नको म्हटले, तरी तिथे शंभर-सव्वाशे हार शलाकाच्या गळ्यात पडले. हारतुरे संपवून मंडळी बाहेर निघाली, तेव्हा त्याच हारांच्या ढिगातला गुलाबांचा एक सुंदरसा हार शलाकाने उचलला. मोठ्या कृतज्ञतेने तिने तो प्रिन्सच्या गळ्यामध्ये घातला. आषाढाच्या

सरीत उन्मळून पडणाऱ्या एखाद्या वेलीसारखी ती प्रिन्सच्या बाहुपाशात घुसली. एखाद्या शाळकरी मुलीसारखी खूप मोठ्याने रडू लागली. तेव्हा बुजुर्ग स्त्री कार्यकर्त्यांनी तिला पोटाशी धरून कशीबशी शांत केली.

बाजीरावच्या कार्यालयाबाहेरच्या शिळ्या गुलालाने भरलेल्या रस्त्यावरून प्रिन्स आणि शलाका पुन्हा 'रिव्हर फ्रंट'कडे निघाले. तिथे असलेले बाजीरावचे कार्यकर्ते फाटलेल्या पोस्टरसारखी आपली थोबाडे चोरत बाजूला उभे होते. प्रिन्स आणि शलाका आपल्या बंगल्यावर पोहोचले, तेव्हा सकाळचे सात वाजले होते. त्या दोघांनीही समोरच्या बागेतल्या बापूरावांच्या अर्धपुतळ्याला फुलांचे हार घातले. त्यांचे मनोभावे दर्शन घेतले.

प्रिन्स आणि शलाका आपल्या निवडक कार्यकर्त्यांसह बंगल्याबाहेरच्या छोट्याशा पेंडॉलमध्ये आदल्या रात्रीचे जेवण सकाळी घेत होते. काही उत्साही तरुण कार्यकर्ते त्यांच्याभोवती मधमाशांसारखे घोंघावत होते. काही बुजुर्ग कार्यकर्त्यांना मध्ये घालून आता तालुक्यात कुठे कुठे प्रिन्स आणि शलाकाचे सत्कार आयोजित करावेत, मिरवणुका काढाव्यात याचा अंदाज घेत होते, तेव्हा प्रिन्सकडे पाहत त्याची मूक संमती आहे, असेच गृहीत धरून शलाका बोलली, "हे पाहा, अगदी अपवादात्मक परिस्थिती म्हणून एखादुसरा सत्कार घेणे किंवा आयोजित करणे ठीक होईल. अन्यथा फक्त बावन्न मतांनी आपली सीट निवडून येणं, या प्रकाराला आपण विजयी झालो किंवा निवडून आलो, असं तुम्ही समजता काय? लक्षात ठेवा– हा आपला विजय नसून पराभवच आहे! फक्त आपण त्यांच्यापेक्षा संयम बाळगण्याचं शहाणपण दाखवलं म्हणून तर ती नेत्रासारखी जिद्दी आणि धाडसी स्त्री जिंकता जिंकता हरली आणि आपण सारे हरता हरता जिंकलो, इतकंच!"

प्रचंड तणावाखाली असलेल्या नेत्रादेवीने घाबरल्या आवाजात चौकशी केली, ''काय काशीळकर मामा, काय झालं? कुठून तरी, कसा तरी पण यांच्याशी संपर्क होतोय की नाही?''

''त्याच चिंतेनं आम्हा सर्व कार्यकर्त्यांची मस्तकं भिरमटून गेलीत. इकडं तिकडं, चोहीकडं माणसं पाठवलीत. बाजीराव नुसते कुठं दिसले तरी कळवा. कोणाच्या मोबाइलवर मिसकॉल आला तरी सांगा. त्यावरनं तरी ट्रेस निघतोय का ते बघू.''

''मामा, काय सांगू? मला तर वेड लागायचं बाकी आहे. मोबाइल तर बंद आहे– निवडणुकीचा निकाल जाहीर झाल्यापासून तर पूर्ण बंद– त्यांनी तो जवळ ठेवलाय की पोलिसांचा पाठलाग नको म्हणून कुठं पाण्यात फेकलाय, तेच समजत नाही.''

''ताई, आपल्यापेक्षा पोलिसांच्या जातीचं टेन्शन भारी आहे. 'बाजीरावांना अटक करा', 'अजून गुन्हेगार कसा सापडत नाही' अशी मिडियातनं तर नुसती बोंबाबोंब चालू आहे– त्यामुळे फोन सुरू ठेवण्याचा मूर्खपणा ते कसा करणार?''

भिंतीवरच्या महागड्या फ्रेममध्ये जडवलेल्या देवतांच्या चित्रांकडे पाहत नेत्राने मनोभावे नमस्कार केला. ती कळकळीने बोलली, ''आई मंगळाई! तुळजाभवानी! हे मातांनोऽऽ फक्त एकदाच, एकदाच त्यांच्याशी संपर्क होऊ दे गं.''

बाहेर अंधार काळेकुट्ट रूप घेऊन राक्षसासारखा पहारा देत बसलेला. पाठीमागच्या आउट हाउसचा ताबा गेल्या तीन दिवसांपासून कार्यकर्त्यांनी घेतलेला. त्या छोट्याशा जागेत साठ-सत्तर कार्यकर्ते मुक्कामी राहिलेले. निवडणुकीच्या सततच्या त्रासाने व जागरणाने जे अनेकजण आंबून गेले होते, ज्यांना झोप आवरत नव्हती; अशांपैकी काहीजण बाहेर पायऱ्यांवरच अंगाचे गाठोडे करून तसेच झोपून गेले होते. बाकीचे

बहुतांशी मात्र रात्रभर जागेच होते. आपल्या नेत्याचा जोवर ठावठिकाणा लागत नाही, तोवर झोप येणे कठीण होते.

काशीळकर गंभीरपणे बोलले, ''रमेशच्या खुनाचा एवढा मोठा आरोप, पॉलिटिकल वर्तुळातली इतकी चर्चा, मीडियातून वाजणारा डंका– अशा परिस्थितीत बाजीराव इकडं येणार तरी कसे आणि सापडणार तरी कसे?''

''मामा! का कोणास ठाऊक, मला आता यांची प्रचंड भीती वाटते. समजा, अटक टाळायची आणि त्यासाठी अंडरग्राउंड राहायचं, तर त्यांनी खुशाल राहावं; पण कुठूनतरी एकदा, फक्त एकदाच माझ्याशी संपर्क साधावा– भले अन्य कोणाच्या मोबाइलवरून आणि दुसऱ्या कोणाच्या तरी फोनवर.''

बाजूच्या कोचावर अंग मोडल्यासारखी नेत्रा रात्रभर बसून होती. तितक्यात बाजूने कण्हण्याचा आवाज आला. पाठोपाठ पावले वाजली. पुरी रात्र जागसूद असलेल्या चंचलानानी शरीराचा भार सावरत तेथे आल्या. नेत्राच्या शेजारी बसत, तिच्या डोक्यावर मायेने हात ठेवत बोलल्या, ''किती काळजी करशील पोरी? अगं, तू तरी सावर स्वतःला. एकतर तो सुपर कार्टा पोलिसांच्या ताब्यात आहे. इकडं नानांची तब्येत कोसळलीय. खाटेवर पडल्या पडल्या ते रात्रंदिवस डोळे पांढरे करून फक्त वरच्या छताकडे बघतात अन् तूही अशी चिंता करीत, टेन्शन घेत आजारीबिजारी पडलीस तर सारं घरच कोसळंल गं आमच्या अंगावर.''

''माझा प्रॉब्लेम वेगळाच आहे सासूमां.''

''कसला गं?''

''तुम्ही तुमच्या पोराला पूर्णपणे कुठे ओळखता? ते किती मानी आणि अभिमानी आहेत. भावनाविवश आहेत. बऱ्याचदा त्यांचा स्वतःवर कन्ट्रोल राहत नाही हो,'' बोलताबोलता नेत्राचा आवाज रडवेला आणि चिरका झाला.

''काळजी नको करू– देवीच्या कृपेनं ठीक होईल सारं– नवऱ्याची काळजी सोड आणि त्या पोराचा जामीन कसा पटवता येईल, ते पहिलं बघ.''

''मी सातत्यानं मुंबईला आणि आंबेपूरला मोठमोठ्या वकिलांशी संपर्क ठेवून आहे– पण सर्वांचं एकच उत्तर. मर्डरची केस आहे. मामला खूप सीरिअस आहे– पेपरवाल्यांनी पोल्युटेड केली आहे– जोवर तपासात प्रगती होत नाही आणि सबस्टॅन्शियल प्रोग्रेस होत नाही, तोपर्यंत सुपरला जामीन मिळणं अशक्य आहे!''

बराच वेळ सासू-सुना तशाच बसून होत्या; न बोलता. अचानक नेत्राच्या मेंदूमध्ये तिडीक भरली. पोटातला विचार ओठात रोखून धरणे मुश्कील झाले. आतून तिला उबळ दाटून आली. ती चंचलानानींना रडवेल्या सुरात विचारू लागली, ''सासूमांऽऽ नानाऽऽ कसलं, कसलं हो हे तुमचं उग्र रक्त. संयम आणि शांती नावाचे शब्द तुमच्या सात पिढ्यांमध्ये तुम्हाला कोणी शिकवले आहेत की

नाहीत? अहो, मी एक साधी बाईमाणूस असून राईचा पर्वत केला. भारताच्या पंतप्रधानाची जाहीर झालेली निवडणूक प्रचारसभा येथे होऊ दिली नाही. एवढ्या मोठ्या पर्वतासारख्या पुरुषाला रोखण्यातसुद्धा मी यशस्वी झाले हो; पण तुमच्या मुलाच्या आणि नातवाच्या आततायी, मूर्ख आणि उतावळ्या स्वभावापुढे मला अक्षरशः हात टेकावे लागले. मी जवळजवळ शंभर टक्के जिंकलेली निवडणूक– माझं रक्त, घाम, अश्रू आटवून मी लुटून आणलेलं ते शिलंगणाचं सोनं या मूर्ख बाप-लेकांनी मला हातातून फेकायला लावलं. माझ्या स्वप्नांची आणि यांच्या स्वतःच्या भविष्याची यांनी अक्षरशः माती केली बघा.''

तितक्यात नानांच्या खोलीतून काही कार्यकर्ते बाहेर धावत आले. मोठ्याने सांगू लागले, ''तिकडे आत चला बघा, नानांचे डोळे कसे पांढरे झालेत. ते विचित्र हालचाली करताहेत. हातपाय झाडताहेत. तुम्हाला बोलावताहेत.''

त्याबरोबर नेत्रा, नानी आणि सर्वजणच नानांकडे धावले. त्यांचे अंग थरथरत होते. पाण्याबाहेर वाळूत पडलेल्या माशासारखे ते थरथरत होते. कण्हल्या, वेदनादायक आवाजात ते चौकशी करत होते, ''पोरी, कुठं आहे माझा बाजी? माझा पोर कुठे आहे?''

त्या सासू-सुनांनी तिथेच बाजूला बसत नानांची थोडीफार समजूत काढली. त्यांना अंथरुणातून अर्धवट उठवत गरम चहा पाजला. त्यातून झोपेची गोळी दिली. नाना थोडे शांत पडल्याची खात्री झाली. पुन्हा त्या दोघी बाहेरच्या हॉलमध्ये आल्या. नानींनी सुनेला विचारले, ''पोलिसांनी पकडलं तर नसंल पोराला?''

''तसं होईल, तर एका परीनं चांगलंच होईल सासूमां. एक ना एक दिवस मी त्यांना जामिनावर सोडविण्यात यशस्वी तरी होईन; पण त्यांचं हे असं तुटलेल्या पतंगासारखं बाहेर भटकणं खूप धोक्याचं आहे. एक वेळ शहाणी किंवा अतिशहाणी माणसं परवडतात; परंतु मानी मनुष्यासारखं धोकादायक बाकी काही नसतं!''

तणावाच्या प्रचंड ओझ्याखालची ती रात्र आता कशीबशी संपत चालली होती. बाहेर पहाटवाऱ्याची झुळूक वाहू लागली होती. चिंचेखालच्या बंगल्यातली माणसे, ''तू झोप थोडा, मी जागते'' अशी एक दुसऱ्याची समजूत काढत होती. मात्र, सारेच अर्धवट झोपेत, नव्हे जागेच होते. कोणाच्या मोबाइलवर रिंग व्हायचा अवकाश की, सारे तिकडेच धावायचे. बाजीरावच्या फोनवरच्या दूरभेटीच्या अतीव इच्छेने त्यांना पागल बनवले होते जणू! राणा जगदेवसारखा छोटा मुलगा आज गादीवर झोपू शकला नव्हता. तो तिथेच खाली ओल्या आणि उघड्या फरशीवर पडला, तेव्हा कुठे त्याचा थोडासा डोळा लागला होता.

भल्या पहाटे पाच वाजता बाहेर चिंचेच्या झाडाखाली एका जुनाट, मजबूत सायकलीची घंटा जोरजोराने वाजू लागली. तिथे भल्या सकाळी पल्याडच्या दरीतून

बजापा धनगर जोरजोराने सायकलचे पॅडल्स मारत, धापा टाकत समोर येऊन धडकला होता. त्याचे गुडघ्यापर्यंतचे धोतर रानातल्या दहिवराने व लालभडक मातीने माखून गेले होते. मेंढरांना लांबूनच हेल काढत चुचकारून बोलवावे, तसा तो बाहेरूनच मोठमोठ्याने हाका मारत होता, "आवं नानासाहबऽऽ उठा हो बिगद्यानं नानासाब."

त्या मोठ्या रानहाकांनी अर्धवट पेंगुळलेला बंगला जागा झाला. मंडळी बाहेर धावली. सर्वांत पुढे जाऊन नेत्राने घाबऱ्या सुरात विचारले, "काय झालं बजापामामा? अहो, इतके घाबरलाहात कशानं?"

"मला नाना–"

"ते खूप आजारी आहेत हो – त्यांना अंथरुणातून उठताही येत नाही– मला सांगा ना– काय प्रकार काय आहे?"

"आता कसं वं सांगावं ताईसाब, काल रातची माझी दोन गायरं गोठ्याकडं परतली नाहीत. पहाटला उठलो. वाघाच्या भीतीनं गायी शोधायला बाहेर पडलो – तेव्हा तुमच्या त्या जांभुळसडीच्या विहिरीच्या बाजूनं असा निघालो होतो बघा. तेवढ्यात अचानक त्या विहिरीच्या पोटातनं कानठळ्या बसवणारा धडामधूम आवाज आला. केवढा मोठा तो स्फोट. विहिरीतनं वर दगडं, चिपऱ्या आणि कपऱ्यांचा पाऊसच बाहेर पडला. मी घाबरलो. अंगाला एखादा दगूड लागून मरायला नगो, या भीतीनं खालच्या मातीवर पालथा झोपला; पण लय मोठा आवाज – भारी दांडगा स्फोट बघा. त्यातनं माणसाची का भुताटकीची कसली तरी एकच किंकाळी कानावं पडल्याचा भासबी झाला बघा."

"छे! छे! बजापा – तुम्हाला काहीतरी भास झाला असेल किंवा स्वप्नबिप्न पडलं असेल," थंडीने कुडकुडलेली नेत्रा बोलली.

"अहो ताईसाब, त्या रानचा जातिवंत धनगर मी. आमच्या दहा डुया गेल्या त्या तिथल्या थंडीवाऱ्यात. आवो माणसंच कशाला आता तिकडंची भूतंबी आमच्या तोंडओळखीची झाल्यात – तर सांगायची गोष्ट त्या जमिनीचं, विहिरीचं मालक तुम्ही, म्हणूनच सांगावा घेऊन आलो. चला माझ्यासंगं, बघा भुताटकी व्हती का कसली खुनाबिनाची भानगड, काय आहे ते?"

त्या कच्च्या दगडधोंड्यांच्या माळरानात दुसरे कोणतेही वाहन चालणार नव्हते; त्यामुळे नेत्राने लागलीच जीप बाहेर काढली. पाठीमागच्या आउट हाउसमधले कार्यकर्ते धावत पुढे आले. आणखी एक जीप व बऱ्याच मोटारसायकली तेथून तातडीने बाहेर पडल्या. जेव्हा मंडळी घाईने जांभुळसडीच्या दरीकडे पोहोचली, तेव्हा अंधार पूर्णपणे हटला होता. सकाळच्या कोवळ्या उजेडात दूरवरची ती विहीर स्पष्ट दिसू लागली. तीच ती जांभुळसडीची कुप्रसिद्ध विहीर. पडकी आणि काळ्या

तोंडाची. बांधली तरी पुनःपुन्हा आत ढासळणारी. तिथल्या चिकट्या, भुसभुशीत, काळ्याशार मातीत खचत जाणारी. बांधलेल्या भिंती खाणारी. आत पोलादाच्या कणखर रिंगा टाकल्या, तरी त्या वाकवणारी. बंगाली बटूने हिचे पाणी बाहेर रानात फिरले की, घराण्याचे भाग्य पालटेल, असे भाकीत सांगितले होते खरे; पण इथे कितीही वेळा उमाळे फुटले किंवा पाण्याचे पाझर फुटले– तो आनंद या नादान विहिरीने आपल्या मालकाला कधी मिळूच दिला नव्हता. पाण्याचा उपसा बाहेर काढायची तयारी करावी, तोवर ही पुन्हा खाली कोसळलेली असायची.

नेत्राची जीप विहिरीच्या अगदी जवळपास आली. कसलीशी शंका आल्याने तिने अचानक ब्रेक लावला आणि लगेच रिव्हर्स गिअर टाकला. जीप दहा फूट पाठीमागे सरली. नेत्राचे नाचरे डोळे डाव्या बाजूकडे फिरले. तिथे तिला सकाळी दहिवरात भिजलेल्या गवताच्या पुंजक्यात कसलीतरी वस्तू दिसली. थोडी शंका येताच तिने जीप जागेवरच बंद केली अन् उडी घेत ती पलीकडच्या बाजूला काही पावले चालत गेली. तिने झडप घालून ती चमकणारी आणि अर्धवट जळलेली वस्तू हाताच्या पंजात पकडली. तसा तिच्या शरीराचा कण आणि कण थरथरला. डोक्यात रक्ताची चिळकांडी उडाल्यासारखे झाले. तिची पूर्ण खात्री झाली, अस्सल हिऱ्यांच्या कणांनी जडवलेले ते बाजीरावचेच अर्धवट जळालेले मनगटी घड्याळ होते. उरल्या घड्याळाभोवतीची राख तिच्या हाताला डसली. उभ्या अंगात शिरशिरी भरली अन् त्या खोल विहिरीतच स्वतः बुडणाऱ्या असहाय व्यक्तीसारखा तिने करुण सुरात मोठ्याने हंबरडा फोडला. स्वतःचे हात स्वतःच्या कपाळावर बडवत भरल्या आभाळाकडे निराधारासारखे पाहत, गालावर चापट्या मारून घेत ती हंबरली, "अहो काय, काय करून घेतलंत हे स्वतःचं? असं का केलंत? आम्हाला असं फसवून कुठे निघून गेलात हो तुम्ही?"

सकाळचा साडेअकराचा सुमार. त्या दरीतले ऊन आता खूपच वाढीला लागले होते. तिथला उष्मा चवताळलेल्या मधमाश्यांसारखा अंगाला ढुसत होता. पोलिसांच्या तीन गाड्या. बाजी-नेत्राच्या गटाच्या कार्यकर्त्यांची तिथे उडालेली झुंबड, जीप, मोटारसायकली आणि ट्रॅक्टर घेऊन त्या माळाने उडालेली ती बघ्यांची गर्दी.

घडल्या प्रसंगाने आधीच बदनाम झालेल्या जांभुळसडीच्या त्या रानावर आणखी एक काळा धब्बा उमटला होता. गेली सात-आठ वर्षं पुनःपुन्हा बांधूनही अपूर्ण आणि भुकेली राहिलेली ती विहीर. बंगाली बटूच्या भविष्यवाणीप्रमाणे तिथले गोड, निवळशंख आणि काळेशार पाणी कोणाला पचले नाही. ती विहीर तशीच त्रस्त आणि भुकेली राहिली. अखेर तिने आज भल्या पहाटे आपल्या मालकालाच गिळून टाकले होते. स्फोटाने पेटलेल्या गंधकाच्या ज्वालाग्राही आगीत तिने आपल्या धन्याचेच रक्तमांस कबाबासारखे भाजून, ओरपून गिळून टाकले होते.

काही गावकऱ्यांना आठवत होते, ते काही वर्षांपूर्वीचे अपघाताच्या जबड्यात अडकलेले लग्नाचे वऱ्हाड. पुनवेला बाजूच्या माळरानावर ती भुतांची – वेताळ – हडळींची वाजतगाजत निघणारी वरात. पाठोपाठ त्याच वरातीचे पहाटे पहाटे प्रेतयात्रेत होणारे रूपांतर. त्या स्मशानयात्रेत मोठ्याने गळा काढणारी आणि आडवीतिडवी होऊन नाचणारी ती भुते. ते सारेच आता घाबरून झाडापानांच्या आडोशाने माळावरची ती माणसांची गर्दी पाहत होते.

त्या भुतांसाठीसुद्धा आजची पहाट मोठी धक्कादायक आणि अचंबित करणारी होती. भल्या पहाटेला पीळदार, पैलवानी शरीरयष्टीचा एक धडधाकट मनुष्य विहिरीकाठी येतो काय. तिथे बाजूच्या पत्रीशेडात ठेवलेले मटेरियल – ते गंधक, त्या जिलेटीनच्या कांड्या आणि ती ठासणीची दारू– तो स्वतः आपल्या हातापायांना थंडपणे जिलेटीनच्या कांड्या बांधतो– स्फोटकांच्या छोट्या पिशव्या छातीजवळ बांधतो. गंधकाचा लेप उभ्या अंगाशी आपल्या हातांनी फासतो अन् त्यानंतर आगपेटीची एकच काडी ओढायला जातो, तेव्हा काडी पेटतापेटताच त्याचे सारे शरीर पेटते अन् आगीचा प्रचंड धमाका उडतो. त्या भुतांनी आणि वेताळांनी त्या जिलेटीनचा आणि गंधकांचा नजारा याआधी इथेच अनेकदा पाहिला होता. त्या तशा प्रचंड धमाक्याने पाषाणाचे पोटसुद्धा चिरून फुटायचे अन् पत्थराचे राईराईएवढे तुकडे होऊन ते आजूबाजूच्या अर्ध्या किलोमीटरच्या परिघामध्ये जाऊन अंतराळातून पुन्हा सूर मारत जमिनीवर आपटायचे. त्या तशा स्फोटकांच्या संहारक तोंडात एखाद्या हाडामांसाच्या मनुष्याने स्वतःचे शरीर ठेवून दिले, तर त्या बिचाऱ्याचे काय होईल, या गोष्टीचा आँखो देखा हाल जेव्हा आज भुता-वेताळांनी पाहिला होता, तेव्हा त्यांनीही भीतीने बाजूच्या झाडांना मिठ्या मारल्या होत्या.

गावकरी, पोलीस पाटील, पंच मंडळी आणि कार्यकर्त्यांचे अनेक पुट्टे त्या माळरानाचा दूरदूर जाऊन शोध घेत होते. मध्येच कुठेतरी एखाद-दुसरा रक्तामांसाचा, गंधकाच्या ज्वाळेत करपटून भाजलेला तुकडा हाती लागायचा. पंचांनी विहिरीकाठचीच पत्र्याची एक जुनाट बादली आणली. तिच्यामध्ये ते मांसाचे वेचलेले तुकडे टाकले जात होते. कुठेतरी सापडलेली आतडी वा कातडीचे तुकडे, चिंबलेली हाडे, कवटीची तुटलेली सात-आठ शकले– जे मिळेल ते सारे प्रयत्नपूर्वक गोळा करून त्या बादलीत ठेवले जात होते.

स्फोटाचा धमाका आणि दूरवर जाऊन पडणाऱ्या वस्तूंचा परीघ खूप मोठा होता; त्यामुळे शरीराचे सारे तुकडे मिळणे केवळ अशक्य होते. मात्र, पोलिसांचे आणि नानांच्या कुटुंबाचे समाधान व्हावे, एवढा पुरावा हाताशी लागला होता. मुख्यतः बाजीरावचे अर्धवट जळलेले हिऱ्याचे घड्याळ, अंगावरच्या कपड्यांचे जळके तुकडे, कपटे तसेच कंबरेला बांधलेला व तुटलेला बेल्ट, जिलेटीन व

गंधक अंगाशी बांधण्यापूर्वी विहिरीकाठी बाजूला काढून ठेवलेला पॅरिसच्या एका प्रसिद्ध ब्रँडचा बूट, गडद काळा गॉगल अशा बऱ्याच वस्तू होत्या. बाजूलाच पडलेले बाजीरावचे पैशाचे पाकिट सापडले आणि त्यातील वस्तू पाहताना कुटुंबीयांनी आणि मित्रांनी रडून पुन्हा आकांत सुरू केला. पाकिटातील गोड, हसरी, फुलासारख्या चेहऱ्याची तरुण नेत्रादेवी. दुसरे छायाचित्र होते, कुठल्यातरी मोठ्या पर्यटनस्थळाचे. जिथे दिसत होता पहाडाच्या उतरणीवरचा केबल कारचा एक झुलता पाळणा – अंतराळात स्थिर झाल्यासारखा. ज्यामध्ये नेत्रा, बाजीराव आणि त्यांची दोन्ही मुले एकमेकांना घट्ट पकडून मुक्तपणे हसण्याचा आनंद लुटत होती.

बाजूच्या परिघाचा खूप शोध घेऊन झाला. हाताशी लागलेले शरीराचे छोटे छोटे जळके अवयव गोळा करताकरता अर्ध्याहून अधिक बादली भरून गेली. पोलिसांचे चौकस चेहरे आणि त्रासिक नजरा शांत झाल्या. प्रेताची ओळख पटवण्याइतका आणि पंचनाम्याचे कागद रंगवण्याइतका पुरावा हाताशी लागला होता; म्हणून शोधमोहीम तिथेच थांबवण्याचा निर्णय सर्वानुमते घेतला गेला.

अभिषेक दिवसेच्या स्मरणात ती काळरात्र रुतून राहिलेली. अंधारी बोळकांडे ओलांडून जेव्हा तो चाळीच्या तोंडाशी आला– तेव्हा तिथे पंधरा-वीस स्त्री-पुरुषांची ती गर्दी – बर्फाने गोठल्यासारखे उभे राहिलेले ते भयभीत लोक – आपल्या रिव्हॉल्व्हरमधून पुढे कोणावर तरी गोळ्या झाडणारा सुपरप्रिन्स. खरे तर आज दिवसभरात 'तुझी आठवण येतेय, तू लवकर निघून ये' असे रमेशकडून आलेले अनेक फोन; त्यामुळे बापाच्या भेटीसाठी अभिषेक तसा एक प्रकारे अधीरच होता.

सुपरप्रिन्स बेदरकारपणे गोळ्या घालून निघून गेला. मात्र, रक्ताच्या थारोळ्यामध्ये कोसळलेली ती व्यक्ती म्हणजेच आपला जन्मदाता आहे, हे जेव्हा अभिषेकच्या लक्षात आले, तेव्हा पंख जळलेल्या पाखरासारखा तो खूप कळवळला, तळमळला.

त्यानंतर उद्भवल्या त्या जहरी पण न टाळता येण्यासारख्या भानगडी. तो कमालीचा निष्ठुर प्रकार. तो पोलिसी पंचनामा, ते सरकारी दवाखान्याच्या शवागर नावाच्या नरकाच्या तोंडावर पार पाडला जाणारा पोस्टमार्टेम नावाचा बेछूट प्रकार. मनुष्याला एखाद्या बकऱ्यासारखे फाडावे लागते, ते कृत्य पचवता यावे म्हणून दारू पिऊन, लास होऊन आतडी, बरगड्या आणि मृताच्या काळजाशी खेळणारे डॉक्टरांचे पांढऱ्या कपड्यातील ते असिस्टंट्स; क्रूर मुडदेफरासच!

तो साराच प्रकार नरकाच्या प्रवासासारखा. एकीकडे अभिषेकचे काळीज रडत होते. रमेश दिवसे नावाच्या व्यक्तीचा जीवनपट त्याच्या डोळ्यांसमोरून झरझर जात होता. आपल्या मुलाच्या शोधासाठी भटकणारा तो जीव. नाशिकच्या हॉस्टेलवर पुनःपुन्हा धडका मारणारा आणि मुक्कामाची सोय नसल्याने बसस्टेशनवर पाणी पिऊन उघड्या रात्री कंठणारा तो आपला दुर्दैवी बाप. पुढे पिता-पुत्र एकत्र आले; पण यशाचा किंवा सुखाचा रस्ता त्यांना काही गवसलाच नाही. अभीचे मस्तक गद्दारीच्या आणि उलट्या काळजाच्या अनुभूतीच्या विचाराने छिन्नविच्छिन्न होत होते.

ज्याला आपण आपल्या सख्ख्या भावापेक्षा जवळचा समजलो, त्या सुपरप्रिन्सकडूनच केवळ राजकीय स्पर्धेतील यशासाठी आपला जन्मदाता बाप मारला जावा, हे दुःख खूपच जहरी होते.

बापाच्या प्रेताबरोबर अभिषेकची परवड सुरू होती; परंतु तो आता अगदीच एकाकी किंवा एकटा नव्हता. त्याला आधार देण्यासाठी तालुका स्तरावरील नेते घोरपडेकाका त्याच्यासोबत अखंड उभे होते. कारखान्याच्या दुसऱ्या एक संचालक दिघेताई होत्या. दिघेताईंना तर शलाकाची अत्यंत जवळची व्यक्ती समजले जायचे. नेहमीच्या पोस्टमार्टेम अगर पंचनाम्यापेक्षा प्रत्येक वळणावर खूपच वेळ लागत होता. कारण तो विधानसभा लढवणाऱ्या एका उमेदवाराचा मर्डर होता; त्यामुळे निर्वाचन अधिकारी, वरिष्ठ पोलीस अधिकारी, मध्येच पत्रकारांचे लटांबर असा खूप त्रास होता. शेवटी एकदाचे प्रेत गजरेकाठच्या स्मशानात गेले, तेव्हा तर अभिषेकला पुढे चालवत नव्हते. म्हणूनच दिघेताई त्याच्या खांद्यावर एक हात ठेवून त्याला आधार देत स्मशानात पोहोचल्या होत्या.

प्रेताला एकदाचा अग्नी मिळाला. मंडळी तेथून बाहेर पडू लागली, तेव्हा कुठे जायचे? बापाच्या त्या भाड्याच्या ब्लॉकवर परतायचे? तिकडे जायच्या कल्पनेने तर अभिषेकला आपले पायच बाजूला निखळून पडल्यासारखे वाटले. कसा जाऊ? त्याच्या बापाचे, त्या घराचे भाडे भरणाऱ्या बाजीरावाच्या कुलदीपकानेच तर रमेशची निर्घृण हत्या केली होती. पायांखालची जमीन आणि माथ्यावरच्या आभाळाकडे जेव्हा अभिषेक कासावीस होऊन पाहू लागला, तेव्हा त्याचा हात घट्ट पकडत घोरपडेकाका बोलले, "चला बाळ, तिकडे शलाकाताई साहेब तुमची 'रिव्हर फ्रंट' बंगल्यावर वाट बघताहेत. अजून त्या जेवल्यासुद्धा नसतील."

अभिषेक तसाच गच्च ठणकत्या डोक्याने बंगल्यामध्ये आला. त्याचा एक दंड घट्ट पकडून शलाका त्याला आवेगाने पलीकडच्या बेडरूममध्ये घेऊन गेली. गेल्या दोन-तीन दिवसांत तो धड जेवल्याचेही दिसत नव्हते. शलाकाने त्याला स्वतःच्या हाताने कांदापोहे देऊ केले. ते प्रेत, ते स्मशान, त्या सलग जाळलेल्या दोन-तीन रात्री त्या श्रमाने अभिषेक खूप थकला होता. तो तसाच बाजूला बिछान्यावर कोलमडला.

बापूनगरच्या त्या दुर्दैवी सार्वत्रिक निवडणुकीनंतर बाजीरावने करून घेतलेला तो आत्मनाश. तो सारा प्रकार संपूर्ण तालुक्यासाठीच नव्हे, तर जिल्ह्याच्या राजकारणातही एक धक्कादायक उपकथानक बनला होता. जेव्हा त्या सकाळी जांभुळसडीच्या रानाकडून ती बाजीरावच्या आत्मघाताची बातमी येऊन धडकली, तेव्हा प्रिन्स आणि शलाका अक्षरशः उडालेच. असा काही प्रसंग घडेल, ही गोष्ट त्यांच्या ध्यानीमनीसुद्धा नव्हती.

बाजीरावचे ते अवशेष प्रथम पोलीस स्टेशनात आणले गेले. पुढील प्रोसिजरबाबत कायद्याच्या मुद्द्यावर वरिष्ठ अधिकाऱ्यांमध्ये काथ्याकूट झाला. शेवटी सिव्हिल सर्जन व अन्य वरिष्ठांच्या सल्ल्याने त्यातील काही अवशेष रासायनिक प्रक्रिया व चाचणीसाठी बाजूला काढले गेले. मृताची ओळख पटण्याविषयी कोणताही वाद नव्हता. आत्महत्येची घटना उघड होती; त्यामुळे पुन्हा फारसा वेळ लागला नाही.

प्रथम तो तांबड्या फडक्यात बांधलेला कलश चिंचेखालच्या बंगल्यामध्ये नेला गेला. तिथे जमलेल्या वृद्ध आणि दुबळ्या नातेवाइकांनी त्याचे दर्शन घेतले. जो बंगला विजयी उमेदवार या नात्याने गुलालात माखलेल्या बाजीला बघायला उत्सुक होता, त्याच्या धड मुडद्याचेही दर्शन न घडावे या कल्पनेने चिंचेखालचा बंगला धाय मोकलून रडला. अंत्यसंस्कारासाठी तोच कलश स्मशानाकडे न्यायचे ठरले.

रिव्हर फ्रंटमध्ये मित्रांच्या घोळक्यात बसलेला प्रिन्स प्रचंड मानसिक विवंचनेत होता. एखाद्याचा मृत्यू किंवा एखाद्याच्या शुभकार्याचा प्रसंग, अशा दोन्ही वेळा भल्या माणसाने टाळायच्या नसतात असे म्हणतात. त्याच न्यायाने तत्काळ चिंचेखालच्या बंगल्याकडे निघावे, असे प्रिन्सला मनापासून वाटत होते; परंतु तिकडे वळताना पाय मात्र जड वाटू लागले होते, कारण दोन्ही कुटुंबांच्या राजकीय सत्तास्पर्धेत कटुता एवढी वाढीस लागली होती. वैराचे विष असे अंगात भिनले होते. त्या द्वेषाच्या, कडवटपणाच्या आणि पराकोटीच्या ईर्षेच्या पार्श्वभूमीवर तिकडे जाणे म्हणजे एक प्रकारे गुन्हा ठरणार होता. सांत्वन आणि समझोता सोडाच; पण आधीच भडकलेल्या आगीमध्ये पेट्रोल ओतण्यासारखा तो प्रकार घडणार होता.

जेव्हा स्मशानात बाजीरावचे जळके अवशेष पुन्हा रीतसर अंत्यसंस्कारासाठी पोहोचले, तेव्हा तिथले वातावरण अधिकच शोकाकुल बनले. अनेकांची मने भरून आली. बाजीरावच्या इष्ट मित्रांना, सोयऱ्यांना खूपच वाईट वाटले. त्याच्या मृतदेहाला खांदा देण्याचे भाग्यही त्यांना लाभले नव्हते.

परिसरातील काही बुजुर्ग माणसे आणि प्रिन्सचे मित्र त्याच्या भेटीस आले. ज्यामध्ये प्रिन्सपेक्षाही बाजीरावला जवळ असणारी अनेक माणसे होती. ते सारेच जग एका गजरामाईचे पाणी पिऊन मोठे झाले होते. अनेकांची घरे, शेतबांध, पाणवठे एकच होते, जरी आता स्थानिक पातळीवर राजकीय पक्षांमध्ये तीव्र भेदाभेद माजले होते. वरिष्ठ पातळीवरच्या सर्वच पक्षांच्या नेत्यांकडून त्या जखमांसाठी मलम पुरवायचे बाजूलाच राहिले. उलट आपल्या स्वार्थासाठी तिखट चटणीचा तडकाच मारला गेला होता. जखमा अधिकच चिघळल्या होत्या.

जमलेल्या मंडळींनी आता प्रिन्सनी स्मशानात तरी चलावे, असे बोलणे चालू केले, तेव्हा प्रिन्स दुःखी मनाने बोलला, ''चुलत भावाच्या कुटुंबाच्या सांत्वनासाठी तिथे जाऊन पोहोचणं, हे माझं कर्तव्यच आहे. आपल्या धर्मानं ती रीत आणि

उपचार आम्हाला शिकवला आहे. मात्र, मला भीती वाटते ती एकाच गोष्टीची – ती मंडळी इतकी भडक माथ्याची आणि अतिरेकी प्रवृत्तीची आहेत की, माझं तिथं जाणं त्यांना आवडेल का?''

''अहो प्रिन्सबाबू, 'मरणाघरी' आणि 'तोरणाघरी' गैरहजर राहायचं नसतं, ही आपल्या वाडवडिलांची शिकवण! डोक्यातील बाकीच्या शंका झाडून टाका आणि चला आमच्यासोबत.''

स्मशानातले दृश्य फार दुर्दैवी होते. नानांना एका खुर्चीवर बसवून, ती खुर्ची चौघांनी खांद्यावरून डोलीसारखी तिथे आणली होती. नाना कमालीचे हताश आणि विकलांग दिसत होते. सकाळपासून दोन-तीन वेळा नानींची दातखीळ बसली होती. त्या कमालीच्या हताश दिसत होत्या. जणू शोक करण्याएवढे सामर्थ्य आता त्यांच्या शरीरात उरले नव्हते. रीतीभातीप्रमाणे भडाग्नी देण्यापूर्वी मृताच्या मुखात पवित्र जल सोडायचे असते; पण इथे मुंडकेही जागेवर नव्हते; त्यामुळे जाणत्या पुरुषांनी कणकेच्या गोळ्याचा एक मोठा ठाव तयार केला होता; त्यावर खायची–पानवेलीची दोन हिरवी पाने दुमडून त्याचे ओठ बनवले होते. तो ठाव कलशाच्या भांड्यावर ठेवला होता अन् ते भांडे रचलेल्या चित्तेवर नीट बसवले होते. त्या तयार केलेल्या मुखात नातेवाईक बाजूच्या तांब्यातील दुधाचे आणि पाण्याचे थेंब सोडत होते. पाणी पाजण्याच्या त्या विधीसाठी एक छोटी रांगच लागली होती.

त्या रांगेमध्ये प्रिन्स उभा होता. हळूहळू चितेकडे सरकत होता. तेवढ्यात अचानक बाजूच्या बांधावरून कोणीतरी धपकन खाली उडी घेतली. प्रिन्सच्या समोरच सात-आठ फुटांवर एक बारा वर्षांचा कोवळा मुलगा मातीत पवित्रा घेऊन गुडघ्यावर उभा होता. त्याच्या हातामध्ये एक गावठी रिव्हॉल्व्हर - कट्टा - होता. ज्याचा नेम त्याने प्रिन्सवर धरला होता. त्या कोवळ्या पोराच्या डोळ्यांत सूडाचे लाल पाणी पेटलेले. त्याच्या नाकाचा शेंडाही लालतांबूस दिसत होता. त्याची नजर समोरच्या लक्ष्यावर म्हणजेच प्रिन्सच्या छातीवर स्थिरावली होती. ती आगळीक बघून जमलेली सारी मंडळी भयचकित झाली. तो बाजीरावचा धाकटा बेटा राणा जगदेव होता.

आपल्या हातातले रिव्हॉल्व्हर उंचावत राणा ओरडला, ''वोयऽऽ प्रिन्स – साल्या, आमच्या फॅमिलीची बरबादी करून कोणाला पाणी पाजायचं नाटक करायला निघालास? यू डॉगऽऽ हरामखोरा. एक पाऊल पुढं टाकशील, तर गोळ्या घालून तुकडेतुकडे करीन तुझे.''

स्मशानात लोक सुन्न झालेले, त्या पोराने खरेच गोळी झाडली तर क्षणार्धात अनर्थ माजणार होता. त्या अकल्पित, अचानक हल्ल्याने प्रिन्सही जागच्या जागी गांगरला. सोबतच्या मंडळींच्या तोंडचे पाणी पळाले. गावठी कट्ट्यातून गोळी सुटायचा अवकाश की, डोंगरे-देशमुख घराण्यातला आणखी एक मुडदा तिथे

स्मशानातच कोसळणार होता.

तेवढ्यात समोरच्या महिलांच्या गर्दीतून वाट काढत नेत्रादेवी पटकन पुढे धावून आली. तिने झटकन झडप मारून लागलीच राणाच्या हातातले ते गावठी रिव्हॉल्व्हर खेचून घेतले. ते तसेच पलीकडच्या बांधापल्याड ढेकूळ रानात फेकून दिले. ती तडक पुढे धावली. तिने आपल्या अंगातली पूर्ण शक्ती एकवटून राणाच्या एका गालावर सणसणीत चपराक मारली. तसे ते पोर एका बाजूला कोडमडले. लगेच तिने त्याच्या दुसऱ्या गालावर अशी एक जोरकस कानशिलात ठेवून दिली, तसे तिच्या हाताच्या बोटांचे ठळक व्रण त्या पोराच्या गालावर उमटले.

शोकाने चिंबओली झालेली नेत्रा राणावर ओरडली, "तुझा बाप इकडे हकनाक मरून गेला. गजाआड टाकलेला भाऊ कधी परत येईल, ते कोणालाही ठाऊक नाही. तोवर मूर्खा, आता तुझे हात कोणत्या नव्या विध्वंसासाठी शिवशिवताहेत रेऽऽ!"

राणा तिथेच हुंदके देत उभा राहिला.

तोवर चंचलानानी पाय ओढत पुढे आल्या. नेत्राला सामोऱ्या होत बोलल्या, "सूनबाईऽ मुस्कटात ठेवून द्यायला तुम्ही बरीक वेळच केलात. अशीच आणखी एक चपराक काही वर्षांमागे, वेळेतच त्या गजाआडच्या कार्ट्याच्या गालावर ठेवून दिली असतीत अन् तेव्हाच भीतीनं त्याची विजार ओली केली असतीत तर? तर आज कशाला आम्हाला स्मशानात निवडुंग गोळा करत बसायची वेळ आली असती?"

अत्यंत दुःखी नजरेने नेत्राने प्रिन्सच्या डोळ्यांकडे पाहिले. 'पोराचं चुकलं. माफ करा,' असा भाव चेहऱ्यावर आणून तिने प्रिन्सकडे पाहत नम्रतेने नमस्कार केला. तेव्हा प्रिन्सच्या पोटातून, छातीच्या फासळ्यांतून दुःखी हुंदक्यांचा एक मोठा लोंढाच वर सरकत त्याच्या मुखातून, नाकातून आणि डोळ्यांतून बाहेर पडत होता. आपले अतीव दुःख रोखण्यासाठी तो शेजारी उभ्या असलेल्या मित्रांच्या खांद्याचा आधार घेत होता, तेव्हा गजरेच्या पुराचे पाणीच स्मशानात घुसून अवघे स्मशानच अश्रूंमध्ये बुडाल्यासारखे वाटत होते. अनेकांना आपले अश्रू आणि हुंदके आवरत नव्हते.

– खूप काही घडून गेले होते. एक्सप्रेस हायवेने प्रिन्सची मोटार मुंबईकडे धावत होती. पाठीमागच्या सीटवर एका बाजूला प्रिन्स आणि दुसऱ्या बाजूला शलाका बसली होती. दोघांच्या मध्ये अभिषेक बसलेला; परंतु थोड्याच वेळात झोप असह्य होऊन अभी शलाकाकडे सरकलेला. शलाकाने त्याचे डोके आपल्या मांडीवर ठेवलेले. त्याला गाढ झोप लागलेली. शलाका त्याच्या केसांतून मायेने बोटे फिरवत होती. त्याला कुरवाळत होती. प्रिन्सने पाठीमागच्या काचेतून मागे वळून पाहिले. त्यांच्या पाठोपाठच त्यांच्या मतदारसंघातील निवडक कार्यकर्त्यांच्या आणि नातेवाइकांच्या वीस-बावीसहून अधिक मोटारी धावत येत होत्या.

त्या दोघांच्याही मोबाइलवर सातत्याने कोणाचे ना कोणाचे फोन येत होते. ताजी माहिती समजत होती. उद्या दुपारीच मुंबईत राजभवनावर शपथविधीचा कार्यक्रम होता. मोबाइलवरून जाणकार वरिष्ठ मुद्दाम सांगत होते, ''अगदी दिल्लीपासून सर्वत्र हीच चर्चा आहे. शलाकाताईंना फक्त आणि तूर्त पाच-सहा महिनेच राज्यमंत्री या नात्यानं काम पाहायचं आहे. पुढच्या शपथविधीच्या कार्यक्रमात त्यांना बढती मिळून कॅबिनेट मंत्री या नात्यानं सूत्रं स्वीकारावी लागतील.''

सहज बोलताबोलता प्रिन्स बोलून गेले, ''आमच्या नेत्राचा चुकीच्या दिशेनं चाललेला प्रवास कधी थांबणार आहे कोणास ठाऊक? कधी उतरेल ते तिच्या मस्तकातील द्वेषाचं विष?''

''पण नेत्रामुळे माझी प्रगती थांबते किंवा माझं नुकसान होतं, असं मी कधीच मानलं नाही,'' शलाका नवऱ्याला सांगू लागली; ''अशी एखाद्या व्यक्तीची किंवा संस्थेची प्रगती दुसऱ्या कोणाला थांबवता येत नाही. कारण जगात परमेश्वर असो किंवा तत्सम एखादी गूढ शक्ती– ती शक्तीच माणसाप्रमाणेच वृक्षांनाही जन्म देते. झाडं आपल्या जन्मासोबतच मुळ्याही घेऊन जन्म पावतात. काही वृक्ष इतके चिवट असतात की, ते खोल खडकाच्या शेंडीमध्ये घुसून जीवनरस शोषतात. स्वतः मोठे होतात. आपला पसारा वाढवतात; पण काहींना मात्र दुसऱ्या वृक्षाच्या फांदीचा आधार घेऊन स्वतः बांडगूळ बनून जगण्यातच धन्यता वाटते, त्याला काय करायचं? जसा देव वृक्षांना मुळ्यांचे दान देतो, तसेच मनुष्याला त्याच्या जन्मासोबत मेंदू आणि मनगटाचं वरदान देतो! मिळालेल्या देणगीचा वापर कोणी कसा करावा, हे फक्त त्याच्या हातांत असतं!''

मोटारी बऱ्याच पुढे आल्या होत्या. तितक्यात अभिषेक जागा झाला. शलाकाकडे स्निग्ध डोळ्यांनी पाहू लागला, तेव्हा त्याच्या डोक्यावरून आपला उबदार हात फिरवत शलाका बोलली, ''बेटा, आता कसलीही चिंता करू नकोस. तुझ्या आयुष्याचं वनवासपर्व केव्हाचं संपलं आहे. तुझा उर्वरित सुखाचा काळ तुला आमच्याच संगतीनं काढायचा आहे.''

अभिषेकच्या खांद्यावर लाडाने हात ठेवत प्रिन्स बोलले, ''अन् होऽऽ उद्याचा तुझ्या आईचा मंत्रिपदाचा शपथविधी सोहळा एकदा उरकला की, चारच दिवसांत आपण सारे डेहराडूनला जाऊ.''

''ते कशासाठी?'' अभिषेक.

''अरे, चार-पाच दिवसांत तुझ्या धाकट्या भावाची– रणविजयची समर व्हेकेशन नाही का सुरू होणार? मग आपण सर्वांनीच एकत्र येऊन सुट्टीचा आनंद नको का लुटायला बेटा!''

◆